Triết Học Phật Giáo

và

Những Luận Đề

Nguyễn Vĩnh Thượng

Toronto

2025

HIẾN DÂNG

Triết học Phật giáo
và
Những Luận đề

*Kính dâng hương linh **thân phụ Nguyễn Vĩnh Phát**

và **thân mẫu Nguyễn Thị Quỳnh**.

*Kính dâng **tất cả Thầy Cô đã dạy tôi**.

*Mến tặng **tất cả các bạn bè của những ngày tháng cũ**.

Toronto, Canada, May 2020

First Edition.

-Printed in the United States of America, 2020.
-Distributed in the USA by Lu Lu Press, 2020.

Second Edition.

-Printed in USA, 2025
-Distributed by Amazon, 2025

Góp ý và **phê bình** thư về:

vinhthuong.toronto@gmail.com

MỤC LỤC

Lời nói đầu

Đức Phật Thích-ca đã thừa kế tư tưởng, triết học và tôn giáo có trước Ngài trong lịch sử triết học Ấn-độ. Thêm vào đó, Ngài đã hoàn thiện các triết thuyết này, đã phát triển chúng lên một trình độ cao hơn, minh bạch hơn. Tiếp nối Đức Phật lịch sử, các Đại sư và Luận sư trong phong trào phát triển Phật giáo đã đóng góp nhiều tư tưởng cao siêu. Tư tưởng triết học của Phật giáo đang chi phối chiều hướng hoạt động cũng như suy tư không chỉ ở nơi nhiều nhà triết học mà còn ở mọi tầng lớp quần chúng xã hội từ Đông sang Tây phương. Tư tưởng triết học Phật giáo đã vượt qua thời gian và không gian.

Hầu hết nội dung của các bài viết trong cuốn sách này đã phản ánh từ những điều mà tôi đã học hỏi qua nhiều năm về triết học (Philosophy) và Phật học (Buddhology) từ các vị Giáo sư của tôi ở các **Đại Học Vạn Hạnh** và **Đại Học Văn Khoa Saigon;** cùng với các sách vở khảo cứu trong thư viện, trên Internet.

Cuốn sách này gồm có 35 bài, chia ra làm 2 phần:

. *Phần thứ nhất*: **Triết học Phật giáo** gồm có 21 bài đề cập tới những lời dạy căn bản của Đức Phật (Buddha's basic teachings), các luận giải của các Đại sư và Luận sư. Sự giải thích các quan niệm căn bản, các tư tưởng triết học căn bản được diễn dịch trong lời văn rõ ràng dưới ánh sáng nhận thức ngày nay nhằm mở đường cho việc nghiên cứu thâm sâu về tư tưởng triết học Phật giáo. Thêm vào đó, còn có các bài trình bày triết lý Phật giáo về đạo đức học, nhận thức luận, vũ trụ luận. Trong việc nghiên cứu tư tưởng triết học Phật giáo hành giả cần phải có sự trải nghiệm, thực hành học thuyết này.

. *Phần thứ hai*: **Những luận đề Phật học** gồm có 14 bài đề cập tới những luận đề liên hệ để soi sáng những lời dạy của Đức Phật như các bài: *"Phật giáo là một triết học hay một tôn giáo"*, *"Biểu nhất lãm Tam Tạng Kinh điển Phật giáo"*, *"Phụ nữ trong Phật giáo"*, *"Hành trình tâm linh để sống một cuộc sống tốt đẹp hơn" v…v…*

Phần lớn các bài viết trong cuốn sách này đều đã được đăng trên các Websites Phật học, An Phong-An Bình, v…v…Vì lẽ đó, cuốn sách này có thể xem như là kết quả do nhiều bài khảo cứu khác thời gian và khác không gian hợp lại thành. Do đó, có thể có chỗ không được liên tục, có thể có chỗ trùng điệp về ý tứ hay văn từ của các bài khảo cứu. Kính mong quý độc giả thông cảm.

Cũng cần nói thêm, cuốn sách này được viết với một phong cách đơn giản, minh bạch, không mơ hồ và thuyết phục. Cuốn sách không chỉ dành cho học giả (scholar) mà còn dành cho người đọc bình thường (ordinary reader) như là một nhập môn về triết học Phật giáo và các tiểu luận liên hệ.

Triết học Phật giáo và Những Luận đề sử dụng phương pháp dẫn nhập vào những tinh hoa triết học của Phật giáo. Những bài viết trong sách này có thể được đọc theo thứ tự trong sách, hoặc theo bất cứ thứ tự nào khác mà độc giả muốn.

Việc biên soạn chắc chắn không tránh khỏi những chỗ sai sót, chúng tôi ước mong được sự lượng thứ của các bậc cao minh. Những sửa sai và bổ khuyết của quý vị độc giả sẽ giúp cuốn sách này được đầy đủ và hoàn hảo hơn trong lần viết lại; đó quả là niềm vinh hạnh cho chúng tôi.

Cám ơn các độc giả đã dành nhiều thời giờ quý báu để đọc và chia sẻ các bài viết.

Chúng tôi đặc biệt cám ơn CK đã không quản thời giờ, tâm lực và tận tình giúp đỡ chúng tôi hoàn thành cuốn sách này.

Cuối cùng chúng tôi xin hồi hướng công đức biên soạn cuốn sách này để cầu nguyện cho nhân loại mau chóng vượt qua đại dịch Corona Virus, và nhân loại được sống bình an trên thế giới.

Toronto, ngày 27 tháng 3 năm 2020.

Tác giả cẩn chí,

Nguyễn Vĩnh Thượng

PHẦN THỨ NHẤT

TRIẾT HỌC PHẬT GIÁO

Chương 1

Cuộc đời của Đức Phật Thích-ca Mâu-ni

(Khoảng 654 tr. CN - 544 tr. CN)

Bất cứ một tư tưởng triết học nào cũng đều chịu ảnh hưởng của bối cảnh xã hội, của nền văn hoá và của những tư tưởng triết học khác. Từ đó, tư tưởng của một triết gia có khi chịu ảnh hưởng của những người đi trước hoặc đương thời mà phát triển và quảng diễn thêm, nhưng cũng có khi phản kháng lại, hoặc phê bình để đi đến chỗ toàn thiện, hoặc để bênh vực cho tư tưởng của mình.

***

Nội dung của bài này sẽ được trình bày như sau:

I. - Bối cảnh xã hội và các nền văn hoá có trước khi Đức Phật ra đời

II. - Bối cảnh xã hội và các tư tưởng tôn giáo triết học trong khi Đức Phật còn tại thế.

III. - Cuộc đời của Đức Phật Thích-ca.

IV. - Những bài học từ cuộc đời của Đức Phật Thích-ca.

I.- Bối cảnh xã hội và các nền văn hoá có trước khi Đức Phật Thích-ca Mâu-ni ra đời.

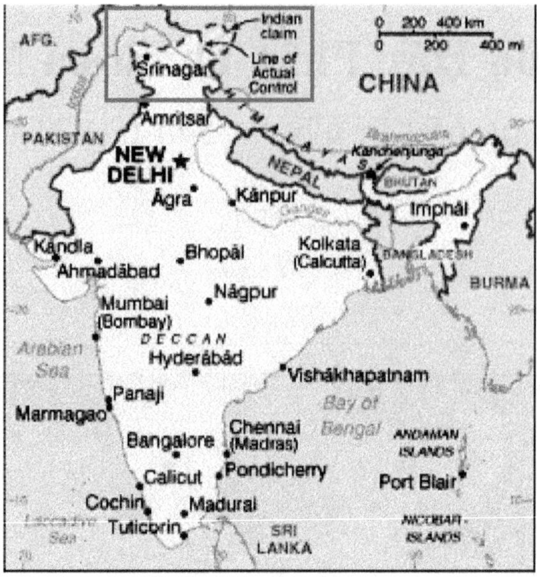

Bản đồ Ấn độ (nguồn: internet)

Ấn-độ là một bán đảo lớn ở phía Nam Châu Á. Phía Đông-Nam giáp với Ấn-độ dương (Indian Ocean), phía Tây-Nam giáp với biển Á-rập (Arabian Sea), phía Bắc giáp với rặng núi Himalaya hùng vĩ, quanh năm tuyết phủ. Theo tiếng Sanskrit, hima = tuyết (snow), alaya = cư trú (dwelling), Himalaya có nghĩa là "nơi cư trú của tuyết".

Himalaya có đỉnh cao nhất hơn 8.000 mét, có bề dài trên 7.200 mét, (ngọn núi Everest cao 8.848 mét). Đây là nơi ẩn dật, là chốn tu hành của nhiều đạo sĩ. Đã có nhiều *chuyện thần thoại và nhiều truyền thuyết* về các chuyện đã xảy ra trên ngọn núi này. Nội dung của các chuyện này đã ảnh hưởng đến tư tưởng triết học và văn học Ấn độ. Các nhà văn hoá Ấn độ cho rằng dãy núi Himalaya đã tạo nên những khuôn mẫu tư tưởng sâu đậm trong văn hoá của miền Nam Châu Á. Nhiều đỉnh núi của rặng Himalaya đã là những nơi linh thiêng của cả Phật giáo và Ấn độ giáo. (Himalayas have profoundly shaped the cultures of South Asia. Many Himalaya peaks are sacred in both Buddhism and Hinduism). Rặng núi Himalaya là ranh giới của Tiểu lục địa Ấn độ với cao nguyên Tây tạng. Từ trên ngọn núi Himalaya, có 3 con sông lớn của thế giới chảy vô nước Ấn độ, tạo nên những đồng bằng rộng lớn: Indus, Ganges và Brahmaputra.

Sông Indus (âm VH, Ấn hà) chảy qua miền Tây nước Ấn độ và đổ ra vịnh Oman. Sông này có 4 phụ lưu chính là các sông: Ravi, Thelum, Chenar và Sutleji. 5 con sông này tạo nên đồng bằng Pendjab (âm VH, Ngũ Hà tức là vùng có 5 con sông). Lưu vực sông Indus đã sinh thành một nền văn minh đáng chú ý là "*Văn minh lưu vực sông Indus*"(Indus valley civilization) vào khoảng năm 3.000 năm tr. CN.

Sông **Gange** (âm VH, Hằng hà) chảy qua miền giữa của nước Ấn độ và đổ ra vịnh Bengal. Sông Gange là một con sông linh thiêng nhất của Ấn độ (Ganges river is the most sacred river to Hindus). Hằng năm, vào lễ hội tắm Kumbh Mela, có hàng triệu tín đồ đạo Ấn độ giáo đến tắm trong dòng sông Hằng vì họ tin tưởng rằng nước sông Hằng sẽ rửa sạch mọi tội lỗi mà họ đã làm, và làm trong sạch, làm thanh tịnh tâm hồn của họ. Các "*câu chuyện của dòng sông Hằng*" cũng đã ảnh hưởng đến tư tưởng và văn hoá Ấn độ.

Sông **Brahmaputra** còn gọi là sông Tsangpo Bramaputra, đây là con sông ngăn cách biên giới (trans-boundary river) xuyên suốt phía Đông-Bắc Ấn độ. Sông này chảy vô Ấn độ theo hướng Tây Nam, rồi hạ lưu của nó sát nhập với sông Gange để cùng nhau chảy ra vịnh Bengal.

Miền Nam Ấn độ là Cao nguyên **Deccan** rộng lớn có nhiều sông nhỏ chảy ra biển.

Khí hậu của Ấn độ thì vô cùng ác nghiệt: miền Bắc ở dưới chân rặng Himalaya thì lạnh lẽo, khi có gió nóng từ miền Nam thổi lên thì thời tiết có nhiều đám sương mù dày đặc. Vào mùa hè, nhiệt độ gia tăng làm các băng tuyết trên Himalaya tan ra tạo thành những cơn nước chảy dữ dội xuống thành lụt lội có sức tàn phá kinh khủng, và đem phù sa phủ khắp làng mạc, thành phố như trường hợp ở lưu vực sông Indus.

Ấn độ có nhiều khu rừng rậm có đầy cọp, beo, voi, chó sói, rắn độc, có những đầm lầy có nhiều cá sấu. Khí hậu ở miền Nam thì oi bức, sức nóng làm cơ thể suy nhược, con người mau già, làm ảnh hưởng đến tinh thần của con người và làm ảnh hưởng tới những quan niệm triết lý, tôn giáo của cư dân. Rừng cây soi bóng mát là nơi rất thích hợp cho các đạo sĩ tu tập, ngồi thiền định. Vào mùa hè, mưa nhiều, nên khí hậu được mát mẻ hơn, nhà nông có thể trồng trọt.

Khoảng trên 4 ngàn năm tr. CN, đã có nhiều dân tộc sinh sống ở Ấn độ với các phong tục, tập quán, ngôn ngữ và trình độ văn minh khác nhau. Giống người Dravidian là dân tộc nổi bật nhất trong các dân tộc đã sống ở Ấn độ khoảng trên 3.000 năm tr. CN, vào khoảng thời đại đồ đồng, họ sống theo chế độ mẫu hệ. Họ có nước da sậm, mũi to, mắt đen. Phần lớn họ sống về nghề nông, trồng lúa nước.

Dân tộc Dravidian và các cư dân khác đã có một nền văn minh cao, di tích khảo cổ ở lưu vực sông Indus đã chứng minh điều này. Trên vùng cao nguyên Deccan, dân bản địa còn lưu lại huyết thống, ngôn ngữ, văn học và nghệ thuật của dân tộc Dravidian.

Vào khoảng năm 2500 tr. CN, giống người Aryan sống ở phía Bắc dãy núi Cause, (rặng núi Cause dài 1.200 km, nằm giữa biển Caspienne và Hắc hải), đã chia ra làm 2 toán: một toán di chuyển về phía Tây - Nam để đi vào xứ Iran, một toán khác di chuyển về hướng Đông-Nam để xâm nhập vào miền Tây - Bắc Ấn độ, rồi dần dần xâm chiếm cả bán đảo Ấn độ: họ thống trị vùng lưu vực sông Gange, rồi xuống phía Nam đi lên Cao nguyên Deccan. Người Aryan có vóc dáng to lớn, da trắng hơn dân bản địa. Dân tộc Aryen có trình độ văn hoá kém hơn người Dravidian khi họ mới xâm chiếm Ấn độ. Về sau, dân tộc chiến thắng Aryan dựa vào sự học hỏi từ dân tộc Dravidian, họ đã phát triển về mọi mặt như tôn giáo, văn minh, kỹ thuật, cách quản lý hành chánh xã thôn. Họ đã tạo một bước tiến vượt bực về tư tưởng triết học, tôn giáo như thời kỳ Veda và về sau này. Trong gia đình của dân tộc Aryan thì người cha làm chủ. Phe thắng cuộc Aryan đã đặt ra 4 đẳng cấp trong xã hội Ấn độ, họ thuộc về 3 đẳng cấp trên còn phe thua trận Dravidian và các cư dân khác thì thuộc đẳng cấp thứ tư: nô lệ và các đẳng cấp ở ngoài 4 đẳng cấp này.

1.-Văn minh lưu vực sông Indus (3.300 - 1.300 tr. CN)**:**

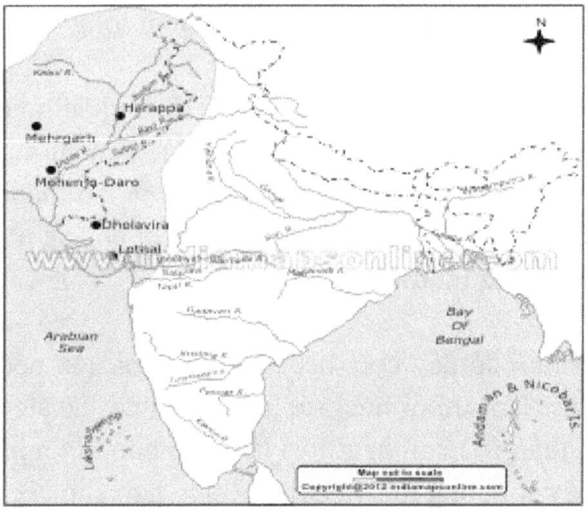

Bản đồ khu vực di tích khảo cổ thuộc văn minh lưu vực sông Indus.(nguồn: internet)

Năm 1922, nhà khảo cổ học John Marhall đã cùng với các viên chức khảo cổ Ấn độ: R.D. Banerji, D.K Dikshita và Ernest Mackoy bắt đầu cuộc khai quật ở Mohenjo-daro, và sau đó ở Harappa. Mohenjo-daro là vùng khảo cổ nằm ở hữu ngạn sông Indus (Việt Hán: Ấn hà) Harappa nằm về phía bắc Mohenjo-daro ở phía trái sông Indus. Hai địa danh nầy hiện thuộc tỉnh Sindh, nước Pakistan. Sông Indus phát nguồn ở cao nguyên Tây tạng từ rặng Himalaya, dài 3180km chảy qua vùng Penjab, có các phụ lưu gồm các con sông: Ravi, Thelum, Chenar và Sutleji rồi đổ ra biển Á-rập (Arabian Sea). Sông Indus chảy qua Tây-Bắc Ấn-độ và Đông Bắc Pakistan hiện nay. Có giả thuyết cho rằng có một cơn lụt lớn đã tàn phá các thành phố này, và phù sa sông Indus đã phủ lấp trên các thành phố ấy. Mohenjo-daro là một trong những thành phố cổ có lẽ được xây dựng vào khoảng năm 2600 tr.CN, nhà cửa, đường xá, cống rãnh, được sắp xếp có ngăn nắp. Theo các nhà khảo cổ thì vùng nầy có lẽ đã bắt đầu phát triển khoảng năm 3000 trước CN, các di tích khảo cổ được cho là thuộc "*Văn minh lưu vực sông Ấn độ cổ xưa*" (Ancient Indus valley civilization). Nền văn minh nầy có thể có cùng một thời với các nền văn minh cổ khác như: văn minh cổ Ai-cập, văn minh cổ Mesopotania,và văn minh cổ Minoan (Minoan civilization) được khai quật ở đảo Crete, phía Nam thành Athene, nước Hy lạp. Năm 1980, Tổ chức Giáo dục, Khoa học và Văn hoá của Liên hiệp quốc (UNESCO / United Nations, Educational, Scientific and Cultural Organization) đã công nhận phần đất này là một di sản của thế giới. Nhiều nhà văn hóa Ấn độ rất hãnh diện về nền văn minh lưu vực sông Indus, nền văn minh này là của dân Dravidian:

"Dân chúng đã quy hoạch và xây cất nhiều thành phố có nhiều nhà cửa, nhiều con đường rộng, nhiều ngõ hẻm lót cát, các ống cống đã được xây ở dưới lòng đất, nhiều (nữ trang) được làm bằng vàng, bằng bạc, và bằng đồng: các di tích này chứng tỏ có một nền văn minh cao đã hiện diện; chắc chắn rằng văn minh này phải cao hơn văn minh của (văn hoá) Vệ-đà Aryan".

(*"The people who planned and built towns with houses, streets, path sand, underground drains as they had done, and used made of gold, silver and copper, must have been highly civilized; certainly more civilized than the Vedic Aryans*".)

[Suhas Chatterjee, *Indian Civilization and Culture*, New Delhi: MD Publications PVT Ltd, 1998, tr. 26]

Trong số các di vật khảo cổ (archaeological material) ngoài các nền nhà, đường xá của thành phố còn có các hình nhân đứng hoặc ngồi , các dụng cụ bằng đồng và bằng đá, các con dấu có khắc hình, bàn cân với các khối trọng lượng để cân đo, nữ trang bằng vàng, bạc, đồng và bằng ngọc thạch, dây chuyền, đồ chơi của trẻ em, tượng cô gái đang vũ múa, tượng Priest- King v..v Đặc biệt có con dấu niêm phong (seal) có hình người đang ngồi tréo chân, hai bàn tay thong thả để trên hai đầu gối, đôi mắt lim dim đang suy niệm, đây là hình ảnh của các vị đạo sĩ đang ngồi thiền (Yogi).

Hình cái Seal, di tích khảo cổ ở Indus River Village (nguồn: internet)

Như vậy, việc thực hành ngồi thiền (Yoga) đã có từ lâu, khoảng trên 3000 năm, và đã có nguồn gốc từ nền văn hoá lưu vực sông Indus, một nền văn hoá có trước văn hóa Vedic-Aryan.

Hình như Phật giáo đã được phát sinh từ những nét văn hóa có tính cách tôn giáo của nền văn minh lưu vực sông Indus như các quan niệm về xuất thế, thiền định (meditation) luân hồi-tái sinh(rebirth), nghiệp (Srt. karma, Av. action) và giải thoát (Srt. moksa, Av. liberation). Thêm vào đó, nhiều hình tượng khảo cổ trong văn minh lưu vực sông Ấn độ có ý nghĩa tôn giáo và là biểu tượng có tính cách linh thiêng cũng được thấy trong Phật giáo như cây Bồ đề (pipal tree, bodhi tree) và các con thú như voi, nai.

2- Văn hóa Veda (Vedic culture):

Văn hóa lưu vực sông Ấn độ bị ngưng phát triển khoảng từ 1800-1500 tr.CN bởi cuộc xâm lăng của dân tộc Aryan. Dân Aryan có nguồn gốc từ Iran, các nước Tiểu Á (Asian Minor), một nhóm tiến về phía Đông đi vào nước Ấn độ, một nhóm tiến về phía Tây đi qua Âu châu. Dân Aryan còn gọi là giống Ấn-Âu (Indo-European). Vào khoảng 1.500 tr.CN, dân Aryan đã truyền bá tư tưởng tôn giáo: - 4 quyển Thánh kinh Veda, Tế nghi thư Brahman với việc thờ phượng Đấng sáng tạo tối cao, nghi thức hành lễ cùng những việc phải làm trong đời sống hằng ngày. Kẻ chiến thắng Aryan đã đặt ra 4 đẳng cấp trong xã hội:

1. Brahman: giáo sĩ Bà-la-môn.
2. Kshatriya: vua chúa, hoàng tộc, võ sĩ.
3. Vaishya: thương gia, lái buôn, điền chủ.
4. Shudra: nô bộc, đầy tớ.

- Có nhiều người ở ngoài 4 đẳng cấp trên, không được xếp loại, là đẳng cấp Parias, đẳng cấp Candalas.
- 3 đẳng cấp trên thuộc người Aryan, kẻ chiến thắng, các đẳng cấp khác thì thuộc dân Dravidian, kẻ chiến bại và các cư dân bản xứ khác.
- Đức Phật thuộc đẳng cấp thứ hai- Kshatriya: hoàng tộc, võ sĩ.

[Có sự phân biệt giữa từ đẳng cấp và giai cấp: *đẳng cấp (caste)* là tầng lớp xã hội có tánh cách cha truyền con nối, còn *giai cấp (class*) là tầng lớp xã hội có thể thay đổi dựa theo tình trạng kinh tế, mức độ thu nhập của lợi tức, nghề nghiệp.] .

Vào khoảng năm 800 tr.CN, Thánh kinh Upanisad đã chú trọng đến việc thực hành thiền định để tìm sự giải thoát khỏi nghiệp (Srt. karma, Av. action), luân hồi-tái sinh (Srt. samsara, Av. rebirth). Giải thoát có nghĩa là linh hồn cá nhân hay tiểu ngã (Atman) hội nhập được linh hồn vũ trụ đại ngã (Brahman) là chân lý tối thượng tuyệt đối (absolute almighty / ultimate reality).

II . Các tư tưởng triết học tôn giáo thời Đức Phật Thích-ca còn tại thế:

Trong thời kỳ này, có hai tôn giáo lớn đã phát triển rộng rãi và đã có nhiều ảnh hưởng sâu đậm trong tư tưởng triết học tôn giáo ở Ấn độ là Bà-la-môn giáo và Phật giáo. Phật giáo tuy mới hình thành nhưng cũng phát triển rất nhanh. Trong lịch sử triết học Ấn độ, các nhà nghiên cứu đều gọi thời kỳ này là *"thời kỳ Bà-la-môn giáo - Phật giáo"*.

Trong thế kỷ thứ 6 tr. CN, khi Đức Phật còn tại thế, có nhiều tư tưởng mới và cách hành đạo mới đã đưa đến việc phát sinh ra nhiều tư tưởng triết học mới cùng với những quan niệm sống mới. Đây là một thế kỷ có nhiều sự thay đổi về tôn giáo và xã hội. Đã có nhiều tư tưởng triết học và tôn giáo trong thời đại của Đức Phật. Tựu trung có thể phân chia ra thành 2 hệ thống chính:

A. **Các hệ thống triết học, tôn giáo chính thống** (Srt. Astika, Av. Orthodox systems):

Trong tiếng Sanskrit, từ astika có nghĩa là bên phải/cánh hữu, vậy các hệ thống chính thống bao gồm những hệ thống triết học tôn giáo chấp nhận uy quyền của tư tưởng tôn giáo Veda (Orthodox systems accept the authority of Veda): chấp nhận triết lý về *Đấng Sáng tạo vũ trụ tối cao Brahmana*, và nhất là vẫn bảo vệ chế độ đẳng cấp trong xã hội Ấn độ. Ngoài Bà-la-môn giáo còn có **6 phái triết học chính**: 1.Nyaya, 2.Vaisesika, 3.Samkhya, 4.Yoga , 5.Purva Mimansa, 6.Vedanta. Bà-la-môn giáo (Bramanism) tức là Ấn độ giáo thời kỳ sơ khởi (early Hinduism).

***Bà-la-môn giáo:** Bà-la-môn là âm Việt Hán, phiên âm từ chữ Brahman. Bà-la-môn giáo (Brahmanism) là Ấn độ giáo vào buổi sơ khai (early Hinduism), có lẽ được hình thành vào khoảng năm 1500 tr. CN, đây là một tôn giáo không xác định ai là vị giáo chủ. Đến thời đại Đức Phật thì Bà-la-môn giáo được phát triển mạnh song hành với Phật giáo. Bà-la-môn giáo là tôn giáo thuộc hệ thống chính thống (Orthodox systems): chấp nhận thẩm quyền của 4 thánh kinh Véda, Tế nghi thư Brahmana, Thánh kinh Upanishads (âm VH. Áo-nghĩa thư), Thánh kinh Bhagavad Gita (VH. Chí tôn ca). Bà-la-môn giáo là một tôn giáo đa thần (polytheism), thờ 3 vị thần chính:

1. Brahma : Đấng sáng tạo.
2. Vishnu : Đấng bảo tồn.
3. Shiva : Đấng hủy diệt.

Bà-la-môn giáo tin rằng Brahma là *thực tại tuyệt đối* (Ultimate reality) bất diệt, sáng tạo ra vũ trụ vạn vật, đó là *Đại ngã (Brahma)*/ linh hồn vũ trụ. Còn tiểu vũ trụ là *Tiểu ngã (Atman)*/

linh hồn cá nhân, khi Tiểu ngã hòa đồng được với Đại ngã thì con người được *giải thoát (moksa).*

Bà-la-môn giáo cũng tin thuyết về duyên nghiệp (Srt. Karma, Av. Action) và thuyết luân hồi tái sinh (Srt. Samsara, Av. Rebirth). Karma là hành động của con người có một quan hệ nhân quả, Karma khiến cho con người chuyển hóa từ kiếp này sang kiếp khác theo sự tái sinh trong vòng luân hồi. Con người cần phải thực hiện nhiều hành động tu tập tốt để vượt ra khỏi bánh xe luân hồi sinh tử, lúc đó con người đạt được giải thoát: Atman hòa đồng với Brahman. Muốn được giải thoát, người theo đạo Bà-la-môn phải *tu luyện đạo đức* (Karma yoga) và *tu luyện tri thức* (Jnana yoga) nhằm buông bỏ mọi ràng buộc của dục vọng, của ước muốn trần tục, phải thực hành suy niệm và thấu thị được chân lý tuyệt đối để hội nhập vào *"thực tại tuyệt đối",* đó là trạng thái giải thoát.

Bà-la-môn giáo chấp nhận 4 đẳng cấp trong xã hội, giáo sĩ Bà-la-môn thuộc giai cấp thứ nhất. Bà-la-môn giáo chủ trương rằng cuộc đời của người tín đồ phải trải qua các 4 giai đoạn:

1.- Giai đoạn học tập: người đệ tử phải học tập giáo lý Bà-la-môn.
2.- Giai đoạn lập gia đình, tạo sự nghiệp.
3.- Giai đoạn hướng về tâm linh: sống đời ẩn sĩ.
4.- Giai đoạn thoát ly xã hội, đi tu: hành giả trở thành đạo sĩ khất thực Bà-la-môn.

Bà-la-môn giáo đưa ra 10 điều răn, gồm có:

1. Không sát sanh, bất bạo động (Ahimsa),
2. Không nói dối (Satya),
3. Không trộm cắp (Asteya),
4. Không buông thả theo dục lạc (Brahmacharya),
5. Không tham lam (Aparigraha),
6. Phải sạch sẽ, tinh khiết (Saucha),
7. Phải biết tri túc, biết thế nào là đủ, bằng lòng (Santasha),
8. Phải khắc kỷ, tự kỷ luật với bản thân (Tapas),
9. Phải học tập (giáo lý Bà-la-môn) (Svadhyaya),
10. Phải vâng phục mệnh trời (Ishvara pranidhana).

B. **Các hệ thống triết học, tôn giáo *không* chính thống** (Srt. Nastika, Av. Non-orthodox / Hetorodox systems):

Trong tiếng Sanskrit, từ *Nastika* có nghĩa là bên trái/cánh tả, vậy các hệ thống không chính thống bao gồm những hệ thống triết học, tôn giáo không chấp nhận uy quyền của tư tưởng tôn giáo Veda, phủ nhận triết lý về *Đấng Sáng tạo vũ trụ tối cao Brahmana*, các phái nầy đả phá chế độ đẳng cấp trong xã hội Ấn độ. Có thể kể các tôn giáo và các trường phái triết học chính sau đây:

1- Kỳ na giáo (Jainism) với Mahavira.
2- Chủ nghĩa duy vật (Materialism) với Charvaka / Lokayata.
3- Phật giáo (Buddhism) với Phật Thích-ca / Sakya Buddha
4- Ajivika với Makkhali Gosala
5- Phái hoài nghi (Skepticism).

Vào thời kỳ này tình trạng kinh tế phát triển: có những thành thị được mở rộng thêm, có nhiều thành thị mới được thành lập để thay thế các bộ lạc nhỏ trước đây, thương mại phồn thịnh. Việc này giúp cho đẳng cấp thương gia trở nên giàu có hơn và nhờ đó mà họ có nhiều quyền lực hơn trong xã hội. Những đổi thay trong đời sống kinh tế chẳng những kéo theo sự đổi thay cơ cấu xã hội cũ, đổi thay các tập tục cũ mà còn làm thay đổi cái nhìn về các tôn giáo có truyền thống cũ, làm thay đổi cái nhìn về các định chế xã hội cũ.

Các thương gia đã trở nên thành phần giàu có ở các thành thị lớn, họ cảm thấy họ cần phải hưởng thụ các của cải mà họ đã tạo nên, do đó họ có khuynh hướng theo quan niệm của trường phái *Duy vật chủ nghĩa* (Materialism). Nhiều người thích sống đời sống vật chất ở thành thị hơn là chạy theo những lý tưởng giải thoát. Trước mắt họ, các giáo sĩ và các nhà trí thức đã kết hôn và đã kiếm sống khá giả bằng các lời thuyết giảng cũng như các buổi hành lễ cúng tế. Do đó, nhiều người đã phát động các phong trào tìm con đường giải thoát mới.

***1.- Charvaka/ Lokayata** đã sáng lập ra **chủ nghĩa duy vật** (materialism) phái nầy chủ trương chết là hết , không có linh hồn và không có đời sống sau khi chết. Không có một thế giới nào khác ngoài thế giới nầy. Hạnh phúc và lạc thú là cứu cánh của cuộc đời, thiên đàng và giải thoát từ những vòng luân hồi sinh và tử chỉ là sự tưởng tượng của trí óc. Mọi người chắc chắn phải chết. Không có ai sẽ tái sinh. Vì vậy, cần phải cố gắng hết mình để sống một cách hạnh phúc suốt cuộc đời của mình. Charvaka cho rằng thật là vô lý khi khuyên bảo con người hãy từ bỏ những lạc thú của cuộc đời bởi vì con người có những khổ đau. Điều nầy chẳng khác nào như bảo người ta hãy quăng đi hạt thóc tốt lành bởi vì nó bị bao phủ bởi vỏ trấu. Nói cách khác, *chủ nghĩa duy vật* chủ trương con người hãy tận hưởng những lạc thú ở đời, kể cả tận hưởng thân thiện liên hệ với kẻ khác. Trường phái duy vật đã đi ra ngoài truyền thống tâm linh của tư tưởng triết học Ấn độ.

***2.-Kỳ-na giáo (Jainism):** được Mahavira tổng hợp các tư tưởng triết học đương thời với tư tưởng triết học của các giáo sĩ tu khổ hạnh. Những tín đồ Kỳ-na giáo tin rằng vũ trụ vạn vật thì đã không bao giờ được tạo ra và cũng không bao giờ sẽ bị hủy diệt. Vũ trụ vạn hữu được vận hành một cách độc lập, không bị một đấng tối cao nào điều hành cả. Họ cũng tin rằng thời gian thì vô thủy vô chung, thời gian lưu chuyển không bao giờ ngừng nghỉ.

Sau đây là những điểm chính của học thuyết Jaina:

1.- Không sát sinh hay bất bạo động (Srt. Ahimsa, Av. non-violence): họ chủ trương ăn chay (jain vegetarism) để khỏi giết các sinh vật. Nhiều học giả Ấn độ cho rằng chính Kỳ-na giáo đã ảnh hưởng đến Ấn độ giáo trong việc chấm dứt giết súc vật để tế lễ (gọi là *hy tế* hay *sinh tế*). Mahatma Gandhi đã thực hành bất bạo động trong việc tranh đấu giành độc lập cho Ấn độ. Bất sát hại là kết quả của quan niệm về nghiệp (karma).

2.- Không có tuyệt đối (Srt. Anekantvad, Av. non-absolutism) ý chỉ về nguyên tắc đa nguyên và quan điểm đa diện, đó là ý niệm cho rằng chân lý và thực tại được nhìn từ nhiều góc cạnh khác nhau và dĩ nhiên là không có cái gì là hoàn toàn cả.

3.- Từ bỏ các sở hữu vật chất (Srt. Aparigraha, Av. non-possessiveness) người tín đồ phải hạn chế những sở hữu vật chất (followers should minimize material possessions), cần giới hạn sự lưu luyến các sở hữu đang có.

4.-Phải thành thật (Srt. Satya ,Av. truth) tức là không nói dối.

Jainism chủ trương tu khổ hạnh, để có thể giải thoát linh hồn khỏi sự ràng buộc của nghiệp (Karma) và luân hồi-tái sinh (Samsara) thì chỉ có cách là hết sức tu tập thật là khắc khổ (severe asceticism).

Kỳ-na giáo chia ra làm hai phái nhỏ: 1.- Phái Svetambaras chủ trương cho phép tu sĩ mặc y phục trắng (white clothed). 2.- Phái Digambaras chủ trương cấm không cho mặc y phục, nên các tôn giáo khác gọi phái này là phái lõa thể (space-clothed).

***3.-Trường phái triết học Ajivika** [còn viết là Ajivaka, theo tiếng Sanskrit,có nghĩa là "*sinh sống*" (living)] do Makkhali Gosala và nhóm đạo sĩ tu khắc khổ chủ trương: Cuộc của con người là do định mệnh (Srt. niyati, Av. destiny or fate) quyết định chứ không do sự cố gắng hành trì tâm linh hay đạo đức gì hết. Ajivita tin rằng có sự tái sinh (rebirth) nhưng nghiệp lực (power of karma) không thể có một ảnh hưởng nào trong cuộc tái sinh của con người. Nói cách khác, việc luân hồi tái sinh là do định mệnh mà định mệnh thì hoàn toàn độc lập với các hành động của con người. Các hành động và sự chọn lựa của con người không thể nào vượt qua được quyền lực của định mệnh. Ajivika chủ trương vô thần (non-theistic) và cực lực chống đối hệ thống đẳng cấp của xã hội Ấn độ, có cùng quan điểm với triết học Jain và Phật giáo.

*4.- **Trường phái hoài nghi** (Skepticism) chủ trương nghi ngờ tất cả mọi việc, sự hiểu biết thì không có gì chắc chắn, cùng một vấn đề, cùng một việc mà có quá nhiều quan điểm khác nhau. Để tránh những sự lộn xộn khó hiểu, giữa các quan điểm, chỉ có cách giản dị là đừng có phê phán cái gì hết. Khi lánh xa các vấn đề tranh cãi lung tung, người thuộc phái hoài nghi sẽ thấy sự bình thản của tâm hồn.

*5.-**Phật giáo với Đức Phật Thích-ca** (**Sakya Buddha**):

Trong cuộc đời của Đức Phật, chúng ta sẽ tìm hiểu, thì lúc đầu Ngài xuất gia gia nhập nhóm tu khổ hạnh đi khất thực, tiếp theo thì gia nhập nhóm tu khổ hạnh. Rồi Ngài đã không còn theo quan điểm và lối tu khổ hạnh, Ngài đã tự tu để tự tìm đường giác ngộ. Sau khi *"giác ngộ",* Ngài đã truyền dạy giáo lý: không chấp nhận quan niệm về Đấng tối cao sáng tạo ra vũ trụ của truyền thống tư tưởng Veda; không chấp nhận lối tu khổ hạnh cực đoan của Kỳ-na giáo; không đồng ý thuyết định mệnh của Ajivika vì thuyết nầy đã không khuyến khích nỗ lực tu tập của con người để đi đến chỗ giác ngộ; không chấp nhận chủ nghĩa duy vật của Charvaka, vì sự hạnh phúc trong dục lạc thì không thể nào kéo dài lâu, nó chỉ là sự hưởng thụ tạm thời; còn chủ nghĩa hoài nghi thì sai lầm khi hoài nghi tất cả các quan điểm. Với những nhận định như vừa trình bày, Đức Phật Thích-ca đã thuyết minh giáo lý của Ngài về cuộc đời, người đời, và những suy niệm tâm linh để đạt được cứu cánh giải thoát khỏi những sanh tử luân hồi. Chúng ta sẽ nghiên cứu sâu xa về triết học Phật giáo trong nhiều bài khác.

III. Cuộc đời của Đức Phật Thích-ca Mâu-ni.

Tượng Đức Phật Thích-ca Mâu-ni (nguồn: internet)

Như đã biết, người Ấn độ ngày xưa thường không chú trọng đến lịch sử biên niên, họ chỉ chú trọng vào các tư tưởng triết học. Bởi vậy các lời giảng của Đức Phật được ghi lại nhiều hơn là các ngày tháng của những sự việc xảy ra trong cuộc đời của Đức Phật Thích-ca Mâu-ni (the life of Shakya Buddha/ the life of Gautama Buddha). Ngày sanh cũng như ngày chết của Đức Phật lịch sử (the historical Buddha) thì không có gì chính xác.

Thật ra không phải chỉ ngày sanh của Đức Phật không được biết một cách chắc chắn mà ngay cả cuộc đời của Đức Phật cũng không có sự chính xác, không có tính cách lịch sử. Các kinh sách viết về tiểu sử Đức Phật đều được viết sau khi Đức Phật qua đời cả trăm năm, trong đó có nhiều huyền thoại không thấy ở các kinh sách trong thời sơ kỳ Phật giáo.

Các quyển kinh sách viết về tiểu sử Đức Phật sau thời sơ kỳ Phật giáo thì có kinh Mahavastu (Đại sự kinh, Av. Great Story) được viết hồi thế kỷ thứ nhất sau CN, kinh Lalitavistara (Đại thiện dụ kinh, Graceful Description) được viết hồi thế kỷ thứ nhất sau CN. Quyển sách nổi tiếng là cuốn Buddhacarita (Phật sở hành tán, Av. Acts of the Buddha) do Asvaghosa (âm VH, Mã Minh, có nơi viết Ashvogosa) viết vào thế kỷ thứ hai sau CN. Từ đó trở đi, có rất nhiều sách vở viết ra trong cộng đồng Phật giáo hoặc do các học giả nghiên cứu Phật giáo viết ra, nội dung tùy thuộc vào quan điểm, tùy thuộc vào sự kính trọng của tác giả đối với Đức Phật. Có những kinh sách Phật giáo cổ xưa như Nikayas (là Bộ tập kinh điển Phật giáo) hay Agamas (là Bộ sách ghi lại các kiến thức, các truyền thống, các giáo pháp của Phật) thì không có viết toàn bộ tiểu sử của Đức Phật mà chỉ có nhiều đoạn văn viết từng phần trong cuộc đời của Đức Phật. Như vậy chúng ta không có những bằng chứng lịch sử về cuộc đời của Đức Phật. Tuy nhiên chúng ta có thể dựa vào các kinh sách xưa và các chuyện huyền thoại, các truyền thuyết đã được phổ biến trong đại chúng để tìm hiểu cuộc đời Đức Phật Thích-ca.

Theo Thượng toạ bộ (Theravada school) thì cuộc đời của Đức Phật ở trong khoảng 623 - 543 tr. CN, còn các học giả Tây phương, từ thế kỷ 19 cho đến nay, cho rằng cuộc đời của Đức Phật ở trong khoảng 560- 480 tr. CN. Phật giáo Sri Lanka, Miến Điện, Thái Lan lấy năm Đức Phật đại nhập Niết-bàn / qua đời, tức là năm 544 tr. CN để làm lễ kỷ niệm ngày Phật nhập Niết-bàn. Năm 1952, Hội Phật giáo Thế Giới lấy năm Đức Phật nhập diệt làm năm "**Phật lịch**" thứ nhất của Phật giáo để thống nhất các quan niệm khác nhau; tức là Đức Phật ra đời năm 624 tr. CN. Thí dụ: Phật lịch 2507 tức là năm 1963 CN.

Có nhiều nhà tư tưởng vĩ đại (great thinkers) hay các triết gia vĩ đại đã sanh ra đời cùng một thời đại với Đức Phật Thích-ca như: Khổng tử (Trung Hoa, 551 - 479 tr. CN), Lão tử (Trung Hoa, sống trong khoảng thế kỷ V trước CN), Zoroaster (tiếng Iran cổ: Zarathustra, Iran, 628 - 551 tr.CN), Socrates (Greek, 470 - 399 trước CN), Plato (Greek, 428 - 348 trước CN).

Trong việc biên chép về cuộc đời của Đức Phật Thích-ca Mâu-ni có nhiều chỗ có tính cách thần bí, có những sự việc siêu nhiên, có những ẩn dụ và có những hình tướng để tiên đoán việc tương lai; tất cả chỉ nhằm để tô điểm cuộc đời của Ngài, hoặc để lấy cuộc đời của Ngài làm sự suy nghĩ sâu sắc về học thuyết của Ngài. Như vậy, huyền thoại đã gặp thực tại (myth meets reality). Chúng ta cũng thấy ở nhiều tôn giáo khác, các tín đồ cũng thường tô điểm, thần thánh hóa cuộc đời của bậc giáo chủ mà họ sùng bái.

Chúng tôi sẽ trình bày cuộc đời của Đức Phật lịch sử với sự giản lược các chuyện có tính cách thần bí xung quanh Ngài. Cuộc đời của Đức Phật có thể được phân chia làm các giai đoạn sau đây:

1.- **Lúc thụ thai và lúc sanh ra đời** (Conception and Birth):

Ngài tên là Siddhartha, họ là Gautama, thuộc đẳng cấp thứ hai / đẳng cấp chiến sĩ và hoàng tộc trong xã hội Ấn độ lúc bấy giờ. Cha là Suddhodana, vua của thị tộc Shakya (âm VH, Thích-ca) ở trong nước Kosala, thủ đô là Kapilavastu.

Có giả thuyết cho rằng vào những ngày mà Gautama còn sanh tiền thì Ấn-độ giáo (Hinduism) chưa xuất hiện (Hinduism did not yet exist) như là Ấn-độ giáo đang hiện hữu ngày nay. Do đó hệ thống đẳng cấp (the caste system) cũng chưa được phát triển một cách đầy đủ. Như vậy, Gautama đã không phải là một Hoàng tử (a Prince) mà là "con trai của tù trưởng" (Chief's son). Thân sinh của Gautama, Suddhodana, là một Tù trưởng/ Bộ lạc trưởng dân cử của thị tộc Shakya (an elected Tribal Chief of the Shakya clan). Gautama đã không sống trong lâu đài (a Palace), Gautama dường như sống trong một túp lều làm bằng bùn tốt hơn (one of the better mud huts) các túp lều khác trong một làng (village) mà gia đình ông sinh sống. Là một Tù trưởng, cha ông có nhiều ảnh hưởng đối với dân làng.

Kapilavastu là một phần đất của xứ Népal ngày nay, ở dưới chân núi Hymalaya (âm VH, Hy-mã-lạp-sơn). Mẹ là Hoàng hậu Maha Maya, là công chúa của xứ Koli (Koliyan Princess) (âm VH, nước Câu-ly).Tương truyền rằng vào cái đêm Hoàng hậu Maya thụ thai Siddhartha, Hoàng hậu nằm mơ thấy một con voi có 6 ngà trắng chun vào bên hông phải của bà, và 10 tháng sau bà hạ sinh Siddhartha. Theo tập tục của thị tộc Shakya, khi Hoàng hậu Maya có thai thì bà phải rời Kapilavastu, trở về cố quốc để sinh con. Tương truyền, một hôm bà đang đi dạo ở vườn Lumbini (âm Việt Hán, Lâm-tỳ-ni) thì hạ sinh Thái tử Siddhartha, dưới gốc cây Asoka (Việt Hán, cây vô ưu) nhằm ngày mồng 8 tháng 4 năm 624 tr. C.N . Theo truyền thuyết vừa kể, Thái tử được sanh ra từ bên hông phải của Hoàng hậu Maya để tránh khỏi sự dơ bẩn (pollution) của con đường sinh sản thông thường (birth canal). Vừa mới sanh ra, Thái tử đã biết đi và biết nói chuyện. Theo tiếng Pali, Siddhartha có nghĩa là một người hoàn thành chủ đích của mình. Hoàng hậu Maya từ trần sau khi sanh được Thái tử Siddhartha có 7 ngày, Thái tử được bà Prajapati, em gái của Hoàng Hậu, trông nom nuôi nấng. Trong buổi lễ mừng Thái tử ra đời, có nhiều thầy tướng số đoán rằng Siddhartha hoặc có thể trở thành vị vua có nhiều uy quyền thống trị một lãnh thổ rộng lớn hoặc có thể trở thành bậc thánh thiện, xuất gia thoát tục, một lãnh tụ tinh thần của thế giới.

2- Thời niên thiếu và hôn nhân (Early life and Marriage).

Vua Suddhodana muốn con mình, Thái tử Siddhartha, phải trở thành vị vua có nhiều uy quyền, nên tìm cách ngăn cản Thái tử mọi sự dạy dỗ về tôn giáo và mọi sự hiểu biết hay tiếp cận với nỗi khổ đau của con người.

Thái tử rất thông minh, học hành thông thạo cả hai ngành văn học và võ thuật. Thái tử có diện mạo đẹp trai, tướng tốt. Khi được 16 tuổi Thái tử vâng lệnh vua cha thành hôn với công chúa Yasodhara (âm V.H, Da-du-đa-la) con gái vua Suppa-Buddha (có nghĩa là Thiện Giác) ở nước Koli (Câu-ly). Sau đó, Thái tử có được đứa con trai tên là Rahula (âm VH, La-hầu-la). Mặc dù vua cha đã ban cho Thái tử mọi điều Thái tử muốn và còn cung cấp cung nữ ngày đêm múa hát cho Thái tử vui chơi, Thái tử đã sống một cuộc đời rất sang trọng và hưởng đầy lạc thú, nhưng Thái tử cảm thấy cuộc sống vật chất sang trọng, cuộc sống quá đầy đủ nơi vương triều không phải là mục đích tối hậu của cuộc đời mình. Trong lòng Thái tử Siddharta luôn luôn có sự dằn vặt: một bên là tình yêu gia đình: yêu vua cha, yêu vợ con; một bên là động lực tâm linh thôi thúc về đời sống tôn giáo, về đời sống tu hành, Thái tử đã nhiều lần xin vua cha cho mình xuất gia cầu đạo, nhưng lần nào vua cha cũng từ chối.

3- Lúc xuất gia và tu khổ hạnh (Departure/ Great renunciation and ascetic life**).**

Câu chuyện 4 lần dạo chơi ở ngoài thành với người nài cỡi ngựa Channa đã giúp Thái tử nhìn thấy 4 cảnh tượng khác nhau, chính những cảnh tượng này đã là động lực hướng Thái tử Siddhartha vào con đường xuất gia thoát tục:

3.1- *Lần thứ nhất*: Khi đi dạo chơi ở cửa thành phía Đông, Thái tử thấy một cụ già yếu đuối, đầu tóc bạc phơ, chống gậy đi từng bước. Anh nài ngựa giải thích rằng mọi người đều sẽ trở nên già yếu khi tuổi đời chồng chất. Khi trở về lâu đài, Thái tử có những ưu tư rằng chính bản thân Thái tử cũng sẽ trở nên già yếu vào một ngày tương lai, và Thái tử không còn tha thiết đến các cuộc vui chơi dành cho mình.

3.2- *Lần thứ hai*: Khi đi dạo chơi ở cửa thành phía Nam, Thái tử thấy một người bệnh đang rên xiết vì đau đớn. Anh nài ngựa giải thích rằng bệnh hoạn và đau đớn có thể xảy ra ở bất cứ người nào.Khi trở về lâu đài, Thái tử lại càng có mối ưu tư sâu đậm hơn nữa.

3.3- *Lần thứ ba*: Khi đi dạo chơi ở cửa thành phía Tây, Thái tử gặp đám tang, đang đưa người chết đi chôn, thân nhân khóc lóc thê thảm. Anh nài ngựa giải thích rằng mọi người đều có thể chết. Thái tử đang đối diện với định mệnh tối hậu của con người, con người không có cách nào để thoát khỏi cảnh tử vong. Tinh thần Thái tử bị căng thẳng trước những suy tư về thân phận của con người.

3.4- *Lần thứ tư*: Khi đi dạo chơi ở cửa thành phía Bắc, Thái tử gặp một Sa môn mặc áo vàng, đầu cạo trọc đang đi chậm rãi, ung dung thư thái. Đạo sĩ này đã rời bỏ cuộc sống đầy tiện nghi về vật chất ở gia đình để đi tìm sự giải thoát khỏi những phiền muộn của cuộc đời. Sau lần dạo chơi này, Thái tử thấu hiểu rằng những cuộc vui chơi, những lạc thú mà Thái tử đang hưởng thì không trường tồn, nó không đem đến một hạnh phúc vĩnh cửu, cũng không ngăn chặn được sự già nua, bệnh hoạn và tử vong. Thái tử tự cảm thấy rằng chỉ có sự an bình trong tâm hồn là điều đáng quý, và muốn được như vậy chỉ có sự lựa chọn là phải sống đời sống của một đạo sĩ. Thái tử phải thực hiện *một hành trình tôn giáo hướng tới sự giải thoát tâm linh và sự an bình trong tâm hồn* (religious journey to spiritual freedom and inner peace). Những suy tư này khiến ý chí xuất gia cầu đạo được gia tăng mạnh mẽ thêm.

Lúc 29 tuổi, Thái tử cùng với người nài tên Channa cỡi con ngựa Kanthata rời khỏi hoàng cung, trốn ra cửa thành phía Bắc, vào nửa đêm ngày 8 tháng 2. Thái tử trốn vua cha và lặng lẽ từ giã vợ con. Theo truyền thuyết, trong đêm này mọi người ở trong thành đều yên giấc ngủ và thật là kỳ lạ ngay cả lính canh cũng ngủ thiếp thành thử Thái tử và người nài ngựa dễ dàng rời khỏi thành. Anh nài ngựa đã cạo đầu cho Thái tử, Thái tử cởi bỏ áo của hoàng gia, cởi bỏ vòng vàng châu báu đang mang trong người để thay vào bộ y mới của người đạo sĩ đi khất thực. Người nài ngựa trở về hoàng cung, Thái tử bắt đầu cuộc hành trình tâm linh để đi tìm sự giải thoát.

Điểm đáng ghi nhận rằng Thái tử đang sống một cuộc đời đầy đủ: ông có nhiều tiền của, có danh vọng, có tình yêu, có gia đình hạnh phúc, có sức khỏe tốt, và có nhiều thú vui chơi ở hoàng cung. Ông sẽ có một tương lai đầy hứa hẹn, sẽ có quyền bính trong tay. Nhưng sau khi nhìn thấy 4 cảnh tượng ở 4 cửa ngoại thành thì ông đã ý thức rằng đời sống vật chất sẽ không đem đến hạnh phúc vĩnh cửu, sẽ không đem đến sự giải thoát.

Có sách viết rằng còn có một động lực khác nữa đã tiếp sức cho quyết định cuối cùng của Thái tử trong việc xuất gia. Sau khi Thái tử chứng kiến 4 cảnh tượng ở ngoài thành, Vua cha không muốn Thái tử phải ưu tư về các cảnh tượng ấy, nên Vua đã tổ chức một dạ tiệc trong hoàng cung, có nhiều cao lương mĩ vị, có nhiều rượu ngon, có nhiều cung nữ trẻ đẹp múa hát. Không như những lần trước, Thái tử đã không thưởng thức buổi dạ tiệc này mà 4 cảnh tượng ở ngoài thành cứ hiện lên trong đầu Thái tử. Sau khi tiệc tàn, Thái tử vẫn không ngủ được. Đến nửa đêm, Thái tử ngắm nhìn các cung nữ đang yên giấc ngủ, ông nhận thấy sắc diện của họ không còn đẹp đẽ như lúc họ múa hát vào buổi tối. Thái tử nghĩ đến vào một ngày kia khi họ già đi thì sắc đẹp tàn phai, mặt sẽ có nhiều vết nhăn, và khi họ sẽ chết các thân xác này như một xác chết. Trong giây phút ấy, Thái tử nhận thức rằng *mọi vật đều vô thường, nhất là sắc đẹp cũng vô thường* (he recognized the impermanence of all things, especially beauty). Suy tư này là một trợ lực thúc đẩy Thái tử đi tìm đường giải thoát cho mình, cho gia đình mình, và cho tất cả chúng sanh.

Thoạt tiên, Thái tử Siddhartha đến Rajagaha, bắt đầu đi khất thực trên đường phố trong một thời gian, rồi Thái tử cảm thấy cách thực hành này sai với con đường (practising a wrong path) mà mình muốn đi. Thái tử liền rời khỏi Rajagaha, và đi tìm thầy học đạo. Thái tử đã học với nhiều vị tiên hiền và các đạo sĩ trứ danh. Đặc biệt, Thái tử Siddhartha đã đến cầu học đạo với hai vị đại học giả trứ danh của tôn giáo lúc bấy giờ là Alara Kalama (âm VH, A-rala-ca-lan) và Udaka Ramaputta (âm VH, Uất-đà-ka-la-ma-tử). Trước hết, Thái tử theo học tư tưởng triết học và thiền định (Yoga meditation) với ngài Alara Kalama. Thái tử trở nên người học trò giỏi, nên ngài Kalama muốn Thái tử thay thế mình để lãnh đạo nhóm nầy. Nhưng Thái tử đã không bằng lòng với lối tu hành nầy, nên Thái tử xin ra đi, và đến cầu học về thiền định (Yoga) với ngài Udaka Ramaputta. Thái tử đã đạt được một trình độ cao so với các đệ tử của ngài Ramaputta, nên ngài Ramaputta muốn Thái tử tiếp nối địa vị lãnh đạo của mình, nhưng Thái tử cũng đã không chấp nhận lời đề bạt nầy. Thái tử cũng đã không bằng lòng với sự học hỏi và thực hành ở đây, Thái tử ra đi, tiếp tục hành trình tìm học đạo. Thái tử đã học hỏi và thực hành pháp môn của 2 vị nầy, nhưng Thái tử cũng chưa thỏa mãn được ước muốn của mình, cái học mà Thái tử hấp thụ chưa thể giải quyết được vấn đề diệt khổ. Thái tử từ biệt các vị đạo sư nầy và tự nghĩ: mỗi người đều có thể tự tu và tự ngộ, tức là phải chính mình tu cho mình thì mới tìm ra được chánh đạo. Do đó, Thái tử đi vào rừng sâu để làm nơi tự tu hành. Khu rừng nầy ở bên sông Naira-njana (âm VH, Ni-liên-thuyền) một nhánh của sông Gange/Hằng hà, ở đây đã có 5 vị Đạo sĩ tu khổ hạnh. Thái tử Siddartha đã xin gia nhập với 5 vị này để làm bạn đồng tu khổ hạnh. Chủ nghĩa khắc khổ chủ trương rằng con người có thể diệt được duyên nghiệp (Karma) để thoát khỏi luân hồi, tái sanh (Samsara) và đạt được giải thoát (Moksa).

Tại nơi rừng nầy, Thái tử đã bắt đầu cuộc đời tu khổ hạnh suốt 6 năm trường cùng với 5 vị đồng tu này, Thái tử ăn mặc rất giản dị, ngủ ở ngoài trời, nằm trên bãi đất, Thái tử ăn uống cầm hơi, bỏ ngủ, chỉ ngồi tĩnh tọa, nên thân thể gầy còm, da bọc xương, xương sườn lòi ra ngoài da, tóc rụng nhiều, da nhăn, tinh thần bạc nhược đến độ ngất xỉu. May thay, có một thiếu nữ chăn bò tên là Sujata đã đem cúng dường tô cháo và ly sữa bò tươi, Thái tử đã dùng các món ăn này, ông dần dần tỉnh lại. Khi tỉnh lại, Thái tử nhận ra rằng cách tu khổ hạnh có chỗ sai lầm: việc hành hạ thân xác chỉ gây khổ sở cho tấm thân mà không đem lại lợi ích gì, tốt hơn là cứ ăn uống bình thường, giữ cho thân xác khỏe mạnh để làm cái lợi khí giúp tinh thần sáng suốt, minh mẫn mà cầu đạo giải thoát.

Thái tử ăn uống bình thường trở lại, hằng ngày được thiếu nữ chăn bò Sujata dâng cúng sữa bò tươi và thức ăn nhẹ. Sức khỏe ông được bình phục, tinh thần trở nên sáng suốt. Ông khám phá ra rằng có sự liên lạc chặt chẽ giữa thể xác và tinh thần, và rằng "*khổ hạnh không phải con đường tìm đạo*". Thái tử từ bỏ lối tu khắc khổ. Năm người bạn cùng tu khổ hạnh với Thái tử đã không chấp nhận việc Thái tử rời bỏ con đường tu khắc khổ, họ đã bỏ ra đi.

Đây là lúc Siddharta ý thức và nghĩ đến việc thực hiện **con đường trung đạo (*middle way*)**, đó là con đường ở giữa hai cực đoan: một là cuộc sống xa hoa với đầy lạc thú, hai là cuộc sống khắc khổ hành xác.

Sức khỏe trở lại bình thường, Thái tử Siddartha có thể quán chiếu tư tưởng hiện ra trong tâm thức của ông. Ông có thể ý thức được động tác của mình trong lúc ăn, lúc ngủ, lúc đi bộ; đầu óc ông trở nên minh mẫn. Tinh thần minh mẫn giúp ông tập trung tư tưởng vào giây phút hiện tại, nhìn về quá khứ. Mỗi giây phút hiện tại là kết quả của mỗi giây phút vừa qua. Hiện tại, quá khứ có sự tương liên chằng chịt với nhau, tương lai là dự phóng đi đến chỗ giải thoát, niết bàn. Ông nhận thấy những thèm muốn thụ hưởng vật chất đã đi qua, những việc hành hạ thân xác cũng đã đi qua. Mọi sư vật đều thay đổi: mọi sự vật đã đến và mọi sự vật đã qua đi. (Every thing changed: everything came and everything passed). Mọi sự vật biến chuyển không ngừng: **Vô thường** (*impermanence).*

Siddharta chú tâm quan sát mọi sự vật ở chung quanh. Ông nhận thấy rằng **mọi vật đều được liên-hệ-lẫn-nhau** (*All things were inter-related).* Trái cây dính vào thân cây, trái cây được thân cây nuôi dưỡng bởi phân từ dưới đất, đất được ánh nắng mặt trời và nước mưa tạo nên chất dinh dưỡng cho cây. Côn trùng thú vật cũng được cây nuôi dưỡng. Đời sống muôn loài có một sự **tương-liên-chằng-chịt** với nhau (*inter-connectedness*) và biến đổi không ngừng: *vô thường*. Bất cứ vật gì đã được sanh ra thì phải chết. Giây phút hiện tại qua đi, rồi những giây phút khác lại đến để thay thế cho giây phút này. Quá khứ cũng như tương lai đều là sự di chuyển của hiện tại. Sự mất mát là một hiện thực, cũng như sự biến chuyển là một hiện thực. Do đó, "*sự mất mát*", "*sự biến chuyển*" đã là một hiện thực thì dù chúng ta có lo âu, tinh thần có bị căng thẳng hay không thì nó vẫn hiện hữu, đó là *nỗi khổ* (dukkha). Siddartha đi tìm một chân lý giải thoát những ràng buộc của nỗi khổ này.

4- Khi thành đạo (Awakening):

Một hôm ông xuống sông Naira-njana (Ni liên thuyền) tắm gội sạch sẽ, mà trong thời gian tu khổ hạnh ông không bao giờ để ý đến thân xác mình. Tắm gội xong, Thái tử đến dưới gốc cây Pippala (âmVH Tất-bà-la), sau nầy người ta gọi là cây Bodhi druma (Bodhi: giác ngộ, druma: cây; Boddhi druma: cây bồ-đề hay là cây giác ngộ (Bodhi tree, tree of awakening), trải cỏ làm nệm dưới gốc cây nầy, Thái tử ngồi thiền định dưới gốc cây bồ-đề, tập trung tư tưởng về vấn đề khổ đau của kiếp người, hướng mặt về phía Dông, rồi Thái tử tự nguyện rằng: " Nếu ta ngồi nơi đây mà không tìm ra được đạo lý vô thường nhiệm mầu, thì thân nầy dù có thịt nát xương tan ta cũng quyết không rời bỏ chỗ nầy, không đứng dậy đi đâu hết". Chỗ đất trồng cây Bồ đề (Bodhi druma) gọi là Bodhi manda (trường giác ngộ hay Bồ-đề đạo tràng).

Sau 49 ngày đêm ngồi thiền định, lúc ấy ông 35 tuổi , suy tưởng về những lẽ huyền diệu của vạn pháp về vũ trụ, về con người, về quan niệm sống, về tinh thần lẫn vật chất . Đến nửa đêm thứ 49 vào ngày mồng 8 tháng 12 âm lịch, Siddhartha bỗng nhiên tỉnh ngộ (attained- enlightenment) sạch hết phiền não. Kể từ đó, Siddhartha Gautama được các đệ tử dùng danh hiệu tôn xưng về đạo đức của Ngài là Buddh (phiên âm thẳng bằng tiếng Việt: **Bụt**, âm VH: **Phật**) tức là *bậc giác ngộ* (Awankened one/ Enligthtened one) thường được gọi một cách tôn kính là Đức Phật, một danh hiệu tôn xưng đầy kính trọng (reverend title, very respectful title). Ngoài danh xưng Buddha (âm VH: **Phật**, phiên âm tiếng Việt **: Bụt**) Ngài còn có một danh hiệu tôn xưng khác nữa là Sakya Muni (Thích-ca Mâu-ni) (akya: bộ tộc Akya, Muni: bậc trí tuệ, người sống ẩn dật; Sakya Muni là bậc trí tuệ của thị tộc Sakya the sage of the Sakya , his tribe or clan). Chúng ta thường kính trọng gọi là "*Đức Phật Thích-ca Mâu-ni*". Ngài còn có một danh hiệu tôn xưng khác là *Đấng Thế Tôn* (Srt. Tathagata). Nơi Ngài thành đạo gọi là Bồ đề Đạo tràng.

5- Sau khi thành đạo, sự thành lập tăng đoàn (After awakening, formation of the Sangha):

Theo các kinh sách xưa, sau khi giác ngộ, Đức Phật vẫn tiếp tục ngồi thiền ở dưới gốc cây Bồ-đề khoảng 4 tuần lễ. Trong thời gian này, có một thiếu nữ rất đẹp tên là Mara đến cúng dường thức ăn rồi đem lòng quyến rũ Đức Phật Thích-ca. Mara tìm mọi cách cám dỗ Đức Phật. Nhưng Ngài vẫn an nhiên tự tại, lòng không bị lay động, chỉ chú tâm thiền định. Mara đành phải bỏ đi. Thiếu nữ đẹp tuyệt trần Mara chắc chắn là một ẩn dụ về **dục vọng, về những cám dỗ của danh lợi.** Dục vọng là kẻ thù của người chân tu, là một thử thách cho nội tâm. Với ý chí mạnh mẽ, con người có thể chế ngự được dục vọng, có thể chế ngự được danh lợi. Sau đó, có hai thương gia tên là Trapusa và Bhallika ở làng kế bên cạnh kính cẩn đến xin được làm đệ tử của Ngài, Đức Phật chấp nhận, nhưng Ngài đã không thuyết giảng một lời nào về các giáo pháp của Ngài. Đức Phật đã tự hỏi: con người đang dính chặt vào cuộc sống tục luỵ thì làm sao mà Ngài có thể giảng dạy được những chân lý mà Ngài vừa giác ngộ. Đối với những người nầy thì "*giáo pháp này không thể dễ dàng để hiểu được (this Dharma is not easy to understand).*

Đứng trước sự do dự của Đức Phật, Sahampati Brama,vị Đạo sĩ được tôn kính nhất vào lúc ấy đã đến khẩn cầu Đức Phật thuyết giảng giáo pháp của Ngài cho chúng sanh ở trong thế giới này. Đạo sĩ này nói rằng với đôi mắt tuệ giác của Phật, Ngài đã thấy nỗi khổ đau của chúng sanh trong vòng sinh tử luân hồi, vậy thì Ngài hãy giúp cho những người khác được giác ngộ như Ngài. Do đó Đức Phật đã quyết định truyền bá giáo pháp của Ngài. Trước hết Đức Phật nghĩ đến việc trình các chân lý mình vừa giác ngộ cho hai vị Thầy của mình là Arada và Udraka, nhưng Phật được biết hai vị Thầy này đã qua đời. Ngài dùng tuệ giác để tìm 5 người đã cùng tu khổ hạnh với Phật trước đây, các vị này hiện đang ở tại Vườn Lộc Uyển (Deer Park), tại Sarnath, thuộc thành phố Benares.

***Sứ mạng đầu tiên của Đức Phật** (the first mission of Buddha): thuyết giảng chân lý mà Ngài vừa khám phá ra:

Đức Phật Thích-ca Mâu-ni liền đi tới gặp 5 vị đồng tu khổ hạnh trước đây, Ngài nghĩ rằng Ngài sẽ đem những chân lý mà Ngài chứng ngộ được để giảng giải cho họ. Ngài đã thuyết giảng lần đầu tiên, trong lịch sử Phật giáo gọi là **sự chuyển "Pháp Luân"/ Bài thuyết Pháp đầu tiên/ Kinh chuyển Pháp luân** (Dhamma cakkha pravatana sutra/ Discourse on Turning the wheel of Dharma/ Buddha's first Sermon) tại vườn Lộc Uyển (Deer park) ở nơi rừng Mrigadava thuộc nước Varanasi, trên giải đất Bénares, phía Bắc Ấn-độ cho 5 người đệ tử đầu tiên là: Ajnata Kaudinya (âm VH. A-nhã Kiều-trần-như), Asvjit (A-thấp-bà), Bhadrika (Bạt-đề), Mahanaman (Ma-ha-nam) và Dasbala Kasypa (Thập-lực Ca-diếp). Trong bài thuyết Pháp đầu tiên nầy, Ngài thuyết giảng về **trung đạo/** Con đường ở giữa (Pali, Majjhima patipada, Av. Middle way/ Middle path) và **Tứ Diệu Đế/** Bốn chân lý cao thượng (Four Noble Truths): Khổ, Tập, Diệt, Đạo:

1. Khổ đau (Srt. Dukkha, suffering): đời là bể khổ (life is suffering);
2. Tập/ nguyên nhân (của khổ đau) (Srt. Samudaya, The cause of suffering);
3. Diệt/Sự chấm dứt khổ đau (Srt. Nirodha, the cessation of creating sufferring);
4. Đạo/ Con đường (phương pháp) dẫn đến sự diệt trừ khổ đau (Srt. Marga, the path that leads to the cessation of suffering): *Bát chánh đạo* là tám con đường để diệt trừ khổ đau (The Eightfold Path to the cessation of suffering). Tôi sẽ trình bày các tư tưởng này một cách chi tiết hơn trong bài Bát Chánh đạo.

Sau khi nghe Phật thuyết giảng thì 5 vị đệ tử đầu tiên đã giác ngộ. Theo Đức Phật, 5 vị này đã trở thành Arahat (âm VH, A-la-hán) có nghĩa là bậc thánh nhân (worthy ones). Đó là người không còn bị ô nhiễm của cuộc đời, sống ung dung tự tại trong cuộc đời khổ đau. Vào thời Đức Phật còn tại thế thì từ *Phật (Buddh) và từ A-la-hán (Arahat)* có nghĩa gần giống nhau. Chính Đức Phật cũng đã tự cho mình là một A-la-hán, cách giác ngộ của hai vị này cũng gần giống nhau, theo kinh sách xưa có hơi khác một chút là Phật khi đắc đạo thì Ngài có thần thông, trí tuệ, dung mạo, công đức cực kỳ cao quý, phi phàm vượt xa các A-la-hán là các đệ tử sau này.

Đức Phật đã cùng 5 người đệ tử đầu tiên thành lập Tăng đoàn/ Giáo đoàn (Sangha: Tăng già, nghĩa hẹp là tăng sĩ, nghĩa rộng là một đoàn thể / một cộng đồng Phật giáo gồm các nhà sư và các Phật tử). Ngôi Tam Bảo có từ đấy: **Phật** (Buddh) là Phật bảo, **Pháp** (Dharma) lời dạy của Đức Phật, là Pháp bảo, **Tăng** (Sangha) là Tăng bảo.

*** Trong văn hoá Ấn độ vào thời đại Đức Phật, *lễ quy y* (taking refuge) là một nghi lễ để trình cho vị lãnh đạo tinh thần hay cho Đấng Tối Cao/ Thượng đế một hay nhiều người muốn theo tôn giáo đó. Trong Phật giáo để trở thành người theo đạo Phật thì người Phật tử thường đọc tụng, trước sự chứng giám của vị tăng sĩ có giáo quyền ở *chùa* hoặc *Niệm Phật đường*, như sau:

"Tôi quy y Phật ,
Tôi quy Pháp,
Tôi quy y Tăng".

(Pali: Buddham saranath Gacchami,
Dammam saranath Gacchami,
Sangham saranath Gacchami).

(Av: I take refuge in the Buddha,
I take refuge in the Dharma,
I take refuge in the Sangha).

Khi người Phật tử đã quy y tam bảo tức là đã đặt đức tin tôn giáo vào Phật, Pháp, Tăng. Người Phật tử tin rằng mình sẽ được nương tựa, được sự che chở, và được sự hướng dẫn một hành trình đi tới sự giải thoát, đi đến Niết-bàn.

Đức Phật Thích-ca là một con người lịch sử (historical person), Ngài không phải là thần thánh, không phải là Đấng Tối cao/ Thượng đế sáng tạo ra vũ trụ. Nhưng Ngài có một đức độ đáng tôn kính, cuộc đời Ngài trong sáng như pha-lê. Ngài đã khám phá ra chân lý, đó là ngọn đuốc soi sáng cho chúng sanh đi tìm đến sự giải thoát. Đó là lý do người Phật tử cần để nương tựa vào đó. Chân lý mà Ngài khám phá ra, và đã thực hiện trong cuộc đời của mình để "*giác ngộ*", và được tôn xưng là *"Phật"*. Bất cứ người nào có nỗ lực thực hiện các lời dạy của Ngài, thực hiện đức độ đáng tôn kính của Ngài thì vị ấy cũng có thể trở thành " *Phật*" như Ngài.

6-. Chu du và thuyết pháp (Traveling and teaching):

Trong 45 năm còn lại của cuộc đời, Đức Phật đi chu du nhiều nơi để thuyết giảng giáo lý của Ngài cho tất cả mọi người không có sự phân biệt về đẳng cấp, nghề nghiệp, nam hay nữ v…v…Ngài đã đi đến vùng Bắc Ấn độ, vùng đồng bằng sông Gange, phía nam xứ Nepal, ở dưới chân núi Himalaya. Đức Phật đã dùng lối đàm thoại để giảng các lời dạy của Ngài, thường gọi là Pháp thoại (Dharma talk), Ngài không có để lại một bài thuyết giảng nào bằng chữ viết cả. Lời dạy của Ngài đã được các đệ tử truyền khẩu với nhau từ thế hệ nầy qua thế hệ khác, mãi đến khoảng 500 năm sau khi Ngài nhập diệt thì các lời thuyết giảng này mới được ghi bằng chữ viết trong các quyển kinh Phật. Mặc dầu, cho đến nay chúng ta chưa biết rõ Đức Phật đã dùng ngôn ngữ nào để thuyết pháp, nhưng hình như Ngài đã dùng một hay nhiều thổ ngữ ở vùng Trung Bắc Ấn (Middle Indo-Aryan dialects). Thổ ngữ nầy đã có thể là những tiêu chuẩn để tạo ra chữ viết cho tiếng Pali.

***Những cuộc cải sang đạo Phật quan trọng** :

Theo các kinh sách xưa, sau khi 5 vị Đạo sĩ tu hành khổ hạnh cải đạo và là đệ tử đầu tiên của Đức Phật thì có một thanh niên giàu có ở Benares là Yasa đã xin xuất gia, Đức Phật đã chấp thuận và vị này đã ở chung một nơi với Đức Phật. Yasa là vị tăng sĩ thứ 6 của Đức Phật, Ngài cũng đã giác ngộ. Thân phụ của Yasa cũng xin quy y tam bảo, ông là *nam cư sĩ đầu tiên*. Thân mẫu và vợ của Yasa cũng xin quy y tam bảo, hai vị này là *hai nữ cư sĩ đầu tiên*. Có 54 người bạn của Yasa cũng đã cải sang đạo Phật và đã xin xuất gia, họ cũng đã giác ngộ. Như vậy tăng đoàn của Đức Phật đã có tổng cộng 61 Tăng sĩ kể cả Đức Phật. Với 61 vị tăng sĩ trong giáo đoàn, Đức Phật đã phân công các vị này đi khắp nơi để truyền bá giáo lý của Ngài. Đức Phật đã đi tới Rajagrha và thuyết pháp vua Bimbisara của nước Magadha. Vua Bimbisara đã cải sang đạo Phật, kéo theo đó là rất nhiều người ở Magadha cũng xin cải sang Đạo Phật. Cũng tại đây, có hai vị lãnh đạo trường phái triết học hoài nghi cũng đã cải sang đạo Phật và đã đem theo 250 thành viên của họ nữa. Có hai vị hiền triết nữa cũng đã cải sang Đạo Phật: - Sariputra là vị hiền triết có trí tuệ vượt bực, Ngài có đầy đủ khả năng để thuyết giảng giáo lý của Đức Phật. Maudgalyayana là vị hiền triết có những quyền lực tâm linh siêu phàm, Ngài đã giúp cho việc phát huy thiền học, những suy niệm siêu hình trong thời gian ở Rajargrha. Đức Phật cũng đã cải hóa rất nhiều nhóm tôn giáo khác nhau, đặc biệt có vị hiền triết rất tiếng tăm đã cải sang Đạo Phật là Mahakasyapa (âm VH, Đại Ma-ha-ca-diếp). Mahakasyapa đã được coi là vị tăng sĩ đã thấu hiểu thiền học. Trong nhiều sách về Phật giáo Thiền tông (Zen Buddhism) đã có nhiều huyền thoại về vị cao tăng này. Ngài Mahakasyapa là vị Hòa thượng đã triệu tập **Đại Hội Phật giáo lần đầu tiên /"Hội đồng Phật giáo lần đầu tiên"** (First Buddhist Council) sau khi Đức Phật vừa qua đời được ba tháng. Trong Hội đồng này gồm có 500 vị A-la-hán, các vị này đã dùng trí nhớ để đọc tụng lại các lời giảng dạy của Đức Phật. Từ đó giáo lý của Đức Phật được truyền khẩu qua nhiều thế hệ, đây là truyền thống truyền khẩu của người Ấn độ đã có từ thời xa xưa. Trong Hội đồng này có hai vị tăng có trí nhớ sâu sắc: Ananda, vị tăng sĩ thân cận với Đức Phật, đã đọc tụng các bài Pháp thoại và các bài giảng, các giới luật của Đức Phật; Upali cũng là vị tăng thân cận với Đức Phật đã đọc tụng các lời giáo huấn của Đức Phật. Trong các kinh sách thời sơ kỳ Phật giáo, chúng ta không thấy đề cập đến việc cải đạo của Sudatta, một thương gia rất giàu có ở Sravasti, thủ đô của Kosala, nhưng ở các kinh sách sau nầy thì thấy nhấn mạnh đến việc cải đạo của vị đại gia này. Sau khi Sudatta quy y tam bảo thì ông đã mua và cúng dường một miếng đất rộng lớn Jeta Grove, tại Sravasti, cho tăng đoàn Phật giáo. Sudatta đã cho xây một tu viện nổi tiếng là Jeta (Jeta Monastery). Tu viện Jeta là nơi để Đức Phật và các vị Tăng sĩ an cư vào mùa mưa, còn gọi là mùa Kiết hạ. [*Gió mùa* (monsoon) là các ngọn gió thổi theo mùa ở trong vùng khí hậu của phía Nam và Đông-Nam Châu Á: - từ tháng 5 đến tháng 9, gió mùa thổi từ phía Tây-Nam, đem lại mưa nhiều nên gọi là mùa ướt át (wet monsoon) và nóng; - từ tháng 10 đến tháng 4, gió mùa thổi từ Đông-Bắc đem lại khô ráo nên gọi là mùa khô (dry monsoon), và lạnh. Trong văn học Việt Nam, một quyển tiểu thuyết có tên "*Gió đầu mùa*" của Thạch Lam (1910 1942) xuất bản ở Hà Nội năm 1937, và một quyển tự truyện có tên "*Gió mùa Đông-Bắc*" của B.S Hải Quân Trần Ngươn Phiêu (1927 2011) xuất bản ở Texas, USA.] . Từ đó, một tập tục được noi theo và cứ vào mùa mưa thì các vị tăng sĩ không đi ra ngoài thuyết pháp mà an cư tịnh dưỡng tinh thần trong tu viện. Tu viện Jeta đã được coi là một khuôn mẫu kiến trúc Phật giáo mà nhiều tu viện khác đã dựa vào đó để xây cất. Song song với việc xây cất các tu viện, các vị tăng sĩ đã trở thành những tấm gương, những mẫu mực về đạo đức, về đời sống tâm linh cho xã hội bên ngoài vào thời bấy giờ. Bởi thế nên các bậc chân tu là những bậc có đạo cao đức trọng, họ là ngọn đuốc sáng, là ánh hào quang soi đường cho chúng sanh trên đường diệt trừ khổ đau để đi đến giải thoát. Các đệ tử của Ngài ở trong tăng đoàn cũng đã đi khắp các nơi để phổ biến giáo pháp của Ngài. Đức Phật đã đi trở về Kapilavastu, và đã độ cho hai song thân của mình làm phật tử tại gia. Cư sĩ: nam giới gọi là Upasaka (âm VH,Ưu-bà-tắc), nữ giới gọi là Upasika (âm VH,Ưu-bà-di). Còn các vị xuất gia thì có: Bhiksu (Tỳ-khưu, tăng đoàn nam), Bhiksuni (Tỳ-khưu-ni, tăng đoàn nữ), Đức Phật quan niệm nam và nữ đều có khả năng,tư cách như nhau để đi đến chỗ giác ngộ, cho nên giáo đoàn (Sangha) của Ngài gồm có tăng (monks) và ni (nuns) cùng các đệ tử tại gia nam và nữ. Nhiều vị thuộc Bà la Môn giáo đã làm lễ cải giáo theo Đức Phật: sau khi nghe Ngài thuyết giảng, 3 anh em ông Kasyapa (âm VH Ca-diếp) là Uruvilva-Kasyapa, Nadi-Kasyapa và Giya Kasyana, các vị nầy còn có 1000 đệ tử cũng được Phật đắc độ và cải sang đạo Phật. Do đó, giáo đoàn của Đức Phật có số lượng đệ tử mỗi ngày một đông. Chính con của Ngài là Rahula (âm VH, La-hầu-la), người em khác mẹ là Nanda (âm VH, Nan-đà), Upali (sau này đã trở thành tăng sĩ và thân cận với Đức Phật), và các em họ là Ananda (âm VH, A-nan- đà) [sau này đã trở thành tăng và thân cận với Đức Phật), Devadatta (âm VH, Đề-bà-đạt-đa), Anuradha (âm VH, A-nâu-lâu-đa) tất cả đều xin làm đệ tử Đức Phật. Đức Phật đã được nhiều vị hằng tâm, hằng sản cúng dường nhiều nơi để xây tịnh xá hoặc làm nơi cho Phật thuyết pháp. Trong số nầy, Đức Phật thường đến thuyết pháp tại hai khu vườn:

1. Jetavana Tihara (Kỳ- viên tịnh xá) do ông Anathapindika (Cấp-cô-độc) phát nguyện cúng dường, Jetavana ở thành Savathi (Xá-vệ) nay là thành Sahet Mahet.
2. Veloutana Tihara (Trúc-lâm tịnh xá) do vua Bimbisara phát nguyện cúng dường.

Đức Phật thường đến vườn Jetavana Tihara (Kỳ-viên tịnh xá) để giảng lời dạy của Ngài, cho nên chúng ta thấy các kinh điển Phật giáo thường bắt đầu câu *"Tôi nghe như vầy, một thời, Phật ở Xá vệ, trong vườn Kỳ đà của ông Cấp cô Độc, cùng với các vị đại tỳ-khưu, một nghìn hai trăm năm mươi người "*

***Sứ mạng khác của Đức Phật**: **cải cách xã hội (** another mission of Buddha: Social change/ Social reform**):**

Đức Phật Thích-ca không những lo tổ chức tăng đoàn, lo truyền bá giáo pháp của Ngài mà còn đưa ra những cải tổ về các định chế xã hội trong thời gian Phật còn tại thế.

Thứ nhất là *Ngài không chấp nhận uy quyền của triết thuyết Veda về "Thực tại tuyệt đối"/ Đấng tối cao* sáng tạo ra vũ trụ, và nhất là hệ thống đẳng cấp trong xã hội Ấn độ lúc bấy giờ. Ngài đã phê phán sự bất công của hệ thống đẳng cấp (injustices of the caste system), và Ngài đã thực hiện quan điểm này bằng cách cho tất cả những người dù ở đẳng cấp nào cũng đều được gia nhập vào giáo đoàn Phật giáo. Mọi người đều được bình đẳng khi sanh ra đời, nên đều được tôn trọng ngang nhau. Quan niệm cải cách xã hội (social change) này không tránh khỏi sự va chạm vào một định chế xã hội đã có từ hàng ngàn năm trước trong xã hội Ấn độ.

Đức Phật đã thể hiện **lòng từ bi** đối với tất cả mọi người trong lúc họ đang cần sự giúp đỡ, dù là người ấy có theo tăng đoàn Phật giáo hay không?, nhiều kinh sách xưa đã ghi rằng: Đức Phật đã khuyên các vị vua chúa phải lo lắng cho các người dân nghèo.

Tiếp theo là *việc chấp nhận phụ nữ xuất gia (Women's ordination*), đây là một vấn đề được đặt ra cho tăng đoàn Phật giáo lúc bấy giờ. Vào buổi ban đầu, Đức Phật đã chấp nhận phụ nữ được quy y tam bảo để gia nhập vào tăng đoàn như là một cư sĩ tại gia (upasika, âm VH, ưu-bà-di, female lay follower). Sau ngày Đức Phật đắc đạo khoảng 5 năm, kế mẫu của Ngài là Bà Prajapati (có nơi gọi là Maha-prajapati để tôn xưng, tiếng Sanscrit: maha = đại, to lớn) đã cùng với một nhóm phụ nữ tháp tùng theo Bà đến thỉnh cầu cho họ được xuất gia để làm nữ tu/ ni cô /ni sư (Srt. Bhiksuni, Pali. Bhikkhuni, Av. Ordained nun). Thoạt tiên Đức Phật đã từ chối lời thỉnh cầu này. Nhưng sau đó, Ananda đã nhiều lần trình và thỉnh cầu sự chấp nhận nhiều lần về việc xuất gia của nữ giới. Sau khi cứu xét lại, Đức Phật đã chấp thuận với nhận xét rằng nữ giới cũng có thể thực hành được những cứu cánh của tăng đoàn và cũng có thể chấp nhận được. Nhiều nhà nghiên cứu Phật học đã phỏng đoán rằng sở dĩ lúc đầu Đức Phật không chấp nhận Bà Prajapati và đoàn phụ nữ tháp tùng được xuất gia ngay là vì có mối quan tâm e rằng sự liên hệ giữa phái nam và nữ trong tăng đoàn có thể sẽ sinh ra nhiều vấn đề phức tạp, do đó phải cần một thời gian thêm để sắp xếp lại tổ chức của tăng đoàn trước một nhu cầu Phật sự mới. Thêm vào đó, xã hội Ấn độ lúc bấy giờ đã không chấp nhận người thanh niên sống độc thân, nhất là người phụ nữ sống độc thân. Bởi thế nên cần một chút thời gian nữa để đa số quần chúng ở bên ngoài xã hội làm quen với tăng đoàn Phật giáo thì việc sắp xếp lại tổ chức của tăng đoàn sẽ bớt bị phê phán hơn. Khi thấy tăng đoàn Phật giáo đã được xã hội bên ngoài chấp nhận như là một tổ chức tôn giáo có thế giá rồi, thì Đức Phật đã chấp nhận lời thỉnh cầu của Ananda. Tuy nhiên hồi ấy vẫn còn một chút phân biệt nhỏ: các ni cô/ni sư (nuns) phải đối xử với các tăng (monks) như là bậc đàn anh mặc dầu vị tăng này có thể đã xuất gia sau ni cô/ni sư, đây có thể hiểu là một cấp bực trong hàng giáo phẩm. Tuy nhiên việc phân biệt này sẽ không có giá trị gì trong việc giác ngộ, bởi vì phái Nữ đã chứng tỏ rằng đứng về mặt tâm linh họ đã không thua sút phái Nam, và ngay cả đứng về mặt đức hạnh, phái Nữ cũng không thua sút phái Nam mà có khi còn hơn nữa. Đức Phật đã phá bỏ sự phân biệt Nam - Nữ trong tôn giáo vào lúc bấy giờ.

Nhiều kinh sách xưa đã ghi rằng Ni sư Mahaprajapati và Ni sư Uppalavanna đã được coi như là các môn đệ chính của Đức Phật; Ni sư Khema, cựu Hoàng hậu của Vua Bimbisara, cũng đã được tôn kính như là đệ tử chính của Đức Phật. Ni sư Bhadda Kapilani, trước đây đã được gia đình hứa gả cho Ngài Mahakasyapa khi Ngài chưa xuất gia, đã trở thành một Ni sư xuất chúng bởi có huệ nhãn có thể nhìn lại nhiều kiếp trước của Ni sư.

7- Nhiều âm mưu ám sát (Assassination attempts) Đức Phật.

Trong 45 năm thuyết pháp của cuộc đời Đức Phật, Ngài được nhiều người quý trọng, nhiều người đệ tử hết lòng tôn thờ, nhiều nhà giàu có và quyền quý bảo trợ. Nhưng không phải tất cả đều suông sẻ hết, Ngài cũng gặp nhiều trở ngại, có lắm kẻ thù, có kẻ ganh ghét, có kẻ vu oan, chống đối và thậm chí còn âm mưu ám sát Ngài. Kẻ thù địch bên ngoài giáo đoàn là các tu sĩ Bà-la-môn giáo, các triết gia trong các trường phái triết học không đồng quan điểm với Đức Phật. Họ thường công kích giáo lý của Đức Phật và có khi còn tranh biện với Ngài nữa. Nhưng triết lý thâm sâu của Đức Phật đã thắng các luận biện của họ.

Kẻ thù bên trong giáo đoàn cũng không ít. Có bọn chê bai giáo lý, cách tổ chức giáo đoàn (Sangha, tăng già), có kẻ phân bè kết đảng để khuynh đảo Phật, có kẻ muốn Phật nhường lại sự lãnh đạo giáo đoàn cho họ, có kẻ thì toa rập với các tín nữ vu cáo Phật tư tình với các tín nữ nầy để làm mất thanh danh của Ngài. Đặc biệt có Devadanta, em họ của Siddhartha Gautama, đã âm mưu ám sát Phật hơn một lần: Devadanta đã có lần yêu cầu Đức Phật nhường cho hắn quyền lãnh đạo giáo đoàn (Sangha), Phật đã từ chối nên Devandata đã âm mưu ám sát

Phật 3 lần, nhưng đều thất bại. Lần thứ nhất, nó mướn một sát thủ, rất giỏi bắn tên, để bắn chết Phật, nhưng khi gặp Đức Phật, nhìn thấy tướng mạo của Ngài, sát thủ nầy trở nên hiền lành, nó chấp tay lạy Phật và xin làm đệ tử Phật. Lần thứ hai, nhân lần Phật đi ngang qua chân đồi, nó mướn người lăn nhiều tảng đá từ đỉnh đồi xuống định giết Phật. Nhiều viên đá, đã bị các viên đá khác ở triền đồi chặn lại, có một viên đá rơi cách chân Phật trong gang tấc. Lần thứ ba, nó cho một con voi uống rượu say, rồi thả lỏng cho voi chạy, mục đích để đạp nát Phật. Nhưng khi đến gần Phật thì con voi dừng lại, rồi lấy vòi kính cẩn lạy Phật. Trước những cuộc mưu sát ấy, Đức Phật vẫn thản nhiên và với lòng khoan dung Ngài đã nói rằng: "Devandata đã giúp cho ta rất nhiều trên con đường hoàn thành giáo pháp. Devandata vẫn là hàng thiện tri thức".

Thật ra, không phải chỉ có Phật mới gặp nhiều trở ngại, gặp nhiều kẻ thù hằn, mà trong lịch sử nhân loại không có một bậc vĩ nhân nào, không có bậc chân tu nào, không có một chính trị gia vì dân vì nước nào mà tránh khỏi sự ghen ghét, thù hằn, bị hãm hại của người đời bằng cách xuyên tạc, bịa đặt, vu khống. Chính nhờ sự ghen ghét, thù hằn, sự hãm hại của bọn tiểu nhân mà cuộc đời bậc vĩ nhân được soi sáng, cuộc đời của bậc vĩ nhân được vươn lên khỏi bọn tiểu nhân tầm thường. Thêm vào đó, nhờ sự phê phán của kẻ thù, của đối phương, những điều sở đoản, điều sơ hở của mình mà bậc vĩ nhân có thể cải thiện, kiềm hãm lòng tự tôn tự đại để đi đến chỗ hoàn thiện. Nói như thế, không có nghĩa là tất cả những người bị người đời lên án, bị người đời vạch ra các thói hư tật xấu của mình thì họ đều là vĩ nhân. Trong thời mạt pháp hiện nay, có nhiều kẻ lợi dụng tôn giáo để làm giàu, để đạt danh vọng, hoặc với những ý định gì khác với mục đích của tôn giáo v…v...; do đó các bậc chân tu, các tín hữu yêu mến tôn giáo mình, các Phật tử yêu mến đạo Phật cần phải tìm cách chấn hưng tôn giáo mình, cần phải chấn hưng đạo Phật của mình. Về phương diện cai trị đất nước thì ngày nay có rất nhiều kẻ làm quan thì hối lộ, tham nhũng kinh khủng; do đó các nhà lãnh đạo vì dân vì nước cần phải có giải pháp để tiêu diệt bọn quan lại tham nhũng. "Thầy tu" thì phải cho ra "thầy tu", "nhà sư" thì phải cho ra "nhà sư". Nếu những người nầy không làm đứng chức vụ của mình, phạm giới luật, phạm điều răn, tham lam tiền tài, tham danh vọng, tà dâm, dối trá, vọng ngữ thì những người nầy không đáng gọi là "thầy tu" hay "nhà sư". Những người nầy, chỉ là *"thầy tu giả hiệu, nhà sư giả hiệu"* mà thôi: "*chiếc áo không làm nên thầy tu*"- tục ngữ. Người đời thường châm biếm các "*thầy đạo đức giả*" bằng câu: "(các đệ tử) *hãy làm những gì thầy giảng, đừng làm những gì thầy làm*"- tục ngữ. "*Vua không ra vua thì đâu có gọi là vua*", vua mà say mê tửu sắc, tham lam, tàn ác với dân thì đâu phải là vua chính đáng. Người xưa thường lên án nặng nề vua Trụ và Kiệt: "*Sống đời Kiệt, Trụ sướng thay, có rừng nem béo, có ao rượu đầy*"- ca dao…

Khổng tử (551-479 tr. CN), sống đồng thời với Thích- ca Mâu-ni là vị Tổ sư của Khổng giáo, đã đưa ra học thuyết "*Chính danh*" (正名,the rectification of names).Theo thuyết này thì chính danh có nghĩa là phải xứng đáng với cái danh mà người đời gọi. Người giữ một chức vụ nào đó mà tư cách, lối làm việc không hoàn thành tốt, thì phải gọi kẻ nầy bằng một thứ tên khác. Đã là "vua" thì phải cư xử cho ra "vua", đã là "thần" thì phải cư xử cho ra "thần". Nếu vua tham mê tửu sắc, tàn bạo với dân thì không đáng gọi là vua.Vua ra vua, thần tử ra thần tử. Như vậy *chính danh* còn phải hiểu là *chính nhân* (正人, honest man, righteous person).

Mạnh Tử (372-289 trước CN), vị thầy đứng hàng thứ hai trong Khổng giáo, người đời sau thường ghép "Khổng Mạnh" để nói đến đạo lý của Nho gia. Mạnh tử đã chấp nhận quan niệm *Chính danh* của Khổng tử. Ngài còn làm rõ nghĩa các từ *chính danh và chính nhân* hơn trong sách "*Mạnh tử*": nhân khi nghe một người học trò của Ngài đến báo: "*Kinh đô thất thủ, Trụ vương (bị giết) chết*". Mạnh tử trả lời rằng: " *Kẻ làm hại đức nhân, gọi là giặc (tặc), kẻ làm hại đức nghĩa là kẻ tàn ác (tàn), kẻ tàn tặc thì gọi là một đứa, một thằng tầm thường. Ta nghe nói một thằng Trụ bị giết, chưa nghe nói vua Trụ bị giết".*

*(Tặc nhân giả vị chi tặc, tặc nghĩa giả vị chi tàn. Tàn tặc chi nhân vị chi nhất phu. Văn tru nhất phu Trụ hỉ, vị văn thí quân dã" (*Lương huệ Vương*).*

[賊仁者謂之 賊, 賊義者謂之 殘 。殘賊之人謂之 一夫 。聞 誅一夫紂矣, 未 聞弑君也]

8- Lúc đại diệt độ (Maha-parinirvana, Great passed away):

Các kinh sách xưa đều có kể lại những câu chuyện về các ngày cuối cùng của Đức Phật. Vào năm 80 tuổi, sức khỏe của Đức Phật đã suy yếu vì tuổi già. Lúc ấy, Ngài đang ở ngoại ô thành Vaisali thuộc Magadha. Mùa mưa đang tới, Ngài cùng với một số tăng sĩ thân cận cùng nhau đi vào một làng kế bên đó để dự mùa an cư, có ngờ đâu đây là *mùa an cư cuối cùng của Ngài* (his final monsoon retreat). Giữa mùa an cư nầy, bỗng nhiên Đức Phật cảm thấy thân thể Ngài bị đau đớn vô cùng. Đại đức Ananda có vấn an Đức Phật , Đức Phật nói rằng "*Nầy Ananda, bây giờ Như Lai đã kiệt sức, đã già yếu rồi, vào cái tuổi 80 nầy Như lai đang đi gần đến ngày lìa cõi đời. Như lai như cỗ xe quá cũ nó cần phải có những sợi dây da để cột lại các bộ phận của nó với nhau thì mới sử dụng được*". (I , Ananda, am now decrepit, aged and old. I am eighty years old, I have travelled down the road of life. I am just as an old cart that can barely manage to hold itself together without the help of the leather straps" (Digha-nikaya, II, 100).

***a.-Bữa cơm cuối cùng của Đức Phật** (Buddha's last meal)**:**

Sau đó không lâu, Đức Phật rời khỏi Vaisali và đi đến Pava, tại đây Đức Phật và một số ít Tăng Ni tháp tùng đã dừng lại vườn xoài của ông thợ rèn có tên là Cunda. Đức Phật đã giảng pháp cho Cunda và sau đó Cunda đã nấu một món ăn ngon đặc biệt để cúng dường Đức Phật, đó là món "Sukaramaddava". (Có sách nói "sukaramaddava" là món ăn làm bằng thịt heo rừng, con heo rừng nầy không già mà cũng không còn tơ, do đó món nầy rất ngon mà rất đặc biệt. Có truyền thuyết khác, nói rằng "sukaramaddava" là tên một loại nấm, nấm nầy rất ngon. Lại có nơi nói "sakaramaddava" là món ăn rất quý, người thợ rèn muốn tỏ lòng tôn kính đối với Đức Phật nên mới làm món ăn nầy dâng lên).

Sau khi ăn xong, Đức Phật bị ngộ độc trầm trọng, Ngài bị thổ tả và cảm thấy đau đớn. Tuy nhiên, Ngài vẫn có thể gắng gượng đi bộ đến làng Kusinagara, một nơi không xa lắm. Trên đường đi Ngài đã ngừng nghĩ nhiều lần vì bệnh và sức khỏe yếu đi. Khi dừng chân, ngồi nghỉ dưới bóng mát của một cây bên vệ đường, Ngài bảo Ananda đi kiếm nước cho Ngài uống. Lúc bấy giờ, có một người tên là Pukkhusa, đệ tử của Arada Kalama, đến gần Đức Phật sau khi nghe lời giảng của Ngài, Pukkusa xin qui y tam bảo và trở thành đệ tử của Phật. Pukkusa đã cúng dường Đức Phật hai bộ y may bằng vàng (Pukkusa offered him a pair of robes of gold) Đức Phật bảo Pukkusa dâng một bộ y cho Ngài, còn bộ y kia thì dâng cho Đại đức Ananda. Sau đó, Đức Phật và các Tăng sĩ tháp tùng cùng đến con sông Kakuttha ở gần đó để tắm và uống nước. Sau khi tắm xong, Đức Phật đến một bóng mát nằm nghỉ và nói với Ananda về trường hợp người thợ rèn Cunda: Ngài dặn Ananda phải giải thích rằng việc Ngài bị trúng thực và đưa đến cái chết, không phải là lỗi của Cunda. Cuối cùng, Đức Phật đi đến một nơi gần đó là rừng cây Sala (cây long thọ) của tiểu vương Malla, ở gần thành Kusinagava (âm Việt Hán, Câu-thi-la), Ngài nằm giữa hai cây Sala, nằm nghiêng sườn về bên phải, đầu hướng về phía bắc, mặt ngoảnh về phía tây, hai chân duỗi về phía nam, chân nầy chồng lên chân kia. Theo các kinh sách xưa thì các cây Sala (mặc dù không phải là mùa trổ bông) bỗng vụt trổ bông và những bông Sala đã rơi xuống mình Phật. Rất nhiều người đến lễ bái Đức Phật với tất cả tấm lòng thành kính khi hay tin Đức Phật sắp nhập diệt Niết bàn.

***b.-Người tăng sĩ cuối cùng của Đức Phật** (Buddha's last personal disciple)**:**

Trong số những người dân rời khỏi thành Kusinagara để đi đến chiêm bái Đức Phật có đạo sĩ khất thực tên là Subhadra cũng có mặt. Đạo sĩ muốn gặp trực tiếp mặt đối mặt với Đức Phật, nhưng lúc đầu Đại đức Ananda không cho vì thấy Đức Phật quá yếu. Tuy nhiên Đức Phật bảo Đại đức Ananda hãy cho đạo sĩ Subhadra vào gặp Ngài. Đức Phật thuyết giảng cho Subhadra một thời pháp, rồi thì Subhadra xin cải sang đạo Phật, Subhadra trở thành vị Tăng sĩ cuối cùng của Đức Phật (Subhadra was the last personal disciple) sau đó không bao lâu Đại đức Subhadra đã trở thành một trong các vị A-la-hán (Arahant) nhờ đời sống đạo đức đáng tôn kính và trí tuệ siêu phàm. Tiếp theo đó, Đức Phật xoay qua Đại đức Ananda và nói rằng: *"Những gì mà Như Lai đã giảng dạy cho con như giáo lý và giới luật sẽ là thầy của con khi Như Lai qua đời"*.(For what I have taught and explained to you as the Dharma and the Discipline will, at my passing, be your teacher) (Digha-nikaya, II ,154)

Cuối cùng Đức Phật hướng về các đệ tử và hỏi rằng "Nầy các đệ tử, nếu các con còn có những phân vân, thắc mắc nào về Phật, Pháp, Tăng hay phương pháp tu hành nào thì cứ hỏi ta. Đừng để sau nầy cảm thấy hối tiếc rằng khi Như Lai đã ở trước mặt mình mà không chịu hỏi." (O disciples, if there be any doublets or uncertainties about the Buddha, Dharma, Sangha and the path or method, question me. Do not later feel remorse thinking: The teacher was right there before us and we did not ask him face to face).

Tất cả các đệ tử đều giữ yên lặng, không có một câu hỏi nào. Liền sau đó, Đức Phật nhập thiền định và nhập đại niết bàn (Maha-parinirvana, Great passed away).

Sau khi Đức Phật nhập diệt thì nhiều người trong bộ tộc Malla từ thành Kusinagara đã đến quấn nhục thân Đức Phật trong bộ y mới và để trong 6 ngày. Qua ngày thứ 7, họ hỏa thiêu nhục thân Đức Phật. Theo các kinh sách xưa, thì có tất cả 7 bộ tộc, gồm có bộ tộc Sakya của Đức Phật và bộ tộc Malla, đều đòi hỏi và chia các di tích của Đức Phật gồm cả tàn tro. Họ đem về bộ tộc và xây tháp để thờ (srt. stupas, Av. memorial mounds).

Tương truyền rằng vua A-Dục (King Asoka trị vì từ 273-232 tr. C.N) đã phân chia các di tích của Đức Phật để thờ phượng trong 84.000 tháp được xây khắp đế quốc Ấn độ.

***c.- 4 thánh tích có liên hệ đến cuộc đời của Đức Phật** như sau:

1.- Lumbini: nơi Đức Phật ra đời.
2.- Buddha Gaya: nơi Đức Phật thành đạo.
3.- Isipatana, hiện giờ là Sarnath: nơi Đức Phật thuyết Pháp lần thứ nhất.
4.- Kusinagara: nơi Đức Phật nhập diệt.

***

IV.- Những bài học từ cuộc đời của Đức Phật Thích-ca:

1. *Ý chí phi thường*: Thái tử Siddartha đã dứt khoát buông bỏ đời sống sang trọng, công danh, lợi lộc, quyền quý và mọi lạc thú ở hoàng cung để thực hiện *một hành trình tôn giáo hướng tới sự giải thoát tâm linh và sự an bình trong tâm hồn* (religious journey to spiritual freedom and inner peace) để đi đến giác ngộ.
2. *Tầm sư học đạo*: Thái tử đã tìm đến nhiều bậc thầy là các đạo sĩ nổi danh để học hỏi những tư tưởng triết học tôn giáo, để thực nghiệm tâm tinh và thực hành thiền định.
3. *Tìm bạn đồng tu*: Thái tử đã gia nhập với 5 bạn đồng tu khổ hạnh để trao đổi kiến thức và hỗ trợ việc tu hành.
4. *Sẵn sàng sửa chữa sai lầm*: Vừa khi nhận thấy lối tu khổ hạnh có chỗ sai lầm, Thái tử rời bỏ lối tu này ngay.
5. *Con đường trung đạo* hay *con đường ở giữa hai cực đoan*: một bên là đời sống sang trọng đầy lạc thú, một bên là đời sống khắc khổ hành xác.
6. *Tập trung tư tưởng*: Thái tử đã tập trung tư tưởng vào vấn đề khổ đau của kiếp người, ông hết sức miệt mài suy tư về nỗi khổ đau này. Do đó ông đã khám phá được chân lý.
7. *Tìm về quá khứ*: Đức Phật đã nhớ lại Thầy xưa, Bạn cũ; ngay sau khi Ngài vừa giác ngộ, Ngài đi tìm lại các vị này để trình bày những thành quả của chân lý mình vừa mới khám phá ra.
8. *Cần nhiều người hằng tâm, hằng sản* để trợ giúp trong việc phát triển cơ sở: xây tu viện, xây chùa.

9. *Cải cách xã hội* (*Social change/ Social reform*):

- Đức Phật đã *không chấp nhận chế độ đẳng cấp* đầy bất công trong xã hội Ấn độ.
- Đức Phật đã *nâng cao địa vị người phụ nữ*, giảm thiểu sự kỳ thị Nam - Nữ ở trong xã hội Ấn độ vào thời bấy giờ.
- Đức phật đã có *lòng từ bi* đối với mọi người, nhất là trong lúc họ đang cần sự giúp đỡ.

Theo Ngài, mọi người - hay mọi sự vật- đều *được liên-hệ-lẫn-nhau* (inter-related), và có *sự-liên-kết-chằng-chịt* với nhau (inter-connectedness). Ngài đã khai mở nền *Phật giáo dấn thân* (engaged Buddhism) trong lịch sử của đạo Phật.

10. Cũng như mọi người, *cuộc đời của Đức Phật lịch sử đã trải qua các giai đoạn*: *sanh, lão, bệnh, tử* (*birth, old age, sickness, death*).

***

Như chúng ta đã biết, kể từ khi sau ngày Đức Phật giác ngộ, Ngài đã cống hiến cuộc đời của mình trong 45 năm để thuyết giảng giáo pháp (Dharma) của Ngài, thành lập tăng đoàn (Sangha) và đặt ra các giới luật (Discipline) cho tăng ni và phật tử. Ngài đã có một đời sống đạo đức rất đáng tôn kính, Ngài luôn thể hiện lòng từ bi cho tất cả mọi người, ngay cả giờ phút gần nhập diệt, Ngài cũng đã hết lòng từ bi như trường hợp ông thợ rèn Cunda. Vào thế kỷ thứ V và thứ VI trước Công Nguyên, xã hội của Ấn độ đầy bất công, lại có quá nhiều hiền triết cạnh tranh lập thuyết, người dân Ấn độ đã đón nhận triết lý của Đức Phật như là một ý tưởng mới để cải cách xã hội, để thực hành một giáo phái mới trên con đường đi tìm sự giải thoát. Đức Phật đã cống hiến những thực nghiệm tâm linh, lòng từ bi, những mẫu mực đạo đức thánh thiện không những cho người dân Ấn độ lúc bấy giờ mà còn cho nhân loại sau nầy nữa. Giáo pháp của Phật đã giúp con người đi tìm sự giải thoát và thực hành một quan sống tốt đẹp trong đời sống hằng ngày. Tăng đoàn của Ngài lúc đó gồm có nhiều Tăng, Ni và Phật tử đã góp sức trong việc truyền bá đạo Phật.

Toronto, 07 February 2015.
Nguyễn vĩnh Thượng

Tài liệu tham khảo chính yếu: *xem tiếp trang 54.*

Chương 2

Phương Pháp Hoài Nghi của Đức Phật

Trong bài "*Phương Pháp Hoài Nghi của Đức Phật*" (Buddha's Method of Doubt), chúng tôi sẽ trình bày:

I. -Hành trình từ hoài nghi đến chân lý.

II. -Phương pháp hoài nghi của Đức Phật:

A.- Nguyên nhân Đức Phật giảng bài Kinh Kalama.

B.- Phương pháp hoài nghi của Đức Phật trong nội dung của bài Kinh Kalama.

III. -Bài học từ "*Phương pháp hoài nghi của Đức Phật*".

IV. -Phần phụ thêm: "*Phương pháp hoài nghi của Descartes*".

I.-Hành trình từ hoài nghi đến chân lý:

Hoài nghi (Srt.=Pa. Vicikitsa, Av. Doubt / Indecision) là nghi ngờ hay phân vân về một điều gì. Bản chất của hoài nghi thì không tốt cũng không xấu. Điều chính yếu là chúng ta phải giải quyết các điều đang bị hoài nghi. Có thể hoài nghi về khả năng của mình: -tôi có thể làm điều này không? - hoặc có thể hoài nghi về phương pháp đang thực hành: -phương pháp này có đúng cách không? -hoặc nghi vấn về ý nghĩa của một điều gì: - điều này có nghĩa là gì?; -Thiền sư (Meditation Teacher) này có phải là một ông Thầy tốt không?, dĩ nhiên thiền sư giỏi cũng như vị hướng dẫn đội thể thao, sẽ đưa các học viên đến chỗ thành công.

Đức Phật Thích-ca Mâu-ni (khoảng 654 tr. CN – 544 tr. CN) đã dạy rằng hoài nghi là một trong 5 chướng ngại (five hindrances) phát khởi trong tâm trí, cản trở khả năng phán đoán của bạn, hạn chế khả năng hành động của bạn, và gây ra sự cảm xúc bất an lớn. [*The Buddha taught that doubt is one of five hindrances that arise in the mind, clouding your judgement, limiting your ability to act, and causing great emotional disquiet*].

Năm chướng ngại đó là:

1. -Tham dục (Av. desire).
2. -Sân hận (Av. Anger/ Aversion)
3. -Lười biếng và chán chường (Av. Sloth and Torpor), gọi chung là hôn trầm.
4. -Bồn chồn và lo lắng (Av. Restlessness and Worry).
5. -Hoài nghi (Doubt).

Niềm tin là sự giải độc hay trừ khử hoài nghi (the antidote for doubt is faith).
(*Xem thêm bài*: *Năm chướng ngại trong việc thực hành thiền* của NVT)

Hoài nghi được phát khởi từ các *luật nhân quả* (Causes and Conditions). Hoài nghi có thể đến từ sự không chắc chắn (uncertainty), từ một trải nghiệm thất bại, hay từ một niềm tin xa xưa về chính bản thân mình.

Hoài nghi là một phần không thể tránh khỏi của kinh nghiệm sống. (Doubt is an unavoidable part of the life experience).

Tuy nhiên, hoài nghi giúp chúng ta thấy điều gì không chắc chắn (uncertainty). Có nhiều khi, hoài nghi đã đưa đến sự thay đổi (change) về niềm tin tưởng (trust) của bạn hoặc duyệt xét lại niềm tin (reconsider trust). Cũng có khi lương tâm (conscience) của chúng ta cảm thấy một điều gì sai lầm bởi vì điều đó xâm phạm đến các giá trị đạo đức của chúng ta: nó là sự sai lầm về đạo đức, hay nó có thể vi phạm những giá trị tâm linh. Điều này đặc biệt là một sự thật khi có kẻ khác can thiệp vào; thí dụ như sự can thiệp vào thương mãi, vào chính trị hay vào các sanh hoạt đoàn thể khác. (It involves business, political, or other organizational activity). Khi mà các người này cố gắng lèo lái, định hướng bạn vào sự sợ hãi (fear) hay những lời hứa không có thực (unreal promises). Đây chính là lúc "*hoài nghi*" giúp bạn nhìn lại vấn đề một lần nữa. Việc hoài nghi này có thể đưa đến sự từ chối những điều mà mình đang hoài nghi bởi vì chúng ta không muốn trả một cái giá đắc cho những điều gì mà chúng ta tin là đúng nhưng sự thật là không đúng.

Nhờ có hoài nghi chúng ta mới tra vấn, đặt câu hỏi, đặt thành vấn đề để phân tích, để điều tra, để tìm chân lý, để tìm một sự thật.

Sự hoài nghi và sự tra vấn thúc đẩy chúng ta tiếp tục giữ sự cảnh giác trí tuệ. (*Our doubting and questioning spur us on and keep us intellectually alert*).

Nói tóm lại, hoài nghi là một hành trình để đi tới chân lý. Chúng ta không đạt được chân lý nếu không biết cách hoài nghi, và biết cách tra vấn. Những đỉnh cao tư tưởng ra đời đều phát xuất từ sự hoài nghi một đỉnh cao cũ, và con người tìm cách vượt qua đỉnh cao cũ bằng một quá trình nhận thức mới.

Hoài nghi là linh hồn của mọi hoạt động nghiên cứu, tìm tòi chân lý. Bởi vậy nên hoài nghi trở thành một yếu tố không thể tách rời khỏi chân lý.

II.-Phương pháp hoài nghi của Đức Phật:

A.- Nguyên nhân Đức Phật thuyết giảng bài Kinh Kalama:

Vào thời Đức Phật Thích-ca Mâu-ni [khoảng 654 tr. CN – 544 tr. CN] còn sanh tiền, bộ tộc Kalamas (Kalama clan) đã chiếm ngự và sống theo chế độ Cộng hoà tại thị trấn Kesaputta (Kesaputta town, có tên cổ xưa là Kesariya), thị trấn này ở trong một quận của Đông Champaran [East Champaran] thuộc tiểu bang Bihar bây giờ, ở xứ Ấn độ.

Tại thị trấn Kesaputta có một bảo tháp (stupa) Phật giáo đã được xây dựng bởi Đại đế Asoka. Ngài là vị vua thứ ba của Vương triều Mauryan (khoảng 273 tr. CN – 232 tr. CN).

Bihar là một tiểu bang ở phía Đông Ấn độ, có dòng sông Hằng (Ganges) chảy ngang từ phía Tây sang phía Đông. Phía Đông - Bắc của bang Bihar giáp với xứ Népal, phía Đông-

Nam giáp với xứ Bangladesh. Bihar là tiểu bang có số dân đông hàng thứ tư, và lãnh địa rộng lớn vào hàng thứ 12 ở Ấn độ.

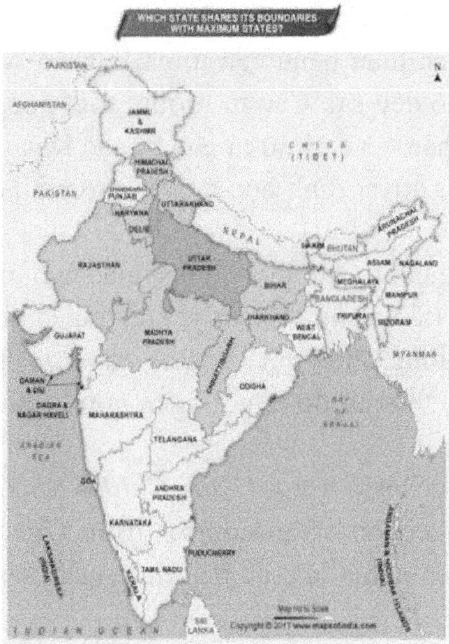

(Source: Internet – Bihar State in India)

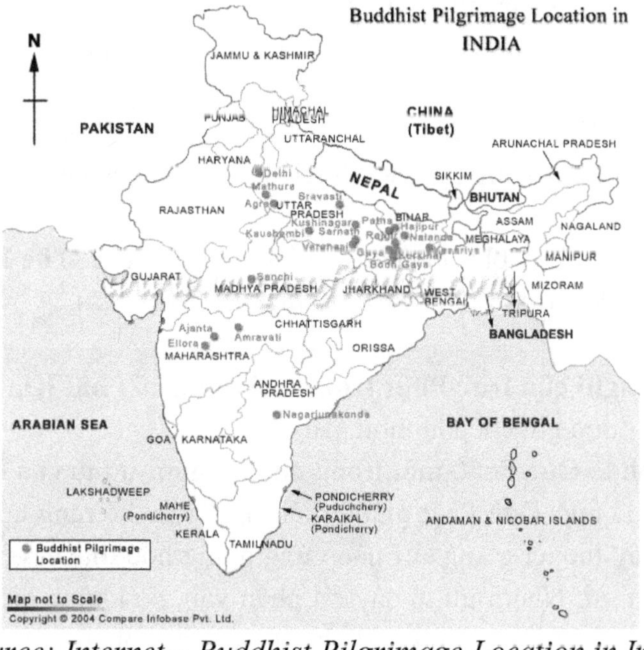

(Source: Internet – Buddhist Pilgrimage Location in India
Địa điểm hành hương của Phật giáo)

Các thành phần ưu tú của bộ tộc Kalamas đều là thành phần trí thức. Họ có đầu óc hiếu tri, muốn tìm tòi, hiểu biết về tư tưởng, triết học và tôn giáo vào thời cổ xưa và đương thời.

Nên họ thường thỉnh mời các vị Thầy, Đạo sư, các Hiền triết, các nhà tư tưởng đến thị trấn Kesaputta để thuyết giảng những tư tưởng, triết học, tôn giáo. Mỗi vị Thầy đã giảng về học thuyết triết học và cách thực hành học thuyết này của chính vị Thầy đó. Vị nào cũng kết luận rằng học thuyết và cách thực hành của mình là chân lý (truth) còn các học thuyết có trước hoặc đồng thời với họ đều sai. Các tư tưởng, triết học, tôn giáo của các vị Thầy này luôn luôn đối nghịch với nhau. Các vị ưu tú của bộ lạc Kalamas hoàn toàn phân vân không biết phải tin ai, họ chưa thể quyết định học thuyết nào mà họ phải chấp nhận và phải thực hành theo.

Nhóm ưu tú này đã nghe tiếng Đức Phật là bậc giác ngộ, nên một hôm họ thỉnh mời Đức Phật đến thị trấn Kesaputta (tên cổ xưa Kesariya) để thuyết giảng cho họ nghe.

Bài thuyết pháp này thường được gọi là "*Bài thuyết pháp cho những người Kalamas*" (Discourse to the Kalamas) thường được gọi ngắn gọn là **Kinh Kalama** (Pa.Kalama sutta, Srt. Kalama Sutra).

Bài *Kinh Kalama* được chép trong "*Tăng Chi Bộ Kinh*", ở tập I, trang 188 – 193 [Pa. Anguttara Nikaya, Av. Collection of Discourses from Gradual Savings]. Người Tàu dịch chữ *Anguttara* là *tăng chi* có nghĩa là (các bài kinh ngắn) tăng lên từng cái một, theo từng thành phần.

Anguttara Nikaya là một trong 5 bộ Kinh (Nikaya) của Thượng Tọa Bộ (Theravada):

1.-*Trường Bộ Kinh* (Digha Nikaya, Av. Collection of Long Discourses).
2.-*Trung Bộ Kinh* (Majjhima Nikaya, Av. Collection of Middle- length Discourses).
3.-*Tương Ưng Bộ Kinh* (Samyutta Nikaya).
4.-*Tăng Chi Bộ Kinh* (Anguttara Nikaya, Av. Collection of Discourses from Gradual Savings).
5.-*Tiểu Bộ Kinh* (Khuddaka Nikaya, Av. Collection of Short Discourses).

[*Xem thêm* : Biểu Nhất Lãm Tam Tạng Kinh Điển Phật giáo của NVT]

Nhiều nhà Phật học Tây phương còn gọi Kinh Kalama là "**The Buddha's Charter of Free Inquiry**" (*Hiến Chương về Tự do Tra Vấn của Đức Phật*).

B.-Phương pháp hoài nghi của Đức Phật trong nội dung của bài Kinh Kalama:

Bài **Kinh Kalama** được ghi chép lại như sau:

Sau khi đảnh lễ Đức Phật, một trong nhóm người ưu tú của bộ tộc Kalamas đã đưa ra vấn nạn của họ để nhờ Đức Phật giảng giải, người ấy kể rằng có nhiều Thầy, Đạo sư, Hiền triết đã đến đây thuyết giảng. Vị nào cũng giảng học thuyết của mình là đúng và các học thuyết khác đều sai. Nhóm ưu tú này rất phân vân, họ không biết phải tin theo vị Thầy nào; và họ thỉnh cầu Đức Phật chỉ dạy để họ quyết định phải tin tưởng vị Thầy nào? Đức Phật trả lời:

-Này các vị Kalamas! Các vị có quyền phân vân, có quyền hoài nghi; đây là một điều đúng.

Rồi Đức Phật giảng tiếp:

- Này các vị Kalamas:

1.-Đừng tin vào bất cứ điều gì một cách dễ dàng bởi vì nó vừa được nghe qua.

2.-Đừng tin vào bất cứ điều gì một cách dễ dàng chỉ vì nó được nhiều người nói đến, được nhiều người đồn đãi.

3.-Đừng tin vào bất cứ điều gì một cách dễ dàng mà các vị đã đọc được trong các sách giảng về một giáo điều, về một chủ nghĩa, về một tư tưởng triết học.

4.-Đừng tin vào bất cứ điều gì một cách dễ dàng chỉ vì điều đó được nói ra và được bênh vực bởi các bậc Thầy, các Đạo sư, bởi các bậc Trưởng thượng được tôn trọng và được nhiều người tuân theo; hoặc điều đó được phát xuất từ nơi có uy quyền.

5.-Đừng tin một cách dễ dàng vào những tập tục (conventionality), những định kiến (bias/ prejudices), những truyền thống (tradition) mà chúng đã được truyền đệ qua nhiều thế hệ.

6.-Đừng tin một cách dễ dàng vào một điều gì chỉ vì điều đó đã được lý luận và suy diễn cho rằng đúng.

[*Giải thích*: Lý luận suy diễn (the reasoning of logic) gồm có diễn dịch và quy nạp (deductive and inductive reasoning) có thể sai lầm khi căn cứ vào các dữ kiện (data) sai lầm, hoặc căn cứ vào các phương pháp (methods) sai lầm; hoặc dùng lý luận để lèo lái, để định hướng vào một mục đích vượt ra ngoài chân lý: chúng ta thường thấy các cuộc vận động chính trị (political campaigns), hoặc các cuộc tranh luận về tôn giáo (religious debate) thường áp dụng thủ thuật này.]

- Này các vị Kalamas! Điều quan trọng nhất là các vị phải quan sát, phân tích và trải nghiệm tất cả các điều đó để xác định rằng điều gì tốt, điều gì là đúng, điều gì là sự thật, là chân lý, điều gì có ích cho người khác và cho chính bản thân mình. Sau đó, các vị hãy chấp nhận điều tốt ấy và sống theo điều nầy.

Để kết thúc bài thuyết pháp, Đức Phật đã thuyết giảng giáo pháp của Ngài:

- Các vị phải dứt bỏ tham, sân và si (greed, hate and delusion).
- Các vị phải phát triển tứ vô lượng tâm (the four immeasurable minds): từ, bi, hỉ và xả (love, compassionate, joy and equanimity) để tìm hạnh phúc trong cõi đời này; đây là điều cốt yếu cho bậc giác ngộ.

Thính chúng – nhóm ưu tú của bộ tộc Kalamas tức là nhóm trí thức của bộ tộc này- nghe xong bài thuyết pháp, vị đại diện đã đứng lên cám ơn Đức Phật và hết lòng tán thán lời dạy của Ngài. Họ hứa sẽ thực hành lời dạy của Đức Phật. Nhiều vị trong nhóm ưu tú này đã xin quy y Tam Bảo.

III.-Bài học từ "Phương pháp hoài nghi của Đức Phật":

Đức Phật đã giảng **Kinh Kalama** cho nhóm ưu tú – nhóm trí thức- của bộ tộc Kalamas. Các vị trí thức này đã lắng nghe, đã hiểu và hứa sẽ thực hành lời dạy của Đức Phật.

Nội dung của Kinh Kalama là "**Phương pháp hoài nghi của Đức Phật**" đã dạy cho chúng ta các điều sau đây:

- Đừng vội chấp nhận và tin một cách dễ dàng vào bất cứ điều gì. Chúng ta phải kiểm tra, phải tra vấn, phải phân tích để đánh giá điều đó, nếu điều đó đúng thì mới chấp nhận; ngay cả những lời dạy của Đức Phật nữa.
- Lời dạy của Kinh Kalama rất nổi tiếng là **sự khuyến khích tự do tra vấn** (encouragement of free inquiry): từ hoài nghi, chúng ta phải tra vấn, phải vặn hỏi, đặt vấn đề để đi đến tìm hiểu chân lý. Đức Phật dạy: "Bạn hãy tự thắp đuốc mà đi." (*Be a lamp unto yourself*). Kinh Kalama đã dạy một hành trình tâm linh của phương pháp hoài nghi là phải **từ bỏ** *lòng cuồng tín* (fanaticism) hay *đức tin mù quáng* (blind faith), *sự cố chấp* (bigotry), *giáo điều* (dogmatism) và *sự không-khoan dung* (in-tolerance). Tra vấn là kỷ luật tìm kiếm chân lý, trí tuệ và kiến thức. (the discipline of seeking truth, wisdom and knowledge).
- Kinh Kalama là một món quà tâm linh quý giá cho mọi người. Nguyên lý hoài nghi của Kinh Kalama thích hợp với mọi người, mọi nơi, mọi thời đại. Kinh Kalama là một lời tuyên bố cách mạng (a revolutionary statement) trong lịch sử tư tưởng triết học và tôn giáo.

IV.Phần phụ thêm: Phương pháp hoài nghi của Descartes.

Sau Đức Phật lịch sử, ở Tây phương có triết gia Descartes (Pháp, 1596 – 1650) cũng đã hoài nghi tất cả, ông loại bỏ tất cả niềm tin và tư tưởng triết học tôn giáo mà trước đây ông đã tin tưởng. Descartes hoài nghi luôn cả giác quan của mình. Có điều ông không hoài nghi là điều ông đang hoài nghi. Thí dụ như khi ông nhúng một phần cây thước vào chậu nước, ông thấy cây thước bị gãy khúc, nên ông phân tích, tìm hiểu và cuối cùng tìm được chân lý là giải thích sự khúc xạ ánh sáng, và ông đã phát minh định luật về sự khúc xạ ánh sáng. Từ hoài nghi Descartes khảo sát, tra vấn, phân tích để đạt chân lý (truth) hay một kiến thức chân thực (true knowledge). Descartes đã viết:

"*Có một niềm tin không thể bị nghi ngờ: Mỗi khi tôi hoài nghi, tôi phải hiện hữu (tồn tại) để hoài nghi. Khi nghi ngờ một sự thật của mọi niềm tin khác, tôi không thể hoài nghi một niềm tin mà tôi đang hoài nghi, do đó tôi hiện hữu. Ngay khi tôi ý thức về tất cả các niềm tin đều sai lầm thì có một niềm tin vẫn đúng: bất cứ lúc nào tôi ý thức về việc đang suy tư, hoặc ý thức về bất kỳ hành động tinh thần nào như ý thức về nghi ngờ hoặc sẵn lòng (chuẩn bị để làm một việc gì đó). Tôi hiện hữu như là một vật đang suy nghĩ.*"

("There is one belief that cannot be doubted: Every time I doubt, I must exist to doubt. In doubting the truth of every other belief, I cannot doubt the belief that I am doubting, therefore I exist. Even if all the beliefs I am conscious of are false; one belief remains true: at any moment that I am conscious of thinking, or of any mental act such as being conscious of doubting or willing, I exist as a thinking thing.")

(Lavine, T.Z., *From Socrates to Satre: the philosophic Quest*, Toronto: Bantam Books, 1989)

Ông đã thiết lập nên "*phương pháp hoài nghi*", thường được gọi là "*Phương pháp hoài nghi của Descartes"* (Descartes' method of doubt). Descartes dùng phương pháp hoài nghi làm phương tiện trong hành trình đi tới chân lý (truth) hay kiến thức thực sự (true knowledge). Tinh thần hoài nghi của Descartes là một cuộc cách mạng khoa học (Descartes' doubting is a scientific resolution), là một bước ngoặt (turning-point) trong lịch sử triết học Tây phương. Phương pháp hoài nghi của Descartes đã ảnh hưởng đến tư tưởng của nhiều triết gia và nhiều nhà khoa học Tây phương sau này. Descartes không những là một triết gia nổi tiếng mà tên tuổi của ông còn gắn lền với các bộ môn toán học, vật lý học, sinh vật học cùng với những đóng góp quan trọng của ông trong các lãnh vực này.

Phương pháp hoài nghi của Đức Phật lịch sử và Phương pháp hoài nghi của Descartes đã là một món quà tinh thần lớn lao cho nhân loại.

Toronto, 18 March 2020.
Nguyễn Vĩnh Thượng

Tài liệu tham khảo chính yếu 1:

-Bercholz, Samuel (edited) and Kohn, Sherab Chodzin (edited), *The Buddha and His teachings*, Boston (Massachusetts, USA): Shambhala Publications Inc., (First published 1993), 2003.

-Bhikkhu Bodhi, *A look at the Kalama Sutta*, Sri Lanka: Buddhist Publication Society, 1998.

-Bhikkhu Thanissaro (translated), *Kalama Sutta: To the Kalamas*, 1994.

-Bloom, Alfred, Emeritus Professor, *Critical Thinking in Buddhism: The Kalama Sutta*, Hawaii: University of Hawaii, Website: "Shin Dharma Net" supported by Buddhist Study Center, 2012.

-Hiriyanna, M., *Outlines of Indian Philosophy*, London: George Allen & Unwin Ltd, 1932.

-Kalupahama, David J., *Buddhist Philosophy: A Historical Analysis*, Honolulu: University of Hawaii Press, 1976.

Phương pháp hoài nghi của Descartes

Tài liệu tham khảo chính yếu 2: (trang 54)

-Lavine, T.Z., From Socrates to Sartre: the philosophic Quest, Toronto: Bantam Books, 1989.

-Lê Tôn Nghiêm, Lịch sử Triết học Tây phương (trọn bộ gồm 3 quyển), Saigon: Trung Tâm Học Liệu xuất bản khoảng 1971, in lại bởi NXB T.P. Hồ Chí Minh, 2000.

-O'Connor, D.J.(Edited), A Critical History of Western Philosophy, New York: The Free Press of Glencoe, A Division of Macmillan Publishing Co., Inc., 1964.

-Russell, Bertrand, History of Western Philosophy, Great Britain: George Allen & Unwin, 1946.

-Trần Thái Đỉnh, Triết học Descartes, Saigon: Thời Đại và NXB Văn Học (first published 1st Jan. 2005), 2014.

------ O -------

Chương 1 : Cuộc đời của Đức Phật

(tiếp theo trang 46)

Tài liệu tham khảo chính yếu

-Bhikkhu Nanamoli, The Life of Buddha, Kandy (Sri Lanka): Buddhist Publication Society, 1972.

-Bhikkhu Narada Maha Thera, The Buddha and his Teaching, Colombo (Sri Lanka), 1942.

Bản tiếng Việt : "Những điều Phật dạy" do Phạm Kim Khánh dịch, Saigon: 1964.

-Mitchell, Donald W. & Jacoby, Sarah H., Buddhism: Introducing the Buddhist Experience, New York: Oxford University Press, 2014.

-Rahula, Walpola, What the Buddha Taught, New York: Grove Press, First published 1959. Reprinted many times.

Bản tiếng Việt: "Những điều Đức Phật đã dạy" do Ni Sư Thích Nữ Trí Hải dịch, Saigon: 1966.

Chương 3

Tư tưởng Triết học Tôn giáo Ấn độ có trước khi Đức Phật Thích-ca ra đời

Trong bài này, chúng tôi sẽ trình bày:

I.- Thời kỳ Veda.
1.-Tư tưởng triết học và tôn giáo trong 4 Thánh Kinh *Vedas*.
2.-Tư tưởng triết học trong Thánh Kinh *Tế nghi thư* Brahmana (khoảng 1000 tr. CN – 800 tr. CN).
3.-Tư tưởng triết học trong kinh Upanishad (khoảng 800 tr. CN):
-Atman và Brahman.
-Karma và Samsara.
II.-Sáu phái triết học thuộc hệ thống triết học chính thống (Orthodox systems):
1.-Trường phái Nyaya.
2.-Trường phái Vaisesika.
3.-Trường phái Samkhya.
4.-Trường phái Yoga.
5.-Trường phái Mimansa.
6.-Trường phái Vedanta

* * *

I.- Thời kỳ Veda (Vedic period):

1.- **Tư tưởng triết học và tôn giáo trong 4 thánh kinh Vedas**

(VH. Tứ Vệ-đà kinh điển, Skt. Catur-Veda, **Av.** Four Vedas):

Veda trong tiếng Sanskrit có nghĩa là sự hiểu biết (knowledge). Thánh kinh Veda là bộ sách thâu tóm tất cả cái hiểu biết của dân Aryan qua các câu thơ ca bình dân về quan niệm, tập tục lễ nghi ở các bộ lạc Aryan dọc theo sông Indus, Gange và dọc theo chân núi Hymalaya. Bộ kinh nầy được truyền khẩu qua nhiều thế hệ, có lẽ trước năm 1500 tr.CN, cho đến năm 800 tr.CN thì được ghi lại bằng tiếng Ấn độ cổ. Bộ kinh Veda có điểm tương tự như Kinh thi, là sự ghi lại các câu thơ ca về phong tục tập quán của người bình dân do Đức Khổng tử kết hợp lại. Như vậy, kinh Veda là một sáng tác do nhiều người trong dân gian Aryen.

Bộ kinh Veda gồm có 4 cuốn:

1.-Rig-Veda: gồm các bài thơ dùng để cầu nguyện, tán tụng công đức của các bậc thần thánh.
2.-Sama - Veda: gồm các bài thơ ca dùng để ca ngợi các thần thánh khi cầu lễ.

3.-Yayur- Veda: gồm các bài thơ ghi lại cách thức cầu khẩn, cách thức cúng tế khi hành lễ.

4.-Atharva-Veda: gồm các bài thơ là các bài thần chú, các bài phù phép khi được đọc tụng sẽ đem lại nhiều điều tốt cho người đọc hoặc cho người thân, hoặc có thể gây tai họa cho kẻ thù. Thí dụ: có bài thần chú để cầu cho có con, hoặc để tai qua nạn khỏi; hoặc có bài thần chú làm tiêu diệt hoặc làm nản lòng kẻ thù.

Trong mỗi cuốn kinh Veda đều chia làm 4 phần:

a.- Mantra: gồm các bài ca tụng, các bài thánh ca.

b.- Brahmana: gồm các bài ghi các nghi thức hành lễ cho các tu sĩ dùng, có các bài cầu nguyện và thần chú cho tu sĩ đọc tụng.

c.- Aranyaka: gồm các bài dành riêng cho các nhà tu khổ hạnh dùng, hoặc cho các vị đang tu luyện trong rừng sâu.

d.- Upanishad: gồm các bài thuyết giảng, các bài giải thích về triết học của Veda, các triết gia dùng để học hỏi triết lý Veda.

Thánh ca Veda đã ca tụng ngôi sao sáng tạo "**Thần sáng tạo**"hay "**Đấng sáng tạo**" Brahmanaspati. Kiến trúc sư của vũ trụ vạn vật là Vicvakarman.Thượng đế, là nguyên lý của vũ trụ, là nguồn sống, là đấng tối cao điều hành vũ trụ, có toàn năng.

Theo thánh kinh Veda thì có rất nhiều vị thần ở khắp 3 cõi: Trời, Không trung, Đất như thần lửa Agni, thần mặt trời Mitra, thần mặt trăng Varuna, rồi đến thần sông, thần núi, thần gió thần mưa v...v… tất cả các hiện tượng thiên nhiên đều được thần hóa .

Có một sợi chỉ truyền thống xuyên suốt các tư tưởng tôn giáo từ các kinh Veda , kinh Upanishad đến Bhagavad gita và Vedanta là ở chỗ tôn sùng 3 vị thần tối cao, 3 vị thần nầy hợp nhau lại để sáng tạo ra Vũ trụ vạn hữu :

1- Thần sáng tạo: Brahman

2- Thần hủy diệt: Shiva

3- Thần bảo vệ: Vishnu.

Trong 3 vị thần trên thì thần Brahman (âm VH, Phạm Thiên) là vị thần sáng tạo tối cao, hay là thần của thế giới vô ngã- đối lại với tự ngã là Atman- là biểu tượng cho nguyên lý vũ trụ trong triết học Ấn độ xa xưa.

Dân tộc chiến thắng Aryan, người Aryan xâm chiếm Ấn độ trong khoảng 1800 – 1500 trước Công Nguyên, đã đặt ra 4 đẳng cấp trong xã hội Ấn độ ngày xưa, họ thuộc vào 3 đẳng cấp trên, còn dân tộc chiến bại Dravidian và cư dân bản xứ khác thì thuộc đẳng cấp ở dưới. Người Bà-la-môn (Brahman) là hạng người chuyên môn có khả năng điều động các thần: hô phong hoán vũ, nhờ những ma thuật riêng đi kèm với những nghi thức cúng tế. Người Bà la môn đã trở nên đẳng cấp thứ nhất trong 4 đẳng cấp của xã hội Ấn độ ngày xưa:

1.- Brahmana : Bà-la-môn, giáo sĩ

2.- Ksatriyas : vua chúa, hoàng tộc, võ sĩ.

3.- Vaicyas: thương gia, lái buôn.

4.- Cudras: nô lệ, nô bộc.

Có nhiều người ở ngoài 4 đẳng cấp trên là đẳng cấp Parias; ở cấp bực thấp nhất là Candalas là những người được sinh ra từ bà mẹ thuộc đẳng cấp Brahmana và cha thuộc đẳng cấp Cudras.

Có sự phân biệt giữa tiếng đẳng cấp và giai cấp: hệ thống *đẳng cấp (caste system)* là tầng lớp xã hội có tánh cách cha truyền con nối, còn hệ thống *giai cấp (class system*) là tầng lớp xã hội có thể thay đổi dựa theo tình trạng kinh tế, mức độ thu nhập của lợi tức, nghề nghiệp.

2- Tư tưởng Triết học trong Thánh kinh "*Tế nghi thư*"-Brahmana (khoảng 1000 tr.CN – 800 tr.CN)

Brahmana/ Tế nghi thư/ là bộ Thánh kinh sưu tập các nghi thức và các bài kinh để tụng đọc trong khi làm lễ tế tự. Brahmana còn ghi cả tư tưởng triết học trong thời đại Brahmana, tư tưởng tiếp nối tư tưởng triết học của thời kỳ Veda.

Brahman là giáo sĩ Bà la môn, một chức sắc tối cao trong hàng giáo phẩm, vị nầy có pháp thuật cao siêu, tinh thông bùa chú nên có thể sai khiến thần linh, có thể sai khiến "*cái uy quyền tối cao*", uy quyền tối cao nầy chi phối tất cả năng lực của tạo hóa.

Các giáo sĩ Brahman tự coi mình là những bậc siêu nhiên. Họ tự coi mình là người tinh thông pháp thuật, bùa chú cao cường, nên những quyền lực siêu nhiên của họ chẳng những cảm thông được với các vị thần mà họ còn sai khiến các vị thần nữa. Họ tự cho mình là những "*thần nhân*" (Av, *God-Men;* Pháp, *Hommes-dieux*)

Trong xã hội Ấn độ thời ấy, có 4 đẳng cấp, giáo sĩ Brahman nhờ thông hiểu cách thức cúng lễ tế nên đã trở nên đẳng cấp thứ nhất của xã hội.

Theo Thánh kinh Brahmana, trong nghi thức cúng tế cần phải có lễ vật và các dụng cụ để hành lễ. Lễ vật và các dụng cụ hành lễ cũng có sức mầu nhiệm để chuyển đổi ý muốn và hành động của thần linh. "*Lễ*" là môi giới giữa tiểu vũ trụ, nội giới tiểu ngã (Atman) với đại vũ trụ, ngoại giới đại ngã (Brahman, VH: Phạm Thiên).

Ở Trung Hoa và Việt Nam thời xưa, và ngay cả ngày nay còn thấy ở vài nơi, cũng có những người biết pháp thuật, bùa chú...chuyên lo việc cúng tế lễ, họ là Cô Đồng (người nữ lên đồng), Cậu Đồng (người nam lên đồng), Pháp Sư/Thầy Phù Thủy.

"*Lễ*" trong nghi thức của Brahmana là việc rất trọng đại không những ở trong truyền thống tư tưởng Ấn độ mà còn ở trong truyền thống tư tưởng Trung Hoa và Việt Nam.

Theo Thánh kinh Brahmana thì giữa kiếp này và kiếp sau, bao giờ nó cũng có cái duyên nghiệp (karma) nối nhau chằng chịt từ kiếp này với kiếp khác. Nếu kiếp này tích nhân tích đức, tích thiện càng nhiều bao nhiêu, tức là tạo nên "*duyên tốt, hạnh phúc*"cho kiếp sau càng lớn. Kinh Brahma nhấn mạnh muốn được hiệu nghiệm cho việc tích đức, tích nhân ở kiếp này thì ngay trong kiếp này phải thường xuyên lễ bái, thường xuyên cầu khẩn, thường xuyên phụng thờ đấng tối cao, phụng thờ thần linh. Thuyết duyên nghiệp (skt.Karma) và luân hồi (skt.Samsara) sẽ trở nên lý thuyết luân lý căn bản cho các tôn giáo sau này, trong đó có Phật giáo.

Trong Thánh kinh Brahmana, có vị thần Prajapati là vị thần sáng tạo nên vũ trụ vạn vật. Sự vật sinh ra rồi tự hủy, rồi lại phát sinh lại, có sự luân lưu di chuyển mãi mãi không ngừng. Tuy nhiên, muốn vạn vật được trường tồn thì còn phải có một yếu tố nữa là "**thời gian**"(kala) nếu không có thời gian luân lưu dây chuyền thì vạn vật cứ đứng một chỗ, mãi mãi ở chỗ hiện hình lúc ban đầu, nguyên hình không thể nào biến thiên, sanh sanh hóa hóa được. Bởi thế nên thần sáng tạo ra vũ trụ Prajati mới lấy dòng nước làm dòng thời gian, nước chảy xuôi rồi chảy ngược lên vô cùng tận và không bao giờ ngừng nghỉ. **"Thời gian"** là chất liệu để sanh thành, để biến hóa vạn vật trong vũ trụ.

"Thời gian" quả thật nhiệm mầu. Dòng thời gian bao gồm quá khứ, hiện tại và tương lai. Quá khứ cũng như tương lai đều là sự di chuyển của hiện tại. Nếu hiện tại nhiệm mầu thì quá khứ cũng nhiệm mầu và tương lai lại còn nhiệm mầu hơn.

Trong triết học Trung hoa, Khổng tử (551 tr. CN – 479 tr. CN) có một hôm đứng trên bờ sông mà nói rằng:

"Thệ giả như tư phù, bất xả trú dạ"

逝者如斯夫，不舍晝夜

(*Thời gian đi qua như dòng nước chảy suốt cả ngày đêm không ngừng nghỉ) Luận ngữ*

Trong triết học Tây phương, Héraclitus (Greek, 535 tr.CN – 475 tr. CN) đã chủ trương rằng mọi vật di chuyển như một dòng nước: "Bạn không thể nào tắm 2 lần trong cùng một dòng sông, vì nước mát luôn luôn trôi chảy qua người bạn. Mỗi ngày mặt trời đều đổi mới".

Phật giáo thì có quan niệm căn bản là vô thường/ phù du, có nghĩa là mọi vật đều biến chuyển không ngừng trong vũ trụ vạn vật. Sự vật ở đời thay đổi từng giây, từng phút, từng sát-na (srt. ksana). Sát-na là một đơn vị thời gian rất ngắn. Theo kinh Phật thì một ý tưởng thoáng qua đầu đã có 90 sát-na.

KẾT LUẬN:

Thời kỳ nghi lễ Brahmana là thời kỳ chuyển tiếp giữa thời kỳ Veda với thời kỳ triết học Upanishad. Các nghi thức tế lễ sẽ nhường bước cho con đường tri thức. Nói cách khác, triết học Upanishad được phát triển thì thần học, ma thuật, tế lễ vật linh sẽ dần dần thoái hóa. Triết học Upanishad đã bắt đầu khai mở cho một thời đại triết học phong phú sau nầy. Nhưng truyền thống của tư tưởng Ấn độ vẫn là những suy tư về vấn đề đồng nhất cái tiểu ngã với đại ngã là tiềm năng sáng tạo của vũ trụ vạn hữu.

3- Tư Tưởng Triết Học trong Kinh Upanishad (khoảng 800 tr. CN):

Bộ Thánh kinh Upanishad (phiên âm VH: Áo- nghĩa-thư) là bộ kinh ghi lại các bài thuyết giảng và nghị luận triết lý về ý nghĩa của các lễ nghi, triết lý của các bài kinh trong "*tứ Vedas*". Chúng ta có thể tìm thấy nền tảng giáo lý của Ấn độ giáo (Hinduism) và các tôn giáo khác ở Ấn độ như :thuyết nghiệp hay hành động (Karma, Av.

action), thuyết luân hồi tái sinh (Samsara, Av reincarnation), giải thoát (Moksha /Nirvana, Av. Liberation/ release) linh hồn, cá nhân hay tiểu ngã (Atman, Av. soul) và linh hồn vũ trụ hay đại ngã (Brahman, Av. Absolute almighty or ultimate reality)

Chữ " Upanishad" có thể chiết tự thành: Upa có nghĩa là gần, Ni có nghĩa là nghiêm trang, Shad có nghĩa là ngồi. Hội ý 3 chữ nầy thì Upanishad có nghĩa đen là "ngồi dưới gần" (sitting down near) hay "ngồi gần" (sitting close to) sư phụ để nghe giảng dạy. Rồi dần dần Upanishad có nghĩa rộng thêm là những bài học về giáo lý huyền nhiệm (mystic doctrines) của sư phụ.

Upanishad không phải là bộ kinh tôn giáo mà nó là bộ kinh chú trọng về triết học. Trái với "Tế nghi thư Brahmana" chú trọng đến các nghi thức tế lễ đầy tính cách tôn giáo Bà-la-Môn.

1.-Atman và Brahman:

Atman (Tiểu ngã) nghĩa là linh hồn cá nhân, tinh hoa của mỗi sinh vật. Mỗi sinh vật con người, thú vật, cỏ cây đều có một tiểu ngã. Tiểu ngã nầy là một linh hồn bất diệt của sinh vật. Atman không phải là thân xác, vì thân xác thì không bất diệt. Thân xác là chỗ nương nhờ của tiểu ngã cho tới khi thân xác chết đi. Như vậy, tiểu ngã thì bất tử và tồn tại vĩnh viễn.

Brahman (Đại ngã) là linh hồn vũ trụ, là thực thể tuyệt đối thánh thiện (ultimate divine reality) là tinh thần vũ trụ vĩ đại (great cosmic spirit) tồn tại vĩnh viễn, là thực thể có trước nhất.Vũ trụ vạn vật đều được sinh ra từ Brahman (linh hồn vũ trụ). Brahman chi phối vũ trụ vạn vật.

Triết học Upanishad chủ trương Atman (linh hồn cá nhân) có thể đồng nhất với Brahman (linh hồn vũ trụ) không phải bằng cách cúng tế hành lễ bên ngoài, bằng cuộc tế lễ các sinh vật, gọi là sinh tế hay hy tế, mà phải bằng cách hướng về nội tâm, rồi từ nội tâm theo con đường thực hiện bằng tri thức thuần túy để thấy được Brahman bằng trực giác.

Phật giáo gọi phương pháp nầy là "*hiện lượng*", là "*kiến tánh*".

Atman tức là Brahman, linh hồn cá nhân chính là linh hồn vũ trụ. Nói cách khác, linh hồn của tất cả chúng sinh thì đồng nhất với linh hồn vũ trụ. Brahman là linh hồn tối cao, là nguyên lý vũ trụ, là thực thể tuyệt đối nên không thể thấy và biết được, "*bất khả tri*", bằng giác quan mà phải qua quá trình thực nghiệm tâm linh.

Trọng tâm của triết học Upanishad là đấng tối cao duy nhất /Brahman đã tạo ra vũ trụ vạn vật, rồi chi phối vũ trụ vạn vật. Brahman tạo ra thì thành hình sắc, Brahman thu về thì lại trở về Brahman. Nói cách khác, khi tiểu ngã (Atman) chưa hòa nhập với đại ngã (Brahman) thì tiểu ngã vẫn còn phải luân hồi trong vòng sanh tử. Khi tiểu ngã hoà nhập được với đại ngã, thì con người, chúng sanh, sẽ được giải thoát khỏi luân hồi sanh tử: "Atman- Brahman" đồng nhất, tiểu ngã hoà đồng với đại ngã trong một trạng thái bất biến vĩnh viễn, con người được giải thoát. Như vậy, linh hồn cá nhân đồng nhất với linh hồn vũ trụ, đó là triết lý Advaita của Upanishad.

2.-Karma và Samsara.

Karma là duyên nghiệp / nghiệp báo/ hay hành động (action), như trong truyền thống Veda và Bramana. Theo Upanishad thì giữa kiếp nầy và kiếp sau bao giờ nó cũng có cái duyên nghiệp nối chằng chịt từ kiếp nầy sang kiếp khác. Nếu kiếp nầy tích nhân, tích đức, tích thiện càng nhiều bao nhiêu tức là tạo nên "*duyên tốt hạnh lành*" cho kiếp sau càng lớn.

Do ở lòng ham muốn và các hành động gây ra của con người, linh hồn cá nhân bị giam hãm trong thể xác từ kiếp nầy qua kiếp khác, đó là học thuyết ***Samsara*** (continuous flow), luân hồi tái sanh là cái vòng lập đi lập lại của sanh, sống và tử [the repeating cycle of birth, life and death (reincarnation)]. Muốn giải thoát (*Moksha*/ Nirvana, liberation /release) khỏi vòng luân hồi, tái sinh để linh hồn cá nhân trở về đồng nhất với linh hồn vũ trụ thì con người phải dốc hết lòng tu luyện, thực nghiệm tâm linh.

- Tu luyện cái nghiệp cho đến chỗ chí thiện (karma yoga).
- Tu luyện tri thức để tri thức đạt đến chỗ chí thiện (Jnana yoga).

Upanishad chủ trương con người phải theo con đường tu luyện tri thức. Nhờ tu luyện tri thức con người sẽ "*kiến tánh*" sẽ trực giác biết được chính cái tiểu ngã của mình và sẽ thực hiện đồng nhất linh hồn cá nhân với linh hồn vũ trụ tuyệt đối, tức là đến chỗ giải thoát (moksha).

Tư tưởng triết học trong các thánh kinh Upanishads thì con người /tiểu ngã ở trong 3 trạng thái kinh nghiệm của tâm thức như sau:

1- *Trạng thái lúc thức*: con người nhận thức được các sự vật bên ngoài lẫn đối tượng nhờ các giác quan và sinh hoạt trong thế giới hiện tượng biến hóa liên tục.
2- *Trạng thái mộng*: con người khi ngủ mơ thấy các sự vật hiện ra đằng sau con mắt đã nhắm. Khi ngủ có một phần kinh nghiệm của thế giới hiện thực được cảm nhận lúc thức và phối hợp lại trong cảnh giới của mộng.
3- *Trạng thái ngủ say*: tiếng Việt Hán gọi là thuỵ miên tức là nằm ngủ không thấy một cái mộng nào hết. Dĩ nhiên khi ngủ thì cũng không đòi hỏi sự tiếp xúc với một đối tượng bên ngoài nào.

Theo Upanishad các hiện tượng ngoại giới thì biến ảo nên trạng thái lúc thức cũng không phải là thực, trong trạng thái mộng thì sự vật cũng không có thực, còn ở trạng thái ngủ say thì không thấy cái gì hết, nên cũng không có thực. Tất cả đều biến đổi không ngừng, Upanishad gọi là ảo hóa (Srt. Maya, Av. illusion) tức là không phải là thực tại tuyệt đối, bất biến. Cùng một ý nghĩa nầy, trong *Cung oán ngâm khúc*, cụ Nguyễn gia Thiều (1741-1789) đã viết:

"Tuồng ảo hóa đã bày ra đấy,
Kiếp phù sinh trông thấy mà đau."

Tóm lại, triết học Upanishads chuẩn bị, khai mở và hướng dẫn người tu tập biết được và nhận thức được **chân lý tuyệt đối tối cao** (Ultimate Truth).

II.- Sáu phái triết học thuộc hệ thống triết học chính thống (Orthodox systems):

1.- Trường phái Nyaya.
2.-Trường phái Vaisesika.
3.-Trường phái Samkhya.
4.-Trường phái Yoga.
5.-Trường phái Mimansa.
6.-Trường phái Vedanta.

1.- Trường phái Nyaya: (HV. Trường phái **Chính Lý**, Av. Nyaya School)

Nyaya (HV. Chính Lý hay Luận Lý), chữ Sanskrit, có nghĩa là phép tắc, phương pháp, thẩm định (Av. rule, method, judgement).

Trường phái này lấy kinh điển Nyaya Sutras, gồm có 538 câu làm căn cứ. Các Kinh Nyaya Sutras bàn luận chính về luận lý, phương pháp luận lý và nhận thức luận (Nyaya Sutras primarily discusses logic, methodology, and epistemology).

Khai tổ là Aksapada Gotama (khoảng 50 – 150 CN). Triết gia này có họ là Gotama, và có biệt danh là Aksapada (Tàu dịch là Túc Mục). Tương truyền Gotama luôn luôn suy tư về các vấn đề tư tưởng triết học, khi bước chân đi ông không quan sát mặt đất mà chỉ chú tâm vào các vấn đề triết học mình đang suy tư; một hôm ông bước chân lọt xuống giếng, Thượng đế đã vớt ông lên và tạo ra đôi mắt ở dưới chân ông (túc= cái chân, mục= mắt) để giúp ông có thể quan sát mặt đường trong khi bước chân đi.

Sau này, học giả Vatsyayana đã viết loại sách Bhasya (luận đề, phê bình) để chú thích và giảng giải bộ Kinh Nyaya Sutras rất có giá trị.

a- Về quan niệm nhân sinh:

Trường phái Nyaya cho rằng con người sống ở đời gặp triền miên khổ sở. Căn nguyên của khổ đau là sự kiện con người phải hoạt động để duy trì sự sanh tồn. Để duy trì sự sanh tồn, các hoạt đông của con người bị tạp nhiễm: tham, sân, si. Đó là tác nghiệp (Srt. Pravratti) làm cho tâm trí bị lu mờ khiến ta bị phiền não (Srt. Dosa). Phiền não là do vô tri (Srt. Mithyajnana). Vậy muốn diệt khổ đau thì phải diệt vô tri, tiêu diệt được vô tri thì nhận chân được chân tướng của mình, tức là đạt được giải thoát, lìa được hết ưu tư, khổ não. Thuyết Nyaya cho rằng giải thoát tức là lìa khỏi sự ràng buộc của luân hồi, lìa khỏi sự ràng buộc của vòng sanh tử, tử sanh. Muốn giải thoát phải tuyệt đối giữ giới luật và tu tập thiền quán.

b- Về vũ trụ quan:

Phái Nyaya cho rằng vũ trụ được cấu tạo bởi vô số nguyên tử. Những nguyên tử này thì không biến đổi, luôn luôn trường cửu, bất diệt. Phái Nyaya cho rằng *tiểu ngã* (Srt. Atman) là thực sự có.

c- Về phương pháp nghị luận của tư tưởng:

Đây là nền tảng của **Nhận Thức Luận** trong triết học cổ điển Ấn độ, và cũng là nền tảng cho sự phát triển **Nhận Thức Luận** trong triết học Phật giáo.
(Xem thêm chi tiết trong bài: *Nhận thức luận trong triết học cổ điển Ấn-độ và trong triết học Phật giáo)*

2.-Trường phái Vaisesika (HV. Trường phái Thắng Luận, Av. Vaisesika School):

Khai tổ là Kanada Kashyapa (khoảng 150 – 50 tr. CN), kinh điển căn bản là Vaisesika Sutra, gồm có 370 câu.

a.-Về Vũ trụ luận:

Trường phái Vaisesika cho rằng vũ trụ vạn hữu cấu tạo nên là do 6 nguyên lý, tức là 6 Padartha (Tàu dịch là Cú-nghĩa):

1.- *Thực thể* (Srt. Dravya, Av. Substance) là hình thể cụ thể của vũ trụ như đất, nước, gió, lửa, chất ether, thời gian, không gian, linh hồn (Srt. Atman, Av. Self/ Soul) và ý (Srt. Manas, Av. mind).

2.- *Đức* (Srt. Guna, Av. Quality) đây là thuộc tính của vũ trụ vạn hữu.

3.- *Nghiệp* (Srt. Karma, Av. Activity) là hành động, vận động.

4.- *Đồng* (Srt. Samanya, Av. Generality) đây là tính phổ biến khi 3 nguyên lý Thực, Đức và Nghiệp cùng kết hợp.

5.- *Dị* (Srt. Visesa, Av. Particularity): khi 3 nguyên lý Thực, Đức và Nghiệp có sự khác, mỗi nguyên lý có một nét đặc thù riêng biệt.

6.-*Hòa hợp* (Srt. Samavaya, Av. Inherence): khi 5 nguyên lý kể trên liên kết với nhau.

b.- Về Nhân sinh quan:

Trường phái Vaisesika cho rằng con người được cấu tạo bởi các yếu tố:

1.- *Atman* (tiểu ngã / linh hồn) là một thực thể bất sinh, bất diệt.

2.- *Manas* (Ý, Av. sense mind) là cơ quan cảm giác thứ 6 (sixth sense), Manas liên lạc giữa Atman và ngũ giác quan (ngũ căn, Av. 5 sense organs). Ngũ giác quan do vật chất hay phần vật lý tạo thành, gồm có: Nhãn căn, Nhĩ căn, Tỷ căn, Thiệt căn và Thân căn.

Đối tượng của ngũ căn là ngũ trần / ngũ cảnh (Av. 5 objects), gồm có: Sắc, Thanh, Hương, Vị và Xúc. Đối tượng của ý căn là các hiện tượng, ý căn phối hợp ngũ căn với ngũ trần tương ứng. Atman là trung tâm còn các giác quan khác là phụ thuộc để nhận thức và hành động.

Adrsta (Nghiệp lực) làm con người bị luân hồi, muốn thoát khỏi luân hồi thì phải diệt nghiệp lực, muốn diệt nghiệp lực thì phải tu hành khổ hạnh để đạt được cảnh giới thuần túy của Atman, đó là trạng thái của giải thoát.

c.- Về Nhận thức luận:

Trường phái Vaiseika cũng như Phật giáo chỉ chấp nhận có hai nguồn/ phương cách đáng tin cậy để đạt được nhận thức đúng đắn là:

1.- Pratyaksa (Av. Perception, tri giác).

2.- **Anumana** (Av. Inference, suy luận hay suy lý).

3.- Trường phái Samkhya (Hv.Trường phái Số luận, Av. Samkhya School):

Samkhya, chữ Sanskrit, có rất nhiều nghĩa: đếm, tính toán, lý luận, lý luận do tính toán trên con số, liên hệ đến con số thuần lý. Căn cứ vào các đoạn văn của triết thuyết cổ điển Ấn độ thì **Samkhya** có nghĩa là lý luận căn cứ vào các con số, nên Tàu dịch là **Số luận.**

Khai tổ là học giả Kapila (HV. phiên âm là Ca-tỳ-la) [khoảng 350 tr. CN - 250 tr. CN]. Các kinh điển đều thất lạc, chỉ còn bộ Samkhya Karika (Bộ Số Luận Tụng) do học giả Isvarakrsna (HV. phiên âm là Tự-hại-hắc) viết vào thế kỷ thứ 4 CN.

a.- Về Siêu hình học:

Phái Samkhya chủ trương thuyết nhị nguyên (Av. dualism): *tinh thần* (Srt.Purusa, Av. Consciousness) và *vật chất* (Srt. Prakrti, Av. Matter).

Vật chất là yếu tố thành lập vũ trụ vạn vật. *Tinh thần* là linh hồn. Linh hồn thì hoạt động và kết hợp với vật chất để tạo thành sinh vật (Srt. Jiva, Av. Living being).

Theo trường phái Samkhya, tinh thần nguyên thuỷ thì thanh tịnh, nhưng vì phải kết hợp và bảo dưỡng sự sinh tồn của vật chất. Vật chất thì cứ đắm chìm trong nghiệp thức luân hồi cho nên tinh thần cũng bị lôi kéo theo nghiệp luân hồi. Như vậy muốn tinh thần trở về thanh tịnh và thoát khỏi nghiệp luân hồi thì phải hành trì tu hành, thực hành thiền định (Yogic practices) để giúp tinh thần diệt sự dơ bẩn và trở về tự tánh của tinh thần là thanh tịnh để được giải thoát. Theo phái Samkhya, vô minh (Srt. Avidya, Av. Ignorance) là nguồn gốc của khổ đau và lưu luyến tức là vòng luân hồi (Srt. Samsara). Theo phái này, con đường để thoát khỏi khổ đau thì phải dựa vào nhận thức đúng đắn (Srt. Viveka, Av. Knowledge) để được giải thoát (Srt. Moksa, Av. Liberation).

b.- Về Nhận thức luận:

Trường phái Samkhya là một hệ thống triết học về số luận (enumerationist philosophy), nhận thức luận của phái này chỉ chấp nhận ba trong sáu nguồn của nhận thức (Srt. Pramanas, Av.Sources of Knowledge) như là những phương cách để đạt được nhận thức đúng đắn, gồm có: **Pratyaksa** (Av. Perception, tri giác), **Anumana** (Av. Inference, suy luận, suy lý) và **Sabda** (Av. Words or Testimony of reliable sources, văn thư hay lời tuyên bố từ những nguồn đáng tin cậy

4.- Trường phái Yoga (HV. Trường phái Du-già, Av. Yoga Shool):

Khai tổ là đạo sĩ Patanjali (HV phiên âm là Bát-tử-sà-lê) căn cứ vào các kinh Yoga Sutras (các Du-già kinh), các kinh này được viết trong khoảng 400 CN đến khoảng 450 CN. Trong các văn bản từ thời thượng cổ, thời trung cổ và thời hiện đại thường chỉ trường phái Yoga của Ấn độ bằng một danh từ đơn giản là Yoga.

Trường phái Yoga nghiên cứu một cách có hệ thống giúp làm tốt hơn cho con người về thể chất, tinh thần và tâm linh. Phương thức này đã ảnh hưởng tất cả các trường phái khác.

"Tại Ấn độ, kể từ thượng cổ, khi phát khởi nên nền văn minh ở trên sông Indus, thì tại những bộ lạc tiền trú xa xưa của thời đại ấy đã có đường lối tĩnh tọa minh tưởng ở dưới cổ thụ thanh vắng, hoặc trong rừng núi u tịch. Ở thời buổi sơ khai, đường lối tĩnh tọa minh tưởng này, chỉ là để tránh cảnh náo nhiệt, khỏi bận tâm mà cần lấy những ngày giờ an thái cho tinh thần. Về sau, được chuyển sang thành một phương pháp tu hành của

nhiều giáo phái, lấy tĩnh tọa làm đường lối thực tiển dụng tâm để chế ngự Ý. Ngoài ra, đời sống con người buộc cái thân con người phải luôn luôn hoạt động, bận bịu đến nỗi quên cả bản căn mình. Thế nên, chỉ tĩnh tọa mới là phương pháp duy nhất để có thời giờ và hoàn cảnh "rút" thân mình ra khỏi trường hoạt động, đặt lòng mình vào cõi tuyệt đối tĩnh mịch. Đó là con đường thần bí kì diệu khả dĩ đưa giác thức tới gần đấng đại cao cả nắm giữ bản căn của mình. Trải qua nhiều thế hệ, các nhà trí thức, bất luận là trong giáo phái nào cũng công nhận tĩnh tọa rất có lợi cho sự tu hành. Tóm lại, đạo phái Yoga lấy tĩnh tọa làm đường lối duy nhất để tu dưỡng đến đắc quả giải thoát. Người tu hành theo Yoga là Yogin, và người nào đắc quả giải thoát được gọi là Muni (bậc tôn quý).

Yoga có nghĩa là thống nhất tâm thể về một mối. Thống nhất tâm thể tạo thuần tâm, tức diệt hết mọi tác dụng của tâm. Nói một cách khác tức là không để tâm bị vọng động bởi ngoại giới mà phải kìm giữ nó luôn ở trong lĩnh vực thanh tĩnh và bất động. Muốn cho khỏi bị dao động, ta phải tránh những trường hoạt động, lánh vào những chỗ xa vắng u nhàn mà tĩnh tọa. Tĩnh tọa là ngồi ngay ngắn nghiêm chỉnh thật lâu, hai chân vòng lại xếp bằng, hơi thở thong thả nhẹ nhàng để tâm khỏi bị tán loạn, không dùng đến những dự cảm của ngũ quan nói chung, là tập trung hết mọi khả năng của Ý, của Chí lại để giữ cho Tâm được thanh tịnh".

(Thích Mãn Giác, *Lịch sử triết học Ấn độ,* Saigon: Ban Tu Thư ĐH Vạn Hạnh, tr. 259 - 259. In lại:NXB Văn Hóa Saigon, 2007)

a.- Về Siêu hình học:

Trường phái Yoga quan niệm nhị nguyên cũng như trường phái Samkhya: *tinh thần* (Srt. Purasa, Av.consciousness) và *vật chất* (Srt. Prakriti, Av. Matter). *Sinh Vật* (Srt. Jiva, Av. Living being) là tình trạng mà tinh thần kết hợp, bám víu vào vật chất.

b.- Về nhận thức luận:

Yoga, cũng như trường phái Samkhya, chỉ chấp nhận 3 trong 6 nguồn của nhận thức như là những phương cách để đạt được nhận thức đúng đắn: 1.- Pratyaksa (tri giác, Av. perception); 2.-Anumana (suy lý, lý luận, Av. Inference); và 3.- Sabda (văn thư hay lời tuyên bố từ nguồn có thẩm quyền đáng tin cậy, lời chứng ; Av. Words or Testimony of reliable resources).

c.- Về phương pháp tu hành:

Trường phái Yoga chủ trương phương pháp tu hành gồm có 8 giai đoạn:

1.-**Cấm chế** (Srt. Yamas, Av. do not do these) gồm có 5 điều cấm chế/ 5 giới luật: **a**.- *Ahimsa* (non-violence/ non- harming other living beings): không sát sanh; **b**.-*Satya* (truth-fulness, non-falsehood): chân thực; **c**.-*Asteya* (non-stealing): không trộm cướp; **d.**-*Brahmacarya* (non-cheating on one's partner, marital fidelity or sexual restraint): không tà dâm; **e.**- *Aparigraha* (non-possessiveness): không có của riêng.

2.-**Khuyến chế** (Srt. Niyama, giá trị đạo đức được đề cao, Av, positive duties or observances / recommended activities and habits for healthy living, spiritual enlightenment and liberated state of existence). Phái Yoga đưa ra lý thuyết về giá trị đạo đức gồm có tập quán đạo đức, thái độ đạo đức và những quan sát đạo đức. Yoga khuyên hành giả giữ cho tâm bất động trước ngoại cảnh, giữ cho lòng được luôn luôn thanh tịnh. Hành giả phải loại bỏ mọi cám dỗ của lợi danh.

Trong kinh điển Yoga Sutras đã liệt kê 5 điều khuyến chế (five Niyamas): **1.-Sauca** (purity, cleaness of mind): giữ tâm trong sạch. **2.-Santosa** (contentment / satisfied, acceptance of others: Santosa, là tiếng Sanskrit, gồm có Sam (San) = cùng nhau, Tosha = chấp nhận. Do đó Santosa có nghĩa là chấp nhận các hoàn cảnh của người khác để có thể trở về quá khứ hay thay đổi họ, luôn lạc quan và tự hài lòng. **3.-Tapas** (persistence, austerity): tiếng Sanskrit, có nghĩa đen là làm nóng (to heat), nghĩa bóng là cố gắng làm việc gì có khó khăn. **4.-Savadhyaya** (Self-reflection, study of Vedas): phản tỉnh để suy xét về các tư tưởng, lời nói và hành động của mình. Học tập kinh điển Vedas. **5.-Ishvara Pranidhana** (contemplation of Ishvara): suy ngẫm về Thượng đế. Ishvara, tiếng Sanskrit, có nghĩa là Thượng đế / Brahman/ Thực tại tuyệt đối tối cao. Pranidhana, tiếng Sanskrit, có nghĩa là hiến dâng.

3.-**Tọa pháp** (Srt. Asana, Av. Steady, comfortable seat): hành giả luôn giữ tâm lắng đọng, khi tỉnh tọa phải nghiêm trang.

4.-**Điều tức quán** (Srt. Pranayama, Av. Breathing exercises): hành giả phải giữ nhịp thở nhẹ nhàng trong lúc tĩnh tọa.

5.-**Chế cảm pháp** (Srt. Pratyakala, Av. gaining power to dominate or defeat external influences): hành giả phải chế ngự các cảm giác quan để không bị giao động trước ngoại cảnh.

6.-**Chấp trì pháp** (Srt. Dharana, Av. Concentration of the mind): Chú tâm vào một đối tượng, để tâm lắng yên trong thời gian tĩnh tọa; tập trung tư tưởng vào một dối tượng đặc biệt nào đó.

7.-**Tĩnh lự pháp / thiền định pháp** (Srt. Dhyana, Av. meditation that requires deep mental concentration): tập trung tư tưởng thâm sâu vào một đối tượng là đạo pháp để mỗi ngày mỗi tiến gần đến chỗ uyên thâm và vi diệu của đạo pháp.

8.-**Đẳng trì / Tam muội** (Srt. Samadhi, Av. concentration or unification of mind): giữ tâm được vắng lặng để đạt được cảnh giới xán lạn tức là chứng được tam muội. Trong Yoga, đây là tầng thiền định cuối cùng và không còn phân biệt nhị nguyên (non-duality).

5.- Trường phái Mimansa (HV. Trường phái Nhĩ-man-tác)
(HV phiên âm: Di-man-tác; Av. Mimansa School)
Mimansa, chữ Sanskrit là thẩm sát (critical investigation) và khảo cứu.

Khai tổ là Jaimini (HV phiên âm: Sà-y-nhĩ-ni) [khoảng thế kỷ 5 hay 4 tr. CN], ngài sáng tác kinh điển Mimamsa Sutra làm căn cứ để truyền bá học thuyết của mình.

Mimansa Sutra hướng về truyền thống tư tưởng Bà-la-môn (Brahminical thought) phản ảnh nhiều ý nghĩa từ các kinh văn Vệ-đà. Trường phái Mimansa chuyên nghiên cứu, chú thích và biện minh tất cả những nghi thức về tế lễ được quy định ở các Thánh kinh Vedas. Họ tin tưởng Thánh điển Vedas là những lời lẽ cao siêu và tuyệt đối.

a.-Trường phái Mimansa chủ trương "**âm thanh thường trụ**" có nghĩa là lời nói là những âm thanh in đậm vào khắp không gian và lưu truyền vĩnh viễn, không thể nào tan mất. Thánh điển Vedas gồm cả **lời nói** lẫn **văn tự**, là giáo lệnh mà con người phải tuyệt đối phụng hành các giáo điều và mệnh lệnh của Thánh kinh Vedas.

b.-Về siêu hình học và đức tin:

Trọng tâm của trường phái Mimansa là làm sáng tỏ bản tánh của *Pháp* (Dharma), thấu hiểu các nghi thức về tế lễ và các đặc quyền đã được thực hành.

Phái này chủ trương các Thượng đế (Gods) được Thánh kinh Vedas tôn vinh thì không thể hiện hữu ở ngoài các Thần chú (Mantras), các Thần chú này đã tôn vinh các Thượng đế. Điều này có nghĩa là thần lực của các Thần chú chính là thần lực của các Thượng đế.

Dharma (Pháp), theo phái Mimansa, là bổn phận hay đức lý (duty or morality), là những nhận thức tùy thuộc vào Thánh điển Vedas.

c.-Về nhận thức luận:

Trường phái Mimansa có nhiều trường phái nhỏ, mỗi trường phái nhỏ đã định nghĩa quan niệm về nhận thức luận khác nhau: có hai quan niệm chính của hai trường phái nhỏ như sau:

1.-Phái **Prabhakara** là tên của một triết gia vào thế kỷ thứ 7. Prabhakara chủ trương có 5 nguồn của nhận thức để đạt được nhận thức đúng đắn là: **1.-Pratyaksa** (Av. Perception): tri giác. **2.-Anumana** (Av. Inference)**:** suy lý, suy luận. **3.-Upamana** (Av. Analogy): lý luận loại suy. **4.-Arthapatti** (Av. Presumption): giả định vào một hoàn cảnh/ một tình trạng để đi đến kết luận). **5.-Sabda** (Av. Words or Testimony): Thánh lượng hay lời chứng: suy luận căn cứ trên thẩm quyền của một nhân cách có uy tín và đáng tin cậy, ngày xưa thường căn cứ vào Thánh điển Vedas.

2.-Phái **Bhata,** do triết gia Kumarila Bhatta sáng lập. Phái này cộng thêm phương cách thứ sáu của nhận thức vào kinh sách của họ: **Anupalabdhi** (Không-tri giác, Av.non-perception / or proof by the absence of cognition): "*Không-tri giác*" là phương cách để nhận thức một điều gì/ một sự kiện/ một sự vật mà nó không có mặt

6.- Trường phái Vedanta (HV. Trường phái Phệ-đàn-ta, Av. Vedanta School):

Vedanta, chữ Sanskrit, là "*sự chấm dứt kinh điển Vedas*" (end of Vedas), tức có nghĩa là sự diễn biến tư tưởng triết học của Thánh kinh Vedas đưa vào các tác phẩm Áo-nghĩa-thư (Upanishads). Các tác phẩm Áo-nghĩa-thư được xem như là sự chấm dứt các Thánh kinh Vedas với các ý nghĩa như sau:

1.-Đây là các tác phẩm cuối cùng của giai đoạn Vedas.

2.-Đây là dấu ấn biểu thị đỉnh cao nhất của tư tưởng triết học tôn giáo Vedas.

3.-Đây là những điều đã giảng dạy và thảo luận cuối cùng trong tầng cấp sinh viên Brahmacharya [Brahmacharya (student stage)].

Khai tổ là Badarayana (Tàu phiên âm: Bà-đạt-la-gia-na) [khoảng 400 – 450 CN]. Phái này căn cứ vào các kinh điển Vedanta Sutras, còn gọi là Brahma Sutras.

Triết gia Badarayana đã tóm tắt, quảng diễn những lời dạy và tổng hợp các Áo-nghĩa-thư (Upanishads) vào Vedanta Sutras.

a.- Về vũ trụ luận:

Trường phái Vedanta chủ trương Brahman (Đại Ngã) là Đấng Sáng Tạo tuyệt đối, là tổng nguyên lý của vũ trụ vạn hữu. Brahman là siêu việt và duy nhất.

Phái Vedanta cho rằng Brahman khai triển ra hiện tượng giới. Brahman (Đại Ngã / Đấng Sáng Tạo) tạo ra "*hư không*" rồi từ "hư không" phát sanh ra "*gió*", từ "gió" phát sanh ra "*lửa*", từ "lửa" phát sanh ra "*nước*", từ "nước" phát sanh ra "*đất*". 5 nguyên tố này là nguyên nhân của thế giới. Theo Vedanta Sutras thì Braman (Đại Ngã) và Atman (Tiểu Ngã) là một thể. Khi ở giai đoạn chưa phát triển thì Atman tuỳ thuộc Brahman, nhưng khi đã phát triển thì Atman của con người có địa vị độc lập, chịu sự chi phối của Atman. Atman (self/ soul, linh hồn) tạo nên tác nghiệp (karma) và chịu hậu quả của các tác nghiệp này. Tác nghiệp gây sinh tử luân hồi trong hiện tượng giới. Muốn trở về hội nhập với Brahman thì Atman cần phải thực hành tu luyện để đạt được giải thoát, đạt được hội nhập với Brahman.

b.- Trường phái **Vedanta phản đối Phật giáo và Kỳ-na giáo** (Jainism), họ chỉ công nhận các trường phái truyền thống như: Nyaya, Vaisheshita, Samkhya, Yoga và Mimansa).

c.-Về nhận thức luận:

Trường phái Vedanta chấp nhận 6 phương cách của nhận thức theo truyền thống của kinh văn triết học cổ điển Ấn độ.
(Xem thêm bài: *Nhận thức luận trong triết học cổ điển Ấn-độ và trong triết học Phật giáo)*

Viết lần đầu tại Toronto, 15 Nov. 2014
Sửa chữa và bổ sung, 25 Nov. 2018
Nguyễn Vĩnh Thượng

Tài liệu tham khảo chính yếu:

-Dr. Binod Bihari Satpathy, Indian Culture and Heritage, Source: http:/dceutkalac.in/Syllabus/MA-history/paper-8.Pdf.

-Hiriyanna, M., *Outlines of Indian Philosophy*, London: George Allen & Unwin Ltd; 1932.

-Lê Xuân Khoa,*Nhập môn Triết học Ấn-độ*, Saigon: tác giả x.b., 1968. Bài course cho chứng chỉ Triết học Ấn-độ tại ĐHVK Saigon,1968-1969.

-Nguyễn Đăng Thục, *Lịch sử Triết Học Đông Phương*, gồm 5 tập, xuất bản ở Saigon:-Tập I: NXB Linh Sơn, 1956; Tập II: NXB Linh Sơn, 1956; Tập III: NXB Đông Phương, 1956; Tập IV: Bộ Quốc Gia Giáo Dục Saigon, 1962; Tập V: Bộ Quốc Gia Giáo Dục Saigon, 1964.

-in lại trọn bộ 5 tập do NXB TPHCM, 1991.

-Radhakrishman, S., *Indian Philosophy*, Published by S. K. Mookerjee, Oxford: Oxford University Press, 1930.

-Sinha, J., Outlines of Indian Philosophy, Calcutta: J.N.Sen, 1985.

-Suhas Chatterjee, *Indian Civilization and Culture*, New Delhi: MD Publications PVT Ltd, 1998.

-Thích Mãn Giác, *Lịch sử Triết học Ấn độ*, Saigon: Đại học vạn Hạnh, 1967.
in lại NXB Văn Hóa Sài Gòn, 2007.

-Thích Quảng Liên, *Sử cương Triết học Ấn độ*, Saigon: tác giả x.b., bài cours cho sinh viên chứng chỉ Triết học Ấn độ, ĐHVK Saigon, 1965.

-Thích Thanh Kiểm, *Lược sử Phật giáo Ấn độ*, Saigon: Lê Thanh Thư xã, 1963.

-Thích Thiện Hoa, *Phật học Phổ thông từ khóa I đến khóa XII* (gồm 12 quyển), đã xuất bản ở Saigon từ 1955 – 1964. Tái bản: Phật Học Viện Quốc tế, Sepulveda, CA, USA, 1982.

-Wikipedia, *Culture of India*, last edited on 13 Nov. 2018.

Chương 4

Đạo đức Phật giáo

Tìm hiểu *Đạo đức Phật giáo* (Buddhist Ethics) không những giúp chúng ta hiểu biết thêm về *Tư tưởng Phật giáo* (Buddhist thought) nhưng còn giúp chúng ta biết thêm về chính mình và khuynh hướng đạo đức để sống một cuộc đời tốt lành trong thế giới hiện hữu.

Trong bài *Đạo đức Phật giáo* (Buddhist Ethics) này, chúng tôi sẽ trình bày:

I. - Dẫn nhập (Introduction)
II. -Tam Bảo (Three Jewels)
III. -Quy y Tam Bảo (Taking the refuge in the Three Jewels)
IV. -Giới luật của Phật giáo (The Precepts of Buddhism)
V. -Phật giáo và tình dục (Buddhism and Sex)
VI. -Tứ Vô Lượng Tâm (Four Immeasurable Minds)
VII. -Tam độc (Three Poisons)
VIII. -Bổn phận của cư sĩ đối với các người thân (The lay Buddhist' s duties to his/her Associates)

***

I.- Dẫn nhập:

Con người là một sinh vật có suy tư. Nhiệm vụ của con người là hướng về các sự việc ở phía trước, về những mục đích cao siêu mà con người được khuyến khích và kêu gọi đi tới. Hành động hướng về phía trước của con người bị chi phối bởi cái *lăng kính*, cái nhìn về quá khứ. Nếu không có quá khứ cho một con người, thì cũng không thể có tương lai, và nếu phủ nhận tương lai lẫn phủ nhận quá khứ mà chỉ chìm đắm vào hiện tại, hưởng thụ danh lợi hiện tại…như tình trạng của loài vật thì đời sống của con người sẽ bị mai một, sẽ không còn gì trường tồn nơi đời sống con người. Do đó, tất cả những gì là đặc trưng cốt yếu của con người sẽ biến mất khỏi sự hiện hữu của con người.

Bởi thế nên, con người cần phải có một quan niệm sống tốt đẹp. Một quan niệm sống tốt đẹp không phải chỉ học được trực tiếp và ngay tức khắc bằng một khóa học, bằng một bài học, bằng đọc sách, hay bằng một thông tin trên Internet, hay Google. *Quan niệm sống* là sản phẩm của nhận thức cá nhân về chính mình, về khát vọng của chính mình. Một quan niệm sống của một người là một nguyên tắc sống, một tinh thần và một thái độ có khả năng giữ vững sự thống nhất và đồng nhất với chính mình trong mọi điều kiện xã hội phức tạp. Trước mọi thăng trầm, thịnh suy của cuộc đời, một con người vẫn giữ chính mình vượt qua những đổi thay của cuộc sống. Nhưng quan niệm sống cũng có khả năng thích ứng và biến hoá trước sự đổi thay của nhiều trường hợp do đời sống mang đến. Thiếu sự chuẩn bị này, đời sống cá nhân của một người như con thuyền không có bánh lái, như con ngựa chạy không có cương, như một mãnh gỗ mục nát trôi dạt theo dòng nước long bông tiến tới một nơi, một định mệnh không định hướng được. Một *quan niệm sống* không phải là một hiểu biết khách quan mà là một niềm tin chủ quan, là một định hướng cho đời sống của con người.

Con người tìm hiểu môi trường sống chung quanh, tự tra vấn, và phê bình có ý thức về những gì xảy ra ở chung quanh mình.

Như đã nói trên, một quan niệm sống của một người không thể có được bằng một bài học, bằng sách vở. Tuy nhiên, sự đọc sách, sự tìm tòi...có thể làm sáng tỏ hơn niềm tin của mình để rồi sau đó quan niệm sống này sẽ trở thành của mình qua một sự lựa chọn chân thành và tự nhiên.

Như đã nói trên, *con người là một sinh vật có suy tư*, hạnh phúc không thể chỉ là việc thỏa mãn những đòi hỏi nhất thời, những tình cảm mù quáng, những điều lợi ích trước mắt. Một hạnh phúc đắm chìm trong khoái lạc hiện tại, quên mất đi quá khứ và tương lai, một hạnh phúc không để ý đến những chân lý sâu xa hơn trong đời sống thì chỉ là một hạnh phúc viễn vông và nông cạn. Một cuộc sống không phải là một đời sống thực sự nếu không có hạnh phúc, và hạnh phúc cũng không phải là hạnh phúc nếu hạnh phúc không có một ý nghĩa chính đáng. Để có một hạnh phúc đích thực, hạnh phúc cần phải có *một ý nghĩa đạo đức* và *một giá trị đạo đức.*

Công việc tìm kiếm hạnh phúc cũng giống như mọi công việc tìm kiếm khác, con người có thể đối diện với một nguy cơ là sự có thể lầm lẫn: lầm lẫn vì mình bị quyến rũ, bị dụ dỗ vào những con đường không đưa đến một mục đích tốt đẹp nào cả; lầm lẫn vì dừng lại ở sự thỏa mãn hời hợt và những niềm vui trống rỗng. Chủ thể có thể tin mình đang hạnh phúc, chứng tỏ mình hạnh phúc và làm người khác nghĩ mình đang hạnh phúc nhưng thực tế là mình đang đắm chìm trong thống khổ. Như vậy, hạnh phúc nào là một hạnh phúc đích thực và lâu bền - Hạnh phúc chính là *sức khỏe*, *công việc sáng tạo* có kết quả tốt như vẽ tranh, viết lách, *ăn ngon*, *mặc đẹp…*, *sống trong một môi trường dễ chịu*, *được khen ngợi không quá đáng*, *tụ họp bạn bè*: uống trà, uống cà phê, uống rượu có giới hạn, tiệc tùng…; *thưởng thức các vật đẹp, tranh ảnh đẹp, đọc sách, nghe nhạc, luyện tập thể dục và thể thao; mơ mộng điều tốt đẹp; thoát một nguy hiểm về thể xác: bịnh hoạn, tai nạn hiểm nghèo; vượt được cảnh nghèo khó...*

Bản chất của hạnh phúc là sự tìm kiếm trong *ý thức đạo đức*. *Ý thức đạo đức* được các học thuyết triết học tôn giáo thiết lập thành nguyên tắc chung làm nền tảng cho đời sống đạo đức để giúp con người phán đoán các *hành vi đạo đức*, *tiêu chuẩn*, *khuôn mẫu* phải theo của học thuyết triết học và tôn giáo.

(Xem thêm: - *Đạo đức học 12 ABCD* của NVT, Saigon: Hiện Đại, 1972.
- *Trắc nghiệm Triết 12 A* của NVT và nhiều tác giả khác, Saigon: Yiễm Yiễm, 1975. Tái bản: USA: Lu Lu Press phát hành online, 2019)

Trong bài viết này, chúng tôi giải thích các quan niệm đạo đức (ethical concepts) theo quan điểm của Phật giáo. Các quan niệm đạo đức này được chấp nhận bởi các tông phái của Phật giáo: Phật giáo Nguyên thủy, Thượng Tọa Bộ/ Theravada, Phật giáo Phát triển/ Phật giáo Đại thừa.

Tìm hiểu *Đạo đức Phật giáo* (Buddhist Ethics) không những giúp chúng ta hiểu biết thêm về *Tư tưởng Phật giáo* (Buddhist thought) nhưng còn giúp chúng ta biết thêm về chính mình và khuynh hướng đạo đức để sống một cuộc đời tốt lành trong thế giới hiện hữu.

Đạo đức là phần cốt yếu của Phật giáo (Ethics is the essence of Buddhism). Đây là những quan niệm đạo đức để giúp cho con người sống một đời sống hạnh phúc, an nhiên, tự tại.

Đạo đức quan tâm đến những việc làm sao cho con người sống trong một cuộc sống tốt đẹp, và cũng quan tâm đến hành động đối với người khác tức là đem đến lợi ích cho người khác. Đây là nền tảng đạo đức của tôn giáo. Tôn giáo được coi như là nguồn gốc của các lời răn dạy đạo đức cho các tín đồ. Nhiều tôn giáo tin rằng có một quyền năng siêu việt, và đạo đức là những quy luật đặc biệt được chấp nhận để tự đối xử với mình và đối xử với người khác. Nếu chúng ta nghĩ rằng Đạo Phật là một tôn giáo thì chúng ta chắc chắn sẽ mong đợi những người Phật tử nói về đạo đức. Vì đạo Phật không phải là một thần giáo (Atheist) nên người Phật tử không nghĩ rằng các điều luật đạo đức như là điều răn (divine commandment). Theo lời Đức Phật lịch sử dạy thì không có một Đấng Sáng Tạo, nên người Phật tử tin rằng đạo đức không đến từ tình thương của Thượng đế/ Đấng Tối Cao. *Thí dụ*: nếu một người ăn cắp một chiếc nhẫn hột xoàn bằng cách không để bị khám phá; vấn đề ở đây là không phải là sự bỏ qua đạo đức, vì chúng ta biết rằng ăn cắp là một sai lầm; vấn đề ở đây là động lực để ý thức đạo đức và tại sao phải ý thức đạo đức. Đối với người tin tưởng thần giáo thì họ dễ dàng trả lời rằng trong khi người này ăn cắp chiếc nhẫn thì không có người nào khác trông thấy, nhưng Thượng đế (God) sẽ thấy việc này và sẽ phạt người này vì tội ăn cắp. Như vừa trình bày, người Phật tử không thể nói như thế này, họ không thể nói con người phải sống đạo đức vì đạo đức đến từ tình thương của Thượng đế, người Phật tử không tin có sự hiện hữu của một hữu thể là Đấng Sáng Tạo/ Thượng đế. Như vậy, theo người Phật tử thì tại sao con người phải sống đạo đức? – Chúng ta thấy có *3 quan điểm làm nền tảng cho đạo đức Phật giáo* là:

1.-***Thuyết về nghiệp*** là nền tảng chính của đạo đức Phật giáo (The doctrine of karma is the main foundation of Buddhist Ethics): *nhân quả báo ứng, sinh tử luân hồi*:

- " Ở hiền gặp lành" *(Tục ngữ)*
- "Ai ơi! Hãy ở cho lành,
  Kiếp này chẳng được, để dành kiếp sau." *(Ca dao)*

(Xem thêm bài *Nghiệp và Luân hồi* của NVT)

Chúng ta phải thực hành các quy luật đạo đức bởi vì các quy luật đạo đức là phản ánh của luật nhân quả. *Thí dụ*: Việc ăn cắp là một động lực do lòng tham, nó tạo nên cái nhân xấu, và hậu quả là tạo nên điều xấu ở kiếp này, hay là điều xấu ở kiếp sau.

2.-Đức Phật lịch sử dạy rằng tam độc: **tham, sân** và **si** (greed, hatred and delusion) là những yếu tố khiến con người gắn liền với luân hồi (samsara). Do đó cần phải diệt trừ tam độc để thoát khỏi luân hồi, để đạt được giải thoát, để đạt Niết-bàn (Nirvana).

(Xem thêm: *Tam độc: Tham, Sân và Si* trong bài này)

3.-Bổn phận của con người Phật tử là phải thực hành **lòng nhân ái (**benevolence), lòng nhân ái là linh hồn của đạo đức. Bất cứ lúc nào chúng ta có thể ngăn chận các điều làm đau khổ cho người khác thì chúng ta hãy làm ngay, đó là quy luật đạo đức phải theo. *Thí dụ*: ăn cắp là điều không có đạo đức, bởi vì kẻ ăn cắp thì có ý định đem lợi lộc cho mình trong khi đó lại gây đau khổ cho người khác, cho khổ chủ.

II.-Tam Bảo:

Tam Bảo (Three Jewels) là 3 viên ngọc quý báu, gồm có **Phật** (Buddha), **Pháp** (*Srt*. Dharma, *Pa*. Dhamma) và **Tăng đoàn** (*Pa*. Sangha, *Srt*. Samgha).

Người Phật tử phải kính trọng và nương tựa vào *Phật quý báu* (Buddha Jewel), *Pháp quý báu* (Dharma Jewel) và *Tăng- đoàn quý báu* (Sangha Jewel) có nghĩa là thực hành theo lời dạy của Phật, Pháp và Tăng- đoàn (following the guidance of Buddha, Dharma and Sangha).

1.Phật:

Dĩ nhiên là Đức Thích-ca Mâu-ni Phật (Shakya Muni Buddha), là Đức Phật lịch sử (historical Buddha), là Bậc đã giác ngộ (Awakened One/ Enlightened One); nhưng Phật còn có một ý nghĩa thâm sâu hơn. Phật bao gồm cho tất cả mọi người đã nhìn thấy được bản tánh của mình. Ai ai cũng đều có *Phật tính*, ai ai cũng có thể thành Phật. Chúng ta có thể chưa nhận thức được Phật tánh ở nơi con người chúng ta, nhưng không ai có thể phủ nhận điều này.

(Xem thêm bài: "*Cuộc đời của Đức Phật Thích-ca Mâu-ni*" của NVT)

2.-Pháp:

Dharma (Pháp), tiếng Sanskrit, (*Pa*. Dhamma) có nhiều nghĩa. Ở đây chúng ta hiểu Dharma là lời dạy của Đức Phật, và các lời thuyết giảng về tư tưởng Phật giáo của các bậc Đại sư, bậc Trưởng Thượng và các bậc Luận sư uyên thâm giáo lý của Đức Phật.

Trong tiếng Sanskrit, **D**harma có nghĩa là lời dạy của Đức Phật được viết chữ **D** hoa; còn chữ **d**harma có nghĩa là hiện tượng, được viết chữ **d** thường.

Phật giáo có Tam tạng kinh điển (Srt. Tripitaka, Av. Three baskets) là 3 kho chứa sách gồm có:

1.-**Kinh tạng** (Srt. Sutra Pitaka, Av. Basket of Discourses) chứa đựng tất cả các bài thuyết giảng của Đức Phật Thích-ca Mâu-ni, và các bài thuyết giảng của các học trò thân cận với Ngài.

2.-**Luật tạng** (Srt. Vinaya Pitaka, Av. Basket of Discipline) chứa đựng các giới luật do Đức Phật và các tông phái Phật giáo đặt ra để các Phật tử ở trong Tăng-đoàn thực hành theo.

3.-**Luận tạng** (Srt. Abhidharma Pitaka, Av. Basket of Ultimate things); có nơi dịch chữ Abhidharma là *Vô Tỷ Pháp*, có nơi dịch là *Vi Diệu Pháp*, có nơi dịch là *Thắng Pháp*. Vắn tắt dịch là *Luận*.

Luận tạng chứa đựng các bài giải thích lời Phật dạy với quan điểm của Luận sư.

Đức Phật đã dạy rằng: *"Ai hiểu được Phật Pháp tức là hiểu ta, ai hiểu được ta tức là hiểu được Phật Pháp."* (He who sees the **Dharma** sees **Me**; he who sees **Me** sees the **Dharma**).

3.-Tăng-đoàn

Sangha, tiếng Pali, (*Srt*. Samgha) có nhiều nghĩa; ở đây có nghĩa là bao gồm (Av. Comprising), cộng đồng (Community), hiệp hội (Assembly, Council). *Sangha*, trong thuật ngữ Phật giáo, có nghĩa là một cộng đồng

Phật giáo bao gồm Đức Phật và các tín đồ của Ngài. Tàu phiên âm là *Tăng-già,* Việt dịch là *Tăng đoàn*. Tăng-đoàn đầu tiên của Phật giáo gồm có Đức Phật và 5 người đệ tử đầu tiên của Ngài. Tiếp theo đó có rất nhiều người bình thường đã gia nhập vào Tăng- đoàn sau khi đã nghe lời thuyết pháp của Đức Phật với ước nguyện diệt trừ khổ đau để đạt được thân tâm an tịnh.

Ngày nay, Tăng-đoàn hay Cộng đồng Phật giáo bao gồm những người Cư sĩ/ những Phật tử bình thường tu tại gia [-*Upsaka* (phiên âm: ưu-bà-tắc), tiếng Sanskrit, có nghĩa là Nam cư sĩ;-*Upasika* (phiên âm: ưu-bà-di), tiếng Sanskrit, có nghĩa là Nữ cư sĩ]; các Nam tu/ Tăng/ Sư Thầy/ Tỳ-kheo (Pa. Bhikkhu, Srt.bhikṣu; Av. Monks), và các Nữ tu/ Ni cô (Pa. Bhikkhunis, Srt. bhikṣuṇī, Av. Nuns).

Dr. Radhakrishnan định nghĩa: *"The Sangha contains both lay members and monks; while the lay member assents to the doctrine, the monk is the missionary".*

(Radhakrishnan, *Indian Philosophy*, London, 1923, Vol. I, tr. 437)

[Tăng-đoàn bao gồm các Cư sĩ và các Tăng sĩ; trong khi Cư sĩ chấp nhận học thuyết (Phật giáo) còn Tăng sĩ là các nhà truyền giáo].

Trong Tăng-đoàn, mỗi thành viên đều giúp đỡ lẫn nhau trong việc học hỏi và tu học giáo lý nhà Phật.

III.-Quy y Tam Bảo:

Dể trở thành một người Phật tử thì người này phải *quy y Tam Bảo* (taking the refugee in the three Jewels): Phật, Pháp và Tăng-đoàn. Quy y Tam Bảo là một nghi lễ trọng thể của Phật giáo được cử hành tại Chùa. Đây là điểm khởi đầu của người Phật tử đã chấp nhận lời dạy của Đức Phật và thực hành theo lời dạy của Ngài.

Quy y Tam Bảo là đem đời mình quay về nương tựa nơi Phật, Pháp và Tăng–đoàn.

Trong buổi lễ quy y Tam Bảo (taking the refugee in the Three Jewels), người Phật tử phải đọc tụng ba điều:

Tôi quy y Phật.
Tôi quy y Pháp.
Tôi quy y Tăng.

(I take refuge in the Buddha.
I take refuge in the Dharma.
I take refuge in the Sangha.)

[Namo Buddhaya
Namo Dharmaya
Namo Samghaya]

Quy y tức là quay về nương tựa, trú ẩn (refuge) để được che chở bảo vệ khỏi sự khổ đau, khỏi sự sợ hãi, vượt được bánh xe luân hồi.

1.-Tôi quy y Phật:

Dĩ nhiên Phật là *Đức Phật lịch sử* (historical Buddha) tức là *Đức Thích-ca Mâu-ni Phật* (Sakya Muni Buddha), là bậc đã giác ngộ.

Phật còn có ý nghĩa thâm sâu để chỉ *Phật tánh* (Buddha nature) nơi tất cả chúng ta; ai ai cũng có Phật tánh. Chúng ta chưa nhận ra Phật tánh cho đến khi chúng ta giác ngộ.

Người Phật tử quay về nương tựa vào Đức Phật bằng cách trú ẩn vào vòng tay che chở của Đức Phật, Đức Phật là bậc Thầy của chúng ta, để thấy những kinh nghiệm quý báu của Đức Phật lịch sử trên đường đi tới chỗ giác ngộ. Nhờ đó giúp chúng ta noi theo để tìm được *Phật tánh* nơi chúng ta, và để vượt qua những khổ đau mà tiến tới giác ngộ.

2.-Tôi quy y Pháp:

Dharma (Pháp) có nhiều nghĩa: - nghĩa thông thường là hiện tượng: tiếng Sanskrit viết **d** thường: **d**harma. Ở đây có nghĩa là *lời dạy của Đức Phật* (the teaching of the Buddha) thường được ghi chép trong các Kinh điển (Sutras), và các bài luận giải thích các lời dạy của Đức Phật, tiếng Sanskrit viết hoa chữ **D**: **D**harma.

Người Phật tử quay về nương tựa vào Pháp là nghiên cứu tìm hiểu lời dạy của Đức Phật, chấp nhận và tin vào lời dạy này, tức là trú ẩn để linh hồn được che chở bởi lời Phật dạy. Thêm vào đó người Phật tử còn phải thực hành các lời dạy của Ngài trong cuộc sống hằng ngày.

3.-Tôi quy y Tăng:

Sangha (Tăng-già) có nhiều nghĩa, trong Phật giáo có nghĩa là Tăng-đoàn, Tàu phiên âm là Tăng-già. Tăng đoàn là một cộng đồng Phật giáo gồm có các nhà Sư hay Tì-kheo (Pa. Bhikkhu, Srt. Bhiksu), Nữ tu hay Tì-kheo Ni (Pa. Bhikkhuni, Srt. bhikṣuṇī), và các Cư sĩ Nam và Nữ. Họ là những Phật tử kết nối với nhau để thực hành lời dạy của Đức Phật.

Người Phật tử quay về nương tựa vào Tăng đoàn để được các Phật tử trong Tăng đoàn cùng giúp đỡ lẫn nhau về tinh thần lẫn vật chất.

Trong Tăng-đoàn các Tì-kheo và Tì-kheo ni được tôn vinh như là những bậc lãnh đạo tinh thần trong cộng đồng Phật giáo.Ngày xưa các vị này là những bậc đạo cao đức trọng, nên các Phật tử rất tôn kính các Ngài. Hồi tôi còn nhỏ, Mẹ tôi thường dẫn tôi đi lễ chùa, vào chùa khung cảnh thật trang nghiêm, hình ảnh Sư cụ điềm đạm, an nhiên niệm Phật đã ghi sâu vào tâm hồn tôi.

Ngày nay, đời sống vật chất phát triển nhanh chóng nên rất nhiều tăng sĩ bị cám dỗ. Lại có người lợi dụng Phật giáo để kinh doanh: họ biến chùa chiền thành nơi *du lịch tâm linh* để hốt bạc, họ bị sa đọa; nên người cư sĩ cần phải dùng lý trí để phán xét bọn *Sư giả* (ngụy sư). Phải lấy câu tục ngữ nổi tiếng trong văn học Pháp làm phương châm: *Cái áo không làm nên thầy tu* (L' habit ne fait pas le moine/ The habit does not make the monk).

Người Phật tử dùng trí tuệ để nhận thức sâu sắc: thế nào là đạo đức giả, thế nào là nhu cầu chính trị, thế nào là nhu cầu kinh doanh, thế nào là nhu cầu tôn giáo. Người Phật tử sáng suốt đừng chỉ phán đoán trên cái bề ngoài, trên cái áo thầy tu mà chỉ nên phán đoán trên phẩm hạnh của vị Tăng Ni, và *chỉ kính trọng vị Tăng Ni có đạo cao đức trọng.*

IV.- Giới luật của Phật giáo:

Sau khi đã quy y Tam Bảo, người cư sĩ cần phải đặt đời sống của mình vào những giới luật, những điều răn cấm.

Giới (HV. 戒, Srt. śīla, Pa. sīla) là điều luật mà tăng, ni cũng như người cư sĩ phải tuân thủ. Đây là điều hướng dẫn căn bản (basic guideline) cho hành vi đạo đức của các thành viên trong Tăng doàn. Như đã biết, Tăng đoàn (Sangha) bao gồm các Tăng, các Ni và các Cư sĩ.

Giới luật đã được Đức Phật lịch sử vạch ra cách đây khoảng 2.000 năm, và sau này được các trường phái Phật giáo: Phật giáo nguyên thủy, Theravada/ Thượng Tọa Bộ và Phật giáo Phát triển/ Phật giáo Đại thừa tuân thủ; có vài chỗ thay đổi để thích ứng với không gian và thời gian.

Giới là điều răn cấm dùng ngôn ngữ và hành động có thể làm hãm hại cho chính bản thân và cho người khác. Đổi lại, việc ngăn cấm này cũng có nghĩa là nguyên nhân để giúp gây điều tốt, điều thiện cho chính bản thân và cho người khác.

Có 3 tập hợp của giới dành cho hàng Cư sĩ (lay Buddhists) hay Phật tử tu tại gia là:

A.-Ngũ giới hay 5 điều cấm (the five Precepts of the Buddhism) gồm có:

1.-*Không sát hại sanh mạng* (Do not destroy the living being). Sanh mạng ý chỉ tất cả sinh vật có đời sống: từ côn trùng, loài vật đến con người.

2.-*Không trộm cướp* (Do not steal) tức là không lấy đồ vật gì mà không được tặng cho.

3.-*Không tà dâm* (Do not commit sexual misconduct). Tà dâm là các quan hệ tình dục giữa nam-nữ không được đạo đức xã hội thừa nhận. Quan hệ tình dục giữa vợ chồng thì được chấp nhận.

4.-*Không nói dối* (Do not lie) tức là không nói điều không đúng sự thật, không nói điều thêu dệt: chuyện có nói không, chuyện không nói có, không dùng vọng ngữ.

5.-*Không uống rượu say sưa* (Do not drink strong and intoxicating liquors).

B.-Tám giới (The eight Precepts of Buddhism) còn gọi là **Bát Quan Trai.**

Người Cư sĩ có thể tự nguyện thọ **Bát Quan Trai** giới tức là giữ gìn 8 điều cấm để thân tâm được thanh tịnh trong vòng 24 giờ đồng hồ bằng cách sống ở trong chùa, gần với bậc xuất gia để tập cho quen đời sống thanh tịnh.

Bát= 8, *Quan*= cửa ải; như vậy Bát Quan có nghĩa là 8 điều cấm để giúp ngăn chặn các điều bất thiện; *Trai*= khi đã qua giờ Ngọ (12 giờ trưa) thì không được ăn nữa. Tám điều cấm gồm có:

1.-*Không sát sanh.*
2.-*Không trộm cướp.*
*3.-Không dâm dục (Do not make love/ sexual activity/ sexual intercourse).
4.-*Không nói dối.*
5.-*Không uống rượu say sưa.*
6.-*Không múa hát, không xem múa hát, không mang tràng hoa, không thoa dầu thơm, không trang điểm, không mang nữ trang* (Do not dance, sing music, go to see entertainment, wear garlands, use perfumes, make up, wear of ornaments and decorations).
7.-*Không nằm giường cao và sang trọng*; *Không ngồi chỗ cao* (Do not lie on a high or luxurious sleeping bed; do not use of high seats)
8.-*Không ăn quá giờ ngọ*: tức là trong ngày thực hành Bát Quan Trai giới, người cư sĩ chỉ ăn bữa cơm trưa mà thôi, sau đó không ăn gì hết trong vòng 24 tiếng đồng hồ (the lay Buddhist takes his / her main meal at midday, and do not eat again during that day).

3 giới mới được thêm vào 5 giới trên để có tổng cộng là 8 giới. Có điểm khác biệt giữa 5 giới và 8 giới ở chỗ *Không tà dâm* (giới thứ 3) trở thành *Không dâm dục / không làm tình* có nghĩa là trong ngày thọ giới Bát quan Trai thì không được giải quyết sinh lý dù là với vợ hay chồng.

C.- Mười giới (The ten Precepts of Buddhism):

10 giới luật được Đức Phật đặt ra cho *hàng Sa-di* (Srt & Pa. Sramameras), và cho các Cư sĩ sùng đạo nhưng họ không muốn ly cách với gia đình họ. Sa-di là vị xuất gia dưới 20 tuổi, Nam Nữ xuất gia có tuổi đời 20 trở xuống thì không được thọ giới Tỳ-kheo và Tỳ-kheo Ni.

10 giới luật này có xuất xứ từ 8 giới luật bằng cách phân chia giới luật thứ 6 (*liên hệ tới giải trí*) ra thành 2 điều luật; và cộng thêm một *điều cấm giữ vàng bạc (tiền).* Sau đây là **10 giới luật**:

1.-*Không sát sanh.*
2.-*Không trộm cướp.*
*3.-Không dâm dục (Do not make love/ sexual activity/ sexual intercourse).
4.-*Không nói dối.*
5.-*Không uống rượu say sưa.*
6.-*Không múa hát, không xem múa hát* (Do not dance, sing music, go to see entertainments).
7.-*Không mang tràng hoa, không thoa dầu thơm, không trang điểm, không mang nữ trang (*Do not wear garlands, use perfumes, make up, wear of ornaments and decorations).
8.-*Không nằm giường cao và sang trọng*; *không ngồi chỗ cao* (Do not lie on a high or luxurious sleeping bed; do not use of high seats)

9.-*Không ăn quá giờ ngọ*: tức là trong ngày thực hành Bát Quan Trai giới, người cư sĩ chỉ ăn bữa cơm trưa mà thôi, sau đó không ăn gì hết trong vòng 24 tiếng đồng hồ (the lay Buddhist takes his / her main meal at midday, and do not eat again during that day).

10.-*Không cầm giữ vàng, bạc (tiền)* [Do not accept gold and silver (money)].

Đối với các vị xuất gia trên 20 tuổi là các vị Tỳ-kheo và Tỳ-kheo Ni thì giới luật có nhiều điều cấm hơn:

*Theo Phật giáo Nguyên Thuỷ và Thượng Tọa Bộ / Theravada thì:

-Tỳ-kheo có 227 giới.

-Tỳ-kheo Ni có 311 giới.

*Theo Phật giáo Phát triển / Đại thừa Phật giáo thì:

-Tỳ-kheo có 250 giới.

-Tỳ-kheo Ni có 348 giới.

Tuy nhiên, Tì-kheo Ni còn phải tuân thủ thêm 8 giới để được chấp nhận vào cộng đồng tu sĩ Phật giáo. Đó là "*Bát Kỉnh Giới*" (Eight Rules of Respect) hay "*Bát Trọng giới*" (Eight Heavy Rules). "*Tám Trọng Giới*" này bắt buộc Nữ tu sĩ / Tì-kheo Ni phải cung kính tôn trọng Nam tu sĩ/ Tì-kheo Nam suốt đời.

Kết luận về giới luật:

Như đã biết, giới luật nhằm giúp ngăn chận điều sai trái, chấm dứt các việc ác, và nhờ vậy mà tạo được điều thiện cho chính mình và cho chúng sanh khác. Người cư sĩ, người xuất gia giữ gìn và tuân thủ giới luật sẽ giúp cho thân tâm được thanh tịnh để đi đến chỗ diệt trừ khổ đau.

Ngày nay chúng ta sống trong thời đại cách xa thời đại của Đức Phật lịch sử trên 2.000 năm, nên hoàn cảnh có nhiều thay đổi. Do đó, chúng ta không thể chấp chặt vào những giáo điều do Đức Phật lịch sử đặt ra mà phải lấy trí tuệ để suy xét trong tinh thần uyển chuyển để tu tập giới luật cho thích ứng với thời đại ngày nay. Những điều căn bản không thể bỏ qua là bất cứ hành vi đạo đức nào của mình đều phải đem đến lợi ích cho chính bản thân mình, cho người khác và cho các loài sanh vật khác.

V.-Phật giáo và tình dục:

Sigmund Freud (Đức, 1856 – 1939) là nhà khai sáng môn Phân Tâm Học (the founder of Psycho-analysis). Ông đã đặt ra thuật ngữ "*libido*", và diễn tả *libido* như là một ham muốn căn bản cho tình dục (the basic desire for sex). Freud dùng thuật ngữ *libido* để đặc biệt diễn tả sự ham muốn tình dục (the sex drive), và còn diễn tả *libido* như là một ham muốn nhân tính để tạo ra người nối dõi (the human desire to create). Hầu hết mọi người khi nói về *libido* đều có ý nói về *sự ham muốn tình dục* (sex drive).

Theo Phân Tâm Học, sự *ham muốn về tình dục* là cái gì hiện hữu quanh năm nơi con người, nhưng đối với nhiều loài sinh vật khác thì chúng có mùa ham muốn tình dục (a seasonal sex drive). *Thí dụ*: giống chó có mùa ham muốn tình dục vào tháng thứ 7 của năm.

Nhiều nhà tâm phân học nghĩ rằng *"đòi hỏi căn bản tình dục"* (the basic drive for sex) là hoàn toàn do thể xác, nhưng thực tế thì những điều hấp dẫn, kích thích con người còn chịu ảnh hưởng của văn hoá, của thẩm mỹ của thời đại nhất là ở vào tuổi thanh xuân.

Tuổi đời là nguyên nhân phổ biến nhất làm giảm *đòi hỏi tình dục* (sex drive), nhưng cũng có nhiều lý do khác như ảnh hưởng của bịnh hoạn hay bị phản ứng phụ của thuốc men.

Nói tóm lại, theo Phân tâm Học, *libido* là một bản năng mà chúng sanh nào cũng có.

Trong 5 giới luật cho cư sĩ, Phật giáo không cấm cản ham muốn tình dục, chỉ *cấm tà dâm* tức là tình dục xâm phạm đến lễ giáo.

Trong 8 giới và 10 giới cho người cư sĩ và cho hàng Sadi thì *tình dục* (sex) *bị cấm hẳn*. Dĩ nhiên trong giới luật cho các Tì-kheo và Tì-kheo Ni thì *tình dục cũng bị cấm hẳn.*

Nói chung, để sống một đời sống đạo đức, con người cần phải ức chế, phải kiểm soát *libido*. Nói riêng, để hành trì các giới luật của Phật giáo, các cư sĩ và tu sĩ cần phải ức chế và kiểm soát *libido*. Dĩ nhiên, trong đời sống độc thân của tu sĩ, cần phải ức chế và kiểm soát *libido* để tuân thủ và hành trì đứng đắn giới cấm: *Không dâm dục*.

Trong rất nhiều năm, hầu hết truyền thống trong tu viện Phật giáo thì các Sư (monks) và Ni (nuns) đều sống đời sống độc thân (celibacy). Lý tưởng của hàng A-la-hán (Arhat) đặt nền tảng trên đời sống độc thân và sự thành tâm để thực hành giáo lý của Đạo Phật. Từ bỏ đời sống tình dục (a sexual life) sẽ giúp cho hành giả giữ được nhiều năng lực, năng lực này sẽ giúp hành giả thành tâm thực hành đạo pháp.

Tuy nhiên, thời gian và không gian thay đổi đã làm đổi thay truyền thống độc thân ở tu viện. Tại Nhật, trường phái *Tân Tăng* cho phép Nam tăng sĩ cưới vợ. Ngày nay truyền thống độc thân có biến đổi ở Tây phương và nhiều nơi khác. Vào cuối thập niên 1960, nhiều phong trào Phật giáo có những bài giảng đã đề cập tới sự cách mạng về tình dục (the sexual revolution). Tuy nhiên họ cũng chưa đưa ra được những tiêu chuẩn cho các hành vi tình dục để tất cả Phật tử có thể đồng ý noi theo. Ở Hoa Kỳ có nhiều Thiền sư (Zen Masters) thường lập gia đình như các vị Mục sư của Đạo Tin lành có thể lập gia đình. Nhiều nhà Sư Tây -tạng chọn đời sống độc thân nhưng cũng có nhiều nhà Sư Tây tạng khác đã chọn thực hành *tình dục Mật tông* (Tantric Sex).

Tantra (Mật tông), tiếng Sanskrit, có nghĩa là *đan kết lẫn nhau* (woven together/ weaving together). *Mật tông* tiến tới chỗ cho rằng những *thiền giả* (meditation practitioners) thực hành sự đan kết thể xác và tinh thần với nhau trong khi làm tình (sexual intercourse) để thống nhất đòi hỏi dục tính (sexual union). Mật tông cho rằng hành giả không những không chống đối thể xác và những đòi hỏi của thể xác, nhưng còn đan kết những điều này để tiến tới *con đường giác ngộ* (the road to enlightenment). Từ đó, Mật tông cho rằng sự liên hệ dục tính (sexual relations) sẽ trở nên linh thiêng (sacred). Ở đây, chúng tôi không đi sâu vào chi tiết của các hành vi dục tính (sexual activities) của Mật giáo. Quý độc giả có thể tự tìm hiểu *những bí mật của tình dục*

Mật giáo (the secrets of Tantric sex) qua nhiều sách vở khác nhau ở các Thư viện, hoặc ở các nhà sách, hoặc trên Internet hay Google.

Phái Mật giáo kết hợp với phái Sakta của Ấn độ giáo. Phái Sakta sùng bái nữ thần Durga, Mật giáo có nhiều nghi thức bí mật, có nhiều trò ma thuật, và có nhiều hình thức làm tình Mật giáo trong nghi quỷ. Mật tông lấy chủ nghĩa khoái lạc, dục vọng tình dục làm lý tưởng. Cố Hoà Thượng TS Thích Thanh Kiểm, Cựu GS Phật học tại Phân Khoa Phật học và Triết học Đông phương, ĐH Vạn Hạnh, Saigon đã nhận định:

"*...phái Kim Cương Thừa dần dần bị đọa lạc vào vòng tà đạo, và cũng là nguyên nhân đọa lạc của Mật giáo*".

(Thích Thanh Kiểm, *Lược sử Phật giáo Ấn độ*, Saigon: Lê Thanh Thư Xã, 1963, tr. 232).

VI.- Tứ Vô Lượng Tâm:

Tứ Vô lượng tâm (Srt. Brahma Viharas, Av. Four Immeasurable Minds) là 4 tấm lòng rộng lớn không thể đo lường được: Từ, Bi, Hỷ và Xả.

Trong tiếng Sanskrit, *Brahma* = Đấng Tối Cao / Thượng Đế (God); Viharas = nơi ở (dwelling/abode).Người Bà-la-môn ước muốn khi chết trở về với Thượngđế/ Đấng Tối cao; muốn trở về với Đấng Tối Cao thì phải thực hành "*Tứ Vô Lượng Tâm*" (Srt. Brahma Viharas, Av. Four Immeasurable Minds).

1.-Từ (Srt. Maitri, Pa. metta, Av. loving kindness): là lòng thương yêu, là thái độ đem đến niềm vui và lợi ích cho tất cả chúng sanh kể cả chính mình. Như vậy, lòng từ không chỉ là tình thương giữa người với người mà còn gồm cả loài thú vật, vì chúng cũng cần đến tình thương và sự giúp đỡ chúng.

Lòng *từ* giúp chúng ta dập tắt được lòng sân hận, oán thù.

2.-Bi (Srt.&Pa. Karuna, *Av*. Compassionate) là lòng thương xót nỗi khổ đau của kẻ khác, và ý muốn giúp kẻ khác thoát khỏi cảnh khổ đau. Lòng bi hướng tới nỗi khổ đau của kẻ nghèo, túng thiếu, đau đớn, cô đơn, kẻ tội lỗi để giúp đỡ họ thoát khỏi cảnh khổ đau này.

Lòng *từ* và lòng *bi* thường đi chung với nhau gọi là *lòng từ bi*. Lòng từ bi là tình thương người khác cũng như chính mình, là lòng bác ái, nhờ tình thương này mà hận thù sẽ tiêu tan trên cõi đời này.

3.-Hỷ (Srt. & Pa. mudita, Av. Joy) là lòng vui mừng khi thấy sự thành công và hạnh phúc của người khác. Lòng vui mừng (hỷ) làm tiêu tan lòng ganh tị đối với kẻ khác.

4.-Xả (Srt. upeksa, Pa. upekkha, Av. equanimity/ non-attachment/ letting go) là lòng buông bỏ những gì của mình cho tất cả chúng sanh. *Lòng buông bỏ* có nghĩa là bỏ đi, bố thí, không ghim giữ trong lòng một điều gì: không ghét bỏ cũng như không bám víu vào sự yêu thích điều gì. Lòng buông bỏ giúp chúng ta không còn buồn rầu nuối tiếc những cái gì mình đã bỏ đi, và dĩ nhiên chúng ta vui mừng vì đã buông bỏ những cái vướng mắt đó, không còn luyến ái những cái đó nữa.

Bốn lòng: từ, bi, hỷ, xả có sự tương liên mật thiết với nhau: khi có lòng từ thì tấm lòng này có sự liên kết với 3 tấm lòng kia: bi, hỷ và xả. Khi thực hành 4 tấm lòng rộng lớn này trong cuộc sống hằng ngày thì chúng ta sẽ cảm thấy vui vẻ, hạnh phúc hơn, và mọi chúng sanh chung quanh chúng ta cũng sẽ hạnh phúc hơn.

Khi thực hiện được 4 tấm lòng: *từ, bi, hỷ và xả*, con người được vươn lên khỏi trần tục, vượt bỏ được những cám dỗ, quyến rũ của cuộc đời. Con người sẽ sống một đời sống thanh tịnh, bình an như bông sen vươn lên khỏi bùn:

"Trong đầm gì đẹp bằng sen,
Lá Xanh, bông trắng lại chen nhụy vàng.
Nhụy vàng, bông trắng lá xanh,
Gần bùn mà chẳng hôi tanh mùi bùn"
(Ca dao)

VII.- Tam Độc:

Theo Phật giáo, có 3 loại độc hại làm 3 gốc rễ cho tội lỗi; chúng gây ra những nghiệp xấu, và là nguyên nhân của nhiều điều hãm hại cho chính chúng ta và cho người khác nữa. Tam độc là nguyên nhân của khổ đau, đó là: Tham, Sân và Si.

1.-Tham (Srt. Lobha, Av. greed) là ham muốn thái quá, là những đòi hỏi và muốn chiếm giữ điều gì hay vật gì để có thêm được nữa. Có 5 điều mà con người thường ham muốn nhất là: tiền tài, sắc đẹp, danh vọng, ăn uống và ngủ nghỉ. Năm điều ham muốn này đem đến hạnh phúc thì ít nhưng khổ thì nhiều. *Thí dụ*:

- *Tham tiền tài* thì phải làm việc nhiều, khổ thân, nhiều khi còn dùng nhiều thủ đoạn bất chính để cướp đoạt tài sản người khác.
- *Tham sắc đẹp* có khi đưa đến những thủ đoạn thấp hèn để thỏa mãn lòng ham muốn này.
- *Tham danh vọng* hay tham địa vị, quyền tước có khi đi đến việc nịnh bợ kẻ trên, chèn ép kẻ dưới. Lòng tham này gây khổ đau cho người khác và nhiều khi cho chính mình nữa. Lòng tham quá đáng sẽ đưa đến tranh giành, đấu đá lẫn nhau, có khi còn giết hại lẫn nhau.
- *Tham ăn uống* tức là tham ăn những món ăn kỳ dị, cao lương mỹ dị, có thể ảnh hưởng đến sức khỏe.
- *Tham ngủ nghỉ* tức là ngủ li bì sẽ đưa đến tâm thần bấn loạn, ngủ quá nhiều giờ sẽ gây ra lừ đừ.

Để kiềm chế lòng tham gia tăng, chúng ta cần phải "*biết đủ*" những gì mình có để dừng lại không còn ham muốn nữa: "*Tri túc, tiện túc, đãi túc hà thời túc*" (Biết đủ là đủ, chờ đợi cái đủ thì thì biết chừng nào mới đủ) [*Nguyễn Công Trứ*]

2.-Sân (Srt. Dvesha, Pa. dosa; Av. hate) là lòng giận dữ, thù hận khi không hài lòng một điều gì. Vì mù quáng, con người không còn bình tĩnh để tự kiểm soát hành vi và ngôn ngữ của mình, không nhìn thấy sự tương liên của các sự vật và loài vật. Khi dứt trừ được lòng sân hận tận gốc rễ thì thân tâm được tự tại và giải thoát.

Lòng từ bi sẽ giúp cho tâm không nổi sân.

3.-Si (Srt. lobha, Av.ignorance/ delusion) có nghĩa là vô minh, ngu dại, ý thức bị che mờ nên không còn có thể phán đoán đúng sai, lợi...Vô minh là móc xích đầu tiên của "*Thập nhị nhân duyên*". Si dẫn tới lòng tham và lòng sân hận. Khi nào si/ vô minh bị tiêu diệt thì lòng tham và lòng sân hận sẽ bị tiêu diệt. Lòng si mê sẽ bị tiêu diệt khi con người dùng trí tuệ sáng suốt để phán đoán việc đúng sai, hay dở, những gì có lợi cho mình và có lợi cho người khác trong hiện tại và trong tương lai.

Nói tóm lại, Đức Phật đã dạy *Tam độc: Tham, Sân và Si* là những nguyên nhân gây nên phiền não, làm đau khổ cho cuộc đời. Khi diệt được *Tam độc* thì thân tâm và cuộc sống của chúng ta sẽ được an nhiên tự tại, an lạc; và sẽ đi đến chỗ giải thoát.

VIII.- Bổn phận của cư sĩ đối với các người thân:

Bổn phận là những hành vi bó buộc phải làm theo một quy luật đạo đức để đạt được điều thiện.

Những người Phật tử bình thường tu tại gia, Phật giáo Ấn độ phân chia Nam và Nữ, gọi là:

-*Upsaka* (phiên âm: ưu-bà-tắc), tiếng Sanskrit, có nghĩa là Nam cư sĩ.

-*Upasika* (phiên âm: ưu-bà-di), tiếng Sanskrit, có nghĩa là Nữ cư sĩ.

Chúng ta sẽ gọi chung là Cư sĩ (lay Buddhist) cho cả hai phái Nam và Nữ.

Người cư sĩ, sống trong thế giới này, có liên hệ mật thiết với những người thân ở trong gia đình và xã hội. Đạo đức là cái gốc vững bền để phát triển ý thức và hành vi đạo đức cho mỗi người. Đức Phật đã dạy các cư sĩ những bổn phận để sống một đời sống đạo đức trong mối quan hệ với gia đình và xã hội. Chúng tôi sẽ tìm hiểu "*Bổn phận của cư sĩ đối với người thân*" (The lay Buddhist's Duties to his/ her Associates) theo lời dạy của Đức Phật.

A.-Trong gia đình:

Đức Phật đã xác nhận và nhấn mạnh đến sự liên hệ giữa các thành viên trong gia đình. Ngài đã khuyến khích tất cả mọi người phải giữ gìn mối dây nối kết các thành viên trong gia đình với sự danh dự và nhân cách của gia đình, gia đình là một đơn vị xã hội. Các đạo luật của vua A-dục (Asoka Edits) đã ghi nhiều bổn phận của con cái đới với cha mẹ. Thí dụ: -*Phải vâng lời cha mẹ* (Obey mother and Father). -*Phải nghe lời cha mẹ* (Listen to Mother and Father).

Trong *Anguttara Nikaya* (Tăng Chi Bộ Kinh, Av. Collection of Discourses from Gradual Saying) đã ghi: *trong gia đình cha mẹ được kính trọng cao* (in families, Parents are held in high respect).

1.-Cha mẹ và Con cái (Parents and Children):

Trong *Sigalovada Suttanta* (Kinh Giáo Thọ Thi-ca-la-việt), đây là bài kinh thứ 31 trong *Digha Nikaya* (Kinh Trường Bộ), Đức Phật đã dạy các bổn phận mà cha mẹ phải thực hành đối với con cái:

1.Phải chứng tỏ tình thương con cái bằng cách ngăn cản con cái làm các hành vi xấu.
2.-Khuyến khích con cái làm điều có đạo đức.
3.-Hướng dẫn con cái chọn lựa một nghề nghiệp tốt.
4.-Sắp xếp việc cưới hỏi thích hợp cho con cái.
5.-Trao của thừa kế cho con cái đúng lúc.

Để đổi lại, con cái phải thực hiện các bổn phận sau đây:
1.-Phải cấp dưỡng cha mẹ vì cha mẹ đã một thời nuôi dưỡng mình.
2.-Phải thực hiện các việc làm với tinh thần trách nhiệm đối với cha mẹ.
3.-Phải cố gắng để thành công trong cuộc sống.
4.-Phải lo việc tang lễ khi cha mẹ qua đời.

Đạo Phật trong lòng dân tộc Việt Nam: Công ơn cha mẹ và chữ hiếu được đề cao:

-*"Công cha như núi Thái Sơn,*
Nghĩa mẹ như nước trong nguồn chảy ra.
Một lòng thờ mẹ kính cha,
Cho tròn chữ hiếu mới là đạo con. *(Ca dao)*

-Mẹ thức trắng đêm để lo cho con:

"Gió mùa thu mẹ ru con ngủ,
Năm canh về thức đủ cả năm." *(Ca dao)*

2.-Chồng và Vợ (Husbands and Wives):

Đức Phật đã dạy 5 bổn phận mà người chồng phải thực hiện:
1.-Phải lịch sự nhã nhặn với vợ
2.-Không coi thường vợ.
3.-Phải trung thành với vợ.
4.-Tôn trọng quyền làm vợ.
5.-Cung cấp cho vợ nữ trang cần thiết.

Đổi lại, người vợ phải thực hiện 5 bổn phận sau đây:
1.-Phải lo việc nhà cửa.
2.-Phải hiếu khách đối với bà con hai bên.
3.-Phải trung thành với chồng.
4.-Phải giữ gìn tài sản của chồng.
5.-Phải quán xuyến các việc kinh doanh của gia đình.

B.-Trong xã hội:

1.-Bạn bè (Friends):

Theo Đức Phật, nếu việc chọn một gia đình để được sanh ra trong cõi đời hiện tại này có liên kết với hậu quả của nghiệp trong các dòng sanh mệnh của những kiếp trước. Nhưng việc chọn lựa, gặp gỡ "*bạn bè*" của một người thì có liên hệ đến hoàn cảnh và hành động trong cuộc đời hiện tại.

Thế giới được nối kết dài lâu là do những liên hệ gia đình, nhưng việc kết bạn bè cũng là một phương tiện để tạo nên một thế giới bao quanh chúng ta. Một người tử tế muốn kết bạn với nhiều người khác thì không vì một tham vọng nào cả. Nói một cách rộng mở, người này muốn làm việc tốt cho bất cứ người nào, làm việc công bình cho tất cả mọi việc, ở mọi nơi, và điều này có nghĩa là người đó muốn được cư xử lại cũng như thế, giống như anh nài lái xe ngựa thì việc xe ngựa chạy nhanh cũng tuỳ thuộc vào cái chốt của trục bánh xe.

Chọn bạn:

Người ta thường kết bạn với một người có thể cho những gì khó cho, làm những gì khó làm nhất, chịu đựng những gì khó chịu đựng. Ta nên xa lánh các người có tánh ích kỷ, tuy nhiên cũng không nên đối xử không tử tế đối với người này. Nếu thấy rõ một người có thể là kẻ thù trong tương lai thì không nên liên hệ với họ nữa.

Khi một tình bạn đã được kết nối thì có một số bổn phận mà ta phải thực hiện:

1.-Phải trung thành với bạn.

2.-Luôn luôn giữ lời hứa.

3.-Đối xử với bạn như thể đối xử với chính mình.

4.-Mình phải là nơi nương tựa khi bạn bè gặp hoạn nạn, và không bỏ rơi bạn trong lúc họ gặp khó khăn.

5.-Phải có những lời nói tốt đẹp về bạn, và nếu có người nói lén chuyện xấu về bạn thì phải kiểm chứng cẩn thận trước khi chấp nhận sự thật, nên nhớ đừng để kẻ xa lạ chia rẽ tình bạn.

Trong *Sigalovada Suttanta* (Kinh Giáo Thọ Thi-ca-la-việt), đây là bài kinh thứ 31 trong *Digha Nikaya* (Trường Bộ Kinh), đã có dạy nhiều cách để gìn giữ và phát triển tình bạn: một người bạn tốt là một người hay giúp đỡ và đùm bọc bạn mình trong mọi hoàn cảnh, hạnh phúc hay đau khổ, là người hay khuyên nhủ những lúc bạn có chuyện buồn, ngăn cản bạn làm điều xấu, giúp bạn thực hành điều tốt. Một người khôn ngoan sẽ nhận ra được người bạn tốt với những đặc tính đó. Ngược lại một người bạn xấu như là một kẻ thù, vì họ đặt để tình bạn chỉ do lòng tham, chuyên dùng lời nịnh hót. Kẻ nịnh hót thường đề cao một người khi đứng trước mặt người đó, nhưng lại nói xấu khi vắng mặt người đó. Dĩ nhiên đối với người bạn như thế thì chúng ta phải xa lánh.

Tuy nhiên, việc chọn lựa bạn thì thường là một vấn đề không phải là sự lựa chọn được hoàn toàn tự do. Ngoài việc nhiều người cố gắng muốn kết bạn với những người mà họ có cùng những đức tánh giống nhau, và họ có thể tin tưởng lẫn nhau. Tục ngữ Tây phương có câu: "*Birds of a feather flock together*" (Các con chim có (cùng) lông thì đổ xô lại gần nhau). Trong tục ngữ Hán Việt có câu: "*Ngưu tầm ngưu, Mã tầm mã*". (Trâu tìm đến trâu, Ngựa tìm đến ngựa). Như vậy, một người cần phải "*chọn bạn mà chơi, chọn nơi mà ở*" (tục ngữ VN) để khỏi bị nhiễm thói hư tật xấu của bạn, và tránh khỏi bị vạ lây. Tục ngữ VN còn nói:"*Gần mực thì đen, gần đèn thì sáng*".

Nhiều kinh điển Phật giáo đã khuyên chúng ta đừng nên hời hợt quyết đoán về một người bạn. Ngụ ngôn Tây phương có câu về tình bạn bè: "*Not by the texture of his skin is a man known"* (Đừng vì bề ngoài mà quyết đoán một người) hay "*Not in a passing glance should one put trust"* (Không nên nhìn thoáng qua một người mà vội tin ngay người ấy).

2.-Thầy Cô và Trò (Teachers and Pupils):

Đạo Phật đã đề cao mối quan hệ giữa Thầy Cô và Học trò. Thầy Cô là vị giúp tiêu diệt "*ngu dốt*"; ngu dốt (ignorance) là điều phải tiêu diệt.

Trong *Sigalovada Sutta* (Kinh Giáo Thọ Thi-ca-la-việt), xin được nhắc lại, đây là bài Kinh thứ 31 được diễn tả trong *Digha Nikaya* (Kinh Trường Bộ) đã nêu lên bổn phận của Thầy Cô đối với Học trò như sau:

1.-Phải chứng tỏ tình thương yêu học trò mình bằng cách dạy dỗ tận tâm những điều mình đã học cũng như đã nghiên cứu thêm.
2.-Phải giảng dạy cho học trò hiểu rõ những điều mình đã học.
3.-Phải nói tốt về học trò của mình.
4.- Phải bảo vệ học trò mình trong bất cứ hoàn cảnh nào.

Đổi lại, Học trò có bổn phận đối với Thầy Cô như sau:

1.-Đứng dậy, chào Thầy Cô khi Thầy Cô đi vào lớp học.
2.-Kính trọng Thầy Cô.
3.-Chú ý nghe lời giảng dạy của Thầy Cô ở trong lớp học.
4.-Chăm sóc Thầy Cô, nếu có thể, trong khả năng của mình.

***

Tình Thầy Cô – Trò là một tình cảm cao quý nhất. Không ai có thể hiểu trò bằng thầy cô. Không ai có thể quên Thầy Cô đã dạy dỗ mình. Trò thường nhớ Thầy Cô, kỷ niệm ấn sâu vào ký ức, nhớ từng lời nói, từng cử chỉ của Thầy Cô ở trên bục giảng. Tuy nhiên, Thầy Cô có rất nhiều Học Trò nên không thể nhớ hết tất cả học trò của mình, chỉ trừ các học trò có những nét đặc biệt: học rất giỏi hoặc quá trửng giởn trong lớp học.

Giáo sư Bàng Bá Lân tâm sự về niềm vui của ông khi thấy học trò mình chăm chú nghe mình giảng bài:

"Nhiều lúc ta cao giọng giảng bài,
Không hề biết mệt, bốn giờ trôi.
Các em ngoan ngoãn và chăm chỉ,
Là đáy lòng ta mãn nguyện rồi."
(Bàng Bá Lân, *Đôi lời tâm sự*)

Trước 1975, nền giáo dục VNCH có ngày lễ "**Tôn Sư Trọng Đạo**", đây là ngày nhớ ơn Thầy Cô, một truyền thống tốt đẹp của dân tộc Việt Nam. Ngày nay, tại hãi ngoại, cộng đồng người Việt cũng có tổ chức ngày truyền thống "*Tôn Sư Trọng Đạo*".

Trong xã hội Việt Nam xưa, có bậc thang giá trị đạo đức là "*Quân-Sư-Phụ*". Thầy Cô có địa vị thứ hai trong xã hội vì Thầy Cô mở mang trí tuệ, phát triển đạo đức và thể xác cho học trò. Trong đó, việc mở mang trí tuệ cho học sanh là có tầm quan trọng nhất:

"Công Cha, nghĩa Mẹ, ơn Thầy." *(Tục ngữ)*

và *"Không Thầy đố mày làm nên."* *(Tục ngữ)*

Thầy Cô đã hy sinh rất nhiều cho học trò: soạn bài, giảng bài, chấm bài…; đổi lại học trò biết ơn Thầy Cô là phải ráng học tập để đóng góp cho xã hội sau này.

Ngày Nhà Giáo Thế giới do Unesco, Liên Hiệp Quốc,quy định ngày 5 tháng 10,và tuyên bố lần đầu năm 1994.

Một số quốc gia ủng hộ quyết định của Liên Hiệp Quốc nên dù có ngày khác họ cũng đổi sang ngày 5 tháng 10 như trường hợp Canada, Đức, Armenia, Azerbaijan, Bangladesh, Bulgaria, Cameroon, Lithuania, Macedonia, Pakistan, Philippines, Nga, Serbia v...v...; nhiều nước cựu CS như Nga, Bulgari, Serbia, các nước Baltics đều đổi sang Ngày Nhà Giáo do UNESCO công bố.

Riêng Việt Nam là nước duy nhất chọn Ngày Nhà Giáo là **ngày 20 tháng 11** do tổ chức Cộng Sản quốc tế ấn định: "Lễ Ngày Nhà Giáo có nguồn gốc trong một hội nghị giữa các nhà giáo trong khối CS được tổ chức tại Warsaw năm 1957."

Ngày Nhà Giáo là ngày truyền thống, ngày để Thầy Cô được tặng hoa, tặng quà, được nghe lời cám ơn, lời thăm hỏi...của học trò.

Giáo sư Trầm Vân đã viết:

"Ngày Nhà Giáo đến êm đềm,
Vần thơ thương gửi cánh nghiêng nghĩa tình.
Cùng nhau mở cửa bình minh,
Cõi lòng lấp lánh bóng hình trường xưa.'
(Trầm Vân, *Bồi Hồi Ngày Nhà Giáo Về*)

3.-Chủ nhân và người giúp việc trong nhà (Employers and Servants):

Trong *Sigalovada Sutta* (Kinh Giáo Thọ Thi-ca-la-việt), đã ghi bổn phận của người chủ nhà đối với người giúp việc trong nhà như sau:

1.-Phân công việc làm tùy theo sức khỏe và khả năng.
2.- Cung cấp thực phẩm và lương bổng cho họ.
3.-Chăm sóc họ khi họ bịnh hoạn.
4.-Nếu có dịp thì chia sẻ thức ăn ngon cho họ.
5.-Cho phép họ nghỉ ngơi đúng lúc.

Đổi lại, người giúp việc phải thực hiện những bổn phận đối với người chủ nhà như sau:

1.-Phải thức dậy trước khi người chủ thức dậy.
2.-Phải đi ngủ sau khi chủ mình đi ngủ.
3.-Phải làm các công việc gì mà chủ giao phó.
4.-Phải làm việc tận tâm, hết lòng.
5.-Làm tốt thanh danh cho chủ.

Toronto, 01 tháng 11 năm 2019

Nguyễn Vĩnh Thượng

***Tài liệu tham khảo chính yếu 1:**

Như đã liệt kê trong bài *Nhận thức luận trong triết học cổ điển Ấn độ và trong triết học Phật giáo* của NVT, 2019).

***Tài liệu tham khảo chính yếu 2:**

-Buritt, Edwin A. (*edited with Commentary*), *The teaching of Compassionate Buddha*, New York: New American Library, 1955.

-Harvey, Peter, *An Introduction to Buddhist Ethics: Foundations, Values and Issues*, New York: Cambridge University Press, 2000.

-Horner, I.B. (*translated*), *The book of the Discipline- Vinaya*, Vol. III, Oxford: PTS, 1993.

-Narada Thera (*translated with notes*), *The Dhammapada*, London: Lewis Reprints Ltd., 1972.

-Nguyễn Vĩnh Thượng, *Đạo đức học 12 ABCD*, Saigon: Hiện Đại Phát hành, 1972.

-Nguyễn Vĩnh Thượng và nhiều tác giả khác, *Trắc nghiệm Triết 12 A: Đạo đức học, Luận lý học, Tâm lý học*, Saigon: Yiễm Yiễm xuất bản lần đầu, tháng 4 năm 1975. Tái bản lần thứ nhì, tháng 1 năm 2019; Lu Lu Press phát hành online, USA.

-Nikunja Vihari Banerjee (*translated*), *The Dhammapada*, Delhi: Munshiram Manoharlal Publishers PVT. Ltd., 1989.

-Rhys Davids, T.W. and C.A.F. (*translated*), *Sacred Books of the Buddhists: Dialogues of the Buddha,* Vol. III–IV, Part II-III, the fourth edition reprinted, Oxford: P.T.S., 1989.

-Rhys Davids, T.W. (*translated*) and F. Max Muller (*edited*), *Sacred Books of the Buddhists: Dialogues of the Buddha,*Vol. II, Part I, the fifth edition reprinted, Oxford:PTS, 1992.

-Saddhatissa, Hammalawa, *Buddhist Ethics: Essence of Buddhism*, London: George Allen and Unwin Ltd., 1970.

-Thích Minh Châu (*Việt dịch*), *Kinh lời vàng – Dhammapada*, Saigon: Viện Đại Học Vạn Hạnh, 1969.

-Thích Minh Châu (*Việt dịch*), *Kinh Trường Bộ (Digha Nikaya*) Tập I, II, III, Saigon: Vện Đại Học Vạn Hạnh, 1972.

-Thích Thanh Từ, *Phật giáo trong mạch sống dân tộc*, Saigon: Lá Bối, 1966.

-Thích Thanh Từ, *Vài nét chính luân lý Phật giáo*, USA: Phật học Viện Quốc Tế tái bản, 1990.

-Thích Thiện Hoa, *Phật học Phổ Thông (Khoá I đến Khoá XII)*, USA: Phật học Viện Quốc Tế tái bản, 1989.

-Thondup, Tulku, *Enlightened Journey: Buddhist Practice as Daily Life*, Boston: Shambhala. 1995.

Chương 5

Thuyết Duyên Khởi

hay

Thập Nhị Nhân Duyên

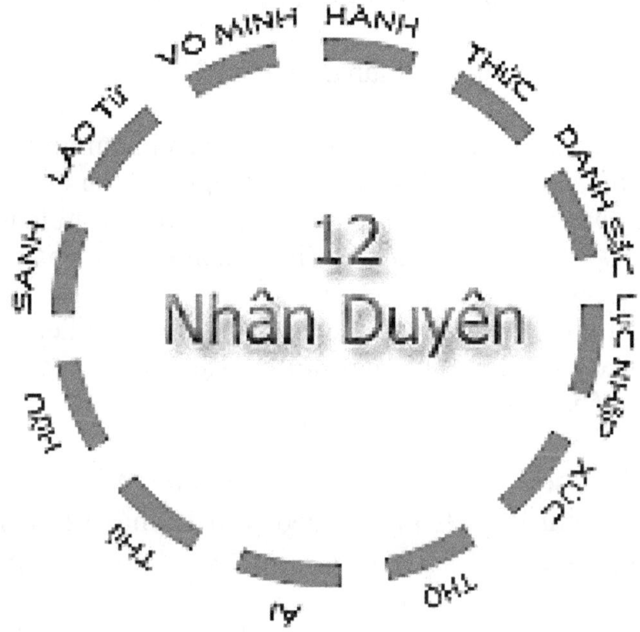

Duyên Khởi hay**12 nhân duyên** (Srt. Pratityasamutpada, Av. Twelve Links of Interdependent Arising) gồm có 12 loại nhân duyên: *Vô minh, Hành, Thức, Danh-và-Sắc, Lục căn -và- Lục trần (Lục nhập), Xúc, Thọ, Ái, Thủ, Hữu, Sinh, Lão-và-Tử.*

Hiểu tư tưởng Duyên Khởi thì hiểu Triết học Phật giáo. Thuyết "*duyên khởi*" là một nền tảng triết lý rất quan trọng trong lời giáo huấn của Đức Phật.

Sau khi đắc đạo, Đức Phật đã căn cứ vào lẽ sanh khởi của **dukkha** (những điều không hài lòng, căng thẳng, khổ đau…) mà nói lên sự liên hệ nhân quả của nó gồm có 12 thứ/ 12 chi. Ngài lập ra *thuyết "Duyên Khởi".*

Trong bài này chúng tôi sẽ trình bày:

I. -Các định nghĩa:
  1.-Thuyết *Duyên Khởi* hay *Thập nhị nhân duyên;*
  2.-Luật Nhân, Duyên, Quả/Luật Nhân Quả;
  3.-Ảnh hưởng của Luật Nhân Quả trong đời sống của chúng ta.
II. -*Nội dung của Thập nhị nhân duyên.*
III.
  - A.-*Bản Thể Luận trong thuyết Duyên Khởi.*
  - B.-*Biện chứng Pháp trong thuyết Duyên Khởi.*
IV. -Kết Luận.

I. Định nghĩa:

1. Thuyết *Duyên Khởi hay Thập nhị nhân duyên:*

Trong Kinh Phật Tự Thuyết (Udana, Tiểu Bộ Kinh I, tr. 291), Đức Phật nói:

"Vì cái này có, cho nên cái kia có. (imasmim sati idamhoti).
Vì cái này sinh,cho nên cái kia sinh. (imassuppàda idam uppajjati).
Vì cái này không, cho nên cái kia không. (imasmim asati idam na hoti).
Vì cái này diệt, cho nên cái kia diệt. (imassa nirodhà idam airujjhata"

Bốn câu trên cho thấy sự tương liên, tương tác trong sự hiện hữu liên tục của mọi sự vật, và sự tương liên, tương tác trong sự hủy diệt của mọi sự vật. Căn cứ trên nguyên tắc này, thuyết Duyên Khởi được thành lập.

Thuyết **Duyên khởi** (HV 縁起, Sa. *pratītyasamutpāda*, Pa. *paṭiccasamuppāda*, cũng được gọi là **Nhân duyên sinh** (因縁生), và vì bao gồm 12 thứ/ 12 thành phần nên cũng có tên là **Thập nhị nhân duyên** (十二因縁, Sa. *Dvādaśanidāna/ dvādaśāṅgapratītyasamutpāda).*

Tiếng *duyên khởi* được dịch ra tiếng Anh với nhiều cụm từ khác nhau như sau: dependent origination, dependent arising, interdependent co-arising, conditioned arising, và conditioned genesis (genesis = căn nguyên). Còn cụm từ Thập Nhị Nhân Duyên được dịch là the Twelve Links of Interdependent arising.

Theo tiếng Sanskrit thì *pratītyasamutpāda* gồm có 2 tiếng:

- *pratītya* có nghĩa là tùy thuộc (dependent), chữ này đã thấy xuất hiện trong Kinh văn Vedas và Upanishads. Trong Kinh Rig Veda, chữ này có nghĩa là tùy thuộc, là gốc rễ. Cũng trong tiếng Sanskrit tiếp đầu ngữ *prati* có nghĩa là đi tới, diễn tiến, tiếp cận.

- *samutpāda* có nghĩa là phát khởi (arising), khởi sự (originate), hậu quả (effect).

Do đó tư tưởng về *duyên khởi* (the idea of *dependent origination*) có lẽ đã có trước khi Đức Phật ra đời. Các nhà nghiên cứu triết học Ấn độ đã nhận thấy 4 chi đầu tiên của dây chuyền có 12 chi như: *Vô minh, Hành, Thức, Danh sắc* đã có trong lý thuyết về vũ trụ của Brihadaranyaka Upanishad và các kinh văn Vedas cổ xưa hơn.

2. Luật Nhân, Duyên, Quả/ Luật Nhân Quả:

Thuyết Duyên Khởi/ 12 Nhân Duyên quan niệm rằng một vòng tròn gồm có 12 chi hay 12 mắt xích dính với nhau như sợi dây chuyền. Cái mắt xích này là nhân tạo ra quả là cái mắt xích kia nhờ duyên là các điều kiện thích hợp - năng lực - xúc tác với nhân. Rồi quả sẽ là nhân cho một tiến trình mới, với sự trợ giúp của duyên mới để tạo thành một quả mới; và cứ như thế tiếp tục mãi mãi; chỉ khi nào có một cái bị diệt thì cái kia cũng bị diệt. Nói khác, sự sanh khởi phải có điều kiện, thuyết duyên khởi có thể diễn tả qua một tiến trình như sau:

Nhân - Duyên - Quả

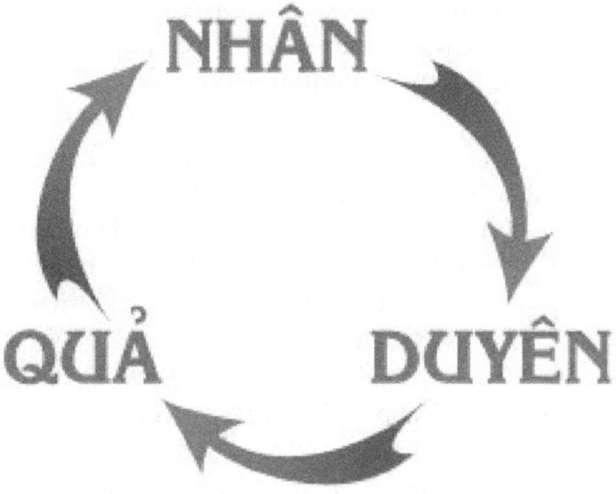

Nhân (cause) chỉ lý do chính, *duyên* (condition) là điều kiện trợ giúp để sinh ra *quả* (effect). Nhân là nguyên nhân tức là cái gì phát động ra ở mọi sự vật để gây ra một kết quả. Duyên là duyên cớ, là điều kiện, là năng lực, là sự tương hợp để giúp nhân tạo ra quả.

Một thí dụ đơn giản: hột lúa (1) là cái *quả* của cây lúa (1) đã chín, hột lúa (2) sẽ là cái *nhân* của cây lúa (2) sắp mọc lên. Lúa muốn thành cây lúa, muốn có bông lúa thì phải nhờ có điều kiện: có năng lượng thích hợp như đất, nước, không khí, ánh sáng, đây chính là *duyên*.

Trong vòng tròn có 12 mắt xích thì mỗi mắt xích là nguyên nhân gây phát khởi mắt xích kế tiếp, và mỗi mắt xích kế tiếp sẽ trở thành một nhân mới, và cứ tiếp diễn liên tục như thế, theo thuyết duyên khởi thì không có nguyên nhân đầu tiên, tất cả các nguyên nhân và kết quả cùng nhau hiện hữu, chúng có liên hệ hỗ tương, tuỳ thuộc với nhau.

Theo Đức Phật thì chúng ta thấy có 2 loại quan hệ giữa các sự vật là:

- *Quan hệ đồng thời:*
"Cái này có cho nên cái kia có,
Cái này không cho nên cái kia không."
có nghĩa là mọi sự vật đều tương liên, đều cùng nhau mà hiện hữu.

- *Quan hệ dị thời:*
"Cái này sinh cho nên cái kia sinh,
Cái này diệt cho nên cái kia diệt."
có nghĩa là mọi sự vật kế tiếp liên tục để sinh khởi, cái này sinh ra trước để làm nhân sinh ra cái kia khi có điều kiện thích hợp; nếu một sự vật bị diệt thì sự vật kế tiếp cũng bị diệt.

Như vậy, theo thuyết duyên khởi thì *không có cái gì hiện hữu độc lập với cái khác*; mọi thứ đều liên kết tùy thuộc lẫn nhau.

Luật Nhân, Duyên, Quả (The Law of Cause, Condition and Effect) thường gọi ngắn gọn là *Luật Nhân Quả* (The Law of Cause and Effect), đây là một Luật phổ biến (universal Law) được áp dụng trong mọi lãnh vực: Khoa học thực nghiệm, Khoa sinh vật, khoa học xã hội, khoa học chính trị, trong cuộc sống hằng ngày của chúng ta v. v.

Sự sinh khởi và tồn tại của tất cả mọi sự, mọi vật được xác định bởi những nguyên nhân và những điều kiện. Nguyên nhân và điều kiện kết hợp với nhau để tạo kết quả. Nói khác, nếu không có nguyên nhân thì sẽ không có hậu quả, khi nguyên nhân chấm dứt thì hậu quả liên hệ cũng chấm dứt; không có vật gì sinh khởi mà không đi tới chỗ chấm dứt. Những nguyên nhân khác nhau thì có những hậu quả khác nhau Theo Luật Nhân Quả thì cái gì được sanh khởi thì sẽ bị suy tàn:

-"*Khi con người sanh ra thì con người sẽ chết*" (When one is born, one will die);
-"*Có thịnh thì có suy*".
-"*Việc làm tốt sẽ sinh ra kết quả tốt, việc làm xấu sẽ sinh ra kết quả xấu*". (Good causes bring good effects, bad causes bring bad effects): "*Nhân nào, quả nấy.*"
-"*Ở hiền, gặp lành*": có nhiều vị tự hỏi rằng có nhiều người luôn luôn làm việc thiện nhưng đời họ lại gặp lắm gian truân, thường bị hãm hại; còn những kẻ lừa gạt, cướp giựt tài sản của người khác thì vẫn sống phây phây trong cảnh giàu sang. Nhiều lý luận đạo đức siêu hình được vận dụng để trả lời vấn nạn này. Lý luận *đạo đức siêu hình* căn cứ vào tư tưởng của phong trào *Phật giáo Phát triển* (the Developmental Buddhism) /*Phật giáo Đại thừa* (Mahayana Buddhism) cho rằng do ảnh hưởng của luật nhân quả 3 đời: quá khứ, hiện tại và tương lai trong giòng sinh mệnh của con người.

Nói khác, quan điểm này cho rằng "*muốn biết những **nhân** trong quá khứ thì hãy nhìn những **quả** đang biểu lộ trong hiện tại, và muốn biết những quả ở tương lai thì nhìn những **nhân** đang tạo ra trong hiện tại.*"

Tuy nhiên, Đức Phật lịch sử *luôn luôn im lặng* trước những *câu hỏi siêu hình* của các đệ tử, Ngài cũng đã không bao giờ giải thích điều gì dựa trên những ý niệm siêu hình.

3. Ảnh hưởng của Luật Nhân Quả vào đời sống của chúng ta:

Luật Nhân Quả có ảnh hưởng vào đời sống của chúng ta (The Law of Cause and Effect affects our life). Tư duy, thái độ và hành động của bạn đều tạo nên hậu quả riêng biệt mà nó biểu lộ có ảnh hưởng đến đời sống hằng ngày. Nếu bạn không hài lòng với những hậu quả mà bạn đã tạo ra thì bạn phải biến đổi những nguyên nhân.

Thay đổi tư duy, thay đổi hành động, biến đổi thái độ để tạo nên một đời sống mới. Từ đó chúng ta sẽ tìm những lợi ích của luật nhân quả để phát triển cuộc đời cho tốt đẹp hơn. Chúng ta có thể tóm lược các điểm chính sau đây:

a. Mọi việc, mọi sự đang xảy ra trong cuộc sống hằng ngày là hậu quả được tạo nên bởi một nguyên nhân riêng biệt. Những nguyên nhân này là những quyết định và những hành động mà chúng ta đang thực hiện trong cuộc sống. Dù cho các quyết định có ý nghĩa hay không có ý nghĩa, có ý thức hay vô thức thì quyết định ấy vẫn có thể chuyển biến về tính chất của hậu quả mà ta đang trải nghiệm trong cuộc đời.

Như vậy, luật nhân quả đã soi sáng cho ý tưởng về sự thành công. Từ ý tưởng này, để rút ngắn thời gian chúng ta có thể tìm hiểu về những gì mà người khác thành công; rồi chúng ta có thể bắt chước để hoàn thành sự thành công. Thêm vào đó chúng ta cần phải tìm hiểu thêm về con người của họ qua các biểu lộ mà họ có như:

- Cách quyết định,
- Thái độ,
- Hành động,
- Tập quán,
- Niềm tin,
- Cách đánh giá trị về cuộc đời,

b.-Theo luật nhân quả thì không có việc gì xảy ra một cách ngẫu nhiên: - Sự thành công *không thể đạt được* nhờ *may rủi;* - sự thành công không thể quyết định được ở ngoài chúng ta. Nói cách khác, không có gì xảy ra một cách ngẫu nhiên ở trong cuộc đời này, các hậu quả mà ta tạo ra trong cuộc đời là kết quả của các nguyên nhân mà ta đã tạo ra. Tuy nhiên trong thực tế đã có nhiều trường hợp ngoại lệ: "*Hay không bằng hên*" (tục ngữ), có người học hành giỏi, có bằng cấp cao nhưng không có cơ hội có được việc làm tốt như một người có bằng cấp thấp hơn…

Chúng ta có thể chuyển đổi số phận hằng ngày bằng cách tạo nên một chuỗi của nhiều nguyên nhân và những điều kiện cùng hoàn cảnh của cuộc sống để hậu quả biểu lộ ra tốt hơn trong tương lai.

Tư duy có thể tạo nên được nguyên nhân:
- Tư duy của bạn tạo nên một ý nghĩa cho hoàn cảnh.
- Tư duy của bạn có thể sáng tạo nên các biểu lộ trong cuộc sống thực tế của bạn.
- Những trải nghiệm trong cuộc đời phản ánh những biểu lộ tư duy của bạn.

Do suy tư, chúng ta tạo ra được nguyên nhân có thực trong cuộc sống.

c.- Theo luật nhân quả, chúng ta có *tự do để lựa chọn*:

-Chọn những cảm xúc của mình một cách ý thức hay không ý thức vào một thời điểm nào đó.

-Chọn được cách cư xử cho thích hợp với cách suy nghĩ về thế giới, về những người khác, về những sự kiện về chính chúng ta.

Như vậy, chúng ta có tự do chế ngự dòng tư tưởng của mình vào bất cứ lúc nào, tư tưởng tạo ra nguyên nhân dẫn đến hậu quả mà chúng ta trải nghiệm trong cuộc đời của mình. Có thể kết luận rằng chúng ta đã tự do chọn lựa kinh nghiệm của cuộc đời mình dù là có ý thức hay không có ý thức. Trong thực tế, có những trường hợp ta hết sức cố gắng (*nhân*) nhưng *kết quả* không đạt được như ý muốn: "*Học tài thi phận*".

Sự tự do lựa chọn (free choice) có nghĩa là tìm nhân tốt để được quả tốt.. Sự chuyển đổi là một hành trình tiến lần lần (transformation is a gradual journey), cần đòi hỏi thời gian, nên cần phải kiên nhẫn.

d. *Kết luận*:

Nguyên lý sâu xa của luật nhân quả là giúp chúng ta thấy rằng không có việc gì do ngẫu nhiên mà có thể xảy đến trong đời sống của chúng ta.

Chúng ta đều hiểu: hễ có *NHÂN*, thì có *QUẢ*, nhưng đồng thời chúng ta cũng biết là *NHÂN QUẢ KHÔNG CỐ ĐỊNH* vì nhân quả còn *tuỳ thuộc vào DUYÊN* (hay những trợ duyên). Nhân quả không cố định, *NGHIỆP cũng KHÔNG CỐ ĐỊNH*, nhờ vậy mà chúng sinh có thể tu sửa để *CHUYỂN NGHIỆP*.

Đức Phật có nói:"*Ta là Phật đã thành, chúng sinh là Phật sẽ thành*" để cho biết Nghiệp do Duyên sanh, cho nên Nghiệp không có tự thể cố định (*tánh Không*), dứt mọi duyên, dừng nghiệp, không tạo nghiệp mới nữa, tu sửa, hằng sống với trí tuệ bát nhã, đến khi sạch nghiệp thì trở về bản tánh chân thật, tức là *Phật tánh.*

Phật tánh là *Tánh Giác* sẵn có nơi mỗi người, khi *Mê* thì là chúng sinh, khi *Giác* rồi thì là *Phật*, là theo ý nghĩa đó vậy.

Nhờ *Nhân quả không cố định, Nghiệp cũng không cố định*, mà chúng ta có thể *chuyển NGHIỆP, chuyển bỏ VỌNG CHẤP* chuyển hướng đời mình, sống đời sống xứng đáng hơn, cố gắng hằng *TỈNH*, hằng *GIÁC* trong từng phút giây, để có thể có được an nhiên, tự tại, Niết-bàn tự Tâm.

II. Nội dung của thuyết duyên khởi

II.A. Mười hai loại nhân duyên trong thuyết duyên khởi:

Trong Tương Ưng Bộ Kinh II, Đức Phật đã liệt kê 12 loại nhân duyên như sau: *Vô minh, Hành, Thức, Danh sắc, Lục căn & Lục trần (Lục nhập), Xúc, Thọ, Ái, Thủ, Hữu, Sinh, Lão & Tử.*

12 mắt xích thường được diễn tả như cái *bánh xe của đời sống* / bánh xe luân hồi (Sa.Bhavachakra, Av. The Wheel of Life).

Đức Phật nói "*thuyết Duyên Khởi*" là một chân lý đã có sẵn từ trước, thuyết này nói về bản tánh của hiện hữu (the nature of existence), và Ngài đã chứng ngộ thuyết này, nên Ngài mới đem khai thị cho đại chúng.

Chúng ta sẽ tìm hiểu mỗi thứ trong 12 Nhân Duyên (The Twelve Links of Dependent Origination) như sau:

1. **Vô Minh** (無明, Sa. *avidyā*, Pa. *avijjā, Av. Ignorance*) có nghĩa là không có sáng suốt, tức là không hiểu biết hoặc có biết nhưng mê muội, nhất là không thấu hiểu luật nhân quả.

Vô minh tạo điều kiện và sanh ra mắc xích tiếp theo là Hành...

2. **Hành** (行, Sa. *saṃskāra*, Pa. *saṅkhāra,* Av. *volitional formation)* là hành động có cố ý hay nghiệp (karma), hay hành động tạo tác nghiệp lành, dữ.

Hành tạo điều kiện và phát khởi ra mắc xích tiếp theo là Thức . . .

3. **Thức** (識, Sa. *vijñāna*, Pa. *viññāna,* Av. *conciousness*): hay là thần thức, khi chết nghiệp dẫn thần thức đi thọ sanh thân kế tiếp?.

Thức tạo điều kiện và phát khởi ra mắt xích tiếp theo là Danh sắc...

4.- Danh sắc (**名色**, Sa. và Pa. *nāmarūpa , Av. name & form/ corporeality & mentality)* là thân thể, là toàn bộ yếu tố tâm lý và sinh lý do sự kết hợp của ngũ uẩn mà tạo thành.

Có 4 uẩn thuộc về tâm lý là thọ, tưởng, hành, thức; 1 uẩn thuộc về vật lý là tứ đại: đất, nước, gió và lửa.

Có danh sắc thì phát sinh ra Lục nhập (Lục căn & Lục trần)

5.- **Lục nhập (Lục căn - Lục trần)** (**六根**, Sa. *ṣaḍāyatana*, Pa.*saḷāyatana* - **六塵**, Av. six sense organs & their six objects):

- **sáu căn** gồm có 5 giác quan và khả năng suy nghĩ: mắt, tai, mũi, lưỡi, thân, ý.
- **sáu trần** gồm có: sắc, thanh, hương, vị, xúc và pháp (ý tưởng).

Khi mỗi căn của 6 căn tiếp xúc với mỗi trần tương ứng trong 6 trần thì sinh ra 6 thức (六 識): nhãn thức, nhĩ thức, tỷ thức, thiệt thức, thân thức và ý thức.

Khi có sự gặp gỡ và giao thoa giữa căn, trần và thức thì phát sanh ra xúc.

6. - **Xúc** (**觸**, Sa. *sparśa*, Pa. *phassa,* Av. contact / sense impression): là tiếp xúc giữa căn, trần và thức.

Rồi xúc làm điều kiện phát sanh ra Thọ.

7.- **Thọ** (受, Sa., Pa. *vedanā*, Av. feeling / sensation) là cảm thọ của con người mới sanh với thế giới bên ngoài, tức là các phản ứng tâm lý phát sanh ra, thọ có 6 loại: mắt tiếp xúc với hình thể, tai tiếp xúc với âm thanh, v...v... Trải nghiệm của cảm thọ có khi dễ chịu, lạc thú (pleasurable), có khi khó chịu, đau đớn, đau khổ (painful, suffering), có khi trung tính (neutral); trải nghiệm này đưa đến sự ưa thích hoặc sự không ưa thích, ghét.

Thọ là điều kiện và làm phát sanh ra Ái.

8.- **Ái** (愛, Sa. *tṛṣṇā*, Pa. *taṇhā*, Av. craving or attachment) là lòng ham muốn một đối tượng.

Có 6 loại như: sắc ái, thanh ái, hương ái, vị ái, xúc ái và pháp (ý tưởng) ái.

Ái là điều kiện và làm phát khởi ra Thủ.

9.- **Thủ** (取, Sa., Pa. *upādāna,* Av. cling or grasping) là bảo thủ, chiếm giữ cho mình, cho nên tạo nghiệp lành, dữ. Đây là mức độ rất mạnh của lòng tham muốn.

Thủ có 4 loại: 1. Dục thủ (sensual pleasures / desired objects), 2. Kiến thủ (mistaken views / bad views), 3. Giới cấm thủ (bad system of ethics and conduct), 4. Ngã luận thủ (views of self): tất cả chúng ta thường bám chặt vào bản ngã là do lòng tham muốn ở mức độ rất mạnh mẽ.

Thủ là điều kiện làm phát khởi Hữu.

10.- **Hữu** (有, Sa., Pa. *bhava*, Av. process of becoming/ existence): vì đã tạo nghiệp trong kiếp này, nên phải có thọ thân kế tiếp.

Hữu là toàn thể sự sống, sự hiện hữu hay tồn tại.

Hữu là điều kiện làm phát khởi Sinh.

11.- **Sinh** (生, Sa., Pa. *jāti,* Av. birth): do ái, thủ, hữu là nhân hiện tại cho nên phải tái sanh đời sau.

Sanh dẫn tới Lão và Tử.

12.- **Lão & Tử** (老死, Sa., Pa.. *jarāmaraṇa*, Av. aging and death): vì có sanh nên có già và chết.

Dây chuyền 12 nhân duyên đi đến mắt xích Lão - Tử, cứ tiếp diễn như vậy, rồi do nghiệp của đời sống này lại tạo nên đời sống kế tiếp, Lão - Tử là điều kiện làm phát khởi ra Vô minh. Cứ tiếp diễn như vậy không ngừng để tạo nên bánh xe luân hồi. Khi chết, nghiệp lực (karmic force) dẫn chúng sanh trở lại tái sanh (rebirth). Theo lời Đức Phật dạy thì chúng ta diệt trừ Vô minh để chấm dứt sanh tử luân hồi.

Thuyết duyên khởi nêu lên một dòng luân lưu như mắc xích của 12 nhân duyên.

Vô minh là không sáng suốt, là không có trí tuệ. Vô minh khiến ta chấp ngã và chấp pháp. Vô minh vốn không có tự tánh, vô minh do sự kết hợp của nhân và duyên nên chúng ta có thể thay đổi, chuyển hóa nhân, duyên, như vậy ta có thể tiêu trừ vô minh. Như trong đêm tối, ở trong nhà chúng ta bật đèn thì hết tối. Tương tự, khi phát khởi trí tuệ thì tâm thức vô minh sẽ tự nhiên không còn. Khi vô minh diệt thì "*hành*" theo đó cũng diệt, hành diệt thì "*thức*" theo đó cũng diệt v…v…hữu diệt thì "*sanh*" theo đó cũng diệt, sanh diệt thì "*lão*" theo đó cũng diệt. Lão diệt thì "*tử*" theo đó cũng diệt.

Vô minh bị tiêu diệt bởi ánh sáng của trí tuệ, khi vô minh bị tiêu diệt thì không thấy vô minh ở đâu. Trí tuệ tiêu diệt vô minh, nhưng nếu vô minh không hiện hữu thì sự tiêu diệt vô minh không có xảy ra, Bát-nhã Tâm Kinh viết:

"Vô vô minh, diệc vô vô minh tận"

dịch:
Không có vô minh, cũng không có sự tận diệt vô minh.
(there is no ignorance and no extinction of ignorance)

Như đã biết, khi nhân duyên hoà hợp thì các hiện tượng, các sự vật sinh thành, khi nhân duyên không còn hòa hợp thì vạn vật tan rã. Cho nên, sanh thành hay tận diệt đều là những hiện tượng không có tự tánh. Vì không có tự tánh nên không có thật. Như vậy, 12 nhân duyên và các pháp làm cho 12 nhân duyên hết (*vô minh tận = vô minh hết*) cũng không có trong cái Không ấy. Tương tự mọi cảnh ngộ, nghịch cảnh ở đời đều là tạm bợ như "*chớp bể mưa nguồn*", như bức "*tranh vân cẩu*", như "*bọt biển trong sóng nước*"…

Trong Bát-nhã Tâm Kinh, Bồ-tát Quán-tự-tại chiếu quán thâm sâu thì thấy "*12 nhân duyên*" đều là Không, *không có tướng sanh khởi cho đến không có cái tướng tận diệt của 12 nhân duyên.* Tất cả các pháp hữu vi và pháp vô vi đều do duyên khởi, nên các pháp đều không thật có cho nên nói các pháp có tướng không. Mục đích của sự tìm hiểu và sự suy luận về "*tánh Không*" của 12 nhân duyên là phá vỡ cái dây chuyền mắc xích này.
(*Xem thêm quyển*: Bát-nhã Tâm kinh –Chú giảng của NVT)

II.-B. Nhận xét về thuyết duyên khởi:

1.-Thuyết duyên khởi quan niệm động lực của việc sanh thành là do *nguyên nhân được điều kiện hóa để thành quả*: mọi vật, mọi sự phát khởi là do những điều kiện cần và đủ mà chúng *liên kết (inter-connection), cùng nhau tùy thuộc (inter-dependence), cùng nhau sanh khởi (inter-co-arising).*

Theo Đức Phật thì nguyên lý duyên khởi là một chân lý đã có sẵn và chi phối tất cả mọi vật, mọi sự. Đức Phật xác định rằng dù cho Phật không ra đời thì nguyên lý này vẫn hiện hữu, Ngài chỉ ngộ được nguyên lý này rồi đem giảng lại cho các hàng đệ tử. Nhờ ngộ được chân lý này nên Ngài đã vượt thoát khỏi vòng ràng buộc của *"12 nhân duyên"*, và Ngài đã được giải thoát, đạt được niết-bàn. Nguyên lý duyên khởi không chỉ là một triết thuyết cao siêu của Phật giáo mà còn là một chân lý mà chúng ta phải thấu hiểu để giải thoát khỏi dukkha (những sự không bằng lòng, sự căng thẳng, đau đớn, khổ sở...)

Như đã dẫn chứng ở trên, Đức Phật đã tóm tắt thuyết duyên khởi trong 4 câu:

Cái này có thì cái kia có,
Cái này sanh thì cái kia sanh.
Cái này không có thì cái kia không có,
Cái này diệt thì cái kia diệt.

(This existing, that exists,
This arising, that arises;
This not existing, that does not exist,
This ceasing, that ceases.)

Nói cách khác, thuyết duyên khởi cho chúng ta thấy rằng cuộc sống có một mối *tương liên chằng chịt* (inter-related), *liên kết* (inter-connected) giữa con người với con người, giữa con người với thiên nhiên...và không có một sự, một vật nào đứng độc lập một mình cả. Mục đích của Đức Phật dạy thuyết duyên khởi là để giúp con người cũng được giải thoát, cũng đạt được niết-bàn như Ngài. Theo tiếng Ấn độ thì *nirvana* (niết-bàn) có nghĩa đen là dập tắt ngọn lửa, ở đây có nghĩa là dập tắt 3 điều độc hại là: *tham, sân và si* (greed, hatred and delusion or ignorance); tam độc này gây nên nghiệp và đẩy chúng sanh trở vào *vòng luân hồi* (samsara). Đạt được niết bàn còn giúp cho một người sau khi đã giác ngộ và sau khi chết thì không còn *tái sanh* (rebirth), không bị cuốn vào vòng luân hồi.

Tư tưởng duyên khởi là một sợi chỉ triết lý xuyên suốt dòng lịch sử tư tưởng Phật giáo.

2.Thuyết duyên khởi đã được quảng diễn và phản ánh một cách khác nhau với mức độ khác nhau trong dòng lịch sử tư tưởng Phật giáo như sau:

2.a.-*Thượng Tọa Bộ* (Theravada) đã áp dụng thuyết duyên khởi để giải thích về sự phát khởi của dukkha (những điều không hài lòng, sự căng thẳng, đau khổ . . .) và hữu thể (existence) thì luôn luôn biến đổi, vô thường, do đó vô ngã.

2.b.-*Phật giáo Phát triển* (the developmental Buddhism), thường gọi là *Phật giáo Đại thừa* (Mahayana Buddhism) đã áp dụng thuyết duyên khởi để giảng thuyết về tính tương đối của hữu thể (existence) bằng những lý giải về tính tương đối của học thuyết duyên khởi.

2.c.-*Trường phái Trung đạo* (Madhyamika school): Ngài Nagarjuna (Long Thọ, khoảng 150 - khoảng 250 CN) là một trong các triết gia Phật giáo đứng hàng đầu sau khi Đức Phật Thích-ca qua đời, nhiều nhà nghiên cứu Phật học đã tôn vinh Ngài là vị Phật thứ hai trong lịch sử Phật giáo. Long Thọ đã đặt trọng tâm luận án của ông vào quan niệm về *Tánh Không* (Sunyata, Av. Emptiness). Thuyết Tánh Không đã căn cứ vào hai học thuyết chính của Phật giáo là *thuyết vô ngã* (anatman, Av. non-self) và *thuyết duyên khởi* (pratitya-samutpata, Av. dependent origination), Long Thọ đã dựa hai học thuyết này để làm luận cứ bác bỏ các học thuyết siêu hình ở trong thời đại của ông.

Theo Long Thọ, Đức Phật đã giảng trong kinh văn rằng không chỉ chúng sanh (sentient beings) có thuộc tính là *vô ngã* mà tất cả các vật, các hiện tượng (dhammas, Av. phenomena) *đều vô ngã*, đều không có tự tánh. Như vậy, tất cả (chúng sanh + hiện tượng) là cái *Không (Emptiness)* của một hiện hữu. Hiện hữu không có tính độc lập, bởi vì tất cả mọi sự, mọi vật đều phát khởi một cách tuỳ thuộc lẫn nhau: không phải bởi chính năng lực của nó, mà bởi tùy thuộc vào *điều kiện, vào duyên* (depending on conditions) dẫn tới sự hiện hữu của chúng. Như vậy chúng không phải là một *hữu thể* (being) mà là cái *không* (emptiness).

2.d.- *Trường phái Duy thức học* (Yogacara school) xác minh rằng chỉ sự hiểu biết chân chính về thuyết duyên khởi thì mới vượt qua những sai lầm khi nhận thức rằng: cái gì không hiện hữu cho hữu thể (existent), và cái gì hiện hữu cho vô thể (non-existent).

2.e.-*Kinh Bát-nhã-ba-la-mật-đa* (the Prajnaparamita Sutra) nhấn mạnh rằng thuyết duyên khởi đã cho biết tất cả mọi sự , mọi vật đều liên kết tùy thuộc nhau (inter-dependence).

3.Thuyết duyên khởi đã ảnh hưởng trong văn thơ từ xưa đến nay rất nhiều. Tôi xin trích dẫn hai trường hợp sau đây:

- *Trong thơ*: Thiền sư Đạo Hạnh (? - 1115) vào thời Lý đã có một nhận xét rất sâu sắc:

Nguyên tác chữ Hán:

作有塵沙有,
為空一切空。
有空如水月,
勿著有空空。
(有空)

Phiên âm Việt Hán:
"*Tác hữu trần sa hữu,*
Vị không nhất thiết không.
Hữu không như thủy nguyệt,
Vật trước hữu không không"
(Hữu - Không)

Dịch thơ:
"*Có thì có tự mảy may,*
Không thì cả thế gian này cũng không.
Kìa xem bóng nguyệt dòng sông,
Ai hay không có, có không thế nào."
(Thích Mật Thể dịch:Có-Không)

Dịch nghĩa

Nếu nói "có" thì nhỏ nhoi như hạt bụi cũng có.
Nếu nói "không" thì cả thế gian này cũng không.
*"**Có**" và "**không**" như ánh trăng ở dưới nước, chỉ là cái bóng,*
Đừng chấp vào cái "có", cũng đừng chấp vào cái "không".

- *Trong văn*: Tác giả Neadle Donal Walsch (Mỹ, 1943-...) đã viết:
"*... the Ultimate Truth: nothing exists in the universe that is separate from anything else. Everything is intrinsically connected, irrevocably interdependent, interactive, interwoven into the fabric of all of life*".
(Source: internet: *Quotes from Conversations with God, Vol. 2*, posted in Oct. 2016)

(...Chân lý tối thượng là: không có sự vật gì hiện hữu trong vũ trụ mà tách rời khỏi bất cứ sự vật nào khác. Mọi vật được liên kết với nhau về bản chất, đều tùy thuộc lẫn nhau, tác động lẫn nhau, đan xen lẫn nhau vào cơ cấu của toàn bộ cuộc đời nầy.)

Một cách tổng quát, thuyết duyên khởi có thể được vận dụng trong sinh hoạt hằng ngày, trong sinh hoạt xã hội, trong sinh hoạt chính trị v. v..

III.-Bản thể luận và Biện chứng pháp trong thuyết duyên khởi:

III. A.-Bản thể luận trong thuyết duyên khởi:

1.-Định nghĩa: Bản thể luận

Bản thể luận là một phàm trù của triết học Tây phương, chúng ta sẽ tìm hiểu về Bản thể luận, rồi sau đó với cái *lăng kính ``bản thể luận``* chúng ta sẽ tìm hiểu thuyết duyên khởi.

Bản thể luận là một ngành của Siêu hình học. *Siêu hình học* (Metaphysics) là tiếng có nguồn gốc từ Hy Lạp cổ xưa là meta-physica (meta= bên kia, physica= vật lý, vật hữu hình). Siêu hình học có mục đích khảo sát bản chất căn bản của sự hiện hữu, sự tồn tại (being). Siêu hình học là một trong những tác phẩm triết học của Aristotle (Hy lạp, 384 tr.C.N). Siêu hình học gồm có hai ngành chính là:

a.*Vũ trụ luận (Cosmology)* là tiếng có nguồn gốc từ Hy lạp là Kosmos = thế giới, logia= nghiên cứu về. Vũ trụ luận là khoa nghiên cứu về thế giới, vũ trụ để tìm hiểu nguồn gốc, sự tiến hoá, thay đổi trải qua nhiều thế hệ, và số phận của vũ trụ. Việc khảo cứu về vũ trụ đã có một lịch sử lâu dài liên quan đến khoa học, triết học, thuyết bí truyền của một nhóm người, và của một tôn giáo. Vũ trụ luận nghiên cứu các vấn đề chính yếu sau đây: - Vũ trụ vạn vật phát sinh từ đâu.-Tính chất của vũ trụ vạn vật như thế nào: tĩnh hay động, thường hằng hay vô thường, luôn luôn chuyển biến. Vũ trụ vạn vật có khởi thuỷ, có chấm dứt không ?

b.*Bản thể luận (Ontology)* là tiếng có nguồn gốc từ Hy Lạp là *ontos* = sự hiện hữu, sự tồn tại (being); logia = nghiên cứu về. Bản thể luận là khoa nghiên cứu về sự hiện hữu (the study of being), về hữu thể (existence).

Bản thể luận khảo sát sự hiện hữu như là chính nó đang hiện hữu, tức là bản tính của hữu thể (the nature of existence), thực thể hiện hữu có thể chia ra thành các nhóm được gọi là các "phạm trù" của hữu thể (the categories of existence) và những điều liên hệ.

Để hiểu rõ, chúng ta liệt kê các câu hỏi, các chất vấn mà Bản thể luận có thể đặt ra khi khảo sát về sự hiện hữu, về hữu thể như:

-Cái gì là nguyên lý cơ bản ẩn tàng trong sự hiện hữu?
-Cái gì khác nhau giữa thực tại chân thật (really existing) và chỉ là sự biểu hiện để hiện hữu (only appearing to exist)?
-Thế giới bên ngoài có thực sự hiện hữu không?
-Tha nhân có thật sự hiện hữu không?
-Thượng đế (God) có thật sự hiện hữu không?
-Tôi hiện hữu như thế nào? hay Tôi từ đâu đến và tôi sẽ đi về đâu? hay vì mục đích gì mà Tôi hiện hữu ở đây?

Như vậy trong tư tưởng Tây phương, Bản thể luận chỉ nghiên cứu về *hữu thể* (existence) và đã đánh giá tích cực cho hữu thể, dĩ nhiên đã có nhận định tiêu cực cho *vô thể* non-existence). Trong tư tưởng Đông phương thì "*vô thể/ phi hiện hữu*" (non-existing) là nền tảng cơ bản của Bản thể luận; như quan niệm *Vô* (non-being) của Lão giáo, và quan niệm *ánh không* (Sunyata, Emptiness) của Long Thọ / Nagarjuna (khoảng 150 - khoảng 250 CN).
(Xem thêm bài viết ``Phật giáo như là một triết học hay như là một tôn giáo`` của NVT)

2.- Đức Phật quan niệm về bản thể luận:

Theo các Kinh điển Phật giáo, khi Đức Phật Thích-ca còn tại thế, **Ngài luôn giữ im lặng** khi có các đệ tử hỏi về những câu hỏi có tính cách siêu hình (metaphysical questions) như: - Vũ trụ này thì vĩnh cữu hay không vĩnh cữu?, Vũ trụ thì vô hạn (infinite) hay hữu hạn (finite)?, - Thân xác (body) của con người và bản ngã (self) hay linh hồn (soul) là một hay là hai phần khác nhau?, Bậc giác ngộ vẫn còn tồn tại sau khi chết hay không? v… v...

Đức Phật đã trả lời với các đệ tử rằng những câu hỏi đó thì chẳng ích lợi gì cả, và có thể khiến cho các đệ tử xa rời mục tiêu đi tìm sự thức tỉnh, sự giác ngộ. Chỉ có những thảo luận và tư tưởng có giá trị thực dụng để giải phóng con người ra khỏi dukkha là quan trọng hơn cả. Bởi vì sau khi giác ngộ thì hành giả có thể hiểu biết trực tiếp về các vấn đề siêu hình này. Đức Phật không bao giờ chối bỏ siêu hình học, Ngài cũng không bao giờ nói rằng chân lý siêu hình là không quan trọng. Đức Phật thường dùng hai câu chuyện ngụ ngôn sau đây để làm sáng tỏ quan điểm của Ngài:

2.-1.-***Chuyện ngụ ngôn về chiếc bè:***

Chánh Pháp (Dharma) như một chiếc bè để đi qua sông Ganges (Hằng hà). Khi đã qua đến bờ bên kia của dòng sông thì hành giả phải rời bỏ chiếc bè chứ không phải vác chiếc bè lên bờ với mình. Chánh Pháp chỉ là một phương tiện thực dụng để đạt Nirvana (Niết-bàn). Chánh Pháp có mục đích là giúp hành giả đi qua sông/ tức để *giải thoát*/ chứ không phải cứ bám vào Chánh Pháp. Khi con người đã qua sông thì con người sẽ rời bỏ chiếc bè. Tương tự khi đã đắc đạo, đã giải thoát thì phải rời xa Chánh Pháp.

2.-2.-***Chuyện ngụ ngôn về một mũi tên có tẩm thuốc độc:***

Trong cách cấp cứu của y tế trong trường hợp khẩn cấp này thì vị Y sĩ không cần phải tìm coi ai bắn mũi tên này? (tương đương với câu hỏi có tính cách siêu hình học) vì câu hỏi này không có gì cấp thiết mà điều khẩn cấp là việc giựt mũi tên ra khỏi người này và tìm cách chữa vết thương do mũi tên gây ra (như tìm cách diệt dukkha). Qua ý nghĩa của ngụ ngôn này, nhiều nhà nghiên cứu Phật học và các đệ tử Phật đã tôn vinh Ngài như là "*vị Y sĩ vĩ đại*" bởi vì mục đích của Ngài là chữa trị những điều đem đến khổ đau trước nhất chứ không phải để trả lời, để truy cứu những câu hỏi siêu hình.

Đức Phật đã không có thích thú hoặc tránh xa những vấn đề siêu hình (metaphysics), nên chúng ta có thể kết luận rằng Ngài cũng không thích thú và tránh xa việc thảo luận về Bản thể luận (ontology); Ngài không đề cập tới những nguyên nhân đầu tiên.

Về nguồn gốc của vũ trụ cũng như bản tính của vũ trụ bằng những câu trả lời đã được nhuận sắc tùy theo những điều mà triết gia này thích hoặc theo những điều mà triết gia không thích. Triết gia Morris Lazerowitz (Mỹ, 1907 - 1987) đã phê bình môn siêu hình học như sau:

"Like a dream, a metaphysical theory is a production of the unconscious and both sense and motivation. We enjoy or repelled by it; it gives us pleasure or pain, a feeling of security or one of danger; but its meaning is hidden from us".

(M. L., *The structure of Metaphysics*, London: Routledge and Kegan Paul, 1955, p. 26; quoted by David J. Kalupahana, *Buddhist Philosophy: A historical Analysis,* Honolulu: University of Hawaii Press, p. 157)

(Như một giấc mơ, một học thuyết siêu hình là một sản phẩm của vô thức, cả về ý nghĩa và động lực. Chúng ta thưởng thức nó hoặc bị nó đẩy lùi đi xa, nó mang lại cho chúng ta niềm vui hay sự đau đớn một cảm giác an toàn hoặc hiểm nguy; nhưng ý nghĩa của nó đối với chúng ta thì luôn bị ẩn giấu.)

3.- Bản thể luận trong thuyết duyên khởi:

Tuy nhiên, hiện nay rất nhiều nhà nghiên cứu Phật học Tây phương đã lấy lăng kính "*Bản thể luận"* của triết học Tây phương mà tìm hiểu về thuyết duyên khởi. Trong đường hướng này, chúng tôi tìm hiểu *Bản thể luận trong thuyết duyên khởi.*

Thuyết duyên khởi đã có một nguyên tắc căn bản của Bản thể luận khi thuyết này giải thích bản tính và những sự liên hệ của hiện hữu (being); sự sinh thành, biến chuyển; hữu thể và thực tại tối hậu. Thuyết duyên khởi nhấn mạnh mọi vật đều tùy thuộc lẫn nhau, không có sự vật nào độc lập cả chỉ trừ có Nirvana (Niết-bàn). Thuyết duyên khởi tin tưởng mọi sự vật đều do *nhân duyên* (causal conditioning), *nhân* (causality) là nền tảng căn bản của Bản thể luận. Phật giáo không đưa ra một "*nguyên nhân đầu tiên"* (first cause) mà từ đó các hữu thể sinh khởi, không nói đến một Thượng đế sáng tạo (creator God), và cũng không nói đến quan niệm của "Vệ-đà" (Vedic concept), về Phạm Thiên (Brahman, Av. Universal self). Hơn nữa thuyết duyên khởi cho rằng mọi sự vật luôn biến đổi không ngừng, nhưng có một điều không biến đổi, vĩnh cữu là tính liên tục của sự biến đổi. Như vậy, thuyết duyên khởi đã áp dụng nguyên tắc của Bản thể luận chẳng những để giải thích về "*bản tính của hữu thể"*, về sự quan sát thực nghiệm các hiện tượng mà còn giải thích về bản tính và sự hiện hữu của đời sống.

Nói tóm, Đức Phật đã nhấn mạnh sự thấu hiểu *bản tính của sự vật như là chính nó đang hiện hữu,* hiểu thấu những gì hữu thể đã xảy ra trong quá khứ và những gì sẽ xảy ra trong tương lai. Đức Phật **nói về *căn nguyên (genesis) của hữu thể***: cái này có vì cái kia có; mọi sự vật đều tuỳ nhân, đều tùy duyên của cái khác mà phát sanh ra. Bạn là căn duyên của người khác và của hoàn cảnh. Người khác và hoàn cảnh là căn duyên của bạn.

III.B.-Biện chứng pháp trong thuyết duyên khởi:

1.- Định nghĩa:

Biện chứng pháp là một loại Luận lý học hình thức. Chúng tôi sẽ tìm hiểu Biện chứng pháp là gì? và tìm hiểu vài phép biện chứng chính yếu, rồi tìm hiểu phép biện chứng trong thuyết duyên khởi.

Biện chứng pháp (Av. Dialectic/ Dialectics, Pv. Dialectique) có nguồn gốc từ tiếng Hy Lạp là dialektike là một phương pháp giúp chúng ta khám phá chân lý của ý tưởng bằng cách thảo luận, so sánh những ý tưởng đối lập nhau.

Dialektike đồng nghĩa với *dialegein*, theo chiết tự, gồm 2 chữ: *dia* có nghĩa là cả hai xuyên qua, *legein* là nói, là bàn luận; như vậy biện chứng pháp là con đường mà trong đó có 2 ý tưởng khác nhau, hoặc cùng hiện hữu một lúc, hoặc cùng ảnh hưởng lẫn nhau. Nói cách khác, mục đích của Biện chứng pháp/ Phép biện chứng (dialectic method) là tìm giải đáp cho những điều bất đồng qua những bàn luận nghiêm túc để tìm chân lý. Dialektike (Biện chứng pháp) có liên hệ với sự trao đổi, với sự biện luận (argumentation) giữa 2 phe, nhưng không đồng nghĩa với đối thoại (dialogue).

2.-Các phương pháp biện chứng khác nhau:

Có nhiều phương pháp biện chứng khác nhau trong lịch sử triết học Tây phương và Đông phương như Phép biện chứng của *Socrates* (Socratic method, ông là người Greek, sống khoảng 470 tr. CN - khoảng 399 tr. CN), của *Ấn độ giáo* (Hinduism, phát triển khoảng 500 tr. CN - 300 tr. CN), của *Phật giáo* (phát triển khoảng thế kỷ thứ 6 - thế kỷ thứ 4 tr. CN), của *thời Trung cổ* (Median age, từ thế kỷ thứ 5 - thế kỷ thứ 15 CN), của *Hégel* (Hegelian dialectics, ông là người Đức, 1770-1831), của *Marxist* (Marxist theory, Karl Marx là người Đức, 1818-1883), của *Talmud* (Talmudic method, Talmud là kinh văn của các Giáo sĩ Do-thái giáo (Rabbi, phát sanh khoảng năm 500 CN), của phái *Tân Chính thống* (Neo-Orthodoxy, phát khởi sau Đệ nhất thế chiến ở Âu châu)

Như đã trình bày, mục đích của phương pháp biện chứng nhằm để phân giải những bất đồng qua cuộc thảo luận thuần lý để đi tới mục đích tối hậu là tìm ra chân lý. Một trong các cách này có phương pháp của Socrate. Ông nói rằng trước hết chúng đưa ra một *giả thuyết cho sẵn (given hypothesis)* rồi dẫn đến *một điều mâu thuẫn (contradiction)* với giả thuyết này, chúng ta chứng minh và lý luận rằng điều mâu thuẫn này đúng, như vậy có nghĩa là giả thuyết có những điều hạn chế, nếu không nói là sai, và không hoàn hảo để rút lại cho biết đâu là chân lý.

Một phương pháp biện chứng khác gồm *có 3 nhịp*:

1.*Chính đề* (Thesis) là một ý tưởng, một nhận thức hay xu hướng, hay một lý thuyết đầu tiên. Chính đề thường có giá trị hạn chế hay có khiếm khuyết, nên tạo ra một ý tưởng đối lập.

2.*Phản đề* (Antithesis) là một ý tưởng, một nhận thức hay xu hướng hay lý thuyết chống lại chính đề. Cuộc tranh đấu, thảo luận giữa chính đề và phản đề diễn ra để đạt được một giải pháp vượt qua những giá trị hạn chế của chính đề và phản đề; giải pháp này là những cái hay, những tinh hoa của cả hai, và tạo nên *Tổng hợp đề.*

3.*Tổng hợp đề* (Synthesis) là kết hợp các ưu điểm, và phủ nhận các hạn chế của chính và phản đề.

Một khi đạt được *Tổng hợp đề* thì Tổng hợp đề có thể trở thành bước thứ nhất (*Chính đề)* trong 3 nhịp biện chứng mới khác, và cứ tiếp diễn theo một trình tự như lúc trước. Nếu như Tổng hợp đề cũng không được thỏa mãn, không có tánh thuyết phục thì Tổng hợp đề sẽ trở thành một Chính đề mới, và sẽ tạo nên một Phản đề mới...Sau đó 3 nhịp của biện chứng sẽ diễn ra ở một trình độ cao hơn.

Công thức gồm 3 nhịp:

Chính đề - Phản đề - Tổng hợp đề

Nhiều nhà biện chứng học còn diễn tả *3 nhịp biện chứng bằng những thuật ngữ khác như:*

1. *Chính đề* (thesis) vẫn được giữ nguyên.
2. *Phản đề* được thay thế bằng thuật ngữ *Phủ định/Hủy thể* của *Chính đề* (negation of thesis).
3. *Tổng hợp đề* được thay thế bằng *Phủ định của phủ định / Hủy thể của hủy thể* (negation of negation), tức là phủ định lại cái phủ định của Chính đề.

***Vài ví dụ đơn giản*:**

-V*í dụ 1*: con gà (1) sinh ra trứng gà (1), rồi trứng gà (1) nở ra con gà (2), rồi con gà (2) sinh ra trứng gà (2)...

Phân tích: trứng gà (1) là phủ định của con gà (1).con gà (2) là phủ định của trứng gà (1)

- V*í dụ 2*: hột lúa (1) sanh cây lúa (1), rồi cây lúa (1) sanh ra hột lúa (2), rồi hột lúa (2) sanh ra cây lúa (2)...

Phân tích: tương tợ như trường hợp con gà và trứng gà.

Điều nên lưu ý là con gà (2) và trứng gà (2) cũng như hột lúa (2) và cây lúa (2) thì không giống với lần thứ nhất. Bởi vì mọi vật đều thay đổi, đều phát triển theo một vòng xoắn ốc chứ không theo 1 vòng tròn tức trở về vị trí cũ.

- Theo Hegel thì công thức 3 nhịp biện chứng: thesis - antithesis - synthesis không giải thích được tại sao mà *thesis* đòi hỏi phải có *antithesis*, cho nên ông đã dùng một phương pháp biện chứng có 3 giá trị luận lý là:

Abstract - Negative - Concrete

-Abstract là tiền đề sơ khởi có tính trừ tượng, có thể không hoàn hảo.
-Negative là phản đề, phủ định lại tiền đề.
-Concrete là một tổng hợp đề có giá trị chắc chắn, có giá trị tuyệt đối vượt qua bước phủ định.

Phương pháp này được gọi là *Biện chứng pháp của Hegel* (Hegelian Dialectics). Biện chứng pháp của Hegel đã căn cứ vào 4 quan niệm như sau:

1. Mọi vật đều hữu hạn, đều hiện hữu trong một cái khung thời gian.
2. Mọi vật đều bao gồm những mâu thuẫn (contradictions) nội tại hay những thế lực đối nghịch (opposing forces) hay khuynh hướng đối lập (opposing tendencies), hoặc lợi ích đối lập (opposing interests).
3. Những sự thay đổi dần dần sẽ dẫn đến cuộc khủng hoảng, đến bước ngoặt một khi có một thế lực vượt qua thế lực đối nghịch. Nói khác, khi *số lượng thay đổi* (quantitative change) sẽ đưa đến *sự thay đổi chất lượng* (qualitative change).
4. Sự thay đổi thì đi theo một *vòng xoắn ốc* (helical) chứ không theo một vòng tròn, vì sự thay đổi không bao giờ trở lại cùng một vị trí.

-.Phép biện chứng của *Heraclitus* (Greek, Herakleitos; Pháp, Héraclite, khoảng 535 tr. CN - 475 tr. CN) thì dựa vào tư tưởng triết học của ông là tìm sự *thống nhất các mặt đối lập (unity of opposites)*. Ông chủ trương rằng mọi sự vật đều thay đổi liên tục, đó là kết quả của những sự xung đột và đối lập nội tại trong sự vật. Héraclite cũng đã ví mọi vật đều biến chuyển như một dòng nước qua câu nói thời danh:

"You can not step twice into the same river, for fresh waters are ever flowing in upon you. The sun is new every day."

(Bertrand Russel, *History of Western philosophy*, London: George Allen & Unwin, 1979, p. 63)

(Bạn không thể nào bước vào hai lần trong cùng một dòng sông, vì nước mát luôn luôn trôi chảy qua người bạn. Mỗi ngày mặt trời đều đổi mới.)

Nước của dòng sông luôn luôn chảy, luôn luôn trôi đi mãi. Nhưng có cái không thay đổi là chính dòng sông, nhờ đó mà chúng ta xác định được dòng sông. Quan niệm này tương tự với quan niệm vô thường của Đức Phật.

3.-Duyên khởi pháp:

Chúng tôi đã tóm lược các phương pháp biện chứng lớn để độc giả có dịp so sánh với Biện chứng pháp trong thuyết duyên khởi, chúng ta có thể gọi là *Duyên khởi pháp.* Duyên khởi pháp cũng đưa ra 3 nhịp:

Nhân - Duyên - Quả

Nguyên lý *Nhân-Duyên-Quả* chúng tôi đã trình bày ở trên. Duyên khởi pháp của Đức Phật thì sâu xa hơn các phương pháp trên. Thật vậy Duyên khởi pháp nhằm đi tìm *chân lý như là nó có thực* (the truth it really is). Duyên khởi pháp cho thấy mọi vật thì sinh sinh diệt diệt, biến hóa không ngừng, mọi sự, mọi vật đều quay lăng như bánh xe: đó là cái lý vô thường. *Nhưng trong cái vô thường này, có một chân lý thường hằng bất biến đó là luật Nhân-Duyên-Quả của Duyên Khởi pháp.*

IV.-Kết Luận

He who sees the Paticcasamuppada sees the Dhamma.
He who sees the Dhamma sees the Paticcasamuppada.
(Majjhima Nikaya 1. 190, translated by David Williams)

(Ai mà hiểu được thuyết duyên khởi tức là hiểu được Phật Pháp.
Ai mà hiểu được Phật Pháp tức là hiểu được thuyết duyên khởi)
Trung Bộ Kinh

Thấu hiểu thuyết duyên khởi là điều cốt lõi để thấu hiểu triết học Phật giáo, bởi vì lời giáo huấn về thuyết duyên khởi có liên hệ với nhiều điều giáo huấn khác kể cả thuyết về *nghiệp* (karma) và *tái sanh* (rebirth).

Toronto, 18 January 2017.

Nguyễn Vĩnh Thượng

Tài liệu tham khảo chính yếu:

-Bhikkhu Bodhi, edited & introduced, *In the Buddha's Words: An Anthology of Discourses from the Pali Canon*, Foreword by *The Dalai Lama*, Boston: Wisdom Publications, 2005.

-Gombrich, Richard, *Theravada Buddhism*, London: Routledge, First published 1988, Reprinted 1991, 1994, 1995.

-Kalupahana, David J., *Buddhist Philosophy: A Historical Analysis*, Honolulu: University of Hawai Press, 1976.

-Murti, T.R.V., *The Central Philosophy of Buddhism*, London: Unwin Paperbacks, First published in 1955, Reprinted in 1987.

-Narada, Mahathera, *The Buddha and his Teachings*, Kandy (Sri Lanka): Buddhist Publication Society, First enlarged edition: 1964, Second revised and enlarged edition: 1973.

-Nguyễn Vĩnh Thượng, *Luận Lý Học* (Sách giáo khoa lớp 12 ABCD), Saigon: Hiện Đại phát hành, 1972.

-Tâm Diệu, *Quan niệm giải thoát trong Phật giáo và Bà-la-môn giáo* (bài biên khảo), Hoa Kỳ: Website Thư Viện Hoa Sen, 2011.

-Thích Chơn Thiện, *Phật học Khái luận*, California: Thanh Văn, 1992.

-Thích Thanh Kiểm, Lược sử Phật giáo Ấn độ, Saigon: Lê Thanh thư xã, 1963.

-Thích Thiện Hoa, *Phật học Phổ thông từ khóa I đến khóa XII* (gồm 12 quyển), đã xuất bản ở Saigon từ 1955 – 1964. Tái bản: Phật Học Viện Quốc tế, Sepulveda, CA, USA, 1982.

-Trần Thái Đỉnh, *Biện chứng pháp là gì?*, Saigon: Hướng Mới, 1969.

-Website: Jodo Shinshu Shinrankai, *The teachings of Buddha and the Law of Cause and Effect*, USA, 2012.

-Williams, Paul, *Mahayana Buddhism*, London: Routledge, First published 1989, Reprinted 1991, 1993.

Chương 6

Nhận thức luận
trong Triết học cổ điển Ấn-độ
và trong Triết học Phật giáo.

Trong bài "*Nhận thức luận trong triết học cổ điển Ấn độ và trong triết học Phật giáo*" (Epistemology in Classical Indian Philosophy and in Buddhist Philosophy) chúng tôi sẽ trình bày:

Phần I : Dẫn nhập:

- Định nghĩa: Nhận thức luận.

Phần II : Nhận thức luận trong:

I.- triết học cổ điển Ấn độ: có 6 nguồn của nhận thức.

II.- trường phái Nyaya: chỉ chấp nhận 4 trong 6 nguồn của nhận thức.

Phần III : Nhận thức luận Phật giáo trong thời kỳ Phật giáo nguyên thủy/ Phật giáo sơ kỳ (*Original Buddhism/ Early Buddhism*).

Phần IV : Nhận thức luận Phật giáo trong thời kỳ Phật giáo Phát triển (*Developmental Buddhism*)/ Tân Phật giáo (Neo – Buddhism) Phật giáo Đại thừa (*Srt. Mahayana/ Great Vehicle*):

I.-Nhận thức luận của Vasubandhu (Thế Thân).

II.-Nhận thức luận của Dignaga (Trần Na).

III.-Nhận thức luận của Dharmakirti (Pháp Xứng)

Phần V : Tổng kết.

***

Phần I : Dẫn nhập

Trong lịch sử triết học Tây phương cũng như trong lịch sử triết học Đông phương, "**nhận thức luận**" đã đóng góp cho sự phát triển tư tưởng triết học của các trường phái triết học.

"*Nhận thức luận*" là một lãnh vực trong triết học Ấn độ từ thời xa xưa, "*nhận thức luận*" cũng là một lãnh vực của triết học Phật giáo.

Bài viết này như là một sơ thảo về khảo luận triết học nhằm cống hiến độc giả một cái nhìn "*biểu nhất lảm*" về *nhận thức luận* trong triết học cổ điển Ấn độ và trong triết học Phật giáo.

Trước hết chúng tôi sẽ tìm hiểu ý nghĩa của nhận thức luận.

Nhận thức luận (Epistemology) hay tri thức luận có mục đích nghiên cứu về nhận thức hay tri thức (knowledge), và sự phán đoán niềm tin của tri thức. Nhận thức luận nghiên cứu các vấn đề chính yếu sau đây:

a. Nguồn gốc của tri thức, của cái biết.
b. Khả năng và giới hạn của tri thức.
c. Bản chất của tri thức.
d. Biểu chuẩn của chân tri: cái biết thật, biết đúng và nguyên do của lầm lẫn.

Nhận thức luận là những phương tiện đáng tin cậy để nhận thức đạt được nhận thức đứng đắn, để khám phá và diệt bỏ những khái niệm sai lầm để đạt được bản tánh chân thật của linh hồn/ của bản ngã và thực tại. Những khái niệm sai lầm không những là vô minh (Av. Ignorance) mà còn là ảo giác (Av. Delusion). Khi diệt được vô minh/ nhận thức sai lầm thì diệt được những trở ngại cho việc giải thoát (Srt. Moksha, Av. Liberation).

Một thuật ngữ của nhận thức luận (epistemological term) trong triết học Ấn độ và trong triết học Phật giáo là **Pramana**, tiếng Sanskrit, có nghĩa là "*đo lường*" (Av. measure); Tàu dịch là *lượng* có nghĩa là tính toán, đo lường, suy luận. Thuật ngữ này nhằm chỉ các phương tiện nhờ chúng mà con người mới có thể đạt được một sự hiểu biết chính xác và đúng đắn (Av.obtaining accurate and valid knowledge) trong thế tục. Để đạt được **Prama** (Av. correct knowledge) hay một tri thức đúng đắn thì phải sử dụng phương cách tính toán đo lường (Srt. **Pramana**, Av.Sources of Knowledge/ Means of knowledge).

Trong triết học, giữa Luận Lý Học (Logic) và Siêu Hình Học (Metaphysics) có một mối tương quan rất mật thiết. Luận Lý Học có những lãnh vực chính yếu là Nhận thức luận, Phương pháp luận.

\- * -

Phần II: Nhận thức luận trong triết học cổ điển Ấn độ và trong trường phái Nyaya.

Trong phần này, chúng tôi sẽ trình bày:

I.-Nhận thức luận trong triết học cổ điển Ấn độ: có 6 nguồn của nhận thức.

1.-Tri giác.
2.-Suy luận.
3.-Lý luận loại suy.
4.-Lời chứng
5.-Giả định.
6.-Không-tri giác.

II.-Nhận thức luận trong trường phái Nyaya: có 4 nguồn của nhận thức.

1.-Tri giác.
  a.-Loại tri giác bình thường.
  b.-Loại tri giác phi thường.
2.-Suy luận:
  2.-1.- Đặc tính của suy luận.
  2.-2.-Cấu trúc của suy luận: Luận thức có-5-bước (Ngũ chi tác pháp).
  2.-3.-Giải thích cấu trúc suy luận của trường phái Nyaya.
3.-Lý luận loại suy.
4.-Lời chứng.

III.-Phần bổ sung: Định nghĩa "*Nhân Minh Học Đông phương* " và "*Luận Lý Học Tây phương*".

***

I.-Nhận thức luận trong triết học cổ điển Ấn độ:

Phương pháp nghị luận của tư tưởng là nền tảng của **Nhận Thức Luận** trong triết học cổ điển Ấn độ, và cũng là nền tảng cho sự phát triển **Nhận Thức Luận** trong triết học Phật giáo.

Trong các kinh văn của Ấn độ vào thời cổ đại và thời trung cổ đã xác định có 6 nguồn của *nhận thức* (Srt. Pramanas, Av. Sources of knowledge) như là những phương tiện đúng đắn của nhận thức chính xác và chân lý.

Pramana, chữ Sanskrit, có nghĩa là những nguồn của nhận thức hay phương tiện của *Prama*, chữ Sanskrit, có nghĩa là nhận thức xác thực và đúng đắn (Av. Correct knowledge).

Để đạt được nhận thức xác thực và đứng đắn (*Prama*), nguồn của nhận thức đúng (*Pramana)* phải hội đủ 3 yếu tố sau đây:

1.- *Pramata* (chủ tri, Av. the subject, the knower): chủ thể nhận biết.

2.-*Pramana*: các phương tiện để nhận thức (Av. the means of obtaining the correct knowledge).

3.-*Prameya:* (sở tri, Av. the object, the knowable): đối tượng để nhận thức hay khách thể để nhận thức.

Đơn độc một mình chủ thể nhận thức thì không có gì để nhận thức, mà chỉ có một mình khách thể/ đối tượng thì cũng không phát sanh ra nhận thức. Chủ thể và khách thể có một mối liên hệ mật thiết để tạo ra nhận thức/ ý thức. Ý thức thì luôn luôn giao động : "*tâm viên ý mã*" ý nói tâm và ý của con người thì khi nghĩ tới điều này rồi lại nhớ tới điều khác không khác gì con vượn luôn chuyển từ cành cây này qua cành cây khác, cũng như con ngựa chạy nhanh như gió bay.

*** Nhận thức luận trong triết học cổ điển Ấn độ**:

Triết học cổ điển Ấn độ chủ trương có *6 nguồn của nhận thức* hay 6 phương *tiện của nhận thức* (Av. Six Sources of knowledge / or six Means/ Ways of Knowledge):

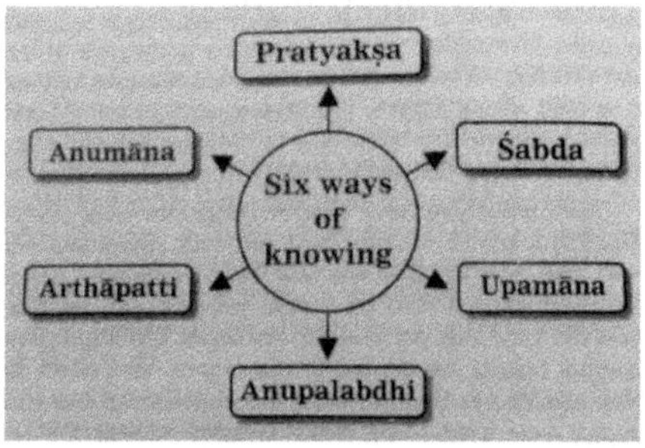

1.-**Tri giác** (Srt. Pratyaksa, Av. Perception):

Pratyaksha, tiếng Sanskrit, có nghĩa là tri giác từ con mắt hay nhãn quan. Tri giác là nhận thức một cách trực tiếp và ngay tức khắc các sự kiện hay hiện tượng như đau đớn, sung sướng, yêu, ghét, giận, nguy hiểm, an toàn qua các đối tượng khác nhau ở trong tâm thức.

Chúng ta có *sáu giác quan/ lục căn* (six sense organs), gồm có:

- *ngũ căn* (five sense organs) là *năm cơ quan cảm giác bên ngoài* như: *mắt, tai, mũi, lưỡi, thân và da* (eye, ear, nose, tongue, body & skin). Ngũ căn là năm cơ quan cảm giác bên ngoài (six external sense organs) giao tiếp với các đối tượng thuộc thế giới bên ngoài (external objects/ worldly objects) như sắc, thanh, hương, vị, xúc (form, sounds, odor, taste, tangible objects). Mỗi cơ quan cảm giác bên ngoài có đối tượng bên ngoài tương ứng với nó.

- *một cơ quan cảm giác bên trong* (one internal sense organ) là *tâm thức* (Srt. Manas, Av. Mind)

Theo các triết gia cổ điển Ấn độ thì linh hồn (Srt. Atman, Av. Soul) của chúng ta đến tiếp xúc với tâm thức, tâm thức đến tiếp xúc với các giác quan bên ngoài, các giác quan bên ngoài đến tiếp xúc với các đối tượng bên ngoài, và rồi tri giác phát khởi. Tri giác đúng đắn đòi hỏi phải có các điều kiện như sau:

-Trải nghiệm trực tiếp bởi giác quan của một người với một đối tượng.
-Không qua trung gian của ngôn ngữ và văn tự.
-Không có thay đổi lòng vòng.
-Xác định tức là loại bỏ sự phán đoán nghi ngờ.

Tâm thức, còn gọi là *giác quan thứ 6* (Av.sixth sense), có trước 5 giác quan bên ngoài. 5 giác quan bên ngoài như nhãn thức, nhĩ thức, tỉ thức, vị thức, xúc thức (sight, hearing, smell, taste, touch) lần lượt phát triển từ cảm giác này đến cảm giác khác.

Chúng ta thấy trẻ sơ sanh phát triển vị giác trước tiên. Đức trẻ có thể phân biệt được vị sữa của mẹ. Khi đói, đứa bé chỉ cần bú sữa để no bụng, đứa bé chưa ý thức rằng đó là thức ăn, là mẹ nó và vú mẹ đầy sữa. Đứa bé chỉ cần bú sữa để đầy bụng, để chấm dứt cơn đói. Rồi từ từ đứa bé được phát triển thị giác, thính giác, khứu giác, xúc giác.

Thức thứ sáu (Av. sixth sense) hay tâm thức (Srt. Manas, Av. Mind sense) đôi khi còn có thể thực hiện được tri thức vượt bình thường không nhờ 5 thức trước. Nên thức thứ sáu còn được gọi là một tri giác vượt bình thường (Av. extra sensory perception).

Tâm thức tập trung vào những chuyện quá khứ khiến chủ thể nhận thức nhớ lại những kỷ niệm trong quá khứ (Av. retro-cognition).

Tâm thức có thể tập trung vào chuyện liên lạc với đối tượng mà không do 5 giác quan, thường gọi là thần giao cách cảm (Av. clairvoyance).

Tâm thức có thể tập trung vào một đối tượng khiến một chủ thể nhận thức đặc thù có thể tiên đoán được các biến cố, các sự kiện có thể xảy ra mà chủ thể nhận thức đã không biết một sự việc gì có liên hệ với biến cố hay với sự kiện này. Đây là linh tính về một sự kiện, một biến cố sẽ xảy ra.

Có nhiều loài thú vật cũng có thể tiên đoán các thiên tai sẽ xảy ra như trường hợp có động đất. Chúng ta thấy các con ếch nhái, rắn, chó, chim có những phản ứng trước khi xảy ra trận động đất một cách mạnh mẽ hơn các con sư tử, cọp, trâu nước và con người. Điều này có nghĩa là ếch nhái, rắn, chó, chim biết trước trận động đất và chúng sẽ có những phản ứng trước thiên tai theo bản năng sanh tồn; và còn nhiều loài thú khác nữa. Con Groundhog có thể tiên đoán mùa xuân đến: ở xứ lạnh như Canada, phiá Bắc nước Mỹ, đang khi mùa Đông giá, tuyết phủ mà thấy con Groundhog đi khỏi hang lên mặt đất, người ta có thể đoán là mùa xuân sắp đến sớm. Groundhog trông giống như con sóc, có nhiều lông đuôi, thân hình có lông rằn, có loại thì giống như con thỏ, giống này có phản ứng nhạy cảm về nhiệt độ và ánh sáng mặt trời, hai yếu tố này giúp chúng tiên đoán được thời tiết.

Con thú thì có một bản năng riêng về thức thứ sáu, trong khi con người thì có người có thể có bản năng bẩm sanh về "*thức thứ sáu*", nhưng có người có thể phát triển được cái nhìn thấu thị hay dự đoán điều gì bởi "*thức thứ sáu*" bằng cách thiền định (Srt. Yoga, Av. Meditation), hoặc bằng cách luyện tinh thần như một số nhà tiên tri.

2.-Suy luận (Srt. Anumana, Av. Inference)

Anumana, tiếng Sanskrit, kết hợp hai chữ: - chữ gốc: *mana* có nghĩa là nhận thức, hiểu biết (Av. knowledge); - tiếp đầu ngữ: *anu* có nghĩa là sau (Av. after). Do đó, anumana có nghĩa là nhận thức theo sau nhận thức khác [knowledge (mana) which arises after (anu) other knowledge]. Như vậy, "*suy luận*" là nguồn nhận thức gián tiếp, không như tri giác (Srt. Pratyaka) là nguồn nhận thức trực tiếp và ngay tức thì (Av. direct and immediate source of knowledge). Nghĩa đen anumana có nghĩa là "*sau nhận thức*" (Av. after knowledge).

Suy luận phát khởi là do sự sử dụng "*quan sát*" các chân lý đã có trước, và lý luận để đi đến kết luận mới tức là một chân lý mới. *Thí dụ*: quan sát thấy có "*khói*" ở trên ngọn đồi, chúng ta suy luận rằng phải có "*lửa"* ở trên ngọn đồi:

- Trên ngọn đồi phải có lửa.
- Bởi vì có khói ở trên ngọn đồi.
- Những vật gì có lửa thì có khói.

Thí dụ trên cho biết: "chúng ta đi từ tri giác "*khói*" ở trên đồi đến suy luận ra sự nhận biết rằng có "*lửa*" ở trên ngọn đồi. Sự suy luận này căn cứ vào nhận thức đã có từ trước: có sự liên hệ mật thiết không thay đổi giữa "*khói*" và "*lửa*". Nói khác, chúng ta thấy khói ở trên ngọn đồi từ đàng xa, mặc dầu "*lửa*" không được thấy trực tiếp, chúng ta suy luận để kết luận rằng "*có lửa ở trên ngọn đồi*", vì "*khói*" và "*lửa*" có sự liên hệ không thay đổi và rất mật thiết.

Các nhà nhận thức luận cổ điển Ấn độ đã đưa ra "*luận thức có 5- bước"* (a formal five-step argument), người Tàu dịch là "*ngũ chi tác pháp*":

1.-*Tôn* (Srt. Pratijna, Av. Hypothesis/ thesis): đây là điều phải chứng minh, gọi là giả thuyết/ luận đề/ chính đề. Thí dụ: "*có lửa ở trên ngọn đồi*" là điều phải chứng minh.

2.-*Nhân* (Srt. Hetu, Av. Reason): đây là nguyên nhân để giúp cho việc suy luận. Thí dụ: "*khói*" là nguyên nhân để bắt đầu suy luận ra có "*lửa*".

3.-*Dụ* (Srt. Udaharana, Av. Example) là các thí dụ được dẫn ra để suy luận. Có hai loại thí dụ:-*đồng dụ* là thí dụ đưa ra tính đồng thuận với "*nhân*", thí dụ: bếp lửa có khói; -*dị dụ* là thí dụ có tính chất phản lại với nhân, thí dụ: mặt hồ không có lửa nên không có khói.

4.-*Hiệp* (Srt. Upanaya, Av. Re-affirmation) nghĩa là tái xác nhận lại giá trị đứng đắn của "*thí dụ*": "*có khói thì có lửa*".

5.-*Kết* (Srt. Nigamana, Av. Conclusion): nhờ *Hiệp* đã tái xác nhận giá trị đúng đắn của "*thí dụ*", nên chúng ta có thể xác định giá trị đúng đắn của *Tôn* (điều đòi hỏi phải chứng minh).

Thí dụ về "*luận thức có 5 bước*":

1.*Tôn*: Có lửa ở trên đồi kia.
2.-*Nhân*: Bởi vì có khói ở đó.
3.-*Dụ*: Ở đâu có khói thì ở đó có lửa. Thí dụ: có khói ở bếp lửa, không có khói ở mặt hồ.
4.-*Hiệp*: Có khói ở trên đồi.
5.-*Kết*: Nên có lửa ở trên đồi.

3.-Lý luận loại suy (Srt. Upamana, Av. Analogy)

Upamana, tiếng Sanskrit, có nghĩa là *so sánh* (Av.comparison), là sự nhận thức về sự liên hệ giữa "*một tiếng*" (Av. word) và "*một đối tượng*" (Av.object), đối tượng được định nghĩa bởi tiếng này. *Upamana* cũng có nghĩa là quan sát sự "*giống nhau*" (Av. resemblance, similarity) về một đối tượng đã biết để diễn tả trước về một đối tượng mới sẽ được biết trong tương lai. Upamana thường được dịch là "*lý luận loại suy*".

Thí dụ 1: Một người chưa biết con sóc là con thú có hình dáng như thế nào? Người này được một người ở trong rừng diễn tả rằng: *"con sóc"* là con vật nhỏ như "*con chuột*" nhưng có đuôi đầy lông dài, có nhiều lông vạch sọc trên thân mình. Sau đó, người này có cơ hội thấy con thú giống như con thú đã được nghe, được diễn tả, anh ta biết ngay tức khắc đó là con sóc.

Thí dụ 2 : Hầu hết sinh viên tốt nghiệp từ Đại Học Harvard đều có kiến thức rất uyên bác.

Bạn là sinh viên tốt nghiệp từ ĐH Harvard.

Vậy tôi có thể suy ra rằng bạn là người có kiến thức uyên bác.

4.-Lời chứng (Srt. Sabda, Av. Testimony):

Sabda, tiếng Sanskrit, có nghĩa là lời nói hay là lời tuyên bố của những người đáng tôn kính hay đáng tin cậy. Tàu dịch là *Thánh Lượng* hay *Chính lý Ngôn ngữ.*

Ngày xưa, sabda có nghĩa là *nhận biết bằng lời* (Av. verbal cognition) hay *lời chứng bằng lời* (Av. verbal testimony) như là một phương cách để đạt sự nhận biết *đấng tối cao* (Av. Absolute Reality/ Brahman) tức là những lời dạy trong Thánh Kinh Vedas (đó là lời dạy của thần Isuara, mà thần Isuara có một uy tín tuyệt đối), hoặc là lời dạy của các nhân vật đầy uy tín.

Ngày nay, sabda có nghĩa là lời chứng (testimony), lời khai của một người với lời tuyên thệ trước tòa án hoặc trước cơ quan quyền lực.

Thông thường nhận thức về "*các tiếng*" (Av. words) được diễn tả bởi ý hướng của người phát ngôn (Av. the intention of the speaker) coi như là những điều kiện nhân quả để hiểu rõ ý nghĩa của câu nói.

Trong cuộc sống hằng ngày, các nhận thức hay kiến thức được lưu truyền qua các lời tuyên bố, các lời chứng, chúng ta thường xuyên tiếp nhận những thông tin khác nhau, những định hướng khác nhau qua các tiếng, lời nói, văn bản một cách trực tiếp hoặc gián tiếp, đó là nguồn của nhận thức: Lời chứng, Thánh lượng, Chính lý ngôn ngữ (Srt. Sabda).

5.-Giả định (Srt. Arthapatti, Av. Presumption):

Arthapatti, tiếng Sanskrit, kết hợp hai tiếng: -artha có nghĩa là sự kiện có thật, việc có thật (Av. fact), - apatti là một giả thuyết, một giả định (Av. supposition). Arthapatti là một nguồn của nhận thức nhằm để giải quyết sự tương phản của hai sự việc có thật, chúng ta phải giả định, giả sử một sự kiện khác ở giữa hai sự việc có thật này (Av. two facts). Nói khác, giả định về một sự việc có thật nhưng chưa được nhận thức để kết hợp hai sự kiện có thật đang được biết và đang đối nghịch nhau (Av. conflict).

Thí dụ 1: đây là một thí dụ rất phổ biến trong các sách viết về luận lý học Ấn độ:
-Devadutta không ăn thức ăn nào cả trong ban ngày.
- Anh ta vẫn khỏe mạnh và mập mạp.
-Chúng ta đặt giả thuyết rằng anh ta phải ăn thức ăn vào ban đêm.

G*hi chú*: Chúng ta không thấy Devadutta ăn món gì trong ban đêm. Nhưng chúng ta giả thuyết điều này mà chúng ta không thực sự nhận thấy, vì chúng ta suy luận rằng:
-Tất cả những người khỏe mạnh mà không ăn trong ban ngày thì đều ăn trong ban đêm.
-Như vậy, Devadutta là người mập mạp khỏe mạnh thì anh ta phải ăn vào ban đêm. Chúng ta đã giải quyết sự tranh cãi này (to solve this conflict).

Thí dụ 2: - Không thấy mặt trời ở trên bầu trời có nghĩa là trời đã vào đêm.

- Nhớ lại vào năm 1999, vào một ngày có lúc "*nhật thực*", chim chóc bay về tổ vào lúc 10:00 sáng, vì chúng nghĩ rằng mặt trời đã lặn, đây là lúc hoàng hôn. Sau đó vài giờ, mặt trời trở lại bình thường thì chim chóc hót vang vì chúng nghĩ rằng mặt trời bắt đầu mọc.

Ghi chú: Nếu không có mặt trời ở trên bầu trời thì giả định rằng lúc này là ban đêm.

Thí dụ 3: (A) và (B) mâu thuẫn, do đó nếu (A) đúng thì (B) sai.

Trong hình học không gian, để chứng minh hai mặt phẳng (P) và (Q) song song với nhau, chúng ta thường giả sử rằng mặt phẳng (P) cắt mặt phẳng (Q), ta chứng minh điều này không thể xảy ra được vì nó vô lý. Vậy, ta suy luận rằng mặt phẳng (P) phải song song với mặt phẳng (Q).

6.-Không-Tri giác (Srt. Anupalabdhi, Av. Non-perception):

Anupalabdhi, tiếng Sanskrit, có nghĩa là "*Không-tri giác*", Tàu dịch là *Phi lượng* (非量), có nhà nghiên cứu Tây phương gọi là *Pseudo-perception* (giả tri giác / giả nhận thức). Anupalabdhi là tri giác ngay tức khắc sự không hiện hữu của một đối tượng. Đối tượng này không hiện hữu/ không có mặt ở trong một không gian cá biệt và một thời gian cá biệt. Nhưng đối tượng này thì hiện hữu ở một nơi nào đó.

Nói khác, "*Không-tri giác" (Srt. Anupalabdhi, Av. Non-perception)* là một trong 6 nguồn của nhận thức nhằm giúp "*chủ thể nhận thức*" nhận biết sự không có mặt/ không hiện hữu của một đối tượng đặc thù trong một hoàn cảnh đặc thù, hay trong một không gian và thời gian cá biệt. Điều đáng lưu ý là đối tượng này có thể có mặt ở một nơi nào đó mà chúng ta có thể nhận biết vào một thời điểm khác.

Đối tượng hiện hữu đối với chủ thể nhận thức có thể hoặc là có sự *liên hệ tích cực* (Av. positive relation), hoặc là có sự *liên hệ tiêu cực* (Av. negative relation). "*Liên hệ tích cực"* có nghĩa là đối tượng được nhận thức qua các giác quan (Av. sense organs); còn "*liên hệ tiêu cực*" thì đối tượng không được nhận thức qua giác quan vì đối tượng không có mặt mà nhờ nguồn "*Không-tri giác*" để nhận thức.

Thí dụ 1: Bạn không thấy "*cây dù*" (Av. umbrella) mà bạn thường thấy nó ở trong một góc phòng bên phải. Bạn biết được "*sự vắng mặt*" của cây dù là nhờ nguồn nhận thức "*Không-tri giác*".

Thí dụ 2: - "*Không thấy cuốn sách ở trên bàn giấy*" có nghĩa là chúng ta không tri giác được cuốn sách qua "*các cơ quan của cảm giác*" (Av. sense organs), nhưng sự nhận biết sự vắng mặt/ sự không hiện hữu của cuốn sách ở trên bàn giấy là do sự phát khởi của nguồn nhận thức "*Không-tri giác*" về sự nhận biết "*đối tượng không có mặt".*

Thí dụ 3: Chúng ta nhận biết sự không có mặt của bình hoa ở trên bàn cà-phê bởi vì bình hoa là một đối tượng ở trên bàn cà-phê mà chúng ta đã biết trước đây, hoặc có thể chúng ta sẽ thấy bình hoa vào một thời điểm sau này.

Ghi chú: Điều cần *nhấn mạnh* ở đây là không phải nguồn nhận thức "*Không-tri giác*" nào cũng giúp sự nhận biết về sự không có mặt/ không hiện hữu của một đối tượng, có nghĩa là "*Không-tri giác*" về một đối tượng không có nghĩa là một bằng chứng "*sự không có mặt/ không hiện hữu của đối tượng". Thí dụ*: trong bóng tối tăm của một căn phòng mà nơi đây chúng ta không thấy sự có mặt của cái bàn. Nhưng nếu chúng ta bật đèn sáng lên ở trong căn phòng này thì chúng ta thấy sự có mặt của cái bàn. Trong trường hợp này, nguồn nhận thức "*không thấy cái bàn"* không phải là "*Không -tri giác*".

Trong cuộc sống hằng ngày, chúng ta thường dùng phương tiện của nhận thức này [*Không-tri giác*]. Thí dụ:

-"*Không thấy bình hoa ở trên bàn cà-phê*", chúng ta biết ngay không có bình hoa ở đó.

-"*Không thấy thầy giáo ở trong lớp học*", chúng ta biết ngay thầy giáo đang vắng mặt.

-"*Các hoa hồng này không có mùi thơm*", Chúng ta biết ngay mùi thơm của hoa hồng không có ở mấy cành hoa hồng đó.

Ghi chú: Các điều trên có vẻ nghịch lý (Av. paradoxical), "*Không-tri giác*" về một đối tượng có nghĩa là sự nhận thức về sự vắng mặt/ không hiện hữu của đối tượng đó. Nhưng trong hiện thực cả *tri giác* (Av. perception) và *không- tri giác* (Av. non-perception) đều là hai phương tiện khác nhau để thâu nhận sự nhận biết về một đối tượng. Điều này cho thấy chủ thể nhận thức/ chủ tri (Av. knower) đều sử dụng hai phương tiện này của nhận thức.

II.- Nhận thức luận trong trường phái Nyaya

Trường phái Nyaya (H.V. Trường phái **Chính Lý**, Av. Nyaya School), là một trong 6 trường phái triết học chính thống cùng thời với Đức Phật lịch sử Thích-ca Mâu-ni:

Nyaya (HV. Chính Lý hay Luận Lý), chữ Sanskrit, có nghĩa là phép tắc, phương pháp, thẩm định (Av. rule, method, judgement).

Trường phái này lấy kinh điển Nyaya Sutras, gồm có 538 câu làm căn cứ. Các Kinh Nyaya Sutras bàn luận chính về luận lý, phương pháp luận lý và nhận thức luận (Nyaya Sutras primarily discusses logic, methodology, and epistemology).

Khai tổ là Aksapada Gotama (khoảng 50 – 150 CN). Triết gia này có họ là Gotama, và có biệt danh là Aksapada (Tàu dịch là Túc Mục 足目). Tương truyền Gotama luôn luôn suy tư về các vấn đề tư tưởng triết học, khi bước chân đi ông không quan sát mặt đất mà chỉ chú tâm vào các vấn đề triết học mình đang suy tư; một hôm ông bước chân lọt xuống giếng, Thượng đế đã vớt ông lên và tạo ra đôi mắt ở dưới chân ông (túc= cái chân, mục= mắt) để giúp ông có thể quan sát mặt đường trong khi bước chân đi.

Sau này, học giả Vatsyayana đã viết loại sách Bhasya (luận đề, phê bình) để chú thích và giảng giải bộ Kinh Nyaya Sutras rất có giá trị.

Trường phái Nyaya đã chấp nhận 4 trong 6 nguồn nhận thức (Pramanas) như là những phương cách đáng tin cậy để đạt được nhận thức đúng đắn:

1.-Tri giác (Srt. Pratyaksa, Av. Perception):

Nyaya Sutra (1.1.4) định nghĩa: Tri giác/ trực giác/ hiện lượng là nhận thức được khởi lên do sự tiếp xúc giữa cảm giác quan và đối tượng, tri giác hay tri thức không thể diễn tả bằng lời, tri giác thường được cho rằng không sai lầm, không sai lệch và xác định rõ ràng.

[*Nyaya Sutra* (1.1.4): "*A perceptual cognition arises by means of the connection between sense faculty and object, is not dependent on words, is non-deviating, and is determinate*".]

Như vậy, theo phái Nyaya, tri giác /tri thức phải hội đủ 4 điều kiện:

-1.Tri thức/ tri giác phát khởi từ sự nối kết các cảm giác quan và đối tượng.

-2.Tri thức/ tri giác phát khởi không tuỳ thuộc vào ngôn ngữ.

-3.Tri thức/tri giác có điều kiện không bị sai lệch để ngăn chặn những tri thức sai lầm. *Thí dụ* 1: trường hợp nhận thức sai về "*vỏ hến*" (Av. oster shell) mà tưởng là một *miếng bạc* (Av. piece of silver). *Thí dụ* 2: Đêm tối, nhìn sợi dây thừng mà tưởng là con rắn.

Trường phái Nyaya quan niệm rằng các nguồn nhận thức (pramanas) là sự thực đứng đắn, không sai lầm, và rằng các nhận thức sai lầm không phải là pramanas mà nó chỉ là *nguỵ- pramanas / giả pramanas* (Srt. Pramanas- abhasa, Av. pseudo-pramanas) như ngồi trên chiếc tàu đang di chuyển thấy như bờ sông và cây cối ở bờ sông di chuyển.

4.-Tri thức/tri giác có điều kiện xác định để ngăn chặn tri thức khỏi những sai lầm về đối tượng. *Thí dụ* như từ xa một người đang đứng trong sương mù, chúng ta không rõ đó là một con người hay là một cây cột.

Tri giác có thể có hai loại: tri giác bình thường và tri giác phi thường:

a.-*Loại tri giác bình thường* (Srt. Laukika, Av. ordinary perception): là tri thức được phát khởi khi có sự tiếp xúc giữa các giác quan (sense organs) và đối tượng đang hiện có. *5 giác quan bên ngoài* (Av. outer organs) như thị giác, thính giác, khứu giác, vị giác, xúc giác) được dây thần kinh đưa vào một bộ phận của não bộ gọi là *ý thức* (Av. sense mind/ mind consciousness/ mental phenomena consciousness), ý thức là giác quan ở bên trong (Av. inner organ).

Nhận thức trực tiếp có tính tự ý của ý thức/ tâm thức. *Thí dụ*: chúng ta có cảm giác buồn thì chúng ta tự biết rằng chúng ta đang buồn; còn nếu chúng ta buồn mà không biết vì sao mà buồn thì trong trường hợp này chúng ta thiếu tỉnh giác mà thôi.

b.-*Loại tri giác phi thường* (Srt. Alaukika, Av. Extra-ordinary/ non-normal perception), loại này có 3 loại:

b.1.- Nhận thức có tính tổng quát hoá từ các đối tượng đặc biệt (Srt. Samanyalakshana, Av. Perceiving generality from a particular object). *Thí dụ*: Nhìn thấy "*một loại khói*" đặc biệt cho *một loại lửa*, chúng ta tổng quát hoá "*khói*" (smokiness) là đặc tính của mọi "*ngọn lửa*" (fieriness).

b.2.- Nhận thức về tính chất của một vật/ một đối tượng bằng cách nhớ lại những tính chất của đối tượng mà chúng ta đang nhìn thấy (Srt. Jnanalaksana, Av. Perception of the properties of an object mediated by memory involves the visual experience of unpresented properties of an object which is currently seen). *Thí dụ* 1: Khi nhìn một trái ớt hiểm đỏ, chúng ta nhận biết rằng nó có vị cay. *Thí dụ* 2: Khi nhìn cục nước đá, ta biết nó lạnh. *Thí dụ* 3: Khi nhìn một miếng *gỗ* "*trầm hương*", chúng ta biết nó có mùi thơm.

Đôi khi chúng ta nhận thức một đối tượng bởi một giác quan mà đối tượng không phải là đối tượng của giác quan này, như "*tôi nhìn mùi thơm của hoa hồng*" (Av. I see a fragrant rose), chúng ta biết rằng mùi thơm là đối tượng của lỗ mũi, nhưng ở câu này thì mùi thơm được nhận thức bởi mắt.

b.3.- Nhận thức trong lúc thiền định (Srt. Yogaja, Av. Yogic perception) hay trực giác thiền định. Trong tình trạng đang nhập thâm sâu vào thiền định, thiền giả có thể thấy các đối tượng/sự kiện/biến cố thuộc quá khứ, hiện tại hoặc thuộc về tương lai; thiền giả có thể đạt được một khả năng siêu phàm. *Thí dụ*: Thiền giả có thể quán chiếu vào đối tượng để đạt đạo/ đạt chân lý như trong "*Bát-nhã Tâm kinh*": Bồ-tát Quán-tự-tại quán chiếu "*ngũ uẩn là hư không*".

Đôi khi tri giác bị sai lệch vì có sự can thiệp bởi một vật khác, hoặc cảm giác quan bị bịnh. Thí dụ: "*cặp kính màu*" làm ta nhận thức màu sắc của đối tượng không như "*chính màu*" của nó. "*Cặp mắt bị bịnh*" có thể làm thấy *nhiều đom đóm* ở phía trước mặt.

2.-Suy luận (Srt. Anumana, Av. Inference)**:**

2.1.-*Đặc tính của suy luận* (Av. Characteristics of Inference):

Theo Nyaya sutra, 1.1.5 thì: *"Tri thức đi trước suy luận, suy luận có 3 bước: -từ nguyên nhân đến hậu quả, -từ hậu quả bước ngược về nguyên nhân, -hoặc từ những cái gì thường thấy.*

[An inferential cognition is preceded by that (perception), and is three fold: from cause to effect, from effect to cause or from that which is commonly seen.]

Định nghĩa về suy luận của trường phái Nyaya chú trọng vào đặc tính căn bản của suy luận: đây là nhận thức được kéo theo từ một nhận thức khác, suy luận tùy thuộc vào sự liên kết nhận thức này với nhận thức khác bằng một phương cách nào đó.

Anumana, chữ Sanskrit, nguyên nghĩa là "sau- sự nhận thức" (Av. after-cognizing) có nghĩa là suy luận là một nguồn của nhận thức theo sau một nhận thức có trước:

a.- Nhận thức đi trước suy luận bằng hai cách: 1.-Suy luận đòi hỏi phải có một nhận thức được thành lập bởi một sự liên hệ cố định giữa "*dấu hiệu suy luận*" (Av. inferential sign) và đối tượng được suy luận. 2.-Nhận thức phát khởi suy luận từ "*dấu hiệu suy luận*" như là một *quỹ đạo* (Av. locus) của suy luận.

b.-Suy luận đi từ nguyên nhân đến hậu quả, và từ hậu quả đi ngược về nguyên nhân. *Thí dụ*: Thấy *khói* bốc lên (hậu quả) biết có *lửa đang cháy (nhân). Hoặc* thấy *lửa* đang cháy (nhân) thì thấy *khói* bốc lên (hậu quả). Ý nghĩa này rất rõ ràng: một định nghĩa chính xác về suy luận như là "*một nhận thức đến sau"* (Av. later cognition) của một đối tượng bằng phương cách của nhận thức về "*những dấu hiệu suy luận của nhận thức*".

Những gì mà nhận thức được nhận xét bởi sự đồng thuận của tất cả mọi người (Av. commonly seen) như là những gì *không-do-sự liên hệ nhân quả* (Av. non-casual correlations), và không thay đổi/ luôn cố định.

Theo quan niệm cổ của trường phái Nyaya (Old Nyaya) thì suy luận có mấy điểm nổi bật sau đây:

a.-Trước hết, luận lý học (logic) được dừng lại ở nhận thức luận (epistemology) cơ bản, con người suy luận cho chính mình. Con người phản ảnh những loại lý luận xảy ra trong nội tâm vì mục đích giáo dục hay vì mục đích tự tranh luận cho chính mình.

b.-Thứ hai, suy luận như là cái ngòi phát khởi nhận thức về *dấu hiệu* (Av. sign mark) mà sự liên hệ với vài đối tượng (Av. object/ property/ fact) khác đã được thiết lập một cách vững chắc. Nguyên nhân sơ khởi của nhận thức suy luận (Av.inferential cognition) là một sự phán đoán sâu xa có trước tiên (Av. prior sub-sumptive judgment) mà nhận thức này bám chặt "*dấu hiệu suy luận*" (Av. inferential sign) vào chủ thể lý luận, trong khi đó nhận thức này tuyển lựa lại những dấu hiệu của sự đồng thuận không thay đổi đối với vài đối tượng hoặc vài sự kiện.

c.-Thứ ba, chức năng của luận lý học là đạt được nhận thức xác thực (Av. valid knowledge).

Nói cách khác, bên cạnh tri thức (Av. perception) thì suy luận (Av. inference) là một nhận thức gián tiếp về một đối tượng.

2.2.-Cấu trúc của suy luận *(*Av. the structure of Inference):

Phương pháp luận (Av. methodology) của suy luận là sự nối kết các suy luận diễn dịch, và các suy luận quy nạp.

Trường phái Nyaya đưa ra một phương pháp suy luận gồm có 5 phần hay 5 bước, Tàu dịch là Ngũ chi tác pháp/ hay ngũ phần tác pháp, còn gọi "*Luận-thức-có-5-bước*" (Av. a formal five-step argument), năm bước này theo thứ tự như sau:

1.-Tôn (Srt. Pratija): là điều đòi hỏi phải được chứng minh. Đây là đề tài để suy luận (inferential subject) mà trong hiện tại chưa biết có đúng không? Nhiều nhà nghiên cứu Tây phương dịch là *Thesis* (chính đề) hay *hypothesis* (giả thuyết), có thể dịch là *Theorem* (Định lý).

2.-Nhân (Srt. Hetu, Av. Reason): là nguyên nhân, lý do sự kiện / sự vật xảy ra ở **Tôn.**

3.-Dụ (Srt. Udaharana, Av. Example): là thí dụ đưa ra để làm sáng tỏ **Nhân** và **Tôn**. Có hai loại thí dụ: - *đồng dụ* là thí dụ có đồng tính chất với Tôn; - *dị dụ* là thí dụ không đồng tính chất với Tôn. Dụ là một *tiền đề chính* / hay Đại tiền đề (Major premise).

4.-Hiệp (Srt. Upanaya, Av. Re-affirmation) có nghĩa là tái xác nhận giá trị đúng đắn của thí dụ. Hiệp là một *tiền đề phụ*/ hay Tiểu tiền đề (Minor premise).

5.-Kết (Srt. Nigamana, Av. Conclusion): là kết luận. Nhờ đã tái xác nhận giá trị đúng đắn của Dụ, chúng ta có thể đi đến kết luận: xác nhận giá trị đúng đắn của Tôn (điều đòi hỏi phải được chứng minh).

Thí dụ:

1.-*Tôn*: Có lửa ở trên đồi (Av. There is fire on the hill)

2.-*Nhân*: Bởi vì có khói ở đó. (Av. Because there is smoke there)

3.-*Dụ:* Ở đâu có khói thì ở đó có lửa. Thí dụ như có khói ở bếp lửa, và không có khói ở mặt hồ.
(Where there is smoke, there is fire; like a kitchen hearth and unlike a lake.)

4.-*Hiệp*: Có khói ở trên đồi. (There is smoke on the hill.)

5.-*Kết*: Nên có lửa ở trên đồi. (Therefore there is fire on the hill.)

Trong thí dụ này:

-*Tôn*: tức là lập thuyết: Có lửa ở trên đồi, *đây là điều phải chứng minh.*

-*Nhân:là nguyên do :* Bởi vì có khói bốc lên ở đó.

Một thí dụ khác:

1.-*Tôn*: Socrate phải chết.
2.-*Nhân*: Vì ngài là con người.
3.-*Dụ*: Con người đều phải chết.
4.-*Hiệp*: Socrate là con người.
5.-*Kết*: Vậy Socrate phải chết.

2.-3.-Giải thích cấu trúc suy luận của trường phái Nyaya:

Chúng ta đứng từ đàng xa nên không thấy lửa ở trên đồi mà chỉ thấy khói bốc lên. *Khói* là *dấu hiệu luận lý* (Av. logical mark). Nhờ dấu hiệu khói, chúng ta biết có lửa: "*Bởi vì cái gì có khói thì có lửa*" (Av. Whatever is qualified by smokiness is qualified by fieriness). *Khói* là một bằng chứng để chúng ta suy luận là có *lửa*. Chúng ta nhớ lại rằng ở đâu có khói thì ở đó có lửa, và chúng ta quả quyết rằng khói mà chúng ta thấy bốc lên ở trên đồi phải theo đúng một quy luật. Căn cứ vào quy luật này, chúng ta suy luận ra có lửa cháy ở trên đồi, mặc dầu chúng ta không thấy lửa. Đây là một nhận thức qua suy luận, một nhận thức do kết quả của 3 điều: *sự thấy, sự nhớ, và sự quả quyết* (Av. the seeing, the remembrance, and the assurance). *Suy luận này là một nhận thức được suy đoán từ một nhận thức được biết trước*. Ở đây, lửa không được nhận thức trực tiếp mà do suy luận từ hiện tượng khói.

"*Cái nhân*" (Av. reason) là cái phải có liên hệ trực tiếp với đối tượng. "*Cái nhân khói*" phải có mặt ở "*lửa*", khói phải có mặt ở các trường hợp đồng loại (Av. similar cases). *Thí dụ*: Ở đâu có lửa thì có khói. Trong bếp lò có lửa thì phải có khói (Av. in kitchen hearth, fire is known to be concomitant with smoke). Ngược lại, "*cái nhân*" phải vắng mặt ở trường hợp khác biệt (Av. dissimilar cases). *Thí dụ*: mặt hồ không có lửa nên không có khói (Av. in lake, there is no fire, there is no smoke); một thí dụ có thể đối lập với "*cái nhân*" như nước đối lập với lửa thì nước không có lửa. Nói khác nơi nào không có lửa thì không có khói (Av. Where-ever there is no fire, there is no smoke).

Như vậy, khi đưa ra một giả thuyết, một luận đề, một định lý rồi muốn chứng minh thuyết này là đúng thì chúng ta phải dẫn chứng "*cái nhân đúng đắn*" để biện minh. "*Nhân đóng vai trò hàng đầu của suy luận theo cấu trúc suy luận này*".

Có 4 loại suy luận:

1.-*Suy luận phủ định*:
Tôn: Ở đây *không* có cái bàn.
Nhân: Vì rằng không thấy có cái bàn nào cả.

2.-*Suy luận đồng nhất*:
Tôn: Trên núi đàng kia có cây
Nhân: Vì thấy có cây thông.

3.-*Suy luận nhân quả:*

Tôn: Trên đồi đàng xa có lửa.

Nhân: Vì thấy có khói bốc lên.

Lửa là nhân, khói là quả, hoặc ngược lại khói là quả, còn lửa là nhân. Lửa và khói có liên hệ nhân quả với nhau. Do đó thấy có khói (quả) thì suy đoán ở đó có lửa (nhân).

4.-*Suy luận theo mục đích*:

Theo ngài Dignaga (Trần-Na) thì có 2 loại: - *Tự ngộ* (Internal inference), và -*Ngộ tha* (inference for others). Chúng tôi sẽ giải thích chi tiết ở mục "*Nhận thức luận của Dignaga*" .

3.-Lý luận loại suy (Srt. Upamana, Av. Analogical reasoning / Analogy):

Trong Nyaya Sutras 1.1.6 đã định nghĩa: "*Loại suy là suy luận bằng cách nhận thức một đối tượng nhờ sự so sánh chỗ tương tự với đối tượng đã được biết trước*".

[Nyaya Sutra 1.1.6: "Analogy makes an object known by similarity with something already known".]

Nói cách khác, loại suy là một hình thức suy luận dựa vào một điểm giống nhau đã biết trước để kết luận về một điểm giống nhau chưa biết.

*Thí dụ1:*Một người đặt câu hỏi: con trâu nước (Av. water buffalo) là con thú có hình thù như thế nào? Người ấy được một vị khác diễn tả rằng con trâu nước trông giống như con bò (Av. cow), và trâu nước thường xuất hiện ở vài vùng đồng quê. Sau đó, người này có dịp ra vùng quê, anh ta thấy một con thú trông giống như con bò, nên anh ta biết rằng đó là con trâu nước. Cái nhận thức "*con thú này là con trâu nước*" được sanh khởi từ những nét tương tự với con bò, nhận thức này là một lý luận loại suy.

Thí dụ 2: Một học sinh không biết con bò hoang (Av. wild cow) là con thú có hình thù ra sao? Nhưng được một người sống trong rừng nói rằng con bò hoang giống con bò (Av. cow). Nếu sau đó, học sinh này có dịp đi vô rừng, và gặp một con thú giống con bò thì cậu ta sẽ nhận thức ngay đây là con bò hoang. Sự nhận thức để nhận thức con bò hoang là do sự so sánh (Av. comparison) hay loại suy (Av. analogy) điều đã nghe được giải thích trước khi con bò hoang xuất hiện ở trước mặt.

4.-Lời chứng / Thánh lượng (Srt. Sabda, Av. Testimony, Words):

Nyaya Sutras, 1.1.5, định nghĩa: "*Lời chứng/ Thánh lượng là lời xác nhận của một vị phát ngôn có đủ tư cách*".

[Nyaya Sutras, 1.1.5 : Testimony is the assertion of a qualified speaker]

Trong cuộc đời, con người cần biết nhiều sự kiện, sự vật; nhưng với thời gian có giới hạn con người có thể học hỏi một phần nào các sự kiện, sự vật qua những lời nói và lời viết của các nhân vật có uy tín, một nhân vật đáng tin cậy (Av. credit person), hoặc một nhân vật có đủ tư cách (Av. qualified speaker), hoặc những thông tin từ nguồn có thẩm quyền (Av. information from an authoritative source). Con người phải tin vào người khác, cha mẹ, ông bà, gia đình, bạn bè, thầy cô giáo, tổ tiên và các vị đáng tôn kính khác trong xã hội để có thể chia sẻ kiến thức của họ một cách nhanh chóng, nhờ đó làm phong phú hoá kiến thức của mình. Nói cách khác, đây là một phương thức để đạt được những kiến thức đúng đắn qua lời nói hoặc qua bài viết được diễn tả bằng từ ngữ (Srt. Sabda, Av. Testimony, Words). Tính đáng tin cậy của nguồn kiến thức này rất quan trọng, và kiến thức đúng đắn chỉ đến từ lời nói, từ lời viết, từ những nguồn đáng tin cậy (Av. reliable sources). Nói khác, lời chứng/ Thánh lượng là lời tuyên bố chuyên chở kiến thức không có sự sai lạc hoặc bóp méo nào cả.

Người Tàu dịch chữ Sabda, tiếng Sanskrit, là Thánh lượng; đây là hình thức suy luận dựa trên thẩm quyền của một nhân cách có uy tín. Sabda có hai loại:

1.-*Vaidika* là những lời dạy trong bốn bộ Thánh Kinh Vedas được tôn trọng vì Thánh Kinh Védas là lời của Thượng đế (Av. Words of God), do Thượng đế nói lên. Thượng đế có một nhân cách tuyệt đối uy tín.

2.-*Laukika* là lời nói hay văn bản viết bởi nhiều nhân vật đầy uy tín. Một nhân vật đáng tin cậy (Av. trust worthy person) là một người luôn luôn nói sự thật, luôn luôn nói điều đúng đắn. Người đáng tin cậy là vị đã giải thoát khỏi vô minh, khỏi sự cẩu thả, khỏi những sai lầm của các giác quan, khỏi sự cám dỗ, khỏi sự lường gạt và khỏi sự nói dối của người khác.

Ngày nay, lời chứng (Av. Testimony) là lời tuyên bố của một người với lời tuyên thệ trước toà án, hoặc trước một cơ quan có quyền lực. Lời chứng vượt qua từ tri thức cá nhân (Av. personal perception), suy luận (Av. inference) và lý luận loại suy (Av. analogy).

Tri thức/ tri giác/ trực giác/ hiện lượng (Av. perception) là nguồn của nhận thức đạt được nhận thức về đối tượng một cách trực tiếp; còn suy luận, loại suy, lời chứng/ Thánh lượng thì tùy thuộc vào những nhận thức có trước để kích khởi các nhiệm vụ của 3 nguồn nhận thức này. Nhờ những nhận thức xác thực (Av. valid knowledge) và nhận thức đúng đắn / hay *Chánh kiến* (Av. right knowledge), con người được giải phóng (Srt. Moksha, Av. Liberation) khỏi những khổ đau. Khổ đau được coi như là kết quả của những hành động sai lầm do tà kiến (Av. wrong knowledge), do vô minh (Av. ignorance).

Trường phái Nyaya đã kết luận rằng nhận thức luận của trường phái này chỉ có 4 nguồn của nhận thức, như đã trình bày ở trên, đây là các nguồn nhận thức đáng tin cậy và không thể cắt giảm được.

Để kết luận, chúng ta có thể nói rằng **thuyết Chính lý** (Nyaya theory) về **Prama** (nhận thức xác thực, Av. valid knowledge) và **Pramanas** (các nguồn của nhận thức, Av. Sources of knowledge) có những liên hệ đến đời sống hằng ngày.

Trong cuộc sống hằng ngày chúng ta có thể đạt được *nhận thức xác thực* (Av. valid knowledge) từ bốn nguồn của nhận thức là: *tri giác, suy luận, loại suy* và *lời chứng/ Thánh lượng*. Mọi người trong chúng ta đều chấp nhận rằng chúng ta đạt được sự nhận biết đúng đắn là do *tri giác* thì chúng ta phải nhận rằng *suy luận* là một nguồn khác của nhận thức bởi vì nếu không có suy luận thì chúng ta không thể nào nhận biết được những sự việc xảy ra trong đời sống hằng ngày. *Loại suy* cũng giúp chúng ta đạt được nhận thức đúng đắn. Chúng ta cũng đạt được nhiều nhận thức đúng đắn từ những lời nói của những vị đáng tin cậy. Nói tóm, chúng ta phải chấp nhận 4 nguồn của nhận thức này. Tri giác là nhận thức trực tiếp (Av. direct cognition), còn suy luận, loại suy và lời chứng là những nhận thức gián tiếp ((Av. indirect cognitions).

Nhận thức xác thực (Av. valid knowledge) thì tương xứng/ tương hợp với đối tượng của nó, còn nhận thức không xác thực (Av. invalid knowledge) thì không tương xứng/ tương hợp với nhận thức về thực tại như chính nó (Av. knowledge with reality). Còn sai lầm thì phủ nhận nhận thức về thực tại. Như vậy, sự thật hay sai lầm của nhận thức có sự liên hệ đến sự tương xứng và không tương xứng với điều hay vật thực (Av. fact). *Thí dụ*: Khi ăn thức ăn nào tương tự đường, nếu chúng ta cảm thấy có vị ngọt thì đây là nhận thức đúng đắn, còn nếu chúng ta không cảm thấy ngọt thì nhận thức này không đúng đắn.

III.-Phần bổ sung: Định nghĩa môn "Nhân Minh Học Đông phương và môn "Luận Lý học Tây Phương".

* Định nghĩa về môn "**Nhân Minh học Đông phương**" (Srt. Hetu Vidya):

Theo từ nguyên thì:
-*Nhân* (Srt. Hetu) = nguyên do phát sanh ra muôn sự muôn vật.
-*Minh* (Srt. Vidya) = tri thức hay học vấn rất sáng suốt để truy tìm nguyên nhân đích thực đã phát sanh ra muôn sự, muôn vật.

Nhân minh học Đông phương tức là môn Luận lý học Đông phương.

* Trong triết học Tây phương, môn "**Luận lý học**" được định nghĩa và phân loại như sau:

A.-**Định nghĩa**: Luận lý học là một khoa học quy phạm có mục đích xác định những tác động của trí tuệ hướng đến sự nhận thức chân lý, xem tác động nào đúng, tác động nào không đúng.

B.-**Phân loại:** Luận lý học có hai loại:

1.-*Luận lý học hình thức*: là loại luận lý học xác định những quy luật mà tư tưởng phải tuân theo để *phù hợp với chính nó*. Gồm có:

a.-*Luận lý học cổ điển* do Aristotle thiết lập nhằm khảo sát các ý niệm, phán đoán và suy luận xét theo những hình thức được phát biểu mà không xét đến nội dung.

b.-*Luận lý học ký hiệu* hay *Luận lý toán học* do Leibniz đề xướng, nhằm sử dụng các ký hiệu quy ước và mệnh đề toán học để công thức hoá các phán đoán của tư tưởng.

c.-*Luận lý học biện chứng* được hệ thống hóa bởi Hégel, ông chủ trương không chấp nhận nguyên lý mâu thuẩn của luận lý học cổ điển do Aristotle đề xướng, và phát minh "*tổng hợp biện chứng*".

2.-*Luận lý học ứng dụng* hay triết lý khoa học, đây là loại luận lý học muốn xác định những quy luật mà tư tưởng phải theo để *phù hợp với thực tại.* Gồm có:

a.- *Phương pháp luận* nhằm khảo sát toàn bộ các phương pháp đã được áp dụng trong các ngành khoa học.

b.- *Khoa học luận* nhằm phê bình các nguyên lý, giả thuyết và thành quả của các khoa học để xác định nguồn gốc luận lý, giá trị và mức độ khách quan của khoa học.

[trích từ quyển *Trắc nghiệm Triết 12 A* của Nguyễn Vĩnh Thượng và nhiều tác giả khác, Saigon: Yiễm Yiễm, Apr. 1975, tr. 71-72. - Lu Lu Press phát hành online lần tái bản thứ hai tại USA, Jan. 2019]

Căn cứ theo cách phân loại này, Luận lý học của Aristotle là một môn *Luận lý học hình thức* (Av. a formal logic); tương tự môn Nhân minh học hay môn Luận lý học Ấn độ / Luận lý học Phật giáo cũng là một môn Luận lý học hình thức.

Ở đây, thuật ngữ *trực giác* (Av. intuition) có thể coi như đồng nghĩa với tri thức/ *tri giác* (Av.perception) mà trong Luận lý học và Tâm lý học Phật giáo gọi là *Hiện lượng* (Srt. Pratyaksa – pramana).

Hiện lượng được phân chia làm hai loại:

a.-*Chân hiện lượng* là nhận thức trực tiếp đúng như là bản tính của đối tượng. *Thí dụ*: Thấy "*bông sen*" như chính là bông sen.

b.-*Tợ hiện lượng*: nhận thức trực tiếp không đúng như là chính bản chất của đối tượng đó. *Thí dụ*:Ban đêm thấy sợi dây thừng tưởng là con rắn.

Còn *suy luận* (Srt.Anumana, Av. Inference), Tàu dịch là *tỉ lượng. Tỉ lượng* được chia làm 2 loại:

a.-*Chân tỉ lượng*: suy luận đúng đắn, đúng với sự thật không có gì sai khác.

b.-*Tợ tỉ lượng*: suy luận không đúng đắn, bóp méo sự thật.

Giữa trực giác/ tri giác/ hiện lượng *và* suy luận/ tỉ lượng có một *mối tương quan* như sau:

A.-*Trực giác giúp suy luận*:

1.-Trực giác là khởi điểm của mọi suy luận.
2.-Trực giác hướng dẫn suy luận.
3.-Trực giác tổng hợp suy luận.

B.-*Suy luận giúp trực giác*:

1.-Suy luận chuẩn bị trực giác (nhất là trực giác phát minh).
2.-Suy luận khai triển trực giác.
3.-Suy luận kiểm soát trực giác.

- * -

Phần III: Nhận thức luận Phật giáo trong thời kỳ Phật giáo nguyên thủy/ Phật giáo sơ kỳ.

Trong phần này, chúng tôi sẽ trình bày:

I.-Khái quát.

II.- Nhận thức luận Phật giáo trong thời kỳ Phật giáo Nguyên thủy:

18 lãnh vực tâm-sinh-vật lý:

1.-Sáu căn.
2.-Sáu cảnh.
3.-Sáu trần.

III.-Phần bổ sung: Đặc tính của các cảm giác quan, và sự liên hệ giữa cảm giác quan với các đối tượng tương ứng.

***

I.-Khái quát:

Tinh thần của các nhà tư tưởng Phật giáo là muốn diệt bỏ "*sự bất hài lòng*"/ "*sự khổ đau*" (Av. Dissatisfaction/ Suffering) để đạt được hạnh phúc (Av. Happiness), để đạt được giải thoát (Av. Liberation). Để đạt được mục đích này, con người phải diệt bỏ vô minh (Srt. Avidya, Av. Ignorance). Vô minh là nguyên nhân chính tạo ra sự khổ đau. Để diệt trừ vô minh con người phải diệt trừ quan niệm đề cao bản ngã của mình, do đó các nhà triết học Phật giáo nhấn mạnh rằng con người phải nhìn các sự vật, các sự kiên như là chính nó hiện hữu: "*Chúng ta nhìn cái cây như là một cái cây* (Av. We see the tree as a tree), "*Chúng ta nhìn cái núi như là cái núi*" (Av. We see the mountain as a mountain). Như vậy , nhận thức đúng về sự vật, sự kiện là một sự cần thiết. Đây là mối quan tâm về nhận thức luận trong tư tưởng Phật giáo.

Nhận thức luận Phật giáo ở Ấn độ đã tiến triển qua ba giai đoạn:

1.-Nhận thức luận trong tư tưởng Phật giáo nguyên thuỷ và tư tưởng các trường phái Phật giáo nguyên thủy: đây là giai đoạn từ lúc Đức Phật lịch sử còn tại thế đến sau ngày Đức Phật lịch sử nhập niết-bàn khoảng 500 năm. Nhận thức luận được giảng giải qua các bài thuyết pháp của Đức Phật về Ngũ Uẩn, Tứ Diệu Đế, Bát Chánh Đạo, Thập Nhị Nhân Duyên...

2.-Nhận thức luận trong tư tưởng triết học Bát-nhã, thuộc giai đoạn Phật giáo Phát triển/ Phật giáo Đại thừa, khoảng 500 năm sau ngày Đức Phật lịch sử nhập niết bàn. Đại sư Nagarjuna (khoảng 600 CN – 650 CN) [trong tiếng Sanskrit: Naga = con rồng, Arjuna= màu trắng , nghĩa bóng là thanh tịnh; Tàu dịch: Long Thọ 龍樹, Long = con rồng, Thọ=loài cây, Long Thọ là loài cây của con Rồng)] quan niệm các Pháp đều không, các Pháp là do nhân duyên, tương hợp, tương tức, tương liên, nên các Pháp không có tự tánh. Đó là triết lý Tánh Không.

3.-Nhận thức luận trong tư tưởng của trường phái Yogacarin (Tàu dịch là Du-già hành tông), còn gọi là Vijnatimatravadin (Tàu dịch là Duy thức tông) thuộc Phật giáo Phát triển, sau ngày Đức Phật nhập niết bàn khoảng một ngàn năm. Theo tư tưởng Duy thức tông thì "*chỉ có thức mà thôi*" (Av. Only mind), không có đối tượng/ cảnh/ trần.

Mặc dầu Phật giáo Nguyên thủy (Av. Early Buddhism) đã khơi nguồn cho nhận thức luận nhưng việc đào sâu về lãnh vực này chỉ được phát triển vào thế kỷ thứ 1 CN bởi các triết gia ở phiá nam Châu Á. Vasubandhu (khoảng 316 CN– 396 CN), Tàu dịch là Thế Thân 世親 , là triết gia Phật giáo đã phát triển môn nhận thức luận. Rồi được ngài Dignaga (khoảng 480 CN – khoảng 540 CN), Tàu dịch là Trần-Na 陳那 , khai triển thêm với nhiều luận đề đã giúp cho các nhà nhận thức luận Phật giáo (Buddhist Epistemologists) sau này. Cuối cùng là Dharmakirti (khoảng 600 - khoảng 650), Tàu dịch là Pháp-Xứng 法稱 , đã quảng diễn và phát triển tư tưởng *"luận lý học"* trong các tác phẩm của Dignaga.

Vasubandhu (Thế Thân), Dignaga (Trần Na), Dharmakirti (Pháp Xứng) và các đại sư kế thừa sau này đều căn cứ vào nhận thức luận của trường phái Nyaya (trường phái Chính Lý, Av. Nyaya school). Các Ngài này đã chỉnh sửa và phát triển môn nhân Minh Học/ Luận Lý Học của trường phái Nyaya; và rồi các Ngài đã tạo nên một hệ thống luận lý học độc đáo trong tư tưởng Phật giáo mà các nhà Phật học đều gọi là *Nhận thức luận Phật giáo* (Buddhist Epistemology), thường gọi là *Luận Lý học Phật giáo* (Buddhist Logic).

A.-Quan niệm của Đức Phật Thích-ca:

Thái tử Siddhartha Gotama (khoảng 563 BCE đến khoảng 483 BCE), Tàu phiên âm là Tất-đạt-đa Cù-đàm, đã đi tìm chân lý để giải thoát sự khổ đau trong cuộc đời. Ngài đã tầm sư học đạo, từ vị thầy này đến vị thầy khác. Ngài đã học hỏi bất cứ điều gì mà Ngài có thể học được. Ngài đã thực hành qua nhiều triết thuyết cũng như đã thử thực hành các tôn giáo vào thời bấy giờ. Hồi ấy ở thung lũng sông Ganges (sông Hằng) rất phổ biến nếp sống văn hoá khổ hạnh, nên Ngài cũng đã tu theo phái khổ hạnh.

Ngài cũng đã tu tập thiền định (Av. Yogic meditation). Hai vị Thầy cuối cùng của Ngài đã dạy cho Ngài nhiều cách thực nghiệm tâm linh, đã dạy cho Ngài những kỹ thuật của thiền định hay sự trầm tư mặc tưởng trước khi Ngài đắc đạo. Trong khi thực hành thiền định, Ngài cũng đã nhận thấy về các sức ngoại cảm (Av. extra-sensory powers) được phát triển do những phương cách này. Thái tử Siddharta Gotama đã nhận thấy những giới hạn của cảm giác nhận thức (Av. sense perception) như là nguồn của nhận thức. Sau khi đắc đạo, Ngài đã cố gắng làm sáng tỏ nhiều nguồn của tri thức, chỉ ra những giới hạn của tri thức cũng như những hiệu lực của nó.

(Xem thêm: *Cuộc đời của Đức Phật Thích-ca Mâu-ni* của NVT)

Trong *Trung Bộ Kinh* (Srt. Majjhima Nikaya), Đức Phật lịch sử đã quả quyết rằng các triết thuyết dựa vào truyền thống có thể hoặc là đúng hoặc là sai. Bởi vì không có gì bảo đảm rằng các triết thuyết này là đúng hay sai, do đó không nên tùy thuộc vào các triết thuyết này như là một phương cách chắc chắn cho tri thức. Cũng trong Trung Bộ Kinh, Đức Phật lịch sử đã cho rằng một người đang lý luận và suy đoán một điều gì thì lý luận của anh ta có thể tốt hay có thể xấu, có thể đúng hay có thể sai. Do đó, theo Ngài thì sự đúng hay sai của một triết thuyết dựa theo những sự kiện có được thì cũng không có thể phán quyết được tính chắc chắn của lý luận ấy. Có những lý thuyết có lý luận thấy vững chắc nhưng lại sai lầm khi đem ra áp dụng; ngược lại có những lý thuyết có lý luận đơn sơ nhưng lại là chân lý.

Theo Đức Phật lịch sử, tri thức được người đời thích và có thể không thích sẽ dẫn đến tất cả hình thức của giáo điều, và nó ngăn chặn con người nhìn thấy các sự kiện như là nó hiện hữu, và nó ngăn chặn sự đạt được giải thoát hoàn toàn qua sự không bám víu. Nhưng khi những nhận thức trực tiếp mà không bị trở ngại bởi sự thích hay không thích để giúp con người có thể thấu thị bản tính của sự vật nhờ đó con người có thể đạt được sự giải thoát toàn diện.

Đức Phật lịch sử không phải là siêu nhân, Ngài là một người bình thường trước khi Ngài giác ngộ, *Đức Phật đã nhận thấy những sự giới hạn của tất cả các nguồn của tri thức*. Nhờ sự nhận thức được sự giới hạn này, nên Ngài đã từ chối sự toàn trí mà các vị tiền bối của Ngài đã tự nhận cho mình là toàn trí.

Từ những yếu tố trên, Đức Phật lịch sử đã có suy tư về vấn đề nhận thức. Ngài cho rằng có 3 nhóm nhận thức, gồm có: 1.-*Nhận thức hồi tố* (Av. Retro-cognition); 2.-*Trí sáng suốt/ trí thấu thị* (Av. Clairvoyance); 3.-*Nhận thức về sự phá hủy những động lực hắc ám* (Av. Knowledge of the destruction of defiling impulses).

Khi nhấn mạnh đến sự giới hạn của nhận thức, Ngài có ý muốn ngăn ngừa con người tránh khỏi mạng lưới của các lý thuyết suy đoán những gì không hiện hữu (Av. non existent) thành hiện hữu (Av. existent). Con người phải nhận thức sự vật như là chính nó hiện hữu; tương tự con người phải nhận thức những gì hiện hữu như là nó hiện hữu, và những gì không hiện hữu như là nó không hiện hữu.

Đức Phật cũng nhận thức rằng thái độ của chủ thể nhận thức như thích hoặc không thích, bám víu vào điều gì, ghen ghét, mơ hồ, sợ hải cũng ngăn chận con người khỏi sự nhận biết các sự vật như là nó hiện hữu. Sự diệt bỏ những thành kiến chủ quan và một số tập quán của suy nghĩ được coi như là điều thuận lợi để thấu hiểu các *sự vật-như-là-chính-nó*.

Đức Phật cũng nhận rằng chính lý ngôn ngữ (Av. testimony) như là bước khởi đầu để tiến tới nhận thức. Chính lý ngôn ngữ cũng có thể đúng hay cũng có thể sai. Chính lý ngôn ngữ hay lời tuyên bố của người khác cũng đem đến ánh sáng kinh nghiệm của chính người tuyên bố. Vì vậy, Đức Phật nhận rằng kinh nghiệm suy luận căn cứ vào kinh nghiệm như là những nguồn của nhận thức. Trong Bát Chánh Đạo, *Chánh Kiến* (Av. Right Knowledge) là nhận thức đúng đắn. Chánh kiến giúp ta nhận thức đúng đắn rằng cuộc đời là vô thường, khổ đau/ sự bất hài lòng, và vô ngã. Mọi hiện tượng, mọi sự kiện đều do nhân duyên sanh nên giả tạm, phù du. Nhờ chánh kiến, ta nhận thức đúng đắn về cuộc đời, điều này giúp chúng ta sống an nhiên tự tại trước cuộc đời phù du đầy khổ đau. Con đường diệt khổ của Bát Chánh Đạo giúp chúng ta đạt được hạnh phúc và tiến tới cứu cánh niết-bàn. Chánh kiến, một nhận thức đúng đắn, giúp chúng ta sống cuộc sống đạo đức trong cuộc đời bình thường.

B.-Quan niệm của Phật giáo nguyên thủy:

Phật giáo sơ kỳ (Av. Early Buddhism) đã quan niệm rằng những giác quan (căn) của con người đều có những đối tượng (cảnh/ trần) tương ứng. Khi căn và cảnh tiếp xúc với nhau thì sẽ tạo ra thức. Tất cả có 6 căn, 6 cảnh/trần, 6 thức. Tổng cộng là 18 giới vực (Av. Eighteen constituents), tiếng Hán Việt gọi là Thập bát giới. Đây là 18 lãnh vực tâm-sinh-vật lý. Tuy chúng có tương quan mật thiết với nhau, nhưng mỗi phần đều có công năng riêng biệt, và hoạt động chỉ trong lãnh vực của nó mà thôi, tức là mỗi phần hoạt động trong phạm vi riêng biệt, không có sự lẫn lộn nào cả. 18 giới vực là cơ sở giao tiếp toàn diện của con người với thế giới thực tại khách quan, gồm có:

1.- **Sáu căn** (Six sense Organs) là 6 giác quan: *Nhãn, nhĩ, tỉ, thiệt, thân và ý*. [Mắt, tai, mũi, lưỡi, thân xác (da & khớp xương), và ý; Av. eye, ear, nose, tongue, body (skin & joint), mental sense/ sense- mind].

5 giác quan đầu thuộc về sinh lý là những cơ quan bên ngoài (Av. external organs). *Giác quan thứ sáu* (Av. Sixth sense organ) *là Ý căn,* là một bộ phận rất tinh tế thuộc cơ quan bên trong (Av.internal organ), là thần kinh não bộ, trung khu điều hành của tất cả thần kinh hệ.

Chúng ta nhận thức được thế giới bên ngoài nhờ các cơ quan bên ngoài, và do Ý căn chúng ta nhận thức được những tình trạng bên trong như sung sướng, đau khổ, buồn rầu...Mỗi một cơ quan bên ngoài có đối tượng tương ứng với nó.

2.-Sáu cảnh, còn gọi là 6 trần (Av. Six Objects) là 6 đối tượng: *Sắc, thanh, hương, vị, xúc và pháp* [(màu sắc& hình thể), âm thanh, hương thơm, mùi vị, vật tiếp xúc (cứng mềm, nóng, lạnh....), và mọi hiện tượng/ sự vật; Av. (forms & colors), sounds, odors, tastes, tangible objects, and phenomena]. 6 cảnh/ trần là đối tượng của 6 căn. *Thí dụ*: -*Sắc trần*: sông, núi, cỏ cây, nhà cửa, màu đỏ, màu trắng... là đối tượng của con mắt. –*Thanh trần* là đối tượng của lỗ tai: âm thanh lớn nhỏ, êm dịu, giọng nói...–*Hương trần* là đối tượng của mũi: mùi thơm, thúi... -*Vị trần* là đối tượng của lưỡi: vị chua, ngọt, đắng, cay. –*Xúc trần* là đối tượng của thân (da, khớp xương): lạnh, nóng, mền, cứng. –*Pháp trần* là hình bóng của sự vật, của hiện tượng còn lưu lại nơi tiềm thức và vô thức (tức là Ý căn).

3.- Sáu thức (Av. Six consciousnesses): *Nhãn thức, nhĩ thức, tỉ thức, thiệt thức, thân thức và ý thức.*[nhận biết của mắt, của lỗ tai, của lỗ mũi, của lưỡi, của thân (da & khớp xương), và của ý thức; Av. eye consciousness, ear consciousness, nose consciousness, tongue consciousness, body consciousness (skin & joint), and mind consciousness/ sense mind]

Mỗi *căn* tiếp xúc với một *trần* tương ứng thì sinh ra một *thức*. *Thí dụ*: *Mắt (nhãn căn)* tiếp xúc với *sắc trần* (hình thể, màu sắc…) sinh ra nhãn thức, giúp chúng ta nhận biết được hình dáng của sự vật rồi phân biệt cao thấp, đẹp xấu, to nhỏ. *Tai (nhĩ căn)* tiếp xúc với *thanh trần* (âm thanh) sinh ra nhĩ thức, giúp ta phân biệt tiếng nói, tiếng hát rồi sanh ra ưa thích hay khó chịu...

Năm căn đầu (mắt, tai, mũi, lưỡi và thân) tiếp xúc với *năm trần* tương ứng (sắc, thanh hương, vị và xúc) có hình dáng cụ thể. Riêng pháp trần là những hình bóng được chứa trong tiềm thức và vô thức, khi có cơ hội thì được gợi lên: khi *ý căn* tiếp xúc với pháp trần thì *ý thức* phát sinh. *Ý thức* là *sự chủ ý*, là động cơ tạo nên các nghiệp thiện hoặc ác hoặc vô ký (không thiện, không ác).

C.-Phần bổ sung: Đặc tính của các cảm giác quan, và sự liên hệ giữa cảm giác quan với các đối tượng tương ứng.

Gương mặt của chúng ta là phần đặc biệt nhất của chúng ta. Hình dáng và kích thước của đôi mắt, đôi tai, cái mũi và cái miệng là những nét đặc trưng để bạn trông có dáng vẻ khác người khác.Những bộ phận ở trên khuôn mặt chúng ta giúp cho chúng ta cảm nhận thế giới bên ngoài. Đôi mắt chúng ta nhìn nó, đôi tai nghe nó, lỗ mũi ngửi nó, miệng nếm vị nó và cùng với vài cảm giác khác đã giúp chúng ta nhận thức những gì chúng ta có về thế giới, và khám phá thế giới bên ngoài. Mỗi giác quan trong các giác quan của chúng ta nhận những kích thước đặc biệt tương ứng với giác quan đó. Những chủng loại khác nhau có độ nhạy cảm khác nhau vì các chủng loại khác nhau có những nhu cầu sanh tồn khác nhau. *Thí dụ*: con chó thì có độ nhạy cảm về mùi hương hơn chúng ta bởi vì nhờ mùi hương giúp chó tìm thực phẩm, giúp nó nhận ra huyết thống: con chó con, vợ chồng, nhận dấu vết của đường đi (cảnh sát huấn luyện chó đi tìm vật và người muốn tìm)…

Cảm giác (Av. sensations) là những trải nghiệm bởi những kích thích đơn giản, còn nhận thức (perceptions) là những sự phối hợp các cảm giác này. Chúng ta có 6 cảm giác thuộc lãnh vực của ý thức như sau:

1.*Thị giác / cảm giác của mắt* (Av. visual sense/ vision).
2.-*Thính giác / cảm giác của tai*(Av. auditory sense).
3.-*Khứu giác / cảm giác hương vị* (Av. sense of smell).
4.- *Vị giác /cảm giác mùi vị* (Av.sense of taste).
5.-*Xúc giác*/ Những cảm giác của da (Av. skin senses) và những cảm giác của thân thể (Av. body senses).
6. *Cảm giác của ý thức* (Av. mind consciousness / sense mind); còn gọi là *cảm giác thứ sáu* (Av. sixth sense).

Ba cảm giác đầu có thể cảm nhận được đối tượng từ đàng xa cơ thể, ba cảm giác sau phải có sự tiếp xúc trực tiếp với cơ thể của con người.

1.- *Thị giác*:

Thị giác là phương tiện chính để nhận thức những cảnh vật xung quanh. Ánh sáng là kích thích vật lý vào mắt để tạo nên thị giác / nhãn thức.

Ánh sáng là bức xạ điện tử (Av.electromagnetic radiation) phát ra liên tục trong không gian như tia sáng vũ trụ (Av. cosmic rays), tia X (Av. X rays), tia cực tím (Av. ultra violet), tia hồng ngoại (Av. infrared rays) và những làn sóng của vô tuyến truyền hình (Av. television waves). Tia bức xạ điện tử di chuyển dưới dạng các làn sóng (waves) với những độ dài sóng là khoảng cách của một đỉnh (Av. crest) sóng này đến một đỉnh sóng kế tiếp. Độ dài sóng ngắn nhất của tia sáng vũ trụ là 4 lần tỉ tỉ tỉ của một cm (Av. 4 trillionths of a centimetre); độ dài sóng dài nhất của luồng sóng vô tuyến (Av. radio waves) là vào khoảng vài Kilometre. Con mắt chúng ta chỉ nhạy cảm đối với tia sáng có độ dài sóng khoảng 400 đến 700 phần triệu của millimetre (Av. a millionth of a millimetre = nanometer). Bức xạ mà chúng ta có thể thấy được gọi là ánh sáng, chúng ta không thể thấy những bức xạ có độ dài sóng khác với ánh sáng.

Hệ thống thị giác bao gồm hai con mắt, nhiều phần của não bộ và các dây thần kinh nối liền các bộ phận này. Độ dài sóng khác nhau sẽ kích thích màu sắc khác nhau. Có 4 màu căn bản cho thị giác: đỏ (Av. red), vàng (Av. yellow), xanh lá cây (Av. green) và xanh dương (Av. blue). Sự pha trộn các màu này sẽ làm thị giác cảm nhận được những màu khác nhau.

2.-*Thính giác*:

Cùng với thị giác, thính giác cũng là một phương tiện chính để nhận thức được những thông tin của hoàn cảnh xung quanh.

Tùy theo áp suất của âm thanh đi vào màng nhĩ ở trong lỗ tai mà con người nhận được cường độ của âm thanh khác nhau. Âm thanh phát ra từ sự rung động của đối tượng, như khi gió thổi qua những cành cây, chúng ta thấy không khí cũng bị sức đẩy, những cành cây rung động tới lui. Nhờ đó sức ép của làn song âm thanh (Av. sound wave) được chuyển vào không gian. Làn sóng âm thanh tương tự như những gợn sóng nổi lên khi chúng ta ném một hòn đá vào ao hồ. Biểu đồ của làn song âm thanh được vẽ ra như là đợt "*sóng hình sine*" (sine wave) trong lượng giác học. Âm thanh thì thay đổi tương ứng với sự thay đổi những "*đợt sóng hình sine*".

Hệ thống thính giác bao gồm hai lỗ tai, những phần của bộ óc và các dây thần kinh nối liền chúng.

Sự thấy và sự nghe là những cảm giác quan trọng có mức độ cao hơn các cảm giác khác: ngôn ngữ viết được con người nhìn thấy; ngôn ngữ nó được con người nghe. Những cảm giác khác cũng có phần quan trọng không kém trong cuộc sống của con người.

3.-*Khứu giác* (Av. sense of smell):

Mũi là giác quan để cảm nhận hương vị. Mùi hương ở xung quanh kích thích những dây thần kinh đi trực tiếp vào não bộ hơn các giác quan khác.

Đối với con người, khứu giác không phải là cảm giác chính yếu, nhưng đối với nhiều loài vật khác khứu giác là cảm giác chính yếu để giúp chủng loại sanh tồn. *Thí dụ*: loài chó có cảm giác hương vị rất nhạy bén, đối với con chó và nhiều loài vật khác, hương vị được coi như là phương tiện chính để truyền đạt. Có nhiều côn trùng có thể đánh mùi về "*sự chết*" cũng như "*sự yêu đương*": như sau khi một con kiến chết thì nhiều chất hóa học tỏa ra từ cơ thể nó làm kích thích các con kiến khác để biết xác chết của con kiến, và chúng khiên xác chết này ra khỏi hang ổ của chúng. Ngay cả con người cũng có thể cảm giác mùi và có thể phân biệt giữa mình với người khác, hoặc do đánh mùi có thể phân biệt đàn ông và đàn bà.

Hệ thống khứu giác bao gồm những bộ phận nhận mùi qua lỗ mũi, bộ phận ở bộ não và các dây thần kinh nối liền chúng. Hệ thống khứu giác giúp con người cảm nhận được những mùi hương khác nhau.

4.-*Vị giác* (Av. sense of taste):

Cảm giác mùi vị căn cứ vào những kinh nghiệm và tập quán của mỗi con người. *Thí dụ*: có người cảm thấy vị đắng của cà-phê nhưng có người khác thì không cảm nhận thấy có vị đắng này.

Hệ thống vị giác gồm có những bộ phận thu nhận mùi vị ở cái lưỡi, một phần của bộ óc, và các dây thần kinh liên hệ. Cảm nhận về mùi vị thì có những vị trí kích thích khác nhau ở trên cái lưỡi. Mùi vị thường được diễn tả là một hay nhiều sự phối hợp của các vị như: ngọt, chua, mặn, đắng.

5.-*Xúc giác* (Av. sense of touch):

Về xúc giác, chúng ta có thể phân tích ra làm 2 loại:

a.- *Cảm giác của da* (Av. skin senses) có thể phân chia ra làm 3 loại:

-*Sự đè nén* vào một phần của da trên cơ thể sẽ được dây thần kinh truyền lên não bộ để được cảm nhận.

-*Nhiệt độ* kích thích trên cơ thể sẽ được dây thần kinh truyền lên não bộ: -cảm nhận nóng làm gia tăng nhiệt độ của da, cảm nhận lạnh làm giảm nhiệt độ của da. Điều rất quan trọng là chúng ta phải giữ nhiệt độ của cơ thể cho điều hòa để được sanh tồn.

-*Sự đau đớn*: khi có sự tổn thương ở da thì sẽ có sự kích thích về não bộ, con người cảm thấy đau đớn.

b.-*Cảm giác của thân thể* (Av. body senses): khi chúng ta cử động cái cổ hoặc cử động tứ chi thì chúng ta cảm nhận các bộ phận ấy liên hệ với toàn thân. Các bộ phận thần kinh cảm nhận được bắp thịt, các khớp xương, da. Các dây thần kinh nối liền một bộ phận của não bộ đến các bắp thịt, các khớp xương, da và ngược lại.

6.-*Cảm giác về các hiện tượng vật chất và tinh thần* (Av. mind consciousness/ mental & physical phenomena consciousness): đây là cảm nhận về 5 tri giác nói trên, cảm nhận này được các dây thần kinh đưa vào một bộ phận của não bộ (Av. mental awareness of these perceptions by the mind).

Như đã trình bày, các nhà tâm lý siêu hình còn gọi đây là *giác quan thứ sáu* (Av. sixth sense) hay là *một siêu tri giác* (Av. extra sensory perception) có thể giúp cho một cá nhân đặc biệt biết trước một điều gì, một hiện tượng gì sẽ xảy ra, thường gọi là linh tính; hoặc siêu tri giác do một sự luyện tập bằng cách thực hành thiền định.

Đến đây chúng tôi đã trình bày các điểm chính yếu về nhận thức luận Phật giáo trong thời kỳ Phật giáo nguyên thủy, trong phần IV chúng tôi sẽ trình bày Nhận thức luận Phật giáo trong thời kỳ Phật giáo Phát triển.

- * -

Phần IV: Nhận thức luận Phật giáo trong thời kỳ Phật giáo Phát triển / Phật giáo Đại thừa:

Trong phần này, chúng tôi sẽ trình bày:

I.-Nhận thức luận của Vasubandhu (Thế Thân).
Căn cứ vào trường phái Nyaya: - chấp nhận có 4 nguồn của nhận thức: Tri giác, Suy luận, Lý luận loại suy và Lời chứng; - chấp nhận *luận thức có-5-bước.*

II.-Nhận thức luận của Dignaga (Trần Na):

A.-.-Dẫn nhập.

B.-.-Nhận thức luận của Dignaga:

chủ trương có 2 nguồn của nhận thức: tri giác và suy luận.

1.- Tri giác:
a.- Chân hiện lượng.
b.-Tợ hiện lượng.

2.-Suy luận:
2.1.-Định nghĩa:
a.-Chân tỷ lượng.
b.-Tợ tỷ lượng.
2.2.- Dignaga phân biệt hai loại suy luận:
a.-Tự ngộ.
b.-Ngộ tha.

3.-Cấu trúc của suy luận trong Nhân Minh Học Dignaga (Trần Na):
Luận thức có ba-bước (Tam chi tác pháp):Tôn, Nhân và Dụ..

4.-So sánh Tam chi tác pháp của Dignaga với Tam đoạn luận của Aristotle.

5.-Giới hạn của các nguồn nhận thức thuộc về: -tri giác, - suy luận, -lý luận loại suy, -lời chứng.

6.-Thuyết loại trừ**.**

C.-Kết luận.

III.-Nhận thức luận của Dharmakirti (Pháp Xứng)**:**

A.-Dẫn nhập.

B-Nhận thức luận của Dharmakirti: tếp nối quan niệm của Dignaga, chủ trương có 2 nguồn của nhận thức: tri giác và suy luận.

1-Tri giác.

2.-Suy luận.

3.-Tam đoạn luận.

4-Thuyết loại trừ.

5.-Sửa chữa thuyết loại trừ của Dignaga về "*phủ định*".

C.- Kết luận.

***

Mặc dầu Phật giáo sơ kỳ (Early Buddhism) đã phát khởi ngành nhận thức luận, nhưng việc tìm hiểu về "*nhận thức*" một cách tinh vi và sâu sắc hơn phải đợi tới khoảng thế kỷ thứ nhất Công Nguyên mới được các triết gia Ấn độ khai triển. Trường phái Nyaya (trường phái Chính Lý, Av. Nyaya school) được triết gia Aksapada Gautama đúc kết trong các tác phẩm: Nyaya Sutras (các Kinh Chính Lý) vào thế kỷ thứ hai, Nyaya Sutras có nội dung thảo luận về Luận Lý Học (Av.Logic), Phương Pháp luận (Av.Methodology) và Nhận Thức Luận (Av.Epistemology).

[Xem lại: Nhận thức luận của trường phái Nyaya ở Phần II],

Rồi triết gia Vasubandhu (khoảng thế kỷ 4 CN) [Tàu dịch là Thế Thân], cùng với em là Asanga [Tàu dịch là Vô Trước 無著], đã giới thiệu nhận thức luận của trường phái Nyaya. Các Ngài đã khai triển môn Nhân Minh Luận/ Luận Lý Học và đem vào thực hành mang đậm sắc thái Phật giáo. Sau này Ngài Dignaga (khoảng 480 – 540 CN) [Tàu dịch là Trần Na], là một học trò của Vasubandhu, đã sửa đổi và bổ xung Nyaya Sutras của trường phái Nyaya; Dignaga đã làm đổi mới nhận thức luận xưa, nhất là Ngài đã sửa đổi cấu trúc của suy luận làm khuôn mẫu cho các nhà Luận Lý học Phật giáo về sau. Cuối cùng Ngài Dharmakirti (khoảng 600 – 650 CN) [Tàu dịch là Pháp Xứng], đã sửa đổi và mở rộng ra các công trình của Dignaga mà tất cả các nhà Nhận thức luận Phật giáo sau này đã lấy đó làm khuôn mẫu.

Sau đây chúng ta lần lượt tìm hiểu Nhận thức Luận của Vasubandhu, Dignaga và Dharmakirti.

I.-Nhận thức luận của Vasubandhu:

Vasubandhu (Tàu dịch là Thế Thân 世親) đã sáng tác quyển "*Luận thức*" (Srt. Vada-Vidhana, Av. A Method for Argumentation), bản dịch chữ Hán của quyển sách này hiện còn lưu truyền. Vada-Vidhana đã quãng diễn phương pháp lý luận căn cứ vào Nyaya Sutras, và tiếp nối truyền thống "*Luận Lý Học Hình thức* (Av. A Formal Logic) trong *truyền thống luận lý-nhận thức luận của Ấn độ* (Av. Indian Logico-Espistemological Tradition).

Tác phẩm "*Luận thức*" (Srt. Vada-vidhana) đã khai đường dẫn lối cho việc phát triển Luận Lý Học Phật giáo của Dignaga và Dharmakirti.

Vasubandhu đã chấp nhận 4 nguồn nhận thức như chủ trương của trường phái Nyaya. Ngài cũng đã chấp nhận "*luậnthức có-5-bước*" (a formal five-step argument) như đã trình bày ở phần II. Lập lại thí dụ đã cho ở phần II:

1.- **Tôn**: Trên núi kia có lửa.
(lập thuyết, giả thuyết, luận đề, điều phải chứng minh)

2.-**Nhân**: Vì thấy có khói.
(nguyên nhân chính để chứng minh giả thuyết)

3.-**Dụ**: Hễ thấy có khói thì có lửa như trong bếp lửa ; còn nếu không thấy lửa tức là không có khói như trong ao hồ.
(*thí dụ để dẫn chứng, để đối chiếu với nhân*)

4.-**Hiệp**: Trên núi kia cũng thấy có khói.
(*tổng hợp nhân và dụ*)

5.-**Kết**: Nên biết trên núi kia có lửa.
(*kết luận: lập thuyết (tôn) là đúng*)

II.- Nhận thức luận của Dignaga:

A.-Dẫn nhập:

Dignaga (khoảng 480 – 540) [Tàu dịch là Trần Na 陳那], đã là học trò của Vasubandhu (Thế Thân). Ngài là một luận sư Phật giáo nổi tiếng đã cải cách và phát triển ngành *Nhân Minh Học* (Srt. Hetu Vidya)/ Luận Lý Học Ấn độ (Indian Logic) nói chung, và đã đặt nền tảng cho Nhân Minh Học Phật giáo (Buddhist Logic) nói riêng.

Dignaga có hai tác phẩm rất quan trọng về Nhân Minh Học là:
1.-*Nhân Minh Chính Lý Môn Luận* (Srt. Nyayad Varatarka Sastra) đã được Ngài Huyền Trang dịch ra chữ Hán, Ngài Nghĩa Tịnh cũng đã dịch ra chữ Hán.

2.-*Tập Lượng Luận* (Srt. Pramana Samuccaya, Av. Compendium of the Means of True Knowledge) là quyển sách tóm lược về Nhân Minh Luận của Dignaga. Tác phẩm này rất quan trọng về Nhân Minh Luận của trường phái Phật giáo Dignaga (Buddhist Dignana School).

Dignaga (Trần Na) đã kế thừa Nhân Minh Luận của trường phái triết học chính thống Nyaya; và Ngài đã kết hợp quan điểm của *Duy Thức Tông* (Srt. Vijnaptimatravadin) / hay *Du-già Hành Tông* (Srt. Yogacarin) với trường phái *Kinh Lượng Bộ* (Srt. Sautrantika) để tạo thành một nhánh của Duy Thức Học là *Nhân Minh Học* để đưa ra các phương pháp tranh luận bằng luận lý: "*Yogacara Sautrantika*", còn gọi là Luận Lý Học Phật giáo (Buddhist Logic).

Phái Sautrantika (Kinh Lượng Bộ) chủ trương rằng mọi hiện tượng thì hiện hữu tạm thời trong một thời gian cực ngắn/ hay sát-na (Srt. Ksana), và mỗi một quá trình là một sự tiếp nối những khoảnh khắc đó. Trong khi phái Yogacara (Du-già Hành Tông / Duy Thức Tông) chủ trương chỉ có ý thức / ấn tượng (Av. Impression) mới hiện hữu. Triết học Dignaga không chấp nhận một quan điểm siêu hình nào của hai triết thuyết đó. Do đó, phái "*Yogacara – Sautrantika*" ra đời với mục đích tránh sự tranh cãi giữa "*vô*" của Yogacara và "*hữu*" của Sautrantika. Điều này có nghĩa là triết học Dignaga không trả lời một vấn nạn quan trọng về thực tại là cái gì? Và con đường của Phật giáo để đi đến Niết-bàn không đặt trên bản tính của thực tại (Av. the nature of reality). Điều này không có nghĩa là trường phái Dignaga không quan tâm tới Niết-bàn, tới giải thoát; cũng không có nghĩa là Dignaga không liên quan tới hành trình đạt Niết-bàn. Triết thuyết này quan niệm rằng những tranh cãi về một số vấn đề siêu hình như sự hiện hữu của thế giới sẽ không bao giờ đem đến sự thỏa mãn của con người, triết lý vẫn có thể đóng góp cho hành trình đi tìm giải thoát để đạt niết-bàn, nhưng tốt hơn là triết lý nên giúp cho chúng ta thành lập được những phương tiện cho nhận thức/ những suối nguồn của nhận thức. Từ đó, trường phái Dignaga đã phát triển triết học Phật giáo trên nền tảng nhận thức luận của trường phái Chính Lý (Nyaya epistemology). Điều đáng lưu ý là các triết gia của trường phái Nyaya không phải là các triết gia Phật giáo (non-Buddhist philosophers).

Ở đây chúng ta nhận thấy có 3 điều:

1.-*Yogacara-Sautrantika* không có giảng dạy con đường gì đặc biệt để tiến tới Niết-bàn.
2.-Siêu hình học của *Yogacara-Sautrantika* được giảng dạy từ các quan điểm nhận thức luận (epistemological views) của thuyết này.
3.-Nhận thức luận của *Yogacara-Sautrantika* có thể được chấp thuận bởi các học giả và hành giả Phật giáo bất luận quan điểm của họ như thế nào về một số vấn đề siêu hình.

B.-Nhận Thức Luận của Dignaga (Trần-Na):

Như đã nói trên, Pramana Samuccaya (Tập Lượng Luận) là một tác phẩm chính của Dignaga (Trần- Na) về Nhân Minh Học. Trong chương một, Dignaga đã viết rằng nhận thức luận của Ngài chỉ chấp nhận có **hai nguồn của nhận thức xác thực** (Srt. Pramana, Av. Sources of Knowledge) là: - **Tri giác** (Srt. Pratyaksa, Av. Perception), và **Suy luận** (Srt. Anumana, Av. Inference/ Reasoning). Trong chương một, Ngài viết:

> *"**Tri giác** và **Suy luận** là hai phương tiện để đạt được nhận thức, bởi vì hai biểu tượng này có thể hiểu được; không có một đối tượng nào có thể biết được ngoài hai biểu tượng: một là đặc thù, một là tổng quát. **Tri giác** có biểu tượng đặc thù như là chủ đề của nó; trong khi **Suy luận** thì có biểu tượng tổng quát như là chủ đề của nó*

Tri giác là sự nhận biết về các tính đặc thù của đối tượng không có khái niệm bởi vì tri giác do luật nhân quả tạo ra, trong khi suy luận là lý lẽ, ngôn ngữ và khái niệm tạo ra.

Quan niệm về nhận thức luận của Dignaga (Trần Na) thì có chỗ khác với quan niệm về nhận thức luận của trường phái Nyaya (trường phái Chính Lý). Trường phái Nyaya đã chấp nhận 4 nguồn của nhận thức, nhưng trường phái Dignaga chỉ chấp nhận có 2 nguồn của nhận thức: Tri giác và Suy luận. Tương tự, trường phái triết học chính thống Vaiseika [Tàu dịch là Trường phái Thắng Luận], cũng đã chấp nhận có 2 nguồn của nhận thức là Tri giác và Suy luận. Các trường phái này cho rằng "*Lý luận Loại suy*" và "*Lời chứng*" đã được chứa đựng trong "*Suy luận*", hai nguồn nhận thức này chỉ là 2 trường hợp đặc biệt của *Suy luận* mà thôi.

Quan niệm nhận thức luận của Dignaga, chỉ chấp nhận có 2 nguồn của nhận thức, đã được truyền thống Nhân Minh Luận Ấn độ tiếp nối.

1- Tri giác (Srt. Pratyaksa, Av. Perception):

Như đã nói trên, tri giác là loại nhận thức thâu nhận những thông tin, những dữ kiện từ những đối tượng đặc thù một cách trực tiếp, và thông tin này hiện lên trên một trong các giác quan.

Cũng trong chương một của Tập Lượng Luận, Dignaga viết: "tri giác là dữ kiện của giác quan có trước lời nói (Av. pre-verbal), trước khái niệm (Av. pre-conceptual), và không có một cấu trúc nào (Av. unstructured)".

Trong chương hai, Ngài viết: "Tri giác thì không có cấu trúc. Sự nhận thức này chỉ là do cảm giác, không có một sắp xếp nào cả".

Theo Dignaga, tâm thức chúng ta thâu nhận dữ kiện sơ khởi hay đặc thù từ giác quan, và giải thích chúng hoặc tập hợp chúng với nhau với những cách thức phức tạp. So sánh chúng với những trải nghiệm trong quá khứ, đặt tên chúng và sắp xếp chúng theo những biểu tượng tổng quát, và v...v...Ngài đặt tên cho trình tự này là Kalpana, tiếng Sanskrit, có nghĩa là sắp xếp (Av. arranging), cấu trúc (structuring). Trình tự nhận thức này khác xa với cảm giác lúc đầu; đây là nhận thức đơn giản chỉ căn cứ vào một dữ kiện hiện tại ngay lúc đó. Như vậy, tri giác chỉ là nhận biết về dữ kiện đặc thù của giác quan.

Theo Dignaga, tri giác không thể diễn tả được, không thể truyền đạt được, và tri giác là cái riêng tư của chủ thể nhận thức.

Trong các sách Nhân Minh Học/ Luận Lý Học Phật giáo tiếng Hán việt thường dịch chữ "*Pramana*" là *lượng* có nghĩa là so đo, tính toán (Av. measuring); còn chữ "*Pratyaksa*" là *Hiện lượng* (Av. Perception) có nghĩa tương đương với tri giác (Av. perception) hay trực giác (Av. intuition). Như định nghĩa về tri giác ở trên, *hiện lượng/ tri giác/ trực giác* là một sự nhận biết đối tượng một cách trực tiếp không qua một trung gian của suy luận. Hiện lượng có hai loại:

a.-Chân hiện lượng là nhận thức một đối tượng một cách xác thực như là chính nó. *Thí dụ*: Thấy hoa hồng liền biết là hoa hồng. Thấy con người liền biết là con người. Thấy núi biết là núi. Thấy cây biết là cây...

b.-Tợ hiện lượng là nhận thức về một đối tượng nhưng lại không xác thực, không như là chính nó. *Thí dụ*:1.-trong đêm tối, tôi thấy sợi dây thừng, tôi nghĩ là con rắn. Trong bóng đêm, một người nhìn cái cây chết mà cho rằng đó là người đàn ông, nhận thức này thì không xác thực (the cognition is therefore inaccurate) 2.-Thấy mây bay tưởng là khói bay. 3.- vì bị loạn giác, một người thấy hoa đớm ở trong hư không.4.-Ngồi trên thuyền đang chạy mà cảm thấy bờ sông đang chạy ngược chiều với mình. 5.-Vì say rượu mà tôi thấy mọi vật thay đổi khác và tôi bị mất thăng bằng.

2.-Suy luận (Srt. Anumana, Av. Inference)

2.1.- Định nghĩa: Anumana, chữ Sanskrit, có nghĩa là lý luận, so sánh. Tàu dịch là *Tỷ lượng*. *Suy luận* là cách nhận thức gián tiếp qua trung gian của nhiều nhận thức chuyển tiếp.

Theo Dignaga (Trần Na), suy luận là một nguồn của nhận thức có được từ những biểu tượng tổng quát, suy luận được phát khởi từ những tri giác đơn giản. Suy luận có thể truyền đạt cho người khác qua ngôn ngữ thường ngày.

Dignaga chú trọng đến những dấu hiệu lý luận (Av. inferential sign) để giải thích, tức là căn cứ vào nguyên nhân, bằng chứng (Srt. Hetu, Av. reason, evidence) để suy luận về một sự kiện hay một việc nào. *Thí dụ*: từ chỗ thấy "*khói*" dẫn đến suy luận là có "*lửa*".

Trường phái Dignaga cho rằng mỗi nguồn của nhận thức thì nhận biết một đối tượng đặc biệt cho chính nguồn nhận thức này. *Thí dụ*: các sự vật như khói, lửa và ngọn đồi đang hiện hữu. Giả sử tôi đang đứng dưới thung lũng thì tôi thấy khói ở trên ngọn đồi rồi tôi suy luận rằng có lửa ở trên ngọn đồi. Trong khi đó, bạn đang đứng ở trên ngọn đồi, từ nơi này bạn nhìn thấy ngọn lửa một cách trực tiếp. Ngọn lửa mà bạn nhìn thấy thì khác với ngọn lửa mà tôi suy luận ra. Như vậy, nhận thức của tôi và nhận thức của bạn về đối tượng "*ngọn lửa*" có khác nhau. Bạn tri giác ngọn lửa có tính đặc thù và có thật, còn tôi thì suy luận ra có ngọn lửa đang cháy ở trên ngọn đồi. Tôi nhận thức về "*ngọn lửa*" như là một đối tượng có vẻ trừu tượng, cái mà nó giống như ngọn lửa tổng quát.

Trường phái Dignaga gọi đối tượng của tri giác có bản tánh đặc thù (Srt. Svalaksana, Av. Particular nature), còn đối tượng của suy luận thì có bản tánh tổng quát (Srt. Samanya laksana, Av.general nature). Đối tượng của tri giác thì được coi như là một thực tại có thật, còn đối tượng của suy luận coi như được tạo thành bởi nhiều nhận thức nối tiếp. Trường phái Dignaga nói rằng cả hai tri giác và suy luận đều là nguồn của nhận thức, đều là phương tiện cho nhận thức. Như vậy, có cùng một ngọn lửa mà cả hai chúng ta đều nhận thức nó.

Trong luận lý học Tây phương, các triết gia cho rằng suy luận có 3 hình thức chính:

1.-*Diễn dịch hình thức* là một phương thức suy luận căn cứ vào các quy luật luận lý để tiến từ một hay nhiều mệnh đề, được nhận làm tiền đề, đến một kết luận chắc chắn, tất yếu của tiền đề. *Thí dụ*: - "*Tam đoạn luận*" (Diễn dịch hình thức) là suy luận từ tiền đề đến kết luận tất yếu đã có sẵn trong tiền đề. – "*Diễn dịch toán học*" có kết luận tất yếu được cấu tạo thực sự từ các tiền đề, chứ không được chứa sẵn trong tiền đề.

2.-*Qui nạp* là hình thức suy luận căn cứ vào các quy luật luận lý để tiến từ một số mệnh đề đặc thù đến một mệnh đề tổng quát bao hàm trọn vẹn những gì đã được xác nhận trong các mệnh đề đặc thù. *Thí dụ*: -"*Qui nạp hình thức*" phát biểu một đặc tính đã được khẳng định cho từng cá thể trong chủng loại thành một công thức duy nhất chung cho tất cả cá thể cùng một chủng loại. – "*Qui nạp phóng đại*" phát biểu một đặc tính của một sự vật chỉ được khẳng định cho vài cá thể trong chủng loại thành trường hợp chung cho tất cả cá thể cùng chủng loại.

3.-*Lý luận loại suy* là phương pháp suy luận, so sánh giữa hai đối tượng, hoặc hệ thống của những đối tượng, dựa vào những điểm giống nhau, những điểm tượng tự giữa hai đối tượng để kết luận từ những điểm giống nhau đã biết đến những điều giống nhau chưa biết.

Như đã trình bày ở trên, trường phái Dignaga cho rằng "*lý luận loại suy*" và "*Lời chứng*" thuộc vào nguồn nhận thức "*suy luận*".

Như trên đã nói, các sách Nhân Minh Học chữ Hán Việt dịch chữ Anumana là *Tỷ lượng*. Tỷ lượng là nhận thức suy đoán, cái biết bằng so sánh, loại suy. Nhờ sự kiện hay sự vật đã được biết, đã được thấy mà suy ra biết được những sự kiện, những sự vật chưa biết, chưa thấy. Có hai loại tỷ lượng:

a-Chân tỷ lượng: là sự suy đoán đúng với thực cảnh, đúng với thực tại. *Thí dụ*: 1.-Thấy khói mà suy ra biết có lửa. 2.-Thấy mây đen khéo đến mà biết rằng sắp có mưa. 3.-Thấy mặt trời mọc ở phương Đông và lặn ở phương Tây ngày hôm nay mà suy đoán ra ngày hôm qua và ngày mai mặt trời cũng mọc ở phương Đông và lặn ở phương Tây. 4.-Thấy cành cây đang bị giao động thì biết rằng đang có gió. 5.-Thấy hạt giống lúa tốt mà suy ra cây lúa sẽ mọc lên tốt.5.-Thấy bức tranh sơn mài đẹp và tốt, ta suy đoán nó được làm do người thợ khéo tay.

b.-Tợ tỷ lượng: là suy luận sai lầm, không đúng hay không xác thực với đối tượng. *Thí dụ*: Thấy kim cương bị đốt cháy mà suy ra vàng cũng bị đốt cháy [đây là một suy luận sai lầm]. Nên biết Kim cương bị đốt cháy vì kim cương có chất thán tố mà vàng thì không có chất thán tố.

2.2.- Dignaga phân biệt hai loại suy luận tuỳ theo đối tượng mà suy luận hướng tới:

a.- Tự ngộ (Srt. Svarth-anumana, Av. Inference for oneself) là sự suy luận cho bản thân, tức là tự mình tìm hiểu, tự mình suy tư để tìm ra chân lý, suy luận đúng đắn cho chính bản thân mình, tức tự ngộ.

b.- Ngộ tha (Srt. Pararth- anumana, Av. Inference for others) là phương thức suy luận để làm cách nào giúp một người có thể truyền đạt suy luận của chính mình qua lý luận để thuyết minh (Av. demonstrate), để thuyết phục người khác.

Như vậy, không phải chỉ là tự mình lý luận để đạt nhận thức đúng đắn cho chính mình mà còn phải diễn đạt nhận thức đúng đắn này đến người khác để họ cũng đạt được nhận thức đúng đắn như chính mình.

Nói khác, "*Nhân Minh luận*" là phương pháp biện luận, chú ý đến chỗ đúng sai của biện luận, nêu ra chủ trương (lập thuyết) để tranh luận với người khác, nên sự đúng sai không phải chỉ do mình quyết định mà còn do người đối luận, người làm chứng quyết định. Vì vậy, muốn lập luận trước hết phải đi từ việc dùng tri giác và suy luận để hiểu rõ sự lý, hiểu rõ nguyên nhân, kết quả, và cách sử dụng từ/ tiếng, lập luận, tức là trước phải tự ngộ rồi sau mới lập luận để ngộ tha. Vì nếu trước hết không tự ngộ thì khó có thể đạt được mục đích ngộ tha.

3.- Cấu trúc của suy luận trong Nhân Minh Học Dignaga (Trần Na)**:** "*luận thức có-ba-bước*".

Như đã nói trên, trường phái Nyaya (trường phái Chính Lý) đã đưa ra cấu trúc của suy luận là "*Ngũ chi tác pháp*" / "*Luận thức có năm-bước/ "ngũ phần tác pháp"* (a formal five-step argument / a five-step approach). Tác pháp là một phương pháp lý luận, ngũ chi là năm nhánh, năm thành phần, hay năm đoạn, năm mệnh đề. *Thí dụ* đã dẫn ở phần II:

1.-**Tôn** : Trên núi có lửa.
2.-**Nhân**: Vì trên núi có khói.
3.-**Dụ**: Nơi nào có khói đều có lửa. Thí dụ 1 (*đồng dụ*) ở bếp lửa thì có khói. Thí dụ 2 (*dị dụ*) mặt nước ao hồ thì không có lửa nên không có khói; hoặc nước thì không có lửa nên không có khói.
4.-**Hiệp**: Trên núi có khói thì phải có lửa.
5.-**Kết**: Vậy trên núi kia có lửa.

Ngài Dignaga (Trần Na) cho rằng *hai thành tố* **Hiệp và Kết** ***không cần thiết,*** vì chỉ suy ra từ ba thành tố ở trên mà thôi, nên Ngài **rút lại** *còn có ba thành tố*. Ngài gọi là "*Tam chi tác pháp*" (A formal three-step argument) là một phương pháp luận gồm có 3 nhánh, hay 3 mệnh đề, tức là "*tam đoạn luận*" (syllogism).

Thí dụ1:

1.-**Tôn**: Trên núi có lửa.
2.-**Nhân**: Vì trên núi có khói.
3.-**Dụ**: Tất cả nơi nào có khói đều có lửa.
"*Dụ*" đã giúp suy đoán rằng "*trên núi có lửa*", nên không cần đến hai thành phần *Hiệp* và *Kết* nữa.

Thí dụ 2:

1.-**Tôn**: Kim cương có thể đốt cháy.
2.-**Nhân**: Vì kim cương là vật có chất thán tố.
3.-**Dụ**: Những vật gì có chất thán tố thì đều có thể đốt cháy như củi, dầu. Những vật gì không thể đốt cháy thì không phải là vật có chất thán tố như nước.

Theo Dignaga, muốn tìm một "*cái nhân đích thực*" thì cần phải đạt được các tiêu chuẩn sau đây: *Tiền đề* (Srt. Paksa, Av. Minor premise) hay chủ từ/ chủ ngữ (Av. logical subject) phải có *sự hiện hữu* trong *cùng một phẩm chất*/ đồng phẩm (Srt. Sapaksa, Av. Similar instances), và phải có *sự vắng bóng* trong *không cùng một phẩm chất*/ dị phẩm (Srt. Asapaksa/ Vipaksa, Av. Dissimiliar instances).

Vậy **tam chi tác pháp** gồm có:

1.-**Tôn**: là lập thuyết, luận đề (thesis), giả thuyết (hypothesis):
(Trên núi có lửa, nhưng không thấy lửa vì chúng ta đang đứng dưới chân núi).

2.-**Nhân** (reason): nguyên nhân để chứng minh lập thuyết (*trên núi có lửa*), nguyên nhân: *vì thấy có khói trên núi.*

3.-**Dụ** (example): đưa ra thí dụ để kết luận giả thuyết là đúng (*Nơi nào có khói đều có lửa*). *Thí dụ đưa ra*: Ở bếp có lửa, bởi vì có khói. Ở ao hồ không có lửa vì không có khói. Có nghĩa là "*khói*" là do "*lửa*" sanh ra, hay "*sự có khói*" (smokeness) là do "*sự có lửa*" (fireness).

Tóm lại, Dignaga (Trần Na) đã dùng "**Tam chi tác pháp**" *để cải tạo* "*Ngũ chi tác pháp*" của trường phái Nyaya. Từ đây về sau, các nhà luận lý học Ấn độ đều theo "*Luận-thức có-ba-bước*". Dignaga đã hệ thống hóa lại môn Nhân Minh Luận đã có từ trước để hoàn thành môn "*Nhân Minh Học Phật giáo*" (Buddhist Logic). Cho nên lịch sử môn *Luận Lý Học* ở Ấn độ được chia ra làm hai giai đoạn: - Nhân Minh Học có trước Ngài Dignaga được gọi là "*Cổ Nhân Minh Học*", còn Nhân Minh Học từ Ngài Dignaga trở về sau gọi là "*Tân Nhân Minh Học*".

4.- So sánh *Tam Chi Tác pháp* của Dignaga với Tam Đoạn *Luận* của Aristotle:

Aristotle** (Hy Lạp, 384 – 322 tr. CN) đã lập ra một công thức luận lý gồm có 3 phần/ 3 đoạn thường gọi là "Tam Đoạn Luận***" (Syllogism):

1.-**Đại tiền đề** (Major premise).
2.-**Tiểu tiền đề** (Minor premise).
3.-**Kết luận** (Conclusion) được suy luận từ đại tền đề và tiểu tiền đề.

Thí dụ:

-*Đại tiền đề*: Mọi người đều phải chết.
-*Tiểu tiền đề*: Socrates là người.
-*Kết luận*: Vậy Socrates phải chết.
[Kết luận được suy ra từ hai tiền đề: Vì Socrates (Hy-lạp, 469 – 399 tr. CN) là người cho nên ông cũng phải chết.]

Aristotle đã nối liền một câu hay một mệnh đề theo một mô thức (model) như sau:

Chủ ngữ (chủ từ, Av. subject) + *Vị ngữ* (Av. predicate)/ hay *thuộc từ* (Av. attribute) là một phần của câu hay của một mệnh đề chứa đựng động từ và lời kể một điều gì [một đặc tính nào] về chủ từ (Av. the part of a sentence or clause containing verb and stating something about the subject).

Như thí dụ trên:

1.- Mọi người đều phải chết.
Chủ ngữ: mọi người + *Vị ngữ (thuộc từ)*: đều phải chết.
2.-Socrates là người.
Chủ ngữ: Socrates + *Vị ngữ (thuộc từ)*: là người.

3.-Vậy Socrates phải chết.
Chủ ngữ: vậy Socrates + *Vị ngữ*: phải chết.

Dignaga** sử dụng "luận thức có-ba-bước***" / *tam chi tác pháp* như sau:

1.-**Tôn** (Srt. Pratijna) là lập thuyết, chính đề (Av. thesis), là điều đòi hỏi phải được chứng minh, hay đề tài để suy luận (Av. inferential subject) mà trong hiện tại thì chưa biết được.
2.-**Nhân** (Srt. Hetu, Av. Reason) là nguyên nhân, lý do.
3.-**Dụ** (Srt. Udaharana, Av. Example) đưa ra những thí dụ, có hai loại thí dụ: -*đồng dụ* là thí dụ có đồng tính chất với tôn; -*dị dụ* là thí dụ không đồng tính chất với tôn. Theo Dignaga (Trần Na), **dụ** coi như là **kết luận**.

Thí dụ:
1.-*Tôn*: Socrate phải chết.
2.-*Nhân*: Vì con người ai cũng phải chết.
3.-*Dụ*: Socrate là con người, vậy Socrate phải chết.

Dignaga đã nối liền một câu hay một mệnh đề theo cùng mô thức với Aristotle:
Chủ ngữ + *Vị ngữ*

A.- Những điểm giống nhau:

-Cả hai đều là "*luận thức có-ba-bước*".
-Tam đoạn luận sử dụng *phép diễn dịch* đi từ *nguyên lý chung* đến *kết luận là sự thật đặc thù*. Còn Tam chi tác pháp sử dụng *phép quy nạp* đi từ những phần đặc thù đến tổng quát.
-Cả hai đều dùng "*từ ngữ trung gian*" (middle term): Tam đoạn luận có tiểu tiền đề (Av. minor premises), còn Tam chi tác pháp là nhân (Av. reason) đều có nhiệm vụ giống nhau.

B.-Những điểm khác nhau:

-*Tam chi tác pháp* chủ ý là để thuyết phục người khác / ngộ tha (Av. inference for others) do suy luận, tam chi tác pháp lấy sự thắng lợi trong biện luận ở luận trường làm mục đích; còn *tam đoạn luận* chủ ý suy luận thuần túy để đạt nhận thức đúng đắn cho chính mỗi người. Như vậy, tam đoạn luận là tìm sự hiểu biết cho chính mình/ tự ngộ (inference for oneself). Tư tưởng và ngôn ngữ luôn luôn liên hệ mật thiết trong cả hai "*luận thức có 3-bước*".

-*Tam đoạn luận* đi từ đại tiền đề (Av. major premise) đến tiểu tiền đề (Av. minor premise) rồi diễn dịch đi đến kết luận; có nghĩa là đi từ nguyên lý chung (*thí dụ*: con người ai cũng chết) đến từ trung gian/ tiểu tiền đề (thí dụ: Socrate là người) rồi kết luận (*thí dụ*:

Socrate cũng phải chết). Còn *tam chi tác pháp* thì lập thuyết ở *Tôn*, điều phải chứng minh, *Tôn* tương đương với *kết luận* của Tam đoạn luận. *Nhân* (Av. reason / middle term) tương đương với *tiểu tiền đề* (Av. minor premise / middle term) của Tam đoạn luận. *Dụ* thì tương đương với *đại tiền đề* (Av. major premise) của Tam đoạn luận.

-*Kết luận* của Tam đoạn luận chỉ là những gì đã có sẵn nơi *đại tiền đề*. Đại tiền đề là những gì ai cũng công nhận. Còn Tam chi tác pháp có thể lập tôn với bất cứ điều gì, không cần phải là điều mà mọi người đã chấp nhận, nhưng phải chứng minh để bảo vệ luận thuyết của mình.

Hai thí dụ sau đây sẽ giúp chúng ta so sánh 2 "*luận thức có-ba-bước*":

Thí dụ 1 : *Tam đoạn luận của Aristotle*:

1.-*Đại tiền đề*: Vật có chất thán tố đều bị đốt.
2.-*Tiểu tiền đề*: Đá kim cương là vật có chất thán tố.
3.-*Kết luận*: Vậy đá kim cương bị đốt cháy.

[Tam đoạn luận đi từ điều đã biết một cách tổng quát để suy diễn về một vật, một sự việc cụ thể]

Thí dụ 2: *Tam chi tác pháp của Dignaga (Trần Na)*:

1.-*Tôn*: Đá kim cương bị đốt cháy.
2.-Nhân: Vì là vật có chất thán tố.
3.-*Dụ* : -*đồng dụ*: như củi, dầu có chất thán tố.
-*dị dụ*: như tuyết băng giá không có thán tố nên không cháy.

["*cái nhân*", ở đây là "*chất thán tố*", là một dấu hiệu luận lý (logic sign) giúp chúng ta suy luận "*Đá kim cương bị đốt cháy*"].

Nói tóm lại, Tam chi tác pháp của Dignaga (Trần Na) và Tam đoạn luận của Aristotle đã có những đường hướng khác nhau về triết lý của luận lý (Av. different philosophies of logic).

5.-Giới hạn của các nguồn nhận thức:

***5.1**-Về tri giác:*

Như đã nói, "*tợ hiện lượng*" là một tri giác sai lầm như trường hợp "*trong đêm tối, tôi thấy dây thừng mà tưởng là con rắn*". Các nhà nhận thức luận Phật giáo thường dẫn thí dụ như sau: "Khi một người nhìn đỉnh núi Himalaya đang được phủ đầy tuyết trong một ngày trời trong sáng thì lớp tuyết trên đỉnh núi như có màu xanh (blue) bởi vì nó phản chiếu màu xanh của bầu trời. Nhận thức này là một tri giác giả bởi vì nó thiếu sự đáng tin cậy nguyên do là lớp tuyết trên đỉnh núi Himalaya không phải là màu xanh (Av. snow is not blue). Một thí dụ khác: trong đêm tối, một người nhìn một cái cây chết, người ấy tưởng rằng đó là một người đàn ông đang đứng. Như vậy, tri giác đã không đúng trong trường hợp này, tri giác không nhận diện được cái cây chết (Av. perception is not identical to the dead tree). Một thí dụ khác nữa, một người ngồi trên chiếc tàu đang chạy mà cảm thấy như các hàng cây ở hai bên bờ sông đang chạy ngược về.

Tất cả các thí dụ trên cho thấy đó là vấn đề của ảo giác. Như vậy, tri giác chỉ đáng được tin cậy một phần mà thôi.

5.2.-Về suy luận:

Suy luận cũng có những giới hạn của nó như trường hợp "*tợ tỷ lượng*" tức là suy luận sai lầm.

Trong *thí dụ*: ngọn lửa là nguyên nhân của khói tức là tất cả khói là hậu quả của lửa. Điều này không có nghĩa là mọi ngọn lửa đều gây ra khói. Có những ngọn lửa không có khói. Như vậy, nếu chúng ta thấy ngọn lửa thì chúng ta không thể suy luận rằng nó phải có khói. Một thí dụ tương tự: nếu chúng ta thấy một mầm vươn lên từ mặt đất thì chúng ta có thể suy luận rằng hột giống đã được gieo ở đây thì tốt. Nhưng khi thấy hột giống (*nhân*) được gieo thì ta không thể chắc chắn kết luận *(quả)* rằng mầm non sẽ mọc ra sau đó, giả dụ có những chất độc, có sự khô cằn ở trong đất có thể ngăn chặn sự trổ mầm. Nhắc lại thuyết duyên khởi:

Nhân – duyên – quả [duyên là điều kiện để quả có thể thành hình]

5.3.-Về lý luận loại suy:

Như đã nói trên, thuyết *Nhân Minh Luận* của Dignaga (Trần Na) đã cho rằng "*lý luận loại suy* và *lời chứng*" là những trường hợp đặc biệt của suy luận, nên Ngài đã ghép 2 nguồn nhận thức này vào nguồn nhận thức suy luận. Lý luận loại suy là nguồn của nhận thức mà hằng ngày chúng ta thường hay sử dụng, do đó chúng tôi sẽ khai triển thêm về nguồn nhận thức "*lý luận loại suy*".

Nhắc lại, "*lý luận loại suy*" (Srt. Upamana, Av. Analogy / Analogical Reasoning) là sự so sánh giữa hai vật, hai sự kiện, hai đối tượng; hay hai hệ thống của hai vật, hai sự kiện, hai đối tượng để chỉ ra sự tương tự của chúng (Av. their similarities/ their likeness), và có thể tiến tới hỗ trợ cho một kết luận về sự tương tợ có thể có. Lý luận loại suy có thể giúp mở rộng sự hiểu biết thêm về tính chất giống nhau của đối tượng thứ hai mà chúng ta chưa biết.

Lý luận loại suy được sử dụng trong nhiều lãnh vực để suy luận về sự giống nhau của một vật, một sự kiện đối với đối tượng của nó. Công thức thường được dùng của "*lý luận loại suy*":

-Thứ nhất:

A giống B.
M là một tính chất ở trong A,
N là một tính chất ở trong B.
Nên M giống N.

[A is like B.
M is in A,
N is in B.
So M is like N]

-Thứ hai:

X giống Y.
Y có tính chất P.
Nên X có tính chất P.

[X is like Y.
Y has property P.
Therefore, X has property P.]

Trong cuộc sống hằng ngày, chúng ta thường dùng "*lý luận loại suy*" để diễn tả một vật.

Thí dụ1: Một người hỏi: "cây viết là vật có hình dáng như thế nào?"
Người khác trả lời: "cây viết là một vật thường được làm bằng kim loại, hay bằng nhựa, hoặc bằng gỗ, thường có bề dài khoảng 7 cm.

Thí dụ 2: Hôm nay là một ngày nắng ấm, chúng ta không cần cây dù để che mưa.

Trong phòng thí nghiệm dược phẩm, các dược sĩ bào chế thuốc thường cho rằng cơ thể của con chuột có nhiều điểm tương tự như cơ thể của con người. Nên họ cho thí nghiệm các thứ thuốc mới phát minh vào cơ thể con chuột để sau đó nếu thành công thì họ sẽ đem các thuốc này cho con người dùng.

Trong các buổi diễn thuyết, nhiều diễn giả đã sử dụng "*lý luận loại suy*" để hướng dẫn thính giả hay khán giả đi vào khung luận lý của mình, họ tìm những điểm giống nhau của hai sự vật, hai sự kiện để đi đến kết luận theo định hướng của mình. Đây là chỗ mà các nhà luận lý học thường đặt câu hỏi: liệu diễn giả có thể tránh sai lầm trong lý luận một cách chủ ý hay một cách vô ý. Vì nếu diễn giả suy luận không đúng sự thật, hoặc lèo lái vào sự so sánh sai lầm, đây là điều mà thính giả cần phải ý thức. Dĩ nhiên, thính giả có thể phản đối hay sửa chửa lại cách "*lý luận loại suy*" của diễn giả. Nhưng mà có nhiều trường hợp chúng ta không thể nhận diện ngay "*lý luận loại suy*" của diễn giả là có xác thực hay không? hoặc khi tiên đoán về một sự kiện, một điều nào trong tương lai mà chúng ta không thể kiểm chứng ngay được; hoặc ngay cả tiên đoán về thành quả của khoa học bằng "*lý luận loại suy*" cũng có thể sai lầm.

Các nhà đạo đức và luận lý học Tây phương cho rằng "*lý luận loại suy*" thường bị sử dụng với một ý hướng không xác thực, bởi vì "*chúng ta đang sống trong thời đại của sự giả dối, thường thì không biết xấu hổ*" [Av. We are living in the age of false-ness, and often shame-less-ness]. Trong lịch sử Phật giáo, nhà Phật thường cho rằng "*chúng ta đang sống trong thời mạt pháp*" [Av. We are living in the age of damage].

Nhiều nhà luận lý học Tây phương thường đưa ra một thí dụ để diễu cợt sự sai lầm của *lý luận loại suy* như sau: "*Một nhà khoa học điên rồ đang chế tạo hoả tiễn để bắn lên mặt trời. Ông ta đưa kế hoạch để hoả tiễn hạ xuống mặt trời vào ban đêm để hoả tiễn khỏi bị đốt cháy ra tro*". Đây là một lý luận loại suy sai lầm vì đã so sánh mặt trời với bóng đèn rồi nghĩ rằng khi mặt trời không chiếu sáng thì mặt trời không bật sáng như bóng đèn, nên mặt trời không nóng. [Ex: this is the old joke: "A mad scientist builds a rocket to the sun but plans to embark at night to avoid being cremated. Here a false analogy is created between the sun and a light bulb, suggesting that when the sun is not shining it is not "*turned on*", and hence, "*not hot*".] Các nhà luận lý còn muốn nói sự sai lầm của lý luận loại suy khi họ nói: "*so sánh trái táo giống như trái cam*" [Apple is like Orange].

Hoặc một thí dụ khác như: Hãy nhìn anh chàng đang đứng ở đàng kia, anh ta khoác áo da, và mặc quần có nhiều túi. Cách ăn mặc này chứng tỏ rằng anh ta là một tay xã hội đen. "*Sự so sánh này có thể sai lầm*".

Như vậy, "*lý luận loại suy*" bị sai lầm bởi vì hai vật, hai đối tượng có thể có nhiều điểm tương tự nhưng hai vật này không có cùng một tính chất.

Thí dụ:

1.-Hai vật có thể có cùng một màu xanh, nhưng điều này không có nghĩa là chúng có cùng một kích thước.

2.-Trái chuối và mặt trời đều có màu vàng, nhưng chúng ta không thể kết luận rằng chúng có một kích thước giống nhau.

3.-Tình yêu như cơn mưa rơi vào mùa xuân. Tình yêu đem lại sự tươi mát trong cơ thể của con người. [Một câu hỏi được đặt ra là: Đôi khi tình yêu cũng đưa đến những cơn giông tố, và gặp sét đánh bên tai].

Tóm lại, Aristotle đã đưa ra 4 tiêu chuẩn rất quan trọng, và có nhiều ảnh hưởng trong luận lý học Tây phương nhằm giúp chúng ta đánh giá "*một lý luận loại suy*":

1.- Cái vững mạnh của "*lý luận loại suy*" tuỳ thuộc vào số lượng giống nhau của hai vật, hai đối tượng.
2.-Sự tương tự làm giảm các tính chất cá biệt, và các liên hệ biệt lập giữa hai đối tượng.
3.-Các "*lý luận loại suy*" tốt được dẫn xuất từ những nguyên nhân phổ biến hay từ những luật tổng quát.
4.-Một "*lý luận loại suy*" cần phải **không** tiên đoán trước việc đã quen biết với điều phổ quát cơ bản hay sự tổng quát hoá.

[1.The strength of an analogy depends upon the number of similarities.
2.-Similarity reduces to identical properties and relations.
3.-Good analogies derive from underlying common causes or general laws.
4.-A good analogical argument needs not pre-suppose acquaintance with the underlying universal (or generalization).]

Tiêu chuẩn thứ nhất thì rất phổ biến. Các nhà luận lý học Tây phương thường dùng tiêu chuẩn này để đánh giá một lý luận loại suy.

***5.4.**-Về lời chứng/ Thánh lượng:*

Lời chứng đôi khi cũng không có giá trị đúng đắn và đáng tin cậy. Người ta thường giả thiết rằng bất cứ người nào kể lại một câu chuyện đều là sự thật, vì vậy câu chuyện được kể nhiều khi thiếu sót bằng chứng trung thật và có thể sai lầm; hoặc kẻ kể lại "*nói láo*", "*kẻ nói láo*" đặt điều, thêu dệt, méo mó sai lại, chuyện có nói không chuyện không nói có, do đó lời chứng không có giá trị xác thực. Chúng ta cần phải kiểm soát lại lời chứng.

Ngay cả "*Thánh Lượng*", lời nói của các bậc đáng tôn kính cũng cần phải kiểm chứng lại, đừng vội tin. Đó là lời dạy của Đức Phật lịch sử trong tinh thần hoài nghi đã được Ngài giảng dạy trong Kinh Kalama.

(Xem thêm bài: *Phương pháp hoài nghi của Đức Phật Thích-ca* của NVT).

6.- Thuyết loại trừ (*Srt*. Apoha-vada, *Av*. theory of exclusion):

Apoha, chữ Sanskrit, có nghĩa là loại trừ (*Av*. exclusion). *Apoha-vada* là lý thuyết về loại trừ. Theo thuyết này, một từ/ một tiếng (Av. word) không có một ý nghĩa thực sự nào cả ngoài việc từ ấy giúp trong việc suy luận về một đối tượng bằng một phương cách của sự loại trừ về một đối tượng khác ra. Theo Dignaga (Trần Na) thì " *một từ ngữ ý chỉ về một đối tượng chỉ khi qua sự loại trừ về những đối tượng khác.*"

Thí dụ 1: Tiếng "*con bò*" (*Av*. cow) một cách đơn giản có ý chỉ rằng có một đối tượng là "*không phải không-con bò*" (*Av*. not a non-cow).

Thí dụ 2: Tiếng "*cuốn sách*" thì "*không phải là không-cuốn sách*" (Av. the book is not non-book).

Nói khác, ý nghĩa của chữ "*Apoha*" không có nghĩa gì khác hơn là loại trừ (*Av*. Exclusion), hay phân biệt (Av. Differentiation), tức là một tiếng đặc thù thì loại bỏ hoặc phân biệt khỏi một tiếng/ một vật khác.

Thuyết loại trừ coi *ý nghĩa* như là sự liên hệ giữa tiếng/từ và hình ảnh trong trí tuệ của một đối tượng. "*Một tiếng*" tự bản thân nó không có một ý nghĩa đặc thù, cũng không có ý nghĩa phổ quát. Theo Dignaga (Trần Na), *thuyết loại trừ* chẳng khác nào như *một tiếp cận phủ định* (Av. a negative approach) đối với *ý nghĩa* (Av. meaning) của một *từ (Av. word)*. Ý nghĩa của một tiếng là sự loại trừ một tiếng khác (Av. another word) có nghĩa là *để hiểu biết ý nghĩa đúng đắn của một tiếng thì chúng ta cần phải biết làm cách nào để sử dụng tiếng này bằng cách bác bỏ tiếng phủ định của tiếng này.*

Thí dụ 1: Để hiểu từ "*lửa*" (Av. fire) thì chúng ta phải biết loại trừ hay phân biệt giữa sự vật gọi là "*lửa*" với sự vật "*không phải là lửa*", tức là chúng ta biết được sự khác nhau giữa những *sự vật gọi đúng là "lửa"* với những *sự vật "không-phải-là-không-lửa*] (Av. not non-fire).

Thí dụ 2: từ "*con bò*" (Av. cow) ý chỉ đơn giản rằng "*đối tượng này không phải là không-con bò"* (Av.the object is not a non-cow).

Chương 5 trong quyển "*Pramana- Samuccaya"* (HV. *Tập Lượng Luận*, Av. Compemdium of Valid Cognition), Ngài Dignaga (Trần Na) đã trình bày về vấn đề ngôn ngữ và sự liên hệ của "*ngôn ngữ*" với "*suy luận*". Dignaga vừa chịu ảnh hưởng *nhận thức luận* của trường phái triết học chính thống Nyaya (The orthodox school Nyaya) vừa chịu ảnh hưởng tư tưởng triết học của các triết gia Phật giáo trong trường phái Sautrantika (HV. Kinh Lượng Bộ).

Sautrantika (Kinh Lượng Bộ) chủ trương *duy danh luận* (Av. nominalism) là một học thuyết chủ trương tất cả các ý tưởng phổ quát đều chỉ là *cái tên gọi* không có bất cứ sự liên hệ nào với *thực tại* (Av. reality), và rằng chỉ có những đối tượng đặc thù là hiện hữu mà thôi.

Dignaga đã phát triển và sáng tạo nên lý thuyết về ngôn ngữ và ý nghĩa của ngôn ngữ căn cứ trong *lý thuyết về loại trừ*. Theo Dignaga, việc hiểu một đối tượng bằng cách loại trừ các đối tượng khác thì không có gì khác hơn là *một suy luận*. Do đó, Ngài đặt thuyết loại trừ vào *nguồn nhận thức suy luận*. Như Dignaga đã trình bày trong quyển Pramana-Samuccaya (Tập Lượng Luận) rằng *Tri giác là nhận thức thô sơ, không có một khái niệm hoá, còn ngôn ngữ như là những điều tưởng tượng hữu ích được tạo ra qua một quá trình của sự loại trừ*. Từ ý nghĩa này, nhiều nhà luận lý học còn gọi thuyết loại trừ là *Thuyết về ý nghĩa* (Av. Theory of Meaning) vì nó nêu lên sự liên hệ giữa một *từ* và một *đối tượng* mà từ ngữ đó mang một ý nghĩa trong ngôn ngữ.

C.-Kết Luận:

Dignaga (Trần Na) đã đặt nền tảng cho truyền thống của *Luận Lý Học Phật giáo* (Av. Buddhist Logic). *Nhận thức luận* (Av Epistemology) của trường phái Dignaga chỉ chấp nhận có **hai** nguồn của nhận thức là **Pratyaksa** (Tri giác) và **Anumana** (Suy luận) là những phương tiện của nhận thức xác thực (Av. Valid knowledge); và Ngài đã giới thiệu thuyết loại trừ (Srt. Apoha-vada) để giải thích ý nghĩa của ngôn ngữ. *Luận Lý học Phật giáo* (Av. Buddhist Epistemology) đã theo quan điểm của Dignaga (Trần Na), nên cũng chỉ chấp nhận có **2** nguồn nhận thức là *Tri giác* và *Suy luận*.

Ngày nay, các nhà triết học Ấn độ thường gọi trường phái Dignaga là *Pramana-Vada*, thường được các học giả Tây phương dịch là *The Epistemological School* hoặc *The Logico-Epistemological* (Trường phái Nhận thức luận).

Sau Dignaga, Ngài *Sankarasvamin* (Tàu dịch là Thương-Yết-La-Chủ) đã soạn bộ Nyaya-Pravesa (Trung Hoa đã dịch toàn bộ luận văn này với tựa sách là *Nhân Minh Nhập Chánh Lý Luận* vào khoảng năm 647 CN, Việt dịch: *Đường vào Luận lý học/ hay Nhập Môn Nhân Minh học*). Bộ luận này nhằm mục đích thuyết minh, luận giảng về những ý nghĩa quan trọng của môn Nhân Minh Học của sư phụ mình là Ngài Dignaga (Trần Na).

(*Xem thêm*: bản Việt dịch từ luận văn tiếng Hán "*Nhân Minh Nhập Chánh Lý Luận*" trong phần phụ lục của quyển "*Lối vào Nhân Minh Học*" của Hoà Thượng Thích Thiện Siêu, California (USA): Phật học Viện Quốc tế, 1997)

Vào thế kỷ thứ 7, Ngài Dharmakirti (Pháp Xứng) đã quãng diễn và phát triển sâu xa hơn truyền thống luận lý của Dignaga (Trần Na) trong quyển *Nyaya Bindu* (HV. *Chánh Lý Nhất Trích Luận*, Av. *A short treatise of Logic*). Tiếp theo, chúng ta sẽ tìm hiểu Nhận Thức Luận của Dharmakirti.

III.-Nhận thức luận của Dharmakirti (Pháp Xứng):

A.-Dẫn nhập:

Dharmakirti (khoảng 600 – 650 CN, Tàu dịch: Pháp Xứng 法稱) là đệ tử của truyền thống Nhân Minh Học Phật giáo Dignaga (Trần Na). Các tài liệu về tiểu sử của Dharmakirti thì rất mơ hồ. Nhưng theo các tài liệu ở Tây Tạng thì Dharmakirti là một cư sĩ đã ở trong Phật học Viện Nalanda, về sau Ngài đến Madhyadesa (Magadha) và được Sư Dharmapala (Tàu dịch là Pháp Hộ) chứng giám việc xuất gia của Ngài. Dharmapala (Pháp Hộ) là một đệ tử của Vasubandhu (Thế Thân).

Trong khi một số tác phẩm của Dignaga (Trần Na) đã được dịch ra tiếng Hán, do đó các tác phẩm này đã ảnh hưởng trong giới Phật giáo ở vùng Đông Á Châu, còn các tác phẩm của Dharmakirti (Pháp Xứng) thì không được dịch ra chữ Hán. Tuy nhiên, những tác phẩm của Dharmakirti đã được dịch ra tiếng Tây Tạng, ngày nay các tác phẩm của Dharmakirti được đề cao là nền tảng của Nhận thức luận Phật giáo trong nhiều chương trình giảng dạy tại hầu hết các Phật học viện ở Tây Tạng.

Dharmakirti đã để lại 7 tác phẩm luận về Nhận thức luận. Trong số đó có 2 quyển luận chính yếu rất nổi tiếng là:

1.-*Pramana-Varttika* (HV. Lượng Thích Luận, Av. A Critical Commentary on Pramana –Samuccaya, Việt: Bình chú về quyển Pramana-Samuccaya [Tập Lượng Luận của Dignaga]).

2.-*Nyaya Bindu* (HV. Chính Lý Nhất Đích Luận, Av. A Short Treatise of Logic, Việt: Tiểu luận về Nhân Minh Học/ Luận Lý Học).

Nội dung của hai tác phẩm nói trên:

1.-Pramana-Varttika (HV. Lượng Thích Luận):

Tương truyền Dharmakirti đã đọc 2 lần quyển Pramana-Samuccaya (Tập Lượng Luận) của Dignaga thì Ngài hiểu rõ yếu nghĩa của quyển luận này. Rồi Dharmakirti tiếp tục đọc quyển luận này lần thứ 3, Ngài đã nghiên cứu thâm sâu và có ý muốn bình chú quyển luận này theo quan điểm của mình. Ngài Isvarsena, đệ tử của Dignaga, đã khuyến khích Dharmakirti viết lời bình chú và bổ sung chỗ nào còn thiếu sót trong quyển Pramana-Samuccaya (Tập Lượng Luận). Dharmakirti đã đặt tựa cho quyển sách này của Ngài là *Pramana-Varttika* (Lượng Thích Luận). Đây là một cuốn sách bình chú quan trọng về Nhân Minh Luận của Dignaga. Cuốn sách này có nguyên bản chữ Sanskrit, và bản chữ Tây Tạng. Nội dung của quyển sách này gồm có 4 chương:

1.-*Tự Ngộ* (Srt. Svartha-Numana, Av. Inference for one's own self).
2.-*Thiết lập nguồn của nhận thức* (Srt. Pramana-Siddhi, Av. Establishment of Pramana).
3.-*Tri giác* (Srt. Pratyaksa, Av. Perception).
4.-*Tha* ngộ (Srt.Parartha-Vakya, Av. Works for the sake of others / Inference for others).

Công việc in ấn và dịch ra các ngôn ngữ khác của "*Lượng Thích Luận*" (Pramana-Varttika):

-Ấn hành bằng tiếng Sanskrit và Tây Tạng tại Miyasaka (1971, 1972).

-Nhiều phần của cuốn luận này đã được dịch ra: -Tiếng Anh tại Nagasaki (1964), Hayes (1991) v...v...; -Tiếng Pháp (2007); - Tiếng Nhật tại Tosaki (1979, 1985); - Tiếng Đức (1932).

2.-Nyaya Bindu (HV. Chính Lý Nhất Đích Luận, Av. A Short Treatise of Logic, v. Tiểu luận về Nhân Minh Học). Đây là một tác phẩm thượng thặng về Nhân Minh Luận của Dharmakirti.

Cuốn sách nguyên bản chữ Sanskrit được khám phá trong các kinh sách viết bằng lá bối (palm leaf) ở đền thờ Kỳ-na giáo (Jaina Temple): Santinatha Temple ở xứ Cambay (Khambat). Sách này được ấn hành bởi GS Peterson ở Calcutta. Bản dịch tiếng Tây Tạng có ở Bstanhgyur, Mdo, Cefolios, 347-355. Tựa bản dịch bằng tiếng Tây Tạng là "*Rigs –pahi- thigs-pa*" có nghĩa là "*Một giọt luận lý*" (Av. A Drop of Logic). Nyaya Bindu dịch xác nghĩa hơn là "*Chính Lý Nhất Đích Luận*" (Av. A Short Treatise of Logic). Như đã biết Nyaya là tên của trường phái Chính Lý, Nyaya thường được hiểu là Nhân Minh Học hay Luận Lý Học.

Nội dung của quyển sách Nyaya Bindu gồm có 3 chương:

1.-*Tri giác*.
2.-*Suy luận* (Av. Inference for one's own self, Internal inference).
3.-*Tam đoạn luận* hay *Luận thức có* 3 bước (Av. A formal three-step argument)

Tha ngộ (Av Inference for the sake of others, External inference). Chương 3 trình bày hoàn toàn sự liên lạc với những biện chứng pháp (Av. dialectics), nếu hiểu "*biện chứng pháp*" như là sự giảng nghĩa những quan điểm của mình cho người khác, hoặc như là cuộc thảo luận về các quan điểm bằng những phương cách theo quy luật luận lý đúng đắn.

Bản dịch cuốn luận này ra tiếng Anh của GS Theodor Ippolitovich Stcherbatsky rất nổi tiếng (Nga, 1866 – 1942). Ông là một hội viên của Viện Hàn Lâm Khoa học Nga (Av. *The Academician of the Russian Academy of Sciences*), Gs cũng là một nhà nghiên cứu Phật học (Av. Buddhologist) rất nổi tiếng trên thế giới. Gs đã dịch cuốn sách luận này với tựa đề là "**A Short Treatise of Logic**).

Gs T. I. Stcherbatsky là một trong những nhà sáng lập ra Hội Phật học và Khoa học Nga (Av. Russian Indology and Buddhogy). Trong số các sinh viên của ông có Gs O. Rosenberg là một nhà Phật học nổi tiếng.

B.-Nhận thức luận của Dharmakirti:

Mở đầu Nyaya Bindu, Dharmakirti viết: "*Tất cả hành động thành công của con người đều mở đầu bằng nhận thức đúng đắn*" [All successful human action is preseded by right knowledge]; và Ngài giải thích: "*Nhận thức đúng đắn là nhận thức không bị thực nghiệm phủ định*" [Right knowledge is knowledge not contradicted by experience] (Nyaya Bindu).

Nhận thức đúng đắn là *chánh kiến* (Av. right knowledge) trong Bát Chánh Đạo, tám con đường dẫn tới cứu cánh Niết-bàn. Bát Chánh Đạo là một trong Tứ Diệu Đế.

Tiếp nối quan điểm của Dignaga (Trần Na) trong quyển Pramana-Samuccaya (Tập Lượng Luận), Dharmakirti (Pháp Xứng) chấp nhận chỉ có *hai nguồn* của nhận thức (Srt. Pramana) là: *Tri giác* và *Suy luận*.

Chúng tôi sẽ căn cứ vào nội dung của quyển Nyaya Bindu để tìm hiểu Nhận thức Luận của Dharmakirti:

1.-Tri giác:

Tương tự như quan niệm của Dignaga (Trần Na), Dharmakirti định nghĩa "*Tri giác*" là sự nhận biết trực tiếp được dẫn xuất từ giác quan, độc lập với khái niệm, không qua trung gian của ngôn ngữ.

Tợ hiện lượng là trải nghiệm dựa vào những hình ảnh sai lầm khi một "*sự vật thực*" như là được tiếp cận. *Thí dụ*: -đêm tối thấy cái dáng của "*cây chết*" tưởng rằng dáng người đứng; hoặc đêm tối thấy sợi dây thừng tưởng là con rắn. Sự sai lầm do tri giác có thể do các nguyên nhân: bóng tối, đối tượng di chuyển nhanh...*thí dụ*: một người ngồi trên tàu đang chạy, có thể cảm thấy các cây ở 2 bên bờ sông đang di chuyển ngược lại; hoặc có thể do bị hoa mắt thấy các đốm nhỏ bay lơ lửng trước mặt.

Tri giác có 4 loại:

1.-Tri giác do ngũ giác quan.
2.-Tri giác do tâm thức.
3.-Tri giác do tự ý thức.
4.-Tri giác do sự chiêm nghiệm thánh thiện như trong lúc suy niệm thiền định.

Một đối tượng của tri giác thì y như là chính nó, trong khi đối tượng của suy luận thì y như là một vật trong chủng loại ấy. *Thí dụ*: "*con bò*" mà tôi đang thấy là một con bò đặc thù mà tôi nhận biết được, con bò này được phân biệt khỏi tất cả những con bò khác. Nhưng "con bò" mà tôi suy luận ra một cách tổng quát thì có đặc tính chung với những con bò khác. Điều này có nghĩa là tri giác là sự nhận biết có tính cách cá nhân trong khi suy luận là sự nhận biết tổng quát. *Thí dụ*: cùng một thực tại là "*bình hoa*", nhưng ý tưởng về "*bình hoa*" của mỗi người có thể khác nhau. Đối tượng "*bình hoa*" là một thực tại giống nhau nhưng khái niệm được tiếp thu "*tổng quát về bình hoa*" thì lại khác nhau. Tuỳ theo khoảng cách gần hoặc xa đối với một đối tượng thì tri giác cũng có thay đổi. Nói khác, tri giác là một nguồn của nhận thức xác thực đối với một đối tượng được tiếp nhận. Tuy nhiên trong trường hợp "*tợ hiện lượng*" thì giá trị chân thực của đối tượng có thay đổi.

2.- Suy luận:

Tiếp nối truyền thống của Dignaga (Trần Na), Dharmakirti (Pháp Xứng) định nghĩa: Suy luận là một nguồn của nhận thức có được từ những biểu tượng tổng quát, suy luận được phát khởi từ những tri giác đơn giản. Suy luận có thể truyền đạt cho người khác qua ngôn ngữ thường ngày.

Dharmakirti trình bày về *tự ngộ* ở chương 2: Suy luận; và về *ngộ tha* ở chương 3: Tam đoạn luận.

Tự ngộ hay suy luận cho chính bản thân (Srt. Svartha- Numanas, Av. Inference for oneself) là sự nhận biết của suy luận được dẫn xuất từ các *duyên cớ* (Av. reason) hay *từ ngữ trung gian* (Av. middle term). *Thí dụ*:

Trên đồi có lửa.
Vì trên đồi có khói.
[This hill has fire.
Because it has smoke]

"*Sự nhận biết trên đồi có lửa*" được dẫn xuất từ "*khói*". "*Khói*" là *nguyên do*/ hay là *từ trung gian.*

Trong câu trên: "*ngọn đồi*" (hill) là *tiểu từ*, tiểu từ phải được chứng minh là "*có lửa*" (having fire); "*có lửa*" là *đại từ* (major term). *Tiểu từ* hợp với *đại từ* làm thành *chính đề* (thesis)/ *tôn*/ *luận thuyết* (theoreme) là điều cần phải chứng minh: "*Ngọn đồi này có lửa*" (This hill has fire).

Có *3 hình thức*/ hay là 3 đặc tính của "*nguyên do*"/ hay là "*từ trung gian*" như sau:

1.-*Tiếng trung gian*/ hay *lý do* phải có ở tiểu từ: ngọn đồi (hill):

Trên đồi có lửa.
Bởi vì trên đồi có khói.
Như bếp có lửa, nhưng hồ ao không có lửa.
[The hill has fire.
Because it has smoke.

Like a kitchen, but unlike a lake].
Nguyên do/ từ trung gian: phải có "*khói*" ở trên đồi.

2.-*Tiếng trung gian/* hay *lý do* phải có trong các trường hợp mà nó có sự đồng thuận/ tương đồng (homologous) với đại từ (*có lửa*). Như trong thí dụ trên: lý do là khói phải có ở trong bếp mà nó đồng thuận/ tương đồng với những vật có chứa lửa.

3.-*Tiếng trung gian/* hay *lý do* phải *không bao giờ* chứa đựng các trường hợp mà nó không đồng thuận/ tương dị (heterologous) với đại từ. Như trong thí dụ trên: "*lý do*" là "*khói*" không bao giờ có trong ao hồ mà nó không chứa vật gì có lửa.

Thêm vào đây, từ trung gian hay lý do có 3 loại:

3.1.-*Bản tính* (Srt. Svabhava, Av. Identity). *Thí dụ*:

Đây là "*cái cây*".
Bởi vì đó là cây Simsapa.
[This is a tree.
Because it is Simsapa.]

(Trong kinh Phật Pali kể rằng: có lần Đức Phật lịch sử thuyết pháp dưới lùm cây Simsapa, Ngài đã so sánh các lá Simsapa ở trong nắm tay của Ngài với vô số lá ở lùm cây Simsapa để giải thích rằng những gì Ngài dạy (đặc biệt là Tứ Diệu Đế) và những gì Ngài không dạy (vì không có liên hệ đến đời sống thánh thiện).

3.2.-*Hiệu quả* (Srt. Karya, Av. Effect).

Thí dụ:

Ở đây có lửa.
Bởi vì ở đây có khói.
[Here there is fire.
Because there is smoke]

3.3.-*Không nhận biết được bản tánh* (Srt. Anupalabdhi, Av. Non-perception of Identity). *Thí dụ:*

Thí dụ:

Ở đây không có khói.
Bởi vì khói không được nhận thấy.
[Here there is no smoke.
Because it is not perceived.]

3- Tam đoạn luận (Av. Syllogism)

Dharmakirti đã kế thừa luận lý học của trường phái Nyaya (Chính Lý) và luận lý học Phật giáo Dignaga. Đặc biệt, trong cấu trúc của suy luận, Dharmakirti đã tiếp nối "*luận thức có-ba-bước*" (a formal three-step argument)/ *Tam chi tác pháp*/ *Tam đoạn luận* (Av. Syllogism) của Dignaga : Tôn, Nhân và Dụ/Kết. Như đã nói, Dharmakirti viết "*Tam đoạn luận*" ở chương thứ III, tức là chương cuối cùng, của cuốn *Nyaya Bindhu* (Chính Lý Nhất Đích Luận, Av. A Short Treatise of Logic, Việt. Tiểu luận về Luận lý). Ngài gọi đây là "*suy luận để làm lợi ích cho người khác*", để người khác thấu hiểu đúng đắn một đối tượng.

Ngộ tha (Srt. Pararthe-numana, Av. Inference for others) có nghĩa là đi tìm "*lý do*" cho các sự vật để tạo cái nhìn với lòng tin chắc chắn đúng đắn cho đối tượng. Cũng như Dignaga (Trần Na), Dharmakirti (Pháp Xứng) quan niệm rằng cần dùng ngôn ngữ, lời nói để diễn tả lý do đúng (Srt. Sadd-hetu, Av. good reason) cho người khác hiểu được điều mình muốn chứng minh.

Suy luận là một nguồn của nhận thức, tam đoạn luận thuộc về suy luận. Các từ ngữ, các tiếng dùng để suy luận đi ngược *từ hiệu quả về nguyên nhân* (Av. effect to cause). Nguyên nhân không phải là điều nhận thức trực tiếp, nhưng nguyên nhân là sản phẩm của suy luận. Theo Dharmakirti, " *ngộ tha*", "*kết luận*" (dụ) trong tam đoạn luận có hai loại:

1.-*Đồng dụ/ đồng thuận/ chính diện* (Srt. Sadharmyavat, Av. Homogeneous). Đứng về *chính diện* để chứng minh tôn, lập thuyết hay đoán án (thesis).

2.-*Dị dụ/ phản diện/ khác biệt* (Srt. Vaidharmyavat, Av. Heterogeneous). Đứng về phản diện để chứng minh tôn, lập thuyết hay đoán án.

Có khi đồng dụ và dị dụ liên kết để làm rõ nghĩa của tôn, lập thuyết, giúp tha nhân hiểu rõ tôn, lập thuyết.

Thí dụ1:

Tôn: Âm thanh thì không vĩnh cữu.
Nhân: Bởi vì nó là một sản phẩm.
Kết (Dụ): Tất cả mọi sản phẩm đều không vĩnh cữu như cái chậu (đồng dụ, đồng thuận).

(Sound is non-eternal.
Because it is a product.
All products are non-eternal as a pot)

Thí dụ 2:

Ngọn đồi có lửa.
Vì trên đồi có khói.
Như bếp có lửa, không như ao hồ không có lửa. (đồng + dị dụ)

(The hill has fire.
Because it has smoke.
Like a kitchen, but unlike a lake)

Nhận xét: *Chủ ngữ* (Subject, minor term) liên kết với *Vị ngữ* (predicate, major term) thành một C*hính đề* (thesis), một luận thuyết cần phải được chứng minh. Chủ ngữ: *ngọn đồi* cần chứng minh là đang có *lửa*, lửa là vị ngữ.

Chủ ngữ + Vị ngữ = Chính đề, tôn, lập thuyết: *Ngọn đồi có khói.*

4.- Thuyết loại trừ (Srt. Apoha-vada, Av. Theory of exclusion):

Dharmakirti (Pháp Xứng) đã giải thích lại thuyết loại trừ, một lần nữa, về mối quan hệ nhân quả (Av. Dharmakirti reinterpreted the theory of exclusion, one again, in terms of causal relation).

Thuyết loại trừ của hai nhà luận lý học Phật giáo có hai lối tiếp cận khác nhau:- Đối với Dignaga, đó là những *tiếp cận mô tả* (Av. Descriptive approaches) hay là *những tiếp cận từ trên xuống dưới* (top – down approaches); -còn đối với Dharmakirti, đó là những *tiếp cận nhân quả* (Causal approaches) hay là những *tiếp cận từ dưới lên trên* (bottom-up approaches).

a.-Phương pháp "tiếp cận mô tả" (Av. Descriptive approach) căn cứ vào sự diễn tả về thực thể (Av. reality). Diễn tả sự vật trong một thực thể như là chính nó. Phương pháp "*tiếp cận mô tả*" cố gắng giải thích "*tiếng*"/ "*từ*" (Av. word) về những thực thể chỉ khi nó đủ điều kiện bằng cách phủ định các thứ khác (Av. A word talks about entities only as they qualified by the negation of other things). Nói khác, "*phương pháp tiếp cận mô tả*" cố gắng giải thích làm sao để có thể, qua thuyết loại trừ, nhận chi tiết đặc thù mà không chấp nhận sự hiện hữu của tính phổ quát. (Av. Descriptive approach tries to explain how it is possible, through the theory of apoha, to pick out the particulars without committing the existence of universals).

Thí dụ: "*Màu xanh*" (Av. blueness) coi như là một đối tượng, một ý nghĩa, "*màu xanh*" thuộc khái niệm, không chỉ rõ tính đặc thù của màu xanh thực sự (Av. real blue particulars) trong thế giới. "*Khái niệm*" có thể được phân tích như là "*những sự loại trừ của cái gì khác hơn*" (Av. exclusions of what is other). Dây là loại "*phủ định kép*" (Av. type of double negation) áp dụng vào những mảng đặc biệt của *màu xanh* (blueness) với ý nghĩa rằng mỗi mảng đó là *không-không-màu xanh* (Av. non-non-blue). Như trên vừa nói, theo Dignaga, một *từ (tiếng)* chỉ nói về thực thể của nó khi nó đủ điều kiện bởi sự phủ định của những thứ khác.

Như vậy, Dignaga đã phân tích cả các sự vật (things), và các tiếng (words) diễn tả các sự vật này: *không-không-màu xanh* là một đối tượng qua sự phổ quát có ý nghĩa bởi tiếng *xanh*; và *không-không-màu xanh* là tiếng qua sự phổ quát được dùng như những kết nối đặc biệt của tiếng *xanh.*

Dignaga căn cứ vào *diễn tả tiếp cận* trong lý thuyết loại trừ để lấy ra những đặc thù thích hợp.

Phủ định kép (Av. double negation) liên hệ với hai loại khác nhau của phủ định: -*chọn lựa* (Av. choice), và *loại trừ* (Av. exclusion) để kết hợp hai loại của những đặc tính, mà cả hai chỉ là **tên gọi** đối với tính phổ quát. Nhiều nhà phê bình ở ngoài Phật giáo, như Kumarida và Uddyotakara, thì cho rằng **phủ định kép** như là sự đi vòng vòng: nếu hiểu **màu xanh** là do sự phân tích của sự hiểu biết về **không-không-màu xanh**, và mọi sự phủ định được giả thuyết rằng đó là sự phủ định, và rồi để hiểu những gì **không-không-màu xanh** lại tùy thuộc vào sự am hiểu **màu xanh**. Như vậy chúng ta đi vòng vòng trong những vòng tròn.

b.-Phương pháp "tiếp cận nhân quả" (Causal approach):

Phương pháp tiếp cận nhân quả tránh mọi lý luận siêu hình của phủ định kép (Av. the causal approach avoids logico-metaphysical features of double negation). Theo Dharmakirti, sự loại trừ kép (Av. double exclusion) thì chỉ đóng vai trò nhỏ trong thuyết loại trừ của Ngài. Những chuỗi nhân quả và những sai lầm là những gì sử dụng để thu hẹp khoảng cách của nội dung sơ đồ, thay vì sử dụng nội dung mô tả của thuyết loại trừ của Dignaga. Đây là sự đóng góp chính vào thuyết loại trừ.

Con đường mà các *tiếng (từ)* nối với nhau được giải thích qua sự hiện hữu của chuỗi nhân quả (causal chains): từ những vật đặc thù (particular things) đến những tri giác (perceptions), đến những tư tưởng (thoughts), và đến những sự thốt ra những tiếng (the utterances of words). Nói vắn tắt, chúng ta có một loại lý thuyết nhân quả để tham chiếu.

Lý thuyết nhân quả (Av. Causal theory) không giới hạn vào sự tham chiếu những *tên riêng*, nhưng cũng còn tìm cách giải thích các đối chiếu theo nhân quả khi liên hệ đến các sự vật.

Sự nối kết nhân quả thì rất cần thiết để bảo đảm *sự tiếp xúc* với thế giới, tức là *ngôn ngữ* sẽ dừng lại ở *tri giác* một cách tuyệt đối.

5.- Sửa chữa thuyết loại trừ của Dignaga về "phủ định":

Trong quyển *Pramana-Vartika* (Lượng Thích Luận; Bình chú về quyển Pramana-Samuccaya [Tập Lượng Luận] của Dignaga), Dharmakirti đã sửa chửa thuyết loại trừ của

Dignaga về "*phủ định*". Theo Dharmakirti (Pháp Xứng) thì "**apoha**" có nghĩa là sự đối lập (Srt. Virodha,. Av. Opposition). Triết học Phật giáo không phủ nhận "*khái niệm của ý nghĩa*" (the concept of meaning) mà chỉ nói "*khái niệm của ý nghĩa*" có tánh cách nhất thời mà thôi. Dharmakirti quan niệm rằng những sự phủ định thì có gốc rể ở trong "*sự đối lập*", Ngài phân chia sự phủ nhận ra làm hai nhóm:

1.-*Đối lập có hiệu quả* (Efficient opposition) như nóng (hot) và lạnh (cold).

2.-*Mâu thuuẫn luận lý* (Logical contradiction) như màu xanh (blue) và màu không-xanh (non-blue); con bò (cow) và không-là-con bò (non-cow).

Trong nhóm (1), hai đối tượng tồn tại song song với nhau mà không có sự đối lập với nhau. Sự đối lập trở thành có hiệu quả ngay cả khi chúng được đặt để cùng một chỗ. Nói một cách khác, *sự đối lập* này có hiệu quả một "*sự phủ định*" của hai thực thể.

Trong nhóm (2), nếu không có "*sự loại trừ*" (excluding) thực thể kia thì chúng ta không thể nào định nghĩa hai thực thể mâu thuẫn một cách phổ quát. Như trường hợp "*màu xanh*" và "*không-là-màu xanh*": bản chất của một thực thể thì loại trừ thực thể kia. "*Sự mâu thuẩn luận lý*" (Logical contradiction) chỉ có ý chỉ về sự phủ định của một thuộc từ mà thôi. Theo Dharmakirti, **thuyết apoha** không đem "*sự tiếp cận phủ định*" đến thực tại mà chỉ là *một tiếp cận biện chứng* (dialectical approach). Nó tuỳ thuộc vào luật về đối lập hay mâu thuẫn. *Thí dụ*: cụm từ "*bông sen màu xanh*" (blue lotus) không những loại trừ các bông sen (lotuses) không có màu xanh (non-blue), nhưng còn loại trừ các vật xanh (blue things) mà nó không phải là bông sen (lotus).

C.-Kết luận:

Trong thời của Dharmakirti, Phật giáo không còn hưng thịnh và phát triển như dưới thời của các Ngài Vasubandhu (Thế Thân) và Asanga (Vô Trước). Sự xuất hiện của Dharmakirti trong lịch sử tư tưởng triết học Ấn độ được coi như là một vì sao sáng chói cuối cùng của trào lưu tư tưởng triết học phật giáo trước khi Phật giáo suy tàn để nhường chỗ cho sự phục hưng của tư tưởng Bà-la-môn. Các tác phẩm có giá trị của Dharmakirti về "*Nhân Minh Luận*" đã không được người đương thời với Ngài đón nhận, có thể vì rất khó hiểu đối với họ, và cũng có thể là gió đã xoay chiều. Chính Dharmakirti (Pháp Xứng) đã biết điều này, Ngài chỉ hy vọng người đời sau sẽ đọc và sẽ hiểu các tác phẩm của ông. Từ đó các tác phẩm về nhân minh luận của Dharmakirti đã chìm vào quên lãng như là những viên đá quý chìm sâu vào lòng đại dương mênh mông. Mãi tới thế kỷ 19, tư tưởng triết học Phật giáo mới được phục hưng, và được tỏa rộng ra trên toàn thế giới. Kéo theo đó, các tác phẩm của Dharmakirti cũng lần lượt được các triết gia và các nhà nghiên cứu Phật học tìm hiểu ý nghĩa thâm sâu của các tác phẩm này. Nhờ đó, ước mong của Dharmatirki đã trở thành hiện thực.

Vào hậu bán thế kỷ 20, các triết gia và học giả Tây phương đã khởi xướng phong trào nghiên cứu tư tưởng luận lý của Dharmakirti:

-1982, cuộc hội thảo đầu tiên về Dharmakirti ở Kyoto, nước Nhật Bản.

-1989, cuộc hội thảo tại Vienna, nước Áo, chủ đề *"Studies in the Buddhist Epistemological Tradition" (Những nghiên cứu về Truyền thống Nhận thức luận Phật giáo).*

-1997, cuộc hội thảo tại Hiroshima, nước Nhật Bản, với chủ đề *"Dharmakirti's Thought and its Impact on Indian and Tibetan Philosophy" (Tư tưởng của Dharmakirti và ảnh hưởng của nó đối với Triết học Ấn độ và Tây Tạng).*

-2005, cuộc hội thảo chủ đề *"Religion and Logic inBuddhist Philosophical Analysis" (Tôn giáo và Luận lý trong Phân tích Triết học Phật giáo).*

-2014, cuộc hội thảo về Dharmakirti tại Đại học Heidelberg, nước Đức.

Rồi đây, trong tương lai, hy vọng sẽ có nhiều công trình nghiên cứu thâm sâu về tư tưởng triết học của Dharmakirti (Pháp Xứng).

\- * -

Phần V: Tổng Kết

Nhận thức Luận là phần chủ yếu trong môn Nhân Minh Học. Lịch sử Nhân Minh Phật giáo (Buddhist Logic) hay Luận Lý Học Phật giáo có một sự gắn bó song hành với lịch sử triết học Ấn độ. Sự ra đời, sự trưởng thành và sự suy tàn của Nhân Minh Học Phật giáo thì song hành với sự ra đời, sự phát triển và sự suy tàn của nền văn minh Ấn độ. Thế kỷ 20 đã đánh dấu cho thời đại nghiên cứu đề tài luận lý học Phật giáo và văn minh Ấn độ.

GS TS Sarvepali Radhakrishnan (*triết gia Ấn độ*, 1888 — 1975) đã viết:

> *"Đối với các đại tư tưởng gia Phật giáo, luận lý học là kho vũ khí chính yếu, tạo ra những vũ khí phê bình huỷ diệt phổ quát. Phật giáo phụng sự như là một liều thuốc thanh tẩy tâm thức khỏi những hậu quả quá cứng nhắc của những rào cản cổ xưa".*

(For the great Buddhist thinkers, logic was the main arsenal, where were forged the weapons of universal destructive criticism. Buddhism served as a cathartic in cleaning the mind of cramping effects of ancient obstructions.)

(S. Radhakrishnan, *Indian Philosophy*, first edition published 1923, second edition published 2009, USA: Oxford University Press, Volume II, p. 17)

Thật ra, Nhân Minh Học cũng có những lỗi lầm về luận lý (logical fallacies). Có tất cả 33 lỗi lầm về luận lý:

a.- 9 lỗi của *tôn*.
b.- 14 lỗi của *nhân*.
c.- 10 lỗi của *dụ*.

Chúng tôi không liệt kê chi tiết ở đây, độc giả có thể đọc thêm cuốn *Lối vào Nhân Minh Học* của Hoà Thượng Thích Thiện Siêu, USA: Phật học Viện Quốc tế, 1997.

Môn luận lý học Tây phương cũng có sự giúp ý tích cực cho người đọc và người học những phương pháp tổng quát của suy luận. Trước năm 1975, trong chương trình giáo dục ở miền Nam Việt Nam, môn luận lý học đã được giảng dạy ở lớp Đệ Nhất (tức lớp 12). Môn luận lý học cũng đã được giảng dạy trong chứng chỉ Luận lý – Siêu hình trong ban Triết học Tây phương ở các Đại học Văn khoa như tại Saigon, Huế, Đà Lạt...Trong tương lai, nếu độc giả có dịp tự nghiên cứu thêm để có thể so sánh môn Nhân Minh Học Đông phương với môn Luận Lý Học Tây phương mà tìm hiểu những điểm giống nhau, những điểm khác nhau, và những ứng dụng vào đời sống hằng ngày của bộ môn Luận Lý Học Đông và Tây phương.

Toronto, 22 March 2019
Nguyễn Vĩnh Thượng

Tài liệu tham khảo chính yếu 1:

-Dr. Binod Bihari Satpathy, *Indian Culture and Heritage*,
Source: http:/dceutkalac.in/Syllabus/MA-history/paper-8.Pdf

-Hiriyanna, M., *Outlines of Indian Philosophy*,
London: George Allen & Unwin Ltd; 1932.

-Nguyễn Đăng Thục, *Lịch sử Triết Học Đông Phương*, gồm 5 tập, xuất bản ở Saigon:-Tập I: NXB Linh Sơn, 1956; Tập II: NXB Linh Sơn, 1956; Tập III: NXB Đông Phương, 1956; Tập IV: Bộ Quốc Gia Giáo Dục Saigon, 1962; Tập V: Bộ Quốc Gia Giáo Dục Saigon, 1964.- in lại trọn bộ 5 tập do NXB TPHCM, 1991.

-Radhakrishman, S., *Indian Philosophy*, Published by S. K. Mookerjee, Oxford: Oxford University Press, 1930.

-Sinha, J., Outlines of Indian Philosophy, Calcutta: J.N.Sen, 1985.

- Suhas Chatterjee, *Indian Civilization and Culture*, New Delhi: MD Publications PVT Ltd, 1998.

-Thích Mãn Giác, *Lịch sử Triết học Ấn độ*, Saigon: Đại học Vạn Hạnh, 1967. in lại NXB Văn Hóa Sài Gòn, 2007.

-Thích Quảng Liên, *Sử cương Triết học Ấn độ*, Saigon: tác giả x.b., bài cours cho sinh viên chứng chỉ Triết học Ấn độ, ĐHVK Saigon, 1965.

-Thích Thanh Kiểm, *Lược sử Phật giáo Ấn độ*, Saigon: Lê Thanh Thư xã, 1963.

-Thích Thiện Hoa, *Phật học Phổ thông từ khóa I đến khóa XII* (gồm 12 quyển), đã xuất bản ở Saigon từ 1955 – 1964. Tái bản: Phật Học Viện Quốc tế, Sepulveda, CA, USA, 1982.

Tài liệu tham khảo chính yếu 2:

-Arnold, Dan, *The philosophical works and Influence of Dignaga and Dharmakirti*, Source: Internet.

-Dr. Bhaskar Jha, *A Critical Study about the Nyaya theory of Prama and Pramanas*, Internet Source: IOSR Journal of Humanities and Social Science, Nov. 2015.

-Dan, Arnold, *The philosophical works and influence of Dignaga and Dharmakirty*, Source: internet, last reviewed 05 May 2017.

-Dune, John D., *Foundations of Dharmakirti's Philosophy*, Boston: Wisdom Publications, 2004.

-Gangopadhyaya, Mrinalkanti, trans., *Nyaya: Gautama's Nyaya-Sutra with Vatsyayana's Commentary*, Calcutta: Indian Studies, 1982.

-Kalupahana, David J., *Buddhist Philosophy: A Historical Analysis*, USA: University Press of Hawai, 1976.

-Lê Thành Trị, *Luận Lý Học*, bài course chứng chỉ Luận Lý-Siêu Hình, niên khóa 1969 – 1970, ĐHVK Saigon.

-Lê Thành Trị, *Luận Lý Toán học*, Saigon: tác giả x.b, 1969.

-Nguyễn Vĩnh Thượng, *Luận Lý Học* lớp *12 ABCD*,Saigon: Hiện Đại phát hành, 1972.

-Nguyễn Vĩnh Thượng, *Tâm Lý Học* lớp 12 ACD, Saigon: Hiện Đại phát hành, 1972.

-Nguyễn Vĩnh Thượng và các tác giả khác, *Trắc nghiệm Triết: Đạo Đức Học, Luận Lý Học và Tâm Lý Học 12 A*,-Xuất bản lần đầu, tháng tư 1975, Yiễm Yiễm, Saigon, VN; Tái bản lần thứ nhì, tháng giêng 2019, Lu Lu Press phát hành online, USA.

-Potter, Karl H., ed., *Encyclopedia of Indian Philosophies, Volume 2: Nyaya – Vaisesika*, Delhi: Motilal Banarsidass, 1977. [This volume contains summary translations and helpful historical and conceptual introductions to early Nyaya and its individual philosophers].

-Ranalli, Chris, *Epistemological Skepticism*, Internet Source: last modified 27 Apr. 2017.

-Sharma, C., *A Critical Survey of Indian Philosophy*, Delhi: Motilal Banarsidass, 1977.

-Sideritis, Mark, *Buddhism as Philosophy: an Introduction*, USA: Hackett Publishing Company Inc., 2007.

-Stanford Encyclopedia of Philosophy, *Dharmakirti*, First published 19 Aug 2011; Substantive Revision 22 Sept. 2016, internet source.

-Stanford Encyclopedia of Philosophy, *Epistemology in Classical Indian Philosophy*, First published 03 Mar 2011, Substantive Revision 22 Jan 2015, Internet Source.

-Thích Thiện Hoa, *Nhơn Minh Luận*, Khóa thứ Chín: - tập bốn trong bộ Phật học Phổ thông đã xuất bản ở Saigon năm 1962, USA: Phật học Viện Quốc tế tái bản năm 1982

-Thích Thiện Siêu, *Lối vào Nhân Minh Học*, USA: Phật học Viện Quốc tế, 1997. [Trong sách này, phần phụ lục có: -Nguyên văn chữ Hán và bản Việt dịch của H.T Thích Thiện Siêu quyển "*Nhân Minh Nhập Chánh Lý Luận*" (Srt. Nyayadvarataraka Sastra) của ngài Sankarasvamin (Tàu dịch: Thương-yết-la-chủ); và bài giảng về Nhân Minh học của BS Lê Đình Thám].

-Tillemans, Tom J. F., *Scripture, Logic, Language: Essays on Dharmakirti and his Tibetan Successors,* Boston: Wisdom Publications, 1999.

-Vidyabhusana, Satis Chandra, *A History of Indian Logic: Ancient, Mediaeval and Modern Schools*, Delhi: Motilal Banardsi Dass Publishers Private Ltd., 1921.

Further Reading:

-Ganeri, Jonardon, *Logic in India: A Reader*, Richmond, Surrey: Curzon, 2001.

-Ghokale, Pradeep P., *Inference and Fallacies Discussed in Ancient Indian Logic* (*with special reference to Nyaya and Buddhism*), Bibliotheca Indo-Buddhica Series, Sunil Guyta, ed., Delhi: Sri Satguru Publications, 1992.

-Phillips, Stephen H., *Epistemology in Classical India: the Knowledge Sources of the Nyaya School*, London: Routledge, 2012.

-S.C. Chatterjee, *The Nyaya Theory of Knowledge*, Calcutta: University of Calcutta, 1978.

-Singh, Amar, *The heart of Buddhist Philosophy: Dinnaga and Dharmakirti*, New Delhi: Munshiran Manoharial, 1984.

-Stcherbatsky, Theodor Ippolitovich; *The Buddhist Logic, Volume II, containing "A Translation of the Short Treatise of Logic [Nyaya Bindu] by Dharmakirti, and of its commentary by Dharmottara, with Notes, Appendices and Indices*; Leningrad: The USSR Academy of Sciences, 1930. Source: Website Oriental Studies.Ru (Russian Acedemy of Sciences). [Stcherbatsky, Theodor Ippolitovich, *Buddhist Logic*, 2 Vols., New York: Dover, 1962].

-Zheng Wei-hong, *Dignaga and Dharmakirti: Two Summits of Indian Buddhist Logic*, Research Institute of Chinese Classics, Shanghai: Fudan University, 2007.

Chương 7

Vũ trụ luận Phật giáo

Trong bài viết này chúng tôi sẽ trình bày:

I.-Định nghĩa Vũ trụ luận.

II.- Vũ trụ luận trong tư tưởng Phật giáo.

III.- Ảnh hưởng của vũ trụ luận Phật giáo đối với đời sống xã hội hằng ngày.

* * *

I.- Định nghĩa vũ trụ luận:

Trong bài "*Phật giáo như là một triết học hay như là một tôn giáo*", chúng tôi đã định nghĩa về các cụm từ: siêu hình học, vũ trụ luận và bản thể luận. Nay tôi xin ghi lại các định nghĩa này trước khi tìm hiểu *Vũ trụ luận của Phật giáo* (Buddhist cosmology):

Siêu hình học (Metaphysics) là tiếng có nguồn gốc từ Hy Lạp cổ xưa là meta-physica (meta= bên kia, physica= vật lý, vật hữu hình). Siêu hình học có mục đích khảo sát bản chất căn bản của sự hiện hữu, của sự tồn tại (being). Siêu hình học là một trong những tác phẩm triết học của Aristotle (Hy lạp, 384 tr.C.N). Siêu hình học gồm có hai ngành chính là:

1.-***Vũ trụ luận*** *(Cosmology)* là tiếng có nguồn gốc từ Hy lạp là Kosmos = thế giới, logia= nghiên cứu về. Vũ trụ luận là khoa nghiên cứu về thế giới, vũ trụ để tìm hiểu nguồn gốc, sự tiến hoá, thay đổi trải qua nhiều thế hệ, và số phận của vũ trụ. Việc khảo cứu về vũ trụ đã có một lịch sử lâu dài liên quan đến khoa học, triết học, thuyết bí truyền của một nhóm người, và của một tôn giáo. Vũ trụ luận nghiên cứu các vấn đề chính yếu sau đây: - Vũ trụ vạn vật phát sinh từ đâu?.-Tính chất của vũ trụ vạn vật như thế nào: tỉnh hay động, thường hằng hay vô thường, luôn luôn chuyển biến. Vũ trụ vạn vật có khởi thuỷ, có chấm dứt không?- và đưa ra giả thuyết về địa vị của con người ở trong vũ trụ.

2.-***Bản thể luận*** *(Ontology)* là tiếng có nguồn gốc từ Hy Lạp là *ontos* = sự hiện hữu, sự tồn tại (being); logia = nghiên cứu về. Bản thể luận là khoa nghiên cứu về sự hiện hữu (the study of being), về hữu thể (existence).

Bản thể luận khảo sát sự hiện hữu như là chính nó đang hiện hữu, tức là bản tính của hữu thể (the nature of existence), thực thể hiện hữu có thể chia ra thành các nhóm được gọi là các "*phạm trù" của hữu thể* (the categories of existence) và *những điều liên hệ.*

Để hiểu rõ, chúng ta liệt kê các câu hỏi, các chất vấn mà Bản thể luận có thể đặt ra khi khảo sát về sự hiện hữu, về hữu thể như:

-Cái gì là nguyên lý cơ bản ẩn tàng trong sự hiện hữu?

-Cái gì khác nhau giữa thực tại chân thật (really existing) và chỉ là sự biểu hiện để hiện hữu (only appearing to exist)?

-Thế giới bên ngoài có thực sự hiện hữu không?

-Tha nhân có thật sự hiện hữu không?

-Thượng đế (God) có thật sự hiện hữu không?

-Tôi hiện hữu như thế nào? hay Tôi từ đâu đến và tôi sẽ đi về đâu? hoặc Vì mục đích gì mà Tôi hiện hữu ở đây?

Như vậy trong tư tưởng Tây phương, Bản thể luận chỉ nghiên cứu về *hữu thể* (existence) và đã đánh giá tích cực cho hữu thể, dĩ nhiên đã có nhận định tiêu cực cho *vô thể* (non-existence). Trong tư tưởng Đông phương thì "*vô thể/ phi hiện hữu*" (non-existing) là nền tảng cơ bản của Bản thể luận; như quan niệm *Vô* (non-being) của Lão giáo, và quan niệm *Tánh không* (Srt. Sunyata, Emptiness) của Long Thọ / Nagarjuna (khoảng 150 - khoảng 250 CN).

II.-Vũ trụ luận của Phật giáo:

Đức Phật lịch sử Thích-ca Mâu-ni đã giữ im lặng trước những câu hỏi về sự hiện hữu của Thượng đế hay Đấng sáng tạo. Ngài không bao giờ trả lời các câu hỏi của đệ tử về nguồn gốc của vũ trụ, về Đấng sáng tạo ra vũ trụ. Ngài đã phủ nhận bất cứ nguyên nhân đầu tiên nào hay là nguyên nhân của các nguyên nhân như là cội nguồn của tất cả những vật được tạo thành. Theo Đức Phật, tất cả những vật hiện hữu đều biến chuyển không ngừng. Sự biến chuyển này thì vô thuỷ vô chung. Nguồn gốc của vũ trụ không do một Đấng Sáng tạo (Creator God) tạo ra. Ngài nhấn mạnh rằng tất cả mọi vật hiện hữu trong tất cả thế giới thì thay đổi không ngừng. Tất cả mọi vật đều biến đổi từ trạng thái này sang trạng thái khác. Sự hiện hữu của mọi vật là một chuỗi điều kiện để biến thành vật khác, sự biến chuyển này theo định luật vô thường. Do đó, Đức Phật đã giảng dạy về "*Duyên Khởi*" hay "*12 nhân duyên*" nối kết nhau thành một chuỗi vòng tròn.

(Xem thêm bài Thuyết Duyên Khởi hay Thập Nhị Nhân Duyên của NVT)

Đức Phật lịch sử đã không chấp nhận một Đấng Sáng Tạo ra vũ trụ, tức là Ngài không muốn bàn đến Vũ trụ luận là một bộ môn của Siêu hình học.

Thật vậy, Đức Phật chỉ giảng dạy những điều gì mà Ngài gọi là Pháp (Dharma), là chân lý của sự hiện hữu (the truth existence). Chính bản thân Đức Phật lịch sử *đã không thực hành Phật giáo* (Buddhism) như ngày nay các vị Phật tử thực hành. Các đệ tử của Ngài, các vị thừa kế của Ngài đã quảng diễn, phân loại và làm đa dạng hoá các lời giảng dạy của Đức Phật lịch sử. Họ đã tạo nên những trường phái Phật giáo khác nhau, với những truyền thống khác nhau để giải thích các bài thuyết pháp mà chính Đức Phật có lẽ đã không dự đoán trong khi Ngài còn tại thế.

Đến thế kỷ thứ 3 trước Công Nguyên (3rd Century B.CE), Đại đế Asoka đã tổ chức Phật giáo như là một tôn giáo. Vào khoảng thế kỷ thứ nhất sau Công Nguyên (1st Century CE) thì truyền thống Phật giáo Đại thừa/Phật giáo Phát triển (Mahayana Buddhism/ Developmental Buddhism) bắt đầu phát sanh. Từ đó, Phật giáo Phát triển đã cố gắng giảng giải sự hình thành của vũ trụ và cuộc sống của con người. Như đã biết, Phật giáo đã triển khai lý thuyết về luân hồi (Samsara), thuyết này được cải tiến theo thời gian để giải thích sự hiện hữu của thế tục qua vòng sanh-tử không ngừng của sanh (birth), tử (death), tái sanh (re-birth), tái tử (re-death) trong một vũ trụ có *3 thế giới* / tam giới (Srt. Tri-Loka/ Trai-Lokya/ Trai-Dhatuka; Pa. Ti-Loka; Av. Three regions/ Three Realms/Three Regions/ Three Spheres). Trước đó, Ấn độ giáo (Hinduism) cũng đã quan niệm về 3 thế giới gồm có: 1. *Trời/ Thiên đàng* (Srt. Swarga –Lok, Av. Sky/ Heaven); 2.*Mặt đất*/ nơi chúng ta đang sống (Srt. Martya –Lok, Av. The Earth); 3. *Địa ngục* (Srt. Narka – Lok, Av. The Hell) được coi là nơi ở dưới mặt đất.

Trong các kinh văn của Phật giáo Nguyên thuỷ (Early Buddhism Texts) đã trình bày quan niệm về 3 thế giới ở trong vũ trụ. 3 thế giới là những nơi đến cho các chúng sanh theo nghiệp lực tái sanh (Karmic rebirth). Đó là:

1.-Dục giới (Srt. Kama-Loka/ Kamadhatu, Av. the word of Desire/ the Realm of Desire).
2.-Sắc giới (Srt. Rupa-Loka/ Rupa-Dhatu, Av. The world of Form/ The Realm of Form).
3.-Vô Sắc giới (Srt. Arupa-Loka/Arupa-Dhatu, Av. The world of No-Form(Form-less-ness)/ The Realm of No-form/ The abstract world).

Sau đây chúng ta sẽ duyệt qua các điểm chính của ba thế giới vừa nêu trên:

1.-Dục giới là thế giới mà chúng ta đang sống. Đây là thế giới của chúng sanh còn có những ham muốn về giới tính và về ăn uống (sex and food). Trong cảnh giới này chúng sanh còn ưa muốn về 5 dục: sắc dục, thanh dục, hương dục, vị dục và xúc dục.

Theo truyền thống của Phật giáo lúc sơ khai (Early Buddhist tradition) thì Dục giới có 5 loại trong bánh xe sinh tử là: 1.Cõi địa ngục, 2. Cõi Ngạ quỷ/quỷ đói, 3.Cõi súc sanh/ loài thú, 4.Cõi người, 5. Cõi trời. Rồi theo sự tiến triển, truyền thống Phật giáo về sau (later Buddhist tradition) đã thêm vô "*Cõi thần*". Ngày nay, Phật giáo vẫn còn giữ quan niệm: có 6 loại trong Dục giới (6 Categories/ six sub-Realms), người Trung Hoa gọi là lục đạo (six ways):

1.1.-*Cõi Địa ngục* (Srt. Niraya, Av. The Hell Realm) là nơi chúng sanh bị đày đọa.

1.2.-*Cõi Ngạ quỷ*/ Cõi quỷ đói (Srt.Preta, Av. The Realm of Hungry Ghosts) là nơi có những chúng sanh bị bỏ đói như một hình phạt vì các tội lỗi đã làm.

1.3.- *Cõi Súc sanh*/ Cõi loài thú (Srt. Pasu, Av. The realm of Animals) là nơi chúng sanh là những động vật.

1.4. *Cõi Người*/ Cõi Nhân thế (Srt. Nara, Av. The realm of Humans) là nơi con người đang sanh sống. Đây là thế giới tốt để giúp con người tạo nên nghiệp nhân tốt để thoát khỏi vòng sanh tử luân hồi. Nếu chúng sanh tạo nghiệp nhân xấu thì bị sa đọa vào cõi thấp kém hơn.

1.5.-*Cõi Thần*/ Cõi A-tu-la (Srt. Asura, Av. The Realm of Angels/ The Realm of lower Gods).

1.6.- *Cõi Trời*/ Cõi Thiên (Srt. Deva, Av.The realm of Gods): đây là nơi mà các Trời, các Tiên sống, các vị vừa hưởng được phước lạc vừa trông nom các chúng sanh ở 5 cõi kia. Các Thiên, các Tiên có quyền lực che chở cho người hiền đức khỏi bị bọn hung thần khuấy phá.

Việc *tái sanh* (re-birth) xảy ra không ngừng, tức là không có chúng sanh nào ở một cõi vĩnh viễn. Chúng sanh có thể tái sanh từ cõi này sang cõi khác là tuỳ thuộc vào nghiệp báo (volitional action), vào chủ ý và hành động (intentions/ wills, and actions). Nếu chúng sanh tạo nghiệp nhân tốt thì có thể chuyển đổi qua một cõi tốt hơn, và ngược lại.

2.-Sắc giới: đây là thế giới của các thiên, các tiên. Họ không còn những ham muốn về dục tính, không còn muốn ăn. Song vẫn còn hình thể và nhận thức (forms and perceptions). Chúng sanh đang ở cõi *Dục giới* có thể tu tập thiền định để có thể tái sanh vào cõi *Sắc giới*. Các Thiên, các Tiên có thể tu tập thiền định để đắc quả từ sơ thiền (1st Jhana), Nhị thiền (2nd Jhana), Tam thiền (3rd Jhana) và Tứ thiền (4th Jhana).

3.-Vô Sắc giới: đây là thế giới cao nhất trong vũ trụ, đây là một thế giới thuần tuý tâm linh (pure spirit/ pure awareness) nơi đây các Thiên xa lìa những ham muốn, tránh khỏi những hình sắc, nói cách khác đây là một thế giới không có hình thể và lòng ham muốn dục tính và ham muốn thực phẩm. Các vị Thiên, các vị Tiên ở đây đã đạt được thiền định cao thâm. Có bốn thế giới thiền (four Jhana worlds) tương ứng với 4 tình trạng thiền định *Vô Sắc giới*:

1.-*Xứ không vô biên* (The world of infinite space).
2.-*Xứ thức vô biên* (The world of infinite consciousness).
3.-*Xứ vô sở hữu* (The world of emptiness/ nothingness).
4.-*Xứ phi tưởng phi phi tưởng* (The world of neither perception nor non perception).

Chúng sanh ở trong 3 thế giới trên vẫn còn ở trong vòng sinh tử. Bởi vì Niết-bàn (Nirvana) không phải là một trạng thái của thiền định, Niết-bàn là một trạng thái giải thoát khỏi những điều kiện, những cấu tạo của hiện hữu (all conditioned and constructed existence).

Tóm lại, chúng sanh vẫn lang thang trôi nổi (wandering) từ kiếp này đến kiếp sống khác (life after life), từ thế giới này đến thế giới khác trong vòng sanh tử luân hồi cho đến khi chúng sanh ngộ được Niết-bàn thì chúng sanh mới thoát khỏi vòng sanh tử luân hồi.

Quan niệm về 3 thế giới ở trong vũ trụ là vũ trụ luận của Phật giáo Đại thừa hay Phật giáo Phát triển.

III.-Ảnh hưởng của vũ trụ luận Phật giáo đối với đời sống hằng ngày:

Chúng ta nhận thấy quan niệm vũ trụ luận của Phật giáo Phát triển có những ảnh hưởng đối với đời sống xã hội hằng ngày như sau:

1.- Cái nhìn mở rộng về 3 thế giới trong vũ trụ vạn hữu có thể khuyến khích mọi người phát triển các hành vi đạo đức của mình cho tốt đẹp hơn, giúp chúng ta hướng thiện để có thể tái sanh đến một thế giới tốt đẹp hơn. Chúng ta hiểu rằng con người và sinh vật không phải là những chúng sanh duy nhất sống trong vũ trụ. Quan niệm về thế giới ngạ quỷ, thế giới thiên, thế giới thần không thể chứng minh bởi khoa học, nhưng chúng ta có thể cảm nghiệm được qua các nghi lễ tôn giáo hay bởi những suy niệm siêu hình. Đôi khi trong thế giới thực nghiệm, không cần đến các nghi lễ tôn giáo, đã có một số người có thể cảm nhận sức mạnh linh thiêng của Trời, Phật, của Bồ-tát Quán thế âm và họ có thể cảm thấy sự xuất hiện của các vị này. Hơn nữa, sự hiểu biết về sự hiện hữu của vô số thế giới giúp con người không nên chỉ nghĩ về thế giới mình đang sống mà thôi, tức là trái đất này.

2.-Quan niệm cho rằng vũ trụ này gồm có nhiều thế giới với nhiều tầng khác nhau giúp con người ý thức rằng các nghiệp hay hành động có ý thức của mỗi chúng sanh có thể xác định được tương lai của họ. Theo đạo đức Phật giáo nếu một người thực hiện và giữ gìn 5 giới cấm như: không sát sanh, không trộm cướp, không tà dâm, không nói dối, không rượu chè trác táng; và giúp đỡ, bố thí người nghèo khó, hoạn nạn thì đã tạo được nghiệp nhân tốt, khi tái sanh có đến thế giới tốt hơn cõi người. Trái lại, nếu chúng sanh có những nghiệp nhân xấu như cướp của, giết người, hãm hại người khác v…v..., và không ăn năn, hối cải thì họ sẽ tái sanh vào cõi địa ngục, cõi ngạ quỷ, cõi súc vật. Học thuyết về vũ trụ có nhiều thế giới đã làm sáng tỏ nguyên lý về nhân và quả trong học thuyết về "*Duyên khởi* hay *Thập nhị nhân duyên*" của Phật giáo. Nguyên lý nhân quả giúp con người ý thức và hướng dẫn các hành động/nghiệp của mình để tạo nên các nghiệp nhân tốt, và do đó sẽ sanh ra các nghiệp quả tốt. Nếu xã hội này có nhiều người có hành động tốt thì thế giới này chắc không có chiến tranh, xã hội sẽ không có người đấu đá người, cảnh giựt giọc, cảnh có những kẻ hạ những thủ đoạn độc ác v…v…Nói thêm, việc phổ biến vũ trụ luận Phật giáo sẽ giúp cho đời sống xã hội sẽ bớt rối loạn, bớt xáo trộn hơn, tuy nhiên việc này đòi hỏi nhiều thời gian, không thể đạt được trong một sớm một chiều.

3.-Cõi trời hay Thiên đàng với đời sống thanh thản của chư Thiên, chư Tiên là những hấp dẫn cho con người và gây niềm hy vọng cho nhiều người. Trong đời sống thực tế, con người gặp nhiều điều bất như ý, nhiều điều khổ nạn gây bởi bạn bè, anh em, vợ chồng, đồng nghiệp v…v… và những thiên tai gây ra. Mặc dầu cuộc cách mạng của kỹ thuật, những phát minh mới về các thuốc trị liệu nhiều chứng bịnh ngặt nghèo đã giúp sự phát triển đời sống vật chất và tinh thần, làm dịu bớt những đau đớn về thể xác và tinh thần, nhưng con người vẫn còn cảm thấy nhiều điều bất an. Quan niệm vũ trụ luận của Phật giáo có thể giúp người ta bình an về tinh thần nhờ ở niềm tin rằng người ta có thể vượt khỏi đời sống ở trái đất này để đi vào cõi thiên/ thiên đàng khi con người chết một khi con người đã tạo được nghiệp nhân tốt.

4.-Ba thế giới trong vũ trụ vẫn còn trong vòng sinh tử luân hồi, tức là chúng sanh sống trong các thế giới này cũng có sự thay đổi vô thường. Thật vậy, mặc dầu cõi thiên có rất nhiều hạnh phúc và bình an hơn, nhưng chư Thiên sanh sống trong cõi Trời cũng không phải là không có thay đổi. Chư Thiên có thể có đời sống dài hơn nhưng Chư Thiên là những chúng sanh cũng phải chết, chư Thiên có thể tái sanh ở một cõi thấp hơn nếu chư Thiên có những hành động có chủ ý sai trái. Ba thế giới: *Dục giới*, *Sắc giới* và *Vô sắc giới* là những gì biến đổi vô thường, chúng sanh cần phải vượt ra khỏi 3 thế giới này. Con người cần phải để ra nhiều thì giờ để thực nghiệm tâm linh và đạt được cứu cánh Niết-bàn để giải thoát khỏi sự tái sanh vào 3 thế giới vô thường này nữa.

Toronto, 09 August 2018
Nguyễn Vĩnh Thượng

Tài liệu tham khảo chính yếu:

Như đã liệt kê ở các bài viết trước.

Chương 8

Tứ Diệu Đế

Bài thuyết pháp đầu tiên của Đức Phật Thích-ca đặt trọng tâm là "*Tứ Diệu Đế*" / *Bốn Sự Thật Cao Thượng*/ nhằm giúp chúng ta nhận thức được thực tại đời sống của con người và đưa ra con đường để hướng dẫn đến chỗ giải thoát khỏi những điều bất hài lòng trong cuộc đời.

Trong bài này tôi sẽ trình bày:

I. Nội dung của Tứ Diệu Đế.

II. Nhận xét những lời Phật dạy trong Tứ Diệu Đế.

III. Kết luận.

* * *

I. Nội dung của Tứ Diệu Đế

Tứ Điệu Đế là 4 chân lý cao thượng gồm có:

1."Chân lý về duhkha" (Pa. dukkha, Av. the noble truth of duhkha), thường gọi là Khổ đế (the noble truth of Suffering). Các đại sư Trung hoa đã dịch duhkha là khổ (Hv. 苦, Av. suffering) từ hàng ngàn năm trước. Thành thử đại chúng đều quan niệm trọng tâm lời Phật dạy là "*Đời là bể khổ" (Life is suffering)*. Quan niệm này đã ảnh hưởng trong văn chương và đời sống của dân chúng:

"Thoát sinh ra thì đà khóc chóe,
Trần có vui sao chẳng cười khì."
(Nguyễn Công Trứ, *Chữ Nhàn)*

Như vậy cuộc đời bị nhìn qua một cặp kính màu đầy những kinh nghiệm kinh khủng và bi quan. Đây là một sự hiểu lầm về "*giáo lý của Đức Phật*", về *trọng tâm triết học của Phật giáo*. Bởi vậy nhiều nhà nghiên cứu Phật học cho rằng Phật giáo là chủ nghĩa hư vô, là chủ nghĩa yếm thế.

Duhkha (Srt. , Pa. Dukkha), Đức Phật đã dùng trong Kinh Chuyển Pháp luân, có một nghĩa rất rộng không chỉ giới hạn bởi các ý niệm như khổ sở (suffering), đau đớn (pain), buồn rầu (sorrow), chia ly (social alienation), lo âu (anxiety), căng thẳng (stress), điều không hài lòng (dissatisfaction... Ví dụ như bịnh hoạn, già, chết, chia lìa, mất mát người thân yêu, bị bắt buộc sống với người mà mình không ưa thích...Chúng tôi xin đề nghị chúng ta dùng chữ *điều không hài lòng* (dissatisfactoriness) để thay thế tiếng Hán Việt khổ.

Phản nghĩa của *dukkha* (Pa.) là *sukha* (Pa.). Theo chiết tự thì *su* = tốt, *kha* = cái lỗ tròn của trục bánh xe; nếu lỗ trục tốt thì xe ngựa sẽ di chuyển dễ dàng và ngựa sẽ kéo xe với tốc độ cao mà không bị trở ngại gì cả. Sukha thường được dịch là không trở ngại, là hạnh phúc (happy).

Hai ý niệm dukkha và sukha có một sự liên hệ với nhau. Nếu chúng ta chưa trải nghiệm về dukkha (không hài lòng, khổ đau...) thì chúng ta khó nhận thức một cách sâu sắc và đánh giá đúng mức trải nghiệm về sukha (không trở ngại, hạnh phúc). *Sukha* được định nghĩa là trạng thái tự do xa lìa khỏi tham, sân và si; còn *dukkha* được định nghĩa là còn tùy thuộc vào ngũ uẩn, ngũ uẩn thì biến đổi liên tục. *Đức Phật không bảo chúng ta phải bỏ sukha.* Nói khác đi cuộc đời không chỉ có khổ mà cũng có những lúc con người được sung sướng (joyful) được hạnh phúc (happy). Ví dụ như: thi đậu, được học bổng đi du học, làm việc được thăng quan tiến chức, cưới được người mình yêu, ngay cả trong lúc làm tình (sexual intercourse) cũng cảm thấy sung sướng...Nhưng Đức Phật cho rằng hạnh phúc, sung sướng thì không kéo dài lâu, thay đổi luôn, do đó rồi dukkha, những điều không hài lòng lại đến.

Đức Phật nói: *mọi vật đều thay đổi, đều vô thường* (every thing is impermanent) thì không chỉ Sukha bị thay đổi luôn mà dukkha cũng thay đổi luôn. Trong văn học Việt Nam, chúng ta cũng thấy diễn tả những thay đổi này:

"Số khả bĩ rồi thời lại thái,
Cơ thường Đông hết hẳn sang xuân."
(*Nguyễn Công Trứ*, Vịnh cảnh nghèo)

hoặc trong thành ngữ: "*Qua cơn bĩ cực đến hồi thái lai*" (Đã qua giai đoạn gian khổ và bắt đầu thời kỳ hưởng sung sướng).

Trong Kinh chuyển Pháp luân, Đức Phật nói "*dukkha*" đã xuất hiện trong đời sống bình thường qua các hoàn cảnh như sau:

1.Những điều kiện không được hài lòng về sự thay đổi về vật và sinh lý như già, bịnh và chết.

2.Những điều kiện không được hài lòng về những cảm xúc tâm lý như buồn rầu, sầu khổ vì bị mất mát lớn như người thân qua đời, thất tình, tình duyên trắc trở, mất mát tài sản, mất việc làm, mất chức v. v..

3.Những điều không được hài lòng như phải sống với những người mình không ưa thích, hoặc sống trong hoàn cảnh mình không ưa thích.

4.Những điều không hài lòng như sự mong cầu điều gì mà không đạt được, thất vọng vì công danh lận đận, đau buồn vì bị thua cuộc trong canh bạc hoặc trong trò chơi chánh trị...

5.Con người thường bám víu vào những sự sung sướng, hạnh phúc vì nghĩ rằng nó sẽ kéo dài lâu, nhưng thật ra chúng dựa vào những điều kiện vật lý biến đổi luôn luôn và những điều kiện tâm lý cũng biến đổi luôn luôn trong đời sống hằng ngày. Những điều kiện vật lý-sinh lý và tâm lý đều được hợp thành bởi "*ngũ uẩn*", mà ngũ uẩn thì tùy thuộc lẫn nhau và biến đổi không ngừng, vì vậy con người sẽ trải nghiệm những điều mình không bằng lòng. Khi đang sung sướng hay hạnh phúc (sukha) thì đau đớn hay âu lo (duhkha) như đang ẩn tàng; và ngược lại, cứ như thế mà xen lẫn tiếp tục không ngừng.

Lão Tử (老子, Trung Hoa, sống khoảng ở thế kỷ 4 tr. CN), trong quyển Đạo Đức Kinh (道德經) đã có ý tưởng tương tự:

祸 兮福之所倚, 福兮祸 之所伏

(*Họa hề phúc chi sở ỷ; phúc hề, họa chi sở phục)* chương 58,

có nghĩa là "Họa là chỗ dựa của phúc, phúc là nơi ẩn náu của mối họa". Như vậy họa rồi phúc, phúc rồi họa cứ xen lẫn tiếp tục không ngừng. Nói khác khi gặp may phải phòng cái rủi ro do cái may ấy đưa đến, hoặc ngược lại; trong vinh quang ắt có nhục, và ngược lại. Bởi vậy, Nguyễn Công Trứ , trong bài thơ " *Vịnh Cây thông*" đã viết *"Khi vui muốn khóc/Buồn tênh lại cười".*

Héraclite cũng có ý nghĩ tương tự: "*Những trận đại thắng là những trận đại bại" (Les plus grandes victoires sont les plus grandes defaites*).

Nói tóm lại, duhkha không phải là một ý niệm trừu tượng, chúng ta ai ai cũng trải nghiệm qua duhkha trong cuộc đời của mình, có lúc nhẹ, có lúc nặng. Vì vậy Đức Phật giảng nguyên nhân của duhkha/ của tình trạng không được hài lòng.

Khi tìm hiểu về cuộc đời của Đức Phật Thích ca, chúng ta biết rằng khi Ngài còn là Thái Tử Siddhartha Gautama thì Ngài đã sống khép kín trong hoàng thành của vua cha nên Ngài đã không biết đời sống thực tế của con người bình thường như bịnh hoạn, chết chóc và đau khổ cho đến khi Ngài đi ra ngoại thành và chứng kiến được thực tại của cuộc đời như lão, bịnh, tử và các tăng sĩ tu khổ hạnh. Qua 4 trải nghiệm này, Ngài đã bắt đầu hiểu được cuộc sống ở xung quanh Ngài. Do đó Ngài đã quyết định xuất gia để đi tìm phương cách cứu giúp đời. Sau khi Ngài giác ngộ, Ngài liền thuyết giảng lời dạy của mình ở Vườn Lộc Uyển (Deer Park):

"Này các thầy Tỳ Kheo! đến khi Như Lai *thấu triệt Bốn Diệu Đế/ Bốn Thánh Đế* (insight and understanding of the Four Noble Truths/Four Holy Truths), về *3 phương diện* (three stages) và *đủ mười hai phương thức*(twelve aspects) một cách hoàn toàn sáng tỏ thì đến lúc đó Như Lai mới xác nhận trước thế gian này gồm có cả chư Thiên (Gods), Ma vương (Maras), Phạm thiên (Brahmas), Đạo sĩ (Recluses), Giáo sĩ Bà-la-môn (Brahmans), Con người (Humans) và loài ngoài hạng con người nữa (Some-One) rằng Như Lai đã đạt được Vô Thượng Chánh Đẳng Chánh Giác. Và rằng lúc ấy tri kiến và nhãn kiến phát sanh thì tâm của Như Lai được giải thoát và không còn lay chuyển. Đây là kiếp sống cuối cùng của Như Lai, Như Lai sẽ không bao giờ tái sanh nữa."

(Xem bài *Kinh chuyển Pháp luân*, dịch và chú của NVT)

2.Nguyên nhân của Duhkha (Sameda Duhkha, Av. the cause of Duhkha), đây là chân lý cao thượng thứ hai.

Duhkha là hậu quả của các lòng ham muốn, những đòi hỏi các điều mà chúng ta cho là hạnh phúc, nhưng chúng ta sẽ không bao giờ hài lòng mãi mãi những gì chúng ta đang có; và rồi những điều này thay đổi làm chúng ta không hài lòng. Lòng tham luyến còn đưa đến sự bám chặt vào tư tưởng, quan điểm, lý thuyết và niềm tin. Chính nó sản xuất ra chủ nghĩa giáo điều (dogmatism), những thành kiến, cố chấp. Đây cũng là điều gây ra nhiều "*những sự không được hài lòng*" hoặc khổ sở cho người khác.

3.Diệt trừ duhkha (Nirodha Duhkha, Av. the cessation of Duhkha), đây là chân lý cao thượng thứ ba.

Trong bài "*Kinh chuyển Pháp luân*", Đức Phật nói:
"Này các Thầy Tỳ Kheo! Đây là chân lý cao thượng về sự diệt trừ khổ đau. Đó là sự chấm dứt lòng ham muốn, không còn luyến tiếc."

Các phiền não, ham muốn, lòng luyến tiếc cần phải được diệt bỏ. Trong "*Kinh Chuyển Pháp Luân"*, Đức Phật đưa ra ý niệm về Nirvana (Srt. ,Pa. Nibbana; phiên âm Hán Việt, Niết-bàn). Nirvana nguyên gốc có nghĩa là thổi tắt lửa (blowing out/ putting out/ extinguishing a lamp or fire), thổi tắt đèn để chấm dứt lửa cũi. Trong ý nghĩa triết học và tâm linh thì Nirvana có nghĩa là chấm dứt các phiền não, chấm dứt lòng ham muốn, chấm dứt lòng luyến tiếc để đạt được tình trạng an nhiên tự tại. Nirvana là sự chấm dứt tam độc: tham, sân và si. Nirvana không do một yếu tố nào sản sanh ra nên Nirvana được gọi là một *trạng thái không có điều kiện nào chi phối* cả.

Nirvana đạt được bởi Bát Chánh Đạo là con đường đưa tới tận diệt duhkha ở "*Chân lý Cao thượng thứ tư*".

4.Con đường dẫn đến sự diệt trừ duhkha = Bát Chánh Đạo. Đây là chân lý cao thượng thứ tư.

Trong bài "*Kinh Chuyển Pháp Luân"*, Đức Phật đã chỉ dẫn con đường dẫn đến sự diệt trừ duhkha:

*"Này các thầy Tỳ Kheo! Phép tu hành theo con đường ở giữa mà Như Lai đã ngộ là sự tu hành để phát triển nhãn quan, tri kiến, đưa đến sự an tịnh, trí tuệ cao siêu, giác ngộ và Niết-bàn là gì? – Đó là Bát Chánh Đạo(*1) (Hán-Việt. 八正道, Sa. Ārya 'ṣṭāṅga mārgaḥ, Pi. Ariyo aṭṭhaṅgiko maggo, Anh. Eightfold path).*

Bát Chánh Đạolà con đường có 8 chi nhánh (eightfold) là:

1.-Chánh Kiến (正見, Pa. Samma ditthi, Anh. Right view),

2.-Chánh Tư duy (正思唯, Pa. Samma sathkappa, Anh. Right intention),

3.-Chánh Ngữ (正語 ,Pa. Samma vaca, Anh. Right speech),

4.-Chánh Nghiệp (正業 , Pa. Samma kammanta, Anh. Right action),

5.-Chánh Mạng (正命, Pa. Samma ajiva, Anh. Right Livehood),

6.-Chánh Tinh Tấn (正精進, Pa. Samma Vayama, Anh. Right Effort),

7.-Chánh Niệm (正念, Pa. Samma sati, Anh. Right Mindfulness),

8.-Chánh Định (正定, Pa. Samma Samadhi, Anh. Right Concentration).

(Xem bài *Kinh Chuyển Pháp Luân* dịch và chú của NVT)

Đức Phật giải thích *'Tứ Diệu Đế*" như là một phương pháp để trị liệu một cơn bịnh của Bác sĩ Y khoa:

1.*Thứ nhất* là ý thức về *triệu chứng* của cơn bịnh (the sympton).

2.*Thứ hai* là phân tích tìm hiểu nguyên nhân của cơn bịnh (the Diagnosis).

3.*Thứ ba* là sau khi phân tích nguyên nhân cơn bịnh thì tìm phương cách cứu chữa cơn bịnh (the prognosis).

4.*Thứ tư* là đưa ra toa thuốc để chữa trị cơn bịnh (the prescription).

"Bốn Chân lý Cao thượng" này đã chỉ dẫn một hành trình từ một con người có đời sống bình thường, được coi là có đặc tính duhkha ẩn tàng để tiến đến đời sống được tự do, an bình và hạnh phúc mà Đức Phật gọi là đạt được Nirvana .

II.-Nhận xét những lời Phật dạy trong "Tứ Diệu Đế":

Nếu xét "*Tứ Diệu Đế"* theo nguyên lý nhân quả thì chúng ta có thể sắp xếp như sau:

* 2.*Nguyên nhân* (cause): duhkha do lòng tham luyến.

1.*Hậu quả* (effect): duhkha là một thực tại có thực nơi con người, sự không bằng lòng, sự khổ sở, là hậu quả của lòng tham luyến.

**4.*Nguyên nhân* (cause): Bát Chánh Đạo.

5.*Hậu quả* (effect): Diệt bỏ được duhkha, chấm dứt sự tái sanh và đạt được Nirvana.

Vào thời đại của Đức Phật, các hiền triết đã đưa ra hai giải pháp khi con người đối đầu với duhkha (những điều không bằng lòng, sự khổ sở...) như sau:

1.Tìm cách thay đổi những điều kiện hay hoàn cảnh không vừa ý, tìm những gì vĩnh cửu để đặt niềm tin vào đó.
2.Chấp nhận sống với duhkha.

Đức Phật thì dạy rằng "*mọi vật đều vô thường*" (every thing is impermanent) và không có tự tánh, nên Ngài đã đề nghị con đường để con người vượt khỏi duhkha là hãy bỏ ý nghĩ cho rằng mọi vật luôn luôn giữ y nguyên bản tính của nó, tức là hãy bỏ ý nghĩ rằng mọi vật là thường hằng, hãy bỏ ý nghĩ cho rằng mọi vật thì độc lập và có tự tánh. Như vậy con người hãy thay đổi quan niệm của mình, đừng đi ngược lại luật vô thường của vũ trụ.

Thật ra thì việc diệt bỏ hẳn lòng ham muốn thì không phải dễ dàng thực hiện, tuy nhiên chúng ta có thể tiết giảm lòng ham muốn như quam niệm của Nguyễn Công Trứ (1778 - 1858):

"*Tri túc, tiện túc, đãi túc, hà thời túc,*
Tri nhàn, tiện nhàn, đãi nhàn hà thời nhàn."
(Nguyễn Công Trứ, *Chữ Nhàn*)
(Biết đủ là đủ, đợi cho đủ thì bao giờ mới đủ,
Biết nhàn là nhàn, đợi cho nhàn thì bao giờ mới nhàn)

Ngày nay, chúng ta nhận thấy người đời khi đối đầu với duhkha thường có thái độ như sau:

"Đứng trước sự thất bại, trước hoạn nạn, con người có thể có thái độ, có triết lý về cuộc đời khác nhau:

1. *Chấp nhận*: con người cho rằng tại số trời, tại định mệnh đã an bài: "*Học tài thi phận*", "*mưu sự tại nhân, thành sự tại thiên*".

2. *Coi như một bài học kinh nghiệm*: con người cho rằng thất bại là một kinh nghiệm sống có ý nghĩa nhờ đó mình có thể vươn lên sự thất bại để đi đến sự thành công trong tương lai. Người quân nhân thua trận có thể cho rằng: "*can cường trong chiến bại*".

3. *Không thể chịu đựng*: con người đăm ra chán đời, thấy cuộc đời là phi lý. Do đó, con người hoặc phản kháng lại cuộc đời, hoặc đi tu, hoặc tự tử, hoặc rời khỏi quê hương đi tìm tự do v...v...

4. *Đi tìm cái thành công trong sự thất bại*: con người cho rằng ý nghĩa của cuộc đời không phải chỉ ở chỗ thành công hay thất bại mà ở nơi sự cố gắng, ở nơi nỗ lực phấn đấu và chiến đấu không ngừng: "*Đừng lấy thành bại mà luận anh hùng*".

(xem thêm bài "*Đạo Phật như là một triết học hay như là một tôn giáo*" của NVT)

Cùng một triết lý về cuộc đời luôn bị duhkha ẩn tàng. Hai nhà viết bi kịch Sophocles (Hy lạp, khoảng 496 - khoảng 406 tr. CN) và Aeschylus (Hy lạp, khoảng 524 - khoảng 455 tr. CN) đã lập lại một điệp khúc để cảnh báo người đời rằng: "*Không có người nào tự cho rằng mình hạnh phúc cho đến khi người ấy chết*" (Let no man (or woman) count himself (or herself) happy until he (she) is dead.). Như vậy, người Hy Lạp ngày xưa đã thấu hiểu rằng đời sống thì có nhiều biến cố, có nhiều chuyện xảy ra hoặc làm con người không hài lòng, hoặc làm kinh hoàng trong cuộc đời của con người cho đến khi chết, chứ không có ai có thể có được hạnh phúc đến cả trăm năm của đời người. Theo quan niệm này thì ngay cả Vua Chúa, Giáo chủ cũng không được hạnh phúc, cũng sống trong duhkha. Triết lý nhân sanh của hai nhà bi kịch Hy lạp chỉ dừng lại ở chỗ cho rằng con người không đạt hạnh phúc trong cuộc đời, nhưng thuyết "Tứ Diệu Đế" của Đức Phật thì siêu diệt hơn vì Ngài còn chỉ dẫn con người con đường diệt trừ duhkha để đạt được hạnh phúc.

III.-Kết luận:

Đức Phật đã dạy chúng ta làm cách nào để chấm dứt duhkha khi nó bắt đầu phát khởi: chúng ta có thể thay đổi tâm thức của chúng ta khi đang trải nghiệm duhkha. Con người thì không hoàn toàn đồng nhất với nhau, nên con đường mà Đức Phật đã vạch ra không phải ai cũng đều áp dụng y như nhau. Mỗi người phải tìm ra con đường thích hợp cho chính hoàn cảnh của mình. Đức Phật nói: "*lời dạy của Như Lai như là ngón tay chỉ mặt trăng. Đừng lầm lẫn ngón tay là mặt trăng*" (My teaching is like a finger pointing to the moon. Do not confuse about the finger as the moon.)

Duhkha có thể nhận biết từ hai hình thái chính:

1.*Đau đớn* (pain) là trải nghiệm về sinh-vật lý. Ví dụ: sự đau nhức của bắp thịt, nhức đầu, đau khớp xương, lạnh run, nóng, đau lưng kinh khủng, đau phía dưới bắp chân, đau nhức ở vết thương. Những nguyên nhân sinh-vật lý sanh ra đau đớn; khi bị đau đớn, chúng ta có thể dùng thuốc men để trị liệu.

2.*Khổ sở* (suffering) là trải nghiệm về tâm lý. Sự khổ sở có thể hoặc không có thể liên kết với đau đớn. Như đã biết khổ sở là trải nghiệm về sự thay đổi không được vừa lòng trong cuộc đời: thi rớt, mất người thân (cha, mẹ, vợ, chồng, con), mất việc làm, làm ăn thất bại, thất tình, căng thẳng trong công việc làm hoặc kết quả xấu từ tờ trình bệnh lý của Bác sĩ... Những nguyên nhân tâm lý sinh ra khổ sở có thể làm dịu bớt bằng những yếu tố tâm linh, ở đây, chúng ta có thể áp dụng lời Phật dạy: đừng bám víu vào những gì mình có vì mọi vật đều vô thường. Có nhiều trường hợp sự đau đớn thể xác cũng được thuyên giảm nhờ sự trấn an trạng thái giao động tâm lý.

Tóm lại, Tứ Diệu Đế đã giúp ta ý thức được duhkha (những điều không hài lòng, khổ sở, căng thẳng...) trong cuộc đời và giúp ta đi đến con đường giải thoát

Toronto, 01 February 2017

Nguyễn Vĩnh Thượng

Tài liệu tham khảo chính yếu:

-Đức Phật Thích-ca, *Kinh chuyển Pháp luân*, dịch và chú bởi NVT, 2016.

-Bhikkhu Bodhi, edited & introduced, *In the Buddha's Words: An Anthology of Discourses from the Pali Canon*, Foreword by *The Dalai Lama*, Boston: Wisdom Publications, 2005.

-Gombrich, Richard, *Theravada Buddhism*, London: Routledge, First published 1988, Reprinted 1991, 1994, 1995.

-Kalupahana, David J., *Buddhist Philosophy: A Historical Analysis*, Honolulu: University of Hawaii Press, 1976.

-Kimura Taiken, *Nguyên Thủy Phật giáo Tư Tưởng Luận*; nguyên văn chữ Nhật, Hán dịch: Âu Dương Hãn Tồn, Việt dịch: Thích Quảng Độ, Saigon: ĐHVH, 1969. Chùa Khánh Anh ở Paris in lại, Phật học Viện Quốc tế ở California phát hành.

-Kyabgon, Traleg, *The Essence of Buddhism*: *An Introduction to its Philosophy and Practice*, Boston & London: Shambhala, 2001.

-Mai Thọ Truyền, *Phật học đại cương*, bài cours cho Tín chỉ Phật học đại cương, Khóa mùa xuân 1964, Viện Cao đẳng Phật học Saigon, in ronéo; bài cours (có bổ sung) cho chứng chỉ Lịch sử triết học Đông Phương, niên khóa 1967 - 1968, ĐHVK Saigon, in ronéo.

-Murti, T.R.V., *The Central Philosophy of Buddhism*, London: Unwin Paperbacks, First published in 1955, Reprinted in 1987.

-Narada, Mahathera, *The Buddha and his Teachings*, Kandy (Sri Lanka): Buddhist Publication Society, First enlarged edition: 1964, Second revised and enlarged edition: 1973.

-Rahula, Walpola, *What the Buddha taught*, New York: Grove Press, 1962.

-Thích Chơn Thiện, *Phật học Khái luận*, California: Thanh Văn, 1992.

-Thích Quảng Liên, *Sử cương Triết học Ấn độ*, Saigon: tác giả x.b., bài cours cho sinh viên chứng chỉ Triết học Ấn độ, ĐHVK Saigon, 1965.

-Thích Thiện Hoa, *Tứ Diệu Đế*, Cholon: Hương Đạo, 1970.

-Williams, Paul, *Mahayana Buddhism*, London: Routledge, First published 1989, Reprinted 1991, 1993.

Chương 9

Bát Chánh Đạo

Trong bài viết này tôi sẽ trình bày:

I.-Dẫn nhập.

II.-Nội dung của Bát Chánh Đạo.

III.-Kết luận.

* * *

I.-Dẫn nhập:

Trong bài thuyết pháp đầu tiên của Đức Phật, Ngài đã giảng:

"Này các thầy Tỳ Kheo! đến khi Như Lai thấu triệt Bốn Diệu Đế/ Bốn Thánh Đế (insight and understanding of the Four Noble Truths/Four Holy Truths), về 3 phương diện (three stages) và đủ mười hai phương thức(twelve aspects) một cách hoàn toàn sáng tỏ thì đến lúc đó Như Lai mới xác nhận trước thế gian này gồm có cả chư Thiên (Gods), Ma vương

(Maras), Phạm thiên (Brahmas), Đạo sĩ (Recluses), Giáo sĩ Bà-la-môn (Brahmans), Con người (Humans) và loài ngoài hạng con người nữa (Some-One) rằng Như Lai đã đạt được ***Vô Thượng Chánh Đẳng Chánh Giác.*** *Và rằng lúc ấy tri kiến và nhãn kiến phát sanh thì* ***tâm*** *của Như Lai được giải thoát và không còn lay chuyển.* ***Đây là kiếp sống cuối cùng của Như Lai, Như Lai sẽ không bao giờ tái sanh nữa."***

(Kinh chuyển Pháp luân của Đức Phật, bản dịch và chú của NVT)

Để đạt được *"chánh giác"* (awakening), con người cần phải chấm dứt dukkha (những điều không bằng lòng, những sầu khổ ... *Vô minh* (ignorance, illusion) là điều đã che mờ sự thấu hiểu *Tứ Diệu Đế*. Như vậy cần phải dập tắt vô minh để đạt được *chánh giác*. Chánh giác chỉ có thể đạt được bằng con đường chấm dứt dukkha qua việc thực hành "*Con đường có tám chi nhánh" Bát Chánh Đạo (*Ariya atthangiko Maggo). Bát Chánh Đạo chính là trọng tâm lời Phật dạy trong Tứ Diệu Đế. Đức Phật gọi Bát Chánh Đạo là con đường ở giữa, vì nó loại bỏ những cực đoan.

II.-Nội dung của Bát Chánh Đạo:

Trong bài thuyết pháp đầu tiên Đức Phật giảng:

"Này các thầy Tỳ Kheo! Phép tu hành theo con đường ở giữa mà Như Lai đã ngộ là sự tu hành để phát triển nhãn quan, tri kiến, đưa đến sự an tịnh, trí tuệ cao siêu, giác ngộ và Niết-bàn là gì? – Đó là ***Bát Chánh Đạo (****Hán-Việt. 八正道, Sa. Ārya 'ṣṭāṅga mārgaḥ, Pi. Ariya aṭṭhaṅgiko maggo, Anh.Eightfold path).*

Bát Chánh Đạo là con đường có 8 chi nhánh (eightfold) là:

*1.-**Chánh Kiến** (正見, Pa. Samma ditthi, Anh. Right view),*
*2.-**Chánh Tư duy** (正思唯, Pa. Samma sathkappa, Anh. Right intention),*
*3.-**Chánh Ngữ** (正語, Pa. Samma vaca, Anh. Right speech),*
*4.-**Chánh Nghiệp** (. 正業, Pa. Samma kammanta, Anh. Right action),*
*5.-**Chánh Mạng** (正命, Pa. Samma ajiva, Anh. Right Livehood),*
*6.-**Chánh Tinh Tấn** (正精進, Pa.Samma Vayama, Anh. Right Effort),*
*7.-**Chánh Niệm** (正念, Pa. Samma sati, Anh. Right Mindfulness),*
*8.-**Chánh Định** (正定, Pa. Samma Samadhi, Anh. Right Concentration).*

Đức Phật dùng chữ *Chánh* (Samma, Av.right) với ý nghĩa là những gì đúng và thích hợp. Chữ Chánh có thể cùng nghĩa với chữ *khôn ngoan* (wise). Như vậy giải pháp chân chánh hay khôn ngoan là những trải nghiệm để biết rằng những hành động nào đem đến hạnh phúc, và những hành động nào đem đến "*sự không hài lòng, khổ sở..."*

Bát Chánh Đạo có thể chia thành ba nhóm theo đặc tính thực nghiệm của mỗi chi nhánh:

A.-Tuệ (Prajna, Av. Wisdom) gồm có:

1.-Chánh kiến.
2.-Chánh tư duy.

nhóm này nhằm trau dồi, vun trồng trí tuệ để đi đến con đường đạt giác ngộ (awakening).

Chánh kiến nhờ trợ lực của *Chánh tư duy* mà quan sát đối tượng để nhận định đâu là đúng, đâu là sai.

B.-Giới/ luân lý (Sila, Av. Morality) gồm có:

3.-Chánh ngữ.
4.-Chánh nghiệp.
5.-Chánh mạng.

nhóm này nhằm trau dồi, vun trồng những hành vi đạo đức tốt như lòng thương người (compassionate heart), tâm từ bi (compassionate mind) qua những gì mình nói, qua những gì mình làm, và qua nghề nghiệp mình chọn lựa để sinh sống.

C.-Định (Samadhi, Av. Concentration) gồm có:

6.-Chánh tinh tấn.
7.-Chánh niệm.
8.-Chánh định.

nhóm này giúp tập trung vào những đối tượng tốt, thanh tịnh để đạt đến niết-bàn, đến giải thoát.

Chánh tinh tấn là trợ duyên để *Chánh định* nỗ lực tập trung vào điều tốt lành. *Chánh niệm* là trợ duyên để ngăn chặn những giao động giúp *Chánh định* tập trung vào đối tượng tốt lành.

Tất cả tám chi của Bát Chánh Đạo đều có sự trợ lực hỗ tương nhau, đều liên kết với nhau để làm con đường chấm dứt dukkha.

Chúng ta cần hiểu rõ ý nghĩa của mỗi bước rồi cố gắng thực hành trong cuộc sống hằng ngày để bánh xe Phật Pháp luân chuyển và đưa chúng ta đến một đời sống tốt đẹp hơn. Sau đây là ý nghĩa mỗi chi nhánh của Bát Chánh Đạo:

1.Chánh kiến là thấy, nghe, nhận thức đứng đắn, ngay thẳng; hiểu sự vô thường trong cuộc đời, những điều kiện không bằng lòng, và những yếu tố tùy thuộc lẫn nhau của cuộc đời đã gây ra những điều không được bằng lòng, những điều bất mãn.

Chánh kiến là hiểu rõ những điều kiện đạo đức và tinh thần để trau dồi chất lượng của tư tưởng, của lời nói và hành động. Chánh kiến loại bỏ những thành kiến.

Chánh kiến là phát triển những điều Đức Phật dạy trong Kinh Chuyển Pháp Luân, là phát triển tri kiến và trí tuệ để biết "*nhìn sự vật như là nó hiện có*"; đây là những hạt giống của tuệ giác (wisdom) để diệt vô minh và đạt được "*Giác ngộ" và "Niết-bàn"*.

2.-Chánh tư duy là suy nghĩ đúng đắn với lẽ phải, loại bỏ những ý tưởng tham lam, hãm hại, tàn bạo và ác độc đối với người khác; luôn luôn phát triển và trau dồi lòng vị tha, thương người, và có ý đối xử tốt với mọi người, luôn luôn phát khởi ý tốt đối với mọi chúng sanh, luôn nghĩ tới những người đang khổ sở để mang đến đều tốt lành cho họ, để giải thoát khổ đau cho họ.

3.-Chánh ngữ là lời nói phải chân thật, đúng với lẽ phải, bởi vì lời nói có một sức mạnh có thể gây nên điều tốt cũng có thể gây nên sự hảm hại cho người nghe. Con người thường nói những điều mình nghĩ nên *Chánh ngữ* phải theo sau *Chánh tư duy*; như vậy phải suy nghĩ cẩn thận trước khi nói ra: *"Lời nói chẳng mất tiền mua /Lựa lời mà nói cho vừa lòng nhau."*

Theo Đức Phật, muốn thực hành Chánh ngữ thì hành giả phải thực hiện các điều sau:

-Không nói dối.
-Không nói đâm thọc.
-Không nói thêu dệt hai chiều để gây tình cảm thù hận người khác.
-Không nói điều độc ác.
-Không nên nói nhiều quá.

Đức Phật khuyên rằng nếu không thể nói điều gì có ích lợi trong một hoàn cảnh nào đó thì tốt hơn hết là "*giữ im lặng*", bởi vì "*im lặng là vàng*".

4.-Chánh nghiệp là hành động nào cũng phải phù hợp với lẽ phải, đừng hãm hại bất cứ loài vật nào, bất cứ một người nào, ngay cả *đừng có một ý định* làm hảm hại người nào.

Chánh tư duy cũng diễn tả, cũng suy nghĩ về chánh nghiệp. Nói khác người có chánh nghiệp là luôn luôn có hành vi đạo đức tốt, tránh gây tổn thương quyền lợi và danh dự của kẻ khác. Đức Phật khuyên rằng để thực hành chánh nghiệp thì cần phải làm những điều sau đây:

-Không sát sanh, không hại sanh mạng của sinh vật.
-Không trộm cắp, cướp của.
-Không tà dâm.
-Không uống rượu quá nhiều, và dùng ma túy để giải trí.

5.-Chánh mạng là làm một nghề để sinh sống phải tránh làm hãm hại kẻ khác. Phật giáo thường khuyến khích con người loại bớt các tài sản vì nó ràng buộc mình. Thực ra thì cũng không có điều nào cấm cản việc tích trử tiền bạc và sắm các nữ trang quý giá. Tất cả tùy thuộc vào sự liên hệ của tài sản này do đâu mà có. Theo truyền thống thông thường thì sự giàu sang có thể là dấu hiệu của một nghiệp tốt lành (good karma). Tài sản dồi dào cũng có thể giúp hành giả một cơ hội giúp đỡ người khác qua lòng từ bi của hành giả.

Nói khác, Chánh nghiệp đòi hỏi một sự chọn lựa một nghề để kiếm sống mà không gây hại cho mọi người, mọi vật. Chánh nghiệp còn có nghĩa là khuyến khích chúng ta làm một nghề nghiệp gì để giúp đỡ, để đem lợi ích cho người khác.

Đức Phật đã đưa ra các nghề phải tránh như:

-Không bán vũ khí.
-Không bán ma túy.
-Không làm nghề đồ tể.
-Không sản xuất đồ uống có độc hại.

Trong thế giới ngày nay, Chánh mạng có thể gây nhiều sự hiểu lầm khi nghĩ rằng một người muốn chọn một nghề để sinh sống mà không hảm hại và làm tổn thương đến người khác. Có nhiều câu hỏi như:

-Người pha rượu (bartender) ở quán rượu có hành nghề theo chánh nghiệp hay không?

-Người quân nhân có chọn nghề nghiệp theo đúng Chánh nghiệp hay không? Sự giết chết quân thù là hành động trái với lời Phật dạy.

- v...v...

6.-Chánh tinh tấn là kỷ luật tinh thần nhằm chú tâm cố gắng, siêng năng, kiên nhẫn để sử dụng sự cố gắng thích hợp giữa hai cực đoan: một bên là lười biếng, một bên là làm quá sức. Chánh tinh tấn là loại bỏ những thái độ, những tư tưởng không đúng đắn. Chúng ta đã biết rằng Đức Phật đã cố gắng chống lại những trở lực để đi đến chỗ giác ngộ: Ngài đã bị thiếu nữ Mara cám dỗ, nhưng Ngài đã không bị lay chuyển để rồi đi đến chỗ đắc đạo.

Đức Phật khuyên rằng để thực hành chánh tinh tấn, chúng ta phải làm các việc như sau:

-Ngăn ngừa và đoạn trừ các điều ác.
-Chuyên cần làm những điều thiện.

7.-Chánh niệm:

Chữ Hán Việt "*niệm* 念 gồm ở trên có chữ *kim* 金 hay *kim:* 今 có nghĩa là hiện tại, bây giờ; và ở dưới là chữ *tâm* 心 có nghĩa *là* trái tim, trong lòng. Như vậy chữ niệm có nghĩa là nghĩ, nhớ, mong trong hiện tại. (tiếng Pali là Sati, tiếng Anh là mindfulness).

Niệm còn có nghĩa là chú tâm nghĩ ngợi. Trong Pháp Hoa Kinh 法華經 có câu: "Đãn nhất tâm niệm Phật" " 但一心念佛 , nghĩa là chỉ một lòng niệm Phật.

Niệm còn có một nghĩa nữa là đọc, tụng. Ví dụ: niệm kinh 念經 nghĩa là đọc/tụng kinh; niệm thư 念書 nghĩa là đọc sách; niệm Phật 念佛 là tưởng nhớ đến danh hiệu Phật.

Niệm (Hán, 念, Pa. Sati, Anh. mindfulness) là những gì đang gợi lại trong tâm thức ở từng giây phút hiện tại mà không có sự can thiệp của phê phán, tâm thức thấy "*sự vật như là nó thật có*", tức là không có sự phê phán hoặc tốt hoặc xấu, hoặc không tốt không xấu. Chánh niệm (Right mindfulness) là luôn nghĩ nhớ đến điều lành nên làm, điều ác nên tránh.

Chánh niệm có nghĩa là phải làm cho đời sống của chúng ta gắn liền với những gì mà ta đang làm trong hiện tại. Ví dụ: khi ăn thì ta chú tâm ăn, khi đọc sách thì ta chú tâm đọc, khi đọc Kinh Phật thì ta chú tâm vào kinh Phật, Khi đang lái xe thì chú tâm vào việc lái xe, khi rửa chén thì chú tâm vào việc rửa chén.

Chánh niệm khiến chúng ta gợi lại những điều trong quá khứ, nhất là để tâm vào những điều ta luyến tiếc. *Chánh niệm* khiến chúng ta nghĩ đến tương lai, nhất là những điều chúng ta đang lo lắng. Rồi *Chánh niệm* giúp ta trở lại giây phút hiện tại để chú ý vào những điều ta đang muốn và đang xảy ra trong hiện tại và tìm ra một giải pháp thích hợp.

Đức Phật đã thực hành *chánh niệm* khi Ngài quan sát lại tư tưởng của Ngài, những tình cảm của Ngài, tình trạng sức khỏe của thân xác Ngài và tâm thức của Ngài. Rồi sau đó Ngài tìm "*con đường tu hành*" thích hợp.

Như vậy, điểm chính của *Chánh niệm* là *không* phê phán những trải nghiệm tinh thần như là điều tốt hay như là điều xấu, như là điều muốn làm hay như là điều không muốn làm, như là một điều phải làm hay như là một điều không nên làm. Nói khác, *Chánh niệm* giúp ta nhận thức "*sự vật như là nó có.*" Rồi nhờ *Chánh tinh tấn* trợ lực *Chánh niệm* để thúc đẩy những ý niệm tốt lành được hướng về con đường từ bi hơn.

Trong các tôn giáo khác cũng có những *giờ phút suy niệm*, nhưng cách thực hành thì khác *chánh niệm* của Phật giáo.

Ngày nay, *Chánh niệm* (Right Mindfulness) đã được khoa tâm lý trị liệu áp dụng. Các trường Đại học Y khoa ở Âu Mỹ đã dùng "*con đường Chánh niệm*" để trị các bệnh tâm thần như *căng thẳng* (stress), *trầm cảm* (depression), *âu lo* (anxiety) ...Chánh niệm đã giúp bịnh nhân nhìn thấy những gì ở quá khứ hiện ra trong hiện tại, hoặc tưởng tượng những gì ở tương lai hiện ra trong hiện tại như là nó đã thật sự xảy ra một cách không phê phán, hay so sánh với cái khác. Rồi bịnh nhân lần lần không còn bám víu vào cái mình thích và không tránh né những cái mình không thích. *Chánh niệm* làm giảm dần, và làm biến mất lòng ham muốn, giận dữ, lo sợ, ảo tưởng ... của bịnh nhân, và cuối cùng đem đến một *tâm bình an*, một trạng thái tốt đẹp.

Chúng ta nên áp dụng *Chánh niệm* mỗi khi ta có sự giao động trong cuộc sống hằng ngày của chúng ta để thân tâm được an lạc.

8.-Chánh định:

Định (定) có nghĩa là tập trung tư tưởng vào một vấn đề gì, vào một đối tượng gì, vào một điểm gì; lúc ấy tinh thần ở trong trạng thái thuần nhất và không giao động. Đạo Phật có phép tu khiến cho tâm tĩnh lặng, không vọng động, gọi là "định"; ví dụ:nhập định 入定, thiền định (禪 定).

Chánh định là tập trung tư tưởng vào một vấn đề gì tốt lành như lòng từ bi, như sự vô thường của cuộc đời. Tâm thần của chúng ta được coi như là một tấm gương dính bụi, Chánh định coi như lau chùi tấm gương để tấm gương được sáng tỏ. Nói khác, *Chánh định* giúp cho tâm thần được sáng sủa để nhìn *sự vật như là nó hiện hữu trong thực tại.*

Chánh định giúp chúng ta nhìn thấu triệt tính vô thường, tính duyên khởi của mọi sự vật, mọi hoàn cảnh ở đời để giúp chúng ta làm giảm những lo lắng, sợ sệt, nghi ngờ, tham luyến, giận dữ và ảo tưởng về một việc hay một vấn đề nào đó; và nhờ đó cuộc sống của chúng ta sẽ bình an hơn, sẽ khéo léo hơn, và sẽ từ bi hơn để đem lợi ích cho chính chúng ta và cho người khác.

Một kỹ thuật thường được dùng cho phương pháp chánh định một cách đơn giản là tập trung tư tưởng vào hơi thở. Hành giả có thể chú ý vào hơi thở của mình, theo dõi hơi thở ra và theo dõi hơi thở vào. Khi có một vọng động nào kéo đến tâm thức bởi các ý tưởng khác, bởi các hình ảnh khác, bởi các cảm xúc khác thì hành giả đem sự chú ý của mình trở lại sự theo dõi hơi thở mà mình đang thở. Hoặc khi có một ý nào hồi tưởng về quá khứ, hoặc một dự phóng về tương lai xuất hiện thì hành giả phải rời những kỷ niệm trong quá khứ, phải rời khỏi những mơ ước tương lai bằng cách đem sự chú ý, sự tập trung vào hơi thở của mình, theo dõi, tập trung vào hơi thở đang thở ra và thở vô. Cách thực hiện *thiền định* (禪 定) này gọi là *"tập trung tinh thần vào một điểm"*(one-pointed mental concentration). Do cách thực hành *Chánh định* sẽ giúp chúng ta thực hiện *Chánh niệm* ngay tức khắc.

III.-Kết luận:

Việc thực hành *Bát Chánh Đạo* sẽ giúp chúng ta thấu hiểu một cách thâm sâu Tứ Diệu Đế để diệt trừ dukkha. Bát Chánh Đạo là một hành trình đưa đến sự thức tỉnh (awakening), và đạt được giải thoát (nirvana), thoát khỏi sự luân hồi (samsara).

Một sự thật là cả ngàn năm nay, trong đại đa số con người không có nhiều người được giác ngộ (awakened), nhưng điều chắc chắn rằng việc thực hành 8 chi của Bát Chánh Đạo theo lời Đức Phật đã dạy sẽ giúp chúng ta đem lại nhiều lợi ích. Khi chúng ta thấu hiểu và thực hành các phần khác nhau của Bát Chánh Đạo thì chúng ta cảm thấy rằng chúng ta bớt giận dữ, bớt tham luyến, đối xử với mọi người rộng lượng và khôn ngoan hơn, chúng ta phát huy được tình thương người nhiều hơn, trí tuệ chúng ta được phát triển tinh tế hơn, và nhất là chúng ta cảm thấy bình an trong cuộc sống. Theo kinh nghiệm của nhiều người thì hành giả có thể thực hành "*chi*" nào trước cũng được, cần nhất là phải kiên nhẫn, việc thực hành đòi hỏi thời gian.

Toronto, 09 February 2017
Nguyễn Vĩnh Thượng

Tài liệu tham khảo chính yếu:

-**Đức Phật Thích-ca**, *Kinh chuyển Pháp luân*, dịch và chú bởi NVT, 2016.

-Bhikkhu Bodhi, edited & introduced, *In the Buddha's Words: An Anthology of Discourses from the Pali Canon*, Foreword by *The Dalai Lama*, Boston: Wisdom Publications, 2005.

-Bhikkhu Bodhi, *The Noble Eightfold Path: The way to the End of Suffering, 1999*
Source: *www.beyondthenet.net/dhamma/**noble**eight.htm*

-Gombrich, Richard, *Theravada Buddhism*, London: Routledge, First published 1988, Reprinted 1991, 1994, 1995.

-Kalupahana, David J., *Buddhist Philosophy: A Historical Analysis*, Honolulu: University of Hawai Press, 1976.

-Kimura Taiken, *Nguyên Thủy Phật giáo Tư Tưởng Luận*; nguyên văn chữ Nhật, Hán dịch: Âu Dương Hãn Tồn, Việt dịch: Thích Quảng Độ, Saigon: ĐHVH, 1969. Chùa Khánh Anh ở Paris in lại, Phật học Viện Quốc tế ở California phát hành.

-Kyabgon, Traleg, *The Essence of Buddhism*: *An Introduction to its Philosophy and Practice*, Boston & London: Shambhala, 2001.

-Mai Thọ Truyền, *Phật học đại cương*, bài cours cho Tín chỉ Phật học đại cương, Khóa mùa Xuân 1964, Viện Cao đẳng Phật học Saigon, in ronéo; bài cours (có bổ sung) cho chứng chỉ Lịch sử triết học Đông Phương, niên khóa 1967 - 1968, ĐHVK Saigon, in ronéo

-Narada, Mahathera, *The Buddha and his Teachings*, Kandy (Sri Lanka): Buddhist Publication Society, First enlarged edition: 1964, Second revised and enlarged edition: 1973.

-Rahula, Walpola, *What the Buddha taught*, New York: Grove Press, 1962.

Chương 10

Con đường Trung đạo

Trong bài này, tôi sẽ trình bày:

I.-Đức Phật – Con đường Trung đạo.

II.-Long Thọ (Nagarjuna) - Con đường Trung đạo.

III.-Đức Dalai Lama thứ 14 - Giải pháp Trung dung cho Tây Tạng.

IV.-Khổng tử - Con đường Trung dung.

V.- Áp dụng thuyết Con đường Trung đạo trong cuộc sống hằng ngày.

* * *

I.-Đức Phật – Con đường Trung đạo:

Trong bài thuyết pháp đầu tiên của Đức Phật, Ngài nói:

"Này các thầy Tỳ Kheo! Phép tu hành theo *con đường ở giữa* mà Như Lai đã ngộ là sự tu hành để phát triển nhãn quan, tri kiến, đưa đến sự an tịnh, trí tuệ cao siêu, giác ngộ và Niết-bàn là gì? – Đó là **Bát Chánh Đạo"**

(*Kinh Chuyển Pháp Luân*, bản dịch và chú của NVT)

Đức Phật gọi Bát Chánh Đạo là con đường Trung đạo/ con đường ở giữa (Pa. Majjhimāpaṭipadā; **Sa.** Madhyamāpratipad, HV. 中道 Trung đạo, Av. Middle Way/ Middle Path) bởi vì Bát Chánh Đạo tránh tất cả các cực đoan trong các cách ứng xử ở đời, và trong các quan điểm.

Câu chuyện của cuộc đời Đức Phật lịch sử đã cho chúng ta thấy rằng sau khi Ngài đã giác ngộ Ngài đem lý thuyết Con đường Trung đạo mà Ngài đã chứng ngộ để giảng cho 5 vị đệ tử đầu tiên. "*Con đường Trung đạo*" là một phương pháp được đưa ra để thực hành chứ không phải là một niềm tin siêu hình.

(Xem thêm bài "*Cuộc đời của Đức Phật Thích-ca*" của NVT)

Chúng tôi xin tóm tắt như sau: Đức Phật nguyên là một Thái tử, sống một đời vương giả quyền quý trong Kinh thành. Vua cha của Ngài muốn bảo vệ và ngăn cản Ngài khỏi những nhận biết về sự khổ sở ở đời bằng cách cung phụng những thú vui dục lạc được khép kín ở trong cung đình. Tuy nhiên, là một thanh niên lớn lên, Ngài đã tò mò muốn biết những gì xảy ra ở ngoài cung vua, nên Ngài đã dùng xe ngựa để trốn ra khỏi thành vua bằng cách qua mắt các kẻ trông nom mình. Khi ra được thế giới bên ngoài của hoàng cung, Ngài đã tham quan 4 nơi, và mỗi nơi Ngài chứng kiến được một cảnh tượng: người già, người bịnh, người chết và vị tu sĩ khất thực. 3 cảnh đầu tiên đã giúp Ngài nhận thức về sự khổ đau của cuộc đời, cảnh thứ 4 giúp Ngài nhận thức được sự thanh thản của cuộc đời. Với ảnh hưởng của 4 lần tham quan này, Đức Phật đã quyết định đi tìm giải pháp để diệt trừ sự khổ đau của cuộc đời mà Ngài đã chứng kiến. Ngài đã rời khỏi Kinh thành và quyết định trở thành tu sĩ khất thực, Ngài đã đi lang thang vào rừng sâu. Nơi rừng sâu, Đức Phật đã theo học với hai vị thầy tu khác nhau về thiền học, nhưng Ngài vẫn chưa tìm được chân lý như mình ước muốn mặc dầu Ngài đã học tất cả những gì hai bậc thầy này truyền dạy. Rồi Đức Phật đi theo 5 vị thầy tu khổ hạnh, cách tu khổ hạnh là nhịn ăn và tự hành xác của mình với niềm tin rằng mình sẽ đạt được một ân thưởng trong đời sống tương lai. Nhưng sau đó, Đức Phật nhận thấy rằng lối tu khắc khổ có nhiều giới hạn, Ngài quyết định bỏ cách tu khắc khổ, bỏ việc nhịn ăn, nhịn uống. Ngài nhận thức rằng cả hai lối sống hưởng thụ dục lạc và sống khắc khổ không hoàn hảo; và Ngài khẳng định rằng Ngài cần phải tìm một con đường khác. Ngài chợt khám phá ra được "*con đường trung đạo*".

Con đường Trung đạo (Pa.Majjhima patipada, Sa. Madhyamāpratipad, Anh. Middle Way, Việt Hán. Trung đạo 中道) là con đường loại bỏ hai cực đoan để đạt được sự giải thoát khỏi dukkha, Đức Phật nói:

1.-*Một cực đoan* là chìm đắm trong dục lạc (sensual pleasures), một dự tính loại bỏ những điều "*không hài lòng*" bằng cách thỏa mãn những dục vọng. Cách này đem đến những sự thỏa thích, những sự thụ hưởng đạt được chỉ có tính cách tạm thời và không đi vào chiều sâu của sự hài lòng. Đức Phật nhận thức rằng dục lạc là những trải nghiệm đã bám chặt vào tâm tư của chúng sanh, và Ngài đã nhận thức một cách sâu sắc rằng đó là những sự bám víu nóng bỏng, đã trở thành những thỏa thích dục lạc của chúng sanh bình thường. Đức Phật đã thấu hiểu rằng những dục lạc ấy thấp kém hơn những hạnh phúc đến từ sự từ bỏ các dục lạc ấy. Do đó, Ngài đã dạy nhiều lần rằng con đường đi tới mục đích tối thượng Nirvana đòi hỏi phải từ bỏ dục lạc. Đức Phật nói rằng những khoái lạc trong dục lạc thì thấp hèn, phàm tục và vô ích, nó không dẫn đến mục đích tối thượng.

2.-*Một cực đoan khác* là sự thực hành lối tu hành xác, nhằm cố gắng đạt được sự giải thoát bằng việc làm đau đớn thân xác của mình. Con đường này đi đến kết quả là thân xác ốm yếu cằn cỗi. Cái sai lầm là lấy thân xác làm nô lệ cho một tâm thức mà cội rễ của tâm thức này là dựa vào lòng tham, sân, si. Việc thực hành ý muốn hành xác không những chẳng đem đến lợi ích gì mà còn cần phải loại trừ. Vì vậy, Đức Phật nói rằng cái cực đoan thứ hai này làm đau đớn thân xác và vô ích, nó không đưa đến mục đích tối thượng Nirvana: "*Một tinh thần minh mẫn trong một thân thể tráng kiện" (tục ngữ).*

Đứng xa cách khỏi hai cực đoan trên là *"Bát Chánh Đạo"*, còn gọi là "*Con đường Trung đạo"*.

Con đường Trung đạo không có nghĩa là một sự kết hợp giữa hai cực đoan này mà có nghĩa là phải vượt qua, vượt lên trên hai cực đoan này bằng cách tránh những sai lầm mà mỗi cực đoan đều có.

II.-Long Thọ (Nagarjuna) - Con đường Trung đạo:

Nagarjuna (*HV*. Long thọ, **龍樹**, khoảng thế kỷ thứ 3 sau Tây Lịch, tức khoảng 700 năm sau ngày Đức Phật Thích ca nhập diệt, ông thuộc dòng dõi Bà-la-môn) đã lấy quan niệm "*con đường đứng giữa*"/ Con đường Trung đạo của Đức Phật lịch sử và phát triển thêm để đưa ra học thuyết Trung đạo (Madhyamaka) được luận giải trong quyển Mula-madhyamaka Karika (中論, Trung luận, Anh. Fundamental verses on the middle way) được viết vào khoảng năm 150 Tây Lịch).

Madhyamaka là tiếng Sanskrit có nghĩa là **con đường ở giữa**/*con đường trung đạo* (the middle way). Trung luận đặt trên một lý luận rằng không có gì tuyệt đối, mọi sự vật đều tương đối, không có sự vật nào tự tồn tại, mọi sự vật đều tùy thuộc lẫn nhau (everything is interdependent). Ngài Long Thọ còn phát triển thuyết Trung đạo sâu xa hơn nữa bằng cách căn cứ vào thuyết Duyên Khởi để lập nên một biện chứng "*Bát Bất*"/Tám cái Phủ định/ của con đường Trung đạo (the Eight Negation of the Middle Way) gồm những phủ định của các cặp cực đoan với nhau:

"Bất sanh, bất diệt,
Bất đoạn, bất thường,
Bất nhất, bất dị,
Bất khứ, bất lai."

(trong Trung Quán Luận, đoạn tóm tắt từ Tạp A-hàm Kinh)

"It neither exists nor not exists,
It is not permanent nor discontinuous,
It is not one nor different,
It is not coming nor going."

(*in the Madhyamika Sustra, an abstract from Samyukta Agama , Av. ConnectDiscourses)*

Từ lý luận này, Trung luận đi đến khái niệm về *tánh không (shunyata)*. Shunyata nghĩa là trống không (Shunyata means emptiness). Điều này không có nghĩa là không có cái gì hiện có. Nó có nghĩa là không có cái gì tự nó hiện hữu, cái đó là một phần của "*mạng lưới phổ biến*" *của hiện hữu* (a part of a universal web of being). Quan niệm này là trọng tâm tư tưởng của các trường phái trong Phong trào Phật giáo Phát triển/ Phật giáo Đại thừa.Thực ra quan niệm *"tánh không"* là một hình thức diễn tả lại quan niệm về *vô ngã* (anatman, Av.not soul, not self-possessed), về *vô thường* (anitya, Anh. Impermanent), *khổ* (dukkha, Anh. dissatisfactoriness, pain, sorrow).

(Xem thêm: *Phật giáo Nguyên thủy, Thượng Tọa Bộ và Phật giáo Phát triển* của NVT)

III.-Đức Dalai Lama thứ 14 - Giải pháp Trung dung cho Tây Tạng:

"Tương truyền, Phật giáo đã được du nhập vô Tây Tạng vào thế kỷ thứ 3 sau CN. Nhưng theo sử liệu thì Phật giáo đã chính thức thâm nhập vô Tây Tạng vào thế kỷ thứ 7 CN, dưới thời Vua Songtsen Gampo, trị vị từ năm 605-650 CN. Vua này có 2 bà vợ: một là công chúa Bhrikuti Devi xứ Népal, hai là công chúa Văn Thành, cháu gái vua Đường thái Tông (635-638) xứ Trung Hoa. Cả hai bà đều rất mộ đạo Phật, nên họ đã khẩn cầu nhà Vua cho Phật giáo thâm nhập vào xứ Tây Tạng. Trong lịch sử phát triển đạo Phật ở Trung Hoa và ở Việt Nam, phụ nữ là những người hộ pháp nhiệt thành và đắc lực nhất, nhờ lòng mộ đạo nhiệt thành của họ nên rất nhiều chùa chiền Phật giáo đã được xây cất không những có kiến trúc hoành tráng mà số lượng còn hơn các Văn Thánh miếu của Khổng giáo nữa.

Vào hậu bán thế kỷ 14 sang đầu thế kỷ 15, Đại sư Tsongkhapa (1359 – 1419), vị lãnh đạo tôn giáo tối cao, đã canh tân ***Phật giáo Tây Tạng****, còn gọi là* ***Lạt-Ma giáo****, đây là quốc giáo của Tây Tạng. Lạt-Ma giáo được truyền vào phía Bắc Trung Hoa, Mông Cổ từ đời Minh (1368-1644). Kể từ năm 1575, Đại sư Tsongkhapa đặt ra hai vị lãnh đạo tối cao cho Lạt-Ma giáo là:*

1. ***Dalai Lama*** *(Đạt-lai Lạt-ma) có nghĩa là vị Lama có tâm hồn bao la như biển cả,(Dalai= biển cả , ocean), (Lama = tối thượng sư, vị sư sống đời độc thân (celebrate priest). Vị này ngự tại Giáo đền ở Lhasa để hành xử thế quyền, được coi như là hoá thân của Đức Quán Thế Âm Bồ Tát (re-incarnation of Avolokitesvara). Sau khi Dalai Lama chết thì Panchen Lama (Ban-thiền Lạt – Ma) tìm người thay thế trong số các trẻ em vừa mới sanh sau cái chết của Dalai Lama vì họ tin rằng đó là hoá thân của vị Dalai lama này, và ngược lại . Vị Dalai Lama thứ nhất là Gedun Drupa (1391 – 1474).*

2. ***Panchen Lama*** *(Ban-thiền Lạt –ma) có nghĩa là đại học giả (great scholar), vị này chủ quản đời sống tâm linh, nắm giữ thần quyền, được coi như là hoá thân của Đức Phật A-di-đà (Amitabha Buddha).*

Năm 1910, nhà Thanh đem quân xâm chiếm Tây Tạng. Tuy nhiên năm sau thì nhà Thanh sụp đổ, nhân đó vị Dalai Lama thứ 13 Thupten Gyatso (1876 – 1933), đã trị vì từ 1895, tuyên bố độc lập cho đất nước Tây Tạng, đuổi quân đội ngoại xâm nhà Thanh ra khỏi xứ. Tây Tạng hưởng được độc lập thực sự từ 1912 đến 1950.

(Nguồn : internet)

*Ngài **Tenzin Gyatso** (1935-) là vị Dalai Lama thứ 14 của Phật giáoTây Tạng (Tibetan Buddhism) . Năm 1949, Mao trạch Đông chiến thắng ở Trung quốc, Mao cho quân tái chiếm Tây Tạng. Năm 1950, chánh phủ Tây Tạng tôn vinh Đức Dalai Lama thứ 14 làm nhà lãnh đạo xứ Tây Tạng, lúc ấy Ngài được 15 tuổi. Suốt thập niên 1950, Mao đã dần dần áp đặt chủ nghĩa xã hội trên đất Tây Tạng. Vào ngày 10 tháng 3 năm 1959, Dalai Lama thứ 14, lúc ấy Ngài được 23 tuổi, đã giả dạng thường dân và đã cùng với một số ít người tùy tùng trốn qua Ấn độ. Từ đó Ngài sống cuộc đời lưu vong và chưa bao giờ có cơ hội trở lại quê hương của mình. Tại hải ngoại, Ngài đi bôn ba khắp nơi để vận động giành độc lập cho Tây Tạng. Đức Dalai Lama đã đem đến cho phong trào tranh đấu Phật giáo thế giới* một đức lý xã hội của Phật giáo dấn thân *(Social Ethics of Engaged Buddhism).*

*Năm 1988, Đức Dalai Lama tuyên đọc "**Giải Pháp Trung Dung" (Middle Way Approach**) để giải quyết cuộc tranh chấp giữa Trung quốc và Tây Tạng tại **Quốc Hội Liên Bang Âu Châu (European Parliament**) ở Strasbourg, Pháp quốc. "Giải Pháp Trung Dung" được Ngài lấy từ ""Bài thuyết pháp đầu tiên" của Đức Phật Thích-Ca Mâu-Ni cho 5 người đệ tử đầu tiên của Ngài.Con đường trung đạo là con đường ở giữa hai cực đoan: một là lối tu khổ hạnh (asceticism), hai là cuộc sống tự thoả mãn trong dục lạc (self indulgence). Quý vị có thể đọc diễn văn chính trị nầy một cách chi tiết hơn ở www.dalailama.com/messages/middleway-approach,accessed Jan.30,2013.Theo "giải pháp trung dung" của Ngài, thay vì Tây Tạng đòi độc lập hoàn toàn từ Trung Quốc thì giờ đây: Tây Tạng muốn được tự do về các việc nội trị như tôn giáo, văn hoá , giáo dục, kinh tế, y tế và môi trường qua một chính phủ được dân bầu một cách dân chủ; còn Trung Quốc thì lo việc ngoại trị: ngoại giao và quốc phòng. Theo Ngài Dalai Lama, với giải pháp trung dung thì cả Trung Quốc và Tây Tạng đều được hưởng lợi ích chung.*

Nhưng tiếc thay, các nhà lãnh đạo Trung Quốc không để ý tới " Giải pháp trung dung" của Ngài Dalai Lama. Càng ngày Trung Quốc càng vi phạm nhân quyền, và đã đàn áp nhiều cuộc phản kháng bất bạo động ở Tây Tạng. Ở hải ngoại, Dalai Lama tiếp tục đi bôn ba vận động sự ủng hộ cho Tây Tạng ở khắp nơi. Cộng đồng các quốc gia tự do dân chủ ở Âu Châu, Bắc Mỹ, Úc Châu đều ủng hộ lời kêu gọi của Ngài.

*Năm 1989, Ngài được trao giải thưởng Nobel về hoà bình (**Nobel Peace Prize**). Năm 2007, Ngài được trao huy chương vàng của Ngành Lập Pháp Hoa kỳ **(U.S Congressional Gold Medal).***

Đức độ đáng tôn kính của Đức Dalai Lama thứ 14 đã được cả thế giới khâm phục, từ các vị lãnh đạo các nước dân chủ cho đến mọi người dân ở Bắc Mỹ/ Hoa kỳ và Canada, Anh,Pháp, Đức, Úc v.v.. nên có rất nhiều người đã cải đạo sang Phật giáo Tây Tạng, hay Lạt-Ma giáo, rất đông."

(Xem thêm bài "*Phật giáo như là một triết học hay như là một tôn giáo*" của NVT)

Không đồng ý với quan điểm áp dụng "*Con đường Trung đạo*" trong chính trị, Tổng Thống Hoa Kỳ John Adams* (1735 – 1826) đã viết cách đây trên 200 năm rằng:

"*In politics the middle way is none at all*"

(Letter to Horatio Gates, 23 Mar. 1776)

(Trong chính trị, không hề có cái gọi là"con đường trung dung"nào cả")

[* John Adams là vị Tổng Thống thứ 2 của Hoa Kỳ (1797 – 1801), đã là vị Phó Tổng Thống thứ 1 của Hoa Kỳ (1798 – 1797), ông là vị lãnh đạo đã thu hồi nền độc lập Hoa Kỳ khỏi sự lệ thuộc vào nước Anh]

IV.-Khổng Tử - Con đường Trung Dung:

Nho giáo có *"tứ thư"* là 4 cuốn sách: Đại Học (大學), Luận Ngữ (論語), Trung Dung (中庸) và Mạnh Tử (孟子). Trung Dung là quyển sách do Tử Tư (483 tr. CN – 402 trước CN) làm ra, Tử Tư là học trò của Tăng Tử, là cháu nội của Khổng Tử.

Trọng tâm triết lý của Trung Dung (中庸) có điểm tương tự với triết lý trung đạo của Phật giáo. Trung (中) là ở giữa, tâm điểm, Dung (庸) là bình thường; Trung Dung tức là "*không thái quá, không bất cập*", tùy thời mà hành động. Tuy nhiên, biết "*trung*" cho hợp lẽ là điều rất khó, bậc hiền nhân nhiều khi cũng không theo nổi.

Người đầu tiên đề cao "*đạo trung dung*" là Khổng Tử (孔子, 551 trước CN - 479 trước CN), còn Đức Phật Thích-ca đã sống và hoằng pháp ở phía đông tiểu lục địa Ấn Độ vào khoảng giữa thế kỷ thứ 6 và 4 trước CN. Theo Khổng Tử, muốn giữ "*đạo trung*" thì phải biết *quyền biến* và *tùy thời*, điều này rất ít người theo được:

子曰：中庸之为德也，其至矣乎！民鲜久矣

Tử viết: Trung dung chi vi đức dã, kỳ chí hĩ hồ! Dân tiển cửu hĩ.

dịch: Khổng Tử nói: **Trung dung** là đạo đức tốt đẹp cao nhất ! Dân chúng từ lâu thiếu hẳn đạo đức này.

Các môn đệ của Khổng Tử rất phục Ngài và đề cao Ngài là bậc Thánh của *"đạo trung dung", "đạo tùy thời"* . Xét cuộc đời của Khổng Tử, chúng ta nhận thấy Ngài đã thực hiện đúng theo "*đạo trung dung*": Khi cần phải nói thì nói, khi cần phải im thì im, lúc cần đi thì đi, lúc cần dừng thì dừng, cần đi nhanh thì đi nhanh, cần đi chậm thì đi chậm, lúc nên làm quan thì làm quan, lúc không nên làm quan thì từ chức, thôi không làm nữa.

V.-Áp dụng thuyết Trung đạo trong cuộc sống hằng ngày:

Chúng ta không nên bám chặt vào một thành kiến, vào một chủ nghĩa, một giáo điều cứng nhắc nào rồi cứ cho những gì mình chọn lựa là đỉnh cao của trí tuệ loài người. Đây là một sai lầm và đưa đến hậu quả là làm hại cho chính mình và làm khổ đau cho bá tánh. Trong đời sống đạo đức hằng ngày, chúng ta nên vận dụng lời Đức Phật dạy về thuyết Trung đạo để thực hành một hướng đi có lợi cho mình và đem lại phúc lợi cho kẻ khác nữa.

Toronto, 02 March 2017

Nguyễn Vĩnh Thượng

Tài liệu tham khảo chính yếu:

-Đức Phật Thích-ca, *Kinh chuyển Pháp luân*, dịch và chú bởi NVT, 2016.

-Bhikkhu Bodhi, edited & introduced, *In the Buddha's Words: An Anthology of Discourses from the Pali Canon*, Foreword by *The Dalai Lama*, Boston: Wisdom Publications, 2005.

-Gombrich, Richard, *Theravada Buddhism*, London: Routledge, First published 1988, Reprinted 1991, 1994, 1995.

-Kalupahana, David J., *Buddhist Philosophy: A Historical Analysis*, Honolulu: University of Hawai Press, 1976.

-Kimura Taiken, *Nguyên Thủy Phật giáo Tư Tưởng Luận*; nguyên văn chữ Nhật, Hán dịch: Âu Dương Hãn Tồn, Việt dịch: Thích Quảng Độ, Saigon: ĐHVH, 1969. Chùa Khánh Anh ở Paris in lại, Phật học Viện Quốc tế ở California phát hành.

-Kyabgon, Traleg, *The Essence of Buddhism*: *An Introduction to its Philosophy and Practice*, Boston & London: Shambhala, 2001.

-Mai Thọ Truyền, *Phật học đại cương*, bài cours cho Tín chỉ Phật học đại cương, Khóa mùa xuân 1964, Viện Cao đẳng Phật học Saigon, in ronéo; bài cours (có bổ sung) cho chứng chỉ Lịch sử triết học Đông Phương, niên khóa 1967 - 1968, ĐHVK Saigon, in ronéo.

-Murti, T.R.V., *The Central Philosophy of Buddhism*, London: Unwin Paperbacks, First published in 1955, Reprinted in 1987.

-Narada, Mahathera, *The Buddha and his Teachings*, Kandy (Sri Lanka): Buddhist Publication Society, First enlarged edition: 1964, Second revised and enlarged edition: 1973.

-Nguyễn Văn Thọ, *Trung Dung bình giảng*, bài cours cho Chứng chỉ Triết học Trung Hoa, Đại Học Văn Khoa Saigon, in ronéo, 1968.

-Rahula, Walpola, *What the Buddha taught*, New York: Grove Press, 1962.

-Thích Chơn Thiện, *Phật học Khái luận*, California: Thanh Văn, 1992.

-Thích Quảng Liên, *Sử cương Triết học Ấn độ*, Saigon: tác giả x.b., bài cours cho sinh viên chứng chỉ Triết học Ấn độ, ĐHVK Saigon, 1965.

-Thích Thiện Hoa, *Phật học Phổ thông từ khóa I đến khóa XII* (gồm 12 quyển), đã xuất bản ở Saigon từ 1955 – 1964. Tái bản: Phật Học Viện Quốc tế, Sepulveda, CA, USA, 1982.

-Williams, Paul, *Mahayana Buddhism*, London: Routledge, First published 1989, Reprinted 1991, 1993.

Chương 11

Tứ Pháp Ấn

Bài viết này sẽ được trình bày như sau:

I.-Dẫn nhập: Định nghĩa Tứ Pháp Ấn.

II.-Nội dung của Tứ Pháp Ấn:

1.Vô thường.

2.Khổ, đúng nghĩa là Những điều không hài lòng.

3.Vô Ngã.

4.Niết-bàn

III.-Kết luận.

* * *

I.-Dẫn nhập:

Trong 45 năm thuyết pháp, Đức Phật Thích-ca đã không để lại một chữ viết nào cả. Sau khi Đức Phật lịch sử nhập niết-bàn (khoảng năm 483 trước CN), đã có 3 kỳ Hội nghị kết tập kinh điển, Các vị Trưởng lão và Đại sư đã theo cách "*ghi nhớ kinh điển ở trong đầu*" (committing the Tripitaka to memory) để ghi lại lời Phật dạy.

Vào khoảng thế kỷ thứ 1 tr. CN, Vua Vattagamani, ở xứ Sri Lanka (Tích Lan), đã hỗ trợ cho Hội nghị kết tập kinh điển lần thứ tư. Ở Ấn độ, Đại đế Kaniska đã hết lòng hỗ trợ Hội nghị kết tập kinh điển lần thứ tư vào khoảng thế kỷ thứ 1 sau CN. Cả hai Hội nghị kết tập kinh điển lần thứ tư đều duyệt xét, gom góp và bổ sung cho ba tạng kinh: *Kinh tạng, Luật tạng và Luận tạng.* Kể từ đây, các Trưởng lão và Đại sư đã thay đổi phương cách truyền miệng bằng cách "*ghi chép Tam tạng Kinh điển bằng chữ viết*" (committing the Tripitaka to writing).

(xem thêm bài viết: "*Biểu nhất lãm Tam tạng kinh điển Phật giáo*" của NVT)

Trải qua một lịch sử khoảng 2.500 năm, những kinh điển, luận giải được thu thập trong Kinh tạng là một khối lượng đồ sộ, chứa đựng nhiều tư tưởng, giáo lý phong phú và cao siêu. Nhiều nơi trong kinh sách Phật giáo nói rằng đã có 84.000 bài thuyết pháp của Đức Phật Thích-ca lịch sử. Thực ra con số này chỉ để cường điệu rằng Đức Phật đã có rất nhiều bài thuyết pháp chứ số lượng của các bài thuyết pháp không lên tới con số 84.000.

Các *nhà nghiên cứu Phật học* (Buddhologist) đã nhận xét rằng trong số lượng đồ sộ của các bài thuyết pháp và Kinh điển thì phần lớn do Đức Phật thuyết giảng, nhưng cũng có rất nhiều bài Kinh văn không phải do chính Đức Phật nói ra. Nói khác đi, các bài Kinh đó không phát ra từ cửa miệng của Phật (not from Buddha's mouth). Có những *Ngụy kinh* (Apocrypha) là những kinh hoàn toàn không phải do Đức Phật thuyết giảng, nhưng lại mượn danh Đức Phật để tăng sức thuyết phục và sự kính trọng của độc giả.

(Xem thêm bài viết: "*Ngụy Kinh trong thời kỳ Phật giáo Phát triển/ Phật giáo Đại thừa* của NVT)

Ngay cả thời nay, có nhiều bài viết và nhiều bài thuyết trình mà tác giả thường dẫn chứng với chú thích rằng đó là lời của Đức Phật nói như thế này, hoặc Đức Phật nói như thế kia. Thậm chí còn *dẫn chứng lời mạo nhận của Đức Phật (*fake Buddha's quotes*)*, dĩ nhiên là với mục đích làm tăng trọng lượng hoặc tính thuyết phục cho bài viết của mình hay bài thuyết trình của mình.

Để giúp các độc giả bình thường có thể phân biệt Kinh ngụy tạo với Kinh do Đức Phật nói ra, các vị Trưởng lão, các vị Đại sư, các nhà nghiên cứu Phật học đã đưa ra các đặc điểm (characteristics) của tư tưởng triết học Phật giáo để làm tiêu chuẩn soi sáng các bài Kinh có ý nghi ngờ không biết có phải là do Đức Phật nói ra hay không?

Các đặc điểm này được gọi là ***Pháp Ấn*** (法 印, Sa. Dharma Mudra, Av. Dharma Seals) có nghĩa là *dấu ấn của chánh pháp.* Dấu ấn là dấu hiệu, khuôn mẫu, tiêu chuẩn để xác nhận Phật Pháp. Kinh điển nào có nội dung tư tưởng triết học *phù hợp với Pháp Ấn* thì được coi là Kinh điển do Đức Phật nói ra, còn ngược lại thì được coi là Kinh điển không do Phật thuyết. Có những văn bản hay kinh điển theo đúng tinh thần những lời Phật dạy, hay không trái ngược với lời Phật dạy, nhưng không thể chắc chắn là do Đức Phật trực tiếp nói ra mà có thể do các vị cao tăng, các học giả uyên thâm Phật Pháp viết ra thì các Kinh văn này cũng có thể cho rằng đã đúng với Phật Pháp.

Điều đáng lưu ý là ***các Pháp Ấn (Dharma Seals) được đưa ra sau khi Đức Phật Thích-ca đã qua đời chứ không phải do chính Đức Phật đặt ra***.

Theo *Phật giáo Nam tông /Theravada /Thượng Toạ Bộ* thì có 3 Pháp Ấn là:

1.-Vô thường

2.-Khổ (Những điều không hài lòng)

3.-Vô Ngã

Còn theo *Phật giáo Bắc tông /Phật giáo Đại thừa/Phật giáo Phát triển* thì có 3 Pháp Ấn là:

1.-Vô thường

2.-Vô Ngã

3.-Niết-bàn

Chúng tôi tổng hợp hai quan điểm trên thành ra có **Bốn Pháp Ấn** (Four Dharma Seals/ Four Dharma Characteristics) như sau:

1.-Vô thường (Impermanence)

2.-Khổ (Những điều không hài lòng/ Dissatisfactoriness)

3.-Vô Ngã (non-Self)

4.-Niết-bàn (phiên âm chữ Hán 涅槃, Pa. Nibbana, Sa. Nirvana)

II.-Nội dung của Tứ Pháp Ấn:

Bốn Pháp Ấn (Four Dharma Seals) là *Bốn Đặc Điểm* (Four Characteristics) của tư tưởng triết học Phật giáo sẽ được trình bày như sau:

1.-Vô thường (無常, Sa. anitya, Pa. anicca, Av. Impermanence):

Đây là dấu ấn thứ nhất, đặc điểm thứ nhất của Tứ Pháp Ấn

a.-Định nghĩa: *Vô thường* nghĩa là không có thường hằng tức là biến chuyển, thay đổi không ngừng trong vũ trụ vạn vật. Trong "Duy thức tam thập tụng" đã viết: "*Hằng chuyển như bộc lưu*" có nghĩa là "*thường biến chuyển như dòng thác chảy*". Theo Phật giáo thì những giai đoạn thay đổi của một sự vật là "*thành, trụ, hoại, diệt*" hoặc là "*sanh, lão, bệnh, tử*". Sự vật ở đời thay đổi từng giây, từng phút, nhà Phật còn nói sự việc thay đổi theo từng *sát-na* (Sa. Ksana), sát-na là một đơn vị thời gian rất ngắn, theo Kinh Sách Phật giáo thì một ý tưởng thoáng qua trong đầu đã có 90 sát-na, một cái duỗi và co cánh tay lại đã có 60 sát-na trôi qua.

Quan niệm vô thường của đạo Phật thường được áp dụng vào các đối tượng sau đây:

-***Thân vô thường***: thân thể con người thay đổi không ngừng, thân xác chúng ta trở nên già đi một cách liên tục rồi đi đến cái chết: sanh, lão, bệnh, tử.

-***Tâm vô thường***: trạng thái tâm lý của con người thay đổi không ngừng, thay đổi từng giây, từng phút. (*Xem thêm bài viết Ngũ Uẩn của NVT*).

-***Hoàn cảnh vô thường***: sự đời, sự vật cũng thay đổi không ngừng, thời tiết thì biến đổi liên tục: *vật đổi sao dời*; hoàn cảnh, địa vị của người đời và đời người cũng thay đổi không ngừng: thành, trụ, hoại, diệt.

Mọi hiện tượng đều vô thường, liên tục phát khởi và suy tàn, liên tục đến rồi đi, bởi vì mọi hiện tượng đều được kết hợp bởi nhiều yếu tố. Mọi hiện tượng được kết hợp bởi nhiều yếu tố thì trước sau gì cũng bị rả ra từng phần, chứ không thể nào giữ nguyên trạng mãi mãi. Theo thuyết Duyên Khởi của Đức Phật, mọi sự, mọi vật thì sinh sinh diệt diệt, biến hóa không ngừng; mọi sự, mọi vật đều quay lăng như bánh xe: đó là *cái lý vô thường*. Nhưng trong cái vô thường này, có một điều không biến đổi, một điều vĩnh cữu là tính liên tục của sự biến đổi. Ví dụ như nước sông Hằng (Ganges) luôn luôn chảy mãi nhưng có cái hình sông Hằng về đại thể thì không biến đổi nên giúp chúng ta nhận thức được đó là sông Hằng.

Mọi sự vật đều được kết hợp bao gồm hai yếu tố *không gian* và *thời gian*. Không gian kết hợp nên hình thể của mọi vật thì biến đổi liên tục/ vô thường (impermanence). Còn thời gian là yếu tố được kết hợp cũng biến đổi liên tục/ vô thường; thực vậy *nếu không có quá khứ và tương lai thì cũng không có hiện tại*. Nhưng nếu giây phút hiện tại là bất biến/ thường hằng (permanence) thì chúng ta sẽ không có tương lai bởi vì hiện tại luôn tồn tại ở đây. Mọi sự vật đều trải qua thành, trụ, hoại và diệt. Nói khác, cái gì cũng trải qua giai đoạn bắt đầu, giai đoạn ở giữa và giai đoạn chấm dứt (beginning, middle and end).

Thánh Kinh Brahmana là một tư tưởng tôn giáo có trước thời Đức Phật lịch sử, đã quan niệm về thời gian như sau:

*"Trong Thánh kinh Brahmana, có vị thần Prajapati là vị thần sáng tạo nên vũ trụ vạn vật. Sự vật sinh ra rồi tự hủy, rồi lại phát sinh lại, có sự luân lưu di chuyển mãi mãi không ngừng. Tuy nhiên, muốn vạn vật được trường tồn thì còn phải có một yếu tố nữa là "**thời gian**"(kala) nếu không có thời gian luân lưu dây chuyền thì vạn vật cứ đứng một chỗ, mãi mãi ở chỗ hiện hình lúc ban đầu, nguyên hình không thể nào biến thiên, sanh sanh hóa hóa được. Bởi thế nên thần sáng tạo ra vũ trụ Prajati mới lấy dòng nước làm dòng thời gian, nước chảy xuôi rồi chảy ngược lên vô cùng tận và không bao giờ ngừng nghỉ. "**Thời gian**" là chất liệu để sanh thành, để biến hóa vạn vật trong vũ trụ.*

*"**Thời gian**" quả thật nhiệm mầu. Dòng thời gian bao gồm quá khứ, hiện tại và tương lai. Quá khứ cũng như tương lai đều là sự di chuyển của hiện tại. Nếu hiện tại nhiệm mầu và thì quá khứ cũng nhiệm mầu và tương lai lại còn nhiệm mầu hơn".*

(Xem thêm:" *Tư tưởng Triết học và Tôn giáo có trước khi Đức Phật lịch sử ra đời"* của NVT)

b.-Vô thường không phải là một ý niệm xấu

Nhiều người nghĩ rằng tư tưởng triết học Phật giáo thì bi quan (pessimistic) khi nói tới ý niệm về vô thường: sanh, lão, bịnh, tử; thịnh suy ở đời, có tài sản có thể tiêu tán. Nhưng thật ra đây chỉ là cái nhìn phiếm diện, ở phương diện tích cực, triết lý Phật giáo rất lạc quan (optimistic): nhờ thấu hiểu được lý vô thường chúng ta sẽ tự tin, bình thản trước mọi thay đổi của cuộc đời, trước mọi biến chuyển của thân xác, thân tâm sẽ được bình an và thưởng thức những gì đang xảy ra, chúng ta bớt sự bất bình với những bất trắc xảy ra. Ý niệm vô thường không làm chúng ta đau khổ trước sự thịnh suy của cuộc đời; ý niệm thường hằng làm cho chúng ta đau khổ vì khi ta nghĩ rằng mọi sự, mọi vật thì thường hằng, nhưng mọi sự, mọi vật thì vô thường. Nếu không có sự thay đổi liên tục/ vô thường thì cuộc đời không thể hiện hữu. Nếu không có sự vô thường thì con cái của chúng ta không thể lớn lên, không thể đi học... Nếu không có sự biến đổi liên tục/ vô thường thì một chế độ độc tài, ác độc cướp bóc sẽ không bao giờ thay đổi, không bao giờ suy tàn và chấm dứt.

Ý niệm về vô thường giúp chúng ta yêu mến những gì chúng ta đang có, những gì đang hiện hữu. Khi nghĩ rằng tình yêu là vô thường, nên chúng ta hãy yêu thương, tận hưởng tình yêu đang có, chúng ta yêu thương trân trọng quý mến những gì tốt đẹp mà ta đang có, và ngược lại chịu đựng những gì không tốt đẹp mà ta đang có vì rồi điều xấu này sẽ biến đổi.

Nói tóm lại, thấu hiểu được ý niệm vô thường đã giúp chúng ta tận hưởng hết mình những gì tốt đẹp đang có, khi nó thay đổi thì ta không có gì hối tiếc. Thấu hiểu được ý niệm vô thường giúp chúng ta có thể chuyển đổi sự bất hài lòng, sự khổ đau hiện tại để sống ở đời, để sự khổ đau vơi đi.

c.-Ý niệm vô thường trong văn học thời Lý và nhiều tác giả sau này:

Trong văn học thời Lý, các vị thiền sư thường lấy thiên nhiên để làm đề tài tư duy triết học mà họ đã tiếp thu từ tư tưởng Thiền tông. Nhìn cây lá thay đổi theo mùa, nhìn sấm chớp thoáng hiện, các thiền sư đã liên tưởng đến cái mong manh của kiếp người, đến sự thăng trầm của cuộc đời:

-Nguyên văn chữ Hán:

示 第 子

身 如 電 影 有 還 無

萬 物 春 榮 秋 又 枯

任 運 盛 衰 無 怖 畏

盛 衰 如 露 草 頭 舖

-Phiên âm Hán Việt*:*

Thị đệ tử

Thân như điện ảnh hữu hoàn vô

Vạn mộc xuân vinh, thu hựu khô

Nhậm vận thịnh suy vô bố uý

Thịnh suy như lộ thảo đầu phô.

[Vạn Hạnh (929-1025)]

-Dịch thơ:

Bảo đệ tử

Thân như bóng chớp chiều tà,

Cỏ xuân tươi tốt, thu qua rụng rờ.

Sá chi suy thạnh việc đời,

Thạnh suy như hạt sương rơi đầu cành.

(Thích Mật Thể dịch)

-Dịch nghĩa*:*

Dạy học trò

Thân người như sấm chớp, có rồi lại không,

Mùa xuân cây cỏ tốt tươi, rồi héo tàn khi mùa thu tới.

Mặc cho sự thạnh hay suy của vận đời, đừng sợ hải,

Thạnh suy chẳng khác nào như giọt sương đọng trên ngọn cỏ.

Theo Vạn Hạnh thiền sư, cuộc đời thì vô thường, thế sự thì thăng trầm. Ngài muốn cảnh tỉnh người đời chớ có bon chen một cách điên cuồng để khỏi bị mê hoặc bởi vòng danh lợi, hãy tìm đến sự giải thoát để tâm hồn được thanh tịnh.

*"[...] qua bài kệ "Thị đệ tử" của Vạn Hạnh, chúng ta thấy cái tư tưởng vũ trụ quan Dịch rất rõ. Câu đầu "*Thân như điện ảnh hữu hoàn vô*" có nghĩa là thiền sư đã vượt lên trên sống chết, có không của thế giới hữu hình, với tinh thần lạc quan yêu đời chứ không một chút yếm thế, cho nên thiền sư vội tiếp "*Vạn mộc xuân vinh, thu hựu khô*" nghĩa là thế giới hữu hình biến đổi không ngừng, không có sự vật nào, sự gì tự nó độc lập tồn tại trong chớp mắt, tất cả đều hiện ra rồi biến đi như tuồng ảo hóa vậy. Tuy rằng xét riêng từng vật lẻ loi thì nó không có, không tồn tại, nhưng xét toàn thể thì sinh vật nọ liên đới với vật kia, tuy biến đổi nhưng vẫn nằm trong cái sinh thành đại đồng, vẫn là một nguồn sống "*sinh sinh bất tức*" tràn ngập vũ trụ "*chu

lưu lục hư". *Cái ấy là Dịch, là nguồn sống vĩnh cửu* "sinh sinh chi vị Dịch". *Và Vạn Hạnh đã cảm thông đồng nhất hóa tâm mình với cái nguồn sống đại đồng ấy, cho nên mới có được cái tín ngưỡng mãnh liệt vào vận mệnh tuần hoàn bất diệt của vòng thời tiết bốn mùa:* "Xuân sinh, Hạ trưởng, Thu liễm, Đông tàn". *Đã thế thì còn lo sợ điều chi nữa, chỉ cần làm sao sống theo nhịp điệu vận hành của vũ trụ, của nguồn sống biểu hiện ra thiên hình vạn trạng, đấy là cái ý thức "nhậm vận":*

"Nhậm vận thịnh suy vô bố úy,

Thịnh suy như lộ thảo đầu phô!"

Đã nhậm vận nghĩa là hợp nhất với vận hành của nguồn sống vĩnh cửu thì hết lo thịnh suy, còn mất, bởi vì cũng như phải biết biến thông mới tốt.

Biết tuỳ thời là điều rất khó, phải bình tĩnh vô tư, sáng suốt, phải có trí. Dịch trọng cả đức lẫn trí, giống Khổng, khác Lão."

(Nguyễn Hiến Lê, *Kinh Dịch: đạo của người Quân tử*, California (USA): Văn Nghệ, 1991, tr. 191-192)

Trong khi đó, các nhà thơ có nhiều cảm xúc hơn trước cảnh đổi đời, thay ngôi đổi chủ, thương hải tang điền (bãi biển nương dâu), thăng trầm, vinh nhục, lên voi xuống chó đã làm đại thi hào Nguyễn Du đau đớn lòng:

Trải qua một cuộc bể dâu,

Những điều trông thấy mà đau đớn lòng.

(ND, Truyện Kiều)

Trước cảnh vật đổi sao dời, nhà thơ Trần Tế Xương vẫn còn ấn tượng của thời quá khứ. Ông tìm về kỷ niệm xa xưa, những hình bóng cũ, những âm hưởng sâu đậm vẫn hãy còn trong tâm thức:

Sông kia rày đã nên đồng,

Chỗ làm nhà cửa, chỗ trồng ngô khoai.

Đêm nghe tiếng ếch bên tai,

Giật mình còn tưởng tiếng ai gọi đò.

(TTX, *Sông lấp Nam Định*)

Gần đây hơn, lãng mạn hơn, nhà thơ lớn Xuân Diệu đã diễn tả tâm tư của thế hệ trẻ thời tiền chiến luyến tiếc những giây phút trôi qua quá nhanh:

Ôi ngắn ngủi là những giờ họp mặt!

Ôi vội vàng là những phút trao yêu!

Vừa nắng mai sao đã đến sương chiều ...

(XD, *Kỷ niệm*)

So sánh thái độ của các nhà thơ vừa trích dẫn ở trên, chúng ta nhận thấy thái độ của các thiền sư thời Lý quả thật là an nhiên tự tại trước cảnh vô thường, trước cái biến đổi của thế sự và hoàn cảnh thiên nhiên. Các thiền sư đã hoà đồng với thiên nhiên, với sự sinh hoá của vũ trụ và các vị sư ấy đã tìm thấy được cái định luật thường hằng là cái vô thường của vũ trụ vạn hữu.

d.-Các quan niệm về vô thường của các triết gia khác:

1. **Heraclitus** (Greek, Herakleitos; Pháp, Héraclite; khoảng 535 tr. CN - 475 tr. CN) chủ trương rằng mọi sự vật đều thay đổi liên tục, đó là kết quả của những sự xung đột và đối lập nội tại trong sự vật. Héraclite đã ví mọi vật đều biến chuyển như một dòng nước qua câu nói thời danh:

You can not step twice into the same river, for fresh waters are ever flowing in upon you. The sun is new every day.

(Bertrand Russel, *History of Western philosophy*, London: George Allen & Unwin, 1979, p. 63)

(Bạn không thể nào bước vào hai lần trong cùng một dòng sông, vì nước mát luôn luôn trôi chảy qua người bạn. Mỗi ngày mặt trời đều đổi mới)

Nước của dòng sông luôn luôn chảy, luôn luôn trôi đi mãi. Nhưng có cái không thay đổi là chính dòng sông, nhờ đó mà chúng ta xác định được dòng sông. Quan niệm này tương tự với quan niệm vô thường của Đức Phật.

2.-**Khổng Tử** (孔子, 551 tr. CN - 479 tr. CN): trong sách Luận Ngữ (論語) đã ghi:

子在川上曰: 逝者如斯夫, 不舍晝夜 (Tử Hãn 子罕)

Tử tại xuyên thượng viết: Thệ giả như tư phù, bất xả trú dạ.

Dịch: (Một hôm) *Khổng Tử đứng trên bờ sông mà than rằng: Trôi chảy mãi như thế này ư! ngày đêm không ngừng.*

Thời gian đi qua như dòng nước chảy suốt cả ngày đêm không ngừng nghỉ.Vũ trụ vạn hữu thì luôn luôn thay đổi, đổi thay không ngừng. Cái này qua đi thì cái kia kế tục không ngừng nghỉ. Đây là cái Đạo tự nhiên của trời đất. Hiện tượng dễ nhận thấy nhất là dòng nước chảy, thời gian đi qua như dòng nước chảy suốt ngày đêm không ngừng.

Việc đời thịnh rồi tới suy, suy rồi tới thịnh theo nguyên lý vô thường. Ví như nhà Lý (1009-1225) là triều đại thịnh trị nhất trong lịch sử Việt Nam nhưng rồi cũng đi tới chỗ suy tàn: triều Lý đã trải qua 9 đời vua, tổng cộng 216 năm trị vì. Rồi đến triều nhà Trần (1225 - 1400) chiếm ngôi của nhà Lý rồi cũng đi tới chỗ suy tàn, trải qua 12 đời vua, trị vì được 175 năm. Tần Thủy Hoàng (259 tr.CN - 210 tr. CN) là vua của nước Tần ở Trung Hoa, là vị vua đã đốt sách, chôn sống học trò, rồi cũng không tránh khỏi bịnh hoạn và chết vào năm 49 tuổi.

e.-Thái độ của người Quân tử và bậc đạt đạo trước sự thịnh suy của cuộc đời: luôn luôn lạc quan. Thế sự thăng trầm là cái thường tình của cuộc đời.

-Thái độ của người Quân tử trước sự thịnh suy của cuộc đời:

"Nó (triết lý của kinh Dịch) biết rằng có dương thì có âm, có thịnh thì có suy, việc đời thành rồi bại, bại rồi thành, không bao giờ hết, lúc xong việc là lúc việc mới bắt đầu, sinh là bắt đầu tử, tử là bắt đầu sinh: nó biết vậy, nhưng nó không chán nản, thấy việc phải thì cứ làm, theo đạo trung chính. Một cuộc sống như vậy nghiêm túc biết bao.

Nhưng nó không như Khổng tử "tri kì bất khả nhi vi "(*1) *nó hữu vi có mực độ, giữ mức trung, thấy thời còn có thể làm được thì làm, không thì hãy tạm ẩn nhẫn chờ thời, chờ thời mà không buông xuôi, không bỏ chí hướng. Nó biết giá trị của hạng cao sĩ, vì một lẽ gì đó không dự được vào việc đời thì làm như con chim hồng bay bổng trên chín từng mây. Một cuộc đời như vậy đẹp biết bao, mà ai bảo được là vô ích?*

-Nhất là nó lạc quan.

Nó thực tế nên nhận thấy trong xã hội nhiều cảnh nghịch hơn cảnh thuận, và mới xét, chúng ta tưởng như vậy là bi quan. Không phải nó an ủi ta rằng trong họa nấp phúc, suy rồi sẽ thịnh, cho nên những quẻ ý nghĩa xấu nhất thì hào cuối cùng lại thường tốt nhất, như mục trên tôi đã nói. Trong hoạ nấp phúc thì trong phúc cũng nấp hoạ cho nên nó khuyên ta gặp thời thịnh nên thận trọng đề phòng, để tránh hoạ sau này, chứ nó không bảo ta đừng nên hưởng phúc.

Tinh thần lạc quan đó hiện rõ cả trong cách quân tử chiến đấu với tiểu nhân.

Dịch không ghét tiểu nhân, vì có tiểu nhân mới có quân tử, có âm mới có dương, có thiện thì có ác không sao diệt hết được ác, cuộc chiến đấu với ác, với tiểu nhân không bao giờ chấm dứt."

(Nguyễn Hiến Lê, *Kinh Dịch: Đạo của người Quân tử,* California (USA): Văn Nghệ, 1991, tr. 200)

Người Quân tử thấu hiểu triết lý của kinh Dịch sẽ không nao núng, chán nản trước sự thịnh suy, sự được thua, sự còn mất ở trong cuộc đời và đời người.

(*1) Trong triết học Trung Hoa có hai chủ nghĩa của hai nhà tư tưởng:

-Khổng tử nói: "Tri kì bất khả nhi vi" (知其不可而為)= biết là không thể làm được, nhưng vẫn cứ làm. Có nghĩa là khi làm một việc gì hãy gác bỏ ý nghĩ về thành công hay thất bại qua một bên, cứ kiên trì cố gắng làm thì vẫn làm được.

-Lão tử nói: "Vi nhi bất hữu" (為而不有)= làm việc gì không cần được báo đáp, được sở hữu việc đó. Có nghĩa là làm vì muốn làm, không cần trao đổi một lợi ích nào cả.

Cả hai chủ nghĩa đều có cùng một ý hướng triết lý đạo đức nhưng cách diễn tả như là hai mặt khác nhau.

-Thái độ của bậc đạt đạo trước cuộc đời:

Mặc dầu thân mạng trọng bịnh, Mãn Giác thiền sư (1051 - 1096) vẫn có một thái độ lạc quan khác thường vì Ngài biết rằng đàng sau cái sinh diệt thì có cái bất sinh bất diệt:

- *Nguyên văn chữ Hán*:

告 疾 示眾

春去百花落

春到百花開

事逐眼前過

老從頭上來

莫謂春殘花落盡

庭前昨夜一枝梅

-*Phiên âm Việt Hán*:

Cáo tật thị chúng

Xuân khứ bách hoa lạc

Xuân đáo bách hoa khai

Sự trục nhãn tiền quá

Lão tùng đầu thượng lai

Mạc vị xuân tàn hoa lạc tận

Đình tiền tạc dạ nhất chi mai

(Mãn Giác)

-*Dịch thơ*:

Cáo bệnh, bảo với mọi người

Xuân đi trăm hoa rụng

Xuân đến trăm hoa cười

Trước mắt việc đi mãi

Trên đầu, già đến rồi

Đừng bảo xuân tàn hoa rụng hết,

Đêm qua, sân trước một cành mai.

(Thích Thanh Từ dịch)

-*Dịch nghĩa*:

Mùa xuân đi qua thì trăm hoa rụng,

Mùa xuân tới thì trăm hoa nở.

Việc đời trôi qua trước mắt,

Cảnh già hiện lên trên đầu.

Chớ bảo xuân tàn hoa rụng hết,

Đêm qua, một cành mai nở trước sân.

Lòng thiền sư quả đã an nhiên tự tại trước cảnh sinh hoá, và đã giữ được một thái độ lạc quan trước cảnh thịnh suy, trước cái vô thường của đời người và cuộc đời.

Mãn Giác thiền sư đã thuyết giảng cho chúng ta thấy rằng vũ trụ vạn hữu thì luôn luôn biến đổi, đổi thay không ngừng. Nhưng đàng sau những cái thay đổi, cái sinh hoá ấy là một cái gì bất di, bất dịch, cái trường tồn siêu việt; đó là cái bản thể Chân như có giá trị bất biến trước những cái tương đối biến đổi của thời gian và không gian. Khi mùa xuân đã tàn, trăm hoa rụng hết thì hình ảnh một cành mai nở giữa buổi xuân tàn là một hình ảnh đẹp đẽ, tươi mát gợi lên được cái Chân như, cái nguyên lý tuyệt đối trường tồn, đã khiến thiền sư an nhiên tự tại trước lẽ biến dịch của trời đất.

2. Khổ [Hán 苦, Sa. duhkha, Pa.dukkha dịch đúng nghĩa là **Những điều không được hài lòng** (Dissatisfactoriness)]

Đây là dấu ấn thứ hai/đặc điểm thứ hai của Tứ Pháp Ấn.

Chân lý về duhkha" (Sa. duhkha, Pa. dukkha, Av. the noble truth of duhkha), thường gọi là Khổ đế (the noble truth of Suffering). Các đại sư Trung hoa đã dịch duhkha là **khổ** (Hán. 苦,Av. suffering) từ hàng ngàn năm trước. Thành thử đại chúng đều quan niệm trọng tâm lời Phật dạy là "*Đời là bể khổ" (Life is suffering)*. Quan niệm này đã ảnh hưởng trong văn chương và đời sống của dân chúng:

"*Thoát sinh ra thì đà khóc chóe,*

Trần có vui sao chẳng cười khì."

(Nguyễn Công Trứ, *Chữ Nhàn)*

Như vậy cuộc đời bị nhìn qua một cặp kính màu đầy những kinh nghiệm kinh khủng và bi quan. Đây là một sự hiểu lầm về "*giáo lý của Đức Phật*", về *trọng tâm triết học của Phật giáo*. Bởi vậy nhiều nhà nghiên cứu Phật học cho rằng Phật giáo là chủ nghĩa hư vô, là chủ nghĩa yếm thế.

Duhkha (Pa. Dukkha), Đức Phật đã dùng trong Kinh Chuyển Pháp luân, có một nghĩa rất rộng bao gồm các ý niệm như khổ sở (suffering), đau đớn (pain), buồn rầu (sorrow), chia ly (social alienation), lo âu (anxiety), căng thẳng (stress), điều không hài lòng (dissatisfaction)...Ví dụ như bịnh hoạn, già, chết, chia lìa, mất mát người thân yêu, bị bắt buộc sống với người mà mình không ưa thích ... Chúng tôi xin đề nghị chúng ta dùng chữ ***điều không hài lòng*** (dissatisfactoriness) để thay thế tiếng Hán Việt **khổ.**

Phản nghĩa của *dukkha* (Pa.) là *sukha* (Pa.). Theo chiết tự thì *su* = tốt, *kha* = cái lỗ tròn của trục bánh xe; nếu lỗ trục tốt thì xe ngựa sẽ di chuyển dễ dàng và ngựa sẽ kéo xe với tốc độ cao mà không bị trở ngại gì cả. Sukha thường được dịch là không trở ngại, là hạnh phúc (happy).

Hai ý niệm dukkha và sukha có một sự liên hệ với nhau. Nếu chúng ta chưa trải nghiệm về dukkha (không hài lòng, khổ đau...) thì chúng ta khó nhận thức một cách sâu sắc và đánh giá đúng mức trải nghiệm về sukha (không trở ngại, hạnh phúc). *Sukha* được định nghĩa là trạng thái tự do xa lìa khỏi tham, sân và si; còn *dukkha* được định nghĩa là còn tùy thuộc vào ngũ uẩn, ngũ uẩn thì biến đổi liên tục. *Đức Phật không bảo chúng ta phải bỏ sukha*. Nói khác đi cuộc đời không chỉ có khổ mà cũng có những lúc con người được sung sướng (joyful) được hạnh phúc (happy). Ví dụ như: thi đậu, được học bổng đi du học, làm việc được thăng quan tiến chức, cưới được người mình yêu, ngay cả trong lúc làm tình (sexual intercourse) cũng cảm thấy sung sướng...Nhưng Đức Phật cho rằng hạnh phúc, sung sướng thì không kéo dài lâu, thay đổi luôn, do đó rồi dukkha, những điều không hài lòng, lại đến.

Đức Phật nói: *mọi vật đều thay đổi, đều vô thường* (every thing is impermanent) thì không chỉ Sukha bị thay đổi luôn mà dukkha cũng thay đổi luôn. Trong văn học Việt Nam, chúng ta cũng thấy diễn tả những thay đổi này:

"Số khả bĩ rồi thời lại thái,

Cơ thường Đông hết hẳn sang xuân."

(Nguyễn Công Trứ, *Vịnh cảnh nghèo*)

hoặc trong thành ngữ: "*Qua cơn bĩ cực đến hồi thái lai"* (Đã qua giai đoạn gian khổ và bắt đầu thời kỳ hưởng sung sướng).

Trong Kinh chuyển Pháp luân, Đức Phật nói *"dukkha*" đã xuất hiện trong đời sống bình thường qua các hoàn cảnh như sau:

1.Những điều kiện không được hài lòng về sự thay đổi về vật và sinh lý như già, bịnh và chết.

2.Những điều kiện không được hài lòng về những cảm xúc tâm lý như buồn rầu, sầu khổ vì bị mất mát lớn như người thân qua đời, thất tình, tình duyên trắc trở, mất mát tài sản, mất việc làm, mất chức...

3.Những điều không được hài lòng như phải sống với những người mình không ưa thích, hoặc sống trong hoàn cảnh mình không ưa thích.

4.Những điều không hài lòng như sự mong cầu điều gì mà không đạt được, thất vọng vì công danh lận đận, đau buồn vì bị thua cuộc trong canh bạc hoặc trong trò chơi chánh trị...

5.Con người thường bám víu vào những sự sung sướng, hạnh phúc vì nghĩ rằng nó sẽ kéo dài lâu, nhưng thật ra chúng dựa vào những điều kiện vật lý biến đổi luôn luôn và những điều kiện tâm lý cũng biến đổi luôn luôn trong đời sống hằng ngày. Những điều kiện vật lý-sinh lý và tâm lý đều được hợp thành bởi "*ngũ uẩn*", mà ngũ uẩn thì tùy thuộc lẫn nhau và biến đổi không ngừng, vì vậy con người sẽ trải nghiệm những điều mình không bằng lòng. Khi đang sung sướng hay hạnh phúc (sukha) thì đau đớn hay âu lo (duhkha) như đang ẩn tàng; và ngược lại, cứ như thế mà xen lẫn tiếp tục không ngừng.

Lão Tử (老子, Trung Hoa, sống khoảng ở thế kỷ 4 tr. CN), trong quyển Đạo Đức Kinh (道德經) đã có ý tưởng tương tự: 禍 兮 福 之 所 倚, 福 兮 禍 之 所 伏 (*Họa hề phúc chi sở ỷ; phúc hề, họa chi sở phục)* chương 58*, có nghĩa là "Họa là chỗ dựa của phúc, phúc là nơi ẩn náu của mối họa*". Như vậy họa rồi phúc, phúc rồi họa cứ xen lẫn tiếp tục không ngừng. Nói khác khi gặp may phải phòng cái rủi ro do cái may ấy đưa đến, hoặc ngược lại; trong vinh quang ắt có nhục, và ngược lại. Bởi vậy, Nguyễn Công Trứ, trong bài thơ "*Vịnh Cây thông*" đã viết *"Khi vui muốn khóc/Buồn tênh lại cười"*.

Héraclite cũng có ý nghĩ tương tự: "*Những trận đại thắng là những trận đại bại" (Les plus grandes victoires sont les plus grandes defaites*).

Nói tóm lại, duhkha không phải là một ý niệm trừu tượng, chúng ta ai ai cũng trải nghiệm qua duhkha trong cuộc đời của mình, có lúc nhẹ, có lúc nặng. Vì vậy Đức Phật giảng nguyên nhân của duhkha/ tình trạng không được hài lòng.

Khi tìm hiểu về cuộc đời của Đức Phật Thích ca, chúng ta biết rằng khi Ngài còn là Thái Tử Siddhartha Gautama thì Ngài đã sống khép kín trong hoàng thành của vua cha nên Ngài đã không biết đời sống thực tế của con người bình thường như bịnh hoạn, chết chóc và đau khổ cho đến khi Ngài đi ra ngoại thành và chứng kiến được thực tại của cuộc đời như lão, bịnh, tử và các tăng sĩ tu khổ hạnh. Qua 4 trải nghiệm này, Ngài đã bắt đầu hiểu được cuộc sống ở xung quanh Ngài. Do đó Ngài đã quyết định xuất gia để đi tìm phương cách cứu giúp đời. Sau khi Ngài giác ngộ, Ngài liền thuyết giảng lời dạy của mình ở Vườn Lộc Uyển (Deer Park):

"Này các thầy Tỳ Kheo! đến khi Như Lai*thấu triệt Bốn Diệu Đế/ Bốn Thánh Đế* (insight and understanding of the Four Noble Truths/Four Holy Truths), về*3 phương diện* (three stages) và *đủ mười hai phương thức* (twelve aspects) một cách hoàn toàn sáng tỏ thì đến lúc đó Như Lai mới xác nhận trước thế gian này gồm có cả chư Thiên (Gods), Ma vương (Maras), Phạm thiên (Brahmas), Đạo sĩ (Recluses), Giáo sĩ Bà-la-môn (Brahmans), Con người (Humans) và loài ngoài hạng con người nữa (Some-One) rằng Như Lai đã đạt được **Vô Thượng Chánh Đẳng Chánh Giác.** Và rằng lúc ấy tri kiến và nhãn kiến phát sanh thì **tâm** của Như Lai được giải thoát và không còn lay chuyển. **Đây là kiếp sống cuối cùng của Như Lai, Như Lai sẽ không bao giờ tái sanh nữa."**

Xem bài *Kinh chuyển Pháp luân* , dịch và chú của NVT)

3.-Vô Ngã (無我, Sa. *anātman*, Pa. *anattā, Av. no-self*)

Đây là dấu ấn thứ ba/ đặc điểm thứ ba trong Tứ Pháp Ấn.

a.Quan niệm về Ngã trong tư tưởng triết học và tôn giáo có trước khi Đức Phật lịch sử ra đời:

Trước khi tìm hiểu *Vô Ngã* là gì theo quan niệm của Phật giáo, chúng ta sẽ tìm hiểu Ngã là gì trong tư tưởng tôn giáo có trước thời Đức Phật lịch sử ra đời.

Atman trong tiếng Sanskrit, đồng nghĩa với tiếng Pali là *Atta,* có nghĩa là *Ngã* (我 , self) hay *Linh hồn* (soul) ở nội tâm của chúng ta. Ngã hay Linh hồn thì không thay đổi, vĩnh cữu và đồng nhất (identity). Trong lịch sử triết học Ấn độ, nhất là giáo lý Veda, *Ngã (Atman)* là nguyên tắc đầu tiên nhất, cái *thực Ngã (true Self)* của một cá nhân thì vượt ra khỏi hiện tượng, bản thể của một cá nhân. Để đạt được giải thoát (Sa. moksha, Av. liberation), con người phải chiếm hữu được kiến thức Ngã (Atma Jnana) tức nhận thức được rằng cái *Tiểu Ngã* (Atman) hoà đồng với cái siêu Đại Ngã (Brahman, the Highest Universal Principal/ the Ultimate Reality in the Universe).

Sáu trường phái triết học chính thống trong lịch sử triết học Ấn độ tin rằng có một *Tiểu Ngã* (Atman, Self/Soul) ở trong mọi sinh vật, đây là một điểm khác biệt chính yếu với Phật giáo. Phật giáo *không tin* rằng có Ngã (Atman), tức là *không tin* rằng có Linh hồn hay Ngã (Soul or Self).

- **Tư tưởng triết học trong Kinh Upanishad** (khoảng 800 tr. CN), hay tiền Phật giáo Upanishads (Pre-Buddhist Upanishads):

"Bộ Thánh kinh Upanishad (âm VH, Áo-nghĩa-thư) là bộ kinh ghi lại các bài thuyết giảng và nghị luận triết lý về ý nghĩa của các lễ nghi, triết lý của các bài kinh trong "tứ Vedas". Chúng ta có thể tìm thấy nền tảng giáo lý của Ấn độ giáo (Hinduism) và các tôn giáo khác ở Ấn độ như: thuyết nghiệp hay hành động (Karma, Av. action), thuyết luân hồi tái sinh (Samsara, Av reincarnation), giải thoát (Moksha /nirvana, Av. Liberation/ release) linh hồn, cá nhân hay tiểu ngã (atman, Av. soul/self) và linh hồn vũ trụ, đại ngã (Brahman, Av. Absolute almighty or ultimate reality)

Chữ "Upanishad" có thể chiết tự thành: Upa có nghĩa là gần, Ni có nghĩa là nghiêm trang, Shad có nghĩa là ngồi. Hội ý 3 chữ nầy thì Upanishad có nghĩa đen là "ngồi dưới gần" (sitting down near) hay "ngồi gần" (sitting close to) sư phụ để nghe giảng dạy. Rồi dần dần, Upanishad có nghĩa rộng thêm là những bài học về giáo lý huyền nhiệm (mystic doctrines) của sư phụ.

Upanishad không phải là bộ kinh tôn giáo mà nó là bộ kinh chú trọng về triết học. Trái với "Tế nghi thư Bramana" chú trọng đến các nghi thức tế lễ đầy tính cách tôn giáo Bà-la-Môn.

Atman và Brahman:

***Atman** (Tiểu ngã) nghĩa là linh hồn cá nhân, tinh hoa của mỗi sinh vật. Mỗi sinh vật: con người, thú vật, cỏ cây đều có một tiểu ngã . Tiểu ngã nầy là một linh hồn bất diệt của sinh vật. Atman không phải là thân xác, vì thân xác thì không bất diệt. Thân xác là chỗ nương nhờ của tiểu ngã cho tới khi thân xác chết đi. Như vậy, tiểu ngã là linh hồn bất tử và tồn tại vĩnh viễn hay đồng nhất (unchanging, eternal soul, or identity).*

***Brahman** (Đại ngã, the highest Universal Principal/ the Ultimate Reality in the Universe) là linh hồn vũ trụ, là thực thể tuyệt đối thánh thiện (ultimate divine reality) là tinh thần vũ trụ vĩ đại (great cosmic spirit) tồn tại vĩnh viễn, là thực thể có trước nhất .Vũ trụ vạn vật đều được sinh ra từ Brahman (linh hồn vũ trụ. Brahman chi phối vũ trụ vạn vật. Brahman theo tiếng Sanskrit có ngữ căn là Brha nghĩa đen là bành trướng, làm cho to lớn (expand).*

Triết học Upanishad chủ trương Atman (linh hồn cá nhân) có thể đồng nhất với Brahman (linh hồn vũ trụ) không phải bằng cách cúng tế hành lễ bên ngoài, bằng cuộc tế lễ các sinh vật, gọi là sinh tế hay hy tế, mà phải bằng cách hướng về nội tâm, rồi từ nội tâm theo con đường thực hiện bằng tri thức thuần túy để thấy được Brahman bằng trực giác. Sau nầy Phật giáo gọi phương pháp nầy là "hiện lượng" là "kiến tánh".

Atman tức là Brahman, linh hồn cá nhân chính là linh hồn vũ trụ. *Nói cách khác, linh hồn của tất cả chúng sinh thì đồng nhất với linh hồn vũ trụ. Brahman là linh hồn tối cao, là nguyên lý vũ trụ, là thực thể tuyệt đối nên không thể thấy và biết được, "*bất khả tri*", bằng giác quan mà phải qua quá trình thực nghiệm tâm linh.*

*Trọng tâm của triết học Upanishad là **đấng tối cao duy nhất /Brahman** đã tạo ra vũ trụ vạn vật, rồi chi phối vũ trụ vạn vật. Brahman tạo ra thì thành hình sắc, Brahman thu về thì lại trở về Brahman. Nói cách khác, khi tiểu ngã (Atman) chưa hòa nhập với đại ngã (Brahman) thì tiểu ngã vẫn còn phải luân hồi trong vòng sanh tử. Khi tiểu ngã hoà nhập được với đại ngã, thì con người, chúng sanh, sẽ được giải thoát khỏi luân hồi sanh tử: "**Atman- Brahman" đồng nhất**, tiểu ngã hoà đồng với đại ngã trong một trạng thái bất biến vĩnh viễn, con người được giải thoát. Như vậy, **linh hồn cá nhân đồng nhất với linh hồn vũ trụ, đó là triết lý Advaita của Upanishad."***

(Nguyễn Vĩnh Thượng, *Những tư tưởng triết học tôn giáo Ấn độ có trước khi Đức Phật ra đời*, Toronto, 2014)

Giáo sư Walpola Rahula đã giải thích **Ngã (Atman)** như sau:

"*What in general is suggested by **Soul, Self, Ego,** or to use the Sanskrit expression* **Atman**, *is that in man there is a permanent, everlasting and absolute entity, which is the unchanging substance behind the changing phenomenal world. According to some religions, each individual has such a separate soul which is created by God, and which, finally after death, lives eternally either in hell or heaven, its destiny depending on the judgment of its creator. According to others, it goes through many lives till it is completely purified and becomes finally united with God or Brahman, Universal Soul or Ātman, from which it originally emanated. This soul or self in man is the thinker of thoughts, feeler of sensations, and receiver of rewards and punishments for all its actions good and bad. **Such a conception is called the idea of self.***"

(Rahula, Walpola, *What the Buddha taught*, New York: Grove Press Inc., 1962, p. 51)

Dịch:

"*Cái mà người ta thường gọi là **Linh hồn, Ngã, cái Tôi** hay dùng tiếng Sanskrit là **Atman**, là để nói rằng ở trong con người có một thực thể hằng cửu, tuyệt đối, cái bản thể bất biến ở đàng sau thế giới hiện tượng luôn biến đổi. Theo một vài tôn giáo, mỗi cá nhân có một linh hồn cá biệt như thế do Thượng đế tạo ra, và linh hồn này sau khi chết sẽ sống vĩnh viễn hoặc trong địa ngục hoặc trong thiên đàng, số phận của nó tuỳ thuộc vào sự phán xét của Đấng Sáng tạo ra linh hồn. Theo vài tôn giáo khác, linh hồn trải qua nhiều đời sống cho đến khi linh hồn được hoàn toàn trong sạch và cuối cùng trở thành đồng nhất với Thượng đế hay Đại Ngã (Brahman), Linh hồn Phổ quát hay tiểu Ngã (Universal Soul or Atman) mà từ đó nó được sinh ra. Linh hồn hay Ngã (Soul or Self) trong con người là sự suy nghĩ, là sự cảm giác, và sự nhận thưởng phạt về tất cả mọi hành vi đạo đức thiện và ác. **Một quan niệm như thế được gọi là ý tưởng về Ngã.***

(Rahula, Walpola, *Những lời Phật dạy,* New York: Grove Press Inc., 1962, p. 51)

b.-Quan niệm về Vô Ngã (無我, Sa. *anātman*, Pa. *anattā,Av. no-self/ the absence of separate Self)*) **trong tư tưởng triết học Phật giáo:**

Anatman là tiếng Sanskrit có nghĩa là **không có** một Bản Ngã, tức là **không có** một linh hồn- không- thay- đổi, không- thường- hằng, không- vĩnh cữu trú ngụ ở trong thân xác chúng ta hay trong đời sống chúng ta.

Theo chiết tự thì trong tiếng Sanskrit, Anatman gồm có hai chữ: An + atman; (An= không, vô; Av. no, not, without) có nghĩa là không có Ngã, không có linh hồn. Trong tiếng Pali, Anatta gồm có hai chữ: An + atta; (An = không, vô; Av. no, not, without) cũng có nghĩa là không có Ngã, không có linh hồn.

Ý niệm về **Vô Ngã** cho rằng không có một Ngã hay linh hồn trường tồn, không thay đổi và đồng nhất ở trong con người, bởi vì mọi sự, mọi vật đều do nhiều yếu tố kết hợp của ngũ uẩn, do duyên sinh/ điều kiện để phát khởi rồi đi đến hoại diệt.

(Xem thêm 2 bài viết về *Ngũ Uẩn và Duyên Khởi* của NVT).

Ví dụ:

-Những gì bạn đang nghĩ ra thì không giống y như những gì bạn đã nghĩ trong những giây phút đã qua.

-Bạn có thể nhìn dòng suối tư tưởng của bạn liên tục trôi qua từng giây phút nhưng không thể bắt nó dừng lại ở một điểm nào. Tương tự như Héraclite đã nói rằng bạn không thể bước 2 lần vào cùng một dòng nước của cùng một con sông bởi vì nước sông luôn luôn trôi chảy.

Như vậy, dòng tư tưởng của bạn thì không có một sự hiện hữu vốn có, có nghĩa là bạn không hiện hữu một cách độc lập mà bạn là kết quả của những năng lực luôn luôn biến chuyển một cách liên tục trong không gian và thời gian.

Theo Long Thọ, Đức Phật đã giảng trong kinh văn rằng không chỉ chúng sanh (sentient beings) có thuộc tính là *vô ngã* mà tất cả các vật, các hiện tượng (dhammas,Av. phenomena) *đều vô ngã*, đều không có tự tánh. Như vậy, tất cả (chúng sanh + hiện tượng) là cái *Không (Emptiness)* của một hiện hữu. Hiện hữu không có tính độc lập, bởi vì tất cả mọi sự, mọi vật đều phát khởi một cách tuỳ thuộc lẫn nhau: không phải bởi chính năng lực của nó, mà bởi tùy thuộc vào *điều kiện, vào duyên* (depending on conditions) dẫn tới sự hiện hữu của chúng. Như vậy chúng không phải là một *hữu thể* (being) mà là cái *không*(emptiness).

(Xem thêm bài viết *Thuyết Duyên Khởi* của NVT)

Giáo sư Walpola Rahula giải thích về quan niệm "*Vô Ngã*" của Phật giáo như sau:

"Buddhism stands unique in the history of human thought in denying the existence of such a ***Soul, Self,*** *or* ***Atman****. According to the teaching of the Buddha, the idea of self is an imaginary, false belief which has no corresponding, reality, and it produces harmful thoughts of 'me' and 'mine', selfish desire, craving, attachment, hatred, ill-will, conceit, pride, egoism, and other defilements, impurities and problems. It is the source of all the troubles in the world from personal conflicts to wars between nations. In short, to this view can be traced all the evil in the world."*

(Rahula, Walpola, *What the Buddha taught*, New York: Press Inc., 1962, p.51)

Dịch:

"Phật giáo là tôn giáo độc nhất trong lịch sử nhân loại đã ***phủ nhận sự hiện hữu của Linh hồn, Ngã hay Atman.*** *Theo giáo lý của Đức Phật, ý tưởng về Ngã là một sự tưởng tượng, là một niềm tin sai lầm không có trong thực tại, và Ngã phát sanh từ những tư tưởng tai hại về "tôi" và "của tôi", dục vọng ích kỷ, khao khát ràng buộc, thù hằn, ác độc, kiêu ngạo, tự hào, vị ngã và những sự xấu xa, không trong sạch khác cùng với những vấn đề rắc rối khác. Ngã là nguồn gốc của mọi khủng hoảng trong cuộc đời từ những tranh chấp cá nhân đến chiến tranh giữa các quốc gia. Tóm lại, tất cả mọi sự ác độc trong thế giới này đều do quan niệm sai lầm này về Ngã."*

Tóm lại, *ý niệm về Ngã* (Atman, Soul/ self) của Ấn độ giáo thì khác xa với *ý niệm về Vô Ngã* (Anatman, no-soul/ no-self) của Phật giáo. Vào thời đại đó, việc Đức Phật Thích-ca (khoảng 563 tr. CN - khoảng 483 tr. CN) phủ nhận quan niệm Ngã (Atman) để đưa ra quan niệm Vô Ngã (Anatman) đã làm chấn động trong tư tưởng của các triết gia và đạo sĩ.

4.-Niết-Bàn (phiên âm Hán Việt 涅槃, Sa. Nirvāṇa, Pa. Nibbāna)

Đây là dấu ấn thứ tư/ đặc điểm thứ tư của Tứ Pháp Ấn.

Nirvana (Niết-bàn) là một thuật ngữ Phật giáo đã bị các nhà nghiên cứu Phật học Tây phương hiểu lầm nhiều nhất. Họ cho rằng Nirvana có nghĩa là Thiên đường (Heaven) hay Thiên đường ở trên trái đất này (a Heaven on Earth).

Đức Phật lịch sử đã diễn tả Nirvana như là một cứu cánh tối hậu, và Ngài đã đạt trạng thái Nirvana khi Ngài giác ngộ. Khi đã giác ngộ, Ngài muốn giảng dạy cho những người khác để họ có thể trải nghiệm được sự nhận biết này. Khi Ngài nhập diệt, 45 năm sau khi Ngài giác ngộ, Ngài đã nhập vào *Pari Nirvana* (Tàu phiên âm là *Bát Niết-bàn*) có nghĩa là *Niết-bàn cuối cùng* hay *Niết-bàn hoàn hảo*.

Nirvana, theo tiếng Sanskrit xưa, có nghĩa là "*thổi tắt lửa*" (blowing out the flame), *dập tắt lửa* (to extinguish a flame) trước khi đi ra khỏi nhà để tránh hoả hoạn. **Niết-bàn (**Srt. **Nirvana,** Pa. **Nibbana)** là một thuật ngữ Phật giáo có nghĩa là *giải thoát khỏi luân hồi* (輪迴,Sa. Pa., Samsara, Av. rebirth), tức là tình trạng dập tắt được ba ngọn lửa bất thiện là *tham lam* (Sa. Raga, Av. greed), *sân* (Sa. Dvesha, Av. Aversion/ hate) và *si* (Sa. Avidya, Av. Ignorance/ Delusion). Niết-bàn là tình trạng tịch tĩnh (寂静), nghĩa là tình trạng yên tĩnh, bình an (Nirvana is peace).

Điều quan trọng cần phải hiểu rằng **Niết-bàn không phải là một cõi, một nơi** (Nirvana is not a place), như ý niệm về "*tự do*" Niết-bàn là một trạng thái (like freedom, it is a state). Để đạt được cứu cánh Niết-bàn thì hành giả phải tiến hành tu tập.

Đạt được Niết-bàn hay đạt được giải thoát không có nghĩa là chúng ta không còn trải nghiệm những sự việc/ hiện tượng không được hài lòng/ khổ đau. Thay vào đó, chúng ta không còn tạo ra những sự không hài lòng/ khổ đau trong cuộc đời của chúng ta. Chính Đức Phật lịch sử cũng đã trải nghiệm những điều không hài lòng sau khi Ngài đã giác ngộ, nhưng Ngài không cảm nhận sự đau khổ về các điều bất hài lòng này.

(Xem thêm: bài Cuộc đời của Đức Phật Thích-ca Mâu-ni của NVT.

Nguồn: như đã dẫn.)

Như vậy, nói cách khác, Niết-bàn (Nirvana) là một trạng thái không còn bám víu/ buông bỏ (state of non-clinging), không còn sân hận (non-aversion) và hiểu thấu đáo vào bản chất của thực tại (clarity into the nature of reality).

Theo truyền thống Phật giáo, Đức Phật đã nhận thức được hai loại Niết-bàn: một là lúc Ngài giác ngộ (one at his enlightenment), hai là lúc Ngài qua đời (another at his death). Do đó các nhà Phật học phân biệt hai loại Niết-bàn:

1.*Hữu dư Niết-bàn* (有餘涅槃; Sa. Sopadhiśeṣa-nirvāṇa, Pa. Savupadisesa-nibbāna, Av. Nirvana with a remainder): là trạng thái thanh thản, tịch tĩnh của bậc thánh nhân đã dứt được tam độc: tham, sân và si, đã giải thoát khỏi mọi khổ đau/ mọi sự bất hài lòng của cuộc đời, và đã không còn tạo nghiệp khi vẫn còn sống. Bậc thánh nhân này dù đã giác ngộ nhưng vẫn còn sống trên cõi đời nên vẫn còn Ngũ Uẩn, còn có nhân trạng nên gọi là "*hữu dư"; Niết - bàn này gọi là Hữu dư Niết-bàn.*

2.*Vô dư Niết-bàn* (無餘涅槃, Sa. *nirupadhiśeṣa-nirvāṇa*, Pi. *anupadisesa-nibbāna,*Av. Nirvana without remainder) là trạng thái tịch tĩnh khi đã chết, đã vượt khỏi luân hồi, không còn sắc thân, đã tịch diệt. Loại Niết-bàn này còn được gọi là *Bát-Niết-bàn* (Sa. Pari Nirvana) hay *Niết-bàn cuối cùng* (final Nirvana) hay Niết-bàn hoàn hảo(completed Nirvana).

Như đã nói, *Niết-bàn* không phải là một nơi chốn (Nirvana is not a place). Niết-bàn là một trạng thái mà hành giả khám phá và nhận thức được khi giác ngộ.

Niết-bàn không hiện hữu ra ngoài *Vô thường, Khổ* (Dukkha, đúng nghĩa là Những điều không bằng lòng) và *Vô Ngã*. Nếu chúng ta thấu hiểu được *Vô thường*, *Vô Ngã* và diệt được thực tại *Khổ đau (Những điều không bằng lòng)* thì chúng ta sẽ khám phá và nhận thức được *Niết-bàn* ở ngay trong cõi đời này.

III.-Kết luận:

Chúng ta vừa tìm hiểu *Bốn Đặc Điểm* (Four Characteristics) / *Bốn Pháp Ấn* (Four Dharma Seals) trong giáo lý của Đức Phật. Các Đặc Điểm/ các Pháp Ấn này có giúp chúng ta chọn lựa được những kinh điển do Đức Phật nói ra hay không?

Các nhà nghiên cứu Phật học đều công nhận rằng bộ Kinh Tạng Nikaya của Phật giáo Nam tông/ Theravada/ Thượng Toạ Bộ đã trải qua 4 Hội đồng Kết tập thì đến nay vẫn còn nguyên vẹn để chúng ta có thể dựa vào đó mà học hỏi thực hành lời Đức Phật lịch sử dạy. Tuy nhiên các Kinh điển của Phật giáo Bắc tông/ Phật giáo Đại thừa/ Phật giáo Phát triển thì có nhiều Kinh văn xuất hiện sau các kinh văn của Phật giáo Thượng Toạ Bộ rất lâu. Điều này đã làm cho nhiều nhà nghiên cứu Phật học có nghi vấn về nguồn gốc của Kinh điển Phật giáo Bắc tông/ Đại thừa/ Phật giáo Phát triển nhất là khi các nhà Phật học này căn cứ trên các bộ môn ngôn ngữ học, khảo cổ học, sử học v..v.. để nghiên cứu các Kinh văn này.

Cũng như các bộ môn khác, việc nghiên cứu Phật học (Buddhology / Buddhist Studies) đòi hỏi phải hiểu biết các thuật ngữ Phật học (Buddhist terms/ Buddhist terminology). Bởi thế nên độc giả cần sử dụng các quyển "*Tự điển Phật học*" (tiếng Việt, tiếng Hán, tiếng Anh, tiếng Pháp v..v..) và *Tự điển Hán việt*. Các vị giáo sư, các vị học giả biên soạn các bộ tự điển này đều có trình độ thâm hậu về Phật Pháp, tuy nhiên họ cũng có những giới hạn nhất định và những sai sót có thể không tránh khỏi, nên chúng ta không thể đặt niềm tin hoàn toàn vào một cuốn Tự điển, vào chỉ có một nguồn thông tin mà cần phải tham khảo, đối chiếu với các Tự điển khác của nhiều tác giả khác.

Khi độc giả đã hiểu rõ Bốn Pháp Ấn thì có thể hiểu dễ dàng hơn những lời của Đức Phật lịch sử nói ra. Thêm vào đó, khi chúng ta đọc các bản dịch Kinh Phật thì chúng ta có thể đánh giá coi người dịch Kinh có hiểu đúng ý của Đức Phật ở trong Kinh hay không?

Toronto, 18 April 2017.
Nguyễn Vĩnh Thượng

Tài liệu tham khảo chính yếu:

-Đức Phật Thích-ca, *Kinh chuyển Pháp luân*, dịch và chú bởi NVT, 2016.

-Bhikkhu Bodhi, edited & introduced, *In the Buddha's Words: An Anthology of Discourses from the Pali Canon*, Foreword by *The Dalai Lama*, Boston: Wisdom Publications, 2005.

-Chondron, Thubten, *The four Seals of Buddhism*, Website: Bhikshuni Thubten Chondron, 2011.

-Gombrich, Richard, *Theravada Buddhism*, London: Routledge, First published 1988, Reprinted 1991, 1994, 1995.

-Hirakawa Akia, *A History of Indian Buddhism from Sakyamuni to Early Mahayana*, translated and edited by Paul Groner, Hawai: University of Hawai Press, 1990.

-Kalupahana, David J., *Buddhist Philosophy: A Historical Analysis*, Honolulu: University of Hawai Press, 1976.

-Khyentse, Dzongsar Jamyang, *What Makes You Not A Buddhist*, Boston, USA: Shambhala Publications, 2007.

-Kimura Taiken, *Nguyên Thủy Phật giáo Tư Tưởng Luận*; nguyên văn chữ Nhật, Hán dịch: Âu Dương Hãn Tồn, Việt dịch: Thích Quảng Độ, Saigon: ĐHVH, 1969. Chùa Khánh Anh ở Paris in lại, Phật học Viện Quốc tế ở California phát hành.

-Kimura Taiken, *Tiểu thừa Phật giáo Tư tưởng luận*, Việt dịch: Thích Quảng Độ, Sepulveda (CA, USA): Phật học viện Quốc tế tái bản, 1989.

-Kimura Taiken, *Đại thừa Phật giáo Tư tưởng luận*, Việt dịch: Thích Quảng Độ, Sepulveda (CA, USA): Phật học viện Quốc tế tái bản, 1989.

-Kyabgon, Traleg, *The Essence of Buddhism: An Introduction to its Philosophy and Practice*. Boston & London: Shambhala, 2001.

-Murti, T.R.V., *The Central Philosophy of Buddhism*, London: Unwin Paperbacks, First published in 1955, Reprinted in 1987.

-Narada, Mahathera, *The Buddha and his Teachings*, Kandy (Sri Lanka): Buddhist Publication Society, First enlarged edition: 1964, Second revised and enlarged edition: 1973.

-Nguyễn Minh Tiến, *Người học Phật và những mối nghi khi đọc kinh điển*, USA: Website Thư Viện Hoa Sen, 2014.

-Nguyễn Vĩnh Thượng, *Tư tưởng Phật giáo trong Văn học đời Lý*, Toronto: Hiện Đại, Phật học viện Quốc tế phát hành, 1996.

-Rahula, Walpola, *What the Buddha taught*, New York: Grove Press, 1962.

-Rinpoche, Dzongsar Khyentse, *The Four Seals of Dharma are Buddhism in a nutshell*, Halifax (Nova Scotia, Canada): Website Lion's Roar, 2017.

-Thích Chơn Thiện, *Phật học Khái luận*, California: Thanh Văn, 1992.

-Thích Nguyên Tạng, *Tam Pháp Ấn*, USA: Thư viện Hoa Sen, 2010.

-Thích Thanh Kiểm, Lược sử Phật giáo Ấn độ, Saigon: Lê Thanh thư xã, 1963.

-Thích Thiện Hoa, *Phật học Phổ thông từ khóa I đến khóa XII* (gồm 12 quyển), đã xuất bản ở Saigon từ 1955 – 1964. Sepulveda (CA, USA): Phật Học Viện Quốc tế tái bản, 1982.

-Williams, Paul, *Mahayana Buddhism*, London: Routledge, First published 1989, Reprinted 1991, 1993.

Chương 12

BA CỬA CỦA GIẢI THOÁT

(HV. Tam giải thoát môn, Av. The three doors of Liberation)

Nhiều Kinh điển Đại thừa (Mahayana Sutras)/Kinh điển Phật giáo Phát triển đã giảng 3 phương pháp thiền quán để đạt đến giải thoát, đó là *ba cánh cửa của giải thoát* ***(HV. Tam giải thoát môn, Av. The three doors of Liberation)***. Không ngoại lệ, Đức Bồ-tát Quán-tự-tại đã giảng 3 phương pháp thiền quán để đi đến chỗ giải thoát như là những liều thuốc trị liệu các sự bám víu vào thành kiến, vào tham, sân, si để đạt thành tựu Phật tánh (Buddhahood). Ba cánh cửa đó là:

-**Không môn** (Srt. Sunyata, Av. Emptiness)

-**Vô tướng môn** (Srt. Animittata, Av. Sign-less-ness)

-**Vô tác môn/ Vô nguyện môn** (Srt. Apranihitata, Av. Wish-less-ness/ Aim-less-ness)

I.-**Không môn** hay **Suy niệm về tánh Không** (Meditation on Emptiness) là cánh cửa thứ nhất của giải thoát. *"Chư pháp Không tướng"*.

Tâm Kinh nói: Tất cả các hiện tượng/pháp đều có tướng Không bởi vì tất cả các hiện tượng đều không có tự tánh. Tất cả các hiện tượng đều vô ngã, vì các hiện tượng đều sanh khởi do nhân (cause) và duyên (condition), và do sự kết hợp của nhiều yếu tố khác. *Không* ở đây không có nghĩa là không có: các hiện tượng, các sự kiện vẫn hiện hữu trong vũ trụ vạn hữu. Thí dụ: cái bông hồng được hợp thành bởi nhiều cánh hoa, từng phần ấy nếu tách rời ra thì ta không còn cái bông hồng nữa. Vậy bông hồng là do sự kết hợp của nhiều cánh hoa, đóa hoa hồng không có thực thể, đóa hoa hồng chỉ là giả danh, giả tướng. Đóa hoa hồng không có tự tánh, nhưng đóa hoa hồng vẫn hiện hữu, điều này không thể phủ nhận được.Từ suy niệm trên, chúng ta nhận thức được rằng tất cả các hiện tượng, tất cả các sự vật đều không có thật tánh, do đó chúng ta sẽ không còn nắm bắt, không còn bám víu chúng. Khi gặp những nghịch cảnh, gặp những nỗi thống khổ, chúng ta phải giữ tâm an nhiên tự tại, vì các nghịch cảnh, nỗi thống khổ không có tự tánh, chúng ta sẽ vượt qua các khổ ách nhờ thiền quán về tánh Không, chúng ta buông bỏ, không còn nắm bắt các vọng tưởng, thân tâm hoàn toàn bình an để đối diện với nghịch cảnh mà vượt qua, mà chiến thắng và chúng ta không còn sợ hãi gì nữa.Nhờ thiền quán về tánh Không, chúng ta vượt qua được những đối đãi nhị nguyên, quán chiếu mọi hiện tượng, mọi sự, mọi vật đều bình đẳng, sự lo âu, sợ hãi trước nghịch cảnh sẽ được vượt qua, và được chiến thắng.Nhờ thiền quán về tánh Không, và **luôn luôn sống với "trí tuệ bát-nhã"**, chúng ta có thể buông xả các vọng tưởng, buông xả chấp ngã, chấp pháp.

II.-**Vô tướng môn** hay **Suy niệm về vô tướng** (Meditation on sign-less-ness): là cánh cửa thứ hai của giải thoát.

"bất sanh, bất diệt; bất cấu, bất tịnh"

Dấu hiệu (sign) là biểu hiện của một hình dáng, một hình thể (form) của một sự vật, một hiện tượng.Suy niệm về vô tướng là sự phủ nhận các tự tánh của nguyên nhân (causes) và những hậu quả (effects). Mở rộng ra đó là sự suy niệm về sự phủ định tự tánh của bất cứ nhân, của bất cứ quả nào đã gây ra nghịch cảnh, gây ra khổ đau, gây ra sự sợ hãi, và tiến xa hơn phủ định ngay cả sự vắng lặng, thanh tịnh và an bình nữa. Như đã nói trên, đoá hoa hồng không có tự tánh riêng biệt, đoá hoa hồng không có một hình dáng, không có một tướng trạng nhất định, không có sự đồng nhất với chính nó, vì thế tánh của nó là vô tướng. Xin nhắc lại rằng, đóa hoa hồng vẫn hiện hữu trong thế giới bình thường. Mở rộng ra, tất cả các hiện tượng cũng như vậy, các hiện tượng đều do nhân và duyên kết hợp, nên các hiện tượng không có tướng mạo nhất định/ vô tướng.

Chúng ta nhận biết các sự vật, các hiện tượng dựa trên dấu hiệu và hình dáng của chúng, tuy nhiên có khi sự nhận biết của chúng ta có những sai lầm do ảo ảnh vì chúng vô tướng. Thí dụ: khi nhìn lên bầu trời có lần chúng ta thấy bức tranh con chó (người Trung Hoa gọi là bức tranh "*vân cẩu*" / bức tranh con chó tạo bởi mây), sau đó một thời gian ngắn chúng ta thấy bức tranh "*vân cẩu*" biến mất, nhưng mây vẫn còn là mây mặc dầu ta không còn thấy bức tranh con chó nữa, mây có thể biến thành cơn mưa chứ mây không hoàn toàn tan biến. Từ chỗ suy niệm về vô tướng, chúng ta có thể áp dụng vào nhiều sự kiện, vào nhiều hiện tượng ở trong cuộc sống hằng ngày. Giả sử chúng ta có một người thân yêu, một người hôn phối, một người tình, một người bạn, cha mẹ...không còn nữa thì chúng ta phải nghĩ rằng "*hình dáng*" của người ấy đã di chuyển hay chuyển đổi thành một hình dáng khác. Chúng ta sẽ thấy được cái vô tướng ở trong nghịch cảnh, trong thống khổ, tất cả chỉ là giả danh, giả tướng; sự sống và sự chết cũng đều là giả danh, đều là giả tướng. Nhìn phản tỉnh về chính bản thân chúng ta: thân xác, tư tưởng, cảm nghĩ mà chúng ta đang có ngay bây giờ thì trong một phút, một giây, một sát-na sau tất cả đều biến đổi, nhưng không có nghĩa là chúng hoàn toàn mất. Nhờ thiền quán về vô tướng, chúng ta không chấp vào một cực đoan nào, chúng ta vượt qua được những đối đãi nhị nguyên, gặp nghịch cảnh hay thuận cảnh chúng ta đều an nhiên tự tại trong lòng. Gặp thuận cảnh không làm chúng ta đam mê, tham lam thêm; gặp nghịch cảnh không làm chúng ta sân hận, các chướng ngại này đều được vượt qua, đều được chiến thắng.

III-**Vô tác môn** hay **suy niệm về vô tác/ suy niệm về vô nguyện** (Meditation on Wish-less-ness): là cánh cửa thứ ba của giải thoát.

"bất tăng, bất giảm".

Vô tác là không tạo tác, không làm ra điều gì; còn gọi là *vô nguyện* (wishlessness) là không mong cầu, không ham muốn gì cả. Suy niệm về vô nguyện/vô tác/vô cầu là suy niệm về các kết quả, các ước nguyện đều không có tự tánh, tức là không mong cầu, không ham muốn, không tạo tác nên điều gì, cái gì nữa. Thiền quán về vô nguyện/vô tác/vô cầu giúp chúng ta không còn vướng mắc vào một cái gì trong quá khứ, trong hiện tại,trong tương lai. Nhờ suy niệm về vô nguyện/vô tác/vô cầu, chúng ta sẽ bình thản, an nhiên trước những diễn biến đổi thay trong cuộc đời, chúng ta sẽ sống thích ứng với hoàn cảnh hiện tại, tuỳ duyên mà sống, không tạo tác thêm một nghiệp nào nữa. Chúng ta cảm nhận hạnh phúc trong giây phút hiện tại, chúng ta không ước nguyện điều gì trong tương lai.

Tất cả các hiện tượng, các sự kiện đều là *Không*, đều là *vô tướng* nên không còn vướng mắc, không còn bám víu vào một điều gì, nên *vô tác/vô nguyện/vô cầu*; không tạo tác, không có nghĩa là không làm cái gì cả mà chính là làm mọi việc không vì mục đích tư lợi, như các Bồ-tát làm các việc lợi ích cho chúng sanh, thân tâm các Ngài ở trạng thái vô tác; khi thành tựu được vô tác, hành giả không còn thấy đối tượng để sở đắc: mọi pháp hữu vi đều là Không, đều là vô tướng thì pháp vô vi Niết-bàn cũng đều là Không, đều là vô tướng. Do đó, không cầu tìm Niết bàn ở đâu xa, vì Niết-bàn đang ở trong tâm ta, đang ở trong giây phút hiện sinh này.

Tóm lại, qua tiểu đoạn trên của Tâm Kinh, Bồ-tát Quán-tự-tại đã dạy chúng ta mở ba cửa của giải thoát, và đi qua các cửa đó để đạt được giải thoát. Khi quán chiếu thâm sâu 3 cửa của giải thoát chúng ta sẽ không còn sợ hãi, không còn lo âu về được, thua; mất, còn; thắng, bại; đến, đi…

(trích trong *Bát Nhã Tâm Kinh – Chú Giảng* của NVT, mùa xuân 2018; tr. 67 – 70)

Toronto, 04 March 2020

Nguyễn Vĩnh Thượng

Tìm đọc:

Bát-nhã Tâm Kinh – Chú giảng
Tác giả: **Nguyễn Vĩnh Thượng**
Amazon phát hành

Lời giới thiệu: ***GS Trần Huệ, Ed. D.***
Cựu GS trường ĐH Sư Phạm Saigon.
Cựu Chuyên viên Giáo dục Học khu Evergreen, San Jose, USA.

" Con đường tu dưỡng hay thánh hóa trong bất cứ tôn giáo nào cũng phải qua 4 giai-đoạn là (1) *văn-tự* (hiểu chữ), (2) *tư-duy* (Suy nghĩ, học sâu) để (3) *quán chiếu* (phát ra trí-tuệ), rồi (4) *thực-chứng* (hành đạo theo như đã ngộ); mà nếu đã không hiểu "văn-tự;" chỉ có số lượng văn tự mà thiếu chất lượng văn tự thì làm sao có "**tư-duy**" hiệu quả để "**quán-chiếu**" và "**thực chứng**"? Quyển Bát Nhã Tâm Kinh Chú Giảng của Nguyễn Vĩnh Thượng, một Giáo-Sư/Nhà Biên-khảo chuyên về triết-học Tây-phương và Đông-phương - nhất là Phật-học - đáp-ứng đầy-đủ nhu-cầu hiểu thấu đó, giúp cho người Phật-tử dễ am hiểu thêm điều mình tụng niệm. Hiểu lời mình phát-ngôn là điều vô cùng cần thiết **để hết lòng, hết linh hồn, hết trí khôn** vào trong sinh hoạt tôn giáo.

Vì các lý do và hữu ích trên, tôi trân trọng giới thiệu quyển sách có giá trị tâm linh lớn nầy với các Phật tử và các nhà nghiên cứu Phật học."

Chương 13

Ba thân của Đức Phật

Trikaya, tiếng Sanskrit, gồm có: tri = 3 (three), kaya = thân thể (body). Vậy có nghĩa là ba thân (HV. Tam thân 三身) , theo quan niệm của Đại thừa Phật giáo/ Phật giáo Phát triển, Đức Phật có thể biến đổi thành 3 cách khác nhau nên gọi là "*ba thân của Đức Phật*" (Av. The three bodies of Buddha) :

1.-**Pháp thân** (HV. 法身, Srt. Dharmakaya, Av. Truth body/ teaching body) là bản thân thực sự của Đức Phật.Pháp thân được hiểu là tuyệt đối và là bản thể duy nhất của tất cả các vật, các hiện tượng. Pháp thân được xem là Phật Pháp (Srt. Buddha dharma, Av. Teaching body) là lời dạy của Đức Phật.

Pháp thân đồng nghĩa với sự giác ngộ hoàn toàn (perfect enlightenment), là tính Không (Srt. Sunyata, Av. Emptiness). Pháp thân là thể tính của vũ trụ, là Phật tánh.

Đức Phật đã giảng rất rõ ràng rằng Pháp thân của Ngài thì quan trọng hơn nhục thân của Ngài. Để có thể thấu thị được Pháp thân của Ngài, chúng ta phải tu tập, phát triển trí tuệ sáng suốt để hiểu giáo lý của Ngài.

2.-**Báo thân** (HV. 報身, Srt. *saṃbhogakāya,* Av.reward body/ body of enjoyment) là thân của sự hưởng thụ các công đức. Báo thân là kết quả của sự thực hành nghiệp lành. Nói khác, đây là thân hưởng thụ kết quả tốt của thiện nghiệp. Nếu chúng ta thực hành thiện nghiệp thì chúng ta cũng được hưởng thụ kết quả tốt này. Chúng ta sẽ cảm thấy hạnh phúc, đây chính là báo thân của chúng ta.

3.-**Ứng thân** (HV. 應身, Srt. *nirmāṇakāya, Av. Emanation body/ transformation body/ physical body*) còn gọi là hoá thân. Nirmana-kaya là thân của Đức Phật lịch sử: Thích–ca Mâu-ni (the historical Buddha: Shakyamuni Buddha) hiện diện trên trái đất này để đem lại ánh sáng của lòng đại từ đại bi đến thế giới này và để giúp cho chúng sanh bớt khổ đau. Đức Phật Thích-ca đã là một chúng sanh có đầy đủ nhục thân, cũng trải qua sanh, lão, bệnh, tử. Ngài không phải là Thượng đế (He was not a God). Nhưng ánh sáng của Pháp thân vẫn còn tỏa sáng như là Đức Phật lịch sử vẫn còn sống trước mặt chúng ta. Chúng ta cần phải hiểu rằng hóa thân có nhiều hình thức thay đổi, không nhất thiết là Đức Phật lịch sử mà có thể là vị Bồ-tát, một Tăng Ni có đức trọng, ngay cả là một chúng sanh bình thường có đạo đức sáng ngời. Vì vậy các Ngài có thể giúp đỡ các chúng sanh khác.

Kết luận:

Theo quan niệm Đại thừa thì mỗi chúng sanh, mỗi chúng ta, đều có 3 thân: Pháp thân, Báo thân và Hoá thân. Điều cần nhất là chúng ta phải dùng trí tuệ để khám phá ra 3 thân này. Khi chúng ta tiếp cận được ba thân của Đức Phật, và tiếp cận được ba thân của chúng ta thì chúng ta sẽ bớt đau khổ hơn. Chúng ta có thể chuyển đổi đời sống của chúng ta, và có thể chuyển đổi đời sống cho kẻ khác bằng cách chia sẽ Pháp thân của mình cho các chúng sanh khác.

Toronto, 03 July 2019.

Nguyễn Vĩnh Thượng

Tài liệu tham khảo: như đã liệt kê trong các bài trước

Chương 14

Ngũ Uẩn

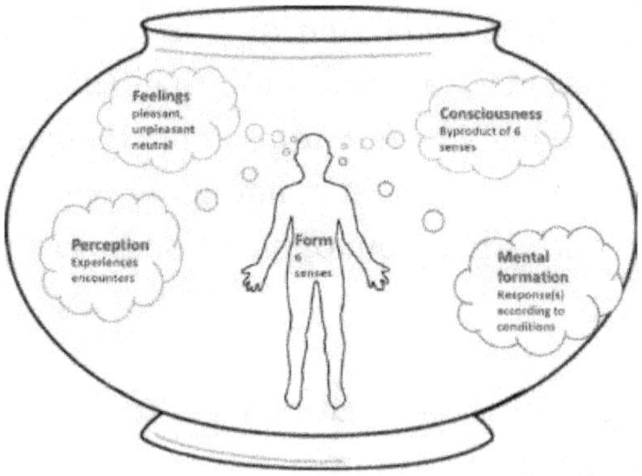

Trong bài viết này, chúng tôi sẽ trình bày:

I.- Định nghĩa
II.-Nội dung của thuyết ngũ uẩn
III.- Kết luận

I.- Định nghĩa: Ngũ Uẩn

Đức Phật đã nhiều lần giảng về Ngũ Uẩn, từ Kinh chuyển pháp luân đến các bài thuyết pháp sau này.

Ngũ Uẩn (**五 蘊**, Sa. P*añca-skandha*, Pi. P*añca-khandha*, Av. Five Aggregates/ Five psycho-physical condition groups), cũng gọi là **Ngũ ấm** (**五陰**). Trong tiếng Sanskrit thì panca = số 5, skandha = nhóm; người Trung Hoa dịch chữ skandha là uẩn, có nghĩa là tích tụ, nơi các điều, các sự kiện được chứa đựng.

Ngũ Uẩn là 5 nhóm kết hợp lại để tạo thành con người:

- *phần vật chất* có hình dáng gọi là: 1. Sắc Uẩn;
- *phần tâm lý* không có hình dáng, gồm có 4 uẩn là : 2. Thọ uẩn, 3. Tưởng uẩn, 4. Hành uẩn, 5. Thức uẩn.

II.- Nội dung của thuyết Ngũ Uẩn.

Ngũ Uẩn gồm có 5 nhóm:

1. Sắc uẩn (**色**; Sa., Pa. *rūpa,* Av. *aggregate of form*) là nhóm yếu tố tạo nên phần vật chất và sinh lý của con người: - *về vật chất* thì gồm có tứ đại chủng/ 4 nguyên tố lớn (Sa., Pa..*mahābhūta,* Av.*four great elements*): đất, nước, gió, lửa. Do sự kết hợp của 4 nguyên tố này nên con người được tạo thành, đó là *phần sinh lý* gồm có *5 giác quan* (5 physical organs), người Trung Hoa gọi là ngũ căn: mắt, tai, mũi, lưỡi, thân (nhãn, nhĩ, tỷ, thiệt, thân; eye, ear, nose, tongue, body), và các *đối tượng vật chất tương ứng của ngũ giác quan*, người Trung Hoa gọi là trần (physical objets), có 5 trần: sắc, thanh, hương, vị, xúc (vật nhìn thấy được, âm thanh, hương thơm, mùi vị và cảm giác; sight, sound, smell/odor, taste, and tangible objects). Như vậy, trần gồm có:

a. *Sắc trần* (sight) là hình dáng, màu sắc mà mắt thấy được.
b. *Thanh trần* (sound) là tiếng mà tai nghe được.
c. *Hương trần* (smell/ odor) là hương vị do mũi ngửi.
d. *Vị trần* (taste) là mùi vị do lưỡi nếm.
e. *Xúc trần* (tangible things) là cảm giác do thân xác biết được như cứng, mềm, nóng, lạnh.

2. Thọ uẩn (**受**, Sa., Pa. *vedanā, Av. aggregate of feeling/sensation)* là cảm thọ, là nhóm cảm thọ sinh ra do sự tiếp xúc giữa 5 giác quan và 5 đối tượng tương ứng. Cảm thọ có 3 loại: hoặc là dễ chịu, hoặc là khó chịu, hoặc là trung tính. Cảm thọ thì khác nhau từ người này đến người khác: chúng ta thường không có cảm thọ giống nhau về cùng một đối tượng. Ngay cả cảm thọ của chính một người cũng có thể thay đổi theo thời gian và không gian.

3. Tưởng uẩn (**想**, Sa. *saṃjñā,* Pa. *saññā,* Av. *aggregate of perception*) là tri giác phân biệt, là tưởng tượng chủ quan theo ý thức của mỗi người, đôi khi tưởng uẩn là nguyên nhân của những vọng tưởng sai lầm. Thí dụ: ban đêm thấy sợi dây thừng tưởng là con rắn. Tưởng uẩn là nhóm nhận thức được cả hai đối tượng vật chất và tinh thần. Khi tiếp xúc với đối tượng, tưởng uẩn nhận thức được đặc tính của đối tượng, giúp ta ghi nhớ đối tượng.

4.- Hành uẩn (**行**, Sa. *saṃskāra,* Pa. *saṅkhāra, Av. aggregate of mental information)* là một trạng thái tâm lý, cũng gọi là tâm hành. Tâm hành là hậu quả của tưởng, tâm hành nương theo vọng tưởng mà khởi sanh ra vui, buồn, giận, ghét, thương yêu, lo âu, sợ hãi...Tâm hành biến chuyển thay đổi vô thường, cho nên nói tâm hành sanh diệt.

5.- Thức uẩn (**識**, Sa. *vijñāna,* Pa. *viññāṇa,* Av. aggregate of consciousness):là những nhận thức, phân biệt.

Thức Uẩn biểu hiện qua 6 loại như sau:

a. Nhãn thức (eye consciousness) là cái biết của mắt.

b. Nhĩ thức (ear consciousness) là cái biết của lỗ tai.

c. Tỷ thức (nose consciousness) là cái biết của mũi.

d. Thiệt thức (tongue consciousness) là cái biết của lưỡi.

e. Thân thức (body consciousness) là cái biết của thân thể.

f. Ý thức (mind consciousness) là cái biết của Ý/ tâm (mind consciousness) về tư tưởng và ý tưởng.

Trong cuộc sống hằng ngày, chúng ta có thể phân tích các trải nghiệm cá nhân của chúng ta qua bình diện của ngũ uẩn mà Đức Phật đã dạy.

Ngũ uẩn thì thay đổi liên tục, do đó ngũ uẩn không có tự tánh tức là không có bản ngã/ vô ngã. Cho nên Bát-nhã Tâm Kinh nói "**Ngũ uẩn giai Không**".

Ngũ uẩn thay đổi từng sát-na, sanh diệt vô thường, do đó ngũ uẩn không có tự tánh, nhưng ngũ uẩn vẫn hiện hữu. Thí dụ: thử rờ vào thân xác, chúng ta cảm thấy sự hiện hữu của thân xác, nhưng thân xác thì biến đổi vô thường nên thân xác không có tự tánh. Tâm niệm của chúng ta cũng chuyển biến theo từng sát-na, sanh diệt, vô thường. Thật vậy:

1. Những yếu tố tạo nên sắc uẩn thì vô thường, luôn luôn biến đổi không ngừng. Thể xác chúng ta thì biến đổi: già, yếu, bịnh, tử.

2. Những cảm giác của ta do thọ uẩn tạo ra thì cũng thay đổi không ngừng. Hôm nay chúng ta hài lòng với một hoàn cảnh đặc biệt này, nhưng ngày mai chúng ta có thể không còn hài lòng nữa.

3. Những nhận thức về một đối tượng trong một hoàn cảnh do tưởng uẩn đem đến thì cũng thay đổi, vì hoàn cảnh luôn luôn đổi thay.

4. Tương tự như trên, hành uẩn cũng thay đổi: tâm hành của chúng ta thì luôn thay đổi đối với một đối tượng cũng luôn thay đổi.

5. Cũng vậy, thức uẩn cũng thay đổi liên tục: Ý thức về một đối tượng cũng thay đổi theo thời gian và không gian.

Nói tóm lại, ngũ uẩn thì thay đổi liên tục, thì vô thường, do đó ngũ uẩn không có tự tánh tức là không có bản ngã, cho nên thường nói "ngũ uẩn giai không".

Sự phân tích ở trên giúp ta đạt đến một tuệ giác: ý thức này không có bản ngã, không có gì giữ nguyên một trạng thái mãi mãi. Nhờ vậy chúng ta có thể tìm cách vượt qua được những quấy động của tình cảm về hy vọng và sợ hãi. Chúng ta hy vọng được hạnh phúc, và lo sợ sự đau khổ. Chúng ta hy vọng thành công, và chúng ta lo sợ thất bại. Chúng ta hy vọng được khá giả, và chúng ta lo sợ bị đói khổ. Chúng ta sống giữa nỗi hy vọng và nỗi lo sợ. Nếu chúng ta hiểu rằng hạnh phúc và khổ sở của cá nhân thì biến đổi không ngừng thì chúng ta có thể tìm cách vượt bỏ được ý tưởng về cái ngã - về cái sự trường tồn - tức là chúng ta sẽ vượt qua được lòng hy vọng và nỗi lo sợ. Như vậy chúng ta không còn phải ngụp lặn trong sự hy vọng và nỗi lo sợ, chúng ta có thể tìm cách đạt được sự thanh thản, bình an, đạt được an nhiên tự tại trước những thay đổi của cuộc đời.

Sắc uẩn thường hiểu là thân xác, nghĩa rộng hơn gọi là *sắc pháp* bao gồm nhà cửa, núi sông, của cải, địa vị, tiền bạc… thuộc thành phần vật chất. Các hiện tượng này luôn luôn biến đổi, vô thường, nên *vô ngã* (non-self). Vì vô ngã nên các hiện tượng này *không có tự tánh*, nên gọi là *vô pháp* (non-phenomenon).

Nói tổng quát, con người và mọi sự, mọi hiện tượng đều do nhân duyên sanh, có sanh thì có diệt, có biến chuyển vô thường, không có thực thể riêng cố định của nó, nên không có tự tánh. Triết học Bát-nhã gọi vô ngã nơi con người là "*nhân vô ngã*" hay "*nhân không*". Còn vô ngã nơi các sự vật, các hiện tượng là "*pháp vô ngã*" hay "*pháp không*". Hiện tượng ý nghĩa ở đây bao gồm các hiện tượng vật chất là thế giới mà ta thấy bên ngoài và hiện tượng tinh thần như ý tưởng, quan điểm, lý thuyết . . . tất cả các hiện tượng đều là *Không*.

Như đã nói, sắc uẩn biến đổi vô thường do sự kết hợp của tứ đại: đất, nước, gió, lửa; nên không có tự ngã, do đó tự tánh không có. Tương tự, *thọ uẩn, tưởng uẩn, hành uẩn, thức uẩn* đều do nhân duyên sanh, mà có sanh thì có diệt, cho nên gọi là vô thường và vô ngã tức là không có tự tánh. Ngũ uẩn là sự kết hợp của năm uẩn trên nên chúng ta kết luận rằng "*Ngũ uẩn đều Không*".

III.-Kết luận

Nói tóm lại, Đức Phật đã giảng sự kết hợp của các nhóm trong ngũ uẩn thì có tính cách tạm thời, tùy thuộc lẫn nhau, luôn luôn biến đổi. Chúng ta phải nhận thức rằng ngũ uẩn là vô thường, không phải là "*chính- chúng ta*", là vô ngã. Khi ngộ được như thế thì chúng ta sẽ đi đến chỗ giác ngộ (Srt. bodhi, Av. enlightenment).

Toronto, 25 January 2017.

Nguyễn Vĩnh Thượng

Tài liệu tham khảo chính yếu:

-Bhikkhu Bodhi, edited & introduced, *In the Buddha's Words: An Anthology of Discourses from the Pali Canon*, Foreword by *The Dalai Lama*, Boston: Wisdom Publications, 2005.

-Gombrich, Richard, *Theravada Buddhism*, London: Routledge, First published 1988, Reprinted 1991, 1994, 1995.

-Kalupahana, David J., *Buddhist Philosophy: A Historical Analysis*, Honolulu: University of Hawai Press, 1976.

-Kimura Taiken, *Nguyên Thủy Phật giáo Tư Tưởng Luận*; nguyên văn chữ Nhật, Hán dịch: Âu Dương Hãn Tồn, Việt dịch: Thích Quảng Độ, Saigon: ĐHVH, 1969. Chùa Khánh Anh ở Paris in lại, Phật học Viện Quốc tế ở California phát hành.

-Murti, T.R.V., *The Central Philosophy of Buddhism*, London: Unwin Paperbacks, First published in 1955, Reprinted in 1987.

-Narada, Mahathera, *The Buddha and his Teachings*, Kandy (Sri Lanka): Buddhist Publication Society, First enlarged edition: 1964, Second revised and enlarged edition: 1973.

-Nguyễn Vĩnh Thượng, *Tâm Lý Học* (sách giáo khoa lớp 12 ACD), Saigon: Hiện Đại phát hành, 1972.

-Tâm Diệu, *Quan niệm giải thoát trong Phật giáo và Bà-la-môn giáo* (bài biên khảo), Hoa Kỳ: Website Thư Viện Hoa Sen, 2011.

-Thích Chơn Thiện, *Phật học Khái luận*, California: Thanh Văn, 1992.

-Thích Quảng Liên, *Sử cương Triết học Ấn độ*, Saigon: tác giả x.b., bài cours cho sinh viên chứng chỉ Triết học Ấn độ, ĐHVK Saigon, 1965.

-Thích Thanh Kiểm, Lược sử Phật giáo Ấn độ, Saigon: Lê Thanh thư xã, 1963.

-Thích Thiện Hoa, *Phật học Phổ thông từ khóa I đến khóa XII* (gồm 12 quyển), đã xuất bản ở Saigon từ 1955 – 1964. Tái bản: Phật Học Viện Quốc tế, Sepulveda, CA, USA, 1982.

-Williams, Paul, *Mahayana Buddhism*, London: Routledge, First published 1989, Reprinted 1991, 1993.

Chương 15

Năm sức mạnh tinh thần

Panca Bala, tiếng Sanskrit, là một thuật ngữ Phật giáo được thấy vào thế kỷ thứ 2 CN trong Dharma – Samgraha (Av. Wisdom Library); cụm từ này gồm có: panca = 5/ngũ (Av. Five), và bala = sức/ lực (Av. Power/ Strength). Vậy Panca Bala có nghĩa là ngũ lực/ 5 sức mạnh tinh thần (Av. Five powers/ five strengths): 1. Tín lực, 2.- Tấn lực, 3.- Niệm lực, 4.- Định lực và 5.- Huệ lực. Năm sức mạnh tinh thần hay ngũ lực làm tăng các pháp thiện, pháp lành. Ngũ lực có được là nhờ ngũ căn (= 1.-Tín căn, 2.-Tấn căn, 3.- Niệm căn, 4.- Định căn, 5.- Huệ căn).

Ngũ căn và ngũ lực là thành phần thứ tư và thứ năm thuộc bảy thành phần của 37 phần trợ đạo (còn gọi là 37 Bồ-đề phần) là những yếu tố tạo thiện nghiệp giúp chúng sanh đi đến giác ngộ.

Ngũ căn (Srt. Panca Indriya, Av. five bases) là sức mạnh căn bản để tạo nên nguồn năng lượng trong chúng ta. Ngũ lực là sức mạnh của nguồn năng lực đang hoạt động.

Ngũ lực gồm có:

1.-Tín lực (Srt. Sraddha Bala, Av. Faith power) là sức mạnh do tín căn sinh ra, có công năng loại bỏ các tin tưởng sai lầm.

Đức tin (Av. Faith) là hạt giống nếu không có nó thì cái cây của đời sống tâm linh không thể nào nẩy mầm. Như một vấn đề của hiện thực, không có đức tin con người không thể nào làm được tất cả những gì có giá trị. Đây là một chân lý không những chỉ có ở Phật giáo mà còn có ở tất cả các tôn giáo khác như Bà-la-môn giáo, Cơ-đốc giáo, Hồi giáo.. và ngay cả các ngụy tôn giáo/ tôn giáo giả (pseudo-religions) của thời hiện đại như là chủ nghĩa cọng sản (Communism).

Đức tin là một hành trình tâm linh, xuyên qua đức tin, chúng ta đi từ điều đã biết đến điều chưa biết. Đức tin có thể đến từ những điều đã đọc, hoặc đã nghe rồi tình cờ phát hiện được ý nghĩa thâm sâu ở đó đã đi vào trái tim của chủ thể.

Đức tin có một ảnh hưởng rất lớn đối với ý thức. Đức tin đã làm phai mờ những bóng mây hoài nghi trong ý thức.

Trong Đạo Phật, "*đức tin*" được sinh khởi từ việc nghe những lời thuyết pháp của Đức Phật lịch sử. Lời dạy của Phật về nguyên nhân của khổ đau/ những điều không hài lòng, và những phương cách để ngăn chận những nguyên nhân gây khổ đau. Đạo Phật không đòi hỏi Phật giáo đồ một đức tin mù quáng, hành giả cần suy xét tường tận trước khi chấp nhận một điều gì. Bởi vì đức tin mù quáng không bao giờ soi sáng chân lý.

Đức tin đòi hỏi sự kết hợp của 4 yếu tố sau đây:

1.1.-Trí tuệ (intellect):

Đức tin là sự chấp nhận một hay nhiều học thuyết mà không cần phải chứng minh ngay tức khắc và trực tiếp vào những bằng cớ hiện thực. Như một vấn đề của đức tin, niềm tin phải vượt qua những bằng cớ hiện thực, và sẵn sàng lấp những hố thẳm ngăn cách các bằng chứng với một thái độ kiên nhẫn và niềm tin để chấp nhận. Trong nhiều tôn giáo, những lập thuyết thường được chấp nhận bởi niềm tin, và sự chấp nhận vào thẩm quyền của kinh văn mà vị Sư Thầy đã giảng.

Nói một cách tổng quát, niềm tin được coi như là bước đầu, bước sơ khởi, như là một tình trạng tạm thời.

Trong rất nhiều trường hợp, niềm tin thường bị phai mờ trước sự can thiệp mạnh mẽ của trí tuệ (wisdom) để có cái nhìn thâm sâu và mạnh mẽ vào bản tính của thực tại cho đến khi nhiều quan điểm của học thuyết có tính thuyết phục được niềm tin.

Trong Đạo Phật, Đức tin có 4 yếu tố chính như sau: 1.-Niềm tin vào nghiệp và tái sanh. 2.-Sự chấp nhận các lời dạy căn bản của Đức Phật lịch sử như: Tứ Diệu Đế, Nhân Duyên, Tánh Không v...v... 3.-Sự kính trọng "*Tam Bảo*": Phật, Pháp và Tăng. 4.-Niềm tin vào sự hữu hiệu của các phương thức thực nghiệm tâm linh, và tin vào cứu cánh Niết-bàn như là con đường để giải thoát khỏi những khó khăn, những khổ đau.

1.2.- Ý chí (Av. Volition):

Chúng ta đang sống trong thời đại của hoài nghi (We are living in the skeptical age), chúng ta đã đặt để trí tuệ rất nhiều vào niềm tin. Nhưng mà niềm tin (Srt. Shraddha, Av. Faith) lại là một vấn đề của trái tim hơn là của trí tuệ.

Niềm tin là hành động của ý chí (Av. Volition, Will) và của sự chủ ý. Ý chí bao gồm sự cương quyết để chủ thể làm một điều gì với lòng tin của chính mình tức là tin rằng mình có thể làm điều đó. Đối lại với niềm tin là tính rụt rè, sợ sệt, và tính toán.

1.3.-Tình cảm (Av. Emotion):

Niềm tin là một thái độ thanh thản, bình yên và tỉnh táo. Niềm tin đối lập với sự lo âu, tâm thần bấn loạn vì nhiều vấn nạn xảy ra. Bởi vậy, những ai có đức tin thì sẽ làm tiêu tan được: - sự lo lắng về sự mất tiếng tăm, về sự chết, về sự bất hạnh phúc...

1.4.- Liên hệ đến xã hội (Av. Relation to society):

Theo Phật giáo, về mặt xã hội, đức tin có liên hệ đến sự tin tưởng vào Tam Bảo: Phật, Pháp và Tăng.

Phật giáo đã thay thế đời sống tâm linh cho những hoàn cảnh tự nhiên bằng cách thay thế Đức Phật (the Buddha) như là một người Cha (the Father) và Bát-nhã Ba-la-mật-đa (Prajna Paramita) như là một người Mẹ (The Mother), các Tín hữu (the Fellow Seekers) như là anh và chị, em, thân thuộc và bạn bè (Brothers and Sisters, Relatives and friends).

2.-Tấn lực (Srt. Virya- bala, Av. Power/ energy/ diligence):

Tấn lực là sức mạnh do tinh tấn căn sinh ra, có công năng mang đến sự vui thú trong lúc thực hành tu tập nhằm diệt trừ sự lười biếng, giúp sự siêng năng trong việc diệt trừ tính ác để hành thiện.

Trong "*Bát chánh đạo*", tinh tấn là con đường thứ 6 để đạt được giác ngộ. Đức Phật đã giảng về tinh tấn như sau:

"*Chánh tinh tấn là kỷ luật tinh thần nhằm chú tâm cố gắng, siêng năng, kiên nhẫn để sử dụng sự cố gắng thích hợp giữa hai cực đoan: một bên là lười biếng, một bên là làm quá sức. Chánh tinh tấn là loại bỏ những thái độ, những tư tưởng không đúng đắn. Chúng ta đã biết rằng Đức Phật đã cố gắng chống lại những trở lực để đi đến chỗ giác ngộ: Ngài đã bị thiếu nữ Mara cám dỗ, nhưng Ngài đã không bị lay chuyển để rồi đi đến chỗ đắc đạo.*

Đức Phật khuyên rằng để thực hành chánh tinh tấn, chúng ta phải làm các việc như sau:

-Ngăn ngừa và đoạn trừ các điều ác.

-Chuyên cần làm những điều thiện."

(Bát Chánh Đạo, tr. 5)

3.-Niệm lực (Srt. Smriti-bala, Av. Mindfulness power) là sức mạnh do niệm căn, có công năng diệt bỏ các tà niệm, phát huy chánh niệm (Right Mindfulness). Đây là sức mạnh giúp ta luôn suy niệm về chánh niệm.

Trong Phật giáo, niệm đã chiếm địa vị trọng tâm. Niệm là con đường thứ 7 của Bát Chánh Đạo, là lực thứ 3 của Ngũ lực, và là yếu tố thứ nhất của 7 yếu tố của Giác ngộ.

Đức Phật đã giảng Niệm trong Bát Chánh Đạo như sau:

"*Chánh niệm: Chữ Hán Việt, "Niệm 念" gồm ở trên có chữ kim 金 hay kim: 今 có nghĩa là hiện tại, bây giờ; và ở dưới là chữ tâm 心 có nghĩa là trái tim, trong lòng. Như vậy chữ niệm có nghĩa là nghĩ, nhớ, mong trong hiện tại. (Pali là Sati, Av mindfulness).*

Niệm còn có nghĩa là chú tâm nghĩ ngợi. Trong Pháp Hoa Kinh 法華經 *có câu: "Đản nhất tâm niệm Phật" "* 但一心念佛 *, nghĩa là chỉ một lòng niệm Phật.*

Niệm còn có một nghĩa nữa là đọc, tụng. Ví dụ: niệm kinh 念經 *nghĩa là đọc/tụng kinh; niệm thư* 念書 *nghĩa là đọc sách; niệm Phật* 念佛 *là tưởng nhớ đến danh hiệu Phật.*

Niệm (Hán, 念*, Pa. Sati, Srt. Smriti, Anh văn. mindfulness) là những gì đang gợi lại trong tâm thức ở từng giây phút hiện tại mà không có sự can thiệp của phê phán, tâm thức thấy* "sự vật như là nó thật có"*, tức là không có sự phê phán hoặc tốt hoặc xấu, hoặc không tốt không xấu. Chánh niệm (Right mindfulness) là luôn nghĩ nhớ đến điều lành nên làm, điều ác nên tránh.*

Chánh niệm có nghĩa là phải làm cho đời sống của chúng ta gắn liền với những gì mà ta đang làm trong hiện tại. Ví dụ: khi ăn thì ta chú tâm ăn, khi đọc sách thì ta chú tâm đọc, khi đọc Kinh Phật thì ta chú tâm và kinh Phật, Khi đang lái xe thì chú tâm vào việc lái xe, khi rửa chén thì chú tâm vào việc rửa chén.

Chánh niệm khiến chúng ta gợi lại những điều trong quá khứ, nhất là để tâm vào những điều ta luyến tiếc. Chánh niệm khiến chúng ta nghĩ đến tương lai, nhất là những điều chúng ta đang lo lắng. Rồi Chánh niệm giúp ta trở lại giây phút hiện tại để chú ý vào những điều ta đang muốn và đang xảy ra trong hiện tại và tìm ra một giải pháp thích hợp.

Đức Phật đã thực hành chánh niệm khi Ngài quan sát lại tư tưởng của Ngài, những tình cảm của Ngài, tình trạng sức khỏe của thân xác Ngài và tâm thức của Ngài. Rồi sau đó Ngài tìm "con đường tu hành" thích hợp.

Như vậy, điểm chính của Chánh niệm là không phê phán những trải nghiệm tinh thần như là điều tốt hay như là điều xấu, như là điều muốn làm hay như là điều không muốn làm, như là một điều phải làm hay như là một điều không nên làm. Nói khác, Chánh niệm giúp ta nhận thức "sự vật như là nó có." *Rồi nhờ Chánh tinh tấn trợ lực Chánh niệm để thúc đẩy những ý niệm tốt lành được hướng về con đường từ bi hơn.*

Trong các tôn giáo khác cũng có những giờ phút suy niệm, nhưng cách thực hành thì khác chánh niệm của Phật giáo.

Ngày nay, Chánh niệm (Right Mindfulness) đã được khoa tâm lý trị liệu áp dụng. Các trường Đại học Y khoa ở Âu Mỹ đã dùng "con đường Chánh niệm" để trị các bệnh tâm thần như căng thẳng (stress), trầm cảm (depression), âu lo (anxiety)...Chánh niệm đã giúp bịnh nhân nhìn thấy những gì ở quá khứ hiện ra trong hiện tại, hoặc tưởng tượng những gì ở tương lai hiện ra trong hiện tại như là nó đã thật sự xảy ra một cách không phê phán, hay so sánh với cái khác. Rồi bịnh nhân lần lần không còn bám víu vào cái mình thích và không tránh né những cái mình không thích. Chánh niệm làm giảm dần, và làm biến mất lòng ham muốn, giận dữ, lo sợ, ảo tưởng...của bịnh nhân, và cuối cùng đem đến một tâm bình an, một trạng thái tốt đẹp.

Chúng ta nên áp dụng Chánh niệm mỗi khi ta có sự giao động trong cuộc sống hằng ngày của chúng ta để thân tâm được an lạc.

(Bát Chánh Đạo của NVT)

4.- Định lực (Srt. Samadhi-bala, Av. Concentration power) là sức mạnh do định căn giúp ta tập trung tư tưởng vào một việc/ một vấn đề nào một cách thâm sâu và sáng suốt. Khi đọc sách thì phải tập trung vào việc đọc sách, không nghĩ ngợi lung tung, khi ăn cơm thì phải tập trung vào việc ăn cơm...

Định là con đường thứ 8 của Bát Chánh Đạo. Đức Phật đã giảng như sau:

"Chánh định: Định (定) có nghĩa là tập trung tư tưởng vào một vấn đề gì, vào một đối tượng gì, vào một điểm gì; lúc ấy tinh thần ở trong trạng thái thuần nhất và không giao động. Đạo Phật có phép tu khiến cho tâm tĩnh lặng, không vọng động, gọi là "định"; ví dụ: nhập định 入定, thiền định (禪定).

Chánh định là tập trung tư tưởng vào một vấn đề gì tốt lành như lòng từ bi, như sự vô thường của cuộc đời. Tâm thần của chúng ta được coi như là một tấm gương dính bụi, Chánh định coi như lau chùi tấm gương để tấm gương được sáng tỏ. Nói khác, Chánh định giúp cho tâm thần được sáng sủa để nhìn sự vật như là nó hiện hữu trong thực tại.

Chánh định giúp chúng ta nhìn thấu triệt tính vô thường, tính duyên khởi của mọi sự vật, mọi hoàn cảnh ở đời để giúp chúng ta làm giảm những lo lắng, sợ sệt, nghi ngờ, tham luyến, giận dữ và ảo tưởng về một việc hay một vấn đề nào đó; và nhờ đó cuộc sống của chúng ta sẽ bình an hơn, sẽ khéo léo hơn, và sẽ từ bi hơn để đem lợi ích cho chính chúng ta và cho người khác.

Một kỹ thuật thường được dùng cho phương pháp chánh định một cách đơn giản là tập trung tư tưởng vào hơi thở. Hành giả có thể chú ý vào hơi thở của mình, theo dõi hơi thở ra và theo dõi hơi thở vào. Khi có một vọng động nào kéo đến tâm thức bởi các ý tưởng khác, bởi các hình ảnh khác, bởi các cảm xúc khác thì hành giả đem sự chú ý của mình trở lại sự theo dõi hơi thở mà mình đang thở. Hoặc khi có một ý nào hồi tưởng về quá khứ, hoặc một dự phóng về tương lai xuất hiện thì hành giả phải rời những kỷ niệm trong quá khứ, phải rời khỏi những mơ ước tương lai bằng cách đem sự chú ý, sự tập trung vào hơi thở của mình, theo dõi, tập trung vào hơi thở đang thở ra và thở vô. Cách thực hiện thiền định (禪 定) này gọi là "tập trung tinh thần vào một điểm"(one-pointed mental concentration). Do cách thực hành Chánh định sẽ giúp chúng ta thực hiện Chánh niệm ngay tức khắc.

(Bát Chánh Đạo của NVT)

5.- Huệ lực (Srt. Prajna-bala, Av. Wisdom Power) là sức mạnh do huệ căn, có công năng giúp ta nhìn một vấn đề/ một việc gì một cách sâu sắc và rõ ràng, giúp ta nhận thức được kết quả của việc làm này. Nhờ vậy, chúng ta loại bỏ được sự sai lầm, phát huy được lòng tin chân chánh/ chánh tín (Right Faith). Do đó chúng ta có thể đạt được cứu cánh giải thoát, của Niết-bàn trong cõi đời này.

" Prajna (Tàu phiên âm là Bát-nhã) dịch là trí tuệ (wisdom). Trong tiếng Sanskrit thì chữ gốc Jna có nghĩa là biết (to know), được nhấn mạnh bởi tiếp đầu ngữ Pra. Như vậy, Prajna không chỉ có nghĩa là nhận thức, sự hiểu biết bình thường mà còn là sự hiểu biết về thực tại tuyệt đối, sự hiểu biết về mọi sự, mọi vật tận sâu thẳm. Prajna là trí tuệ siêu việt (Perfect wisdom), là trí tuệ thâm sâu (profound wisdom) của các bậc giác ngộ dùng để soi sáng và quán chiếu được bản tánh của các hiện tượng/ các pháp (dharmas), và nhận thức rõ ràng rằng các pháp đều không có tự tánh. Prajna là trí tuệ siêu việt vượt qua khỏi thế giới hiện tượng, vượt qua khỏi nhận thức nhị nguyên."

(Bát-nhã Tâm Kinh - Chú giảng của NVT, 2018, tr. 15)

Kết luận:

Tất cả 5 đức tính của Ngũ lực phải được coi là một sự kết hợp của một tổng thể đồng nhất. Sự đồng điệu, hoà hợp, cân bằng của 5 đức tính này rất quan trọng. Cả 5 đức tính sẽ hỗ trợ lẫn nhau.

Sự cân bằng của ngũ lực ở trong tâm thần là một điều được xem rất quan trọng không những ở Khổng giáo mà còn ở Phật giáo nữa.

Toronto, 30 Aug. 2019

Nguyễn Vĩnh Thượng

Tài liệu tham khảo: như đã liệt kê trong các bài trước

Chương 16

Năm chướng ngại trong việc thực hành thiền

Panca nivarana, tiếng Sanskrit, có nghĩa: *panca* = năm / 5, *nivarana* = chướng ngại hay trở ngại; vậy *panca nivarana* có nghĩa là 5 chướng ngại (Av. Five hindrances/ five obstacles). Theo Phật giáo có 5 thứ chướng ngại ngăn trở không những trong việc thực hành thiền định mà còn là chướng ngại trong cuộc sống hằng ngày của chúng ta. Có khi chỉ có một trong 5 chướng ngại này ngăn trở việc thực hành thiền (Av. Meditation practice), hoặc có sự kết hợp với các chướng ngại khác. Đức Phật đã giảng dạy về 5 chướng ngại này như sau:

1.-Tham dục (Av. Sensory desire) là sự mong muốn bất cứ điều gì để làm thoả mãn 5 giác quan (thị giác, thính giác, khứu giác, vị giác và xúc giác) và tinh thần (ý giác).

Các khát vọng về giác quan có thể có nhiều hình thức như ham muốn về tình dục, thức ăn, âm thanh v… v…

Để *vượt khỏi* chướng ngại tham dục, chúng ta cần phải tập trung tinh thần để dừng theo đuổi chướng ngại này nữa, hãy tập trung tinh thần vào những điều tốt lành, thanh khiết.

2.-Sân hận (Av. Anger) là sự giận dữ, ghét bỏ đối với một vật hay một người không được vừa ý. Nhà Phật thường nói có 3 chướng ngại: tham, sân và si. Để vượt khỏi chướng ngại sân hận, chúng ta phải nuôi dưỡng lòng từ bi, lòng vị tha. Cơn giận dữ cần được chế ngự để chuyển đổi thành tình cảm thông cảm người hay vật đối diện.

3.- Lười biếng và chán chường (Av. Sloth and boredom): thường gọi chung là **hôn trầm.** Người bắt đầu thực hành thiền thường có cảm giác buồn ngủ, hoặc làm biếng trong buổi thực tập thiền. Buồn ngủ có thể là do thiếu ngủ, hoặc vừa mới ăn nhiều quá, hoặc tâm trí có nhiều âu lo nên có cảm giác không thể tiếp tục thực hành thiền.

Để vượt qua chướng ngại này, chúng ta có thể rửa mặt với nước ấm hoặc lạnh, hoặc có thể thay thế việc ngồi thiền bằng việc đi thiền (walking meditation). Giải pháp cuối cùng là ngưng thực tập thiền, đi ngủ một giấc ngắn (taking a nap).

4.-Bồn chồn và lo lắng (Av. Restlessness and worry): bồn chồn là tâm trí không ổn định, nghĩ việc này rồi sang nghĩ việc khác, thường ví tâm như con khỉ chuyền từ nhánh cây này qua nhánh cây khác, khỉ không ở chỗ nào lâu; lo lắng hay hối hận việc này đến việc khác. Người có tâm trạng bồn chồn và lo lắng thì không thể thực hành thiền được.

Để vượt khỏi chướng ngại bồn chồn và lo lắng trong một số trường hợp việc cần thiết là phải tìm kiếm sự trợ giúp tâm lý trước khi bắt đầu việc thực hành thiền.

5.-Hoài nghi (Av. Doubt) là nghi ngờ hay phân vân về một điều gì. Bản chất của hoài nghi thì không tốt cũng không xấu. Điều chính yếu là chúng ta phải giải quyết các điều đang bị hoài nghi. Có thể hoài nghi về khả năng của mình: - *tôi có thể làm điều này không?* - hoặc có thể hoài nghi về phương pháp mình đang thực hành: - *phương pháp này có phải đúng cách hay không?* - hoặc nghi vấn về ý nghĩa của một điều gì: - *điều này có nghĩa là gì?*; - *Thiền sư (meditation Teacher) này có phải là một ông thầy tốt (good teacher) không?*, dĩ nhiên thiền sư giỏi, cũng như vị hướng dẫn đội thể thao, sẽ đưa các học viên đến chỗ thành công.

Để vượt khỏi chướng ngại hoài nghi, chúng ta hãy nhìn thẳng vào điều mình đang hoài nghi, và dùng lý trí để làm sáng tỏ và khám phá ra chân lý, tự trả lời một cách thỏa đáng những điều đã hoài nghi.

Kết luận:

Chúng ta nên làm suy giảm hay loại trừ các chướng ngại để không những làm điều kiện tốt cho việc thực hành thiền mà còn cho việc phát triển tinh thần và đạo đức của chúng ta nữa. Đi xa hơn, nhờ đoạn diệt được tham, sân và si, chúng ta có thể đạt đến sự giải thoát và đạt cứu cánh Niết-bàn, an nhiên, tự tại trong cõi đời này.

Toronto, 04 Sept. 2019

Nguyễn Vĩnh Thượng

Tài liệu tham khảo:

Như đã liệt kê trong các bài trước

Chương 17

Lục độ Ba-la-mật-đa

Lục độ Ba-la-mật-đa/ Sáu phương pháp tu Ba-la-mật-đa (Six Paramitas) là 6 pháp tu để giải trừ các khổ ách của Đại thừa Phật giáo. *Paramita* có nghĩa là "*đi qua bờ bên kia*" tức là bờ của giác ngộ, của không còn sợ hải, của an nhiên tự tại, của an bình. Chúng ta đang ở bên bờ mê, bờ của khổ đau, của giận dữ, và đầy căng thẳng; chúng ta muốn đi qua bờ bên kia với nhiều điều tốt đẹp hơn, vui sướng hơn, hạnh phúc hơn.

Trong Phật pháp, Lục độ Ba-la-mật-đa gồm có 6 pháp tu như sau:

1.-Bố thí Ba-la-mật-đa (Srt. dana paramita, Av. Perfection of giving/ generosity):

Bố thí là hiến cho, chia sẽ, cung cấp. Pháp bố thí có 3 loại:

a.- *Tài thí* là cho bằng tiền của, cơm ăn, áo mặc, công sức...

b.- *Pháp thí* là đem sở học, sở đắc của mình mà hướng dẫn, giáo dục, khuyên răn về dạo làm người. .

c.- *Vô uý thí* là giúp mọi người bớt sợ hãi, bớt lo âu bằng lời nói hay bằng việc làm, bằng cách lắng nghe lời tâm sự để cho người khác vơi bớt nỗi lo âu, nỗi sợ hãi.

Bố thí Ba-la-mật-đa vừa làm lợi ích cho người, vừa làm lợi ích cho mình.

Khi chúng ta nhìn một người đang gặp khổ sở với một tình thương, chúng ta hãy lắng nghe lời người ấy tâm sự, chúng ta sẽ thông cảm hoàn cảnh khó khăn của người ấy, chúng ta sẽ thông cảm nỗi khổ đau của người đó. Lòng thông cảm đó giúp cho người ấy vơi nỗi khổ. Ngay cả chính chúng ta, nếu có người thông cảm hoàn cảnh chúng ta với một tình thương chân thật, chúng ta sẽ cũng cảm thấy hạnh phúc. Lòng thông cảm ấy như là một đóa hoa đang hé nụ, hoa sẽ nở đẹp đẻ về sau. Những chướng ngại của cuộc đời chẳng khác nào như những đợt sóng của đại dương, sóng có thể bồng bềnh, trồi lên rồi sụt xuống, nhưng nước vẫn là nước. Sóng rồi cũng có lúc êm. Chúng ta vẫn là chúng ta, mặc cho các chướng ngại dồn dập, chúng ta sẽ vượt qua các chướng ngại, chúng ta sẽ chiến thắng các chướng ngại, lòng chúng ta sẽ chiến thắng sự sợ hãi. Đây là điều hạnh phúc. Cho nên chúng ta cần *bố thí lòng không sợ hãi* cho người khác.

Đây cũng là sự thực hành "*trí tuệ Bát-nhã-ba-la-mật-đa*" bằng sự thông cảm khi người khác đang gặp cảnh ngộ khó khăn.

2.-Trì giới Ba-la-mật-đa (Srt. Shila Paramita, Av. Perfection of morality/ discipline/ precepts training):

Trì giới là giữ giới luật. Giới luật là những điều cấm làm và không nên làm nhằm bảo vệ nhân cách đạo đức của hành giả. Những việc không nên làm thì phải quyết định không làm. Những việc nên làm thì phải đem hết khả năng ra để làm.

Trong nhà Phật, giới luật được đặt ra tùy theo địa vị của từng nhóm người:

-Hàng *Phật tử tại gia* có 5 giới; trong trường hợp đặc biệt còn có thêm các giới như Bát quan trai giới, Thập thiện giới.

-Hàng *Sa-di* có 10 giới.

-Hàng *Tỳ-kheo* có 250 giới.

-Hàng *Tỳ-kheo Ni* có 348 giới.

3.-Nhẫn nhục Ba-la-mật-đa (Srt. Kshanti Paramita, Av. Perfection of patience/ bear/ capacity to receive) là sự chịu đựng mọi nhục nhã, mọi trở ngại qua thời gian để vượt qua nỗi thống khổ thì mới có thể đạt được thành công.

4.-Tinh tấn Ba-la-mật-đa (Srt. Virya Paramita, Av. Perfection of effort/ energy/ diligence):

Tinh là chuyên ròng, tấn là siêng năng. Tinh tấn là tinh chuyên và cần mẫn.

Hành giả phải luôn luôn phấn khởi, không lùi bước trước những chướng ngại trong cuộc đời cũng như trong việc tu học để đi tới chỗ thành công, đi tới chỗ chứng đắc. Hành giả không được chểnh mảng, không được chán nản, không được thối chí; đứng trước các trở ngại hành giả như người chèo thuyền ngược dòng sông, hành giả phải nỗ lực hết sức để chèo chống con thuyền đi đến bến bờ.

Tinh tấn đòi hỏi hành giả phải có ý chí và nghị lực để hỗ trợ việc vượt qua các chướng ngại.

5.-Thiền định Ba-la-mật-đa (Srt. Dhyana Paramita, Av. Perfection of medication/ concentration):

Thiền định là suy niệm, là tập trung tư tưởng vào một đối tượng. Thiền định giúp nội tâm không bị quay cuồng bởi ngoại cảnh. Thiền định giữ tâm thức hành giả an nhiên tự tại trước những phong ba của cuộc đời. Nói khác, thiền định là phương pháp tu hành giúp thân và ý an bình qua sự thực hành đếm hơi thở, qua những bước đi bộ thoải mái, qua những lúc ngồi thư giản và tập trung vào điều tốt lành.

Tập trung tư tưởng vào người mà ta thương yêu và muốn giúp đỡ. Người ấy đang chịu khổ đau và gặp hoàn cảnh trở ngại, chúng ta thông cảm hoàn cảnh của người đó rồi tập trung vào những điều gì mà chúng ta có thể giúp đở người ấy.

6.-Trí tuệ Ba-la-mật-đa (Srt. Prajna Paramita, Av. Perfection of Wisdom/understanding)

Trí tuệ Bát-nhã Ba-la-mật-đa là một *trí tuệ siêu việt*, có công năng giúp hành giả thấu hiểu mọi sự vật, mọi sự kiện để có khả năng " *vượt qua bờ bên kia*", bến bờ của giải thoát, của giác ngộ, của an bình. Như đã biết, Phật giáo Đại thừa gọi *Prajna Paramita* là "*Mẹ của chư Phật*" (the Mother of all Buddhas). Tất cả những gì tốt đẹp, những gì thánh thiện đều được phát sinh từ Đức Mẹ Prajna Paramita.

Trí tuệ Bát-nhã Ba-la-mật-đa đồng nghĩa với chánh kiến trong Bát Chánh Đạo. *Trí tuệ Bát-nhã Ba-la-mật-đa* là một trí tuệ không còn phân biệt nhị nguyên, không còn phân biệt chủ thể và đối tượng. Đây là một trí tuệ siêu việt.

Kết luận:

Trong sáu pháp tu Ba-la-mật-đa, chúng ta không thể nào nói pháp tu này hơn pháp tu kia. Cả 6 pháp tu hòa quyện lẫn nhau. Do đó khi thực hành một pháp tu này thì phải vận dụng 5 pháp tu kia để cùng hỗ trợ và giúp chúng ta thực hành pháp tu đó được thành tựu viên mãn. Khi thực hành một pháp tu Bát-nhã Ba-la-mật-đa một cách thâm sâu thì có nghĩa là chúng ta thực hành và phát triển tất cả 6 pháp tu cùng một lúc. Như khi thực hành pháp tu "*Bố thí*" thì chúng ta cũng thực hành pháp tu "*thiền định*" để tập trung vào việc bố thí, chúng ta phải dùng pháp tu "*trí tuệ*" để thông cảm hoàn cảnh người được bố thí...

Sáu pháp tu Prajna Paramita không khó, chúng ta hãy bắt tay vào thực tập ngay bây giờ. Trong khi thực hành 6 pháp tu này thì chúng ta sẽ cảm thấy thân tâm an bình, hạnh phúc ngay. Sáu pháp tu sẽ thay đổi thân tâm của chúng ta, vì thế cho nên khi chúng ta gặp chuyện buồn rầu, khổ sở, căng thẳng, đang giận dữ, đang sợ hãi thì hãy đừng ở lại bờ bến khổ nạn mà phải đi vượt qua bờ bên kia, bến bờ của giải thoát, của an bình, không còn sợ hãi, không còn giận dữ nữa.

Toronto, 05 June 2018.

Nguyễn Vĩnh Thượng

Tài liệu tham khảo

Như đã liệt kê trong các bài trước

Chương 18

Bảy yếu tố của sự giác ngộ

Đức Phật đã nhiều lần giảng giải trong các kinh điển Phật giáo về **"Bảy yếu tố của sự giác ngộ"** là: 1.-Niệm, 2.-Trạch pháp, 3.-Tấn, 4.-Phỉ, 5.-An, 6.- Định và 7.-Xả.

Sapta bodhyanga, tiếng Sanskrit, gồm có Sapta= bảy/ 7 (Av. Seven); Bodh= có ngữ căn Budh có nghĩa là thức tỉnh, giác ngộ (Av. Awaking/ Enlightenment); Anga= yếu tố, cành cây, một phần của toàn thể (Av. Factor/ limb/ a part of the whole).

Người Tàu dịch là "*Thất giác chi*" có nghĩa là "*Bảy yếu tố của sự giác ngộ*" (Av. Seven factors of awakening/ enlightenment).

Theo Đức Phật lịch sử thì bảy yếu tố của sự giác ngộ đã có sẵn nơi tâm thức của chúng sanh, chỉ vì chúng sanh chưa phát khởi chúng ra mà thôi.

Sau đây là 7 yếu tố của sự giác ngộ:

1.-Niệm (Srt. Smrti, Av. Mindfulness): là sức mạnh do niệm căn, có công năng diệt bỏ các tà niệm để phát huy chánh niệm (Right Mindfulness). Đây là sức mạnh giúp ta luôn suy niệm về chánh niệm. Niệm là sự chăm chú vào việc gì mình đang làm, chăm chú một cách kiên trì, liên tục, không gián đoạn. Nhờ *Niệm* tâm thức phân biệt được điều thiện và điều tà, biết được cái đẹp và cái xấu của hành động mình.

Trong Phật giáo, *Niệm* đã chiếm địa vị trọng tâm. Niệm không những là con đường thứ 7 của *Bát Chánh Đạo*, lực thứ 3 của *Ngũ lực* và là yếu tố thứ nhất của 7 yếu tố của giác ngộ.

Chữ Hán Việt "niệm 念 gồm ở trên có chữ kim 金 hay kim: 今 có nghĩa là hiện tại, bây giờ; và ở dưới là chữ tâm 心 có nghĩa là trái tim, trong lòng. Như vậy, chữ niệm có nghĩa là nghĩ, nhớ, mong trong hiện tại. (Pali Sati, Av mindfulness).

Niệm còn có nghĩa là chú tâm nghĩ ngợi. Trong Pháp Hoa Kinh 法華經 có câu: "Đản nhất tâm niệm Phật" " 但一心念佛 , nghĩa là chỉ một lòng niệm Phật.

Niệm còn có một nghĩa nữa là đọc, tụng. Ví dụ: niệm kinh 念經 nghĩa là đọc/tụng kinh; niệm thư 念書 nghĩa là đọc sách; niệm Phật 念佛 là tưởng nhớ đến danh hiệu Phật.

" *Niệm* (Hán, 念, Pa. Sati, Av. mindfulness) *là những gì đang gợi lại trong tâm thức ở từng giây phút hiện tại mà không có sự can thiệp của phê phán, tâm thức thấy* "sự vật như là nó thật có", *tức là không có sự phê phán hoặc tốt hoặc xấu, hoặc không tốt không xấu. Chánh niệm (Right mindfulness) là luôn nghĩ nhớ đến điều lành nên làm, điều ác nên tránh.*

Chánh niệm có nghĩa là phải làm cho đời sống của chúng ta gắn liền với những gì mà ta đang làm trong hiện tại. Ví dụ: khi ăn thì ta chú tâm ăn, khi đọc sách thì ta chú tâm đọc, khi đọc Kinh Phật thì ta chú tâm và kinh Phật, Khi đang lái xe thì chú tâm vào việc lái xe, khi rửa chén thì chú tâm vào việc rửa chén.

Chánh niệm khiến chúng ta gợi lại những điều trong quá khứ, nhất là để tâm vào những điều ta luyến tiếc. Chánh niệm khiến chúng ta nghĩ đến tương lai, nhất là những điều chúng ta đang lo lắng. Rồi Chánh niệm giúp ta trở lại giây phút hiện tại để chú ý vào những điều ta đang muốn và đang xảy ra trong hiện tại và tìm ra một giải pháp thích hợp."

Đức Phật đã thực hành chánh niệm khi Ngài quan sát lại tư tưởng của Ngài, những tình cảm của Ngài, tình trạng sức khỏe của thân xác Ngài và tâm thức của Ngài. Rồi sau đó Ngài tìm "con đường tu hành" *thích hợp.*

Như vậy, điểm chính của Chánh niệm là không phê phán những trải nghiệm tinh thần như là điều tốt hay như là điều xấu, như là điều muốn làm hay như là điều không muốn làm, như là một điều phải làm hay như là một điều không nên làm. Nói khác, Chánh niệm giúp ta nhận thức "sự vật như là nó có." *Rồi nhờ Chánh tinh tấn trợ lực Chánh niệm để thúc đẩy những ý niệm tốt lành được hướng về con đường từ bi hơn.*

Trong các tôn giáo khác cũng có những giờ phút suy niệm, nhưng cách thực hành thì khác chánh niệm của Phật giáo.

Ngày nay, Chánh niệm (Right Mindfulness) đã được khoa tâm lý trị liệu áp dụng. Các trường Đại học Y khoa ở Âu Mỹ đã dùng "con đường Chánh niệm" để trị các bệnh tâm thần như căng thẳng (stress), trầm cảm (depression), âu lo (anxiety)...Chánh niệm đã giúp bịnh nhân nhìn thấy những gì ở quá khứ hiện ra trong hiện tại, hoặc tưởng tượng những gì ở tương lai hiện ra trong hiện tại như là nó đã thật sự xảy ra một cách không phê phán, hay so sánh với cái khác. Rồi bịnh nhân lần lần không còn bám víu vào cái mình thích và không tránh né những cái mình không thích. Chánh niệm làm giảm dần, và làm biến mất lòng ham muốn, giận dữ, lo sợ, ảo tưởng.. của bịnh nhân, và cuối cùng đem đến một tâm bình an, một trạng thái tốt đẹp.

Chúng ta nên áp dụng Chánh niệm mỗi khi ta có sự giao động trong cuộc sống hằng ngày của chúng ta để thân tâm được an lạc.

(Bát Chánh Đạo của NVT)

2.-Trạch pháp (Srt. Dharma Vicaya, Av. Investigation of the doctrine):

Dharma Vicaya, tiếng Sanskrit, có nghĩa là điều tra về một học thuyết (Investigation of the doctrine), điều tra về bản tánh của thực tại (Investigation of the nature reality), tìm hiểu về sự thật (Searching the truth).

Người Tàu dịch là *Trạch pháp* . Con người có lòng muốn biết nên ước muốn điều tra cho ra sự thật để chứng minh một học thuyết, khám phá sự thật của một tin đồn.

Dharma Vicaya (Trạch pháp) có nghĩa là khảo sát các pháp/ các hiện tượng/ các sự kiện. Do sự khảo sát các pháp hữu vi (các hiện tượng), chúng ta nhận thức rằng các pháp hữu vi đều trải qua sự biến đổi: sanh, trụ, hoại, diệt một cách nhanh chóng. Toàn thể vũ trụ đều liên tục biến đổi, vô thường, không thể tồn tại giống hệt nhau trong hai sát-na kế tiếp. Triết gia Hy-lạp Heraclite đã nói : "*Không ai có thể tắm một dòng sông đến hai lần*".

3.-Tấn (Srt. Virya, Av. Energy/ Effort):

Trong Phật giáo, tinh tấn là sức mạnh được đem đến do các nguồn: niệm, trạch pháp, đức tin vào sự thực hành chánh pháp. Nhờ tinh tấn, một nguồn năng lực, giúp chúng ta tìm thấy được ý nghĩa của cuộc đời.

Tấn lực (Srt. Virya Bala, Av. Energy/ power) là sức mạnh do tấn căn sinh ra, có công năng mang đến sự vui thú trong lúc thực hành tu tập nhằm diệt trừ sự lười biếng, giúp sự siêng năng trong việc diệt ác để hành thiện.

Trong 7 yếu tố của sự giác ngộ, tinh tấn là yếu tố thứ 3.Trong ngũ lực, tinh tấn là sức mạnh tinh thần, là yếu tố thứ 2. Trong lục độ ba-la-mật, tinh tấn đứng hàng thứ tư.

Trong Bát Chánh Đạo, tinh tấn là con đường thứ 6 để đạt được giác ngộ. Đức Phật đã giảng về Chánh Tinh Tấn như sau:

"*Chánh tinh tấn là kỷ luật tinh thần nhằm chú tâm cố gắng, siêng năng, kiên nhẫn để sử dụng sự cố gắng thích hợp giữa hai cực đoan: một bên là lười biếng, một bên là làm quá sức. Chánh tinh tấn là loại bỏ những thái độ, những tư tưởng không đúng đắn. Chúng ta đã biết rằng Đức Phật đã cố gắng chống lại những trở lực để đi đến chỗ giác ngộ: Ngài đã bị thiếu nữ Mara cám dỗ, nhưng Ngài đã không bị lay chuyển để rồi đi đến chỗ đắc đạo.*

Đức Phật khuyên rằng để thực hành chánh tinh tấn, chúng ta phải làm các việc như sau:

-Ngăn ngừa và đoạn trừ các điều ác.

-Chuyên cần làm những điều thiện."

(Bát Chánh Đạo, của NVT)

4.-Phỉ (Srt. Priti, Av. Joy):

Priti, tiếng Sanskrit, có nghĩa là vui mừng, là hạnh phúc. Chúng ta có thể tìm thấy sự vui mừng ở trong tâm thức, ngay cả lúc cơ thể chúng ta không cảm thấy khỏe.

Con người cần phải "*tri túc*" (biết đủ) để đem lại sự vui mừng và hạnh phúc. Tri túc là biết đủ, con người thường "*được voi đòi tiên*" nên cứ chạy theo lòng ham muốn. Bởi vậy, cần phải "*tri túc*" để hưởng thụ những gì mình đang có và như thế mới đạt hạnh phúc. "*Phỉ*" (Srt. Priti) sẽ dẫn đến sự chứng ngộ trọn vẹn, đến *Niết-bàn*, đến sự thanh thản, an nhiên.

5.-An (Srt. Prasrabhi,/Prasrabdhi, Av. Relaxation/ ease/ tranquility of both body and mind):

Prasrabhi, tiếng Sanskrit, Tàu dịch là khinh an, có nghĩa là sự an tỉnh, thư giãn.

Chúng ta cần phải giữ cho cái tâm an tĩnh, giữ cái tâm bình thản trước những nghịch cảnh của cuộc đời để khỏi phải bị phiền lụy, không còn bị phiền não, lo âu. Chúng ta cần phải tự huấn luyện tâm thần, đòi hỏi thời gian, để tâm thần được an tĩnh. Có như thế thì mới đi đến chỗ giác ngộ và giải thoát khỏi những khổ đau của cuộc đời.

Như khi chúng ta bị bịnh, chúng ta nằm trên gường để tịnh dưỡng, không làm việc gì cả. Đôi khi không buồn ăn, không buồn uống. Rồi sức lực được hồi phục lần lần khi cơn bịnh được khắc phục.

Chúng ta cũng cần thực hành sự an tĩnh ngay cả lúc chúng ta khỏe mạnh. Chúng ta ngồi uống trà, uống cà-phê, đi thả bộ trong công viên…là những cơ hội tốt để làm an tĩnh tâm thần.

6.- Định (Srt. Samadhi, Av. Concentration):

Samadhi, tiếng Sanskrit, gồm có: *Sam* có nghĩa là cùng nhau, *a* có nghĩa là mang đến một nơi chắc chắn, *dhi* là sự cố gắng của tâm thức. Như vậy *Samadhi* có nghĩa là sự cố gắng của tâm thức tập trung vào một đối tượng, vào một chỗ, không bị giao động.

Như đã biết, người thực hành phép thiền định phải đương đầu với 5 chướng ngại tinh thần, và phải vượt qua những chướng ngại này để đạt được giác ngộ.

Định lực (Srt. Samadhi bala, Av. Concentration power) là sức mạnh do định căn giúp ta tập trung tư tưởng vào một việc/ một vấn đề nào một cách thâm sâu và sáng suốt. Khi đọc sách thì phải tập trung vào việc đọc sách, không nghĩ ngợi lung tung, khi ăn cơm thì phải tập trung vào việc ăn.

Định là yếu tố thứ 6 của 7 yếu tố của sự giác ngộ. Định là con đường thứ 8 của Bát Chánh Đạo. Đức Phật đã giảng:

" *Định* (定) *có nghĩa là tập trung tư tưởng vào một vấn đề gì, vào một đối tượng gì, vào một điểm gì; lúc ấy tinh thần ở trong trạng thái thuần nhất và không giao động. Đạo Phật có phép tu khiến cho tâm tĩnh lặng, không vọng động, gọi là "định"; ví dụ: nhập định* 入定*, thiền định (*禪 定*).*

Chánh định là tập trung tư tưởng vào một vấn đề gì tốt lành như lòng từ bi, như sự vô thường của cuộc đời. Tâm thần của chúng ta được coi như là một tấm gương dính bụi, Chánh định coi như lau chùi tấm gương để tấm gương được sáng tỏ. Nói khác, Chánh định giúp cho tâm thần được sáng sủa để nhìn sự vật như là nó hiện hữu trong thực tại.

Chánh định giúp chúng ta nhìn thấu triệt tính vô thường, tính duyên khởi của mọi sự vật, mọi hoàn cảnh ở đời để giúp chúng ta làm giảm những lo lắng, sợ sệt, nghi ngờ, tham luyến, giận dữ và ảo tưởng về một việc hay một vấn đề nào đó; và nhờ đó cuộc sống của chúng ta sẽ bình an hơn, sẽ khéo léo hơn, và sẽ từ bi hơn để đem lợi ích cho chính chúng ta và cho người khác.

*Một kỹ thuật thường được dùng cho phương pháp chánh định một cách đơn giản là tập trung tư tưởng vào hơi thở. Hành giả có thể chú ý vào hơi thở của mình, theo dõi hơi thở ra và theo dõi hơi thở vào. Khi có một vọng động nào kéo đến tâm thức bởi các ý tưởng khác, bởi các hình ảnh khác, bởi các cảm xúc khác thì hành giả đem sự chú ý của mình trở lại sự theo dõi hơi thở mà mình đang thở. Hoặc khi có một ý nào hồi tưởng về quá khứ, hoặc một dự phóng về tương lai xuất hiện thì hành giả phải rời những kỷ niệm trong quá khứ, phải rời khỏi những mơ ước tương lai bằng cách đem sự chú ý, sự tập trung vào hơi thở của mình, theo dõi, tập trung vào hơi thở đang thở ra và thở vô. Cách thực hiện thiền định (*禪 定*) này gọi là "tập trung tinh thần vào một điểm"(one-pointed mental concentration). Do cách thực hành Chánh định sẽ giúp chúng ta thực hiện Chánh niệm ngay tức khắc.*

(Bát Chánh Đạo của NVT)

7.-Xả (Srt. Upeksa, Av. Equanimity/ letting go):

Theo Abhidharma (Tàu dịch là Vi Diệu Pháp), *Upeksa* (tiếng Sanskrit), có nghĩa là trung lập, không thiên bên nào. Đây là trạng thái tâm quân bình, nhận thức được thực tại như là chính nó không còn bám víu (Av. To accept reality as-it-is without craving) nghĩa là *xả*, tức là kết quả của tâm thức an tĩnh. *Xả* giúp con người không bị giao động trước những phong ba của cuộc đời: được và thua, tiếng thơm và tiếng xấu, đau khổ và hạnh phúc.

Tâm xả giúp con người nhìn sự vật, yêu thương chúng sanh một cách bình đẳng, không thiên vị.

Kết luận:

Bảy yếu tố trên như thể bảy cành cây của một thân cây, 7 yếu tố là một tổng thể. Chúng ta phải trau dồi "*bảy yếu tố*" này với một tâm thức nhiệt thành, với một ý chí dũng cảm để giúp chúng ta đến chỗ chứng ngộ, đạt được cứu cánh Niết-bàn, an nhiên tự tại.

Toronto, 9 September 2019

Nguyễn Vĩnh Thượng

Tài liệu tham khảo: như đã liệt kê trong các bài trước.

Chương 19

Nghiệp và Luân hồi

Nghiệp và Luân hồi là hai ý niệm đã có trong Ấn độ giáo, được giảng giải trong các Kinh Veda và Upanishad vào khoảng 1500 năm trước CN.

Trong bài này, chúng tôi sẽ tìm hiểu quan niệm về Nghiệp và Luân hồi của Phật giáo. Có hai phần chính:

- Phần thứ nhất: Nghiệp
- Phần thứ hai: Luân hồi

Phần thứ nhất: Nghiệp

Trong phần này, chúng tôi sẽ trình bày:
I.-Quan niệm về Nghiệp của Phật giáo.
II.-Những hiểu lầm và thắc mắc về quan niệm Nghiệp
III.-Nghiệp là nền tảng "*Đạo đức học*" của Phật giáo.

I.-Quan niệm về "Nghiệp" của Phật giáo:

Nghiệp (Srt. Karma, Pa. Kamma, Tàu phiên âm: Yết-ma 羯磨, dịch là Nghiệp 業, Av. Action/ Doing) là hành động chịu ảnh hưởng của "*Luật Nhân Quả*" (the Law of Cause and Effect).

Mỗi một hành động (action) làm ra, gọi là nguyên nhân, đều có một hậu quả (re-action) tương ứng; và hậu quả sẽ trở thành nguyên nhân cho một hậu quả kế tiếp. Nghiệp có liên hệ với luật duyên khởi. Chúng ta đã tìm hiểu về "*Luật Nhân Quả*" trong bài viết về *học thuyết duyên khởi* của Đức Phật. Chúng ta gây nhân nào thì gặt quả nấy, tục ngữ có câu: *Trồng cây nào thì gặt quả nấy*. Trong Kinh Thánh (Bible) cũng có quan niệm tương tự về nhân quả: "*We reap what we sow*" / chúng ta gặt hái những gì mà chúng ta đã gieo trồng.

Theo đạo Phật, không phải hành động nào cũng là nghiệp. *Nghiệp* chỉ được tạo ra nếu có một *sự chủ ý/ tác ý/ ý chí* (Srt. Cetana, Av. volition/ intention/ will). Một hành động có chủ ý được tạo bởi *thân* (body), *khẩu* (speech) và *ý* (mind); hành động này sẽ gây nên một hậu quả trong tương lai. *Sự chủ ý/ ý hướng đạo đức* có đặc tính đạo đức như sau: sự chủ ý có thể là thiện/tốt (good), hoặc có thể là ác/ xấu (bad) hoặc có thể là trung tính/ không thiện và không ác (neutral).

Nghiệp ảnh hưởng đến *tái sanh* (rebirth) trong vòng luân hồi (the cycle of rebirth): tư tưởng và hành động trong dòng sinh mệnh quá khứ sẽ ảnh hưởng đến dòng sinh mệnh hiện tại, tư tưởng và hành động trong dòng sinh mệnh hiện tại sẽ ảnh hưởng đến dòng sinh mệnh trong tương lai. Theo đạo Phật, nghiệp không do Thượng đế tạo ra, nghiệp chính là do cá nhân của một người tạo ra.

Nghiệp có thể chia ra làm bốn loại:

1. *Nặng tội nghiệp* (Weighty Karma): đây là nghiệp gây ra các tội ác nặng nề như giết người, hãm hại người khác một cách tàn nhẫn...
2. *Tập quán nghiệp* (Habitual Karma): đây là nghiệp gây ra do các thói quen tạo thành.
3. *Tích lũy nghiệp* (Stored up Karma): đây là các nghiệp được tích lũy, được chứa đựng từ các hành động trong cuộc sống hằng ngày.
4. *Cận tử nghiệp* (Post death Karma/ Intermediate state Karma/ Death proximate Karma): đây là nghiệp tạo ra lúc sắp chết, nghiệp ở giữa sự sống và sự chết, nghiệp di chuyển từ đời sống này qua đời sống khác.

Cận tử nghiệp rất quan trọng vì nó là dòng nghiệp thức mạnh nhất có ảnh hưởng đến sự "*tái sanh*". Theo Duy Thức Học, một trường phái trong phong trào Phật giáo Phát triển/ Phật giáo Đại thừa thì các hành động có ý thức gây ra bởi thân, khẩu và ý có tính thiện, hoặc ác, hoặc vô ký/không thiện không ác đều được chứa đựng trong Alaya thức/ Tạng thức (Srt. Alaya-Vijnana, Av. Storehouse consciousness). *Alaya thức* tương đồng với *vô thức tập hợp* (L'inconscient collectif/ the collective unconsciuos) trong môn Phân Tâm Học (psycho-analysis/ analytical psychology) của tâm lý học Tây phương, Carl Gustav Jung (Đức, 1875 – 1961) là người khai sáng ra môn Tâm phân học. Dòng nghiệp thức / thần thức (karmic consciousness) này sẽ chuyển vào đời sống mới ở trong 6 cõi luân hồi.

(xem thêm, tiểu luận: "Từ A-lại-gia thức trong Duy thức học của Thế-Thân (Vasubandhu) và Vô-trước (Asanga) [hậu bán thế kỷ thứ V sau Tây lịch] đến Vô-thức tập hợp (the collective unconscious) của Carl Gustav Jung (1875 – 1961, Sài-gòn, 1966).

Theo Phật giáo Phát triển, ý nghĩ cuối cùng trước khi chết thường liên quan đến trải nghiệm nổi bật nhất trong kiếp sống này. Giác quan cuối cùng ra đi là thính giác. Phần lớn các tôn giáo đều có những bài kinh, bài tụng niệm do các Đạo sư hay các Tu sĩ đọc để giúp cho người sắp ra đi có những ý nghĩ cuối cùng hướng thiện. Ý tưởng cuối cùng trước khi lâm chung vô cùng quan trọng, nó có ảnh hưởng đến tái sanh.

"*Sự chết*" cũng là một phần quan trọng trong cuộc sống. Nhiều bệnh viện ở Tây phương có phòng dành riêng cho các bệnh nhân đang chờ chết hay sắp chết để giúp giúp bệnh nhân giảm bớt sự sợ hãi về "*cái chết*".

Rev. Dr. Walpola Rahula đã giảng giải sự *chủ ý / ý hướng đạo đức/ ý chí* trong một nghiệp như sau:

"Ý hướng đạo đức có thể có giá trị đạo đức tương đối tốt/ thiện hay xấu/ác cũng giống như lòng ước muốn có thể tương đối tốt hoặc xấu. Bởi thế, nghiệp (karma) có thể tốt hay xấu một cách tương đối. Nghiệp tốt/ thiện thì sanh ra quả tốt, còn nghiệp xấu/ác thì sanh ra quả xấu. Lòng tham muốn, ý hướng đạo đức, nghiệp dù tốt hay xấu đều có một năng lực đưa đến hậu quả của nó: năng lực cứ tiếp tục - tiếp tục trong chiều hướng tốt hay xấu. Dầu tốt hay xấu nó đều là tương đối, và đều ở trong vòng luân hồi, lẩn quẩn. Một vị A-la-hán (Arahant), mặc dầu có hành động, nhưng không tích luỹ trong nghiệp, bởi vì Ngài đã giải thoát khỏi ý tưởng sai lầm về ngã, đã giải thoát khỏi lòng tham muốn tiếp tục và sanh thành, đã giải thoát khỏi tất cả phiền não không trong sạch. Đối với Ngài, không còn tái sanh.

Không nên lầm lẫn thuyết nghiệp báo với cái gọi là "công bằng đạo đức" *(moral justice) hay* "sự thưởng và phạt" *(reward and punishment). Ý tưởng về công bằng đạo đức, hay sự thưởng phạt phát sanh từ một hữu thể tối cao (a supreme being), tức là Thượng đế (God), ngồi phán xét, tức là vị ban luật lệ để quyết định điều gì là phải, điều gì là trái. Từ ngữ* "công bằng" *(justice) thì có* ý nghĩa mơ hồ *(ambiguous)* và nguy hiểm, *việc nhân danh công bằng đã gây ra nhiều hãm hại hơn là có lợi ích cho nhân loại.*

***Thuyết nghiệp báo** là **thuyết về nhân và quả**, về hành động và phản ứng lại; nó là một luật tự nhiên, không dính dáng gì đến ý tưởng về "công bằng" hay về "thưởng phạt". Mọi hành động có chủ ý đều sanh ra hậu quả hay kết quả của nó. Nếu một hành vi tốt thì sanh ra quả tốt, đây không phải là sự công bằng hay sự thưởng phạt do một người nào hay một quyền lực nào ngồi phán xét hành vi của bạn, nhưng đó chỉ là vì bản chất của riêng nó, vì luật lệ của riêng nó.*

Điều này không khó hiểu. Nhưng điều khó hiểu là, theo thuyết nghiệp báo, những hậu quả của một hành vi có chủ ý có thể tiếp tục ngay cả trong một đời sống sau khi chết.

(Walpola Rahula, *What the Buddha taught*, New York: Grove Press, 1962, p. 32)

Nguyên văn:

" Volition may relatively be good or bad, just as desire may relatively be good or bad. So karma may be good or bad relatively. Good karma produces good effects and bad karma bad effects. "Thirst", volition, karma, whether good or bad, has one force as its effect:force to continue – to continue in a good or bad direction.Whether good or bad it is relative, and is within the cycle of continuity (samsara). An Arahant, though he acts, does not accumulate karma, because he is free from the false idea of self, free from the "thirst" for continuity and becoming, free from all other defilements and impurities. For him there is no rebirth.

The theory of karma should not be confused with so-called "moral justice" or "reward and punishment". The idea of moral justice, or reward and punishment, arises out of the conception of supreme being, a God, who sits in judgement, who is a law-giver and who decides what is right and wrong. The term "justice" is ambiguous and dangerous, and in its name more harm than good is done to humanity.

The ***theory of karma*** *is the* ***theory of cause and effect****, of action and reaction; it is a natural law, which has nothing to do with the idea of justice or reward and punishment. Every volitional action produces its effects or results. If a good action produces good effects, it is not justice, or reward, meted out by anybody or any power sitting in judgement of your action, but this is in virtue of its own nature, its own law.*

This is not difficult to understand. But what is difficult is that, according to karma theory, the effects of a volitional action may continue to manifest themselves even in a life after death.
(Walpola Rahula, What the Buddha Taught, *New york: Grove Press, 1962, p. 32)*

II.- Những sự hiểu lầm và thắc mắc về quan niệm nghiệp:

Nhiều người quan niệm rằng "*nghiệp*" là định mệnh/ số phận (destiny/ fate). Nhiều người quan niệm "*nghiệp*" như là một hệ thống ngân hàng đạo đức (a moral banking system) ghi chép những hành vi tốt và những hành vi xấu: một cột ghi điều tốt, một cột ghi điều xấu (a credit and debit of good and bad). Rồi có vị dùng "*nghiệp*" để lý giải về chủng tộc (racism), đẳng cấp (caste), bẩm sinh tật nguyền (birth handicap), chịu cảnh nghèo khổ v…v…Nhiều người khi gặp sự thất bại trong cuộc đời thường nghĩ rằng đó là do số phận đã định sẵn, vì đó là do nghiệp của họ nên họ không thể nào làm gì khác hơn được, nên đành chấp nhận số phận bất hạnh. Nguyễn Du đã hiểu lầm quan niệm về nghiệp của Phật giáo:

"*Ngẫm hay muôn sự tại trời,*
Trời kia đã bắt làm người có thân.

Bắt phong trần phải phong trần,
Cho thanh cao mới được phần thanh cao.

Có đâu thiên vị người nào,
Chữ Tài chữ Mệnh dồi dào cả hai.

Có tài mà cậy chi tài,
Chữ Tài liền với chữ Tai một vần.

Đã mang lấy nghiệp vào thân,
Cũng đừng trách lẫn trời gần, trời xa."
(Nguyễn Du, *Truyện Kiều*)

Như đã trình bày ở trên, trong đạo Phật, nghiệp không phải là định mệnh, không phải do Thượng đế/ Đấng tối cao ban thưởng hoặc trừng phạt. Phật giáo không thuyết giảng nghiệp như là một quy luật để biện minh cho người giàu có, đang nắm quyền uy, và để an ủi người nghèo khó bằng những lời hứa hẹn về một niềm hạnh phúc, an vui ở kiếp sau.

Có những thắc mắc về quan niệm nghiệp: Nhìn vào thực tế xã hội ở chung quanh, nhiều người nêu lên sự nghịch lý của cuộc đời: có nhiều người tu nhân tích đức, ăn ở hiền lành mà lại chịu cảnh nghèo túng, gặp nhiều điều bất hạnh, thường gặp hoạn nạn, còn có kẻ thì lười biếng, gian ác, mà vẫn giàu có, vẫn sống trong cảnh bình an và hạnh phúc.

Theo Phật giáo Phát triển/ Đại thừa thì *Nghiệp* hay luật nhân quả tạo ra *nghiệp nhân* (action) và *nghiệp quả* (re-action), có thể chia ra làm 2 hình thức:

1.Nhân quả đồng thời: có nghĩa là nhân sinh ra quả ngay lập tức, hoặc có một khoảng cách thời gian ngắn mà người đời có thể thấy ngay được: "*Quả báo nhãn tiền*". Thí dụ: đưa tay vào lửa thì thấy nóng ngay, đang đói ăn liền thì sẽ thấy no ngay.

2.Nhân quả khác thời: Nhân có thể tạo nên quả cần có một khoảng thời gian dài hơn. Hình thức này có thể chia làm 3 loại :

a. *Hiện báo*: tạo nghiệp nhân đời này thì lãnh quả báo ngay trong đời này. *Thí dụ*: cờ bạc đưa đến nghèo khó, rượu chè trác táng đưa đến bịnh hoạn. Chính trị gia đang có quyền lực hãm hại, giết kẻ đối lập; có ngày sẽ bị kẻ khác lật ngược thế cờ thì cũng bị đối xử tàn ác như vậy.

b. *Sinh báo:* tạo nghiệp nhân đời này thì đến đời sau mới lãnh nghiệp quả. *Thí dụ*: đời này tu nhân tích đức thì đời sau được hưởng cảnh bình an.

c. *Hậu báo: tạo nghiệp nhân trong đời này thì đến nhiều đời sau mới lãnh nghiệp quả.*

III.- Nghiệp là nền tảng của đạo đức học Phật giáo:

Những nghiệp đã được tạo ra trong quá khứ, trong kiếp trước thì không thể sửa đổi được. Phật giáo quan niệm "*nghiệp*" là do *chủ ý/ ý chí/ ý hướng đạo đức* nên nghiệp trong đời sống hiện tại có thể hướng đến điều thiện tức là con người có thể *chuyển đổi nghiệp* để thay đổi hoàn cảnh sống của mình. *Thí dụ*: nếu chúng ta đang gặp hoạn nạn thì cố gắng tìm phương cách để vượt qua những khó khăn, hoặc đang sống trong cảnh nghèo thì phải tìm cách làm việc để kiếm tiền để tạo một đời sống vật chất khá hơn.

Giáo lý nhân quả của Phật giáo dạy con người xa lánh các "*nghiệp ác*" và làm các "*nghiệp thiện*". Con người vừa là *chủ nhân* của nghiệp, vừa là "*kẻ thừa kế*" của nghiệp mà mình đã tạo ra. Theo Phật giáo, thiện được hiểu như là những gì đem lại lợi ích cho mình và cho người khác ở trong hiện tại và tương lai, thiện nghiệp không gây tổn hại cho người khác và cho chính mình.

Con người không những chịu trách nhiệm về nghiệp do chính mình tạo ra cho mình mà còn chịu trách nhiệm về nghiệp mà mình tạo ra cho người khác. Ở đây chúng ta thấy *học thuyết về "nghiệp"* của Phật giáo là một học thuyết đạo đức rất lạc quan. Con người/ chúng sanh quyết định số phận của chính mình và rộng ra là số phận cho người khác nữa. Chúng sanh có thể "*chuyển đổi nghiệp*" tức là chuyển đổi hoàn cảnh hiện tại để có một hoàn cảnh tốt lành hơn trong tương lai.

Duy thức học còn đưa ra ý niệm về "*cộng nghiệp*" khi nhìn vào nghiệp quả giống nhau của nhiều người, của cả một dân tộc trong cùng một lúc. *Thí dụ*: tai nạn phi cơ gây ra cho nhiều hành khách; thuyền nhân trên tàu vượt biển gặp nhiều hậu quả giống nhau trên cùng một chiếc thuyền; cả một dân tộc cùng chịu cảnh lầm than, chiến tranh tàn phá quê hương.

Sau khi Thuý Kiều đã trải qua hết thời gian đoạn trường, nhận định về cuộc đời, Nguyễn Du viết:

"Có trời mà cũng có ta,
Tu là cõi phúc, tình là dây oan"
(Nguyễn Du, *Truyện Kiều*)

Phần thứ hai: Luân Hồi.

Trong phần này, chúng tôi sẽ bày:

I.- Định Nghĩa: Luân Hồi.

II.-Quan niệm luân hồi của Phật giáo:

1.-Đầu thai

2.-Tái sanh.

Bài đọc thêm:

Câu chuyện về thần đồng Ramses Sanguino, 5 tuổi, ở Los Angeles, California, USA

I.-Định nghĩa: Luân Hồi.

Luân Hồi (Srt, Pa. Samsara; Hv. 輪迴), theo tiếng Sanskrit thì *Samsara* có nghĩa là lang thang (wandering) với ý nghĩa của vòng lẩn quẩn luôn thay đổi. Trong thời đại Veda đã được giải thích trong các cuốn Kinh Veda và được triển khai trong Kinh Upanishad vào khoảng 1500 trước CN. Theo Ấn độ giáo và Phật giáo thì *luân hồi* (samsara) là một vòng bất tận của sanh, tử và tái sanh; và bị chi phối bởi luật nhân quả.

II.-Quan niệm "luân hồi" của Phật giáo:

Luân hồi trong tư tưởng tôn giáo ở Ấn độ có thể hiểu theo hai nghĩa:

1.- **Đầu thai** (Re-incarnation): Ấn độ giáo, theo truyền thống tôn giáo Ấn độ, tin tưởng rằng con người có *linh hồn/ngã* (Srt. Atma, Av. Soul, Self) thì bất biến, vĩnh cửu. Linh hồn không thể bị huỷ diệt cũng như không thể được tạo ra. Thân xác con người là nơi nương tựa của linh hồn. Khi con người chết thì *linh hồn/ bản ngã* rời khỏi thân xác cũ và nhập vào thân xác mới, và một sự sanh sản mới xảy ra, tiến trình này cứ tiếp tục diễn ra. Ấn độ giáo tin tưởng rằng một người phải trả lời tất cả những gì mình đã làm sai lầm cũng như được thưởng bởi những gì mình làm tốt. Những hành động để lại gồm có: những hành động thấy được qua việc làm bên ngoài, còn có những hành vi không thấy được là tư tưởng, niềm tin, quan niệm, trí thông minh, sự vô minh. Do đó, người đó sẽ *đầu thai (re-incarnate)* không những chịu sự hình phạt vì những hành vi sai lầm mà còn được tưởng thưởng một đời sống hạnh phúc nhờ những việc làm tốt.

Chí-tôn ca (*Bhagavad –Gita*) trong các kinh Véda của tư tưởng tôn giáo Ấn độ đã diễn tả "*sự đầu thai*" (re-incarnation) như sau: những ý thức do một người có được đều được chuyển y nguyên trong đời sống mới một khi người ấy rời khỏi thân xác hiện tại.

2.-**Tái sanh** (re-birth): Đức Phật đã dạy mọi vật đều *vô ngã* (anatman, Av. no soul/ no self). Phật giáo không tin vào bất cứ linh hồn nào vĩnh cữu và không bị tiêu diệt. Vào thời đại của Đức Phật lịch sử, ở Ấn độ chỉ có Ấn độ giáo hiện hữu chứ không có một tôn giáo khác. Đức Phật lịch sử được gợi ý từ những quan niệm của Ấn độ giáo, nên triết lý Phật giáo cũng nhấn mạnh đến *vòng sanh tử* (cycle of birth and death). Nhưng Ngài đã nhận thức được *ý tưởng về tái sanh* (the idea of re-birth). Như vừa trình bày tái sanh là căn cứ vào vô ngã của chúng sanh. Do đó không có một bản ngã thường hằng hiện hữu, không có linh hồn/ bản ngã di chuyển từ thân xác người vừa chết qua một thân xác mới. Phật giáo tin tưởng sự hiện hữu của chúng sanh thì liên tục, và tái sanh được tiếp diễn theo sự liên hệ đến luật nhân quả.

Theo truyền thống Phật giáo, thì *tái sanh* (re-birth) là biến đổi liên tục của sanh và tử trong 6 cõi luân hồi (Trời, Atula, Người, Súc sanh, Địa ngục, Ngạ quỷ) ở trong thế giới của dục vọng/ dục giới là do 3 độc hại (three root evils): *tham* (Srt. loha, Av.greed), *sân* (Srt. Dosa, Av.hate) và *si* (Srt. Moha, Av.delusion). Vòng lẩn quẩn sanh tử này gọi là luân hồi. Để giải thoát khỏi luân hồi, con người phải diệt tham, sân và si, một khi đã diệt được tam độc này thì sự tái sanh cũng được chấm dứt. Nói khác, tái sanh là sự trở lại đời sống mới hoặc cao hơn hoặc thấp hoặc như cũ trong *6 cõi luân hồi* (six realms).

Trong sự phát triển của học thuyết Phật giáo (within the development of Buddhist doctrine), Phật giáo Phát triển/ Đại thừa cho rằng chúng sanh đi vào vòng sanh tử luân hồi là do hai động cơ chính:

a.-*Tái sanh* (re-birth): nghiệp lực bị đưa vào vòng luân hồi một cách bị động, bị bắt buộc; đó là trường hợp ở chúng sanh bình thường.

b.-*Đầu thai* (re-incarnation): nghiệp lực được điều động bởi chư Bồ-tát, vào thời Phật giáo Phát triển, với hạnh nguyện đại từ đại bi muốn *đầu thai* lại cõi người để giáo hoá và giúp đở chúng sanh.

Trong tông phái Phật giáo Tịnh độ ở Trung Hoa, Nhật, Việt Nam , nhiều hạnh nguyện muốn được vãng sanh vào cõi tịnh độ (pure land) của Đức Phật A-di-đà (Amitabha Buddha).

Trong Phật giáo Tây Tạng, chúng ta cũng thấy nói đến sự "*đầu thai*". *Thí dụ*: Đức Dalai Lama thứ 14 được khám phá từ sự đầu thai của Đức Dalai Lama thứ 13 nhập vào một đứa trẻ nhỏ.

Giáo lý của Phật giáo về "*sự chết*" (death) và *tái sanh* (re-birth) thì không giản dị để thấu hiểu, bởi vì như trên đã nói Đức Phật lịch sử đã dạy mọi hữu thể đều *vô ngã*. Tỳ-kheo Rev. Dr. Walpola Rahula đã giảng về "*sự chết*" và "*tái sanh*" như sau:

"*Cái mà chúng ta gọi là* sự chết *là sự chấm dứt hoàn toàn những hoạt động của thân xác vật lý. Nhưng sức mạnh, năng lực này có cùng chấm đứt với hoạt động của thân xác hay không? Phật giáo trả lời là "*không*". Ý chí, sự ham muốn, dục vọng, long khao khát tồn tại, tiếp tục tăng trưởng, là một sức mạnh ghê gớm dời đổi toàn thể những đời sống, ngay cả dời đổi toàn thể vũ trụ, thế giới. Đây là sức mạnh lớn lao nhất, năng lực vĩ đại nhất trong vũ trụ vạn hữu. Theo Phật giáo, sức mạnh này không dừng nghỉ lại cùng với sự chết của thân xác, mà lại tiếp tục biểu hiện trong một hình thức khác, phát khởi sự tái sinh mà ta gọi là "luân hồi".*

[. . .]

Khi thân xác vật lý này không còn hoạt động được, khi ấy những nghiệp lực không chết theo với nó, mà tiếp tục nhận một hình đạng khác, mà người ta gọi là một đời khác. Trong một đứa trẻ, mọi khả năng vật lý, tâm linh và trí thức đều yếu ớt, nhưng chúng có sẵn tiềm năng để trở nên một người lớn đầy đủ.

[. . .]

Vì không có bản thể trường cửu bất biến nên không có gì đi từ giây phút này đến giây phút kế tiếp.Bởi thế nên, một cách hiển nhiên không có cái gì trường cửu hay bất biến có thể đi hay chuyển đổi từ đời này đến đời sau. Đây là một chuỗi liên tục không gián đoạn, nhưng biến chuyển từng giây từng phút. Chuỗi ấy thật ra không là gì ở ngoài sự chuyển dịch.Nó giống như một ngọn lửa cháy thâu đêm: nó không phải cùng là một ngọn lửa, cũng không phải khác. Một đứa trẻ lớn lên thành một ông già sáu mươi tuổi; dĩ nhiên ông già 60 tuổi không phải là đứa trẻ vào 60 năm trước nhưng cũng không phải khác nhau.Cũng như vậy, một người chết ở đây và tái sanh ở một nơi khác không phải cùng là người đó, cũng không phải là người khác. Đây là sự liện tục của cùng một chuỗi. Sự khác nhau giữa sự chết và sự sống chỉ là khoảng thời gian rất ngắn cho một niệm khởi lên: niệm cuối cùng trong đời này định đoạt niệm đầu tiên trong đời sau, nhưng kỳ thực chỉ là sự tiếp nối của cùng một chuỗi liên tục".

(Walpola Rahula, *What the Buddha taught*, New york: Grove Press, *1962*, p. 33-34)

([. . .]. What we call death is the total non-functioning of the physical body. Do all these forces and energies stop altogether with the non-functioning of the body? Buddhism says "*No*". Will, volition, desire, thirst to exist, to continue, to become more and more, is a tremendous force that moves "whole lives, whole existences, that even moves the world. According to Buddhism, this force does not stop with the non-functioning of the body, which is death; but it continues manifesting itself in another form, producing re-existence which is called *rebirth.*

[. . .]

When this physical body is no more capable of functioning, energies do not die with it, but continue to take some other shape or form, which we call another life.

[. . .]

As there is no permanent, unchanging substance, nothing passes from one moment to the next. So quite obviously, nothing permanent or unchanging can pass or transmigrate from one life to the next. It is a series that continues unbroken, but changes every moment. The series is, really speaking, nothing but movement. It is like a flame that burns throught the night: it is not the same flame nor is it another. A child grows up to be man of sixty; certainly the man of sixty is not the same as the child of sixty years ago, nor is he another person. Similarly, a person who dies here and is reborn elsewhere is neither the same person, nor another. It is the continuity of the same series. The difference between death and birth is only a thought-moment: the last thought-moment in this life conditions the first thought-moment in the so-called next life, which in fact, is the continuity of the same series."

(Walpola Rahula, *What the Buddha taught*, New york: Grove Press*, 1962,* p. 33-34)

Thật là không dễ dàng để kiểm nghiệm các đời sống tiền kiếp của mình. Tâm thức của chúng sanh không cho phép tất cả mọi người có thể hồi tưởng lại được các cuộc đời tiền kiếp của mình. Tâm thức con người thường gặp *5 điều trở ngại/ chướng ngại* (Srt. Panca-Nivaranani, Av. Five Hindrsnces) như sau:

1.-*Ái dục* (Srt. Kamachauda, Av. Sensual desire). 2.-*Sân hận* (Srt.Vyapada, Av. ill will). 3.- *Lười biếng* (Srt.Thinan middha, Av. Sloth). 4.-*Sự bồn chồn, lo lắng* (Srt. Uddhacca, Av. Restlessness). 5.- *Sự hoài nghi* (Srt. Vicikiccha, Av. Doulbt).

Do các trở ngại này mà con mắt trần gian của chúng ta không thể thấy được các lần tái sanh (re-births). *Thí dụ 1* như tấm gương không thể phản chiếu lại hình ảnh chúng ta khi tấm gương đó bị bao phủ bởi bụi bậm, cũng như vậy tâm thức chúng ta không cho phép hầu hết nhiều người góp nhặt được các cuộc đời tiền kiếp của mình. *Thí dụ 2* như chúng ta không thể nhìn thấy các ngôi sao trên bầu trời vào lúc ban ngày, nhưng những "*vì sao*" ấy vẫn hiện hữu trên bầu trời, ánh sáng của các vì sao bị ánh sáng mặt trời chiếu quá sáng vào các vì sao ấy. Tương tự như vậy, chúng ta không thể nhớ lại các tiền kiếp của chúng ta bởi vì tâm thức của chúng ta trong hiện tại bị che mờ trong cuộc sống thế tục này.

Tuy nhiên, đối với một số người đặc biệt hoặc đối với các vĩ nhân, họ có thể thấy tiền kiếp của mình. Đức Phật Thích-ca Mâu-ni đã biết rõ các tiền kiếp của Ngài. Đại triết gia

Pythagoras (Hy-lạp, khoảng 570 – 495 trước CN) đã có thể nhớ lại tiền kiếp của mình. Đại triết gia Plato (Hy-lạp, khoảng 428 – 348 tr. CN) cho rằng một người có thể tái sanh được 10 lần. Trong các truyền thuyết xa xưa ở Hy-lạp và Trung Hoa, cổ nhân đã có niềm tin rằng chỉ có những vị nổi tiếng như Đại đế, vua chúa là đã đi đầu thai. Nhà thần học Cơ -đốc giáo Origen of Alexandria (Hy-lạp, Khoảng 184 – 253 sau CN) tin rằng có sự đầu thai. Đại triết gia nổi tiếng Immanuel Kant (Đức, 1724 – 1804 CN) đã tin rằng có sự đầu thai và ông đã phê bình về sự trừng phạt đời đời. Triết gia Arthur Schopenhauer (Đức, 1788 – 1860 CN) nghĩ rằng ở đâu mà ý muốn của con người hiện hữu thì ở đó có thể có đời sống để người đó sống.

Trong vòng 50 năm trở lại đây, có nhiều công trình tìm hiểu về đời sống bên kia cái chết. Có nhiều trường hợp, bệnh nhân đã chết, nhưng nhờ các phương tiện y tế tối tân đã cứu sống họ, và họ đã kể lại cho Bác Sĩ của họ về những trải nghiệm trong lúc chết của họ.

Thí dụ 1: BS Raymond A. Moody đã viết lời kể lại của một bệnh nhân về những trải nghiệm trong lúc chết tạm thời (Near-Death Experience) trong quyển sách "**Life After Life**" (Đời sống tiếp nối đời sống hiện tại). Cuốn sách này được xuất bản vào năm 1975, đây là cuốn sách có số lượng tiêu thụ lên đến 13 triệu cuốn.

Thí dụ 2: Cuốn sách "**Saved by The Light**" (Được cứu rỗi bởi Ánh sáng) do Dannion Brinkley và Paul Perry viết, xuất bản năm 1994, trong vòng 2 tuần đã bán được 10 ngàn quyển. Đây là một câu chuyện có thật được một người đàn ông đã hai lần chết đi sống lại tiết lộ những gì mà anh ta thấy. Ông ấy là Dannion Brinley, vào năm 1975, ông bị sét đánh và chết, sau đó xác của ông được đưa vào nhà xác. Trong vòng 28 phút thì ông tỉnh dậy. Ông kể lại trong lúc đi qua đời sống bên kia, ông thấy 13 Thiên thần và ông được cho biết 117 điều tiết lộ về tương lai.

Hiện nay, trên "*YouTube*" có nhiều Video thâu lời tường thuật của nhiều người đã chết đi và sống lại.

Toronto, ngày 08 tháng 08 năm 2018.

Nguyễn Vĩnh Thượng

Bài đọc thêm: Thần đồng hay sự đầu thai

** Nguồn: Đại Kỷ Nguyên : Bài viết :* ***Bí ẩn tâm linh: Cậu bé Ramses Sanguino*** *: thiên tài 5 tuổi đã học và nói 7 thứ tiếng, có khả năng đọc được suy nghĩ của người khác. Cậu bé hiện đang sinh sống cùng gia đình ở thành phố Los Angeles, Tiểu bang California, USA*

- bản dịch của Hoàng Lâm từ bài viết trong Epoch Times France.

- Nguồn: internet: https://www.dkn.tv/nghe-thuat/bi-an-tam-linh-thien-tai-5-tuoi-noi-7-thu-tieng-co-kha-nang-doc-duoc-suy-nghi-nguoi-khac-rot-cuoc-do-la-gi.html

** https://www.youtube.com/watch?v=RmUgmdsW4r4*

Tài liệu tham khảo chính yếu: Như đã liệt kê trong các bài viết trước đây.

Chương 20

Giác ngộ và Niết-bàn

Trong bài viết này, tôi sẽ trình bày:

Phần thứ nhất: Giác ngộ

I. Định nghĩa: Giác ngộ.

II.-Đức Phật lịch sử là bậc giác ngộ.

III.-Giác ngộ theo quan niệm của các tông phái Phật giáo.

IV.-Kết Luận

Phấn thứ hai: Niết-bàn.

* * *

Phần thứ nhất: Giác Ngộ

I.- Định nghĩa: Giác ngộ

Giác ngộ (Hv. 覺悟, Srt., Pa. *bodhi*) là tiếng Hán Việt được dịch từ chữ bodhi.

Giác (覺) có nghĩa là hiểu ra, phát hiện, cảm nhận.

Ngộ (悟)có nghĩa là hiểu thấu đáo, hiểu biết tường tận đến nơi đến chốn. Ngộ có nghĩa là làm cho tỉnh lại, không còn mê muội.

Giác ngộ và Luân hồi là hai ý niệm đã có từ trước khi Đức Phật lịch sử Thích-ca Mâu-ni ra đời. Các ý niệm này được trình bày trong các kinh Veda và Upanishad vào khoảng 1500 trước CN.

Như vậy, "*Giác ngộ*" có nghĩa là hiểu rõ chân tính của mọi lý lẽ, thức tỉnh, nhận thức ra chân lý, tỉnh mộng.

Bodhi (Giác ngộ) có nguyên ngữ là *Budh* (người bình dân Việt Nam thường gọi là *Bụt*, người Tàu phiên âm từ tiếng *Buddha* là *Phật* 佛 nói cho đủ là *Phật-đà* 佛陀, trong các Kinh sách Việt Nam hầu hết đều gọi là Phật). Giác ngộ là kết quả của một hành trình nhận thức đi đến chỗ thấu đáo chân lý. Nói khác, Giác ngộ là sự *tỉnh thức* (Av. enlightenment/ awakening), là hiểu biết thấu đáo chân tính của mọi lý lẽ.

"Phật giáo truyền vào Việt Nam ở cuối thế kỷ thứ nhất sang đầu thế kỷ thứ hai của Tây lịch. Phật giáo truyền vào nước ta bằng hai đường: một là từ Ấn độ truyền trực tiếp vào bằng đường biển do các thương nhân và tăng sĩ Ấn độ; hai là bằng đường bộ từ Trung Quốc. Cách phiên âm chữ Phạn "buddh" còn để lại hai cách như sau: lối phiên âm trực tiếp từ Ấn độ đọc là Bụt (Buddh), ở miền quê xứ Bắc Việt Nam thường phát âm theo lối này; cách phát âm từ chữ Hán Việt truyền từ ngõ Trung quốc đọc là Phật (Buddh) hay cho đủ là Phật-đà (Buddha)."

(Nguyễn vĩnh Thượng, Tư tưởng Phật giáo trong văn học đời Lý, Toronto:Hiện Đại, 1996.)

II.- Đức Phật lịch sử là bậc Giác Ngộ:

Thái tử Siddharta Gautama là người đầu tiên đã nghĩ rằng Ngài đã đạt được Giác ngộ. Ngài đã trở thành vị Phật lịch sử. Rồi Ngài đã đem những điều mình giác ngộ mà giáo hoá cho chúng sanh.

Thái tử Siddhartha đã ngồi dưới gốc cây Bồ-đề (the Bodhi tree) trong 49 ngày. Ngài đã suy niệm để tìm chân lý, cuối cùng ngày đã giác ngộ vào ngày thứ 49. Trong "*Bài thuyết pháp đầu tiên/ Kinh chuyển Pháp luân*" Ngài đã kết luận:

"Này các thầy Tỳ Kheo! đến khi Như Lai *thấu triệt Bốn Diệu Đế/ Bốn Thánh Đế* (insight and understanding of the Four Noble Truths/Four Holy Truths), về *3 phương diện* (three stages) và đủ *mười hai phương thức* (twelve aspects) một cách hoàn toàn sáng tỏ thì đến lúc đó Như Lai mới xác nhận trước thế gian này gồm có cả chư Thiên (Gods), Ma vương (Maras), Phạm thiên (Brahmas), Đạo sĩ (Recluses), Giáo sĩ Bà-la-môn (Brahmans), Con người (Humans) và loài ngoài hạng con người nữa (Some-One) rằng:

" Như Lai đã đạt được **Vô Thượng Chánh Đẳng Chánh Giác.** Và rằng lúc ấy tri kiến và nhãn kiến phát sanh thì **tâm** của Như Lai được giải thoát và không còn lay chuyển. **Đây là kiếp sống cuối cùng của Như Lai, Như Lai sẽ không bao giờ tái sanh nữa."**

(I attained the highest and complete Awakening. Thus I knew; knowledge arose in me, insight arose that the emancipation of mind is unmovable. This is my last existence, now there is no more re-birth)

(Trích bài: "*Kinh chuyển Pháp luân*" bản dịch và chú thích của NVT)

Mọi chúng sanh đều có thể tìm được chân lý của cuộc đời và chấm dứt được tái sanh khi đã giác ngộ. Muốn "*giác ngộ*" phải thấu triệt "*Bốn Diệu Đế*" (Four Noble Truths), và phải thực hành "*con đường trung đạo*" (the middle way) của *Bát chánh đạo* (the Eight Noble Path). Theo truyền thống Phật giáo thì "*sự giác ngộ*" là bản tánh thật sự nơi mỗi chúng sanh, nhưng vì đời sống con người có quá nhiều phiền nhiễu nên *vô minh* (Srt, Avidya, Av. Ignorance) che lấp sự hiểu biết này, do đó chúng sanh bị ràng buộc vào vòng sanh tử luân hồi.

Đức Phật đã giảng: để đạt được tình trạng giác ngộ, chúng sanh phải diệt được những điều bất hài lòng/ khổ đau.

Theo Phật giáo nguyên thuỷ thì các bậc *A-la-hán (Arahant)* đã chấm dứt được nghiệp (karma) của họ: tất cả nghiệp thiện (good karma), nghiệp ác (bad karma), nghiệp không thiện không ác (neutral karma) đều không còn.

Còn chữ *Phật* thì được định nghĩa như sau:

"Phật (Buddh, 佛, Anh văn: Buddha) có nghĩa là bậc đã giác ngộ (the awakened one or the enlightened one). Phật, hay Giác giả hay Thế Tôn là danh hiệu tôn xưng (the reverend title, very respected title) về đức độ của Phật. Ngài là một con người lịch sử (the historical person) đã khám phá con đường giải thoát (the path to nirvana) cách chấm dứt khổ đau (the cessation of suffering) và truyền bá những khám phá nầy cho nhân loại để họ cũng có thể đạt được sự giải thoát."

Đức Phật lịch sử đã dạy rằng tất cả chúng sanh đều có khả năng giác ngộ như Ngài. Ngài nhấn mạnh rằng **Ngài chỉ là một chúng sanh có cùng những xu hướng, những cám dỗ như mọi người khác**. Nhưng có nhiều chân lý mà Ngài đã "*ngộ*" được dưới gốc cây "*Bồ-đề*" là nhờ tâm linh của Ngài khác với người bình thường, Ngài không bị những thiên kiến, những ràng buộc che lấp chân lý.

III.- Giác ngộ theo quan niệm của các tông phái Phật giáo:

Trong sự phát triển của học thuyết Phật giáo (with the development of Buddhist doctrine), quan niệm về "*Giác ngộ*" đã có những diễn biến theo thời gian và đã có những sự thích nghi với các nền văn hoá xã hội địa phương. Chúng tôi sẽ tóm tắt vài quan niệm khác nhau về "*Giác ngộ*" của các tông phái Phật giáo:

1.-*Truyền thống phật giáo Nguyên thủy* (Original Buddhism tradition) dưới thời Đức Phật lịch sử còn tại thế, đã trình bày ở trên.

2.-*Truyền thống Theravada/ Thượng tọa bộ* (Theravada tradition): Theravada đã quan niệm mục đích của việc thực hành tu tập tâm linh là quả vị A-la-hán, tương tự như quan niệm của Phật giáo Nguyên thủy. Họ dẫn chứng rằng trong thời gian Đức Phật lịch sử còn tại thế đã có nhiều đệ tử của Ngài đạt được quả vị A-la-hán.

3.- *Truyền thống Tịnh độ tông* (Pureland tradition): đây là pháp môn niệm "*A-di-đà Phật*" để đạt cứu cánh vãng sanh vào cõi cực lạc của Đức Phật A-di-đà. "*Giác ngộ*" không phải là cứu cánh tu hành của phái này.

4.-*Truyền thống Mật tông* / Kim cương thừa (Vajrayana tradition): Phái này đưa ra nhiều cách thức tu tập để dẫn tới "*Giác ngộ*". Mật tông cũng đã cho rằng mọi người đều có thể đạt được Phật tính trong cuộc đời của mình bằng cách thực hiện những phương pháp có quyền lực bí truyền. Các phương pháp tu tập này rất bí mật, họ chỉ truyền cho những người ở trong đạo mà thôi.

5.-*Truyền thống Thiền tông* (Zen tradition): Thiền sư dạy đệ tử ngồi thiền, và thiền quán để đạt được bản tánh của Phật, không cần phải dựa vào văn tự ngôn ngữ. Hành giả có thể "*Giác ngộ*" một cách thình lình. Vị Thầy Thiền sư có thể truyền thẳng chân lý cho đệ tử.

IV.-Kết luận:

Chúng ta có thể kết luận rằng:

1.-"*Giác ngộ*" là trạng thái chấm dứt "*vô minh*". Trạng thái thấu hiểu được sự vô thường, sự tương liên của chúng sanh.

2.-Tất cả các truyền thống Phật giáo đều cho rằng "*Giác ngộ*" đem đến sự chấm dứt "*tham, sân, si*", sự sợ hãi, và đem lại sự bình an, đem lại tình thương cho người khác cũng như cho chính mình.

"*Giác ngộ*" không phải là những ý niệm chỉ đọc trong sách vở mà phải được thực hành tu tập thì mới có thể đạt được. Thí dụ: chúng ta ngắm nhìn các hình ảnh của các món ăn ngon suốt ngày thì chúng ta không thể nào thực sự biết được vị ngon của nó. Chúng ta không thể chỉ nhìn ly Cà-phê nóng với sửa đặc có đường mà biết được hương vị thơm ngon của nó cho đến khi ta uống vào một hớp cà-phê sửa đặc có đường này.

Phần thứ hai: Niết-bàn

Nirvana (Niết-bàn) là một thuật ngữ Phật giáo đã bị các nhà nghiên cứu Phật học Tây phương hiểu lầm nhiều nhất. Họ cho rằng Nirvana có nghĩa là Thiên đường (Heaven).

Đức Phật lịch sử đã diễn tả *Nirvana* như là một cứu cánh tối hậu, và Ngài đã đạt trạng thái Nirvana khi Ngài giác ngộ. Khi đã giác ngộ, Ngài muốn giảng dạy cho những người khác để họ có thể trải nghiệm được sự nhận biết này. Khi Ngài nhập diệt, 45 năm sau khi Ngài giác ngộ, Ngài đã nhập vào *Pari Nirvana* (Tàu phiên âm là *Bát Niết-bàn*) có nghĩa là *Niết-bàn cuối cùng* hay *Niết-bàn hoàn hảo*.

Nirvana, theo tiếng Sanskrit xưa, có nghĩa là "*thổi tắt lửa*" (blowing out the flame), *dập tắt lửa* (to extinguish a flame) trước khi đi ra khỏi nhà để tránh hoả hoạn. **Niết-bàn (Srt. Nirvana, Pa. Nibbana)** là một thuật ngữ Phật giáo có nghĩa là *giải thoát khỏi luân hồi* (輪迴, Sa. Pa., Samsara, Av. rebirth), tức là tình trạng dập tắt được ba ngọn lửa bất thiện là *tham lam* (Sa. Raga, Av. greed), *sân* (Sa. Dvesha, Av. Aversion/ hate) và *si* (Sa. Avidya, Av. Ignorance/ Delusion). Niết-bàn là tình trạng tịch tĩnh (寂静), nghĩa là tình trạng yên tĩnh, bình an (Nirvana is peace).

Điều quan trọng cần phải hiểu rằng **Niết-bàn không phải là một cõi, một nơi** (Nirvana is not a place), như ý niệm về "*tự do*" Niết-bàn là một trạng thái (like freedom, it is a state). Để đạt được cứu cánh Niết-bàn thì hành giả phải tiến hành tu tập.

Đạt được Niết-bàn hay đạt được giải thoát không có nghĩa là chúng ta không còn trải nghiệm những sự việc/ hiện tượng không được hài lòng/ khổ đau. Thay vào đó, chúng ta không còn tạo ra những sự không hài lòng/ khổ đau trong cuộc đời của chúng ta. Chính Đức Phật lịch sử cũng đã trải nghiệm những điều không hài lòng sau khi Ngài đã giác ngộ, nhưng Ngài không cảm nhận sự đau khổ về các điều bất hài lòng này.

(Xem thêm: Cuộc đời của Đức Phật Thích-ca Mâu-ni của NVT)

Như vậy, nói cách khác, **Niết-bàn** (Nirvana) là một trạng thái không còn bám víu/ buông bỏ (state of non-clinging), không còn sân hận (non-aversion) và hiểu thấu đáo vào bản chất của thực tại (clarity into the nature of reality).

Theo truyền thống Phật giáo, Đức Phật đã nhận thức được hai loại Niết-bàn: một là lúc Ngài giác ngộ (one at his enlightenment), hai là lúc Ngài qua đời (another at his death). Do đó các nhà Phật học phân biệt hai loại Niết-bàn:

1.*Hữu dư Niết-bàn* (有餘涅槃; Sa. Sopadhiśeṣa-nirvāṇa, Pa. Savupadisesa-nibbāna, Av. Nirvana with a remainder): là trạng thái thanh thản, tịch tĩnh của bậc thánh nhân đã dứt được tam độc: tham, sân và si, đã giải thoát khỏi mọi khổ đau/ mọi sự bất hài lòng của cuộc đời, và đã không còn tạo nghiệp khi vẫn còn sống. Bậc thánh nhân này dù đã giác ngộ nhưng vẫn còn sống trên cõi đời nên vẫn còn Ngũ Uẩn, còn có nhân trạng nên gọi là "*hữu dư"; Niết - bàn này gọi là Hữu dư Niết-bàn*

2.*Vô dư Niết-bàn* (無餘涅槃, Sa. *nirupadhiśeṣa-nirvāṇa*, Pi. *anupadisesa-nibbāna,* Av. Nirvana without remainder) là trạng thái tịch tĩnh khi đã chết, đã vượt khỏi luân hồi, không còn sắc thân, đã tịch diệt. Loại Niết-bàn này còn được gọi là *Bát-Niết-bàn* (Sa. Pari Nirvana) hay *Niết-bàn cuối cùng* (final Nirvana) hay Niết-bàn hoàn hảo (completed Nirvana).

Như đã nói, *Niết-bàn* không phải là một nơi chốn (Nirvana is not a place). Niết-bàn là một trạng thái mà hành giả khám phá và nhận thức được khi giác ngộ.

Niết-bàn không hiện hữu ra ngoài *Vô thường, Khổ* (Dukkha, đúng nghĩa là Những điều không bằng lòng) và *Vô Ngã*. Nếu chúng ta thấu hiểu được *Vô thường*, *Vô Ngã* và diệt được thực tại *Khổ đau (Những điều không bằng lòng)* thì chúng ta sẽ khám phá và nhận thức được *Niết-bàn* ở ngay trong cõi đời này.

(Xem thêm: Tứ Pháp Ấn của NVT)

Toronto, 15 August 2018
Nguyễn Vĩnh Thượng

Tài liệu tham khảo: Như đã liệt kê ở các bài trước.

Chương 21

Kinh chuyển Pháp luân
hay
Bài thuyết pháp đầu tiên của Đức Phật Thích-ca.

Đức Phật đang dạy 5 vị đệ tử đầu tiên của Ngài

Dịch và chú thích

Lời dịch giả: bài dịch tiếng Việt được căn cứ chính yếu vào bài dịch tiếng Anh của Đại Đức Mahathera Narada trong quyển The Buddha and his Teachings, 1964. NVT

Kinh chuyển Pháp luân là bài thuyết Pháp đầu tiên của Đức Phật Thích-ca sau khi Ngài đã đắc đạo. Ngài đã thuyết giảng bài Kinh này cho 5 người bạn đồng tu khổ hạnh với Ngài trước kia là Kondanna (người Trung Hoa phiên âm là Kiều Trần Như), Bhaddiya, Vappa, Mahanama, Asaji tại vườn Lộc Uyển (Deer Park). Bài thuyết pháp này được ghi lại trong Bộ Kinh Tương Ưng (Samyutta Nikaya) quyển V (Pali edition, p.420).

Tựa Kinh theo tiếng Pali là **Dhamma-Cakka-Pavattana Sutta,** tiếng Sanskrit là **Dharma-Cakra-Pravartana Sutra.** Người Tàu dịch là *Kinh Chuyển Pháp Luân.*

Dhamma có nghĩa là (Phật) Pháp, lời dạy của Đức Phật.

Cakka có nghĩa là bánh xe, cái dĩa tròn.

Pavattana có nghĩa là chuyển động lăng tròn.

Sutta là quyển Kinh.

Trong tiếng Hán Việt, *Pháp Luân* (法 輪): *luân* có nghĩa là bánh xe, Pháp Luân có nghĩa là bánh xe (Phật) Pháp (Anh. Dharma Wheel).

Trong tiếng Anh, tựa bài Kinh có rất nhiều lời dịch khác nhau:

-The Setting in Motion of the Wheel of the Dharma Sutra.

-Discourse on Turning the Wheel of Truth.

-Discourse on Turning the Wheel of the Dharma.

Đã có rất nhiều bản dịch "*Kinh chuyển Pháp luân*" ra tiếng Hoa, Việt, Anh, Pháp…đăng trên Internet.

I.-Bản dịch bài Kinh Chuyển Pháp luân:

Để giúp độc giả nhận ra các đoạn mạch của *Kinh chuyển Pháp Luân*, chúng tôi phân chia bài Kinh này ra nhiều đoạn với những tiểu tựa.

A.-Nhập đề:

Tôi (=Ngài Ananda) nghe như vầy:

Vào một thời nọ, Đức Phật Thích ca ở tại Vườn Lộc Uyển, xứ Isipatana (hiện nay là Sarnath), gần thành Benares.

B.-Thân bài

1.-Con đường ở giữa:

Đức Phật gọi 5 thầy Tỳ Kheo đang ngụ ở nơi ấy, đã từng là bạn đồng tu khổ hạnh với mình trước đây, dạy rằng:

"Này các thầy Tỳ Kheo! Có hai cực đoan (Sa. Antu, Av. Extreme) mà bậc xuất gia phải tránh:

-Thứ nhất là chìm đắm trong dục lạc (sensual pleasures). Đó là điều thấp hèn, phàm tục và vô ích.

-Thứ hai là theo lối tu khắc khổ (harsh austerity). Đó là điều gây khổ sở và vô ích.

Các thầy hãy từ bỏ hai cực đoan ấy. **Như Lai** (Tathagata, Đức Phật thường dùng danh từ này để tự xưng mình) đã thấu hiểu rằng C***on đường ở giữa*** (Pa. Majjhima patipada, Av. Middle way, Việt-Hán. Trung đạo) hai cực đoan ấy, tức là không thiên về một bên nào quá đáng mà Như Lai đã áp dụng để phát triển nhãn quan, sự hiểu biết phân minh, tiến đến sự an tịnh (Pa. vupasamaya, Anh. peace) đưa đến trí tuệ (Pa. abhinnaya, Anh. knowlegde), giác ngộ (Pa.

sambodhaya, Anh. enlightenment/awaking) và niết-bàn (Pa. nibbana, Sa. Nirvana) hay con đường dứt khổ.

2.-Bát Chánh Đạo:

Này các thầy Tỳ Kheo! Phép tu hành theo *con đường ở giữa* mà Như Lai đã ngộ là sự tu hành để phát triển nhãn quan, tri kiến, đưa đến sự an tịnh, trí tuệ cao siêu, giác ngộ và Niết-bàn là gì? – Đó là **Bát Chánh Đạo**(*1) (Hán-Việt. 八正道, Sa. Ārya 'ṣṭāṅga mārgaḥ, Pi. Ariyo aṭṭhaṅgiko maggo, Anh. Eightfold path).

Bát Chánh Đạo là con đường có 8 chi nhánh (eightfold) là: 1.-**Chánh Kiến** (正見, Pa. Samma ditthi, Anh. Right view), 2.-**Chánh Tư duy** (正思唯, Pa. Samma sathkappa, Anh. Right intention), 3.-**Chánh Ngữ** (正語 , Pa. Samma vaca, Anh. Right speech), 4.-**Chánh Nghiệp** (正業 , Pa. Samma kammanta, Anh. Right action), 5.-**Chánh Mạng** (正命 , Pa. Samma ajiva, Anh. Right Livehood), 6.-**Chánh Tinh Tấn** (正精進 , Pa. Samma Vayama, Anh. Right Effort), 7.-**Chánh Niệm** (正念 , Pa. Samma sati, Anh. Right Mindfulness), 8.-**Chánh Định** (正定 , Pa. Samma Samadhi, Anh. Right Concentration).

3.-Tứ Diệu Đế (四妙諦 , Sa. *Catvāry āryasatyāni*, Pi. *cattāri ariya-saccāni*, Anh. Four Noble Truths), là bốn chân lý cao cả/ cao thượng; cũng gọi là **Tứ thánh đế** (四聖諦 , Four Holy Truths). Đây là trọng tâm của bài thuyết Pháp này.

3-1. **Khổ Đế :**

Này các thầy Tỳ Kheo! Bây giờ Như Lai giảng về *Chân Lý Cao thượng về sự Khổ* (Pa. *Duḥkhā ryasatya,* Anh. the Noble truth of Suffering): *Sanh* là sự hợp lại của ***Ngũ Uẩn***(*2) (Sa. *Pañcaskandha,* Pa. Pancu-padanakkhandha, Anh. Five Aggregates), là khổ; *Lão/già* là khổ, *bịnh là khổ*, tử/chết là sự tan rã **Ngũ Uẩn**, là khổ. Buồn rầu, lo lắng, thất bại, rối loạn tâm thần là khổ. Sống chung với người mình không ưa thích là khổ, lìa xa người thân yêu là khổ, ước muốn mà không được là khổ. Nói cách khác, có thân *Ngũ Uẩn* (five psycho-physical condition groups) là khổ, vì ngũ uẩn là vô thường, biến đổi không ngừng.

3-2. **Tập Đế:**

Này các thầy Tỳ Kheo! Đây là *Chân Lý Cao thượng về nguyên nhân của khổ đau* (Pa.Dukkha samudaya ariya sacca, Anh. Noble Truth of the cause): Chính lòng ham muốn được tái sanh, chìm đắm trong dục lạc, tức là, lòng ham muốn chìm đắm trong khoái cảm dục vọng, ham muốn mọi vật được trường tồn vĩnh cữu, lòng ham muốn trong tâm ý rằng sau cái chết thì không còn gì nữa; đó là nguyên nhân của khổ đau.

3-3. **Diệt Đế:**

Này các thầy Tỳ Kheo! Đây là *Chân Lý Cao Thượng về sự diệt khổ đau* (Pa. Dukkha-nirodha-ariya Sacca, Anh. Noble Truth of Ending Suffering). Đó là sự chấm dứt lòng ham muốn, không luyến tiếc.

3-4. **Đạo Đế:**

Này các thầy Tỳ Kheo! Đây là Chân Lý Cao thượng về con đường dẫn đến sự diệt khổ (Pa. Dukkha nirodhaga-mini-patipada –ariya-sacca, Anh. Noble Truth of the way leading to the cessation of suffering). Đó chính là **Bát Chánh Đạo.**

4.-Tam Chuyển Pháp Luân(*3), Thập Nhị Hành(*4): để giúp 5 vị Tỳ Kheo hiểu thấu rõ **Tứ Điệu Đế**, Đức Phật thực hiện "*tam chuyển Pháp luân*" cho mỗi *Đế*. Có 4 Đế, nên có 12 hành, người Trung Hoa gọi là *Thập nhị hành* (3 chuyển x 4 Đế = 12 hành).

4-1. **Đây là 3 chuyển Pháp luân của Khổ Đế:**

a. Thị Chuyển:

Này các thầy Tỳ Kheo! **Khổ đế** [*sự thật về nỗi khổ đau*: phiền não, sanh tử luân hồi…] là pháp mà trước đây Như Lai chưa từng được nghe, được hiểu.

b. Khuyến chuyển:

Này các thầy Tỳ Kheo! Các thầy nên nhận biết **Khổ Đế** này.

c.Chứng chuyển:

Này các thầy Tỳ Kheo! Như Lai đã chứng nghiệm được **Khổ Đế** này. Nên nhãn quan, sự biết, sự hiểu, trí tuệ biết rõ, chân hiểu biết và ánh sáng (seeing, understanding, wisdom, true knowledge and light) đã phát sanh đến Như Lai. [*ánh sáng* ở đây có thể hiểu là "*diệt trừ được vô minh*"]

4-2. **Đây là 3 chuyển Pháp luân của Tập Đế:**

a.Thị chuyển:

Này các Tỳ Kheo! **Khổ Tập Đế** [*sự thật về các nguyên nhân của đau khổ, phiền não, và sanh tử luân hồi]* là pháp mà trước đây Như Lai chưa từng được nghe, được hiểu.

b.Khuyến chuyển:

Này các thầy Tỳ Kheo! Các thầy nên nhận biết các nguyên nhân của sự khổ: **Khổ Tập Đế**.

c.Chứng chuyển:

Này các thầy Tỳ Kheo! Như Lai đã chứng nghiệm được **Khổ Tập Đế** này. Nên nhãn quan, sự biết, sự hiểu, trí tuệ biết rõ, chân hiểu biết và ánh sáng đã phát sanh đến Như Lai.

4-3. **Đây là 3 chuyển Pháp luân của Diệt Đế:**

a. Thị chuyển:

Này các thầy Tỳ Kheo! **Khổ Diệt Đế** [*sự thật về việc phải diệt trừ sự khổ đau* để đạt được an lạc, thanh tịnh, hạnh phúc và giác ngộ] là pháp mà trước đây Như Lai chưa từng được nghe, được hiểu.

b. Khuyến chuyển:

Này các thầy Tỳ Kheo! Các thầy nên nhận biết cần phải dứt bỏ, tiêu diệt sự khổ đau: **Khổ Diệt Đế**.

c. Chứng chuyển:

Này các thầy Tỳ Kheo! Như Lai đã trải nghiệm quyết định tiêu diệt sự khổ đau: **Khổ Diệt Đế**. Nên nhãn quan, sự biết, sự hiểu, trí tuệ biết rõ, chân hiểu biết và áng sáng đã phát sanh đến Như Lai.

4-4. **Đây là 3 chuyển Pháp luân của Diệt Khổ Đạo Đế (*Bát Chánh Đạo*):**

a. Thị chuyển:

Này các thầy Tỳ Kheo! **Diệt Khổ Đạo Đế (=Bát Chánh Đạo)** [8 con đường có 8 chi nhánh dẩn đến việc diệt trừ khổ đau] là pháp mà trước đây Như Lai chưa từng được nghe, được hiểu.

b. Khuyến chuyển:

Này các thầy Tỳ Kheo! Các thầy nên nhận biết **Diệt Khổ Đạo Đế** để giúp dẩn đến việc diệt trừ khổ đau.

c. Chứng chuyển:

Này các thầy Tỳ Kheo! Như Lai đã thực nghiệm "**Bát Chánh Đạo**". Khi Diệt Khổ Đạo Đế được thực hiện (to be practised) và được phát triển (to be developed) thì nhãn quan, sự hiểu, sự biết, trí tuệ biết rõ, chân hiểu biết và ánh sáng đã phát sanh đến Như Lai.

Sau khi kết thúc "**tam chuyển Pháp luân**" (Pa. tiparivă, Anh. three stages/ phases) - **thập nhị hành** (Pa. dvadasakara, Anh. twelve aspects), Đức Phật Thích-ca giảng tiếp:

Này các thầy Tỳ Kheo! Nếu Như Lai chưa hoàn toàn thấu triệt **Tứ Diệu Đế** (Four Noble Truths) về ba phương diện (three stages/ phases) và đủ mười hai phương thức (twelve aspects) một cách hoàn toàn sáng tỏ thì Như Lai đã không xác nhận điều này trước thế gian này gồm có cả chư Thiên (Gods), Ma vương (Maras), Phạm thiên (Brahmas), Đạo sĩ (Recluses), Giáo sĩ Bà-la-môn (Brahmans), Con người (Humans) và loài ngoài hạng con người nữa (Some-One) rằng Như Lai đã đạt được **Vô Thượng Chánh Đẳng Chánh Giác** (Pa. Anuttara Samyak Sambodhi, Anh. The highest Awakening).

C.-Kết luận:

Này các thầy Tỳ Kheo! đến khi Như Lai *thấu triệt Bốn Diệu Đế/ Bốn Thánh Đế* (insight and understanding of the Four Noble Truths/Four Holy Truths), về *3 phương diện* (three stages) và *đủ mười hai phương thức* (twelve aspects) một cách hoàn toàn sáng tỏ thì đến lúc đó Như Lai mới xác nhận trước thế gian này gồm có cả chư Thiên (Gods), Ma vương (Maras), Phạm thiên (Brahmas), Đạo sĩ (Recluses), Giáo sĩ Bà-la-môn (Brahmans), Con người (Humans) và loài ngoài hạng con người nữa (Some-One) rằng Như Lai đã đạt được **Vô Thượng Chánh Đẳng Chánh Giác.** Và rằng lúc ấy tri kiến và nhãn kiến phát sanh thì **tâm** của Như Lai được giải thoát và không còn lay chuyển. **Đây là kiếp sống cuối cùng của Như Lai, Như Lai sẽ không bao giờ tái sanh nữa.**

Đức Phật giảng xong, 5 vị Tỳ Kheo thấy vui mừng trong lòng. Ngài Kondanna khi nghe giảng **Tứ Diệu Đế** liền chứng được pháp nhãn thanh tịnh (Pa. Dhamma Cakkhu, Anh. Pure eye of Dhamma); và Ngài chứng ngộ rằng "**cái gì đã có sanh tất phải có diệt**" (Everything is of a nature to arise is likewise of a nature to cease).

Lúc Đức Phật chuyển Pháp Luân, chư Thiên trên hành tinh này hoan hô: "*Pháp Luân này quả thật tuyệt diệu! Chẳng có Pháp Luân nào cao siêu hơn Pháp Luân này. Không có chư Thiên, Ma vương, Phạm Thiên, Đạo sĩ, Giáo sĩ Bà-la-môn nào trên thế gian này có thể giảng được như Đức Phật đã giảng tại vườn Lộc Uyển trong làng Isipatana, gần thành Benares.*"

Nghe lời vừa tán dương trên, chư Thiên ở các cung trời *Tứ-Đại-Thiên-Vương* (Catum-Maha-Rajika, Anh. Four Kings) v...v... cũng đồng thanh hoan hô: "*tại vườn Lộc Uyển, trong làng Isipatana, gần thành Benares,* ***bánh xe chuyển Pháp tối thượng đã được Đức Phật thuyết giảng****.*" và họ quay lưng rời bỏ chư Thiên, Ma vương, Phạm thiên, Đạo sĩ, Giáo sĩ Bà-la-môn và bất cứ người nào trên thế gian này. Họ sẽ hướng về Đức Phật.

Trong khoảnh khắc ấy tiếng hoan hô vang dội làm rung chuyển mạnh mẽ, chỉ trong nháy mắt đã làm cả 10.000 thế giới trong cõi Phạm Thiên đều rung chuyển theo.

Một hào quang vô cùng rực rỡ hơn tất cả hào quang của chư Thiên đã chiếu sáng trên thế gian.

Đức Phật liền nói: "*Kondanna quả đã giác ngộ! Kondanna quả đã giác ngộ!* Từ đó Kondanna được gọi tên là *Annata Kondanna* , có nghĩa là "*Kondanna là người đã giác ngộ*".

Samyutta Nikaya (Tương Ưng Bộ Kinh Pali), quyển V, trang 420.

Trong *Luật tạng (Vinaya Pitaka)* có nơi nói rằng Ngài Kondanna thỉnh cầu Đức Phật cho Ngài làm đệ tử của Phật, Đức Phật đã chấp thuận. Kondanna là vị sư xuất gia đầu tiên, Tăng đoàn (Sangha, Community of Monks & Nuns) đã được thành lập từ đó, tiếp theo là 4 vị Tỳ Kheo kia cũng gia nhập tăng đoàn và họ lần lượt chứng quả Arahant.

* * *

Chú thích:

(*1) Bát Chánh Đạo: con đường có 8 chi nhánh (Arya ashtangika marga, Anh. Noble eightfold Path/ Noble path of eight limbs) như sau:

1. *Chánh kiến*: Người có chánh kiến là người hiểu rõ 4 Diệu Đế.
Người có chánh kiến là người thấu hiểu sự vật theo: - thật tướng *vô thường,* thật thể *vô ngã,* thật tánh *duyên khởi* tức là mọi vật đều liên kết, đều tuỳ thuộc lẫn nhau mà hiện hữu.

Người có chánh kiến là người thấu hiểu mọi hành động đều có hiệu quả: chết không phải là hết, những hành động và đức tin đều có cái hậu quả sau khi chết.

2. *Chánh tư duy*: có nghĩa là mọi suy nghĩ/ tư duy căn cứ vào 4 Diệu Đế, căn cứ vào các Pháp: vô thường, khổ, vô ngã .

3. *Chánh ngữ*: có nghĩa là lời nói phải hòa nhã, hợp đạo lý, chân chính/ không nói láo, không nói hai lưỡi, không nói những lời phù phiếm.

4. *Chánh nghiệp:* có nghĩa là hành động từ bỏ các điều ác, từ bỏ việc làm tổn thương đến người khác, hành động giúp người khác được lợi, được vui, và cũng giúp chính mình được lợi và an vui.

5. *Chánh mạng:* có nghĩa là sinh sống bằng những nghề không xúc phạm đến thân mạng và tài sản của người khác.

6. *Chánh tinh tấn*: có nghĩa là siêng năng làm điều lành, cố gắng tránh đều ác.

7. *Chánh niệm*: có nghĩa là luôn luôn nhớ, nghĩ đến điều lành, và nghĩ tới điều ác nên tránh.

8. *Chánh định*: có nghĩa là luôn luôn giữ tâm không bị vọng động, giữa tâm thanh tịnh, bình thản, và chú tâm vào điều tốt.

(*2) Ngũ uẩn:

Ngũ uẩn (五蘊, Sa. *pañca-skandha*, Pa. *pañca-khandha*, Anh. five aggregates·), còn gọi là **Ngũ ấm** (五陰), *pañca* là 5 *; skandha* là nhóm, *người* Trung Hoa dịch là *uẩn* có nghĩa là tích tụ, là (các điều, các vật) được chất chứa cùng một nhóm. *Ngũ uẩn* là năm nhóm yếu tố kết hợp lại tạo thành con người: - **Phần vật chất** có hình dáng gọi là 1.**Sắc uẩn;- Phần tâm lý** không có hình dáng, gồm 4 nhóm, gọi là: 2.**Thọ uẩn**, 3.**Tưởng uẩn**, 4.**Hành uẩn** và 5. **Thức uẩn**. (*Xem thêm bài Ngũ Uẩn của NVT*).

(*3) Tam chuyển (Pa. tipariva, Anh. three phases/ stages) Pháp luân: Đức Phật đã giảng "*mỗi Diệu Đế*" bằng cách đi qua 3 giai đoạn nhằm giúp cho 5 vị Tỳ Kheo hiểu rõ và thực hiện hoàn toàn *mỗi Diệu Đế*:

1. *Thị chuyển*: đây là *giai đoạn công nhận* (*recognition*), hiểu biết về "*mỗi Diệu Đế* " mà (*hiện nay*) Đức Phật đã thấy rõ, (*trước kia, trước khi giác ngộ, Đức Phật chưa thấy*

rõ). Ngài giảng rõ cho 5 vị Tỳ Kheo ý thức về sự có mặt của Khổ đau, hành trình tìm hiểu nguyên nhân, quyết định diệt trừ khổ đau, và con đường giúp diệt trừ khổ đau.

2. *Khuyến chuyển*: đây là *giai đoạn khuyến khích* (*encouragement*) tìm hiểu về "*mỗi Diệu Đế*", Đức Phật đã khuyến khích 5 vị Tỳ Kheo nên tìm hiểu rõ về sự khổ đau, về nguyên nhân, quyết định diệt trừ khổ đau, và phương cách để diệt trừ khổ đau.

3. *Chứng chuyển*: đây là *giai đoạn thực hiện* (*realization*), Đức Phật nêu lên bằng chứng Ngài đã trải nghiệm và thực hiện "*mỗi Diệu Đế*", do đó 5 vị Tỳ Kheo cần phải thực hiện "*mỗi Diệu Đế*" này.

Tóm lại, sau khi đã nhận thức từng (hay 4) Diệu Đế thì phải hiểu rõ từng (hay 4) Diệu Đế, rồi hoàn thành việc thực hiện từng (hay 4) Diệu Đế. Và như thế các thầy Tỳ kheo mới giải thoát khỏi khổ đau.

(*4) Thập nhị hành (Pa. dvadasakara, Anh. twelve aspects): Đức Phật thực hiện "*tam chuyển Pháp luân*" cho mỗi Diệu *Đế* (mỗi chân lý vi diệu). *Có 4 Diệu Đế* (4 chân lý vi diệu), nên có 12 hành, người Trung Hoa gọi là *Thập nhị hành* (3 chuyển x 4 Diệu Đế = 12 hành).

* * *

II.-Bài học từ "Kinh Chuyển Pháp Luân" của Đức Phật Thích-ca:

Bài thuyết Pháp đầu tiên của *Đức Phật lịch sử* đã dạy cho chúng ta những điều sau đây:

1.-Con đường ở giữa:

Đức Phật khẳng định với 5 vị Tỳ Kheo đồng tu khổ hạnh với Ngài trước kia rằng: "Đức Phật đồng ý với quý Tỳ Kheo này việc tham luyến dục lạc là điều không có ích lợi, nhưng Đức Phật thêm vào đó là việc tham luyến lối tu khắc khổ cũng không có lợi" và rồi Đức Phật đưa ra giải pháp: " *Hãy tránh cả hai cực đoan, và chọn con đường ở giữa hai cực đoan này để được đưa đến giác ngộ.*"

Khi là Thái tử, Ngài đã trải nghiệm cuộc sống vương giả, đã hưởng thụ dục lạc, yến tiệc linh đình, cung phi mỹ nữ múa hát ngày đêm, có đủ kẻ hầu người hạ, tương lai còn được vua cha trao cho ngai vàng..., nhưng Ngài đã "*ngộ*" rằng việc tham luyến dục lạc là điều phàm tục, không có lợi ích, không thể kéo dài mãi mãi. Sau đó, trong bước đầu của cuộc đời xuất gia, Ngài đã trải nghiệm cuộc sống của tu sĩ theo cách tu khắc khổ, nhưng thể xác của Ngài suy yếu lần lần nên tinh thần cũng không được minh mẫn, rồi Ngài *"ngộ"* rằng lối tu khắc khổ cũng không có lợi ích. Do đó Ngài mới chọn "*con đường ở giữa*" hai thái cực này.

2.-Tứ Diệu Đế:

Trọng tâm của *Kinh chuyển Pháp luân* là lời giảng dạy của Đức Phật về *Tứ Diệu Đế* (Sa. *catvāri āryasatyāni*; Pa. *cattāri ariyasaccāni,* Four Noble Truths), các Đại sư Trung Hoa còn dịch là *Tứ Thánh Đế* (Four Holy Truths):

1.-*Khổ Đế (*dukkha, Sa. Duhkha, the truth of suffering) là chân lý về sự khổ đau: cuộc đời này đầy đau khổ. Các Đại sư Trung Hoa dịch dukkha là khổ (suffering), dukkha còn có nghĩa rộng như là sự không hài lòng (dissatisfaction), sự căng thẳng (stress)…

2.-*Khổ Tập Đế* (samudaya dukkha, the cause of suffering): nguyên nhân gây khổ đau là vọng tưởng và bám vào sự vật vô thường.

3.-*Khổ Diệt Đế* (nirodha dukkha, the cessation of suffering): cần phải diệt trừ những vọng tưởng và bỏ sự bám víu vào sự vật vô thường.

4.-*Diệt khổ Đạo Đế* (magga dukkha, the path to the cessation of suffering = the Noble Eightfold Path) là "*con đường có 8 chi nhánh*" = *Bát Chánh Đạo*, đây là phương cách để diệt trừ sự bám víu vào các vật vô thường, và do đó sự tái sanh và khổ đau sẽ dứt.

3.-Bát Chánh Đạo

(đã trình bày ngắn gọn ở phần chú thích. Có thể đọc thêm bài viết *Tứ Diệu Đế* và *Bát Chánh Đạo* của NVT)

4.- Ngũ uẩn:

5 nhóm yếu tố kết hợp lại tạo thành con người: 1.**Sắc uẩn,** 2.**Thọ uẩn**, 3.**Tưởng uẩn**, 4.**Hành uẩn** và 5. **Thức uẩn**. Các "*Uẩn*" thì liên kết với nhau, tùy thuộc lẫn nhau mà hiện hữu, khi tan rã thì con người cũng không còn sống.
(đã trình bày ngắn gọn ở phần chú thích. Có thể xem thêm bài viết *Ngũ Uẩn* của NVT).

Đức Phật nói "**ngũ uẩn**" luôn biến đổi không ngừng, ngũ uẩn là vô thường, như vậy ngũ uẩn là khổ.

5.-Vô thường:

Ngài Kondanna đã ngộ lời giảng dạy của Đức Phật Thích ca về triết lý vô thường (impermanence) khi Kondanna phát biểu: "*Cái gì đã có sanh tất phải có diệt*".

Toronto, 03 December 2016

Nguyễn Vĩnh Thượng

Tài liệu tham khảo chính yếu:

-Cao Hữu Đính, *Văn Học Sử Phật Giáo*, Huế: tác giả xuất bản, 1970. Đây là bài cours mà GS CHĐ đã soạn giảng cho Sinh viên Đại Học Vạn Hạnh Saigon và Phật Học Viện Nha Trang.

-Hirakawa Akira, *A History of Indian Buddhism*: *from Sakyamuni to Early Mahayana*, translated and edited by Paul Groner, Hawaii: University of Hawaii Press, 1974.

-Kogen Mizuno, *Buddhist Sutras: Origin, Development, Transmission.* Translated by Morio Takanashi & others, adapted by Rebecca M. Davis. Tokyo: Kosei Publishing Co. First English edition, 1982. Sixth printing, 1995.

-Narada, Mahathera, *The Buddha and his Teachings*, Kandy (Sri Lanka): Buddhist Publication Society, First enlarged edition: 1964, Second revised and enlarged edition: 1973.

-Thích Thanh Kiểm, *Lược sử Phật giáo Ấn độ*, Saigon: Lê Thanh Thư Xã, 1963.

-Thích Tâm Thiện, *Tìm hiểu ngôn ngữ Kinh điển Phật giáo*, Sài-gòn: NXB TP.HCM, 2000.

PHẦN THỨ HAI

NHỮNG LUẬN ĐỀ

Chương 22

Phật Giáo như là một Triết Học hay như là một Tôn Giáo

Trong bài này tôi sẽ trình bày:

I.- Triết học là gì?

A.-Định nghĩa: triết học và triết lý.
B.-Ba đặc điểm của triết học.
C.-Các lãnh vực trong triết học Tây phương:
1.-Siêu hình học, 2.-Nhận thức luận, 3.-Luận lý học, 4.-Đạo đức học, 5.-Thẩm mỹ học, 6.- Triết lý về ngôn ngữ, 7.-Triết lý giáo dục, 8.-Triết học của tôn giáo, 9.-Triết học của lịch sử, 10.- Triết lý chính trị, 11.- Triết học của Luật pháp.

II.- Phật giáo là gì?

A.- Định nghĩa: Phật, Phật giáo và Phật học, Phật Pháp.
B.-Sự đóng góp của các học giả và giáo sư đại học Tây phương trong việc truyền bá triết học Phật giáo.
C.-Đức Dalai Lama thứ 14, Tenzin Gyatso và "*Giải pháp Trung Dung*" của Ngài và các vị khác.

III.-Phật giáo như là một tôn giáo hay như là một triết học?

A.- Phật giáo như là một tôn giáo.
B.-Phật giáo như là một triết học.

Trước khi xác định Phật Giáo như là một hệ thống tư tưởng triết học (Buddhism as a philosophy) hay như là một tôn giáo (Buddhism as a religion), chúng ta sẽ tìm hiểu triết học là gì ? và Phật giáo là gì ?

I.- Triết học là gì?

A.- Định nghĩa:

Triết học (*philosophy*) là một từ có nguồn gốc từ tiếng Hy lạp cổ đại: philosophia (tiếng phiên âm theo Anh văn), có nghĩa là lòng yêu mến sự hiểu biết. Nói rộng hơn, triết học là những quan niệm, tư tưởng, thái độ của một cá nhân hay một nhóm người siêu việt.

Hai chữ Triết học (哲學) đã xuất hiện ở Trung quốc và Việt Nam từ ngày phong trào văn hoá Âu Tây du nhập vào khoảng cuối thế kỷ 19 sang đầu thế kỷ 20. Trước đó, người Trung quốc thường dùng hai chữ Đạo học (道學).

Theo lối chiết tự trong Hán văn thì chữ Triết (哲) gồm có bộ thủ (手/扌) gốc ở chữ thủ (手) là cánh tay, chữ cân (斤) là cái rìu , với chữ khẩu (口) là cái miệng; cả 3 chữ ấy hội ý lại thì có nghĩa là phân tích để biết. Như vậy, triết học có nghĩa là đi tìm chân lý bằng cách phân tích sự vật.

Ở Ấn độ, các nhà tư tưởng dùng chữ "Anviksiti-vidya"(= khoa học tìm tòi khảo cứu) có nghĩa tương đương với chữ "triết học". Còn có một danh từ đồng nghĩa là "Tarkacastra"(= sự hiểu biết căn cứ vào suy luận). Còn chữ "Darsanas" có nghĩa là quan điểm, cách xem xét của một hệ thống triết học đặc biệt, "Darsanika" (philosopher) là triết gia, là người được nhiều người khác biết đến qua hệ thống triết học của vị đó. Ngày nay người Ấn độ thường dùng chữ "Tattvavidya-castra (= sách nói về khoa học chân lý) để chỉ chữ triết học.

Chữ Đạo (道) trong Đạo học là con đường để chỉ dẫn cho con người hiểu được ý nghĩa của cuộc sống ở đời, để thích ứng với cuộc sống, và cũng để cải thiện cuộc sống.

Triết học là một nổ lực nghiên cứu cái căn bản, cái tổng quát của các vấn đề để đi tới chỗ tận cùng, đến chỗ không thể nào tiến thêm được nữa, đến cái nền tảng của vấn đề.

Trong việc nghiên cứu triết học, chúng ta đi tìm chân lý, sự thật của các vấn đề, của các quan niệm về bản chất của sự hiện hữu thực tại, sự tồn tại của tri thức, của luân lý, của lý tính và của mục đích của người đời.

Trong tiếng Việt, có sự phân biệt:

1. *Triết lý* là một thái độ sống của con người trước cuộc đời, như vậy ai cũng có triết lý nghĩa là có một thái độ sống của mình đối với người khác, không người nào có thể tránh khỏi triết lý; tiếng cuộc đời bao gồm hai yếu tố:
    a. *người đời*: con người ở đời với những người khác trong xã hội.
    b. *đời người*: ý nghĩa của cuộc đời.
2. *Triết học* là sự học hỏi, sự nghiên cứu về triết lý, sự suy tư, suy nghĩ về triết lý. Do đó, các vấn đề của triết học không thể tách rời khỏi những con người sống trong xã hội.

B.-Triết học có 3 đặc điểm:

a. -Suy tư triết lý là những suy nghĩ, nghiên cứu về một hệ thống tư tưởng từ một điểm bắt đầu để đi đến kết luận.

b. -Suy tư triết lý là suy nghĩ về một thực tại, một cái gì tồn tại có trước khi ta suy nghĩ về nó.

c. -Suy tư triết lý là một suy nghĩ có ý thức, đòi hỏi phải nhìn trực tiếp vào một vấn đề, một đối tượng với một thái độ phản tỉnh (reflective attitude) tức là chúng ta phải biết xếp đặt các suy nghĩ thành một hệ thống, từ phân tích cho đến tổng hợp. Có ý thức phản tỉnh, chúng ta mới đạt được sự thức tỉnh (awakening), mới đạt được giác ngộ (enlightenment).

Trong cuộc sống hằng ngày, có những chuyện xảy ra khiến chúng ta phản tỉnh. Thí dụ như kinh nghiệm về thất bại, về hoạn nạn là chuyện khiến ta phản tỉnh: ý thức về cuộc đời đau khổ, và suy nghĩ đi tìm nguyên nhân của sự khổ đau đó, hoặc tìm cách diệt cái khổ sở đó, hoặc có những dự định vươn tới những cái tốt đẹp hơn trong tương lai.

Thất bại thường xảy ra trong hoàn cảnh có sự liên hệ giữa một người hay nhiều người với người khác. Thất bại hoặc hoạn nạn có thể có các hình thức sau đây:

1.-Thất bại trên đường học vấn, thi cử: không thể tiếp tục học vì một nguyên nhân nào đó, hoặc thi rớt mặc dầu hết sức cố gắng học tập.

2.-Thất bại trên đường buôn bán, làm ăn lỗ lả, đường công danh sự nghiệp.

3.-Thất bại trên đường tình duyên và gia đạo: bị người yêu hay người phối ngẫu lừa gạt, sang ngang.

4.-Thân thể có khuyết tật vì bẩm sanh hoặc vì tai nạn, bịnh hoạn.

5.-Hoạn nạn trước một biến cố nào đó trong cuộc đời: ví dụ: trước cơn gió lốc của cuộc cờ chính trị hoàn cầu, chính quyền Saigon ở miền Nam Việt Nam đã sụp đổ vào ngày 30 tháng tư năm 1975. Dĩ nhiên những người thuộc phe chiến thắng, phe cọng sản ở miền Bắc Việt Nam, đã rất vui mừng, rất hồ hởi vì họ chiếm được một kho tàng chiến lợi phẩm to tát ở miền Nam.Nhưng đại đa số đồng bào ở miền Nam đã bước vào một ngõ rẽ mới mà trước mắt là sự khốn khổ, sự khổ đau so với những ngày bình yên hạnh phúc mà họ đã hưởng được trước đây.

Bên thắng cuộc đã bỏ tù, tịch thâu tài sản, đày đọa người dân bên thua cuộc, đẩy họ đi vào cảnh khốn cùng, khổ sở. Nhiều người đã mất hết tài sản mà họ đã làm lụng vất vả suốt đời. Nhiều người đã phải lìa bỏ quê hương, lìa bỏ vợ con, lìa bỏ chồng con để đi tìm tự do bằng cách vượt biển hoặc bằng cách đi đường bộ, họ đi tìm cuộc sống tự do trong cái chết. Thẳng thắn mà nói trong cuộc chiến tranh ủy nhiệm ở Việt Nam, nói khác đi, là cuộc chiến tương tàn, nồi da xáo thịt đã kéo dài hơn 30 năm thì gia đình nào từ Bắc chí Nam cũng đều có người thân, có bà con họ hàng, bạn bè hoặc ở phía bên này, hoặc ở phía bên kia. Như vậy thì ai cũng có người thân, có bà con họ hàng, có bạn bè bị đi tù đày dưới chế độ Cọng sản, có người chịu kham khổ, có người đã chết trung ngục tù, hoặc vượt biên, bỏ xứ ra đi và có thể chết trước những cơn sóng to gió lớn ngoài biển cả. Nói tóm lại, đại đa số nhân dân Việt Nam là nạn nhân của chủ nghĩa Cọng sản, của chế độ độc tài tàn bạo, của các nhà lãnh đạo cuồng tín.

Đứng trước sự thất bại, trước hoạn nạn, con người có thể có thái độ, có triết lý về cuộc đời khác nhau:

1.-Chấp nhận: con người cho rằng tại số trời, tại định mệnh đã an bài: “Học tài thi phận”, “mưu sự tại nhân, thành sự tại thiên”.

2.-Coi như một bài học kinh nghiệm: con người cho rằng thất bại là một kinh nghiệm sống có ý nghĩa nhờ đó mình có thể vươn lên sự thất bại để đi đến sự thành công trong tương lai. Người quân nhân thua trận có thể cho rằng: “*can cường trong chiến bại*”.

3.-Không thể chịu đựng: con người đâm ra chán đời, thấy cuộc đời là phi lý. Do đó, con người hoặc phản kháng lại cuộc đời, hoặc đi tu, hoặc tự tử , hoặc rời khỏi quê hương đi tìm tự do v.. v..

4.-Đi tìm cái thành công trong sự thất bại: con người cho rằng ý nghĩa của cuộc đời không phải chỉ ở chỗ thành công hay thất bại mà ở nơi sự cố gắng, ở nơi nỗ lực phấn đấu và chiến đấu không ngừng: "Đừng lấy thành bại mà luận anh hùng".

Các thí dụ trên cho thấy rằng triết lý là một thái độ sống gắn liền với con người, triết lý không là một ý niệm vượt khỏi con người. Còn triết học là một nhận thức về ý nghĩa của cuộc đời. Tuy nhiên ở nhiều nơi, triết lý và triết học được sử dụng đồng nghĩa, thí dụ như " "triết lý Phật giáo = triết học Phật giáo" (Buddhist philosophy), triết lý giáo dục (philosophy of education) v…v...

Nghiên cứu triết học thì đòi hỏi sự học hỏi về các tư tưởng, các quan niệm với sự suy nghĩ hết sức cẩn thận và phán xét về các vấn đề phức tạp ấy. Chúng cần có một số hành trang, một số kiến thức căn bản để học hỏi các lập luận của các triết gia như tìm hiểu những định nghĩa về các từ ngữ mà các triết gia đã sử dụng, những lập luận của họ để bảo vệ quan điểm của họ, cùng với sự phê phán, về các lý luận của chính triết gia đó hoặc sự phê phán của các vị khác về các lý luận, các biện minh của các triết gia này.

C.-Các lãnh vực trong Triết học Tây phương:

1. **Siêu hình học (Metaphysics)** là tiếng có nguồn gốc từ Hy Lạp cổ xưa là meta-physica (meta= bên kia, physica= vật lý, vật hữu hình). Siêu hình học có mục đích khảo sát bản chất căn bản của sự hiện hữu, sự tồn tại (being). Siêu hình học là một trong những tác phẩm triết học của Aristotle (Hy lạp, 384 tr.C.N). Siêu hình học gồm có hai ngành chính là:

   a. *Vũ trụ luận (Cosmology)* là tiếng có nguồn gốc từ Hy lạp là Kosmos = thế giới, logia= nghiên cứu về. Vũ trụ luận là khoa nghiên cứu về thế giới, vũ trụ để tìm hiểu nguồn gốc, sự tiến hoá, thay đổi trải qua nhiều thế hệ, và số phận của vũ trụ. Việc khảo cứu về vũ trụ đã có một lịch sử lâu dài liên quan đến khoa học, triết học, thuyết bí truyền của một nhóm người, và của một tôn giáo. Vũ trụ luận nghiên cứu các vấn đề chính yếu sau đây: - Vũ trụ vạn vật phát sinh từ đâu.-Tính chất của vũ trụ vạn vật như thế nào: tĩnh hay động, thường hằng hay vô thường,luôn luôn chuyển biến. Vũ trụ vạn vật có khởi thuỷ, có chấm dứt không.

b.*Bản thể luận (Ontology)* là tiếng có nguồn gốc từ Hy Lạp là *ontos* = sự hiện hữu, sự tồn tại (being); logia = nghiên cứu về. Bản thể luận là khoa nghiên cứu về sự hiện hữu (the study of being), về hữu thể (existence).

Bản thể luận khảo sát sự hiện hữu như là chính nó đang hiện hữu, tức là bản tính của hữu thể (the nature of existence), thực thể hiện hữu có thể chia ra thành các nhóm được gọi là các "phạm trù" của hữu thể (the categories of existence) và những điều liên hệ.

Để hiểu rõ, chúng ta liệt kê các câu hỏi, các chất vấn mà Bản thể luận có thể đặt ra khi khảo sát về sự hiện hữu, về hữu thể như:

-Cái gì là nguyên lý cơ bản ẩn tàng trong sự hiện hữu?
-Cái gì khác nhau giữa thực tại chân thật (really existing) và chỉ là sự biểu hiện để hiện hữu (only appearing to exist)?
-Thế giới bên ngoài có thực sự hiện hữu không?
-Tha nhân có thật sự hiện hữu không?
-Thượng đế (God) có thật sự hiện hữu không?
-Tôi hiện hữu như thế nào? hay Tôi từ đâu dến và tôi sẽ đi về đâu? hoặc Vì mục đích gì mà tôi hiện hữu ở đây?

Như vậy trong tư tưởng Tây phương, Bản thể luận chỉ nghiên cứu về *hữu thể* (existence) và đã đánh giá tích cực cho hữu thể, dĩ nhiên đã có nhận định tiêu cực cho *vô thể* (non-existence). Trong tư tưởng Đông phương thì "*vô thể/ phi hiện hữu*" (non-existing) là nền tảng cơ bản của Bản thể luận; như quan niệm *Vô* (non-being) của Lão giáo, và quan niệm *Tánh không* (Sunyata, Emptiness) của Long Thọ / Nagarjuna (khoảng 150 - khoảng 250 CN).

2. **Nhận thức luận (Epistemology)** hay tri thức luận có mục đích nghiên cứu về nhận thức hay tri thức (knowledge) và sự phán đoán niềm tin của tri thức Nhận thức luận nghiên cứu các vấn đề chính yếu sau đây:

a. Nguồn gốc của tri thức, của cái biết.
b. Khả năng và giới hạn của tri thức.
c. Bản chất của tri thức.
d. Biểu chuẩn của chân tri: cái biết thật, biết đúng và nguyên do của lầm lẫn.

3. **Luận lý học (Logic)** là môn học có mục đích xác định những động tác của trí tuệ hướng đến sự nhận thức chân lý, xem động tác nào đúng, động tác nào không đúng. Luận lý học giúp ta đi tìm cái chân, cái đúng.

4. **Đạo đức học** hay **Luân lý luận(Ethics)** hay **Nhân sinh quan (the way of life):**
Theo nghĩa rộng, đạo đức học là môn triết học nghiên cứu về những qui luật giúp con người hành động theo một con đường tốt nhất để sống ở đời. Theo nghĩa hẹp, đạo đức học là hệ thống tư tưởng, hay quy luật về đạo đức của một triết gia, một nhóm người, một tôn giáo. Đạo đức học thường có liên hệ với môn triết lý chính trị (political philosophy) là môn khảo cứu về việc cai trị và mối liên hệ giữa các cá nhân, các gia đình, các nhóm người đối với các cộng đồng xã hội kể cả một quốc gia, một đất nước.

5. **Thẩm mỹ học (Aesthetics)** là môn học nghiên cứu về cái đẹp beauty) trong các ngành nghệ thuật: văn chương, hội họa, điêu khắc, kiến trúc v.. v.. Việc phán đoán hay cảm nhận về cái đẹp thì thay đổi theo cá nhân, có tính cách chủ quan, và thay đổi theo không gian và thời gian. Thẩm mỹ học luôn tôn trọng quan niệm về cái đẹp của các trường phái khác nhau. Thẩm mỹ học không đứng về quan niệm này để đả phá quan niệm khác liên hệ đến cái đẹp. Thẩm mỹ học giúp đi tìm cái đẹp, cái mỹ. Chân-Thiện-Mỹ là những mục tiêu mà con người hướng tới.

6. **Triết lý về ngôn ngữ (Philosophy of Language)** là một môn học khám phá bản chất, nguồn gốc và sự sử dụng của ngôn ngữ.

7. **Triết lý giáo dục (Philosophy of Education/ Educational philosophy)** là môn học có đối tượng hoặc là lãnh vực học tập của triết học ứng dụng, hoặc là lãnh vực nghiên cứu tư tưởng của một trong các nhà tư tưởng về học thuyết giáo dục của họ, và khảo sát các định nghĩa, mục đích và ý nghĩa của giáo dục trong khoa sư phạm, phương pháp giảng dạy, chính sách giáo dục, chương trình giáo khoa cũng như việc khảo sát tiến trình học tập của học sinh, sinh viên. Nói cách khác, triết lý giáo dục của một quốc gia là một khuôn mẫu cho chính sách giáo dục của quốc gia đó nhằm đào tạo những con người, những công dân trong nước được phát triển một cách toàn diện về khả năng phê phán của trí tuệ và về phẩm giá, tư cách đạo đức để tạo nên con người hữu dụng cho xã hội với một nhân cách rất tốt.

Triết lý giáo dục của chế độ Việt Nam Cộng Hòa ở miền Nam Việt Nam trước 1975 là một triết lý siêu việt lấy **nhân bản, dân tộc và khai phóng** làm căn bản cho chính sách giáo dục ở miền Nam. Trong bài **" Về một nhà giáo dục thời VNCH: GS TS Nguyễn Thanh Liêm, Nhà Văn hóa, Giáo dục, Nhân bản Việt Nam** của NVT trong quyển "***Kỷ niệm về GS TS Nguyễn Thanh Liêm,*** *Văn Đàn Đồng Tâm xuất bản tại California, USA* có đoạn như sau: " **Triết lý giáo dục của Việt Nam Cộng Hòa** : "*Thầy Nguyễn Thanh Liêm đã tiếp nối các nhà lãnh đạo giáo dục Miền Nam Việt Nam để phát huy một triết lý giáo dục siêu việt. Tôi xin trích dẫn đoạn văn trình bày cái triết lý giáo dục của VNCH như sau:*

a.*Thứ nhất :Giáo* dục *Việt Nam là* ***giáo dục nhân bản*** (*humanistic education). Nhân là người hay con người , bản là căn bản . Trong lãnh vực triết lý, thuyết nhân bản chủ trương con người có địa vị quan trọng trong đời sống trên thế gian nầy. Thuyết nhân bản lấy con người làm gốc, lấy cuộc sống của con ngừơi trong cuộc đời nầy làm căn bản chớ không nhắm đến linh hồn hay cuộc đời nào khác ngoài thế giới mà loài người đang sống trong đó. Theo thuyết này, con người có giá trị đặc biệt của con người, cao cả hơn tất cả các giống sinh vật khác trên đời này. Chỉ có con người mới có văn hóa, có những hoạt động có suy tư, có sáng tạo, làm cho cuộc sống của con người có tiến hóa luôn từ xưa đến giờ. Nhân bản cũng chỉ tính cách linh thiêng của con người khác hơn mọi loài vật khác. "Nhân linh ư vạn vật"và con người phải được tôn trọng bởi tính linh thiêng đó. Con người tự nó là một cứu cánh chứ không phải là một phương tiện. Triết lý nhân bản chấp nhận có những khác biệt giữa các cá nhân nhưng không chấp nhận dùng sự khác biệt đó để đánh giá con người và không chấp nhận sự kỳ thị hay phân biệt giàu nghèo, địa phương, tôn giáo, chủng tộc v...v... Với triết lý nhân bản, con người có giá trị của con người như nhau và mọi người đều có quyền được hưởng những cơ hội đồng đều về giáo dục.*

b-*Thứ hai: Giáo dục Việt Nam là* ***giáo dục dân tộc*** *(nationalistic education). Giáo dục tôn trọng giá trị truyền thống của dân tộc trong mọi sinh hoạt liên hệ tới gia đình, nghề nghiệp và quốc gia. Giáo dục phải bảo tồn và phát huy được những tinh anh hay những truyền thống tốt đẹp của văn hóa dân tộc. Dân tộc Việt Nam có mặt trên thế giới này từ bao nhiêu ngàn năm trước. Dân tộc đó có tiếng nói riêng của nó từ bao đời. Dân tộc tính đó trong văn hóa cần phải được các thế hệ biết đến, bảo tồn và phát huy, để không bị tan biến hay tiêu trầm trong những nền văn hoá khác.*

c-*Thứ ba: Giáo dục Việt Nam là* ***giáo dục khai phóng*** (liberal education). *Tinh thần dân tộc không nhất thiết phải là bảo thủ, không nhất* *thiết là phải đóng cửa. Ngược lại , giáo dục phải mở rộng, tiếp nhận những kiến thức khoa học kỹ thuật tân tiến trên thế giới, tiếp nhận tinh thần dân chủ, phát triển xã hội, giá trị văn hoá nhân loại để góp phần vào việc hiện đại hoá quốc gia xã hội, làm cho xã hội tiến bộ tiếp cận với văn minh thế giới "*

*(Nguyễn Thanh Liêm, " **Giáo dục ở Miền Nam Tự Do trước 1975** "Đồng Nai Cửu Long xuất bản , Santa Ana 2006, trang 24,25.*

8. **Triết học của Tôn giáo (Philosophy of Religion)**: là sự nghiên cứu có tính triết lý về ý nghĩa và bản chất của tôn giáo; bao gồm những sự phân tích các quan niệm, niềm tin tôn giáo cùng với những điều luật, những lập luận và những điều thực hành của truyền thống tôn giáo. Thường thì triết học tôn giáo giới hạn sự nghiên cứu vào các tôn giáo hữu thần (Theistic religions).Tuy nhiên, các công trình nghiên cứu gần đây có phạm vi rộng rãi hơn, có tính toàn cầu nên đã nghiên cứu các truyền thống tôn giáo vừa hữu thần vừa không phải là hữu thần (Non- theistic religious traditions). Nhiều công trình nghiên cứu còn mở rộng hơn và có tính đa dạng, có đối tượng...nghiên cứu các tư tưởng gia Đông và Tây cùng với những thuyết lý như thuyết bất khả tri (agnostics) thuyết bi quan và thuyết vô thần nữa.Triết học cuả tôn giáo đi tìm những lãnh vực chính của triết học và các môn liên hệ như thần học (theology) sử học, xã hội học, tâm lý học và các khoa học tự nhiên.

Ở Tây phương, chủ đề chính của môn triết học tôn giáo có trọng tâm giới hạn vào sáu đề mục như sau:

a) Ngôn ngữ và niềm tin tôn giáo.
b) Tính đa dạng của tôn giáo.
c) Quan niệm về Thượng đế / Trời hay thực tại tuyệt đối.
d) Những tranh luận bảo vệ hoặc chống lại sự hiện hữu cuả Thượng đế.
e) Những vấn đề liên quan đến tội ác và khổ đau.
f) Những phép lạ và sự nhiệm mầu của tôn giáo.

9. **Triết Học của Lịch sử (Philosophy of History)**

Sử học là môn học nghiên cứu về quá khứ trong tất cả các hình thức của quá khứ. Triết học của lịch sử khảo sát nhiều nền tảng có tính lý thuyết của sự thực hiện, sự áp dụng, các hậu quả xã hội của lịch sử và luôn cả sự biên soạn lịch sử.

Thứ nhất, triết học của lịch sử sử dụng những lý thuyết tốt nhất trong các ngành triết học như Siêu hình học, Nhận thức luận và Đạo đức luận để đưa ra những vấn nạn về bản tánh của quá khứ và làm sao ta hiểu được quá khứ dù cho quá khứ đã xảy ra một cách ngẫu nhiên hoặc quá khứ đã được hướng dẫn hay định hướng bởi vài nguyên tắc nào đó, làm sao giải thích hay diễn tả một cách hay nhất về các biến cố của quá khứ, làm sao giải thích biến cố lịch sử này có liên hệ đến biến cố lịch sử khác, làm sao thẩm định cho đúng lời nói của các nhân chứng và các chứng cớ.

Thứ hai, vì có liên hệ với các ngành nghiên cứu khác, triết học của lịch sử điều nghiên các vấn đề như là một thành phần cá biệt, sử học chú trọng vào cái cá biệt hơn là cái tổng quát. Các chuyển biến của lịch sử thường do những người thực hiện theo động lực nội tại hơn là những lực thuần tuý bên ngoài. Các đối tượng lịch sử không còn có thể quan sát một cách trực tiếp, nhưng được nghiên cứu một cách gián tiếp bởi những chứng cớ, bằng chứng. Những vấn đề và nhiều sự việc quá khứ phải được nghiên cứu và thảo luận theo tính chất phê phán của triết học.

Nói cách khác, triết học của lịch sử là môn học nghiên cứu các khía cạnh lý thuyết của lịch sử trong hai ý hướng chính: thông thường các nhà nghiên cứu phân biệt ngành phê phán triết học của lịch sử với ngành triết thuyết của lịch sử:

Phê phán triết học của lịch sử (critical philosophy of history) là lãnh vực lý thuyết của các quy luật có tính kinh viện (trường ốc) của lịch sử, đối đầu với các vấn nạn như bản chất của các chứng cớ lịch sử, mức độ có thể xảy ra một cách khách quan của các biến cố lịch sử v.. v.

Triết thuyết của lịch sử (speculative philosophy of history) là một lãnh vực của triết học nêu lên ý nghĩa xảy ra một cách ngẫu nhiên của lịch sử phát triển của con người, của nhân loại.

Vài nhận định có tính cách triết lý của sử học:

a Ngày xưa, **người Ấn độ ít chú trọng đến lịch sử biên niên**, ngay cả việc ghi lại các sự kiện lịch sử theo thời gian cũng không được giữ gìn, họ đã để thất lạc. Người Ấn độ ngày xưa chỉ chú trọng đến nội dung các tư tưởng tôn giáo, các học thuyết mà thôi. Bởi thế nên, các nhà nghiên cứu lịch sử triết học Ấn độ đã gặp khó khăn trong việc xác định niên biểu của các triết gia, các tư tưởng tôn giáo ở trong thời thượng cổ và trung cổ để xác định ảnh hưởng cũng như sự tiến hoá của tư tưởng Ấn độ một cách chính xác. Cố Hoà Thượng Thích Thanh Kiểm đã viết

trong lời tựa của quyển "*Lược sử Phật giáo Ấn độ*" như sau*: "Trong khi biên soạn cuốn sử này, chúng tôi đã vấp phải sự khó khăn nhất, đó là vấn đề "niên đại". Vì các bộ sách dùng để tham khảo, về niên đại xảy ra ở các thời đại, thì mỗi sách nói mỗi khác, chỉ nói phỏng chừng, như "vào khoảng năm ấy, thế kỷ ấy", vậy nên khó thể mà quyết định được đích xác. Đó thực là một khuyết điểm lớn trong việc chép sử, rất mong độc giả lưu ý."*
(Thích Thanh Kiểm, *Lược sử Phật giáo Ấn độ*, Saigon, 1963, tr. 12).

[Hòa Thượng Thích Thanh Kiểm (1921- 2000) đã là Chánh Đại Diện kiêm Trụ Trì Chốn Tổ đình Vĩnh Nghiêm cho đến ngày viên tịch (1973 - 2000), chùa Vĩnh Nghiêm là ngôi chùa lớn nhất Saigon. Ngài nguyên là GS TS môn Phật học tại Viện Cao Đẳng Phật Học Saigon và Viện Đại Học Vạn Hạnh (1964 - 1967)].

Trong khi đó, **người Trung Hoa từ thời xa xưa đã chú trọng đến việc ghi chép các sự kiện lịch sử theo thứ tự thời gian**. Người ghi chép sử có thể là một người bình thường, hoặc là một vị quan, hay là một nhóm các vị quan ở triều đình phụ trách.

Vào đời Vua Hán Võ Đế (156 tr. CN – 87 tr. CN) thuộc nhà Tây Hán (202 tr. CN – 9 sau CN) có quan Thái Sử Tư Mã Thiên (145 tr. CN – 86 tr. CN) đã hoàn thành bộ "*Sử Ký*" vào năm 97 tr. CN, lúc ấy ông giữ chức Trung Thư Mệnh. Thật ra bộ sử này do Tư Mã Đàm cùng với con là Tư Mã Thiên cùng biên soạn, sách có tên là "*Thái Sử Công Thư*", người đời gọi tắt là "*Sử Ký*", ngày nay thường gọi là lịch sử. "*Sử Ký - Tư Mã Thiên*" là một công trình ghi chép việc toàn quốc nước Tàu từ đời Hoàng đế (khoảng 2698 tr. CN) đến đời Hán Vũ đế (156 tr. CN – 87 tr. CN), một lịch sử kéo dài gần 2000 năm. "*Sử Ký- Tư Mã Thiên*" là một công trình ghi chép rất to tát, phương pháp chép sử cho đến ngày nay, từ Đông sang Tây, đều cho là rất có giá trị. Sách *Sử Ký* này không những chỉ ghi chép các sự kiện lịch sử xảy ra, các hành vi của Vua Chúa mà còn ghi chép cả các ngành văn hoá như triết học, văn học , lễ nhạc …Tư Mã Thiên còn đưa ra những nhận định của ông về các chuyện đã xảy ra theo quan điểm đức lý của Khổng Mạnh.

Vào đời Đường (618 - 907), việc ghi chép sử được giao cho một nhóm người cùng góp sức biên soạn như các bộ sử : Tấn, Tống, Tề, Lương, Tần, Ngụy, Chu, Tề. Kể từ đây, việc chép chính sử được giao cho một nhóm người như là một thông lệ.

b. ***Có những sự kiện lịch sử được tái diễn trở lại :***

- Vào năm 1279, Hốt-Tất-Liệt (Khubilai Khan - 1215- 1294) là cháu nội của Thành- Cát-Tư Hãn (Chinghis Khan – 1162 - 1227) đã đem quân Mông Cổ đánh bại nhà Nam Tống (1127 - 1279), thống nhất Trung quốc, thành lập triều Nguyên , đóng đô ở Yên Kinh (tức Bắc Bình), thống trị một vùng đất rộng lớn gồm nội địa nước Tàu, Mãn Châu, Mông Cổ, Tây Tạng, Trung bộ Á -tế-á, Cao ly.

  Quân Mông Cổ rất hiếu chiến, võ nghệ cao cường nhất là việc cỡi ngựa để giao chiến rất giỏi. Nhưng văn hoá người Mông Cổ rất thấp kém so với nền văn hóa của người Hán. Cho nên người Mông Cổ, trong thời gian trị vì nước Tàu từ năm 1279 đến năm 1368, đã chịu ảnh hưởng văn hóa Hán tộc ở nhiều mặt như: xã hội, giáo dục, tư tưởng, văn nghệ, kinh tế v..v..Văn hóa Hán tộc đã cải tạo người Mông Cổ, đã giúp họ văn minh hơn và không còn thuần tuý giữ tính háo chiến của giống dân du mục lúc mới chiếm nước Tàu.

  Trong lịch sử cận đại của Việt Nam, vào ngày 30 tháng năm 1975, chính quyền VNCH Saigon bị sụp đổ, chính quyền Cộng sản Hà nội thắng trận và thống trị cả nước từ lúc đó. Tương tự như việc văn hóa Hán tộc đã ảnh hưởng người Mông Cổ, văn hóa miền Nam VNCH, bên thua cuộc, cao hơn văn hóa miền Bắc XHCN, cho nên sau khoảng 40 năm cai trị miền Nam, người miền Bắc đã chịu ảnh hưởng của văn hóa miền Nam ở nhiều phương diện như cách ăn mặc, văn nghệ , kinh tế v..v.., mặc dầu ngay từ những ngày đầu mới chiếm chính quyền Saigon, bên thắng cuộc đã đốt hết sách vở của miền Nam nhằm mục đích xóa sạch nền văn hóa phương Nam. Có thể đây sẽ là đề tài của nhiều luận văn cho các nhà nghiên cứu sử học.

Cần phân biệt "*triết học của lịch sử*" (philosophy of history) với "*lịch sử của triết học*" (history of philosophy). Lịch sử triết học là các tư tưởng triết học trải qua thời gian : thời thượng cổ, thời trung cổ, thời cận đại, thời hiện đại. Thí dụ: "*Lịch sử triết học Tây phương*","*Lịch sử triết học Đông phương*", "*Lịch sử triết học Ấn độ*", "*Lịch sử triết học Trung quốc*", "*Lịch sử triết học Phật giáo*" v… v...

10. Triết lý Chính trị (Political Philosophy): là môn khảo cứu về việc cai trị và mối liên hệ giữa các cá nhân, các gia đình, các nhóm người đối với các cộng đồng xã hội kể cả một quốc gia, một đất nước.

Trong triết học Trung Hoa, tư tưởng triết lý chánh trị có một địa vị quan trọng. Kẻ sĩ là người có sứ mạng trị dân, trị nước, nên các triết gia thường đưa ra nhiều lý luận chính trị với nhiều giải pháp cứu dân, cứu nước trước cơn loạn lạc, binh biến.
Các nhà Nho thường muốn nhập thế, làm chính trị: trị dân, trị nước với ước mơ đất nước được thái bình, thịnh trị như dưới thời các vua Nghiêu, vua Thuấn v… v...Triết lý chính trị căn bản của Nho giáo là: "*tu thân, tề gia, trị quốc, bình thiên hạ*".

Khổng Tử (551-479 tr. CN) đã dạy rằng: "*Vua phải làm tròn bổn phận của vua, rồi bề tôi mới làm tròn bổn phận của bề tôi, dân mới làm tròn bổn phận của dân*". Triết lý đạo đức chính trị này đã được giảng dạy và nhồi nhét vào đầu óc kẻ sĩ, người dân Trung Hoa trong suốt khoảng trên 2000 năm, kể từ đời Hán (206 tr.CN - 219 sau CN) tới đời Thanh (1644 - 1911). Trong lịch sử Trung Hoa, ta thấy lời dạy của Khổng Tử chỉ được áp dụng có một chiều: kẻ dưới, thứ dân thì bắt buộc phải làm tròn bổn phận của họ chứ người trên có bao giờ làm tròn bổn phận của họ đâu: hầu hết các ông Vua đều say mê tửu sắc, dâm loạn, tàn ác, hại dân, hại nước và ngu xuẩn. Thành thử đa số nhân dân vẫn sống trong cảnh lầm than; những lời nói nhân ái, lo cho dân chỉ là những tiếng ở đầu môi chót lưỡi của người trên. Bởi thế nên, các triết gia Trung Hoa ở vào thời nào họ cũng muốn đặt lại vấn đề, cũng muốn xét lại việc trị nước để nhân dân bớt khổ hơn, họ đưa ra một triết lý chính trị, một giải pháp chính trị mới cho việc trị nước, cứu dân.

11. Triết học của Luật pháp (Philosophy of Law) là một ngành của triết học và luật học (jurisprudence) nhằm nghiên cứu những câu hỏi căn bản về luật pháp và những hệ thống pháp luật như: Luật pháp là gì?; các tiêu chuẩn của hiệu lực của pháp lý là gì?; mối tương quan giữa luật pháp và đạo đức là gì?; nền tảng đạo đức của các bộ luật? ...

Dĩ nhiên, triết học còn có nhiều lãnh vực, nhiều ngành khác nữa mà chúng ta không liệt kê hết ở đây.

Nói tóm lại, triết học là một ngọn hải đăng để soi sáng và làm nền tảng cho tất cả mọi môn học.

II.- Phật giáo là gì?

A.- Định nghĩa : Phật, Phật giáo và Phật học, Phật pháp

"Phật giáo truyền vào Việt Nam ở cuối thế kỷ thứ nhất sang đầu thế kỷ thứ hai của Tây lịch. Phật giáo truyền vào nước ta bằng hai đường: một là từ Ấn độ truyền trực tiếp vào bằng đường biển do các thương nhân và tăng sĩ Ấn độ; hai là bằng đường bộ từ Trung Quốc. Cách phiên âm chữ Phạn "buddh" còn để lại hai cách như sau: lối phiên âm trực tiếp từ Ấn độ đọc là Bụt (Buddh), ở miền quê xứ Bắc Việt Nam thường phát âm theo lối này; cách phát âm từ chữ Hán Việt truyền từ ngõ Trung quốc đọc là Phật (Buddh)."

Nguyễn vĩnh Thượng, *Tư tưởng Phật giáo trong văn học đời Lý,* Toronto: Hiện Đại*: 1996* .

Phật (佛) là phiên âm Việt-Hán, do người Trung Hoa phiên âm từ chữ Phạn Buddh, nói đủ là Phật- đà (佛陀).

Phật giáo (佛教) là những niềm tin và thực hành căn cứ vào những lời dạy của Đức Phật. Phật Pháp (佛法)những lời dạy của Phật.

Chúng ta thấy có nhiều nơi sử dụng danh từ *"Phật giáo*" và "*Phật học*" (Buddhist studies) gần như đồng nghĩa. Tuy nhiên hai danh từ này có chổ phân biệt tế nhị: - *Phật giáo* ý chỉ yếu tố tôn giáo của đạo Phật, còn *Phật học* ý chỉ yếu tố triết học, sự nghiên cứu về đạo Phật, về học thuyết của đạo Phật.

Phật (Buddh, 佛, Anh văn: Buddha) có nghĩa là bậc đã giác ngộ (the awakened one or the enlightened one). Phật, hay Giác giả hay Thế Tôn là danh hiệu tôn xưng (the reverend title, very respected title) về đức độ của Phật. Ngài là một con người lịch sử (the historical person) đã khám phá con đường giải thoát (the path to nirvana) cách chấm dứt khổ đau (the cessation of suffering) và truyền bá những khám phá nầy cho nhân loại để họ cũng có thể đạt được sự giải thoát.

Phật còn có một danh hiệu khác là Thích-Ca Mâu-Ni (Shakya – Muni, 釋迦牟尼) có nghĩa là bậc trí tuệ (Muni, 牟尼) trong bộ tộc Thích-Ca (Shakya, 釋迦).

Ngài có tên chính là Cù-Đàm Tất-Đạt-Đa (Siddharta Gautama) nên còn gọi là Phật Cù-Đàm (Gautama Buddha).

Ngài là bậc giác giả đã khai sáng ra đạo Phật. Đức Phật đã sanh sống và thuyết giảng giáo lý của Ngài ở miền Đông -Bắc Ấn Độ. Phật giáo (Buddhism) là những niềm tin và thực hành căn cứ trên những lời giảng dạy của Ngài.

Siddhartha Gautama (Cù-Đàm Tất -Đạt -Đa) ra đời vào khoảng thế kỷ thứ 5 trước Tây lịch (khoảng 624 trước C.N-544 trước C.N) ở vùng Đông - Bắc xứ Ấn Độ và xứ Nepal. Cuộc đời của Đức Phật Thích Ca Mâu Ni sẽ được trình bày trong bài "*Cuộc đời của Đức PhậtThích-ca* ".

Vào khoảng thập niên 1950 và 1960 ở Bắc Mỹ (Hoa kỳ và Canada) Âu châu , Úc châu, từ Buddhism (Phật giáo)hãy còn xa lạ với đại chúng. Tuy nhiên, trước đây rất lâu, các học giả, các giáo sư tây phương đã trước tác nhiều tác phẩm khảo cứu Phật giáo rất có giá trị, và nhiều bản dịch các kinh điển nhà Phật ra các thứ tiếng Anh, Pháp, Đức, giúp cho các nhà khảo cứu tư tưởng triết học Phật giáo không thông thạo Sanskrit và Pali. Đã có nhiều tín chỉ (course) về triết học Đông phương, trong đó có triết học Phật giáo được giảng dạy ở các đại học Âu Mỹ.

B.-Sự đóng góp của các học giả, giáo sư Đại học Tây Phương trong việc truyền bá triết học Phật giáo

Có rất nhiều học giả và giáo sư đại học Tây phương đã có những đóng góp to lớn cho việc truyền bá tư tưởng triết học Phật giáo như:

- Edward Joseph Thomas (Anh, 1869-1958) với tác phẩm "The History of Buddhist Thought, 1933" (Lịch sử tư tưởng Phật giáo)…

- Louis de La Vallee- Poussin (Bỉ, 1869-1938) với "L' Abhidharmakosa de Vasubandhu (1923-1931) (A-Tì- Đạt-Ma- Câu-Xá luận của Ngài Vasubandhu) …

- Christmas Humphreys (Anh, 1901-1983) với "Buddism ,1951"(Phật giáo) …

- Edward Conze (Anh, 1904-1979) với " Buddhism, Its Essence and Development,1951" (Tinh hoa và sự phát triển của Phật giáo) …

- Daisetz Teitaro Suzuki (Nhật, 1870-1966) với " Essays in Zen Buddhism, 1949" (Thiền Luận) …

- Allan Watts (Anh, 1915-1973) với "The Way of Zen ,1957" (Thiền Đạo) …
Walpola Palula (Sri Lanka,1907-1997) với " What the Bhuda taught" (Đức Phật đã dạy những điều gì) …

-Triết gia Arthur Schopenhauver (Đức, 1788-1860) là một triết gia Tây phương đầu tiên đã chú tâm nghiên cứu Phật giáo, và còn nhiều vị khác nữa…

Về phía đại chúng thì ngày nay ở Tây phương , từ ngữ " **Buddhism**" được thấy đề cập trong các buổi đối thoại bình thường , trên đài truyền hình, nhiều tiệm sách đã bày bán các sách Phật giáo. Đạo Phật đã trở thành một phần của văn hoá của Tây phương. Nhất là sau cuộc chiến tranh ở Việt Nam, sau ngày 30 tháng 4 năm 1975, với làn sóng tị nạn và di dân của người Á châu (Việt, Miên, Lào, Trung hoa), các người di dân nầy đã mang văn hóa Phật giáo đến vùng đất mới, họ xây dựng nhiều chùa, nhiều niệm Phật đường, thế hệ di dân thứ nhất thường qui tụ lại thờ kính Phật theo văn hoá từng dân tộc (ethnic group).

Nhiều vị tăng sĩ Á châu và giáo đoàn của các vị tăng nầy đã được người Tây phương biết đến như:

C.- Đức Đạt -lai Lạt-ma thứ 14, Tenzin Gyatsa và các vị khác

1- Ngài **Tenzin Gyatso** (1935 -) là vị Dalai Lama thứ 14 của Phật giáoTây Tạng (Tibetan Buddhism):

Tương truyền, Phật giáo đã được du nhập vô Tây Tạng vào thế kỷ thứ 3 sau CN. Nhưng theo sử liệu thì Phật giáo đã chính thức thâm nhập vô Tây Tạng vào thế kỷ thứ 7 CN, dưới thời Vua Songtsen Gampo, trị vị từ năm 605-650 CN. Vua này có 2 bà vợ: một là công chúa Bhrikuti Devi xứ Népal, hai là công chúa Văn Thành, cháu gái vua Đường thái Tông (635-638) xứ Trung Hoa. Cả hai bà đều rất mộ đạo Phật, nên họ đã khẩn cầu nhà Vua cho Phật giáo thâm nhập vào xứ Tây Tạng. Trong lịch sử phát triển đạo Phật ở Trung Hoa và ở Việt Nam, phụ nữ là những người hộ pháp nhiệt thành và đắc lực nhất, nhờ lòng mộ đạo nhiệt thành của họ nên rất nhiều chùa chiền Phật giáo đã được xây cất không những có kiến trúc hoành tráng mà số lượng còn hơn các Văn Thánh miếu của Khổng giáo nữa.

Vào hậu bán thế kỷ 14 sang đầu thế kỷ 15, Đại sư Tsongkhapa (1359 – 1419), vị lãnh đạo tôn giáo tối cao, đã canh tân **Phật giáo Tây Tạng**, còn gọi là **Lạt-Ma giáo**, đây là quốc giáo của Tây Tạng. Lạt-Ma giáo được truyền vào phía Bắc Trung Hoa, Mông Cổ từ đời Minh (1368-1644). Kể từ năm 1575, Đại sư Tsongkhapa đặt ra hai vị lãnh đạo tối cao cho Lạt-Ma giáo là:

a. **Dalai Lama** (Đạt-lai Lạt-ma) có nghĩa là vị Lama có tâm hồn bao la như biển cả,(Dalai= biển cả , ocean), (Lama = tối thượng sư, vị sư sống đời độc thân (celebrate priest). Vị này ngự tại Giáo đền ở Lhasa để hành xử thế quyền, được coi như là hoá thân của Đức Quán Thế Âm Bồ Tát (re-incarnation of Bodhisattva Avalokitasvara). Sau khi Dalai Lama chết thì Panchen Lama (Ban-thiền Lạt – Ma) tìm người thay thế trong số các trẻ em vừa mới sanh sau cái chết của Dalai Lama vì họ tin rằng đó là hoá thân của vị Dalai lama này, và ngược lại. Vị Dalai Lama thứ nhất là Gedun Drupa (1391 – 1474).

b. **Panchen Lama** (Ban-thiền Lạt –ma) có nghĩa là đại học giả (great scholar), vị này chủ quản đời sống tâm linh, nắm giữ thần quyền, được coi như là hoá thân của Đức Phật A-di-đà (Amitabha Buddha).

Năm 1910, nhà Thanh đem quân xâm chiếm Tây Tạng. Tuy nhiên năm sau thì nhà Thanh sụp đổ, nhân đó vị Dalai Lama thứ 13 Thupten Gyatso (1876 – 1933), đã trị vì từ 1895, tuyên bố độc lập cho đất nước Tây Tạng, đuổi quân đội ngoại xâm nhà Thanh ra khỏi xứ. Tây Tạng hưởng được độc lập thực sự từ 1912 đến 1950.

Dalai Lama thứ 14 Tenzin Gyatso
(Nguồn Internet)

Vị Dalai Lama thứ 14 Tenzin Gyatso (1935-) lên thay thế. Năm 1949, Mao trạch Đông chiến thắng ở Trung quốc, Mao cho quân tái chiếm Tây Tạng. Năm 1950, chánh phủ Tây Tạng tôn vinh Đức Dalai Lama thứ 14 làm nhà lãnh đạo xứ Tây Tạng, lúc ấy Ngài được 15 tuổi. Suốt thập niên 1950, Mao đã dần dần áp đặt chủ nghĩa xã hội trên đất Tây Tạng. Vào ngày 10 tháng 3 năm 1959, Dalai Lama thứ 14, lúc ấy Ngài được 23 tuổi, đã giả dạng thường dân và đã cùng với một số ít người tùy tùng trốn qua Ấn độ. Từ đó Ngài sống cuộc đời lưu vong và chưa bao giờ có cơ hội trở lại quê hương của mình. Tại hải ngoại, Ngài đi bôn ba khắp nơi để vận động giành độc lập cho Tây Tạng. Đức Dalai Lama đã đem đến cho phong trào tranh đấu Phật giáo thế giới một đức lý xã hội của Phật giáo dấn thân (Social Ethics of Engaged Buddhism).

Năm 1988, Đức Dalai Lama tuyên đọc **"Giải Pháp Trung Dung" (Middle Way Approach)** để giải quyết cuộc tranh chấp giữa Trung quốc và Tây Tạng tại **Quốc Hội Liên Bang Âu Châu (European Parliament**) ở Strasbourg, Pháp quốc. "*Giải Pháp Trung Dung*" được Ngài lấy từ "*Bài thuyết pháp đầu tiên*" của Đức Phật Thích-Ca Mâu-Ni cho 5 người đệ tử đầu tiên của Ngài.*Con đường trung đạo* là con đường ở giữa hai cực đoan: một là lối tu khổ hạnh (asceticism), hai là cuộc sống tự thoả mãn trong dục lạc (self indulgence). Quý vị có thể đọc diễn văn chính trị nầy một cách chi tiết hơn ở:
www.dalailama.com/messages/middleway-approach,accessed Jan.30, 2013.
Theo "*giải pháp trung dung*" của Ngài, thay vì Tây Tạng đòi độc lập hoàn toàn từ Trung Quốc thì giờ đây: Tây Tạng muốn được tự do về các việc nội trị như tôn giáo, văn hoá, giáo dục, kinh tế, y tế và môi trường qua một chính phủ được dân bầu một cách dân chủ; còn Trung Quốc thì lo việc ngoại trị: ngoại giao và quốc phòng. Theo Ngài Dalai Lama, với giải pháp trung dung, thì cả Trung Quốc và Tây Tạng đều được hưởng lợi ích chung.

Nhưng tiếc thay, các nhà lãnh đạo Trung Quốc không để ý tới " *Giải pháp trung dung*" của Ngài Dalai Lama. Càng ngày Trung Quốc càng vi phạm nhân quyền, và đã đàn áp nhiều cuộc phản kháng bất bạo động ở Tây Tạng. Ở hải ngoại, Dalai Lama tiếp tục đi bôn ba vận động sự ủng hộ cho Tây Tạng ở khắp nơi. Cộng đồng các quốc gia tự do dân chủ ở Âu Châu, Bắc Mỹ, Úc Châu đều ủng hộ lời kêu gọi của Ngài.

Năm 1989, Ngài được trao giải thưởng Nobel về hoà bình (**Nobel Peace Prize**). Năm 2007, Ngài được trao huy chương vàng của Ngành Lập Pháp Hoa kỳ **(U.S Congressional Gold Medal).**

Đức độ đáng tôn kính của Đức Dalai Lama thứ 14 đã được cả thế giới khâm phục, từ các vị lãnh đạo các nước dân chủ cho đến mọi người dân ở Bắc Mỹ/ Hoa kỳ và Canada, Anh,Pháp, Đức, Úc…, nên có rất nhiều người đã cải đạo sang Phật giáo Tây Tạng, hay Lạt-Ma giáo, rất đông.

2 - Thích Thiên Ân (Việt Nam ,1926-1980) với " *Zen Philosophy, Zen Practice*" (Triết học Thiền và Thiền thực tập) …

3-Thích Nhất Hạnh (Việt Nam 1926--) với "The heart of the Buddha's Teaching" (Tinh hoa các lời Phật dạy) ...

4 - Ở Tây phương ngày nay, có nhiều tác phẩm có tính cách đại chúng viết về Phật giáo như sau :

- The light of Asia ,1879, poem by Edwin Arnold (Anh, 1832-1904)
- Buddha , Manga series từ1972 đến1983 by Osamu Tezuka .
- Shiddharta (Tiểu thuyết của Hermann Hesses viết bằng tiếng Đức, 1922) . Tiểu thuyết này được dịch ra nhiều thứ tiếng, trong đó có bản dịch tiếng Việt rất nổi tiếng "*Câu chuyện dòng sông*" do Phùng Khánh và Phùng Thăng dịch, Saigon, 1966. Sau nầy Phùng Khánh xuất gia là Sư cô Thích nữ Trí Hải, bà đã viết và dịch thuật nhiều sách Phật học rất có giá trị, bà đã viên tịch ở Việt nam .

- Phim ảnh: - Little Buddha,1994 film by Bernado Bentolucci.
- Truyền hình: - Buddha (T.V series 2013, mythological drama).
- Nhạc – Keiruna Nadee, 2010 Oratario by Dinesh Subasingle .v...v…

* * *

Cách đây trên 2500 năm, ở Đông phương, đạo Phật phát xuất từ Ấn Độ, đã truyền bá sang nhiều xứ khác như Népal, Tây Tạng, Sri Lanka,Thái lan, Miến Điện, Miên, Lào, Trung Hoa, Nhật Bản, Đại Hàn, Việt Nam v...v… Tư tưởng triết học Phật giáo đã ảnh hưởng sâu đậm vào các lãnh vực văn học, nhân sinh quan, âm nhạc, kiến trúc v...v… của các xứ này.

* * *

III.-Phật giáo là một tôn giáo hay là một triết học" (Is Buddhism a religion or a philosophy?).

A.-Phật giáo như là một tôn giáo:

Nếu hiểu tôn giáo hay đạo (religion) là niềm tin tuyệt đối vào Thượng đế (God), là đấng sáng tạo (creator) ra vũ trụ, và có nhiều quyền lực toàn năng để người theo đạo đó tôn thờ thì ở Tây phương có các đạo như Đạo Thiên Chúa/ Công Giáo (Catholicism), Đạo Cơ Đốc (Christianity), Đạo Do Thái (Judaism), Đạo Hồi (Islam). Các đạo này là đạo thờ có một Thần hay gọi là các tôn giáo độc thần (monotheistic religions). Còn ở Ấn Độ thì có Ấn Độ giáo (Hinduism) thờ nhiều thần hay đạo đa thần (polytheistic religion). Như vậy Phật giáo không được coi là một tôn giáo, bởi vì:

- Phật giáo không tin có Thượng đế (God), không tin có Đấng Sáng Tạo (Creator) ra vũ trụ và kiểm soát số phận định mệnh của nhân loại.

Đức Phật là một *con người lịch sử* (historical person). Ngài không bao giờ tự xưng mình là Thượng đế, không bao giờ tự xưng mình là Đấng Sáng Tạo ra vũ trụ.

Phật giáo không chấp nhận ở đức tin mù quáng và tuyệt đối. Phật giáo khuyên mọi người đừng thụ động chấp nhận những điều gì bạn đã đọc hay nghe, và cũng đừng tự động phản đối các điều đó ngay. Người nghiên cứu đạo Phật cũng như người Phật tử cần phải dùng trí tuệ của mình để phán đoán các điều ấy.

Đức Phật đã từng dạy:
"*Đừng chấp nhận bất cứ ta nói một cách thụ động và dễ dàng bởi vì đó là lời ta nói ra, bởi vì đệ tử kính trọng ta, nhưng đệ tử phải suy xét, phán đoán các điều ấy. Sau khi khảo sát các lời dạy của ta, nếu đệ tử thấy đó là điều đúng thì mới thực hành, còn nếu không đúng thì đừng nghe và làm theo.*"

Nếu hiểu tôn giáo là niềm tin vào đạo lý và sự thực hành các nghi lễ, tục lệ và tổ chức của một nhóm người, của một tổ chức thì Phật giáo là một tôn giáo cũng như các tôn giáo khác như đạo Thiên Chúa, đạo Do Thái, đạo Hồi , Ấn Độ giáo v...v...

B.- Phật giáo như là một Triết học:

Nghiên cứu triết học nhằm giúp ta phán đoán và đi tìm chân lý, đi tìm sự thật. Điều nầy không có nghĩa là lúc nào ta cũng tìm được sự thật, nhưng có điều chắc chắn rằng mục đích của chúng ta là đi tìm sự thật.

Nói cách khác, nếu hiểu triết học là sự yêu mến trí tuệ giác ngộ thì Phật giáo là một triết học, bởi vì Phật giáo đã: - hướng dẫn ta nhận thức sáng suốt về các hành động và tư tưởng của ta; giúp ta phát triển trí tuệ giác ngộ, sự hiểu biết chân lý.

Ở trong Tăng-Chi-Bộ Kinh (Anguttara Nikaya có đoạn ghi lời Đức Phật như sau: "Đừng tin tưởng những điều gì dựa vào tập quán, những bài văn viết lưu truyền lại. Đừng tin những gì được nhắc đi nhắc lại nhiều lần. Đừng tin tưởng những điều gì do các bậc thánh nhân, giáo chủ nói lại. Ngay cả đừng tin tưởng vào những điều mà thầy học của mình, tôn sư của mình nói ra. Điều quan trọng là chúng ta phải kiểm nghiệm những lời nói, những điều do các bậc nêu trên dạy, ta phải nhận rõ đâu là chỗ đúng, đâu là chỗ sai, đâu là điều có lợi cho mình, cho kẻ khác. Các đệ tử hãy lấy đó làm tiêu chuẩn sống ở trong cuộc đời nầy."

Lời dạy của Đức Phật Thích Ca Mâu Ni cũng như của các nhà tư tưởng Phật giáo sau nầy đều chú trọng đến sự khảo sát nghiên cứu điều gì cũng hết sức kỹ lưỡng, hợp lý. Đây chính là những điều cơ bản của các triết gia Tây phương, triết gia Ấn Độ làm nền tảng cho các lý luận của mình. Như vậy, Phật giáo được coi như là một triết học, do đó Đức Phật được kính trọng như là một triết gia lớn (the Great Philosopher)/ một nhà tư tưởng lớn (the Great thinker). Triết gia là người theo đuổi chân lý (Philosopher goes in pursuit of truth) đã khám phá được chân lý và truyền bá chân lý nầy cho người khác.

Để nghiên cứu Phật giáo như là một triết học, chúng ta sẽ nghiên cứu các tư tưởng tôn giáo có trước khi Đức Phật ra đời và có cùng thời với Đức Phật, các lời dạy của Đức Phật, các lý thuyết triết học và các lý luận của các luận sư Phật giáo sau ngày Đức Phật nhập Niết bàn. Như vậy, chúng ta sẽ không đi sâu vào việc tìm hiểu các giới luật của tăng đoàn (Buddhist monastic order of Sangha) gồm có Tăng và Ni. Chúng ta cũng không đi sâu vào các bài viết có tính đại chúng (popular writing) nhằm soạn giảng các bài học luân lý cho các thính giả bình thường. Dĩ nhiên, chúng ta sẽ không tìm hiểu các kiến trúc, điêu khắc, tranh vẽ Phật giáo ở đây. Các điều nầy đã được trình bày trong các bài viết hay trong các sách khác. Chúng ta sẽ tìm hiểu lời dạy của Đức Phật và sự khai triển lời dạy nầy bởi các luận gia Phật giáo. Những phán đoán thuần lý và lý luận của các vị nầy, những kết luận về quan điểm của họ. Từ đó, chúng ta sẽ nhận rõ chân lý của lời Phật dạy.

Trong lời dạy của Đức Phật mà các nhà tư tưởng Phật giáo thường dựa vào quan niệm về thế giới tự nhiên thì có điểm không đúng với khoa học tự nhiên ngày nay. Thí dụ như quan niệm các vật thể thông thường như đá, bàn ghế đều do bốn nguyên tử khác nhau cấu thành: đất, không khí, nước và lửa (earth, air, water, fire). Trong triết học cổ đại của Hy Lạp cũng có quan niệm tương tự.Các triết gia ngày xưa, gọi nước là một yếu tố, họ đã nghĩ rằng chỉ có một chất căn bản là chất lỏng. Ngày nay, có sự phân biệt giữa nước (H2O) với rượu, ethyl (ethyl alcohol) trong hai loại nầy có yếu tố lửa (fire element) ở mức độ khác nhau. Hơn nữa, vật chất được cấu tạo bởi nhiều yếu tố hơn là 4 yếu tố trên. Ngay cả yếu tố màu sắc (color) cũng không do 4 yếu tố trên cấu thành.

Như vậy, triết lý Phật giáo có bị lỗi thời trước quan niệm của khoa học về thế giới tự nhiên hay không?

Tôi xin trả lời rằng triết lý Phật giáo vẫn là tư tưởng đáng tôn trọng. Thật vậy, khi nghiên cứu triết học cổ đại của Hy Lạp, triết gia Aristotle (Hy Lạp 384 Công nguyên - 322 CN) tin rằng trái đất là trung tâm của vũ trụ (the earth is the center of the universe) . Ngày nay, chúng ta biết điều nầy là sai lầm, nhưng Aristotle vẫn được tôn trọng là một triết gia quan trọng trong lịch sử triết học Tây phương. Trong việc nghiên cứu triết học cổ đại, chúng ta sẽ bỏ qua những phần trái với kiến thức khoa học hiện đại và chúng ta sẽ chú trọng vào các phần còn lại.

Khi nghiên cứu "*Phật giáo như là một triết học*", chúng ta sẽ nghiên cứu các lãnh vực triết học chính yếu của Phật giáo như sau: **-Vũ trụ luận, Nhận Thức luận, Nhân minh luận hay luận lý học, Luân lý luận hay Đạo đức học, Giải thoát luận hay con đường giải thoát của đạo Phật v...v...**

* * *

Trong suốt 45 năm thuyết pháp, Đức Phật Thích Ca Mâu Ni đã không viết một chữ nào về các lời giảng dạy của Ngài. Tương tự như vậy, các Triết gia Trung Hoa sống đồng thời với Thích Ca như Khổng tử, Lão tử cũng đã không để lại một chữ viết nào về các lời dạy của các Ngài. Lời dạy của Thích Ca được truyền khẩu qua nhiều thế hệ. Khoảng 500 năm sau ngày Đức Phật nhập đại Niết Bàn thì Giáo đoàn (Sangha) mới bắt đầu tập hợp lại các lời dạy của Ngài, và ghi lại các lời dạy này trong các cuốn Phật kinh (Sutra) căn cứ vào ký ức của các bậc trưởng thượng. Những lời nói trong kinh văn có nhiều nơi khó hiểu, đôi khi hầu như không thể hiểu được vì các bản văn ghi lại quá giản lược, và chỉ trở nên dễ hiểu, chỉ trở nên một tư tưởng triết học thâm sâu nhờ sự soi sáng bằng các bài bình giảng văn chương, các bài nghị luận triết học của các bậc học giả có trí tuệ, các vị này còn tìm hiểu và khai phá những ý tưởng thăng trầm ẩn tàng trong các kinh điển ấy.

Đạo Phật không lưu lại một kinh điển do chính Thích Ca Mâu Ni viết bằng một văn tự nào; đây có thể là một ưu điểm, và có thể là một may mắn cho tư tưởng Phật giáo. Điều này giúp cho tư tưởng Phật giáo không bị dính chặt vào văn tự, nhờ thế các nhà diễn giải, các luận sư đã làm rực rỡ, và đã điểm tô Triết học Phật giáo thành rừng Triết học đầy kỳ hoa dị thảo. Do đó, khi nghiên cứu tư tưởng Phật giáo, người học Phật cần đem sự hiểu biết, trí tuệ của mình để có thể thấu hiểu cái triết lý thâm sâu và siêu việt này.

Đạo Phật lúc mới đầu là một triết học, nhưng dần dần dân tộc Ấn độ biến đạo Phật thành một tôn giáo. Rồi tôn giáo này được truyền bá qua các nước Á Châu như Tây Tạng, Trung Hoa, Sri Lanka, Miến Điện, Đại Hàn, Việt Nam, Nhật Bản... và các nước Tây phương như Anh, Pháp, Đức, Hoa Kỳ, Canada, Úc...Ngày nay với sự phát triển vượt bực, đạo Phật đã trở thành một trong những tôn giáo lớn của thế giới. Đạo Phật đứng hàng thứ tư sau Cơ đốc giáo, Hồi giáo và Ấn độ giáo. Triết lý siêu việt của đạo Phật đã trở thành một trong những đỉnh cao tư tưởng của lịch sử triết học Đông phương cũng như Tây phương. Phật giáo đã vượt ra khỏi một tôn giáo, và là một tư tưởng triết học.

Toronto, 10 November 2014.
Nguyễn Vĩnh Thượng

Tài liệu tham khảo chính yếu

-Bertrand Russell, *History of Western Philosophy*, London: George Allen & Unwin, 1979.

-Kalupahana, David J., *Buddhist Philosophy: A Historical Analysis*, Honolulu: University of Hawaii Press, 1976.

-Lê Tôn Nghiêm, *Lịch sử Triết học Tây phương* (gồm 3 quyển), Saigon: Trung tâm học liệu xuất bản khoảng 1971. In lại bởi NXB Thành phố HCM, 2000.

-0'connor, D.J. (edited), *A Critical History of Western Philosophy*, New York: The Free Press, 1985.

-Siderits, Mark, *Buddhism as a philosophy*, Indianapolis: Hackett Publishing Co., 2007.

-Thích Thiện Hoa, *Phật Học Phổ thông từ khóa I đến khóa XII* (gồm 12 quyển), đã xuất bản ở Saigon từ 1955 – 1964. Tái bản: Phật Học Viện Quốc tế, Sepulveda, CA, USA, 1982.

Chương 23

Ngôn ngữ của Đức Phật Thích-ca

và

Ngôn ngữ của Kinh điển Phật giáo.

Trong bài viết này, tôi sẽ trình bày:

I.- Ngôn ngữ của Đức Phật Thích ca: tiếng Magadhi

II.- Ngôn ngữ của Kinh điển Phật giáo:

1. tiếng Magadhi
2. tiếng Pali
3. tiếng Prakrit vùng Tây Bắc/ Gandhari-Prakrit
4. tiếng Sanskrit-tạp Phật giáo (Buddhist Hydrid Sanskrit)
5. tiếng Sanskrit Phật giáo (Buddhist Sanskrit)

III.- Bố cục của một bài Kinh Phật.

* * *

I.-Ngôn ngữ của Đức Phật Thích-ca (Language of Buddha's words, Pa. Buddhavacana):

Theo các nhà nghiên cứu Phật học thì Đức Phật Thích ca đã dùng ***tiếng Magadhi*** để thuyết Pháp. Tiếng Magadhi là ngôn ngữ thuộc xứ Magadha ở vùng trung lưu sông Ganges (Hằng hà). Rất nhiều sắc lệnh của Đại đế Asoka được khắc trên các tảng đá lớn và các cây cột lớn được tìm thấy có thể cho chúng ta biết một phần nào về ngôn ngữ mà Đức Phật đã nói như thế nào.

II.-Ngôn ngữ của Kinh điển Phật giáo (Languages of the Buddhist Sutras):

Vào khoảng trên 2.000 năm trước khi Phật giáo được truyền bá đến các nước ở vùng Trung Á (Central Asia) thì Kinh điển Phật giáo đã được dịch ra các ngôn ngữ của địa phương này. Nhu cầu đòi hỏi các kinh điển được chuyển ngữ ra ngôn ngữ của người đang theo một tôn giáo hay đang tìm hiểu về tôn giáo này rất cần thiết để ý nghĩa của Kinh điển được hiểu biết một cách dễ dàng hơn, một cách cặn kẻ hơn, một cách thâm sâu hơn. Thánh Kinh (Bible) của Cơ-đốc giáo đã được dịch ra rất nhiều ngôn ngữ khác nhau, theo ước tính Thánh Kinh đã được dịch ra khoảng 500 ngôn ngữ và thổ ngữ và được phân phối tới gần 200 Quốc gia. Kinh điển Phật giáo cũng đã lần lượt được dịch ra các ngôn ngữ chính như Trung Hoa, Tây Tạng, Cao Ly (Đại Hàn), Nhật Bản, Việt Nam và các nước ở Tây phương như Anh, Pháp, Đức, Ý, Nga sô, Đan Mạch (Denmark).

Theo các nhà nghiên cứu Phật học thì có *5 loại ngôn ngữ chính* mà Phật giáo đã sử dụng từ thời kỳ Phật giáo khởi thuỷ cho đến thời kỳ Phật giáo Phát triển:

1.-Tiếng Magadhi:

Ngôn ngữ đầu tiên trong các bài Kinh điển có lẽ là tiếng Magadhi, vì đó là ngôn ngữ mà Đức Phật sử dụng để thuyết Pháp. Các Kinh văn truyền khẩu bằng tiếng Magadhi là những Kinh văn căn bản để Tam tạng Kinh điển Pali và Sanskrit về sau căn cứ vào đó mà dịch lại hoặc phỏng dịch các lời Đức Phật thuyết giảng.

Vào thời Đức Phật Thích ca thì Kinh Vệ-đà (Vedas) có khoảng 1.500 trước CN, Thánh kinh của Bà-la-môn giáo, đã được truyền bá bằng tiếng Sanskrit -Vệ-đà (Vedic Sanskrit). Các nhà khảo cổ đã tìm thấy có bản Kinh đã viết vào khoảng 1.500 trước CN. Các Kinh văn Vệ-đà đã sử dụng cả tiếng Sanskrit Vệ-đà và Sanskrit cổ điển (Classical Sanskrit), đây là các ngôn ngữ rất thanh nhã, uyển chuyển linh động và văn hoa. Kinh văn Vệ-đà chỉ để truyền cho đẳng cấp cao và có học trong xã hội Ấn độ lúc bấy giờ chứ không truyền bá cho đẳng cấp thấp hơn. Trong khi đó thì Đức Phật Thích-ca muốn các lời giảng của Ngài được truyền đến tất cả các đẳng cấp trong xã hội một cách bình đẳng, do đó Ngài đã dùng tiếng Magadhi để thuyết Pháp. Đó là ngôn ngữ hằng ngày của đại chúng để cho ngay cả đẳng cấp thấp nhất cũng có thể hiểu được các bài thuyết pháp của Ngài, nhờ đó họ có thể quy y Tam Bảo.

2.-Tiếng Pali:

Chữ *Pali* trong tiếng Sanskrit có nghĩa là *một dòng, một hàng, một loạt* (line, row, series), và phái Theravada (Thượng Tọa Bộ) đã mở rộng ý nghĩa chữ Pali để chỉ một loạt sách, nhiều cuốn sách đã tạo nên Kinh điển Phật giáo. Pali là ngôn ngữ kết hợp bởi nhiều thổ ngữ mà phần lớn là thổ ngữ Magadhi, ngôn ngữ mà Đức Phật dùng để thuyết Pháp. Theo các nhà khảo cổ thì chữ viết các sắc lệnh của Đại đế Ashoka trên các bia đá lớn và các cột đá lớn thì chữ Pali có một văn pháp tân tiến hơn, như vậy thời kỳ hoàn thành văn học Pali phải có sau thời Đại đế Ashoka. Sanskrit là ngôn ngữ cổ xưa hơn Pali, nên tiếng Pali đã chịu ảnh hưởng từ ngôn từ đến văn pháp của Sanskrit; tuy nhiên văn phạm tiếng Pali thì giản dị hơn văn phạm tiếng Sanskrit. Rất nhiều chữ Pali có từ giống hoặc tương tự với chữ Sanskrit, ví dụ: Tripitaka (Sa.), Tipitaka (Pa.)

3.-Tiếng Prakrit vùng Tây Bắc hay **Gandhari-Prakrit**:

Đại đế Ashoka (khoảng 304 – 232 trước CN) trị vì khoảng 268-232 trước CN thuộc triều đại Maurya, đã cho phái đoàn truyền giáo đến vùng Kasmir và Gandhara tức vùng Tây Bắc Ấn độ, ngày nay là Pakistan. Hầu hết dân chúng ở vùng này đều theo Phật giáo. Do đó tiếng Prakrit là ngôn ngữ của xứ Gandhara, còn gọi là tiếng Gandhari có khi kết hợp lại là *Gandhari-Prakrit* được dùng để truyền bá giáo lý đạo Phật. Sau này có nhiều bản phiên dịch Kinh Phật ra tiếng Tây Tạng và Trung Hoa có cùng nguồn gốc từ các bản Kinh tiếng Prakrit; ví dụ như Kinh Pháp Cú (Pa. Dhammapada, Sa. Dharmapada).

4.-Tiếng Sanskrit-tạp Phật giáo:

Tiếng *Sanskrit-tạp Phật giáo* (Buddhist Hybrid Sanskrit), còn gọi là Sanskrit hỗn hợp hay Sanskrit lai căng, là một loại tiếng kết hợp tiếng Sanskrit với loại tiếng Prakrit. Các nhà ngôn ngữ học Ấn độ đã nhận thấy rằng tiếng Sanskrit tạp Phật giáo đã có trong các Kinh văn Phật giáo xuất hiện vào đầu kỷ nguyên Tây lịch.

Trong Kinh văn thì phần tụng viết bằng tiếng Sanskrit tạp Phật giáo, còn phần *trường hàng* thì viết bằng tiếng Sanskrit. Trường hàng (長 行, Srt. Sutra), (trường= dài, hàng= dòng) là thể văn xuôi; thông thường Đức Phật dùng thể văn xuôi để thuyết Pháp. Ví dụ như: -Kinh Maha-vastu (Hán-Việt. Kinh Đại sự), -Kinh Jataka (Hán Việt. Kinh Bản sanh) nói về tiền thân của Đức Phật, -Kinh Prajnaparamita (Kinh Bát-nhã Ba-la-mật-đa), -Kinh Pháp Hoa (Saddharma-pundrika).

Việc xuất hiện tiếng Sanskrit-tạp có một trong các lý do là người sử dụng muốn loại bớt dần tiếng Prakrit để chuyên dùng tiếng Sanskrit. Các soạn giả của các quyển kinh đã dùng những Kinh văn khẩu truyền làm căn cứ rồi viết lại thành Kinh văn bằng tiếng Sanskrit-tạp. Trong lúc viết lại, họ vừa dùng tiếng Prakrit trong ký ức với những từ và ngữ pháp của Sanskrit nên mới tạo ra *tiếng Sanskrit hỗn hợp/ Sanskrit-tạp* mà các nhà nghiên cứu Phật học mới gọi là tiếng Sanskrit-tạp của Phật giáo. Sự pha trộn này tuỳ thuộc vào trình độ văn chương của tác giả và mức độ thấu hiểu tiếng Prakrit và Sanskrit của tác giả.

5.-Tiếng Sanskrit Phật giáo:

Sau kỳ Hội nghị Kết tập Kinh điển lần thứ IV ở Kasmir, Ấn độ vào thời Đại đế Kaniska (trị vì khoảng 127-150CN dưới triều đại Kushan) thì các Kinh văn Phật giáo dùng tiếng Sanskrit để thay thế lần lần tiếng Prakrit và tiếng Sanskrit-tạp. *Tiếng Sanskrit-Phật giáo* (Buddhist Sanskrit) được sử dụng trong các cuốn Kinh của tông phái *"Thuyết Nhất Thiết Hữu Bộ"* (說一切有部, Sa. Sarvāstivādin Sect) và nhiều Kinh văn Đại thừa/ Phật giáo Phát triển khác. Tiếng Sanskrit -Phật giáo này rất gần với tiếng *Sanskrit cổ điển* (Classical Sanskrit). Giờ đây đại chúng ưa chuộng tiếng Sanskrit và dùng nó như là một phương tiện để truyền bá tư tưởng. Sanskrit không còn là thánh ngữ dành riêng cho đẳng cấp Bà-la-môn nữa.

Các nhà sử học Phật giáo cho rằng Tam tạng kinh điển viết bằng tiếng Sanskrit đã được viết sau Tam tạng kinh điển viết bằng tiếng Pali khoảng 200 năm.

Ngày nay các Kinh điển Phật giáo dùng tiếng *Sanskrit* và tiếng *Sanskrit-tạp Phật giáo* đều được ghi lại bằng *chữ viết Devanagari*, và để giúp ích cho các độc giả không phải là người Ấn độ đọc được dễ dàng các bản kinh này được *chuyển dịch ra mẫu tự Latin (Latin alphabet).* Ví dụ câu thần chú được chuyển dịch ra mẫu tự Latin:

III.-Bố cục của một bài Kinh Phật:

Như đã biết, Đức Phật đã không để lại một chữ viết nào, các Kinh Phật đã được các vị Đại sư kể lại bằng ký ức nên câu đầu tiên các Đại sư đều nói: *"Tôi nghe như vầy"* (Hán Việt. Như thị ngã văn 如是我聞, Pa. Evam me sutam, Anh. Thus have I heard). Ngài Ananda thường thuật lại các bài giảng của Đức Phật, nên chữ *Tôi* ở đây có nghĩa là Ngài Ananda.

Mỗi bài kinh thường được bố cục, phân chia như sau:

A.-Phần nhập đề:

1.-Dĩ nhiên câu đầu tiên là: "*Tôi nghe như vầy*".

2.-Lý do Đức Phật Thích-ca nói bài Pháp thoại/ bài Kinh (Pali. Sutta) này.

3.-Thời điểm Đức Phật Thích-ca giảng bài Pháp này (thường thường thì ngày, tháng, năm không có ghi lại rõ ràng).

4.- Vị Cao tăng thuật lại lời Phật giảng Pháp.

5.- Các vị lắng nghe Đức Phật thuyết Pháp: Tăng, Ni, Cư sĩ.

6.- Chủ đề của bài thuyết Pháp.

B.-Phần thân bài:

Trình bày nội dung của bài thuyết Pháp của Đức Phật , thường thường theo hình thức *Hỏi, Đáp (Pháp thoại)*. Vì là lối văn cách nay khoảng 2.500 năm nên có nhiều đoạn khó hiểu, nhiều chỗ lặp đi lặp lại. Các Kinh điển cần được quãng diễn theo văn phong hiện đại để hiểu được dễ dàng hơn.

C.- Phần kết luận:

-Lời khen và xác nhận lời kể lại bài thuyết Pháp của Đức Phật.

-Sự thấu hiểu bài thuyết Pháp của người nghe.

-Sự vui vẻ, hạnh phúc của các thính giả (Tăng, Ni, Cư sĩ, Phật tử đã được nghe bài thuyết Pháp.

(Xem thêm bài "*Kinh chuyển Pháp luân*" của Đức Phật Thích-ca, bản dịch và chú thích của NVT).

Nhiều nơi trong Kinh sách Phật giáo nói là có tất cả 84.000 bài thuyết Pháp của Đức Phật Thích-ca. Thực ra, con số này chỉ để nói là Đức Phật có rất nhiều bài thuyết Pháp chứ trong thực tế các bài thuyết Pháp không lên đến con số đó. Các nhà nghiên cứu Phật học (Buddhologist) nhận xét rằng trong số lượng đồ sộ của các bài thuyết Pháp, các Kinh điển thì phần lớn do Đức Phật thuyết giảng, nhưng cũng có rất nhiều bài Kinh văn không phải do chính Đức Phật lịch sử nói ra. Nói cách khác, các bài Kinh đó không phát ra từ cửa miệng của Đức Phật (not from Buddha's mouth), gọi là Ngụy Kinh. (Quý độc giả có thể đọc thêm bài *Ngụy Kinh trong thời kỳ Phật giáo Phát triển* của NVT). Ngày nay có nhiều bài viết và nhiều bài thuyết trình mà tác giả thường viết rằng Đức Phật nói như thế này, Đức Phật nói như thế kia, thậm chí còn dẫn chứng lời giả mạo là Đức Phật nói ra (fake Buddha quotes) với mục đích làm tăng trọng lượng hoặc tính thuyết phục của bài viết của mình. Các nhà Phật học thường đưa ra một tiêu chuẩn là *Tam Pháp Ấn* (Three Dharma Seals / 3 Characteristics) hay *Tứ Pháp Ấn* (Four Dharma seals/ 4 Characteristics) để có thể xác định bài Kinh đó coi có đúng lời Phật dạy hay không. Nhưng thật ra việc này không phải dễ dàng. Tuy nhiên, tôi xin tóm tắt như sau: theo Phật giáo Nam phương (Thượng Tọa Bộ) thì có ba Pháp Ấn là: *Vô thường, Khổ và Vô ngã*; còn Phật giáo Bắc Phương (thường gọi là Đại thừa hay Phật giáo Phát triển) thì có ba Pháp Ấn là: *Vô thường, Vô ngã và Niết-bàn tịch tĩnh.* Để tổng hợp lại, các nhà Phật học đã đưa ra *Tứ Pháp Ấn*, đó là 4 dấu ấn để chứng nhận một bản Kinh là giả hay thực:

1.-*Vô thường*: mọi vật đều vô thường (Sarve samskara anityah, Anh. All composites are impermanent): mọi vật và mọi hiện tượng trong vũ trụ thì biến đổi không ngừng.

2.-*Khổ*: mọi vật đều chịu khổ (Sarve samskara duhkha, Anh. All composites are suffering): mọi vật đều biến đổi không ngừng, hạnh phúc không giữ được lâu bền, đời sống thể xác của con người thì trải qua sinh, lão, bịnh và tử, vì vậy nên có khổ đau.

3.-*Vô ngã*: Tất cả mọi yếu tố, tất cả mọi hiện tượng/ mọi sự vật đều không có tự tánh (Sarve dharmah anatmanah, *Anh.* All elements/ All phenomena are without self): tất cả mọi vật trong vũ trụ hiện hữu được là do sự liên kết (inter-relationship) cái này với cái kia, vì vậy không có vật gì có được tự tánh của nó (nothing has an ego).

4.-*Niết-bàn tịch tĩnh* (Santam Nirvanam, Nirvana is peace): Niết-bàn là sự tự do tuyệt đối, sự giải thoát khỏi những tham dục, những ảo giác, và đưa đến an bình.

Toronto, 03 December 2016.

Nguyễn Vĩnh Thượng

Tài liệu tham khảo chính yếu:

- Cao Hữu Đính, *Văn Học Sử Phật Giáo*, Huế: tác giả xuất bản, 1970. Đây là bài cours mà GS CHĐ đã soạn giảng cho Sinh viên Đại Học Vạn Hạnh Saigon và Phật Học Viện Nha Trang.

- Hirakawa Akira, *A History of Indian Buddhism*: *from Sakyamuni to Early Mahayana*, translated and edited by Paul Groner, Hawaii: University of Hawaii Press, 1974.

- Kogen Mizuno, *Buddhist Sutras: Origin, Development, Transmission.* Translated by Morio Takanashi & others, adapted by Rebecca M. Davis. Tokyo: Kosei Publishing Co. First English edition, 1982. Sixth printing, 1995.

- Narada, Mahathera, *The Buddha and his Teachings*, Kandy (Sri Lanka): Buddhist Publication Society, First enlarged edition: 1964, Second revised and enlarged edition: 1973.

- Thích Thanh Kiểm, *Lược sử Phật giáo Ấn độ*, Saigon: Lê Thanh Thư Xã, 1963.

- Thích Tâm Thiện, *Tìm hiểu ngôn ngữ Kinh điển Phật giáo*, Sài-gòn: NXB TP.HCM, 2000.

Chương 24

Phật giáo Nguyên thủy-Thượng tọa bộ - Phật giáo Phát triển

Trong bài viết này tôi sẽ trình bày:

I.Dẫn nhập: những cuộc tranh luận về danh xưng Mahayana, Hinayana và Theravada.

II.Các thời kỳ chính trong lịch sử Phật giáo Ấn độ:

1.Thời Kỳ Phật giáo Nguyên thủy.
2. Thời kỳ Bộ phái : Thượng Tạo Bộ và Đại Chúng Bộ
3. Thời kỳ phát khởi và hưng thịnh của Phong trào Phát triển Phật giáo:
   a. Các bộ kinh điển quan trọng của Phong trào Phật giáo Phát triển.
   b.Hai trường phái tư tưởng mới trong Phong trào Phật giáo Phát triển:
      -Trung Quán Tông của Nagarjuna và
      -Duy Thức Tông của hai anh em Asanga và Vasubandhu
4. Thời kỳ cuối cùng của Phong trào Phát triển Phật giáo: Mật giáo.

III. Kết luận.

* * *

I.- Dẫn nhập: Những cuộc tranh luận về danh xưng Mahayana, Hinayana và Theravada

Kể từ giữa thế kỷ thứ 20 cho đến nay, các diễn đàn Phật giáo trên thế giới đã có nhiều cuộc tranh luận về danh xưng Mahayana, Hinayana và Theravada.

Trong lịch sử Phật giáo, chữ Mahayana, Hinayana và Theravada không thấy xuất hiện trong thời gian Đức Phật lịch sử (historical Buddha) còn tại thế.

Chữ **Mahayana** thấy xuất hiện trong tác phẩm "*Đại thừa khởi tín luận*" (**大乘起信論**, Srt. *Mahayana Sraddhotpada Sastra*, Anh. The Awakening of Faith in the Mahayana, có nghĩa là "*Làm phát khởi niềm tin đối với Đại thừa*") của Asvaghosa [VH Mã Minh (khoảng 80 – 150

Tây Lịch), Ngài là một triết gia và thi sĩ của Ấn độ vào khoảng thế kỷ thứ 1 Tây Lịch. Sau đó, 2 chữ **Hinayana và Mahayana** xuất hiện trong "*Kinh Diệu pháp Liên hoa*" (Saddharma Pundarika Sutra, Anh. Lotus Sutra).

Vào khoảng thế kỷ thứ 2 Tây Lịch, Nagarjuna (VH. Long Thọ, khoảng 150 – 250 Tây Lịch) đã phổ biến chữ Mahayana rồi phát khởi một tư trào phát triển tư tưởng Phật giáo, trong phong trào này thấy nhiều chỗ xuất hiện chữ Hinayana với ý hạ thấp Hinayana đối với Mahayana. Nagarjuna là một triết gia Phật giáo lớn của Ấn độ sau ngày Đức Phật Thích Ca Mâu Ni nhập diệt. Nhiều nhà nghiên cứu Phật học Tây phương đã đề cao Nagarjuna là vị Phật lịch sử thứ hai.

Chữ *Mahayana* gồm có chữ *Maha*= đại, lớn, (Anh. Great) ; chữ *Yana* = thừa, cỗ xe, (Anh. Vehicle). Người Trung Hoa dịch chữ Mahayana là Đại Thừa (**大乘,** Chiếc xe lớn, Anh.Great Vehicle). Trong trào lưu phát triển tư tưởng Phật giáo, các luận sư muốn đề cao các giảng luận về các lời dạy của Đức Phật lịch sử của mình nên họ đặt ra chữ Hinayana để chỉ các trào lưu tư tưởng có trước họ, và cho rằng Hinayana thấp kém hơn Mahayana.

Chữ *Hinayana* gồm có chữ *Hina* = tiểu, nhỏ, (Anh. lesser, smaller) ; *Yana*= thừa, cỗ xe, (Anh. vehicle). Người Trung Hoa dịch chữ Hinayana là Tiểu Thừa (小乘,Chiếc xe nhỏ, Av. lesser/smaller vehicle). Rồi họ đem gán cho tông phái Theravada là Hinayana. Thật ra trong tiếng Sanskrit hay Pali thì chữ phản nghĩa của *Maha* (đại,lớn, Av. big, great) là chữ *culla* (nhỏ, lesser, smaller). Như vậy, cặp từ *Mahayana* (Đại Thừa)/*Hinayana* (Tiểu Thừa) nhằm mục đích hạ thấp phe đối lập Hinayana. Chữ Hina ở đây được dùng với nghĩa là một sỉ nhục (insult), đáng khinh (despicable), như vậy Hinayana có nghĩa là một cỗ xe đáng khinh bỉ (the despicable Vehicle). Tiếng Hinayana có một giá trị tương đương với chữ "*Nigger*" có nghĩa là mọi, để ám chỉ người Phi Châu da đen ở Hoa Kỳ (Afro-American person). Do đó chúng ta không chấp nhận chữ Hinayana/Tiểu Thừa ở trong Phật giáo. Brother Chan Khoon San trong bài "*No Hinayana in Buddhism*" đã khẳng định điều này

(nguồn: http://www.urbandharma.org/pdf/NoHinayana.pdf);

và Mr. Kare A. Lie trong bài "*The Myth of Hinayana*" (Huyền thoại về chữ Tiểu Thừa) cũng xác nhận:

*"**Hinayana is a highly derogatory term**. It does not simply mean* "Lesser Vehicle*" as one often can see stated.The second element of hinayana- that is "Yana" means Vehicle. But **hina** very seldom has the sinple meaning of "lesser" or "small". If that had been the case, the Pali (or Sanskrit) texts would have used it in other connections as an opposite of **maha** (big). But they don't.* The opposite of maha *is "**culla**", so this is the normal word for **"small**".*

(source: http://www.budsas.org/ebud/ebdha140.htm)

(dịch: **Hinayana (Tiểu Thừa) là một thuật ngữ có ý nghĩa lăng mạ/xúc phạm nặng nề**. Nó không có ý nghĩa giản dị là chiếc xe kém hơn như người ta thường có thể thấy. Yếu tố thứ hai của hinayana là "yana" nghĩa là chiếc xe. Nhưng **hina** ít khi có nghĩa đơn giản là "kém hơn" hay "nhỏ". Nếu điều đó được coi là một trường hợp phải xử lý thì trong các văn bản Pali (hay Sanskrit) phải dùng nó với ý nghĩa có liên kết với tiếng phản nghĩa của **maha** (big, đại, lớn). Nhưng nó không có liên kết như vậy. Bởi vì chữ phản nghĩa của maha là **culla**, vì vậy culla là chữ thông thường có nghĩa là nhỏ (small).

(Nguồn: http://www.budsas.org/ebud/ebdha140.htm)

Từ lâu thường có sự lẫn lộn Hinayana với Theravada. **Vào thời điểm Mahayana phát sinh, thì Theravada đã chính thức di nhập qua nước Sri Lanka.** Như vậy thì thuật ngữ Hinayana đã được dùng để gán nhãn hiệu cho tông phái nào vào thời kỳ đó vậy? Vào thời đó có *hai tông phái chính (two major Nikaya Schools*) trong số 18 hay 20 bộ phái sơ khai của Phật giáo (Early Buddhist schools) là:

-**Sarvastivada** (Hán Việt: Nhất Thiết Pháp Hữu Bộ, 一 切 法 有 部), tông phái này chủ trương các pháp đều hiện hữu).

-**Dharmaguptaka** (Hán Việt: Pháp Tạng Bộ, 法藏 部), Ngài Pháp Tạng kết tập các lời giảng của Thầy mình là Mục Kiền Liên, Ngài chia giáo lý của Đức Phật làm thành 5 tạng: Kinh, Luật, Luận, Chú và Bồ-tát tạng.

Vì vậy có lẽ hai bộ phái này là đối tượng nhắm tới cho nhãn hiệu Hinayana với nghĩa nhục mạ. Người Trung hoa đã dịch chữ hina là tiểu với ý nghĩa xấu này. Mr. Kare A. Lie trong bài **The Myth of Hinayana** đã kết luận:

"Therefore, there is no Hinayana, Hinayana is nothing but myth, although a confused and disruptive one, and wise Buddhists ought to lay that word at rest on the shelves of the Museum of Schims, where it rightly belongs, and find other words to denote those spiritual attitudes that they wish to define."

(Source: http://www.budsas.org/ebud/ebdha140.htm)

(*dịch*: Vì vậy, không có tiếng Hinayana (Tiểu Thừa), Hinayana không có một ý nghĩa nào khác hơn mà chỉ là một huyền thoại, là một thuật ngữ dễ gây lẫn lộn và gây rối rắm, và những người Phật tử khôn ngoan phải cất chữ Hinayana này lên kệ sách trong *Bảo tàng viện của sự chia rẽ,* nơi đó chữ này sẽ được thay vào những chữ khác có thể biểu lộ thái độ tinh thần mà người ta muốn định nghĩa".

Với ý nghĩa *Hinayana (Tiểu Thừa, Lesser Vehicle*) là một thừa thấp kém, và với sự lẫn lộn Theravada là Hinayana; nhất là ý tưởng gán Hinayana lên Theravada, nên tông phái Theravada đã triệu tập **Hội nghị Phật giáo Thế giới** để giải quyết vấn nạn này:

"... Therefore, in 1950 the "World Fellowship of Buddhists" inaugurated in Colombo unanimously decided that the term Hinayana should be dropped when refering to Buddhism existing today in Sri Lanka, Thailand, Burma, Cambodia, Laos etc..."

(Venerable Dr. W. Rahula, *Theravada-Mahayana Buddhism*, from " *Gems of Buddhist Wisdom*", Buddhist Missionary Society, Kuala Lumpur, Malayasia, 1996, Source: Internet)

(*dịch*: Bởi vậy vào năm 1950, Hội Phật giáo Thế giới khai mạc ở Thủ đô Colombo của xứ Sri Lanka đã đồng thanh quyết định rằng chữ Hinayana (Tiểu Thừa) phải được xoá bỏ vì chữ này không có liên quan gì với đạo Phật đang tồn tại hiện nay là tông phái Theravada ở các nước Sri Lanka, Thái lan, Miến điện, Campuchia, Lào, v…v…)

GS Dominique Trotignon, Giám đốc Đại học Phật giáo Âu Châu (Directeur de l'Université Bouddhique Européenne) trong bài "*Pour en finir avec le "petit véhicule"* (Chấm dứt chữ "Tiểu Thừa"):

"*A dire vrai, le "petit véhicule" –ou, plus précisément, le "Véhicule inférieur" !- est une expression qu'on ne peut trouver que dans les seuls textes et qu'existe réellement qu'au sein même du seul "Grand Véhicule").*

(Source:http://www.bouddhisme-universite.org/Dossier_Le-petit-vehicule)

(*dịch*: Nói một cách thành thật thì chữ "Tiểu Thừa" –với ý nghĩa một thừa thấp kém!- là một cách diễn đạt mà người ta chỉ thấy duy nhất trong các kinh sách Đại Thừa.)

Như vậy phong trào Mahayana muốn đề cao các tông phái của mình nên hạ thấp, lăng mạ nặng nề các tông phái khác bằng cách gọi các tông phái khác là Hinayana.

Trong Đạo Đức Kinh, Lão Tử (? - ? , có lẽ sống vào thế kỷ thứ ba trước TL) đã viết:

Nguyên văn chữ Hán:

天下皆知美之為美, 斯惡已; 皆知善之為善, 斯不善已.

故有無相生, 難易相成, 長短相形, 高下相傾, 音聲相和, 前後相隨.

Phiên âm:

1. *Thiên hạ giai tri mỹ chi vi mỹ, tư ác dĩ; giai tri thiện chi vi thiện, tư bất thiện dĩ.*
2. *Cố hữu vô tương sinh, nan dị tương thành, trường đoản tương hình, cao hạ tương khuynh, âm thanh tương hòa, tiền hậu tương tùy.*

Dịch :

"Thiên hạ đều biết đẹp là đẹp, do đó mà phát sinh ra quan niệm về cái xấu; đều biết thiện là thiện do đó mà phát sinh ra quan niệm về ác.

Bởi vì *"có"* và "*không*" sinh ra nhau, "*dễ*" và "khó" tạo nên lẫn nhau, "*ngắn"* và "*dài"* làm rõ lẫn nhau, "*cao"* và "*thấp"* dựa vào nhau, "*âm"* và "*thanh*" hòa hợp với nhau, "*trước*" và "*sau*" theo nhau".

Như vậy cập tiếng Mahayana và Hinayana nương nhau mà tồn tại. Hinayana là thấp kém để nâng cao Mahayana trong trào lưu sơ khai của Mahayana ở Ấn độ. Giờ đây các nhà nghiên cứu Phật học, các học giả Tây phương, **các vị Trưởng lão thuộc tông phái Theravada đã dứt khoát không xài chữ Hinayana nữa thì như vậy chúng ta cũng không dùng chữ Mahayana trong Phật giáo nữa** (*No Mahayana in Buddhism*). Chúng ta sẽ tìm một chữ để thay thế Mahayana (Đại Thừa) ở phần dưới.

II.- Các thời kỳ chính trong lịch sử Phật giáo Ấn độ:

***II.1.*Thời kỳ Phật giáo Nguyên thủy** (Original Buddhism/Early Buddhism) là thời kỳ Đức Phật lịch sử còn tại thế cho đến một trăm n ăm sau ng ày Đức Phật nhập diệt (the Parinirvana of the Buddha) tức là vào kỳ *Đại Hội Kết Tập Kinh Điển lần thứ 2*. Đó là lúc sự phân chia các bộ phái mở màn trong giáo đoàn Phật giáo. Thời kỳ Phật giáo Nguyên thủy có thể gọi là thời kỳ Tiền Phân Chia các Bộ Phái (Pre-Sectarian Buddhism).

***II.2.* Thời Kỳ Bộ Phái** (Sectarian Buddhism/ Nikaya Buddhism/ Nikaya Schools). Thời kỳ bắt đầu có sự phân chia các bộ phái thường gọi là Thời Kỳ Bộ phái. Người Trung hoa dịch Nikaya là bộ (部) có nghĩa là một phần trong một toàn thể như bộ phận, từng bộ phái trong một tôn giáo như Phật giáo; Nikaya còn có nghĩa khác là kinh điển.

Theo các nhà nghiên cứu lịch sử Phật giáo: vào khoảng 100 năm sau ngày Đức Phật Thích-ca Mâu-ni nhập diệt thì phái đoàn Phật giáo ở phương Tây nước Ấn độ cho rằng giáo đoàn ở phương Đông (lấy thành Vaissali, Hán Việt phiên âm: Phê-xá-ly-bạt-kỳ, làm trung tâm) đã phạm 10 điều trong giới luật. Do đó các vị Trưởng lão, niên trưởng đã triệu tập các đại biểu của các giáo đoàn ở bốn phương lại để cảnh cáo việc làm phi pháp của giáo đoàn phương Đông, đồng thời triệu tập Hội nghị Kết tập Kinh điển Phật giáo lần thứ hai. Nhưng nhóm Tăng sĩ trẻ không phục tùng quyết nghị cảnh cáo này, họ bèn ly khai để thành lập "**Đại Chúng Bộ**", và tổ chức cuộc họp riêng để chống đối lại quyết định của Hội nghị Kết tập Kinh điển lần thứ Hai này, tiếp theo là sự phân chia giáo đoàn nguyên thủy thành 2 bộ phái. **Thượng Tọa Bộ** và **Đại Chúng Bộ**. Từ đó giáo đoàn Phật giáo Nguyên thủy (Original Sangha) mỗi ngày một phân hóa làm nhiều bộ phái nhỏ. Đây là cuộc **đại phân ly (great schism)** của Phật giáo.

***II.2.A.*- Sthaviravada (**tiếng Pali là **Theravada**) có nghĩa là "*lời dạy của bậc trưởng lão*" (The Teaching of the Elders/ the Doctrine of the Elders). Người Trung hoa dịch là **Thượng Tọa Bộ (上座部 , **Anh**.** the Sect of the Elders/ the School of the Elder Monks, tiếng Sanskrit còn gọi là Sthavira Nikaya). Theravada/Thượng Tọa Bộ lại chia ra làm mười phái (bộ) nhỏ.

***II.2.B.*- Mahasamghika ,** người Trung hoa dịch là **Đại Chúng Bộ (大眾部,** Anh. the Great Sangha/ the Great Assembly/ the Doctrine of the Conservation School). Nhiều nhà học giả Phật học đã cho rằng tông phái này là sự phát triển sơ khởi của Phật giáo Đại thừa (the initial development of Mahayana Buddhism). Phái này lại phân chia ra làm tám phái nhỏ.

Hợp các bộ phái nhỏ và hai bộ phái chính thì có tổng cộng là 20 bộ phái. Trong thực tế lịch sử thì còn nhiều bộ phái nhỏ khác nữa, sự ly khai thành nhiều bộ phái nhỏ ở trong Thượng Tọa Bộ cũng như trong Đại Chúng Bộ có thể là bởi sự thay đổi về điều kiện văn hóa, xã hội và địa lý của mỗi địa phương khi bộ phái ấy được truyền bá đến địa phương đó.

Biểu đồ của hệ thống phân phái căn cứ vào bộ "*Dị Bộ Tôn Luân Luận*", trích dẫn bởi Cố Đại Lão Hòa Thượng Thích Thanh Kiểm trong *Lược sử Phật giáo Ấn độ*, Saigon: 1963,trang 102, như sau:

A.- Thượng Tọa Bộ (Srt. **Sthaviravada,** Pa. **Theravada):**

1.Thượng Tọa Bộ, sau là Tuyết Sơ Bộ (Haima-vatah).
2.Thuyết Nhất Thiết Hữu Bộ (Sarvastivadah), còn gọi là Thuyết Nhân Bộ (Hetuvadah).
3.Độc Tử Bộ (Vatsiputriyah).
4.Pháp Thượng Bộ (Dharmottariyah).
5.Hiền Vũ Bộ (Bhadrayaniyah).
6.Chính Lượng Bộ (Sammitiyah).
7.Mật Lâm Sơn Bộ (Sandagirikah).
8.Hóa Địa Bộ (Mahisasakah).
9.Pháp Tạng Bộ (Dharmaguptakah)
10.Ẩm Quang Bộ (Kasyapiyah), còn gọi là Thiện Tuế Bộ (Suvarsakah).
11.Kinh Lượng Bộ (Sautrantikah), còn gọi là Thuyết Chuyển Bộ (Samkrantivadah).

B.- Đại Chúng Bộ (Mahasamghikah):

1.Đại Chúng Bộ.
2.Nhất Thuyết Bộ (Ekavyavaharikah).
3.Thuyết Xuất Thế Bộ (Lokottaravadinah).
4.Kê Dân Bộ (Kaukkutikah).
5.Đa Văn Bộ (Bahusrutiyah).
6.Thuyết Giả Bộ (Prajnativadinah).
7.Chế Đa Sơn Bộ (Caityasailah).
8.Tây Sơn Trụ Bộ (Aparasailah).
9.Bắc Sơn Trụ Bộ (Uttarasailah).

Sự ly khai của các bộ phái là do hai nguyên nhân, chúng ta có thể lập lại như sau đây:

1. **Nguyên nhân thứ nhất**: thường được cho là nguyên nhân chính: các tăng sĩ trẻ có tinh thần cấp tiến muốn sửa đổi 10 điều giới luật trong giới luật của giáo đoàn Phật giáo Nguyên thủy, còn các tăng sĩ lớn tuổi với tinh thần thủ cựu thì muốn gìn giữ chặt chẽ các giới luật đã có: *Theravada/Thượng Tọa Bộ* thì chủ trương bảo thủ, không muốn thay đổi giới luật.

Mahasanghika/Đại Chúng Bộ thì chủ trương cấp tiến, muốn canh tân, muốn thay đổi giới luật để thích nghi với hoàn cảnh mới. Độc giả có thể xem thêm: Hội nghị Kết tập Kinh điển Phật giáo lần thứ Hai.

2.**Nguyên nhân thứ hai** cũng không kém phần quan trọng, đó là giáo lý của Phật giáo Nguyên thủy: Theo Theravada/ Thượng Tọa Bộ thì phải giữ y nguyên *lời Phật dạy (words of the Buddha, the original teachings of Buddha).* Họ chú trọng vào sự tồn tại của Đức Phật lịch sử. Các vị Trưởng lão cũng như các học giả thủ cựu và các Phật tử thủ cựu đã tin tưởng rằng phàm những điều Phật nói đều là sáng kiến của chính Đức Phật chứ không có một sự liên hệ gì đến văn hóa, văn minh thời đại. Thật ra , Đức Phật lịch sử đã tiếp thu nền văn hóa, văn minh có trước Ngài và xuất hiện đồng thời với Ngài.

Thượng Tọa Bộ lấy lý tưởng giác ngộ là **Arahat** (Srt. Arhat, HV. A-la-hán). Bậc đắc quả A-La-Hán thì không còn Tham Sân Si trong nội tâm. Còn Mahasanghika/Đại Chúng Bộ thì coi địa vị A-la-hán là tầm thường, vì A-la-hán vẫn còn tồn tại nhục thể, A-la-hán vẫn có 5 điều (ngũ sự) bất toàn. Đại Chúng Bộ lấy lý tưởng giải thoát là **Bodhisatta** (HV. Bồ-tát). Thêm vào đó, họ còn tách rời truyền thống Phật giáo ra khỏi Đức Phật lịch sử:

"Khi Phật còn tại thế, Chư Thiên và Tứ Chúng nói ra đều phải được Phật chứng mới gọi là Kinh, nay Phật đã diệt độ, trong đại chúng có người thông minh, có tài thuyết pháp, cũng có thể "trước tác" được kinh điển."

(Thích Thanh Kiểm, *Lược sử Phật giáo Ấn độ*, Saigon: 1963, tr. 98)

Như đã biết, *"thời kỳ phân chia bộ phái"* đã xảy ra khoảng 100 năm sau ngày Đức Phật lịch sử nhập Niết-bàn. Những *lời dạy của Đức Phật/ giáo lý của Đức Phật* (*The teachings of Buddha*) đã được truyền bá bằng *truyền thống truyền khẩu* (*oral tradition*) trước khi được ghi chép bằng chữ viết sau này. Như vậy cho tới thời điểm này, những lời Phật dạy đều được truyền bá với một hình thức thích hợp để dễ nhớ, và dễ đọc tụng. Do đó, những lời dạy của Đức Phật đã đươc truyền bá qua thời gian và không gian thì đã mất đi *một phần tính như thật* của Phật giáo Nguyên thủy. Theravada chỉ là một trong hai bộ phái sơ khởi của thời kỳ Phật giáo mới bị phân chia.

Về tư cách hoặc tính chất của A-la-hán thì có sự bất đồng: ThượngTọa Bộ cho rằng A-la-hán là bậc siêu tự nhiên, còn Đại Chúng Bộ thì cho rằng A-la-hán vẫn còn nhược điểm của con người bình thường. Rồi Đại Chúng Bộ nêu lên tư cách hoặc tính chất của A-la-hán có 5 điều không tốt, người Trung Hoa gọi là "Ngũ sự":

1.Nhục thể còn tồn tại thì vẫn còn có hiện tượng di tinh trong mộng mị: mộng tinh.
2. Đối với giáo lý còn có chỗ nghi vấn.
3. Có khi không tự biết mình đã chứng ngộ.
4. Có khi phải do Thầy chỉ bảo thì mới biết rằng mình đã chứng quả La-hán.
5. Tuy là La-hán nhưng vẫn phải dùng một phương tiện nào đó, chẳng hạn, nếu không nhờ tiếng "*khổ*" thì cõi lòng đôi khi không được phẳng lặng bình thản.

Thật ra khi đã còn nhục thể của con người thì dầu là ai đi nữa cũng không tránh khỏi các nhược điểm của con người.

Dĩ nhiên, Thượng Tọa Bộ không chấp nhận rằng A-la-hán có 5 điều không tốt kể trên. Còn Đại Chúng Bộ thì đưa ra lý tưởng Bồ-tát (Bodhisattava ideal) trong việc đi tìm giải thoát khỏi khổ đau cho cả Tăng Ni và người bình thường.

Phái nào cũng tự đề cao địa vị của phái mình, đề cao lý thuyết của mình, do đó mới phát sinh ra nhiều chỗ bất đồng rồi đi đến sự phân ly.

Bộ phái Theravada có lập trường gần giống với lập trường của Phật giáo Nguyên thủy, và bộ phái này có một thái độ thỏa hiệp với Phật giáo Nguyên thủy. Nhưng chúng ta không thể cho Theravada là đại biểu cho tinh thần căn bản của Phật giáo Nguyên thủy. Theravada chỉ có thể được coi như là một trong các bộ phái trong Thời kỳ Đại Phân ly của Phật giáo Nguyên thủy mà thôi. Như vậy, xét về sự thực lịch sử thì **chúng ta phải dịch bộ phái Theravada là Thượng Tọa Bộ (Sect of the Elders) cho đúng ý nghĩa của bộ phái này.**

Cách dịch Theravada là Phật giáo Nguyên thủy, ngay cả google translate cũng dịch là Phật giáo Nguyên thủy, xét về mặt lịch sử và luận lý thì không hoàn toàn đúng, nhưng dù sao nó cũng đang tồn tại. Vậy chúng ta cần sửa lại cho đúng: **Theravada** *dịch là* **Thượng Tọa Bộ**.

Như trong ngôn ngữ tiếng Việt hằng ngày, có nhiều tiếng Hán Việt đang bị dùng sai, ví dụ như: *chung cư*, *sự cố*... Trong tiếng Hán Việt, tiếng *chung* (終) không có nghĩa là chung chạ mà có nghĩa là cuối cùng; tiếng *cư* (居) có nghĩa là nơi ở; vì vậy từ kép *chung cư* (終居) không phải là nơi nhiều người ở chung mà là nơi ở cuối cùng, tức là mồ chôn hay nghĩa địa; do đó phải đổi từ chung cư thành *chúng cư* (衆居) thì mới đúng, *chúng* nghĩa là số đông; ví dụ phải nói *chúng cư Minh Mạng* thay vì chung cư Minh Mạng. Trong tiếng Hán Việt, hai tiếng *sự cố* không có nghĩa gì cả, nhưng đang được báo chí, truyền hình, truyền thanh … dùng để chỉ *một sự rắc rối vừa xảy ra.*Trong tiếng Hán Việt có từ kép *cố sự* (故事) có nghĩa là chuyện cũ chứ không có tiếng kép *sự cố.* Cái nghĩa mà người ta gán cho hai tiếng vô nghĩa *sự cố* là không đúng.

Thượng Tọa Bộ/Theravada đã được truyền qua nước Sri Lanka/Tích Lan dưới thời vua A-dục (Asoka) vào thế kỷ thứ 3 trước Tây Lịch rồi được truyền qua Miến Điện, Thái Lan, Ai lao, Cao Miên, Việt Nam. Thượng Tọa Bộ còn gọi là Phật giáo Nam phương (Southern Buddhism).

Như đã biết sau khi Đức Phật lịch sử nhập Niết bàn được 100 năm thì Đại hội kết tập kinh điển lần thứ hai diễn ra, và sau lần kết tập kinh điển lần thứ 2 đúng 118 năm lại diễn ra cuộc kết tập lần thứ 3. Như vậy lần kết tập này xảy ra sau Đức Phật nhập Niết bàn được 218 năm, tức là 325 năm trước Tây lịch. Đại hội lần này do Hoàng đế A-dục (Asoka) đề xướng và bảo trợ, vào năm vua tức vị thứ 18 tại thành Pataliputra (HV. Hoa-thị thành). Kỳ kết tập kinh điển lần thứ 3 chỉ thấy lưu truyền ở Nam phương Phật giáo mà không thấy Bắc phương Phật giáo ghi chép điều này. Nội dung của kỳ kết tập này gồm có 3 tạng:

1.**Kinh tạng** (Sutta Pitaka, Hán. **經藏** , Anh. Words of Buddha/ A discourse of the Buddha).

2.**Luật tạng** (Vinaya Pitaka, Hán. **律藏 ,** Anh.Monastic law).

3. **Luận tạng** (Abhidhamma Pitaka, Hán. **論藏 ,** Anh. Philosophical Commentaries).

Sự hoàn thành **Abhidhamma (**Srt. Abhidharma**)** được đi song song với sự phân ly các bộ phái.

Abhi có nghĩa là cao hơn, **dhamma** (Srt. Dharma) có nghĩa là pháp.
Abhidhamma (phiên âm Hán Việt là **阿毗達磨** A-tỳ-đạt ma, Anh. higher dhamma) có mục đích tập hợp các ý nghĩa của lời Phật dạy rồi đem phân loại, định nghĩa, giải thích và phân tích. Abhidhamma được nhiều tông phái, nhiều luận sư quảng diễn lập trường của bộ phái mình hoặc của chính vị luận sư ấy.

Abhidhamma là một thuật ngữ của Phật giáo, và đã được các đại sư giảng nghĩa khác nhau:

Ngài Buddhagosa (HV. Phật Âm) định nghĩa Abhidhamma là "**勝法** , *thắng pháp*". Trong sách chú thích Digha Nikaya thì giải thích: Abhidhamma là hữu pháp, tăng tịnh, đặc thù, tôn trọng, tối thượng.

Abhidhamma có nghĩa là "**對法** , *đối pháp*", tức là giải thích giáo pháp của Đức Phật, mà còn có nghĩa là "*đối lý pháp*" tức là nghiên cứu lý pháp, văn tự.

Theo các nhà cựu dịch Trung Hoa thì Abhidhamma là "**無比法** , *Vô tỷ pháp*" tức là pháp ở nghĩa cao tột, không có cái gì so sánh được, vì nó vượt (*abhi*) trên các Pháp (*dhamma*); có nơi dịch là "微妙法 ,**Vi diệu pháp**", Vi diệu nghĩa là tinh tế và nhiệm mầu, vi= nhỏ, diệu= nhiệm mầu. Vắn tắt Abhidhamma dịch là (**論**, **Luận**).

Như vậy, Abhidhamma gồm có các đặc điểm: về nội dung thì có ý nghĩa trên hết, thù thắng, còn về phương pháp luận thì tường tận, khúc chiết, rõ ràng.

Các bộ Abhidhamma lúc đầu đều căn cứ vào Kinh tạng và Luật tạng, nhưng càng về sau càng luận bàn về vũ trụ quan, nhân sinh quan, tâm lý học. Abhidhamma giải thích những điều mà Kinh tạng không giải thích nên Abhidhamma đã có một ý nghĩa độc lập với Kinh tạng và Luận tạng; và đã phát huy nền tảng cho triết học Phật giáo sau này. Bởi vậy cho nên các bộ Abhidhamma sau này đi đến giai đoạn tiến triển thì lại chi phối Kinh tạng nữa tức là khi giải thích ý nghĩa Kinh điển thì lại lấy *lý pháp* làm tiêu chuẩn ưu tiên, còn văn tự chỉ là thứ yếu.

Nếu kinh nào không đúng với *lý pháp* thì cho đó là "*Kinh bất liễu nghĩa*" /tức là "*nghĩa chưa trọn vẹn, chưa hết nghĩa*", Kinh này không thể dùng được.

Theo các nhà nghiên cứu tôn giáo tỷ giáo thì Abhidhamma của Phật giáo có thể tương đương với thần học trong Cơ-đốc giáo, còn Kinh tạng và Luật tạng tương đương với sách Phúc Âm. Thần học đã phát nguyên từ Thánh Kinh nhưng đến giai đoạn tiến bộ thì thần học trở lại chi phối ý nghĩa, văn tự trong Thánh Kinh.

Abhidhamma đã có công đóng góp cho tư tưởng triết học Phật giáo trở thành một nền triết học siêu việt. Trong thời kỳ Bộ phái Phật giáo, bộ luận A*bhidharmakośa-śāstra (HV.A-tì-đạt-ma-câu-xá luận,* **阿毗達磨俱舍論**), là bộ luận quan trọng nhất đã được Ngài Thế Thân (Srt.V*asubandhu*) soạn vào thế kỷ thứ 5 sau Tây lịch tại Kashmir. Đây là một bộ luận làm nền tảng của tất cả các trường phái tư tưởng triết học Phật giáo, *kosa* (HV. câu-xá) nghĩa là tạng, cái túi chứa đựng, *sastra* nghĩa là luận, luận thư.

Độc giả có thể đọc thêm quyển "*Tư Tưởng A-tỳ-đạt-ma-câu-xá Luận*" của Cố Hoà Thượng Thích Mãn Giác, cựu GS TS môn Triết học Phật giáo tại Đại học Vạn Hạnh và Đại học Văn khoa Saigon. Quyển sách này là quyển sách giáo khoa cho sinh viên Chứng chỉ Triết học Ấn độ ở Đại học Văn khoa Saigon trước 1975. Sách này được tái bản bởi Trung tâm Văn hóa Phật giáo ở Los Angeles, Hoa Kỳ, năm 1995.

II.3 Thời kỳ Phát khởi và hưng thịnh của Phong trào Phát triển Phật giáo:

Từ Phật giáo Nguyên thủy tiến đến Phật giáo Bộ phái. Rồi từ Phật giáo Bộ Phái tiến tới Phật giáo Phát triển/Đại thừa (Mahayana). Tất cả đều căn cứ giáo lý của Phật giáo Nguyên thủy. Phật giáo Phát triển vừa tiếp nối tinh thần truyền thống của các bộ phái, mặt khác lại vận động phản đối hình thức của các bộ phái, gán ép sự thấp kém cho các bộ phái, đặc biệt là hai bộ phái trong số các trường phái chính của các bộ phái là Dharmaguptaka (Pháp Tạng Bộ) và Sarvastivada (Nhất Thiết Hữu Bộ). Khoảng đầu kỷ nguyên Tây lịch, Mahayana/Đại Thừa đã trở thành một "***phong trào Phật giáo toàn diện***"rõ rệt (A pan-Buddhist movement; *note*: Pan-Buddhism = the principles, doctrines, and tenets that concern or are believed by all Buddhists.[các nguyên tắc, giáo lý và nguyên lý liên quan đến hoặc được tất cả các Phật tử tin tưởng]) . Trung tâm đầu tiên của Mahayana là vùng Nam Ấn độ, rồi lần lần truyền về phía Bắc Ấn, miền Bắc Ấn độ sau này trở thành trung tâm phồn thịnh của Mahayana. Theo các nhà nghiên cứu Phật học thì: "*Kinh Bát-nhã -Ba-la mật-đa* bắt đầu phát xuất ở phương Nam, rồi từ phương Nam tràn qua phương Tây, lại từ phương Tây truyền về phương Bắc".

Mahayana/Đại thừa là một *phong trào Phật giáo* (movement of Buddhism), và như đã trình bày ở trên Mahayana không có gì khác hơn là "*toàn thể phong trào Phật giáo*" muốn đổi mới chủ trương của các bộ phái. *Mahayana/Đại thừa không phải là một bộ phái Phật giáo*

(School of Buddhism) mà chỉ là một tư trào, một phong trào phát triển Phật giáo mà thôi. Phật giáo Nguyên thủy và Phật giáo Bộ phái chủ trương **nhất Phật**: chỉ có một Đức Phật lịch sử mà thôi; còn Mahayana/Đại thừa thì chủ trương **đa Phật**: *có vị Phật quá khứ, Phật hiện tại/Phật lịch sử và Phật tương lai*. Phong trào Đại thừa chủ trương ai cũng có thể thành Phật, nhưng muốn thành Phật thì người ta phải tu theo **hạnh Bồ tát** (Boddhisattva), người cầu đại giác. Lý tưởng Bồ tát là phải cầu chứng quả Bồ đề, dưới thì phát nguyện cứu độ chúng sanh, nỗ lực làm việc thiện vì lợi ích của mình và của chúng sanh. Một vị Bồ tát không nhất định phải là người xuất gia, tu sĩ mà ngay cả người tu sĩ tại gia còn bận rộn với công việc ngoài đời nhưng chỉ cần phát tâm nguyện cầu đạo Giác ngộ, phát tâm cứu độ chúng sanh đều có thể trở thành vị Bồ tát. Cái đặc sắc của phong trào cách mạng Phật giáo này là muốn "*xã hội hóa*" Phật giáo, người hành giả dù là tu sĩ hay cư sĩ để thực hiện lý tưởng Bồ tát thì cần phải dấn thân vào các công tác xã hội; trong khi đó các Bộ phái Phật giáo khác thì chủ trương xuất gia, đi tìm nơi tịch tĩnh.

Phong trào Phật giáo Đại thừa do ai phát khởi ? Ai đã đưa ra *định hướng sơ khởi cho sự phát triển Phật giáo* (initial direction of Buddhist development)? – Căn cứ theo lịch sử Phật giáo Ấn độ, chúng ta thấy có hai hạng người đã phát động phong trào phát triển Phật giáo:

1. Thứ nhất là các *vị tăng sĩ có tinh thần cấp tiến, có óc tiến bộ.*
2. Thứ hai là *những nam nữ cư sĩ có tinh thần phóng khoáng/khai phóng, thích tự do, muốn đổi mới*. Đặc biệt những hạng người thứ hai này đã đóng góp rất tích cực, đã phát huy tư tưởng Phật giáo trở thành một tư tưởng vô cùng cao siêu. Họ là các cư sĩ như *Vimalakirti* (HV. Duy-ma-cật), con người và tư tưởng của Ngài đã được diễn tả trong kinh Vimalakirti-nirdasha (HV. Duy-ma-cật sở thuyết kinh); Bồ tát như Bồ tát *Bhadra-pala* (HV. Hiền Hộ), Ngài Hiền Hộ đã giải thích về công đức của tâm Bồ đề trong kinh Hoa Nghiêm: Bồ tát thực hành đại từ bi, tâm bình đẳng đối với tất cả chúng sanh.

Nói cách khác, **đây là cuộc vận động cách mạng tư tưởng Phật giáo do Tăng Ni và Cư sĩ đóng góp.**

Như đã trình bày ở trên, tiếng *Hinayana/Tiểu thừa không còn được sử dụng trong Phật giáo (No Hinayana in Buddhism)* thì tiếng *Mahayana/Đại thừa cũng không còn được sử dụng trong Phật giáo nữa (No Mahayana in Buddhism).*

Mahayana/Đại thừa chỉ là một phong trào phát triển Phật giáo, nên chúng ta có thể dùng tiếng **Phật giáo Phát triển (The Developmental Buddhism)** để thay thế tiếng Phật giáo Đại thừa/Mahayana, hay **Tân Phật giáo (The Neo-Buddhism).** Cũng như trong lịch sử triết học Trung Hoa có phái *Tân Nho giáo (Neo-Confucianism)* [Tân Nho giáo bắt đầu manh nha vào đời Tống (960-1279) và đời Minh (1368-1643), trong lịch sử triết học Tây phương có trường phái *Tân học thuyết Kant (Neo-Kantianism)*[Tân học thuyết Kant là phong trào tư tưởng dựa vào triết lý Kant để phát triển vào thế kỷ thứ 19 ở Đức].

Kinh điển **Phật giáo Phát triển** về nội dung và hình thức đều đã biến hóa rất nhiều. *Về hình* thức thì cách diễn tả khúc chiết, có tính chất văn học, quảng diễn tư tưởng một cách phóng khoáng. Cho tới thế kỷ thứ 5 và 6 Tây lịch, phong trào *Phật giáo Phát triển* lại càng phát đạt, tư trào này đã hấp thụ tất cả tư tưởng triết học, tinh hoa của các nhà đạo học và triết học Ấn độ, kể cả Bà-la-môn giáo. Phong trào Phật giáo Phát triển hấp thụ cái hay rất nhiều nhưng cũng hấp thụ cả các tệ đoan của thời đại. Rồi không tránh khỏi sự hấp thụ những tệ hại càng ngày càng nhiều, nên đến thế kỷ thứ 8 Tây lịch, Phật giáo đã bắt đầu thất thế dần dần, cùng với sự cạnh tranh của Ấn độ giáo (Hinduism) và Hồi giáo (Islam), Phật giáo có vẻ suy vi lần lần. Rồi đến sự tàn phá ác độc của quân Hồi giáo, Phật giáo bị triệt tiêu nơi xứ Phật; nhưng tư tưởng triết học của Phật giáo vẫn có giá trị bất diệt, vẫn là đỉnh cao tư tưởng trong lịch sử triết học Đông phương và Tây phương. Từ thế kỷ thứ 19 Tây lịch đến nay, các phong trào chấn hưng Phật giáo tại Ấn độ đã phát khởi và hoạt động mạnh mẽ nên Phật giáo đã bắt đầu phục hưng trở lại.

Bộ phái **Theravada/Thượng Tọa Bộ** nhờ được truyền bá qua Sri Lanka dưới thời Đại đế Asoka (A-dục) vào khoảng năm 325 trước Tây lịch nên các vị Tỳ kheo trong bộ phái Theravada đã giữ vững truyền thống của tông phái này. Theravada được truyền bá từ Sri Lanka đến các nước Burma (Miến Điện), Thailand, Malaysia, Cambodia, Lao, Việt Nam. Rồi từ các xứ sở này Theravada được truyền bá qua Âu Châu, và Bắc Mỹ.

II.3.A- Các bộ kinh điển quan trọng của Phong trào Phật giáo Phát triển:

Phong trào Phật giáo Phát triển (Developmental Buddhism)/ Tân Phật giáo (Neo-Buddhism) ở Ấn độ đã có rất nhiều quyển kinh mới, dĩ nhiên nội dung cũng như hình thức đều đã biến hóa nhiều, sau đây là những bộ kinh quan trọng và có ý nghĩa nhất của phong trào này:

1.Bát-nhã-ba-la-mật-đa Kinh (般若波羅密多經, Srt. P*rajñāpāramitā-sūtra,* Av. *Perfection of Wisdom): prajna* có nghĩa là trí tuệ, sự sáng suốt, *paramita* có nghĩa là tuyệt hảo, P*rajñāpāramitā* có nghĩa là trí tuệ tuyệt hảo. Trong hệ *Bát-nhã-ba-la-mật đa kinh* này có 2 quyển kinh nổi tiếng là **Tâm kinh** (多經,Heart Sutra) có tên đầy đủ là *Bát-nhã-ba-la-mật-đa tâm Kinh* (般若波羅蜜多心經, Srt. *Prajñā Pāramitā Hridaya Sūtra*, Av. *Heart of Perfect Wisdom Sutra),* đây là kinh ngắn nhất chỉ có khoảng 260 chữ của Phật giáo Phát triển,Tâm kinh được xem là bài kinh, chú phổ biến nhất của Phật giáo Phát triển; và **Kim Cương Kinh** (金剛經, Diamond Sutra) có tên đầy đủ là ***Kim cương bát-nhã-ba-la-mật-đa Kinh*** (金剛般若波羅密多經, Srt. V*ajracchedikā-prajñāpāramitā-sūtra*), một bản Kinh Kim Cương được in vào năm 868 đã được khám phá ở vùng Tây-Bắc nước Trung Hoa, đây là một quyển sách in xưa nhất thế giới.

2.Duy-ma-cật sở thuyết Kinh (維摩詰所說經, Srt.Vimàlakirti-nirdèsha Sutra, Av. Vimalakirti's Exposition): Duy-ma-cật là một người cư sĩ sống bình thường nhưng vẫn thực hành được hạnh Bồ tát, kinh này cho biết cư sĩ và tăng sĩ đều có thể thực hành hạnh Bồ tát để đến chỗ giác ngộ.

3.Thủ-Lăng-Nghiêm tam muội Kinh (首楞嚴三昧 經 , Srt. Surangama-samadhi sutra, Av. Hero's Sutra), còn gọi là **Lăng-nghiêm kinh** (楞嚴經), kinh này hướng dẫn về thiền định, giải nghĩa tánh không và hạnh Bồ tát, kinh này rất được phổ biến trong giới Phật giáo thiền.

4.Diệu pháp liên hoa Kinh (妙法蓮華經, Srt. Saddharma-pundarika *Sūtra,* Av. literally: *Sutra on the White Lotus of the True Dharma/The Sutra of the Lotus flower of the wonderful law,* the shortened form: *Lotus Sūtra*), gọi ngắn là **kinh Pháp hoa,** kinh này giảng rõ 3 yếu tố cấu tạo nên sự vật là thể, tướng, dụng để người trì tụng kinh có thể quan sát chân tướng của sự vật trong vũ trụ, để thấu đạt tới chân lý cuối cùng.

5.Vô lượng thọ kinh (無量壽經, Srt. Sukhavati-vyuha Sutra, Anh. Pure Land Sutra) là một kinh quan trọng nhất của tông phái Tịnh độ. Kinh này dạy các pháp tu quán tưởng Đức Phật A-di-đà /A-di-đà Phật (阿弥陀佛, Amitabha Buddha) làm cơ duyên ứng hợp với cõi nước tịnh độ, và làm cách nào người tu hành có thể vãng sanh về cõi tịnh độ.

***II.3.B*- Hai trường phái tư tưởng mới trong Phong trào Phát Triển Phật giáo:** Trung quán tông (Madhyamaka) và Duy thức tông (Yogachara).

1.Trung quán tông (HV. 中觀宗, Srt. *Mādhyamaka*, Anh. Madhyamaka), còn được gọi là **Trung luận tông** (HV. 中論宗).

Madhyamaka là tiếng Sanskrit có nghĩa là con đường ở giữa (middle way), trung đạo. Đức Phật Thích ca đã trình bày về con đường trung đạo (the middle way) trong bài thuyết pháp đầu tiên của Ngài. Theo Đức Phật lịch sử thì con đường trung đạo tức là con đường ở giữa hai cực đoan: một cực đoan là sự hưởng thụ khoái lạc theo chủ nghĩa khoái lạc (hedomism), và một cực đoan là sống khắc khổ theo chủ nghĩa khổ hạnh (asceticism). Đức Phật Thích Ca cũng có thể đã dùng quan niệm về con đường ở giữa hai triết lý đối kháng với nhau: đó là triết lý của chủ nghĩa bất diệt, hằng cửu, đời đời (eternalism) là niềm tin linh hồn sẽ hiện hữu vĩnh viễn đối với triết lý của chủ nghĩa hủy diệt hoàn toàn (annihilationism) là niềm tin linh hồn sẽ bị hủy diệt khi chết. Cũng có thể Đức Phật Thích ca dùng quan niệm về con đường ở giữa hai triết lý: chủ nghĩa duy vật chất (materialism) và chủ nghĩa hư vô (nihilism).

Nagarjuna (*HV*. Long thọ, 龍樹, khoảng thế kỷ thứ 3 sau Tây Lịch, tức khoảng 700 năm sau ngày Đức Phật Thích ca nhập diệt, ông thuộc dòng dõi Bà-la-môn) đã lấy quan niệm "*con đường đứng giữa*" của Đức Phật lịch sử và phát triển thêm để đưa ra học thuyết Trung đạo (Madhyamaka) được luận giải trong quyển Mula-madhyamaka Karika (中論, Trung luận, Anh. Fundamental verses on the middle way) được viết vào khoảng năm 150 Tây Lịch).

Trung luận đặt trên một lý luận rằng không có gì tuyệt đối, mọi sự vật đều tương đối, không có sự vật nào tự tồn tại, mọi sự vật đều tùy thuộc lẫn nhau (everything is interdependent). Từ lý luận này, Trung luận đi đến khái niệm về *tánh không (shunyata)*. Shunyata nghĩa là trống không (Shunyata means emptiness). Điều này không có nghĩa là không có cái gì hiện có. Nó có nghĩa là không có cái gì tự nó hiện hữu, cái đó là một phần của "*mạng lưới phổ biến*" của hiện hữu (a part of a universal web of being). Quan niệm này là trọng tâm tư tưởng của các trường phái trong Phong trào Phật giáo Phát triển (Mahayana, Đại thừa). Thực ra quan niệm *"tánh không*" là một hình thức diễn tả lại quan niệm về *vô ngã* (Sa. anatman, Av. not soul, not self-possessed), về *vô thường* (Sa.anitya, Anh. Impermanent), *khổ* (dukkha, Anh. dissafactoriness, pain, sorrow).

Nho giáo có *"tứ thư"* là 4 cuốn sách: Đại Học (大學), Luận Ngữ (論語), Trung Dung (中庸) và Mạnh Tử (孟子). Trung Dung là quyển sách do Tử Tư (483 – 402 trước Tây Lịch) làm ra, Tử Tư là học trò của Tăng Tử, là cháu nội của Khổng Tử.

Trọng tâm triết lý của Trung Dung (中庸) có điểm tương tự với triết lý trung đạo của Phật giáo. Trung (中) là ở giữa, tâm điểm, Dung (庸) là bình thường; Trung Dung tức là "*không thái quá, không bất cập*", tùy thời mà hành động. Tuy nhiên, biết "*trung*" cho hợp lẽ là điều rất khó, bậc hiền nhân nhiều khi cũng không theo nỗi.

Người đầu tiên đề cao "*đạo trung dung*" là Khổng Tử (孔子, 551 trước CN - 479 trước CN), còn Đức Phật Thích-ca đã sống và hoằng pháp ở phía đông tiểu lục địa Ấn Độ vào khoảng giữa thế kỷ thứ 6 và 4 Trước CN. Theo Ngài Khổng Tử thì muốn giữ "*đạo trung*" thì phải biết *quyền biến* và *tùy thời*, điều này rất ít người theo được:

子曰：中庸之为德也，其至矣乎！民鲜久矣

Tử viết: Trung dung chi vi đức dã, kỳ chí hĩ hồ! Dân tiển cửu hĩ

dịch: Khổng Tử nói: **Trung dung** là đạo đức tốt đẹp cao nhất ! Dân chúng từ lâu thiếu hẳn đạo đức này.

Các môn đệ của Khổng Tử rất phục Ngài và đề cao Ngài là bậc Thánh của *"đạo trung dung", "đạo tùy thời"* . Xét cuộc đời của Khổng Tử, chúng ta nhận thấy Ngài đã thực hiện đúng theo "*đạo trung dung*": Khi cần phải nói thì nói, khi cần phải im thì im, lúc cần đi thì đi, lúc cần dừng thì dừng, cần đi nhanh thì đi nhanh, cần đi chậm thì đi chậm, lúc nên làm quan thì làm quan, lúc không nên làm quan thì từ chức, thôi không làm nữa.

2.-Duy thức tông

Duy thức tông (HV. 唯識宗, Srt. Yogachara/ V*ijñapti-mātra*, Anh. Consciousness only school), hoặc **Du-già hành tông** (Srt. Y*ogācārin, Anh. Yogachara school*); tại Tây Tạng, người ta còn gọi là Duy tâm tông (Hán. 唯心宗, Srt. C*ittamātrin*).

Yogachara nguyên nghĩa là *"thực hành du-già" (yoga practice).* Yogachara (Duy thức tông) là triết thuyết thứ hai của Phong trào Phật giáo Phát triển, do hai anh em Asanga (Hán. Vô Trước, 無著) và Vasubandhu (Hán. Thế Thân, 世親) sáng lập. Họ sống vào khoảng năm 300 sau TL, tức là ra đời sau Nagarjuna (Long Thọ) khoảng 100 năm.

Asanga (Vô Trước) đã từng theo Bà-la-môn giáo, sau theo và phát triển phong trào canh tân Phật giáo. Ngài kể lại rằng Ngài đã nghe **Đức Phật Di lặc (Maitreya)** thuyết pháp, và Ngài thuật lại lời của Đức Phật Di Lặc, Asanga cũng có soạn một phần của bộ kinh này.

Vasubandhu (Thế Thân) cũng theo Phật giáo, nghiên cứu và tích cực phát triển tư tưởng Phật giáo. Ngài Vasubandhu đã viết rất nhiều bộ luận, trong số đó có những bộ luận làm nền tảng cho môn Duy thức học như: Duy thức nhị thập tụng, Duy thức tam thập tụng, A-tỳ-đạt-ma câu-xá luận

Hai anh em các Ngài đã phát động phong trào canh tân từ lúc sơ kỳ trong một định hướng của triết lý duy tâm (idealism, Srt. Chitta-matra). Chitta-mantra có nghĩa là chỉ có thức (mind/consciousness only): ở trên thế gian này, mọi vật hiện hữu đều do tâm thức (mind /consciousness) mà có. Những gì mà chúng ta nghĩ đến như là những vật thể, thật ra chỉ là những ảo tưởng, ảo giác phát xuất từ tâm thức: *"Người buồn cảnh có vui đâu bao giờ"* (Nguyễn Du, *Truyện Kiều*). Để ra khỏi những ảo giác này, chúng ta cần phải thực hành *thiền định (meditate),* và đây là điều cơ bản của Duy thức tông, có nghĩa là tạo nên một tâm thanh tịnh, loại bỏ ảo giác. Khi loại bỏ được ảo giác của cá nhân thì con người sẽ đạt được cái *tâm phổ quát (universal mind)* tức là *cái tâm Phật (Buddha mind)*

II.4. Thời kỳ cuối cùng của Phong trào Phát triển Phật giáo:

Mật giáo (Srt. Tantra, Anh.Tantrism/ Tantric religion/Tantric Buddhism) có nguồn gốc từ một truyền thống xa xưa của người Ấn độ về sự thực hành tín ngưỡng: cầu phước, trừ tai ách. Mật giáo phát khởi khoảng thế kỷ thứ 5 Tây lịch, đây là giai đoạn phát triển cuối cùng của Phật giáo ở Ấn độ. Vào khoảng thế kỷ thứ 8 sau Tây Lịch, một chùa lớn của Mật giáo được thành lập: Vikramasila là trung tâm phát huy tư tưởng và thực hành tín ngưỡng của Mật giáo. Năm 1203, quân Hồi giáo xâm lăng Ấn độ, Hồi giáo đã tiêu diệt Phật giáo nơi xứ Phật. Mãi đến cuối thế kỷ thứ 19, một Phật tử người Sri Lanka (Tích Lan) là Anagarika Dharmapala đã sang Ấn độ để phát động phong trào phục hưng Phật giáo.

Mật giáo đã truyền sang Tây Tạng và phát triển mạnh tại đây, sau đó được truyền sang Trung Hoa. Mật giáo đã có những Đại sư như Subha Karasimha (Thiện vô Úy, 637-735), Vajra Bodhi (Kim cương Trí, 671-741), Amoghavajra (Bất không kim cương, 705-774), Padmasambhava (Liên hoa sinh, cuối thế kỷ thứ 8) ...

Phật giáo Phát triển/ Đại thừa cũng đã được truyền qua Trung Hoa trước khi bị quân Hồi giáo tiêu diệt. Phật giáo truyền sang Trung Hoa khoảng năm 150 Tây Lịch, vào đời Hán. Phật giáo đã phát triển và cạnh tranh với ba dòng tư tưởng chính đã có từ trước ở Trung Hoa là: *Nho giáo, Lão giáo* và *Tôn giáo dân gian: Nho giáo (Confucianism)* chú trọng vào triết lý đạo đức chính trị và những giao tế của nhân sinh. *Lão giáo (Taoism*) hay *Đạo giáo (Daoism*) chú trọng vào triết lý sống tự nhiên của nhân sinh. *Tôn giáo dân gian (Folk religion)* là những tín ngưỡng của dân gian bao gồm rất nhiều chuyện thần thoại, rất nhiều mê tín, tin vào chiêm tinh học/ bói toán, huyền bí, tin vào y học dân gian...Phật giáo đã cùng chịu ảnh hưởng của các triết học Nho giáo, Lão giáo và Tín ngưỡng dân gian, và ngược lại, để phát triển thành một Phật giáo Trung Hoa có nhiều điểm khác biệt với Phật giáo Ấn độ. **Thiền tông** là sự phát triển độc đáo của Phật giáo Trung Hoa.

III.- Kết Luận:

Chúng tôi xin kết luận và xác định lại đề nghị dùng các tiếng (words) trong lịch sử Phật giáo Ấn độ như sau:

-Phật giáo nguyên thủy (the Original Buddhism) là giai đoạn Phật giáo kể từ lúc Đức Phật lịch sử còn sanh tiền đến thời điểm khoảng 100 năm sau ngày Đức Phật lịch sử nhập diệt tức là bước đầu của thời kỳ Phật giáo Đại chia rẽ (the great Schism).

-Theravada (Thượng Tọa Bộ, [trong tiếng Pali thì *thera*= bậc trưởng lão/trưởng thượng, Anh. elders; *vada*= học thuyết, doctrine] Anh. the Doctrine of the Elders / the School of the Elder Monks/ the Sect of the Elders) là **một trong hai bộ phái** sơ khởi trong thời kỳ bắt đầu phân chia các bộ phái. **Theravada/Thượng Tọa Bộ là một bộ phái còn tồn tại đến ngày nay.**

-Phật giáo Phát triển (the Developmental Buddhism) hay **Tân Phật giáo** (the Neo-Buddhism) thay tiếng Mahayana (Đại thừa). Mahayana chỉ phong trào Phật giáo toàn diện (a pan-Buddhist movement) với một định hướng sơ khởi (the initial direction) là canh tân tư tưởng triết học Phật giáo.

Phật giáo như một cây cổ thụ, gồm có 3 phần: gốc rễ, thân cây và tàn cây với cành lá cây sum sê bao phủ:-phần gốc rễ là *Phật giáo Nguyên Thủy*, phần thân cây là *Theravada/ Thượng Tọa Bộ*, phần cành lá sum sê là *Phật giáo Phát triển.*

Cây cổ thụ được hiện hữu là nhờ gốc rễ để lấy nhựa sống nuôi cây, thân cây nhờ đó mà có sức sống, thân cây nhờ có cành lá sum sê để "*diệp lục hóa*" ánh sáng mặt trời mà nuôi dưỡng toàn cây cổ thụ. Phần gốc rễ và thân cây giúp cây đứng vững vàng, hiện hữu thì phần cành lá sum sê xanh tốt biểu dương sức sống mãnh liệt của cây cổ thụ. Tàng cây che bóng mát cho người lữ hành dừng chân tịnh dưỡng, lấy lại sức sống sau một khoảng đường dài đầy mệt mỏi dưới ánh nắng oi bức của buổi trưa hè. Phật giáo cũng vậy, cả 3 phần: Phật giáo Nguyên thủy, Thượng Tọa bộ/ Theravada và Phật giáo Phát triển đã kết hợp lại thành một dòng sinh mệnh của Phật giáo, chúng ta không thể tách rời ra. Cuộc đời con người nương tựa vào tư tưởng triết học Phật giáo để tìm sự bình an, giải thoát trước những khổ đau của cuộc đời.

Toronto, 14 September 2016

Nguyễn Vĩnh Thượng

Tài liệu tham khảo chính yếu:

- Chan Khoon San & Kare A. Lie, *No Hinayana in Buddhism*, Taman Petaling (Malaysia): Bro. Chan Khoon San, 2011

- Dominique Trotignon, *To finish with the "Small Vehicle"*, translated from the letter dated Oct. 2008: "Pour en finir avec le "Petit Vehicule", Paris, France. Source: http://www.bouddhisme-universite.org/Dossier_Le-petit-vehicule

- Edward Conze, *Buddhism: Its Essence and Development,* New York: Harper & Brothers Publisher, 1959. (Originally published by Bruno Cassiner Limited, Oxford, 1951).

- Gombrich, Richard F., *Theravada Buddhism*, London: Routledge , 1988

-Hirakawa Akia, *A History of Indian Buddhism from Sakyamuni to Early Mahayana,* translated and edited by Paul Groner, Hawai: University of Hawai Press, 1990

- Kare A. Lie, *The myth of Hinayana*, this article was re-published in the book "*No Hinayana in Buddhism*" of Chan Khoon San and Kare A. Lie, 2011

- *Mahayana, Hinayana, Theravada*, excerpts from Kare A. Lie & Ricardo Sasaki posted by Binh Anson, website Buddha Sasana, November 1996

- Thích Thanh Kiểm, *Lược sử Phật giáo Ấn độ*, Sài Gòn: Lê Thanh thư xã, 1963

- Walpola Rahula, *Theravada-Mahayana Buddhism*, from "*Gems of Buddhist Wisdom*", Kuala Lumpur, Malaysia: Buddhist Missionary Society, 1996

-Williams, Paul, *Mahayana Buddhism*, London: Routledge, 1989

Chương 25

Biểu nhất lãm Tam Tạng Kinh điển Phật giáo

Bài viết này [*"Biểu nhất lãm Tam Tạng Kinh Điển Phật giáo" (An Overview of the Buddhist Tripataka)*] nhằm cung cấp một cái nhìn duyệt qua kho tàng Kinh điển Phật giáo từ ngày Đức Phật Thích-ca Mâu-ni [khoảng 560 – 480 trước Công Nguyên (tr. CN)] còn tại thế cho đến ngày nay. Đạo Phật đã có một lịch sử trên 2.500 năm. Trong bài này, tôi sẽ trình bày:

I.- Dẫn nhập.
II.- Định nghĩa: Tam tạng kinh điển Phật giáo.
III.- Nội dung Tam tạng kinh điển trong thời kỳ Phật giáo Nguyên thủy và Phật giáo Bộ phái.
IV.- Các Kinh và Luận chính yếu trong thời kỳ Phật giáo phát triển.
V.- Phât giáo Ấn độ gặp đại nạn.
VI.- Kết luận.

I.-Dẫn nhập:

A.-Truyền thống truyền khẩu trong các xã hội từ xa xưa cho đến ngày nay:

Truyền thống truyền khẩu (the oral tradition) đã phát sinh và phát triển ở trong tất cả các xã hội sơ khai từ thời xa xưa cho đến ngày nay. Ông Bà trong lúc săn sóc các cháu nội ngoại và chơi giỡn với chúng thường kể lại các câu chuyện về đời sống của họ, những truyền thống về nghi lễ, về các lễ hội, về các buổi hội chợ...Các con cháu lại tiếp tục kể lại các câu chuyện mà chúng đã nghe được lại cho thế hệ sau nó, và cứ như thế mà câu chuyện được truyền từ thế hệ này xuống thế hệ khác. Trong khi kể chuyện, người kể chuyện có thể thêu dệt thêm các tình tiết để hấp dẫn người nghe tùy theo trình độ hiểu biết và nghệ thuật của người kể chuyện. Như vậy Ông Bà đã dùng lối dạy truyền khẩu (oral teaching) để truyền đệ những kiến thức, những thông tin từ Ông Bà của họ ở trong thời quá khứ, những tập tục truyền thống của họ. Ông Bà là gạch nối giữa quá khứ với hiện tại, và đóng vai trò trung tâm trong việc xã hội hóa con cháu mình với văn hóa dân tộc. Nói tổng quát, văn chương truyền khẩu được truyền từ miệng người này sang miệng người khác từ thời xã hội sơ khai cho đến ngày nay, nội dung của văn chương truyền khẩu gồm có những kinh văn về nghi thức hành lễ, những bài đọc tụng để chữa bệnh, các thiên anh hùng ca, những bản nhạc cho nam hoặc nữ, câu chuyện dân gian với ý nghĩa ẩn dụ, các câu chuyện mới sáng tạo, các bài vè, các bài ca, các huyền thoại, tục ngữ, ca dao, những lời nói, các trò chơi chữ, các bài ám đọc, các câu chuyện kể về lịch sử. Tác giả của văn chương truyền khẩu là những nhân vật ở trong đại chúng: những người bình thường, những người bình dân.

Trên phương diện tôn giáo, *truyền thống truyền khẩu* (the oral tradition), dựa vào trí nhớ và sự đọc tụng các kinh văn dài, có một nguồn gốc đặc biệt trong nền văn minh Ấn độ cổ đại. Từ thời tiền sử, văn minh lưu vực sông Indus hay Harappan (Indus Valley or Harappan) đã là một nền văn minh chính của Ấn độ, văn minh này đã ngự trị trong khoảng 3300 đến 1300 trước Công Nguyên (before Common Era). Rồi đến sự xâm lăng Ấn độ của dân Aryan trong khoảng 1800 – 1500 tr. CN, thường được gọi là văn minh Vệ-đà (Vedic Civilization) hay thời đại đồ đá (Iron Age Civilization). Trong thời đại này, dân tộc chiến thắng Aryan đã sáng tác Thánh Kinh và các bài giảng Áo-nghĩa-thư (Upanishads), tiếp nối là Tế nghi thư (Brahmana) vào khoảng 1000 – 800 tr. CN… đều truyền đệ bằng miệng từ thế hệ này xuống thế hệ sau trước khi được chép lại bằng chữ viết, đã tạo nên cái nôi của truyền thống truyền khẩu. Theo các nhà nghiên cứu về ngôn ngữ Ấn độ (Indic language), vào khoảng năm 1500 trước Công Nguyên thì Ấn độ đã có chữ viết rồi.Các nhà xã hội học đã giải thích truyền thống truyền khẩu này là do hệ thống đẳng cấp (caste system) trong xã hội Ấn độ cổ đại:

"Dân tộc chiến thắng Aryan, người Aryan xâm chiếm Ấn độ trong khoảng 1800 – 1500 trước Công Nguyên, đã đặt ra 4 đẳng cấp trong xã hội Ấn độ ngày xưa, họ thuộc vào 3 đẳng cấp trên, còn dân tộc chiến bại Dravidian và cư dân bản xứ khác thì thuộc đẳng cấp ở dưới. Người Bà-la-môn (Brahman) là hạng người chuyên môn có khả năng điều động các thần: hô phong hoán vũ, nhờ những ma thuật riêng đi kèm với những nghi thức cúng tế. Người Bà la môn đã trở nên đẳng cấp thứ nhất trong 4 đẳng cấp của xã hội Ấn độ ngày xưa:

1.Brahmana: Bà-la-môn, giáo sĩ
2.Ksatriyas: vua chúa, hoàng tộc, võ sĩ.
3.Vaicyas: thương gia, lái buôn
4.Cudras: nô lệ, nô bộc.

Có nhiều người ở ngoài 4 đẳng cấp trên là đẳng cấp Parias; ở cấp bực thấp nhất là Candalas là những người được sinh ra từ bà mẹ thuộc đẳng cấp Brahmana và cha thuộc đẳng cấp Cudras.

Có sự phân biệt giữa tiếng đẳng cấp và giai cấp: hệ thống đẳng cấp (caste system) là tầng lớp xã hội có tánh cách cha truyền con nối, còn hệ thống giai cấp (class system) là tầng lớp xã hội có thể thay đổi dựa theo tình trạng kinh tế, mức độ thu nhập của lợi tức, nghề nghiệp .

[...]

***Braman** là giáo sĩ Bà la môn , một chức sắc tối cao trong hàng giáo phẩm, vị nầy có pháp thuật cao siêu , tinh thông bùa chú nên có thể sai khiến thần linh, có thể sai khiến* "cái uy quyền tối cao"*, uy quyền tối cao nầy chi phối tất cả năng lực của tạo hóa.*

Các giáo sĩ Brahman tự coi mình là những bậc siêu nhiên. Họ tự coi mình là người tinh thông pháp thuật, bùa chú cao cường, nên những quyền lực siêu nhiên của họ chẳng những cảm thông được với các vị thần mà họ còn sai khiến các vị thần nữa. Họ tự cho mình là những "thần nhân" (Anh, God-Men; Pháp, Hommes-dieux)

Trong xã hội Ấn độ thời ấy, có 4 đẳng cấp, giáo sĩ Brahman nhờ thông hiểu cách thức cúng lễ tế nên đã trở nên đẳng cấp thứ nhất của xã hội.

Theo Thánh kinh Bramana, trong nghi thức cúng tế cần phải có lễ vật và các dụng cụ để hành lễ. Lễ vật và các dụng cụ hành lễ cũng có sức mầu nhiệm để chuyển đổi ý muốn và hành động của thần linh. "Lễ" là môi giới giữa tiểu vũ trụ, nội giới tiểu ngã (Atman) với đại vũ trụ, ngoại giới đại ngã (Brahman, Việt-Hán: Phạm Thiên).

(Nguyễn Vĩnh Thượng, *Tư tưởng triết học, tôn giáo Ấn độ có trước khi Đức Phật Thích-ca ra đời*)

Các giáo sĩ Bà-la-môn muốn giành độc quyền cho đẳng cấp thứ nhất của mình nên họ truyền đệ bằng truyền khẩu vì họ sợ khi viết lên thì các đẳng cấp khác đọc được nên tính bí truyền bị mất, và địa vị xã hội của họ có thể bị lung lay.

B.-Các hội nghị kết tập Kinh điển Phật giáo:

Như vậy truyền thống truyền khẩu đã có trong Bà-la-môn giáo Ấn độ cổ xưa trước thời đại của Đức Phật Thích-ca. Trong 45 năm thuyết pháp, Đức Phật Thích ca đã không để lại một chữ viết nào. Sau khi Đức Phật nhập niết bàn (khoảng năm 483 trước CN) khoảng 3 tháng thì Trưởng lão Mahakassapa (Hán Việt, Ma-ha-ca-diếp) là vị đệ tử tối cao của Đức Phật đã tuyển chọn 500 vị Arahants (A-la-hán) họp **Hội nghị Kết tập Kinh điển lần thứ nhất** nhằm gom góp lại các lời giáo huấn của Đức Phật bằng phương pháp truyền khẩu. Các Ngài đã gom góp và đúc kết thành hai tạng: **Luật tạng** và **Kinh tạng** theo phương pháp truyền khẩu. Khoảng 100 năm sau đó, tức khoảng năm 583 trước CN, thì có **Hội nghị Kết tập Kinh điển lần thứ hai**, các vị Trưởng lão, các Đại sư cũng đã gom góp thêm cho Luật tạng và Kinh tạng; trong kỳ Hội nghị này có nhiều bất đồng giữa các vị Tăng Ni bảo thủ và cấp tiến về giới luật và về lý tưởng nên đi đến chỗ đại phân ly (great schism) Phật giáo Nguyên thuỷ thành nhiều bộ phái, có hai tông phái chính là Thượng Tọa Bộ và Đại Chúng Bộ. Vào khoảng năm 247 trước CN, Đại đế Asoka đã thỉnh cầu Trưởng lão Moggalliputta Tissa triệu tập **Hội nghị kết tập Kinh điển lần thứ ba**, trong lần này Hội nghị đã duyệt lại hai tạng đã có và gom góp thêm một tạng mới là **Luận tạng**, như vậy Kỳ Kết tập Kinh điển này đúc kết được: **Luật tạng, Kinh tạng và Luận tạng** cũng theo phương pháp truyền khẩu. Đại đế Asoka đã phái các vị Đại Tăng Ni sang nước Sri Lanka để truyền bá Đạo Phật.

Trong 3 kỳ Hội nghị Kết tập Kinh điển này, các vị Trưởng lão và Đại sư đã theo cách "***ghi nhớ Tam tạng Kinh điển ở trong đầu***" (committing the Tipitaka to memory).

Vào khoảng thế kỷ thứ 1 trước CN, Vua Vattagamani, ở xứ Sri Lanka, đã hỗ trợ cho **Hội nghị Kết tập Kinh điển lần thứ tư**. Ở Ấn độ, Đại đế Kaniska đã hết lòng hỗ trợ **Hội nghị Kết tập Kinh điển lần thứ tư** vào khoảng thế kỷ thứ 1 CN. Cả hai Hội nghị kết tập kinh điển lần thứ tư đều duyệt xét, gom góp và bổ sung ba tạng: *Kinh tạng, Luật tạng, Luận tạng*. Kể từ đây, các Trưởng lão và Đại sư đã thay đổi phương cách "***ghi chép Tam tạng kinh điển bằng chữ viết***" (committing the Tripitaka to writing). Các kinh Phật được viết trên *lá bối* (palm leaf, ola leaf; tiếng Sanskrit là pattra = *cây bối, một loại cây cọ*), *vỏ cây phong* (birch bark, maple bark), và *da rất mỏng làm thành giấy* (vellum); phần lớn là dùng lá bối; ở Trung hoa thì dùng các thẻ tre xanh.

Kinh lá bối

Cây bối

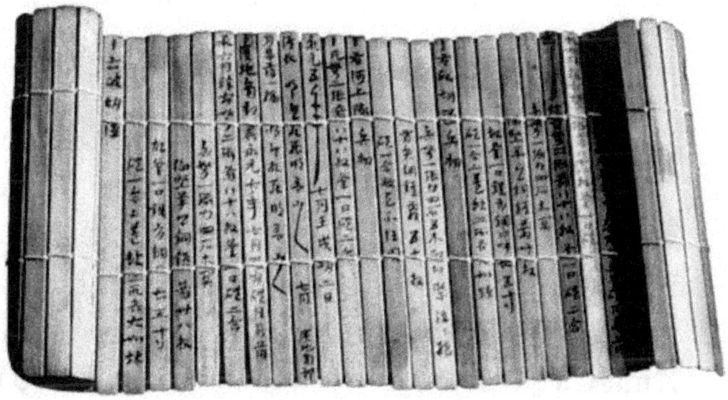

Bát nhã ba la mật đa tâm kinh

Các **Hội nghị Kết tập kinh điển lần thứ năm,** vào năm 1871 được Vua Miến-điện Mindon hổ trợ; và **Hội nghị kết tập kinh điển lần thứ sáu**, vào ngày 17 tháng 5 năm 1954 cũng được Chính phủ Miến-điện đương thời hỗ trợ, có đại diện phái Thượng Tọa Bộ của các nước tham dự như: Thái-lan, Campuchia, Lào, Việt Nam, Sri Lanka, Ấn-độ, Népal.

Các nhà nghiên cứu lịch sử các tôn giáo đã tin rằng các tôn giáo khác với Phật giáo cũng đã dựa vào truyền thống truyền khẩu: Zoroaster/ Zarathustra, giáo chủ của Hỏa giáo (Zoroastrianism) - Đạo thờ lửa, cũng không để lại một kinh văn viết nào, các tín đồ Hỏa giáo cũng đã dựa vào truyền thống truyền khẩu. Thời điểm phát sinh tôn giáo này không có gì chắc chắn, nhưng các nhà sử học đoán phỏng rằng nhà tiên tri Zoroaster sống vào khoảng thế kỷ thứ 6 trước CN, Hỏa giáo phát sinh ở xứ cổ Iran (Ba-tư). Hỏa giáo không những đã ảnh hưởng Do thái giáo (Judaism), Cơ-đốc giáo (Christianity) và Hồi giáo

(Islam), mà có lẽ còn ảnh hưởng đến Ấn độ giáo (Hinduism) và Phật giáo (Buddhism) nữa.

Cũng tương tự như Đức Phật Thích ca, Đức Chúa Jesus Christ và các Sứ đồ (Apostles) của Ngài cũng đã dựa vào truyền thống truyền khẩu, do đó Ngài đã không để lại một bài viết nào trong lịch sử của nhân loại. Điều này không có nghĩa là Đức Phật và Đức Chúa không biết đọc và biết viết. Các sách Phúc Âm (Gospels) đã được nhiều vị Sứ đồ viết ra vào khoảng từ năm 45 Công Nguyên (Common Era) tới năm 140 Công Nguyên, tức là sau khi Đức Chúa Jesus Christ đã qua đời. Các sách Phúc Âm ghi lại các giáo lý của Đức Chúa Jesus, của các Sứ đồ của Ngài, cuộc đời của Đức Chúa Jesus Christ. Bộ sách này gồm có 4 cuốn sách đầu tiên và quan trọng nhất trong **Kinh Thánh Tân Ước** (New Testament):

1. Phúc Âm Mát-thêu (Matthew)
2. Phúc Âm Mác-cô (Mark)
3. Phúc Âm Lu-ca (Luke)
4. Phúc Âm Gio-an (John)

Toàn bộ Kinh Thánh (Bible) của Cơ-đốc giáo (Christianity) còn có phần đầu là **Thánh Kinh Cựu Ước** (Old Testament). Cựu Ước là quyển kinh có nội dung gồm các bài được tuyển chọn từ một phần lớn trong *Kinh Tanakh* của Do thái giáo (Judaism). Cựu ước được sắp xếp thành các phần khác nhau như: luật pháp, lịch sử, thi ca và tiên tri. Kinh Cựu Ước được viết vào thời điểm trước khi Đức Chúa Jesus Christ ra đời, Kinh này được viết vào khoảng từ năm 1.000 trước CN đến năm 100 trước CN.

II.-Định nghĩa: Tam tạng Kinh điển Phật giáo

Tripitaka, tiếng Sanskrit, và *Tipitaka,* tiếng Pali, theo lối chiết tự thì có:

Tripitaka = Tri + Pitaka.

Tri = số 3 (Hán Việt. 三 tam, Anh. three)

Pitaka = cái giỏ (Anh. Basket), có thể hiểu là cái hộp (Anh. Box). Người Trung Hoa dịch là *tạng* 藏, có nghĩa là kho chứa đồ vật.

Tripitaka được dịch ra tiếng Hán Việt là *Tam Tạng* 三藏 (Anh. Three Baskets) được hiểu là 3 kho chứa sách. Tam tạng kinh điển Phật giáo (Buddhist Tripitaka, Three Baskets in Buddhism) gồm có 3 kho chứa sách là:

1.**Kinh tạng** (經 藏 , Srt. *Sūtra-piṭaka*, Pa. *Sutta-piṭaka*, Anh. Basket of Discourses) có nghĩa là kho chứa đựng tất cả các bài thuyết giảng của Đức Phật Thích ca, và các bài thuyết giảng của các học trò thân cận với Ngài.

Sutra, tiếng Sanskrit, và Sutta, tiếng Pali, có nghĩa là sợi dây, sợi tơ (Anh. string, thread); có nghĩa bóng là lời giảng (Anh. discourse). Trong Phật giáo, Sutra / Sutta để chỉ hầu hết các kinh sách ghi lại tất cả các bài thuyết giảng của Đức Phật Thích ca, và các bài thuyết giảng của các học trò thân cận với Ngài như vừa trình bày. Người Trung Hoa dịch chữ Sutra là Kinh 經. Kinh có nghĩa là đường sợi dọc, tức là đường canh của tấm vải. Trong bản đồ, đường kéo dài từ Nam tới Bắc gọi là kinh tuyến, đường kéo dài từ Đông sang Tây gọi là vĩ tuyến. *Kinh* thường để chỉ những cuốn sách được tôn kính trong văn chương tôn giáo, ví dụ như trong Nho giáo có 5 cuốn Kinh là: Kinh Thi, Kinh Thư, Kinh Lễ, Kinh Dịch và Kinh Xuân Thu; trong Lão giáo có Đạo Đức Kinh. Đôi khi các sách viết chuyện lặt vặt, chuyện bình thường cũng gọi là Kinh, ví dụ Ngưu Kinh (牛 經) là sách xem tướng con trâu và cách chữa bệnh cho trâu, Mã Kinh (馬 經) là sách xem tướng ngựa và chữa bệnh cho ngựa.

2.**Luật tạng** (律 藏 ; Srt., Pa. V*inaya-piṭaka*, Anh. Basket of Discipline): Kho chứa sách đựng các giới luật do Đức Phật Thích ca đặt ra để áp dụng hằng ngày cho Tng đoàn (Srt., Pa. Sangha) gồm có các vị xuất gia như Tăng hay Tỳ-Kheo (Bhikkhus, Anh. Monks), Ni hay Tỳ kheo Ni (Bikkhunis, Anh. Nuns); và các Phật tử (lay follwers) ở ngoài đời.

Ví dụ như Tăng hay Tỳ Kheo có 250 giới, Ni hay Tỳ Kheo Ni có 348 giới.

Người Phật tử hay người cư sĩ có 5 giới hay **5 điều cấm** (Srt. Pañcaśīlāni, Pa. pañcasīlāni, The **Five Precepts**) là: 1. Không sát sanh (no killing), 2. Không trộm cắp (no stealing), 3. Không tà dâm (non sexual misconduct), 4.Không được nói dối, nói xấu, chửi rủa, dùng lời hoa mỹ để mê hoặc người khác (non incorrect speech), 5. Không được uống rượu say sưa (refraining from intoxicants).

Người Phật tử, Cư sĩ còn có thể tự nguyện thọ *Bát Quan Trai* tức là giữ gìn 8 điều cấm để thân tâm được thanh tịnh trong vòng 24 giờ đồng hồ bằng cách sống ở trong chùa, nơi thanh tịnh, gần với bậc xuất gia để tập cho quen đời sống thanh tịnh. Bát= 8, *quan*= cửa ải; *bát quan*= 8 cái cửa ải (8 điều cấm để giúp ngăn chặn các điều bất thiện); *trai* = có nghĩa là khi đã qua giờ ngọ (12 giờ trưa) thì không được ăn nữa. Tám điều cấm:

1.Không sát sinh.
2. Không trộm cướp.
3. Không dâm dục.
4. Không nói dối.
5. Không uống rượu.
6. Không trang điểm, dầu thơm, múa hát và xem múa hát.
7. Không nằm ngồi giường cao rộng đẹp.
8. Không ăn quá giờ ngọ.

Có điểm khác giữa 5 giới với 8 giới ở chỗ "*không tà dâm*" trở thành "*không dâm dục*" có nghĩa là Cư sĩ trong ngày thọ giới *Bát quan trai* thì không được giải quyết sinh lý dù là với vợ hay chồng.

3. **Luận tạng** (**論 藏**, Srt. A*bhidharma-piṭaka*, Pa. A*bhidhamma-piṭaka*, Anh. Basket of Ultimate Things):

Abhi có nghĩa là cao hơn, **Dharma** (Pa.dhamma) có nghĩa là pháp.

Abhidharma (phiên âm Hán Việt là **阿 毗 達 磨** A-tỳ-đạt ma, Anh. higher dharma) có mục đích tập hợp các ý nghĩa của lời Phật dạy rồi đem phân loại, định nghĩa, giải thích và phân tích. Abhidharma được nhiều tông phái, nhiều luận sư quảng diễn lập trường của bộ phái mình hoặc của chính vị luận sư ấy.
Abhidharma là một thuật ngữ của Phật giáo, và đã được các đại sư giảng nghĩa khác nhau:

Ngài Buddhagosa (Hán-Việt. Phật Âm) định nghĩa Abhidharma là "**勝法**, *thắng pháp*". Trong sách chú thích Digha Nikaya thì giải thích: Abhidharma là hữu pháp, tăng tịnh, đặc thù, tôn trọng, tối thượng.

Abhidharma có nghĩa là "**對 法**,*đối pháp*", tức là giải thích giáo pháp của Đức Phật, mà còn có nghĩa là "*đối lý pháp*" tức là nghiên cứu lý pháp, văn tự.
Theo các nhà cựu dịch Trung Hoa thì Abhidharma là "**無比法**,*Vô tỷ pháp*" tức là pháp ở nghĩa cao tột, không có cái gì so sánh được, vì nó vượt (*abhi*) trên các Pháp (*dharma*); có nơi dịch là "**微 妙 法**, ***Vi diệu pháp***", vi diệu có nghĩa là tinh tế và nhiệm mầu, vi= nhỏ, diệu= nhiệm mầu; có khi dịch là Thắng pháp (**勝 法**); vắn tắt Abhidharma dịch là ***Luận*** (**論**).

Do đó người Trung Hoa dịch *Abhidharma Pitaka* là *Luận tạng/ Vi diệu pháp tạng/ Thắng pháp tạng*. Luận tạng là kho chứa sách thứ ba trong Tam tạng, đã được Hội đồng Kết tập Kinh điển lần thứ 3 kết hợp lại vào khoảng thế kỷ thứ 3 trước CN.

Abhidharma gồm có các đặc điểm: về nội dung thì có ý nghĩa trên hết, thù thắng, còn về phương pháp luận thì tường tận, khúc chiết, rõ ràng.
Các bộ Abhidharma lúc đầu đều căn cứ vào Kinh tạng và Luật tạng, nhưng càng về sau càng luận bàn về vũ trụ quan, nhân sinh quan, tâm lý học. Abhidharma giải thích những điều mà Kinh tạng không giải thích nên Abhidharma đã có một ý nghĩa độc lập với Kinh tạng và Luận tạng; và đã phát huy nền tảng cho triết học Phật giáo sau này. Bởi vậy cho nên các bộ Abhidharma sau này đi đến giai đoạn tiến triển thì lại chi phối Kinh tạng nữa tức là khi giải thích ý nghĩa Kinh điển thì lại lấy *lý pháp* làm tiêu chuẩn ưu tiên, còn văn tự chỉ là thứ yếu. Nếu kinh nào không đúng với *lý pháp* thì cho đó là "*Kinh bất liễu nghĩa*" /tức là nghĩa chưa trọn vẹn, chưa hết nghĩa, Kinh này không thể dùng được.

Theo các nhà nghiên cứu tôn giáo tỷ giảo thì Abhidharma của Phật giáo có thể tương đương với thần học trong Cơ-đốc giáo, còn Kinh tạng và Luật tạng tương đương với sách Phúc Âm. Thần học đã phát nguyên từ Thánh Kinh nhưng đến giai đoạn tiến bộ thì thần học trở lại chi phối ý nghĩa, văn tự trong Thánh Kinh.

Abhidhamma đã có công đóng góp cho tư tưởng triết học Phật giáo trở thành một nền triết học siêu việt. Trong thời kỳ Phật giáo Phát triển, bộ luận A*bhidharmakośa-śāstra (Hán-Việt.A-tì-đạt-ma-câu-xá luận,* 阿毗達磨俱舍論), là bộ luận quan trọng nhất đã được Thế Thân (Sa. V*asubandhu*) soạn vào thế kỷ thứ 5 sau CN tại Kashmir. Đây là một bộ luận làm nền tảng cho tất cả các trường phái tư tưởng triết học Phật giáo, *kosa* (phiên âm Hán-Việt. câu-xá) nghĩa là tạng, cái kho chứa đựng, *sastra* nghĩa là luận, luận thư.

Quý vị có thể đọc thêm quyển "*Tư Tưởng A-tỳ-đạt-ma-câu-xá Luận*" của Cố Hoà Thượng Thích Mãn Giác, cựu GS TS môn Triết học Phật giáo tại Viện Cao đẳng Phật học Saigon, Đại học Vạn Hạnh và Đại học Văn khoa Saigon. Đây là quyển sách giáo khoa cho sinh viên Chứng chỉ Triết học Ấn độ ở Đại học Văn khoa Saigon trước 1975. Sách này được tái bản bởi Trung tâm Văn hóa Phật giáo ở Los Angeles, Hoa Kỳ, năm 1995.

III. Nội dung Tam tạng Kinh điển

Nội dung Tam tạng Kinh điển Phật giáo (Contents of the Buddhist Tripitaka/ Three Baskets) trong thời kỳ Phật giáo nguyên thủy và Phật giáo Bộ phái:

A. Kinh tạng (經藏, Sa. *Sūtra piṭaka*, Pa. *Sutta-piṭaka,* Anh. Basket of Discourses): gồm có 5 tuyển tập Kinh Thượng Tọa Bộ (Theravada) gọi là 5 Nikayas. *Nikaya,* tiếng Pali, có nghĩa là một bộ (Anh. Volume), được dùng đồng nghĩa với tiếng Sanskrit là *Agama* (Hán-Việt phiên âm: A-hàm) có nghĩa là một tập hợp, một góp nhặt. Cả hai tiếng Pali và Sanskrit dùng để chỉ những Kinh văn của Kinh tạng.

A.1.- Bộ Kinh điển tiếng Pali:

1.*Trường Bộ Kinh* (Digha Nikaya, Anh. Collection of Long Discourses): gồm 34 bài thuyết giảng dùng để giảng dạy các học trò và Tăng Ni.

2.*Trung Bộ Kinh* (Majjhima Nikaya, Anh. Collection of Middle-length Discourses): gồm 152 bài thuyết giảng: viết về thời Đức Phật lịch sử tu khổ hạnh, lời dạy của Ngài, hành trình đi tới giác ngộ của Ngài.

3.*Tương Ưng Bộ Kinh* (Samyutta Nikaya, Anh. Collection of Kindred Sayings): gồm những bộ kinh được chia ra 5 nhóm theo những đề tài khác nhau.

4.*Tăng Chi Bộ Kinh* (Anguttara Nikaya, Anh. Collection of Discourses from Gradual Sayings): gồm 9.557 bài kinh ngắn, được chia ra thành 11 phần khác nhau: bắt đầu bằng những bài Kinh có 1 đề tài trong phần 1, tiếp theo là những bài Kinh có 2 đề tài trong phần 2, và cứ như thế tiến dần đến phần 11.

Người Trung Hoa dịch chữ Anguttara là Tăng chi có nghĩa là tăng lên từng cái một theo từng phần một.

5.*Tiểu Bộ Kinh* (Khuddaka Nikaya, Anh. Collection of Short Discourses): là một tuyển tập gồm các bài Kinh ngắn, có tới 15 quyển:

1. Kinh Tiểu Bộ Tập, Tiểu Tụng (Khuddaka Patha, Anh. Shorter Texts)
2. Kinh Pháp Cú (Dhammapada, Anh.The Way of Truth)
3. Kinh Phật Tự Thuyết (Udana, Anh.Paeans of Joy / Exclamations)
4. Kinh Phật Thuyết Như Vậy (Itivuttaka, Anh."Thus said" Discourses)
5. Kinh Tập (Sutta Nipata, Anh.Collected Discourses)
6. Chuyện Thiên Cung (Vimana Vatthu, Anh.Stories of Celestial Mansions)
7. Chuyện Ngạ Quỷ (Peta Vatthu, Anh.Stories of Peta)
8. Trưởng Lão Tăng Kệ (Theragatha, Anh. Psalms of the Brethren)
9. Trưởng Lão Ni Kệ (Therigatha, Anh. Psalms of the Sisters)
10. Chuyện Bổn Sanh Của Bồ-Tát (Jataka, Anh. Birth Stories of the Bodhisatta)
11. Giải Thích Nghĩa (Niddesa, Anh. Expositions)
12. Vô Ngại Giải Đạo / Kiến Thức Phân Tích (Patisambhida, Anh. Book Analytical Knowledge)
13. Thí Dụ / Cuộc Đời Của Những *A-la-hán* (Apadana, Anh. Lives of Arahants)
14. Lịch Sử Đức Phật (Buddhavamsa, Anh. History of the Buddha)
15. Giới Hạnh Tạng (Cariya Pitaka, Anh. Modes of Conduct).

A.-1bis.-Vài ý kiến của các nhà Phật học Tây phương về Bộ Kinh Nikaya tiếng Pali:

Các nhà nghiên cứu Phật học (Buddhologist) đã nhận xét rằng trong số lượng đồ sộ của các bài thuyết pháp và Kinh điển thì phần lớn do Đức Phật lịch sử thuyết giảng, nhưng cũng có rất nhiều bài kinh văn không phải do chính Đức Phật nói ra. Nói khác đi, các bài kinh đó không phát ra từ cửa miệng của Đức Phật (not from Buddha’s mouth).

- *"Thật sự có thể không có điều nào nói trong Kinh điển Pali đã được chính Đức Phật lịch sử (khoảng 654 tr. CN – 544 tr. CN) nói ra từ cửa miệng của Ngài. Bởi vì không có lời nào được viết ra cho tới khi Ngài qua đời khá lâu.(Ngài qua đời khoảng năm 544 tr. CN, Hội nghị Kết tập Kinh điển lần thứ tư vào khoảng thế kỷ thứ 1 trước CN mới được các Đại sư ghi chép bằng chữ viết). Ngay cả nếu Kinh điển được viết sớm hơn thì Kinh điển vẫn không có nghĩa là do Siddharta Gautama nói bất cứ điều gì ở trong Kinh. Rất có thể hầu hết Kinh điển Pali là một số phiên bản những gì Ngài đã nói. Những chủ đề chung của lời Phật dạy đã được nắm bắt, nhưng không phải từ những lời đúng thực sự với các lời trong thông điệp của Ngài. Có quá nhiều phương ngữ, nhiều bản dịch khác nhau của các phương ngữ khác nhau, những sự cân nhắc theo ngữ cảnh, những lỗi ghi chép và ảnh hưởng (v.v...) để đối phó với Kinh Pali hiện tại vượt qua các lỗi lầm."*

(Pearce, 03 Aug. 2014, Nguồn: Internet)

[It is truly possible that none of the Pali Canon was said by Gautama, as none of it was written down until well after his death. Even if it was written down sooner, still it doesn't mean Gautama said any of it. Most likely the Pali Canon is some version of what he said. The general theme of his teachings are captured but not the actual word for word message. There are just too many dialect, dialect translations, contextual considerations, scribe errors and influences, etcetera (etc…) to deal with for the current Pali Canon to be free from error.]

(Pearce, 03 Aug. 2014, Source: Internet)

- *[John Holder đã nói: "Phật giáo không phát xuất từ chỗ trống không. Các giáo lý của Đức Phật được Ngài thiết lập nên để đáp ứng với những điều kiện xã hội và trí tuệ của Ấn-độ cổ xưa. Các văn bản của Kinh điển Pali như chúng còn tồn tại đến ngày nay, cho thấy một bằng chứng rõ ràng về sự phát triển theo thời gian. Thông thường trong một bài thuyết pháp có những đoạn chắc chắn được xây dựng vào những thời điểm khác nhau; và có một số được chép lại một cách rõ ràng bằng sự thêm vào (interpolating) các tư liệu được mượn từ những nguồn khác."]*

(Nguồn, Aug. 2014, Internet)

[John Holder said: " Buddhism did not arise in a vacuum. The teachings were formulated in response to social and intellectual conditions of ancient India" And "The text of the Pali Canon, as they exist today, show clear evidence of having developed over time. Often in a single discourse there are passages that almost certainly were constructed at different times, and some passages were very obvious assembled by interpolating material borrowed from other sources."]

(Source: Aug. 2014, Internet)

- *[Bodhipaksa đã nói: " Chúng ta không bao giờ có thể nói chắc chắn những gì mà Đức Phật thực sự nói ra, và rằng chúng ta phải lấy tất cả các lời dạy của Ngài từ các kinh điển được viết ra hàng trăm năm sau đó, và chúng ta biết rằng các kinh điển được vận dụng theo một định hướng được các Đại sư chỉ đạo"].*

[Bodhipaksa said: " We can never be certain of what the Buddha actually said, and that all we have to go on scriptures written down several hundred years later, and which we know were manipulated."]

(Source: Aug. 2014, Internet]

A.-2.-Bộ kinh A-hàm tiếng Sanskrit (the Sanskrit Cannon's Agamas)

Có thể so sánh với **Bộ Kinh Nikaya** tiếng Pali (the Pali Canon' s Nikayas): có nhiều chỗ tương ứng với nhau. Kinh tạng tiếng Sanskrit đã bị thất lạc một phần nên không đầy đủ bằng Kinh tạng tiếng Pali của Thượng Tọa Bộ (Theravada) hay Phật giáo Nam truyền. Tuy nhiên các bản Kinh tiếng Sanskrit của Phật giáo Bắc truyền đã được dịch ra tiếng Hán, gồm có 4 bộ chính sau đây:

1.*Trường A-hàm* Kinh (長阿含經, Dirgha Agama, Anh. Collection of Long Discourses) tương ứng với Trường Bộ Kinh (Digha Nikaya) của Thượng Tọa Bộ.

2.*Trung A-hàm Kinh* (中阿含經, Madhyama Agama, Anh. Collection of Middle length Discourses) tương ứng với Trung Bộ Kinh (Majjhima Nikaya) của Thượng Tọa Bộ.

3.*Tạp A-hàm Kinh* (雜阿含經 , Samyukta Agama, Anh. Connected Discourses) tương ưng với Tương Ưng Bộ Kinh (Samyutta Nikaya) của Thượng Tọa Bộ.

4.*Tăng Nhất A-hàm Kinh* (增一阿含經 , Ekottara Agama, Anh. Collection of Discourses from Gradual Sayings/ Numbered Discourses) tương ứng với Tăng Chi Bộ Kinh (Anguttara Nikaya) của Thượng Tọa Bộ.

Phật giáo Trung Hoa có dịch ra chữ Hán bộ Bổn Sanh (本生) và Bổn Sự (本事) tương ứng với Tiểu Bộ Kinh (Khuddaka Nikaya). Nhưng Phật giáo Bắc truyền không đặt hai Kinh này vào bộ A-hàm. Nhiều Bộ phái Bắc truyền chỉ công nhận có 4 bộ Kinh A-hàm (four Agamas) mà thôi. Như vậy Phật giáo Nam truyền có 5 bộ Nikayas, còn Phật giáo Bắc truyền có 4 bộ Agamas.

B.- Luật tạng (律藏; Srt., Pa. V*inaya-Piṭaka*, Anh. Basket of Discipline)

gồm có 5 quyển:

1.**Căn Bản Giới** (Pa. Parajika**,** Anh. Major Offences) — bao gồm những giải thích về mọi trường hợp của mọi điều luật được đưa ra, và đưa ra những trường hợp đặc biệt và những ngoại lệ.

2.**Tiểu Giới** (Pa. Pacittiya**,** Anh. Minor Offences) — bao gồm những giải thích và những ngoại lệ.

3).**Đại Phẩm** (Pa. Mahavagga**,** Anh: Great Section) — đưa ra những điều lệ về việc chấp nhận người mới gia nhập vào Tăng đoàn (Sangha), thọ giới, y phục, cư trú và những điều luật về lễ nghi trong tu viện vào những dịp lễ đặc biệt.

4).**Tiểu Phẩm** (Pa.Cullavagga**,** Anh. Small Section) đưa ra những quy định về việc xử phạt, về phẩm giới, và những nghĩa vụ của những người thầy (Masters, Teachers), và những Sa-di (Novices), và những giới luật đặc biệt dành cho Tỳ-kheo Ni (Nuns).

5).**Sách Toát Yếu của Luật Tạng** (Pa.Parivara**,** Anh. Epitome of the Vinaya Pitaka):— bao gồm những bài luận giảng ban đầu về quyển Đại Phẩm và những câu chuyện kể về những sự kiện tiếp theo sau khi Đức Phật đắc đạo, giác ngộ (the Buddha's Enlightenment), thành Đạo.

C. Luận tạng (論藏, Sa. A*bhidharma-piṭaka*, Pa. A*bhidhamma-piṭaka*, Anh. Basket of Ultimate things):

C.-1.-Abhidhamma Pitaka của Thượng Tọa Bộ (Theravada School) viết bằng tiếng Pali do Ngài Buddhaghosa (Phật Âm) hoàn chỉnh, gồm có 7 quyển:

1.*Pháp tập luận* (法集論, Pa. D*hammasaṅgaṇi, Anh.Classification of Dhamma*) hay *Phân loại giáo pháp*: viết về các tâm pháp, sắp xếp theo từng cách thiền định khác nhau, và sắp xếp, phân loại các pháp bên ngoài (the fundamental phenomena) theo từng nhóm.

2.Phân biệt luận (分別論, Pa. V*ibhaṅga, Anh. Book of Analysis*): phân tích và giảng nghĩa những thuật ngữ Phật học như *Ngũ Uẩn* (五蘊, Pa. *pañcakhandha, theo chiết tự thì panca nghĩa là 5, khandha nghĩa là nhóm, là yếu tố; 5 Uẩn là: Sắc, Thọ, Tưởng, Hành và Thức*), *Xứ* (處, Pa. *āyatana,* có nghĩa là lĩnh vực, cái nhà, chỗ trú ẩn), Căn (根, Pa. *Indriya= có nghĩa là gốc rễ)* v…v.

3.*Luận sự* (論事, Pa. K*athāvatthu, Anh. Points of Controversy*): kết tập các quan điểm được tranh luận nhiều nhất về triết lý Phật giáo.

4.*Nhân thi thiết luận* (人施設論, Pa. P*uggalapaññati, Anh. The book on Individuals/ Descriptions of Individuals/ Book of Human Types) hay Sách Thuyết về con người:* viết về những nhân cách khác của các hạng người và Thánh nhân.

5.*Giới thuyết luận* (界說論, Pa. D*hātukathā, Anh. Discussion of Elements/ Discourse on Elements/ Treatise on the Elements*): viết về sự tương liên giữa các giới (界, Pa. D*hātu*) bằng hình thức Hỏi và Trả lời.

6.*Song luận* (雙論, Pa. Y*amaka, Anh. The book of Pairs*): viết các lời bình luận về các câu hỏi khác nhau có tương liên bằng hai cách: phủ định và xác định.

7.*Phát thú luận* (發趣論, Pa. P*aṭṭhāna*, Anh. The Book of Causal Relations / Conditional Relations): viết về những mối liên hệ tương liên giữa các pháp (Pa. *dhammas*) đã được trình bày nơi *quyển một: Pháp Tập Luận.*

C.-2.-Abhidharma Pitaka của Thuyết Nhất Thiết Hữu Bộ (說一切有部, Sa. S*arvāstivāda School)*, còn gọi là **Nhất Thiết Hữu Bộ** (**一切有部**) được viết bằng tiếng Sanskrit, do Ngài Thế Thân (Vasubandhu) kết hợp, cũng gồm có 7 quyển như sau:

1. *Tập dị môn túc luận* (集異門足論, Sa. S*aṅgītiparyāya, Anh. Discourses on Gathering Together*): bao gồm những bài giảng theo hệ thống số, tương tự như Tăng chi bộ kinh.

2. *Pháp uẩn túc luận* (法蘊足論, Sa. D*harmaskandha, Anh. Aggregation of Dharmas*): gần giống như Phân biệt luận trong A-tì-đạt-ma của Thượng toạ bộ.

3. *Thi thiết túc luận* (施設足論, Sa. P*rajñaptiśāstra, Anh.Treatise on Designations*): trình bày dưới dạng Kệ những bằng chứng cho những sự việc siêu nhiên, thần bí.

4. *Thức thân túc luận* (識身足論, Sa. V*ijñānakāya, Anh. Body of Conciousness*): nói về các vấn đề nhận thức. Có vài chương nói về những điểm tranh luận giống *Luận sự* (Pa. *kathāvatthu*), *Giới luận* (Pa. D*hātukathā*) và *Phát thú luận* (Pa. P*aṭṭhāna*) trong A-tì-đạt-ma của Thượng toạ bộ.

5. *Giới thân túc luận* (界身足論, Sa. *Dhātukāya, Anh. Body of Elements*): gần giống *Giới thuyết luận* (Pa. *dhātukathā*) của Thượng toạ bộ.

6. *Phẩm loại túc luận* (品類足論, Sa. P*rakaraṇa, Anh. Exposition*): bao gồm cách xác định những thành phần được giảng dạy và sự phân loại của chúng.

7. *Phát trí luận* (發智論, Sa. J*ñānaprasthāna, Anh.Foundation of Knowledge*): Biện pháp để làm đúng những khía cạnh tâm lý của Phật pháp như Tuỳ miên (隨眠, Sa. *anuśaya*), Trí (智, Sa. *jñāna*), Thiền (禪, Sa. *dhyāna*) …

Trong Luận tạng của **Nhất Thiết Hữu Bộ** có nhiều lời chú giải như là lời hướng dẫn vào kho tàng của Luận này. Các lời chú giải nổi tiếng nhất theo truyền thống của Bộ phái này là ở trong quyển Abhidharma Kosha Sastra (A-tì-đạt-ma câu-xá luận, Anh. Treasury of Higher knowledge) của Ngài Vasubandhu (Thế Thân).

IV. Các Kinh và Luận chính yếu trong thời kỳ Phật giáo Phát triển:

A. Các Kinh và Luận chính yếu trong thời kỳ Phật giáo Phát triển:

Phong trào Phật giáo Phát triển (the Developmental Buddhism) / *Tân Phật giáo* (the Neo-Buddhism) thường gọi là *Phật giáo Đại thừa* (the Mahayana Buddhism) hay Phật giáo Bắc tông đã bắt đầu phát khởi vào thế kỷ 1 CN.

Cuốn "**Đại thừa khởi tín luận**" (**大乘起信論**, Srt. *Mahayana Sraddhotpada Sastra*, Av. The Awakening of Faith in the Mahayana), có nghĩa là "*Làm phát khởi niềm tin đối với Đại thừa*", gọi tắt *Khởi tín luận*, Ngài Asvaghosa [Việt-Hán. Mã Minh (khoảng 80 – 150 Tây Lịch)] dịch ra chữ Hán. Nguyên bản chữ Sanskrit của bộ Luận này không còn. Đây là cuốn nghị luận đầu tiên để phát khởi phong trào Đại thừa/ Phật giáo Phát triển.

Phong trào Phật giáo Phát triển đã có rất nhiều quyển kinh mới, dĩ nhiên nội dung cũng như hình thức đều đã biến hóa nhiều, về hình thức thì cách diễn tả khúc chiết, có tính chất văn học, cách quảng diễn tư tưởng thì phóng khoáng; sau đây là những bộ kinh quan trọng và có ý nghĩa nhất của phong trào này:

1.-Bát-nhã-ba-la-mật-đa kinh (**般若波羅密多經**, Srt. P*rajñāpāramitā-sūtra, Av. Perfection of Wisdom): prajna* có nghĩa là trí tuệ, sự sáng suốt, *paramita* có nghĩa là tuyệt hảo [người Trung Hoa dịch âm *Paramita* là ba-la-mật (**波羅蜜**) và dịch nghĩa là đáo bỉ ngạn (**到彼岸**), tức là "*đến bờ bên kia*". P*rajñāpāramitā* có nghĩa là trí tuệ tuyệt hảo. Trong hệ *Bát-nhã-ba-la-mật đa kinh* này có 2 quyển kinh nổi tiếng là:

1.-a.- **Tâm kinh** (**多經**,Heart Sutra)/ Bát-nhã Tâm Kinh có tên đầy đủ là *Bát-nhã-ba-la-mật-đa tâm kinh* (**般若波羅蜜多心經**, Srt. *Prajñā Pāramitā Hridaya Sūtra*, Anh. *Heart of Perfect Wisdom Sutra),* đây là kinh ngắn nhất chỉ có khoảng 260 chữ của Phật giáo Phát triển, Tâm kinh được xem là bài kinh, chú phổ biến nhất của Phật giáo Phát triển. Tâm Kinh chứa đựng cốt tủy của tư tưởng triết học Phật giáo, bao gồm:

- Ngũ *Uẩn* (**蘊**, Sa. Skhandas, Pa. Khandhas, Anh. Aggregate, uẩn là yếu tố tạo thành thân tâm của con người) [*ngũ uẩn*= 1.sắc (Srt. Pa. rupa, Av. form/body/matter), 2. thọ (Srt. Pa.vedana, Anh. feelings/ sensations), 3.tưởng (Srt. samjna, Pa. sanna, Anh perceptions), 4.hành (Srt. Sankhara, Pa. samskara, Anh. Impulses/ mental formations), và 5.thức (Srt.vijnana, Pa. vinnana, Anh. consciousness)],

- *Tứ diệu đế* (the Noble Truths): Khổ (Samsara, Suffering), Tập (Samudaya, Origination), Diệt (Nirvana, Stoping), Đạo (Marga, Path): có 8 con đường (the eight-fold path) để diệt khổ là: 1. Chánh kiến (right understanding), 2.Chánh tư duy (right thoughts), 3.Chánh ngữ (right speech), 4.Chánh nghiệp (right action), 5.Chánh mạng (right livelihood), 6.Chánh tinh tấn (right effort), 7.Chánh niệm (right mindfulness), 8.Chánh định (right meditation).

- *Tánh Không* (Srt. Sunyata, Anh. Emptiness): Tánh Không (Emptiness) không có nghĩa là không có gì cả (Nothingness) mà có nghĩa là mọi vật đều có quan hệ liên kết với nhau (interrelated), đều nối kết với nhau (interconnected), đều có sự tùy thuộc liên kết với nhau (interdependence). Tâm Kinh giúp hành giả quán chiếu tuệ giác để hành giả đưa mình qua bên bờ bên kia là bờ giác ngộ **(**覺 悟,bodhi).[chữ Ngộ 悟 được dùng trong Thiền tông Trung Hoa, rồi sau kết hợp với chữ giác 覺 tạo thành từ kép *giác ngộ* để dịch chữ Sa. bodhi].

(Xem thêm: quyển Bát-nhã Tâm Kinh – Chú giảng)

1.b.- **Kim cương kinh** (金剛經 , Diamond Sutra) có tên đầy đủ là ***Kim cương bát-nhã-ba-la-mật-đa kinh*** (金剛般若波羅密多經, Sa. V*ajracchedikā-prajñāpāramitā-sūtra*), Kinh Kim cương dài hơn Bát- nhã Tâm kinh khoảng 27 lần số chữ. Một bản Kinh Kim Cương được in vào năm 868 đã được khám phá ở vùng Tây-Bắc nước Trung Hoa, đây là một quyển sách in xưa nhất thế giới. Nội dung Kinh Kim Cương nhằm giúp hành giả phá bỏ mọi chấp trước: *chấp có* cũng như *chấp không*, vượt khỏi mọi vướng mắc, mọi sinh diệt, mọi vô thường của cuộc đời để tâm không trụ vào đâu thì cái tâm thanh tịnh, tâm giác ngộ mới xuất hiện: "*Ưng vô sở trụ nhi sanh kỳ tâm*" (應無所住而生其心, Anh. Give rise to a mind that is not based on anything).

2.-Hoa Nghiêm Kinh (華嚴經 , Avatamsaka Sutra, Anh. Flower Garland Sutra/ Flower Adornment Sutra) tên đầy đủ là **Kinh Đại Phương Quảng Phật Hoa Nghiêm** (大方廣佛華嚴經, Sa. B*uddhāvataṃsaka-mahāvaipulyasūtra*) lấy biểu tượng là *nhiều loài hoa, một tràng hoa* (Flower Garland) khác với Kinh Pháp Hoa/ Liên Hoa Kinh (Lotus Sutra) lấy biểu tượng chỉ có một loài hoa là *hoa sen*. Đây là quyển Kinh dài nhất của Phật giáo Phát triển, bản dịch chữ Hán có hơn 700.000 chữ. Kinh Hoa Nghiêm là giáo lý căn bản của Hoa Nghiêm tông.

Nội dung của Kinh Hoa Nghiêm là dạy rằng trong vũ trụ vô cùng vô tận thì *các hiện tượng, các pháp* (dharmas, Anh. Phenomena) đều *hòa huyện lẫn nhau* (interpenetration), đều *liên kết tùy thuộc lẫn nhau* (interdependency) để cùng nhau hiện hữu. Tất cả mọi pháp đều do tâm mà tạo ra: "*tâm như người thợ vẽ, vẽ các thứ ngũ uẩn, các pháp trong thế giới, pháp nào cũng vẽ được*". *Thời gian và không gian có liên hệ tương kết lẫn nhau.*

3. Duy-ma-cật sở thuyết Kinh (維摩詰所說經 , Sa.Vimàlakirti-nirdèsha Sutra, Anh. Vimalakirti's Exposition): *Vimalakirti/Duy-ma-cật* là một người cư sĩ sống bình thường nhưng vẫn thực hành được hạnh Bồ tát, kinh này cho biết cư sĩ và tăng sĩ đều có thể thực hành hạnh Bồ tát để đi đến chỗ giác ngộ.

4. **Thủ-Lăng-Nghiêm tam muội Kinh** (首楞嚴三昧 經 , Sa. Surangama-samadhi Sutra, Anh. Samadhi of the Heroic Progression/ Hero's Sutra), còn gọi là **Lăng-nghiêm kinh** (楞嚴經), kinh này hướng dẫn về thiền định, giải nghĩa tánh không và hạnh Bồ tát, kinh này rất được phổ biến trong giới Phật giáo thiền.

5. **Diệu-pháp liên-hoa Kinh** (妙法蓮華經, Sa. Saddharma-pundarika *Sūtra, Anh.*literally: *Sutra on the White Lotus of the True Dharma/The Sutra of the Lotus flower of the wonderful law,* the shortened form: *Lotus Sūtra*), gọi ngắn là **Kinh Pháp hoa** hay **Liên Hoa Kinh,** kinh này giảng rõ 3 yếu tố cấu tạo nên sự vật là thể, tướng, dụng để người trì tụng kinh có thể quan sát chân tướng của sự vật trong vũ trụ, để thấu đạt tới chân lý cuối cùng.

6. **Tịnh độ Tông** / *Tịnh thổ tông* (淨土宗 căn cứ vào 3 bộ kinh và một bộ luận:

6.-1.- **Vô Lượng Thọ Kinh** (無量壽經, Srt Srt. Sukhavati-Vyuha Sutra, Anh. Infinite Life Sutra): nói về tiền thân của Đức Phật A-di-đà.

6.-2.- **A-di-đà Kinh** (阿彌陀經, Anh: Amitabha sutra)/**Phật thuyết A Di Đà Kinh** (佛說阿彌陀經, Srt. Sukhāvatī-vyūha Sutra): diễn tả thế giới cực lạc đầy trang nghiêm, nơi đó Đức Phật A-di-đà thuyết pháp…

6.- 3. **Quán Vô Lượng Thọ Kinh** (觀無量壽經, Srt. *Amitāyurdhyāna Sūtra,* Anh. Amitayur Meditation Sutra) trình bày các nét đặc trưng của Tịnh Độ Tông, phép quán tưởng niệm Phật, phẩm hạnh của Phật A-di-đà, Bồ tát Quan Âm, Bồ tát Thế chí.

Bộ luận: **Vãng Sanh Tịnh Độ Luận** là bộ luận thâu tóm về ý nghĩa của ba bộ kinh trên, do Ngài Thế Thân (Vasubandhu) viết.

(Vãng sanh 往 生 = chấm dứt sự sống tức là chết; theo thuật ngữ Phật giáo có nghĩa là đi đầu thai (sau khi chết), chuyển sanh vào một thế giới khác.; *Vãng*= đã qua, chấm dứt, ở đây ý chỉ sự qua đời, chết; Sanh= sống. Mục đích của người tu theo Tịnh độ tông là cầu vãng sanh (khi chết) về cõi tịnh độ tức là thế giới cực lạc)

Tông phái này có mục đích hoằng truyền pháp môn vãng sanh nơi cõi thanh tịnh của Đức Phật A-di-đà. *Vãng sanh* (往生): vãng nghĩa là đi qua, vãng sanh là đi qua khỏi sự sống tức là chết. *Tịnh độ = tịnh thổ* (**淨 土,** pure land): tịnh là trong sạch, thanh tịnh (pure); độ – thổ (**土,** land) là cõi, nước, nơi; tịnh độ có nghĩa là một cõi thanh tịnh, cõi trong sạch. Vãng sanh nơi cõi tịnh độ nghĩa là sau khi chết/sau khi kết thúc cuộc sống hiện tại thì đi đến một cõi thanh tịnh, an vui hơn ở cõi ta-bà này. Nhiều luận sư đã thuyết minh rằng thật ra không phải chỉ cầu cho sau khi chết / vãng sanh để được đến cõi tịnh độ mà hành giả phải niệm Phật, giữ tâm thanh tịnh, không bị vọng động, vượt qua các phiền não, thực hiện đầy đủ phước đức thì hành giả sẽ đạt được cõi tịnh độ, đạt được cõi cực lạc ngay nơi cuộc đời hiện tại này. Sau đó hành giả có nguyện cầu về đời sống tương lai: sau khi vãng sanh thì đến cõi cực lạc, cõi thanh tịnh thì chắc chắn sẽ không có gì trở ngại.

Người Phật tử cần phải có lòng thành và tin tưởng nơi sức mạnh cứu độ của Đức Phật A-di-đà, tức là người Phật tử chỉ cần trông cậy một tha lực từ Phật A-di-đà. Các Phật tử tu hành theo phái này chỉ cần chú tâm niệm: "*Nam-mô A-di-đà Phật" (Namo Amitabha Buddha)* nhằm mục đích chế ngự tâm ý để cho tâm ý không bị vọng động, có câu: "*tâm vượn, ý mã*" là ý chỉ tâm và ý luôn luôn bị lay động không ngừng như khỉ luôn chuyền từ nhánh cây này qua nhánh cây khác, và ngựa thì chạy không ngừng nghỉ. Nhờ tin vào tha lực, vào sự hỗ trợ của Phật A-di-đà, hành giả rất dễ dàng thực hiện được phép tu này.

Tịnh Độ Tông (Pure Land Buddhism/ Pure Land Sect) được phổ biến và có nhiều đệ tử ở Trung Hoa, Nhật Bản, Đại Hàn, Tây Tạng và Việt Nam.

B- Một trường phái tư tưởng mới trong Phong trào Phát Triển Phật giáo: *Trung quán tông* (Madhyamaka).

Trung quán tông (Hán. 中觀宗, Srt. *Mādhyamaka*, Anh. Madhyamaka), còn được gọi là **Trung luận tông** (Hán. 中論宗).

Madhyamaka là tiếng Sanskrit có nghĩa là con đường ở giữa (the middle way), trung đạo. Đức Phật Thích ca đã trình bày về con đường trung đạo (the middle way) trong bài thuyết pháp đầu tiên của Ngài. Theo Đức Phật lịch sử thì con đường trung đạo tức là con đường ở giữa hai cực đoan: một cực đoan là sự hưởng thụ khoái lạc theo chủ nghĩa khoái lạc (hedomism), và một cực đoan là sống khắc khổ theo chủ nghĩa khổ hạnh (asceticism). Đức Phật Thích Ca cũng có thể đã dùng quan niệm về con đường ở giữa hai triết lý đối kháng với nhau: đó là triết lý của chủ nghĩa bất diệt, hằng cửu, đời đời (eternalism) là niềm tin linh hồn sẽ hiện hữu vĩnh viễn đối với triết lý của chủ nghĩa hủy diệt hoàn toàn (annihilationism) là niềm tin linh hồn sẽ bị hủy diệt khi chết. Cũng có thể Đức Phật Thích ca dùng quan niệm về con đường ở giữa hai triết lý: chủ nghĩa duy vật chất (materialism) và chủ nghĩa hư vô (nihilism).

Nagarjuna (*Hán-Việt*. Long thọ, 龍樹, khoảng thế kỷ thứ 3 sau CN, tức khoảng 700 năm sau ngày Đức Phật Thích ca nhập diệt, ông thuộc dòng dõi Bà-la-môn) đã lấy quan niệm "*con đường đứng giữa*" của Đức Phật lịch sử và phát triển thêm để đưa ra học **thuyết Trung đạo** (Madhyamaka) được luận giải trong quyển Mula-madhyamaka Karika (**中論,** Trung luận, Anh. Fundamental verses on the middle way) được viết vào khoảng năm 150 Tây Lịch). Ngài còn viết nhiều bộ luận khác nữa, tựu trung là phát huy *triết lý Tánh Không, đã phá Thượng Tọa Bộ*.

Trung luận đặt trên một lý luận rằng không có gì tuyệt đối, mọi sự vật đều tương đối, không có sự vật nào tự tồn tại, mọi sự vật đều liên kết tùy thuộc lẫn nhau (everything is interdependent). Từ lý luận này, Trung luận đi đến khái niệm về *tánh không (shunyata)*. Shunyata nghĩa là trống không (Shunyata means emptiness). Điều này không có nghĩa là không có cái gì hiện có. Nó có nghĩa là không có cái gì tự nó hiện hữu, cái đó là một phần của "*mạng lưới phổ biến*" của hiện hữu (a part of a universal web of being). Quan niệm này là trọng tâm tư tưởng của các trường phái trong Phong trào Phật giáo Phát triển (the Developmental Buddhism) / Đại thừa Phật giáo (Mahayana). Thực ra quan niệm *"tánh không"* là một hình thức diễn tả lại quan niệm về *vô ngã* (anatman, Anh. not soul/ not self-possessed), về *vô thường* (anityata, Anh. Impermanent), *khổ* (dukkha, Anh. pain, sorrow).

C- Kinh điển Phật giáo sau thời đại Ngài Nagarjuna (Long Thọ):

Từ sau thời đại Ngài Long Thọ đến thời đại Ngài Vô Trước (Asanga) và Thế Thân (Vasubandhu), có 4 bộ kinh chính yếu như sau:

1.- Thắng Man Kinh (勝鬘經, Sa. *Śrīmālādevī -Sūtra*) tên đầy đủ là ***Thắng Man sư tử hống nhất thừa đại phương tiện phương quảng kinh*** (*śrīmālādevī-siṃhanādavaipulya sūtra)*: Công chúa Thắng Man là nhân vật chính trong kinh này. Kinh này dạy về tư tưởng "*Như lai tạng*". Như lai tạng là tên khác của Phật tính. Phật tính luôn đầy đủ tâm tính của Như Lai. Tâm tính thường ngày của chúng sanh và tâm tính thanh tịnh của Như lai chỉ là một thể: như sóng với nước.

2.-Đại Bát Niết Bàn Kinh (大般涅槃經, Sa. *Mahā-Parinibbāna-Sutra)* kinh này viết về giai đoạn cuối đời của Đức Phật Thích Ca, từ sáu tháng trước cho tới khi ngài viên tịch, tức là nhập niết bàn.. Kinh này giảng dạy về tư tưởng: *"Pháp thân thường trụ", "Hết thảy chúng sanh đều có Phật tính", "Nhất-xiển-đề thành Phật*": hạng người "*nhất-xiển-đề* (Sa. Icchāntika), *nhất-xiển-đề* là lòng độc ác, không tin vào chánh pháp, không thể thành Phật. Nhưng Đức Phật Thích ca dạy rằng "hạng người nhất-xiển-đề" cũng có tính Phật, nghĩa là họ cũng có thể giác ngộ thành Phật, nếu họ có lòng tin Chánh pháp thì lập tức họ không còn là người "nhất -xiển -đề".

3.-Giải Thâm Mật Kinh (解深密經, Srt. S*aṃdhinirmocana-Sūtra,* Anh. Sūtra of the Explanation of the Profound Secrets): Nội dung Kinh này làm nền tảng tư tưởng chính yếu cho môn *duy thức học* sau này: trình bày về A-lại-da thức (Srt. Alaya vijnana, Tạng thức, Anh. Storehouse Conciousness) có năng lực chứa đựng các chủng tử. Chủng tử nghĩa đen là hạt giống, nhưng trong Duy thức học thì chủng tử có nghĩa là phương diện tiềm năng ẩn tàng của mọi cấu trúc tinh thần và vật chất được chứa sẵn trong A-lại-da thức. Kinh này cũng trình bày *thuyết tam tướng và tam vô tự tánh* của thế giới: thuyết tam tướng (Srt. Trilaksana, Anh.three characteristics of phenomena), có 3 hiện tượng:

a. *Biến kế sở chấp tướng* (Srt. Parikalpita laksana, Anh. Invented nature): Parikalpita có nghĩa là huyễn giác (falsely discerned, illusory); laksana có nghĩa là hiện tượng, tướng, nhờ đó mà mọi vật được nhận biết. Biến kế sở chấp tướng do nơi biểu hiện của tâm nên *không có tự tánh (vô tự tánh)*

b. *Y-tha khởi tướng* (Paratantra laksana, Anh. Dependent nature): Paratantra có nghĩa là vật này tùy thuộc vào vật kia, vật này sanh ra từ vật kia (dependent one upon another, they are produced one from another). Y tha khởi tướng nương vào nhân duyên mà có nên *không có tự tánh.*

c. *Viên thành thực tướng* (Parinispanna laksana, Anh. Completed nature/ nature of real truth): Parinispanna có nghĩa là sự vật được thành tựu, được hoàn hảo (completed, complete or perfect), ở đây chỉ bản thể, tư tưởng tối thượng (absolute or true nature, the absolute thought) tức là tư tưởng đã vượt ra khỏi nhị nguyên (duality) của chủ thể (subject) và khách thể (object), tức là tâm thanh tịnh. Viên thành thực tướng là sở duyên (đối tượng, object) của tâm thanh tịnh, nhưng nếu lìa khỏi tâm thì *không có phần tự tánh riêng*, nói cách khác " *Nhất thiết duy tâm tạo*". Kinh này kết luận rằng "*mọi pháp đều không có tự tánh*" tương tự như tư tưởng "*Không* " trong Kinh Bát-nhã.

4.-Lăng Già Kinh (**楞伽經**, Srt. Laṅkāvatāra sūtra, Anh. Scripture of the Descent into Laṅkā), người Hoa còn dịch là **Nhập Lăng-già Kinh** (**入楞伽經**) là Kinh được Đức Phật thuyết tại xứ Tích Lan/ Lăng già (Lanka /Sri Lanka). Nội dung của Kinh là giúp hành giả đạt được tâm vô phân biệt để đi đến chỗ giác ngộ. Kinh Lăng Già là nền tảng của Duy thức tông và Thiền tông ở Trung Hoa, Nhật và Việt Nam

D- Duy thức tông và các bộ Luận của Ngài Asanga (Vô Trước) và Vasubandhu (Thế Thân).

Duy thức tông (Hv. **唯識宗**, Srt. Yogachara/ V*ijñapti-mātra*, Anh. Consciousness only school), hoặc **Du-già hành tông** (Srt. Y*ogācārin, Anh. Yogachara school*); tại Tây Tạng, người ta còn gọi là Duy tâm tông (Hán. **唯心宗** , Srt. C*ittamātrin*).

Yogachara nguyên nghĩa là "*thực hành du-già" (yoga practice)*. Yogachara (Duy thức tông) là triết thuyết thứ hai của Phong trào Phật giáo Phát triển, do hai anh em Asanga (Hán. Vô Trước, **無著**) và Vasubandhu (Hán. Thế Thân, **世親**) sáng lập. Họ sống vào khoảng năm 300 sau CN, tức là ra đời sau Nagarjuna (Long Thọ) khoảng 100 năm.

D.-1.- Asanga (Vô Trước) đã từng theo Bà-la-môn giáo, sau cải sang Đạo Phật và theo phong trào canh tân Phật giáo. Ngài kể lại rằng Ngài đã nghe **Đức Phật Di lặc (Maitreya)** thuyết pháp, và Ngài thuật lại lời của Đức Phật Di Lặc, Asanga cũng có soạn một phần của bộ kinh này.

Tương truyền Asanga có sức thần thông lên tận cung trời Đâu-Xuất (Tusit) (?) để nghe Bồ tát Di Lặc (Maitreya) giảng giáo lý Phật Giáo. Ngài đã ghi lại lời Đức Phật Di lặc qua 4 bộ luận chính

1.Du-già-Su-địa luận (Yogacarya-bhumi Sastra)

2.Đại thừa trang nghiêm kinh luận (Mahayana-lankara Sastra)

3.Thập địa kinh luận (Dasabhunuka-sutra Sastra)

4.Trung biên phân biệt luận (Madhyatavibhaga Sastra).

Thêm vào đó, Asanga đã tự viết ra 5 bộ luận:

1.Hiển dương Thánh giáo luận (Prakaranaryavaca Sastra)

2.Nhiếp đại thừa luận (Mahayana samparigrah Sastra)

3.Kim cương Bát nhã ba la mật đa kinh luận (Vajraprajna paramita sutra Sastra)

4.Đại thừa A-tỳ-đạt-ma tạp luận (Mahayana-abhidharma sangiti Sastra)

5.Thập trung luận (M*adhyāntānusāra-śāstra*

D.-2.-Vasubandhu (Thế Thân) cũng theo Phật giáo, lúc đầu theo Thượng Tọa Bộ về sau chuyển sang Phật giáo phát triển, Ngài nghiên cứu và tích cực phát triển tư tưởng Phật giáo. Ngài Vasubandhu đã viết rất nhiều bộ luận, trong số đó có 3 bộ luận làm nền tảng cho môn Duy thức học như:

1. A-tỳ-đạt-ma câu-xá luận (Abhidharma kosa Sastra)
2. Duy thức nhị thập tụng (Vimsatika vijinaptima-tratasiddhi karika)
3. Duy thức tam thập tụng (Trimsika vijnaptimatratasiddhi karika).

Hai anh em Ngài đã phát động phong trào canh tân từ lúc sơ kỳ trong một định hướng của triết lý duy tâm (idealism, Sa. Chitta-mantra). Chitta-mantra có nghĩa là chỉ có thức (mind/consciousness only): ở trên thế gian này, mọi vật hiện hữu đều do tâm thức (mind /consciousness) mà có. Những gì mà chúng ta nghĩ đến như là những vật thể, thật ra chỉ là những ảo tưởng, ảo giác phát xuất từ tâm thức: "*Người buồn cảnh có vui đâu bao giờ*" (Nguyễn Du, *Truyện Kiều*). Để ra khỏi những ảo giác này, chúng ta cần phải thực hành *thiền định (meditate),* và đây là điều cơ bản của Duy thức tông, có nghĩa là tạo nên một tâm thanh tịnh, loại bỏ ảo giác. Khi loại bỏ được ảo giác của cá nhân thì con người sẽ đạt được cái *tâm phổ quát (universal mind)* tức là *cái tâm Phật (Buddha mind).*

E.- Các bộ Luận của Ngài Dignaga (Trần Na):

Ngài Dignaga (Trần Na) sanh ra đời vào khoảng cuối thế kỷ thứ 5 CN. Lúc đầu Ngài theo học giáo lý Thượng Tọa Bộ, rồi sau chuyển sang giáo lý Phật giáo Phát triển. Thêm vào đó, Ngài rất tinh thông môn *Luận Lý Học* của Ấn độ, còn gọi là *Nhân Minh Học* (Hetuvidya). Dignaga đã biên soạn và hệ thống hóa lại môn Nhân Minh Học thành một hệ thống luận lý mới gọi là "*Tân Nhân Minh*", còn phương pháp cũ gọi là "Cổ Nhân Minh". Cổ

Nhân Minh đã có từ thời xa xưa trong triết học Ấn độ, Ngài Aksapada, thủy tổ của phái Nyaya (Chính Lý phái), Nyaya là 1 trong 6 phái của triết học Ấn độ, đã viết lại thành hệ thống luận lý trong khoảng thế kỷ thứ 3 trước CN. Nhân Minh Học còn được gọi là Luận Lý Học Phật giáo (Buddhist Logic). Ngài Dignaga đã trước tác nhiều bộ luận, bộ căn bản là: *Nhân minh chính lý môn luận bản* (Hetuvidya-nyayadvara-sastra-mula) để giải thích về phương pháp luận lý của Nhân Minh Học.

F.- Các bộ Luận của Ngài Bhavaviveka (Thanh Biện):

Ngài Bhavaviveka sống vào khoảng tiền bán thế kỷ thứ 6 CN. Lúc đầu Ngài theo giáo lý của ngoại đạo, về sau chuyển qua giáo lý Phật giáo. Trong 2 bộ luận của Ngài, có một bộ quan trọng là:
-*Bát-nhã đăng luận thích* (Prajnadipa-sastra-karika) là một giảng luận về tư tưởng của *Ngài Narajuna (Long Thọ) trong Trung quán luận.*

G. Các bộ Luận của Ngài Dharmapala (Hộ Pháp):

Ngài Dharmapala sống vào khoảng hậu bán thế kỷ thứ 6 CN. Lúc đầu Ngài theo học giáo lý Thượng Tọa Bộ, rồi sau theo học với Ngài Dignaga (Trần Na) về môn Duy Thức học của Phật giáo Phát triển. Ngài đã trước tác 4 bộ luận, trong đó có một bộ chính yếu là **Thành duy thức luận** (Vijnapti matrata siddhi-Sastra): bộ sách này giảng luận về bộ "*Duy thức tam thập tụng*" của Ngài Thế Thân.

H. Các lý luận của hai Ngài: - Jnanaprabha (Trí Quang) và Siladhadra (Giới Hiền):

H.-1.- Ngài *Jnanaprabha* (Trí Quang) sống vào khoảng giữa thế kỷ thứ 6 CN. Ngài rất tinh thông cả giáo lý của Thượng Tọa Bộ và của Phật giáo Phát triển, nên Ngài đã viết một bộ luận tổng hợp các tưởng của các trường phái Phật giáo khác nhau, sau đó Ngài phân tích giáo lý Phật giáo ra làm 3 loại:

1.*Tâm cảnh hữu giáo*: gồm các giáo lý cho rằng tâm và cảnh thực có. Đó là giáo nghĩa của Thượng Tọa Bộ.

2.*Tâm hữu, cảnh không*: là giáo lý cho rằng *tâm có* nhưng *cảnh thì không có thực.* Đây là giáo nghĩa của Asanga (Vô Trước) và Vasabandhu (Thế Thân).

3.*Tâm cảnh câu không*: là giáo lý cho rằng tâm cảnh đều không có. Đó là giáo nghĩa của Ngài Nagarjuna (Long Thọ).

H.-2.- *Ngài Siladhadra (Giới Hiền)* sống cùng thời với Ngài Jnanaprabha,

Ngài bắt đầu theo học Duy thức học với Ngài Dharmapala (Hộ Pháp), và đã trở thành một đại luận sư của môn Duy thức học. Ngài Giới Hiền đã không chấp nhận lối chia giáo nghĩa Phật giáo của Ngài *Jnanaprabha* (Trí Quang). *Ngài Siladhadra (Giới Hiền)* đưa ra 3 cách phân loại từ thấp đến cao như sau:

1.*Hữu giáo*: bao gồm giáo nghĩa của Phật giáo Thượng Tọa Bộ và các giáo phái khác.

2.*Không giáo*: là giáo nghĩa của Ngài Nagarjuna (Long Thọ).

3.*Trung đạo giáo*: gồm giáo nghĩa của Ngài Asanga (Vô Trước) và Vasubandhu (Thế Thân).

Sự bất đồng về quan điểm phân chia tư tưởng Phật giáo đã khơi nguồn cho nhiều cuộc tranh luận về "*tư tưởng Hữu*" và "*tư tưởng Vô*" trong giới Phật học đương thời, và tiếp tục một thời gian dài về sau. Sự tranh luận này là một cơ hội cho tư tưởng Phật giáo được phát triển trong dòng lịch sử tư tưởng triết học Phật giáo.

I.- Thời kỳ cuối cùng của Phong trào Phát triển Phật giáo: các Kinh điển của Mật giáo / Lạt-ma giáo.

Mật tông (密宗 ,Srt. Tantra, Anh.Tantrism/ Tantric religion/Tantric Buddhism) còn gọi là *Mật giáo* tức Bí mật giáo, và các tên khác là *Chân ngôn tông, Kim cương thừa, Mật thừa*. *Mật giáo* có nguồn gốc từ một truyền thống xa xưa của người Ấn độ về sự thực hành các nghi quỹ (tantra), nghi quỹ (儀軌) là phép tắc, nghi thức hành lễ, nhằm mục đích cầu phước, trừ tai ách cho người đời. Mật giáo phát khởi khoảng thế kỷ thứ 5 Tây lịch, đây là giai đoạn phát triển cuối cùng của Phật giáo ở Ấn độ.

Mật giáo, về phương diện tư tưởng thì được dẫn xuất từ tư tưởng Phật giáo Phát triển, về phương diện tín ngưỡng thì chịu ảnh hưởng các nghi thức hành lễ của *Tân Bà-la-môn giáo*, tức *Ấn độ giáo* như cách tụng Thần chú để cầu phúc, trừ tai ách chịu ảnh hưởng của các tập tục cổ truyền và của Bà-la-môn giáo.

Tư tưởng Mật giáo được thành lập bởi 2 bộ kinh chính yếu là:

1.-Đại Nhật Kinh (大日経, Srt. Maha-Vairocana Sutra, Anh. Great Sun Sutra/ Discourse of the Great Illuminator) xuất hiện vào đầu thế kỷ thứ 7 CN, căn cứ theo đó, Mật giáo đã chính thức được thành lập. Phái "*Chân ngôn thừa" (Mantra Yana)*/ Chân ngôn tông đã lấy bộ kinh này làm căn cứ lý luận cho các giáo nghĩa của Mật giáo. Kinh này giải nghĩa các đức tính của Đại Nhật Phật (Maha- Vairocana Buddha/Great Sun Buddha), và dạy rằng thân xác của chúng sanh thì bình đẳng với Phật. Khi chúng sanh hoàn thành được những đức tính của Phật trong tâm thức của họ, khi tâm thức này chứ đựng được các đức tính của Phật thì tâm này được giác ngộ.

2.-Kim Cương Đỉnh Kinh (金刚顶经 , Sa. *Vajra- Sekhara Sutra*, Anh. Diamond Peak Sutra) xuất hiện vào khoảng cuối thế kỷ thứ 7 CN. Phái Kim Cương Thừa (Varja Yana) lấy bộ kinh này làm căn cứ. Phái Mật giáo này kết hợp với phái Sakta của Ấn độ giáo. Phái Sakta sùng bái nữ thần Durga, có nhiều nghi thức bí mật, có nhiều trò ma thuật, và có nhiều hình thức "*làm tình*" (Tantra/ Tantric sex) trong nghi quỹ. Do đó, phái Mật giáo này lấy chủ nghĩa khoái lạc, dục vọng làm lý tưởng, như vậy phái này đã làm mất đi cái tư tưởng cao quý của Phật giáo.

Cố GS TS Hòa thượng Thích Thanh Kiểm đã nhận định:
"*... phái Kim Cương thừa dần dần bị đọa lạc vào vòng tà đạo, và cũng là nguyên nhân đọa lạc của Mật giáo*"
(Thích Thanh Kiểm, *Lược sử Phật giáo Ấn độ*, Saigon: Lê Thanh Thư xã, 1963, tr. 232)

Mật tông nhấn mạnh về địa vị của *Gurus* (religious Teachers), tức là các đạo sư tinh thông những bí mật về nghi thức hành lễ với những bùa chú để giúp người thường về việc cầu phước, trừ tai ách như đã nói trên. Người Tây Tạng dịch chữ guru là "**lama**" (lạt-ma), nên Mật tông còn được người Hoa gọi là **Lạt-ma giáo.**

Mật tông đã dùng nhiều kỹ thuật bùa chú, nổi tiếng nhất là:

1.-Mandala: tiếng Việt Hán dịch là "*luân viên cụ túc*", đây là một nghệ thuật bao gồm các hoa văn hình tròn và hình vuông đồng tâm, biểu hiện *hệ thống đại vũ trụ* (macrocosm), thế giới bản thể, và *hệ thống tiểu vũ trụ* (microcosm), thế giới hiện tượng. Mandala được làm bằng đất, được dùng làm lễ vật cho nghi thức hành lễ, cầu nguyện, tu luyện…

Mandala

2.-Mantra: là các thần chú gồm nhiều chữ hoặc nhiều câu được tin tưởng rằng có một nội dung chứa đựng ý nghĩa thâm sâu và có một phép mầu huyền diệu, thường được viết hoặc được phiên âm từ tiếng Sanskrit. Câu thần chú nỗi tiếng nhất là "*chú lục tự đại minh*" (the six character great bright Mantra) tức là câu chú, hay chân ngôn, gồm có 6 chữ. Mỗi chữ đều phóng ra một luồng ánh sáng có công năng biến đổi sự tối tăm của 6 nẻo luân hồi trở nên sáng lạn, đó là câu thần chú:

"Om Mani Padme Hum"

phiên âm Hán Việt: "*Án Ma-ni Bát- di Hồng*

dịch: "*Om, ngọc quý trong hoa sen, Hum"*.

nghĩa:

- *Om hay Án :* là một âm tiết thiêng liêng trong Ấn độ giáo, tiếng mở đầu cho các câu chú để làm cho quỷ thần khiếp đảm, không dám gây rối.
- *ngọc quý (mani nghĩa là jewel=ngọc quý)*: biểu hiện cho Bồ-đề tâm (bodhicitta).
- *hoa sen (padme nghĩa là lotus flower= một loài hoa linh thiêng của Phật giáo); hoa sen*: chỉ tâm thức con người.
- *ngọc quý trong sen* có ý nghĩa là tâm Bồ- đề nở trong lòng người.
- *Hum hay Hồng* có nghĩa là đại diện cho tinh thần của sự giác ngộ, còn có nghĩa là sự che chở của thiên thần đến với người niệm chú để được tai qua nạn khỏi.

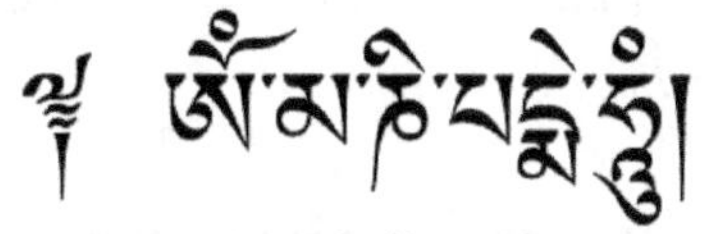

OM MANI PÄDME HUM

Mantra

Dharani là một dạng câu thần chú như Mantra, nhưng những câu Đà-la-ni thường dài hơn.

3.-Mudra: là thủ ấn hay dùng ngón tay để bắt ấn (hand positions).

Thủ ấn là biểu tượng của các vị trí của bàn tay, tùy theo vị trí của bàn tay để biết dấu hiệu biểu lộ một ý nghĩa đặc biệt liên quan đến Phật tánh và trình độ giác ngộ.

Mudra

Vào khoảng thế kỷ thứ 8 sau Tây Lịch, một chùa lớn của Mật giáo được thành lập: Vua Dharmapada (766-829 TL) đã xây chùa Vikramasila ở vùng Tây Bắc Ấn độ, ngày nay thuộc khu vực Sultanganja ở Bhagalpu thuộc tiểu bang Bihar. đây là trung tâm phát huy tư tưởng và thực hành tín ngưỡng của Mật giáo.

Mật giáo đã có những Đại sư như Subha Karasimha (Thiện vô Úy, 善無畏, 637-735, người Trung Ấn), Vajra Bodhi (Kim cương Trí, 金剛智, 671-741, người Nam Ấn), Amoghavajra (Bất không kim cương, 不空金剛, 705-774, người Tích Lan), Nhất Hạnh (一行; 683 – 727) là vị sư người Trung Hoa đã giúp việc dịch Đại Nhật Kinh với 3 vị Đại sư Ấn độ và phát triển Mật giáo ở Trung hoa.

Đại sư Padmasambhava (Hán-Việt. Liên hoa sinh, cuối thế kỷ thứ 8) đã đem Mật giáo truyền qua Tây Tạng, và sáng lập nên Lạt-ma giáo. Mật tông ở Tây tạng có nhiều kinh điển, đặc biệt là ***tàng lục*** là những văn bản được trước tác, nhưng được chôn giấu để người đời sau tìm ra theo thông báo vào một thời điểm nhất định. Bộ tàng lục nổi tiếng nhất là bộ **Tử Thư**.

Tử thư (**死書**)/ **Cuốn sách của người chết** (Av. **The book of the Dead**), tiếng Tây Tạng là "*bardo thodol*", nguyên nghĩa là "*Giải thoát qua âm thanh trong (tình trạng) thân trung hữu*/ thân trung uẩn/ thân trung ấm" (Av. *Liberation through hearing during the Intermediate state*). Nghĩa các chữ *bardo* và *thodol*:

a.-bardo (Srt. Antarabhava, Av. intermediate state/ transitional state/ in-between state): thân trung ấm/ thân trung uẩn/ thân trung hữu.

Tiếng Srt. *Skandha* được các Đại Sư Trung Hoa dịch là *ấm* từ đời Đường trở về trước, sau đời Đường họ dịch là *uẩn*. Theo Đức Phật, chúng sanh được tạo thành do 5 nhóm nguyên tố/ 5 uẩn (five aggregates/ five psycho-physical condition groups):

- *phần vật chất* có hình dáng là **sắc uẩn.**
- *phần tâm lý* không có hình dáng gồm có 4 uẩn là: **thọ uẩn, tưởng uẩn, hành uẩn và thức uẩn.**

5 uẩn tạo nên sự hiện hữu/ tồn tại của chúng sanh. Khi chết thì 5 uẩn tan rã.

Thân trung ấm là thân sau khi chết đang ở trong khoảng thời gian trung gian chờ đợi đi tái sanh vào nơi mà nghiệp lực của chúng thích hợp với một trong 6 cõi luân hồi ở Dục giới.

Nikaya và Agama kinh cho rằng từ trạng thái "*tử tâm*" chuyển qua trạng thái "*kiết sanh tâm*" (patisamdhi) chỉ trong vòng từ một đến hai sát-na, tức là sau khi chết thì "*dòng nghiệp thức*" đi tái sanh liền, đây là truyền thống của Phật giáo nguyên thủy.

Khái niệm về "*thân trung ấm*" chỉ phát sanh sau khi Đức Phật lịch sử qua đời. Bởi vậy, Phật giáo nguyên thủy không chấp nhận quan niệm này, như vừa trình bày. Tuy nhiên một số trường phái Phật giáo khác đã chấp nhận trạng thái trung gian này. Phật giáo Mật tông/ Phật giáo Tây tạng/ Phật giáo Kim Cương đã chấp nhận quan niệm này, đây là trọng tâm của quyển sách Tử Thư (Bardo Thodol), người Tây Tạng cho rằng Đại sư Padmasambhava (Đức Liên Hoa Sanh) đã đưa khái niệm thân trung ấm trong Mật tông đến Tây Tạng vào thế kỷ thứ 7.

b.-**thodol** có nghĩa là *giải thoát* (liberation), tiếng Srt. là *bodhi* (Av. awakening/enlightenment) cũng đồng nghĩa với tiếng Srt. nirvana (niết-bàn, Av. blowing out/ the extinction of illusion).

Theo Phật giáo phát triển thì mỗi chúng sanh đều có 3 thân:

1. *thân tiền ấm* là thân xác hiện tại.
2. ***thân trung ấm*** đã trình bày ở trên.
3. *thân hậu ấm* là thân đời sau, khi đã tái sanh vào một cõi khác.

Trong giai đoạn chuyển tiếp chỉ có thần thức làm thân không có xác thịt, gọi là *thân trung ấm* vì chủng tử vẫn có đủ sự thấy, nghe, biết…mà người còn sống không thấy được. Mỗi học thuyết Phật giáo khác nhau có một quan niệm về khoảng thời gian "*thân trung ấm*" khác nhau:

Sau khi chết, thần thức của chúng sanh đó thoát khỏi *thân xác (Sắc uẩn*) và sẽ ở trong thế giới trung gian có thể một hay hai sát-na, một ngày, ba ngày, bốn ngày, bảy ngày, hai mươi mốt ngày..., 49 ngày. Sau đó thân trung ấm sẽ đi tái sanh tùy theo nghiệp lực của chúng sanh đó.

Mật giáo ở Tây Tạng và Hiển giáo ở Trung Hoa, Việt Nam đều cho rằng "*thân trung ấm"* chỉ tồn tại trong 49 ngày, vì vậy sau tang lễ, có tục lệ cúng trai, hộ niệm siêu độ vong linh trong vòng 49 ngày để siêu độ "*thân trung ấm*" của chúng sanh vừa quá vãng. Quan niệm này đã trở thành truyền thống tín ngưỡng Phật giáo.

Tử thư là một *Tàng lục* (tiếng Tây Tạng là *gter ma*), được xem là trước tác của Đại sư Liên Hoa Sinh (Srt. *Padmasambhava*), gồm những lời khai thị cho người sắp chết, thần thức của người chết có thể đạt giải thoát bằng cách lắng nghe lời khai thị để nhận ra tất cả là do tâm thức mình đang chiếu hiện mà nhờ vậy đạt Niết-bàn. *Tử thư* được tìm thấy khoảng thế kỷ thứ 14.

Tử thư Tây Tạng là cuốn sách không phải để đọc cho người vừa qua đời, mà còn để cho các Sư/Ni và đệ tử đọc trong lúc còn sống để giúp hiểu, thấy được những gì có thể xảy ra sau khi chết.

Sau đó, tư tưởng Mật giáo được truyền sang Trung Hoa, rồi từ Trung Hoa sang Nhật Bản, Chân ngôn tông rất phổ biến ở Nhật, sau đó truyền sang Việt Nam, Miến Điện, Kampuchea. Lối kiến trúc của hai đền Angkor Thom và Angkor Wat ở Kampuchea vào thế kỷ 12 CN đã chịu ảnh hưởng sâu đậm của Mật giáo.

Để phân biệt với cuốn sách nói về người chết của Ai Cập, các học giả Tây phương xác định:

- Tử Thư Tây Tạng (Tibetan Book of the Dead).
- Tử Thư Ai Cập (Egyptian Book of the Dead).

Tử thư Ai Cập là một tập hợp các bùa chú (spell), phép thuật, các bài đọc tụng, của các thầy tế chủ lễ, của nhiều tác giả khác nhau, được các nhà khảo cổ học khám phá ở các ngôi mộ cổ xưa của các vị Vua (Pharaoh) Ai Cập tại các Kim Tự Tháp (Pyramids) vào các triều đại Ai Cập thứ ba (the Third Dynasty of Egypt, khoảng 2670 – 2613 trước CN). Sau đó, các nhà khảo cổ học tìm thấy các bài viết có nhiều hình chạm khắc ở trong các quan tài bằng đá (sarcophagi). Sau thời Tân Vương Quốc (the New Kingdom, 1570 – 1069 trước CN) thì quyển Tử Thư Ai Cập rất được phổ biến, không như trước đây, các sách Tử Thư chỉ dành cho các vị ở trong Hoàng gia và các vị có quyền lực trong xã hội. Cuối cùng là các bài viết được khám phá trên các cuộn giấy làm bằng cây cối (papyrus, đây là một loại cây dại mọc khắp thung lũng sông Nile, chúng mọc rất nhiều ở Ai Cập). Mỗi người chết đều có một cuốn Tử Thư riêng, vì cuốn Tử Thư đó được viết cho cá nhân của vị đó mà thôi.

Như đã viết, Tử Thư Ai Cập gồm nhiều loạt bài viết về những nghi thức lễ bái, bùa chú, phép thuật được đọc tụng trong lúc làm lễ ướp xác để giúp bảo vệ xác chết, và giúp cho linh hồn của người quá cố được hưởng yên lành, và giúp linh hồn họ biết những cách thức để đối đáp với các Vị Thần linh ở thế giới bên kia theo các đức tin của người Ai Cập.

"*Cuốn sách của người chết*"/ Tử Thư Ai Cập (The Book of the Dead) còn được các nhà khảo cổ Tây phương dịch là "*Cuốn sách hướng tới ánh sáng*" (The Book of Emerging Forth into the Light) hay "*Cuốn sách hướng tới ban ngày*" (The Book of Going/Coming Forth by Day).

J.- Các Kinh điển của Phật giáo Phát triển ở Trung Hoa:

Ở Trung Hoa, Phật giáo Phát triển đã trước tác nhiều bộ Kinh Phật, sau đây là các bộ Kinh chính yếu:

1.Vu-Lan-Bồn Kinh (盂蘭盆 經, Srt.Ullambana Sutra) có nơi người Trung Hoa phiên âm chữ nầy đọc theo âm Việt Hán là *Ô-lam-bà-noa* (烏藍婆拏), có nghĩa đen là cái chậu cứu nạn treo ngược, có nghĩa bóng là hồn kẻ chết bị treo ngược ở cõi âm được cứu để giải thoát khỏi cảnh địa ngục, ngạ quỷ (= quỷ đói). Kinh này xuất hiện vào khoảng giữa thế kỷ 3 và thế kỷ thứ 6. Kinh này biểu hiện lòng hiếu thảo của Mục Kiền Liên (Srt. Maudgalyayana) đối với mẹ mình, đây là điều rất phù hợp với đạo lý của Nho giáo.

2.-Pháp Bảo Đàn Kinh: có một bộ Kinh được thuyết giảng và đã ghi rõ ràng tên tác giả là *Đại sư Lục Tổ Huệ Năng* **(** 慧能 **,** 637-713 Tây Lịch**),** Ngài là người Tàu, là vị tổ thứ 6 của Thiền tông (禪 宗). Đó là **Pháp Bảo Đàn Kinh** (**法寶壇經** , Anh. Platform Sutra of the Sixth Patriarch).

Pháp Bảo Đàn Kinh là cuốn kinh do Đại sư Trung hoa Huệ Năng giảng, không phải cuốn kinh đem đến từ Ấn độ. Kinh Pháp Bảo Đàn là một kinh văn thiền đã được sáng tác ở Trung Hoa vào khoảng giữa thế kỷ thứ 8 và thế kỷ thứ 13.

Tư tưởng Thiền học của Huệ Năng được Ngài giảng dạy trong "*Pháp Bảo Đàn Kinh*": Theo Ngài thì hành giả phải bỏ hết ngôn ngữ văn tự, xa lìa những lý giải, hành giả cần phải thấu triệt tâm nguyên, an trí vào trí tuệ Bát-nhã; bởi vì vi diệu lý của Phật Pháp chẳng dính dáng gì với ngôn ngữ văn tự, chữ nghĩa, nên **hành giả *cần đạt được ý mà quên lời* chớ nên chấp vào ngôn ngữ văn tự**.

3.**Đại Báo Phụ Mẫu Trọng Ân Kinh** (大報父母恩重經 **,** Anh. Sutra of the Great Parental Kindness Repayment/ the Scripture on Profound Gratitude toward Parent): có nội dung đề cao *chữ hiếu*, nêu rõ hành vi đạo đức của một người con có hiếu, và thúc đẩy người con phải báo đáp chữ hiếu đối với cha mẹ bằng cách cúng dường Tam Bảo: Phật, Pháp và Tăng. Nói khác, bản kinh đã đề cập đến mười công ơn của cha mẹ và phương thức báo hiếu của con cái; trong phần kết luận, bản kinh tán thán công đức việc in ấn, quảng bá, và mô tả các dạng thức địa ngục mà kẻ bất hiếu phải trải qua.

4.**Phạm Võng Kinh** (梵 網 經 **,** Srt. Brahma Jala Sutra [Brama= Phạm Thiên, Jala= cái võng, cái lưới], Anh. Brahma's bet): nội dung kinh này đưa ra giới luật cho người Tăng sĩ và Cư sĩ, nhưng đã thêm vào *"chữ hiếu"* của Khổng giáo để thay đổi giới luật của Bồ-Tát.

5.-**Thập Điện Diêm Vương Kinh** (十殿閻王 經 **,** Anh. The Scripture of the Ten Kings) có nghĩa là 10 vị vua ở địa ngục. Đây là 10 vị vua, 10 thần linh cai quản ở cõi địa ngục và là 10 vị phán xét các vong hồn ở cõi địa ngục căn cứ vào công hoặc tội mà họ đã tạo ra khi còn sống, theo tín ngưỡng Trung Hoa. Kinh này đã được truyền sang Việt Nam và có nhiều ảnh hưởng trong đại chúng.

*1.- Ở Trung Hoa, bắt đầu từ triều đại nhà Đường (618 – 907), các Đại sư Ấn độ và

Trung Hoa đã dịch hết **Tam Tạng** (三 藏 , Srt. Tripitaka, Pa. Tipitaka) là ba phần cốt tuỷ của kinh sách Phật giáo, gồm có: Kinh tạng (經藏 , Srt. Sutra Pitaka, Pa.Sutta Pitaka), Luật tạng (律藏 , Srt. & Pa. Viyana Pitaka), Luận tạng (論藏 , Srt. Abhidharma Pitaka, Pa.Abhidhamma Pitaka). Sau đó các Đại sư còn hoàn thành "**Đại Tạng Kinh**" (大 藏 經 , Ta-tsang-ching, Anh. Great Store house Scripture). *"Đại Tạng Kinh"* tiếng Hán là tổng hợp tất cả Tam Tạng kinh điển Phật giáo gồm: Kinh, Luật, Luận đã được dịch ra chữ Hán, là phần chính văn và là trọng tâm của bộ Đại Tạng Kinh; lại còn thêm các sách chú sớ, các luận, các giải thích, các du ký, ký sự v…v…Cụm từ *"Đại Tạng Kinh"* vốn không thấy xuất hiện trong các kinh sách Phật giáo ở Ấn độ, chỉ thấy xuất hiện ở Trung Hoa kể từ đời Đường trở về sau.

Ở Trung Hoa, các Đại sư tinh thông Kinh, Luật và Luận đều được tôn xưng là *Tam Tạng Pháp Sư* như Ngài Huyền Trang, Ngài Cưu-ma-la-tập.

*2.- Ở Triều Tiên, năm 1236, vua Cao Tông ban sắc lệnh khắc và in lại một bộ Đại Tạng Kinh mới gọi là "*Tái Điêu Bản"*.Bộ kinh Tái Điêu Bản đã được soạn lại và đã căn cứ, tổng hợp lại các bộ Thục Bản, Khế Đan Đại Tạng Kinh và các phần còn lại của Sơ Điêu Bản. *Tái Điêu Bản* được ghi chú kỹ lưỡng, nên rất có giá trị cho việc nghiên cứu Phật học. Bộ này còn được gọi là "**Cao Ly Đại Tạng Kinh**" được lưu trữ ở chùa Hải Ấn tại Nam Triều Tiên/ Đại Hàn cho đến ngày nay.

*3.- Ở Nhật Bản, năm 1924, dưới triều đại *Đại Chánh* (1912 - 1926), hai vị Bác sĩ người Nhật là Cao Nam Thuận Thứ Lang (Takakusu Junjiro) và Độ Biên Hải Húc đã cùng với nhiều học giả khác bắt đầu biên soạn bộ ***Đại Chánh Tân Tu Đại Tạng Kinh***" (大 正 新 修 大 藏 經), còn gọi là ***Đại Chánh Tạng*** hay ***Đại Chánh Bản***. Đây là một Đại Tạng Kinh viết bằng chữ Hán đã thu thập nhiều tác phẩm, kinh điển Phật giáo nhất từ xưa đến nay. Đại Tạng Kinh này được đánh giá là hoàn hảo nhất, và được truyền bá rộng rãi trên thế giới. Đến năm 1934 thì bộ Đại Tạng Kinh này được hoàn thành, và được chính *Hội Đông-Kinh Đại Chánh Nhất Thiết Kinh* của các học giả này ấn hành.

[Xem thêm: bài "*Việc phiên dịch kinh điển Phật giáo ra chữ Hán*" của NVT]

*4.- Ở Việt Nam, khi nói đến các kinh điển Phật giáo được dịch ra tiếng Việt thì chúng ta đều nghĩ rằng các bản dịch của kinh điển được dịch ra chữ **Quốc ngữ**, một loại chữ ghi âm tiếng Việt bằng mẫu tự tiếng La-tin (Latin alphabet). Hưởng ứng lời kêu gọi của các Đại sư, các Cư sĩ, các Phật tử về việc chấn hưng Phật giáo vào năm 1920, có rất nhiều tạp chí Phật giáo bằng chữ Quốc ngữ đã được xuất bản vào tiền bán thế kỷ 20 cho đến hậu bán thế kỷ 20 và đến nay thì số tạp chí Phật giáo được xuất bản vô số kể ở Việt Nam cũng như ở hải ngoại.

Tam Tạng Kinh Pali của Phật giáo Nam truyền và ***Đại Tạng Kinh chữ Hán*** của Phật giáo Bắc truyền từ Trung quốc đã được dịch gần hết ra chữ Quốc ngữ

[Xem thêm bài "*Việc phiên dịch kinh điển Phật giáo ra chữ Quốc ngữ*" của NVT]

V.- Phật giáo Ấn độ gặp đại Pháp nạn:

Vào hậu bán thế kỷ thứ 6, quân Hồi giáo của Vua Al Mahdi (775 -785) sau khi chiếm trọn Iran (Ba tư), họ liền tiến chiếm vùng Tây-Bắc Ấn độ.

Sau đó vào năm 1203, quân Hồi giáo của tướng Iktiyar Uddin đem đại quân chiếm vùng Trung Ấn. Quân Hồi giáo đối xử rất bạo ngược đối với tất cả tôn giáo không phải đạo Hồi. Đối với Phật giáo, quân Hồi phá huỷ các chùa tháp, thiêu đốt hết Kinh sách, hãm hại Tăng Ni. Phật giáo hầu như bị tiêu diệt nơi xứ Phật sau 1.700 năm lịch sử truyền bá: trung tâm văn hoá Phật giáo Nalanda bị hủy diệt, chùa Vikramasila cũng bị chiếm đóng. Mãi đến cuối thế kỷ 19, Phật giáo mới bắt đầu có cơ hội phục hồi và phát triển. Nhà Phật học (Buddhologist) người Sri Lanka là Ngài Anagarika Dharmapala đã sang Ấn độ để khởi xướng việc phục hồi Phật giáo: trùng tu các Thánh địa như "*Bồ đề đạo tràng*" (Buddha Gaya) là nơi Đức Phật thành đạo. Các Tam Tạng Kinh điển Pali được đem trở lại Ấn độ từ Sri Lanka, các Tạng Kinh từ Trung Hoa và Tây Tạng được phiên dịch trở lại tiếng Sanskrit. Năm 1892, Ngài Anagarika Dharmapala phát hành tờ *Bodhi Journal* (Bồ-đề tạp chí) làm cơ quan truyền bá Phật giáo, ông kêu gọi Phật giáo đồ khắp nơi ủng hộ việc trùng tu Phật tích ở Ấn độ. Sau đó ông còn thành lập một Hội đoàn Phật giáo để vận động việc phục hưng Phật giáo ở Ấn độ. Đó là "*Maha Bodhi Society of India*" (Hội Đại Bồ-đề của Ấn độ). Phật giáo đã bị suy tàn trong một thời gian dài 800 năm ở cố quốc, giờ đây đã được tái lập lại và trở về quê hương gốc của mình.

Ngày nay, Phật giáo đã trở thành một tôn giáo lớn vào hàng thứ tư trên thế giới, sau Cơ đốc giáo (Christianity), Hồi giáo (Islam) và Ấn độ giáo (Hinduism).

VI.- Kết Luận:

Tam tạng Kinh điển Phật giáo là một kho tàng kinh điển đồ sộ, như là một cánh rừng đầy kỳ hoa và dị thảo, chứa đựng những tư tưởng cao siêu, là đỉnh cao của tư tưởng triết học trong dòng lịch sử triết học Đông và Tây phương.

Ngày nay, rất nhiều Học giả, Giáo sư, Sinh viên đã để tâm nghiên cứu Phật học, tư tưởng triết học Phật giáo đã là đề tài cho nhiều tiểu luận, luận án Thạc sĩ, Tiến sĩ.

Toronto, 08 November 2016
Sửa chữa và bổ sung, 27 March 2020.
Nguyễn Vĩnh Thượng

Tài liệu tham khảo chính yếu:

-Bình Anson, *Tam Tạng Kinh điển Nguyên thủy (Tipitaka),* Website: Buddha Sasana, 2000

-Chan Khoon San, *Three Baskets (Tipitaka) in Buddhism: Chapter XVII from Buddhism Course*, Malayia: Br. Chan Khoon San, 2006, pp. 261-309.

-Gombrich, Richard F., *Theravada Buddhism*, London: Routledge, 1988.

-Hệ phái Theravada, *Tam Tạng Pali & Chú giải*, Website: tamtangpaliviet.net, 2013

-Kogen Mizuno, *Buddhist Sutras: Origin, Development, Transmission.* Translated by Morio Takanashi & others, adapted by Rebecca M. Davis. Tokyo: Kosei Publishing Co. First English edition, 1982. Sixth printing, 1995

-Taiken, Kimura, *Nguyên Thủy Phật giáo Tư tưởng luận*, Việt dịch: Thích Quảng Độ, Paris: Chùa Khánh Anh tái bản, 1985

-Taiken, Kimura, *Tiểu thừa Phật giáo Tư tưởng luận*, Việt dịch: Thích Quảng Độ, Sepulveda (CA, USA): Phật học viện Quốc tế tái bản, 1989

-Taiken, Kimura, *Đại thừa Phật giáo Tư tưởng luận*, Việt dịch: Thích Quảng Độ, Sepulveda (CA, USA): Phật học viện Quốc tế tái bản, 1989

-Thích Mật Thể, Việt Nam Phật giáo Sử lược, Hanoi: 1943

-Thích Thanh Kiểm, *Lược sử Phật giáo Ấn độ*, Saigon: Lê Thanh Thư Xã, 1963

-Thích Thanh Kiểm, *Lịch sử Phật giáo Trung Hoa*, Saigon: Vạn Hạnh, 1965

-Thích Thiện Hoa, *Phật Học Phổ thông từ khóa I đến khóa XII* (gồm 12 quyển), đã xuất bản ở Saigon từ 1955 – 1964. Sepulveda (CA, USA): Phật Học Viện Quốc tế tái bản, 1982

-Triệu Phước, *Mật tông Phật giáo tinh hoa*, Colorado: Hội Ái hữu Mật giáo tại Hoa kỳ, 1985

-Teshe Lama, Introduction to Tantra, Boston: Wisdom Publications, 1987

-Williams, Paul, *Mahayana Buddhism*, London: Routledge, 1989

Chương 26

Ngụy Kinh trong thời kỳ Phật giáo Phát triển

Trong bài viết này, tôi sẽ trình bày:

I.Dẫn nhập

II.Định nghĩa: Ngụy kinh (Apocrypha)

III.Ngụy kinh trong thời kỳ Phật giáo Phát triển tại:

A. Ấn Độ.

B. Trung Hoa

IV.Kết luận

I. **Dẫn nhập**:

Năm 1983, Kyoko Tokuno trình luận án tốt nghiệp bằng Master of Arts tại University of California, Berkeley, với đề tài "*A Case Study of Chinese Buddhist Apocrypha: the Hsiang-fa* Chueh-i Ching, M.A. thesis, University of California,Berkeley, 1983. (Một trường hợp cá biệt nghiên cứu về Ngụy Kinh của Phật giáo Trung hoa: Kinh giải quyết những nghi ngờ trong thời Tượng pháp), bà Kyoko Tokuno đã dịch ra tiếng Tàu với tựa đề:

中國佛教偽經的個案研究:像法決疑經

Trung quốc Phật giáo Ngụy Kinh đích cá án nghiên cứu: Tượng pháp quyết nghi kinh.

Tượng pháp quyết nghi kinh (像法決疑經 / *the **Hsiang-fa*** Chueh-i Ching, Av. Sūtra of Resolving Doubts During the Age of the Semblance Dharma, Việt. *Kinh giải quyết những nghi ngờ trong thời Tượng pháp*).

Sau đó có nhiều công trình nghiên cứu thêm về Ngụy Kinh trong Phật giáo Trung Hoa và Đại Hàn. Rồi vào năm 1990, Robert Evan Buswell đã làm chủ biên cho quyển "*Chinese Buddhist Apocrypha*" nhằm kết tập nhiều bài viết về Kinh điển ngụy tạo ở Trung Hoa.

Theo sự đánh giá của Rob Linrothe, Ph.D. trong Monumenta Serica Volume 40 (1992), tr. 451-457, về quyển "*Chinese Buddhist Apocryphia*" thì "*GS Robert Evan Buswell…không định chỉ giới thiệu các khảo cứu mới mà còn muốn giới thiệu một lãnh vực nghiên cứu mới…Tuy nhiên, thay vì để đánh dấu sự ra đời của các khảo cứu về Ngụy Kinh Phật giáo, quyển sách này đã thành công trong việc chứng tỏ sự trưởng thành của các khảo cứu này từ buổi sơ khai.*"
(*Nguyên văn*: The Editor… intends to introduce not just new studies, but a new field of study…However, rather than marking the birth of Buddhist Aprocrypha Studies, the book…successfully demonstrates its early maturity".)

[**Kyoko Tokuno** đã đậu bằng Master of Arts về Phật học năm 1983 tại University of California, và đã đậu Ph.D. về Phật học năm 1994 cũng tại U of C, Berkeley. Năm 2001, Bà dạy ở U of Oregon. Bà là GS TS trong ban Á Châu học ở U of Washington, Seattle, W.A. Bà chuyên nghiên cứu các kinh sách Phật giáo, văn hóa Trung Hoa và Đại Hàn vào thời Trung Cổ, cùng với sự liên hệ của các kinh sách này với Phật giáo Ấn Độ, và sự phát triển của các kinh điển Phật giáo ở Đông Á Châu.

[Robert Evans Buswell, Jr. là học giả người Hoa Kỳ chuyên nghiên cứu về Phật giáo Đại Hàn và Phật giáo Trung Hoa. Ông là Giáo sư về Phật học tại U of California, Berkeley, và là Giám Đốc sáng lập Học Viện Phật học tại Dongguk University, đây là một Đại Học Phật giáo chính yếu của Đại Hàn.]

II. Định nghĩa: Ngụy Kinh (Apocrypha)

Theo Bách Khoa Tự điển Wikipidia, cập nhật vào ngày 17 September 2016, thì "**Apocrypha** [A·poc·ry·pha/ ə'päkrəfə] *are works, usually written works, that are of unknown authorship, or of doubtful authenticity, or spurious, or not considered to be within a particular canon. The word is properly treated as a plural, but in common usage is often singular. In the context of the Jewish and Christian Bibles, where most texts are of unknown authorship, Apocrypha usually is used by Protestants to refer to a set of texts included in the Septuagint and therefore included in the Catholic canon, but not in the Hebrew Bible.*

The word's origin is the Medieval Latin adjective apocryphus, "secret, or non-canonical", from the Greek adjective ἀπόκρυφος (apokryphos), "obscure", from the verb ἀποκρύπτειν (apokryptein), "to hide away".

[**Ngụy kinh (Apocrypha)** là những công trình thường là các tác phẩm được viết ra mà không biết tác giả là ai, hoặc sự chính xác của tác phẩm bị nghi ngờ, hoặc có sự giả mạo, hoặc không được coi là ở trong Kinh điển đặc biệt. Tiếng Apocrypha đúng ra là tiếng thuộc số nhiều, nhưng thường được dùng lại là tiếng số ít. Trong văn cảnh (context) của các Thánh Kinh Cơ đốc giáo và Do thái giáo, nơi đây hầu hết các văn bản đều không xác định được tác giả, Apocrypha (Ngụy kinh) thường dùng để chỉ một tập hợp của các văn bản bao gồm bản *Septuagin*t (bản dịch Cựu Ước [Old Testament] được dịch ra vào thế kỷ thứ 3 trước TL, tương tuyền rằng bản dịch này được hoàn thành trong vòng 72 ngày ở đảo Pharos), nhưng không bao gồm Thánh Kinh Hebrew (Hebrew Bible) là cuốn sách của Tân Ước [New Testament].

Tiếng Aprocrypha có nguồn gốc từ tiếng tĩnh từ của tiếng Latin thời Trung cổ là *apocryphus* , có nghĩa là "*bí mật*", hoặc "*không phải là Kinh điển*", từ tiếng Hy Lạp là tĩnh từ *apokryphos,* có nghĩa là "*che dấu*"; và động từ *apokryptein,* có nghĩa là "*để che giấu đi*".]

Những tác phẩm ngụy tạo là loại tác phẩm gồm các tài liệu bị phủ nhận về một số giá trị không xứng đáng để gọi là *Thánh Kinh*. Tuy nhiên, có những tác phẩm ngụy tạo đôi khi cũng được tham khảo để hỗ trợ cho sự nghiên cứu thêm về Thánh Kinh.

Theo GS TS Kyoko Tokuno trong bài khảo cứu có tựa là "**Apocrypha**" trong tuyển tập "*Chinese Buddhist Apocrypha*" do Robert Evan Buswell Jr. chủ biên, University of Hawaii Press xuất bản năm 1990 ở Honolulu thì:

"*The term Apocrypha has been used in Western scholarship to refer to Buddhist literature that developed in various parts of Asia in imitation of received texts from the Buddhist homeland of India.[...]. Some Apocrypha, especially in East Asian Buddhism, purported to be the Buddhavacana (Words of the Buddha) (that is, Sutra) or the word of other notable and anonymous exegetes of Indian Buddhism (Sastra). Others claimed to convey the insights of enlightened beings from India or of those who received such insights through a proper line of transmission, as in the case of Tibetan "treasure texts" (gterma) that were hidden and discovered by qualified persons.[...] The Chinese and Tibetan canons remained open in order to allow the introduction of new scriptures that continued to be brought from India over several centuries, a circumstance that no doubt inspired religious innovation and encouraged the creation of new religious texts, such as apocrypha. The Pali canon of South and Southeast Asia, on the other hand, was fixed at a relatively early stage in its history, making it more difficult to add new materials."*

(Tiếng Apocrypha (Ngụy Kinh) được dùng trong giới học giả Tây Phương để chỉ về loại văn học Phật giáo đã được phát triển qua các địa phương khác nhau ở Á Châu, bắt chước các kinh văn từ Phật giáo Ấn Độ. [...]. Có một vài Ngụy Kinh, đặc biệt là ở trong Phật giáo Đông Á, đã có ý định mạo nhận là chính lời dạy của Đức Phật (Srt. & Pa. Buddhavancana, Av. the words of Buddha/ The teachings of the Buddha) tức là mạo nhận là Kinh Phật (Srt. Sutra). Apocrypha cũng có thể là luận giảng mạo nhận lời luận giải (Sastra) của các luận sư Ấn Độ có tiếng tăm, hoặc ẩn danh ở trong Phật giáo Ấn Độ. Một số Ngụy Kinh khác thì được tuyên bố rằng các Ngụy Kinh này được xuất phát từ các bậc Giác Ngộ ở Ấn Độ, hoặc xuất phát từ một người được truyền thừa theo một dòng phái chính thức, như trường hợp các Thánh Thư quý báu của Tây Tạng [Tibetan "treasure texts", tiếng Tibetan/Tây Tạng là Terma, tiếng Wylie: gter ma, gọi là *tàng lục* (藏六) có nghĩa là kho tàng quý báu bị dấu kín (hidden treasure). Đây là hình thức của giáo lý được dấu kín theo truyền thống của Phật giáo Tây Tạng (Tibetan Buddhism) và tôn giáo Bon ở Tây Tạng]. Tàng lục được dấu kín ở nơi nào đó rồi được khám phá bởi người có đủ trình độ.[...]. Các bộ kinh điển Trung Hoa và Tây Tạng có nội dung "*để mở*" nhằm mục đích cho phép tác giả có thể tiếp tục dễ dàng thêm vào các bản kinh được thỉnh từ Ấn Độ qua nhiều thế kỷ, không còn điều gì nghi ngờ nữa, một tình trạng như thế đã tạo hứng khởi tôn giáo với ý muốn tạo nên những kinh văn tôn giáo mới, như là Ngụy Kinh. Trái lại, Kinh điển Pali của vùng phía Nam và Đông Nam Á Châu được xác định không thay đổi từ thời sơ khởi trong lịch sử của Phật giáo, điều này khiến Phật giáo Nam phương khó thêm vào nhiều tư liệu mới trong Kinh điển Pali."

<u>CHÚ THÍCH</u>

(1) **Tử thư** (死書, tiếng Tây Tạng là "*bardo thodol*", nguyên nghĩa là "*Giải thoát qua âm thanh trong Trung hữu*", Av. *Liberation through hearing in the Bardo/ the Tibetian Book of Dead*). Tử thư là một Tàng lục (Tây tạng. *gter ma*), được xem là trước tác của Đại sư Liên Hoa Sinh (Srt. *Padmasambhava*), gồm những lời khai thị cho người sắp chết,thần thức của người chết có thể đạt giải thoát bằng cách lắng nghe lời khai thị để nhận ra tất cả là do tâm thức mình đang chiếu hiện mà nhờ vậy đạt Niết-bàn . *Tử thư* được tìm thấy khoảng thế kỷ thứ 14. Ở Tây Tạng, các Kinh điển Lạt-ma giáo, có nhiều câu *mật chú/thần chú/chân ngôn.* Sau đó các Kinh điển này được lưu truyền qua Trung Hoa, đã tạo cơ sở cho tông phái Mật giáo, rồi truyền qua Nhật lập thành Chân Ngôn tông.

(2) **Apocrypha** có thể dịch là **Ngụy Kinh** (**偽 經**), theo tiếng Hán Việt ngụy (**偽**) có nghĩa là bịa đặt, dối trá, giả. Ngụy Kinh là Kinh giả tạo lời dạy/giáo lý của Đức Phật Thích-ca Mâu-ni, hoặc văn bản giả tạo (apocryphal writings) có khi mượn lời của một luận sư nổi tiếng hoặc chưa nổi tiếng hoặc ẩn danh.

III. -Ngụy Kinh trong thời kỳ Phật giáo Phát triển:

A.- Tại Ấn Độ:

Phong trào Phật giáo Phát triển/Đại thừa (Mahayana) xuất hiện sau khi Đức Phật Thích ca Mâu ni nhập Niết bàn khoảng 300 đến 600 năm. Các Kinh điển của Phật giáo Phát triển như *hệ thống Kinh Bát-Nhã, Kinh Pháp Hoa* (tên đầy đủ: *Kinh Diệu Pháp Liên Hoa*), *Kinh Hoa Nghiêm, Kinh Lăng Già*…không phải do chính Đức Phật lịch sử Thích-ca Mâu-ni thuyết giảng mà do một hoặc nhiều người ẩn danh, một hay nhiều vị Tăng sĩ, hoặc Cư sĩ xuất sắc, giỏi giang đã viết ra nhưng họ gán các lời đó là những lời của Đức Phật lịch sử để nói lên kiến giải, quan niệm của mình nhằm gia tăng trọng lượng và tính thuyết phục của những lý luận và lời nói của họ về tư tưởng Phật giáo. Rồi các Kinh điển này được lưu truyền từ đời này sang đời sau, từ nơi này qua nơi khác, nên các bộ Kinh đã được sửa đổi, thêm thắt các tư tưởng, các giáo lý của các tôn giáo khác ở địa phương. Chúng ta thấy rõ những điều này khi các Kinh điển được viết ra sau này ở Trung Hoa mà không thấy có trong Kinh điển ở Ấn Độ, ví dụ Kinh Vu Lan Bồn. Thêm vào đó, chúng ta nhận thấy các Kinh điển Phật giáo xuất hiện trong thời kỳ Phật giáo Phát triển còn có thêm mấy câu thần chú, mấy đoạn chú. Những bài Kinh của Mật giáo xuất hiện sau thời Đức Phật lịch sử khoảng 1.000 năm cũng thấy xuất hiện các câu thần chú. Các Kinh điển Pali của Thượng Tọa Bộ/Theravada thì không thấy như vậy.

-Cuốn "**Đại thừa khởi tín luận**" (**大乘起信論**, Srt. *Mahayana Sraddhotpada Sastra*, Av. The Awakening of Faith in the Mahayana, có nghĩa là "*Làm phát khởi niềm tin đối với Đại thừa*"), gọi tắt *Khởi tín luận*, bản dịch chữ Hán xuất hiện do Ngài Asvaghosa [VH Mã Minh (khoảng 80 – 150 Tây Lịch)] dịch. Nguyên bản chữ Sanskrit của bộ Luận này không còn. GS TS Damien Keown, Ph.D. at Faculty Oriental Studies, Oxford , 1986 đã cho rằng đây là một tác phẩm được sáng tác/ngụy thư ở Trung Hoa. "*Đại thừa khởi tín luận*" là tác phẩm đã tổng hợp 3 khuynh hướng chính của triết học Phật giáo Ấn Độ: *Tánh Không* (Sunyata), *A-lại-da thức* (Alaya Vijnana), *Như lai tạng giới* (Tathagata garbha) [*Như-lai* là Đức Phật Thích-ca, khi Đức Phật còn tại thế thì hàng đệ tử cùng ở chung với Như-lai/Phật, nghe Phật thuyết giảng.]

- **Kim cang tam muội Kinh** (**金 剛 三 昧 經** , *Korean*: Kumgang Sammae Kyong, The *Vajrasamadhi Sutra,* literally *Sutra of the "Adamantine Absorption"*). Theo Robert E. Buswell, trong quyển "*The formation of Ch'an Ideology in China and Korea: The Vajrasamadhi sutra: A Buddhist Apocrypha*" do Princeton University Press, NJ, 1989. [Sự hình thành của tư tưởng Thiền tại Trung Hoa và Đại Hàn: Kinh Kim Cang/ Kim Cương Tam Muội: một Ngụy kinh của Phật giáo] thì:

"the Vajrasamadhi sutra is regarded to be an "apocryphal scripture" written by a Korean monk around 685 CE."
(Kinh Kim Cang Tam Muội là quyển Ngụy kinh do vị Sư người Đại Hàn viết khoảng năm 685 Tây Lịch).

Rồi sau đó được dịch ra tiếng Sanskrit, nhưng ông chưa xác định Kinh này do vị Sư nào dịch.

- **Lăng-già Kinh** (楞伽經 , Srt.Lankavatara Sutra) có thể xuất hiện khoảng trước năm 433 Tây Lịch. Kinh Lăng-già đã được dịch ra chữ Hán từ nguyên bản chữ Sanskrit, nhưng nguyên bản chữ Sanskrit bị coi là thất lạc. Bản dịch thứ nhất từ chữ Sanskrit sang chữ Hán do Dharmaraksa (Trúc Pháp Hộ) vào khoảng năm 412 sau khi Ngài đến Trung Hoa, sau này Kinh này được dịch lại chữ Sanskrit. Các nhà nghiên cứu Phật học Tây Phương có nghi vấn là quyển Kinh này được viết ra tại Trung Hoa.

- **Kim Cang Bát-nhã ba-la-mật-đa Kinh** (金剛般若波羅密多經 , Srt. *Vajracchedikā-prajñāpāramitā Sūtra*), là một bộ kinh quan trọng thuộc hệ Bát-nhã-ba-la-mật-đa kinh (Prajnaparamita Sutra) gồm 40 bài Kinh, in thành 600 cuốn, được lưu truyền rộng rãi ở vùng Đông Á, gọi ngắn là *Kim Cang kinh* (金剛經, Diamond Sutra) do Ngài Cưu-ma-la-thập (Kumarjiva, 344-413) dịch. Tâm Kinh (心經, Heart Sutra) cũng ở trong bộ này.Tên chữ Sanskrit được thấy trong nhiều bản dịch Hán ngữ. Bản tiếng Sanskrit đã được Edward Conze dịch và chú giải.

Theo các nhà nghiên cứu Phật học thì bộ Kinh này phát xuất từ miền Trung và miền Nam Ấn Độ vào khoảng giữa thế kỷ I và II sau Tây Lịch.

-Tâm Kinh (心經,Srt. *Prajñāpāramitā hṛdaya,* Av. literally means "The Heart of the Perfection of Understanding"/ Heart Sutra), theo Ms. Jan Nattier, Associate Professor of Religious Studies at Indiana University, trong bài : "*The Heart Sutra: a Chinese Apocryphal text* ?" đăng trong Journal of the International Association of Buddhist Studies, Vol. 15, 1992, p. 153-223 thì:

"*Sanskrit Heart Sutra is a translation of the Chinese rather than the other way around."*

(Bản Tâm Kinh tiếng Sanskrit là bản phiên dịch từ bản Hán ngữ đúng hơn là ngược lại)

Bà Jan Nattier đưa ra nhận định rằng Tâm Kinh đã được sáng tác ở Trung Hoa, nhiều đoạn văn đã mượn ý từ văn bản Trung Hoa *"Đại Bát-nhã-ba-la-mật-đa" (Large Prajnaparamita text)*, và được dịch lại tiếng Sanskrit vào khoảng thế kỷ thứ 7 TL.

Theo lý luận trên thì Tâm Kinh là một văn bản ngụy tạo (an apocryphal text).

* * *

Các Tăng sĩ và các Cư sĩ thuộc thành phần tinh hoa của Phong trào Phật giáo Phát triển đã đưa ra quan niệm "**Tam thế Phật**" (Hán: 三世佛) tức là có các vị Phật ở thời quá khứ, hiện tại và tương lai:

-Phật Nhiên Đăng (Srt. Dipankala, Pa. Dipankara, Anh. Ancient Buddha) là một trong các vị Phật trong thời quá khứ, theo phong trào Phật giáo Phát triển thì có Hằng hà sa số Phật (nhiều như cát sông Hằng ở Ấn Độ) Phật Nhiên đăng đã sống trên trái đất hằng trăm ngàn năm.

-Phật Thích ca Mâu ni/Phật lịch sử (Buddha) là vị Phật thời hiện tại.

-Phật Di Lặc (Srt. Maitreya, Pa. Metteyya, Anh. Future Buddha) là vị Phật tương lai sẽ tiếp nối Đức Phật lịch sử. Niềm tin tôn giáo về Đức Phật Di Lặc được phát triển và xuất hiện cùng thời với *Đức Phật A-di-đà (Amitabha,* 阿彌陀佛/A-di-đà Phật) vào khoảng thế kỷ thứ 3 TL. Đức Phật A-di-đà rất gần gủi với các Phật tử và được tôn kính ở Trung Hoa, Việt Nam…

Amitabha, theo tiếng Sanskrit, là *Vô lượng quang* có nghĩa là ánh sáng vô lượng/ trí tuệ không giới hạn, còn gọi là *Amitayus* là *Vô lượng thọ* có nghĩa là thọ mệnh vô lượng/vô lượng công đức.

Người Phật tử thường niệm: **Nam-mô A-di-đà Phật** (南無阿彌陀佛, chữ 無 phải đọc âm là mô chứ không phải vô) là tiếng Hán phiên âm từ tiếng Sanskrit: **Namah Amitabhàya buddhàya** có nghĩa là "**Quy y Đức Phật A Di Đà**".

Nam-mô tiếng phiên âm có nguồn gốc từ Srt. *Namah*, Pa. *Namo* có nghĩa là quy y, đem mình về với, quy phục, kính lạy.

B.- Tại Trung Hoa:

Phật giáo Phát triển được truyền qua Trung Hoa, các Kinh điển Phật giáo đã có khoảng 2.000 năm lịch sử phiên dịch ra chữ Hán. Hầu hết các triều đại Trung Hoa đều hổ trợ các Đại sư Ấn Độ và Trung Hoa trong việc phiên dịch. Có nhiều vị Đại Sư đã được bổ nhiệm những chức vụ lớn ở Triều đình như Quốc sư…Do đó triều đình chắc phải đặt một định hướng, một chính sách cho việc phiên dịch Kinh điển Phật giáo, việc này có tính cách chính trị. Chúng ta có thể nói rằng *"định hướng Nho giáo"* [đề cao lòng hiếu thảo, lòng tôn kính Ông Bà, lòng trung quân ái quốc] phải được đặt để ra đối với Phật giáo là một tôn giáo từ bên ngoài truyền vào Trung Hoa.

Song song với việc dịch thuật Kinh điển từ Ấn Độ thì Ngụy Kinh cũng được viết ra, có lẽ vào khoảng thế kỷ thứ 2 sau Tây Lịch, và tiếp tục đến thế kỷ thứ 8 :

-Vu-Lan-Bồn Kinh (盂蘭盆經 , Sa.Ullambana Sutra) có nơi người Trung Hoa phiên âm chữ nầy đọc theo âm Việt Hán là *Ô-lam-bà-noa* (烏藍婆拏), có nghĩa đen là cái chậu cứu nạn treo ngược, có nghĩa bóng là hồn kẻ chết bị treo ngược ở cõi âm được cứu để giải thoát khỏi cảnh địa ngục, ngạ quỷ (= quỷ đói). Kinh này xuất hiện vào khoảng giữa thế kỷ 3 và thế kỷ thứ 6. Kinh này biểu hiện lòng hiếu thảo của Mục Kiền Liên (Sa. Maudgalyayana) đối với mẹ mình, đây là điều rất phù hợp với đạo lý của Nho giáo. Ở đây có điểm đáng ghi nhận rằng: để chứng tỏ kinh này có nguồn gốc từ Ấn Độ mà không phải là Ngụy Kinh (Apocryphal Scripture), các Tăng sĩ và Cư sĩ Trung Hoa đã dịch chữ *Vu-lan-Bồn* là Ullambana /*Ô-lam-bà-noa* (*Cửu đảo huyền*: cứu nạn treo ngược) là chữ do Đức Phật lịch sử nói ra. Nhưng trong lịch sử tôn giáo Ấn Độ, Ullambana là một cách tu trong phái Yoga, người tu hành thường treo ngược mình trên cành cây để tự hành xác mà trả nợ kiếp trước và như thế mới mong mau được giải thoát. Trong Kinh Vu-lan-bồn ở Trung Hoa đã biến việc treo ngược để tự hành xác là một hình phạt ở dưới âm phủ.

-Đại Báo Phụ Mẫu Trọng Ân Kinh (**大報父母恩重經，**Anh. Sutra of the Great Parental Kindness Repayment/ the Scripture on Profound Gratitude toward Parent): có nội dung đề cao *chữ hiếu*, nêu rõ hành vi đạo đức của một người con bất hiếu, và thúc đẩy người con phải báo đáp chữ hiếu đối với cha mẹ bằng cách cúng dường Tam Bảo: Phật, Pháp và Tăng. Nói khác, bản kinh đã đề cập đến mười công ơn của cha mẹ và phương thức báo hiếu của con cái; trong phần kết luận, bản kinh tán thán công đức việc in ấn, quảng bá, và mô tả các dạng thức địa ngục mà kẻ bất hiếu phải trải qua.

-Phạm Võng Kinh (**梵 網 經,** Srt. Brahma Jala Sutra [Brama= Phạm Thiên, Jala= cái võng, cái lưới], Anh. Brahma's bet): nội dung kinh này đưa ra giới luật cho người Tăng sĩ và Cư sĩ, nhưng đã thêm vào *"chữ hiếu"* của Khổng giáo để thay đổi giới luật của Bồ-Tát.

-Thập Điện Diêm Vương Kinh (十殿閻王 經 **,** Anh. The Scripture of the Ten Kings) có nghĩa là 10 vị vua ở địa ngục. Đây là 10 vị vua, 10 thần linh cai quản ở cõi địa ngục và là 10 vị phán xét các vong hồn ở cõi địa ngục căn cứ vào công hoặc tội mà họ đã tạo ra khi còn sống, theo tín ngưỡng Trung Hoa. Kinh này đã được truyền sang Việt Nam và có nhiều ảnh hưởng trong đại chúng.

-Tại Trung Hoa, có một bộ Kinh được thuyết giảng và đã ghi rõ ràng tên tác giả là **Đại sư Lục Tổ Huệ Năng (**慧能, 637-713 Tây Lịch**)**, Ngài là người Trung Hoa, đó là **Pháp Bảo Đàn Kinh** (法寶壇經 , Av. Platform Sutra of the Sixth Patriarch).

Tại Trung Hoa, chắc còn nhiều Ngụy Kinh khác nữa, có thể được khám phá trong tương lai. Tuy nhiên việc khám phá ra Ngụy Kinh thì không dễ dàng, vì phần lớn tác giả của Ngụy Kinh là vị Tăng sĩ hoặc Cư sĩ rất thông hiểu lý thuyết và thực hành của Phật giáo, và rất am tường phong tục, tín ngưỡng, tôn giáo địa phương của họ. Thêm vào đó khả năng văn chương để viết thành Ngụy Kinh cũng rất cao. Các nhà nghiên cứu Phật học cần phải có một kiến thức uyên bác về Phật học và về ngôn ngữ, văn phong của bản Kinh thì mới có thể khám phá ra được Ngụy Kinh.

IV. Kết luận:

Sự hiện hữu của Ngụy Kinh là việc có thật. Ngay cả trong các Thánh Kinh của các tôn giáo ở Tây phương cũng có những kinh văn ngụy tạo từ thời Trung cổ chứ không phải Ngụy Kinh chỉ có trong Phật giáo.
Ngụy Kinh như là một vấn đề có tính cách chánh trị (Apocrypha as a political issue).

Trong trường hợp đối với văn hóa Trung Hoa thì ta nhận thấy ở Trung Hoa tôn giáo luôn giữ một phần của đời sống của người Tàu, nên Ngụy Kinh đã chịu ảnh hưởng của nền văn hóa này. Từ thời xa xưa, *Trời, Ma quỷ và Tổ tiên* đã là những nhân vật quen thuộc trong các tác phẩm của người Trung Hoa. Và chúng ta cũng thấy những suy nghĩ và hiểu biết về các vấn đề này ở trong giới Tăng sĩ Phật giáo, Đạo sĩ Lão giáo, các con Đồng bóng, và các Thầy Phù thủy.

Để kết luận, không phải Ngụy Kinh nào cũng đáng chê trách hết và phải loại bỏ ra, có những quyển Ngụy Kinh đã nêu lên những điều tốt đẹp và đã được làm luận giảng để giải thích một cách sâu sắc giáo lý của Đức Phật Thích-ca Mâu-ni.

Toronto, 25 September 2016
Nguyễn Vĩnh Thượng

Tài liệu tham khảo chính yếu:

-Hạnh Cơ (GS Nguyễn Hữu Lợi), *Sơ lược quá trình phiên dịch, soạn thuật và hình thành Đại Tạng Kinh Hán văn* trong quyển *Tuyển Tập II*, Calgary: Hoàng Hậu Thái Châu, 2014, từ tr. 819 đến tr.930.

-Herrlee G. Creel, *Chinese thought: from Confucius to Mao Tse Tung*, Chicago: University of Chicago Press, 1953.

-Jan Nattier, *The Heart Sutra: a Chinese Apocryphal text?,* USA, 1992 Source: https://journals.ub.uni-heidelberg.de/index.php/jiabs/article/viewFile/8800/2707

-Kogen Mizuno, *Buddhist Sutras: Origin, Development, Transmission.* Translated by Morio Takanashi & others, adapted by Rebecca M. Davis. Tokyo: Kosei Publishing Co. First English edition, 1982. Sixth printing, 1995.

-Kyoto Tokuno, *A case study of Chinese Buddhist Apocrypha: the Hsiang-fa Chueh-i Ching*, M.A. thesis, University of California, Berkeley, 1983.

-M. Hiriyanna, *Outlines of Indian Philosophy*, London: George Allen & Unwin Ltd., 1930.

-Nguyễn Vĩnh Thượng, *Việc phiên dịch Kinh điển Phật giáo ra chữ Hán*, Toronto: Website: An Phong-An bình, 2016.

-Robert E. Buswell, *The formation of Ch'an Ideology in China and Korea: The Vajrasamadhi sutra: A Buddhist Apocrypha,* New Jersey: Princeton University Press, 1989.

-Thích Thanh Kiểm, *Lược sử Phật giáo Ấn Độ*, Saigon: Lê Thanh Thư Xã, 1963.

-Thích Thanh Kiểm, *Lịch sử Phật giáo Trung quốc*, Saigon: Vạn Hạnh, 1965.

Chương 27

Việc phiên dịch kinh điển Phật giáo ra chữ Quốc ngữ

Có hai Đại Tạng Kinh được truyền đến Việt Nam:

- *Tam Tạng Kinh* (Tipitaka) *tiếng Pali* thuộc Phật giáo Nam phương được truyền đến Việt Nam do Theravada /Phật giáo Nguyên Thuỷ từ Sri Lanka.
- *Đại Tạng Kinh* (大藏經) *tiếng Hán* dịch từ tiếng Sanskrit và các thổ ngữ khác của Ấn độ, do Phật giáo Bắc phương truyền đến Việt Nam từ Trung quốc.

Việc phiên dịch các Đại Tạng Kinh điển ra chữ Quốc ngữ rất giúp ích cho Tăng Ni, Cư Sĩ, Phật tử và các nhà nghiên cứu Phật học vì nhờ bản dịch họ có thể đọc và hiểu dễ dàng tư tưởng triết học Phật giáo khi trình độ đọc chữ Pali và chữ Hán của họ còn kém.

Bài viết này sẽ trình bày:

I.- Tóm lược lịch sử Phật giáo Việt Nam.

II.- Tiến trình việc phiên dịch kinh điển Phật giáo ra chữ Quốc ngữ.

I.- Tóm lược lịch sử Phật giáo Việt Nam

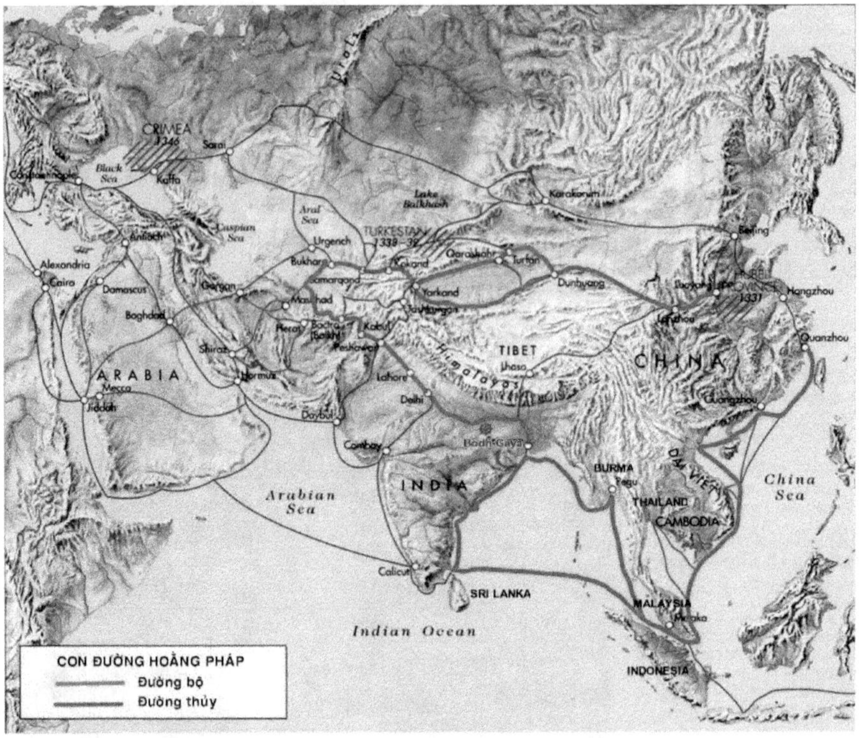

(Nguồn: bản đồ Con Đường Hoằng Pháp của Thư viện Hoa Sen website)

Phật giáo truyền vào Việt Nam vào khoảng năm 189 CN theo *con đường biển* (sea route) hay còn gọi là *con đường hồ tiêu* (spice route), gọi như vậy là vì các ghe tàu chở các đồ gia vị từ Ấn độ, Nam dương đến Giao châu (Bắc phần hiện nay) rồi đem các đồ gia vị qua Trung quốc để bán. Trên ghe tàu, họ thường thỉnh theo các Tăng sĩ để cầu an, nhân cơ hội đó các vị tăng sĩ này đến Giao châu để truyền bá Phật giáo. Phật giáo còn truyền đến Giao châu bằng con đường bộ từ Trung quốc, Phật giáo truyền từ Ấn độ đến Trung quốc bằng con đường bộ gọi là *con đường tơ lụa* (silk route), gọi như vậy là vì con đường bộ này là nơi buôn bán, trao đổi hàng tơ lụa của Trung quốc với các gia vị của Ấn độ, các thương gia Ấn cũng có các Tăng sĩ Phật giáo đi theo để cầu an và cũng nhân cơ hội đó để truyền bá Phật giáo. Khoảng thế kỷ III CN, ở Giao châu có khoảng 500 Tăng sĩ. Bộ kinh "*Tứ Thập Nhị Chương*" và khoảng 15 bộ kinh khác đã được lưu hành tại đây.

Giai đoạn đầu trong lịch sử nước ta, thời Bắc thuộc và các triều đại Đinh, Lê, Lý và Trần là giai đoạn cực thịnh của đạo Phật.Vào thời Lý, Phật giáo là Quốc giáo. Đã có nhiều vị Đại Sư từ Giao Châu sang giảng kinh bên Tàu:

- *Khang Tăng Hội* (Kang Seng-Hui): cha Ngài sống ở Ấn Độ, rồi đi tới Giao chỉ (Bắc Việt Nam bây giờ) buôn bán. Khi Ngài lên 10 tuổi thì cha mẹ mất, Ngài đã xuất gia cầu đạo, chuyên nghiên cứu kinh Phật. Năm 247 CN Ngài đến thành Kiên Nghiệp thuộc vùng thống trị của Ngô Tôn Quyền. Vua Tôn Quyền xây chùa để làm nơi phiên dịch kinh điển. Ngài Khang Tăng Hội đã là vị giáo sĩ Phật giáo vào buổi ban đầu của Phật giáo ở đất Giao Châu. Ngài đã dịch các bộ kinh như: -*Lục độ tập kinh,* -*Tạp thí dụ kinh,* -*Chú thích bộ Pháp kính kinh,* -*Đạo thụ vương kinh.* Rất nhiều người theo Ngài để học Phật pháp, trong số các tăng sĩ đó có Ma-la-kỳ- vực (Marajivaka), Thiên Hữu (Kalyanaruci). Sau đó, Ngài Mậu Bác từ bên Trung Quốc sang để tiếp tục phát huy đạo Phật.

Khoảng năm 580 CN Sư Ấn Độ Tỳ-ni-đa-lưu-chi (Vinitaruci) đến truyền đạo, được coi là Sư tổ của Thiền tông Việt Nam. Khoảng 820, sư Trung Quốc Vô Ngôn Thông đến lập một phái Thiền Tông khác.

Theo cố Hòa Thượng Thích Mật Thể trong *Việt Nam Phật Giáo Sử Lược* (xuất bản năm 1943 tại Hanoi), thì có thể trên đường qua Trung Quốc truyền đạo, các cao tăng Ấn Độ đi bằng đường biển đã ghé qua và dừng chân lại ở Giao Châu để nhờ các vị cao tăng Việt Nam trong việc dịch kinh điển ra chữ Hán, hồi ấy các vị cao tăng Việt Nam rất thông thạo chữ Hán. Cũng có thể vài tông phái Phật giáo từ phương Nam tới đã để lại các bài thuyết pháp hoặc kinh điển trước khi đi qua Trung quốc để truyền đạo. Nhưng sau thời Bắc thuộc, dưới các triều đại thời độc lập, triều đình và dân ta học Phật đều hướng về phương Bắc: -Lê Ngoạ Triều (986 – 1009) sai Minh Sưởng sang nhà Tống (960 – 1279) thỉnh Đại Tạng Kinh/ Tam Tạng Kinh Điển.-Lý Thái Tổ (1010 – 1028) cũng sai Nguyễn Đạo Thành sang Tống thỉnh Đại Tạng Kinh.

Triều đình đã đặt ra sắc phục cho tăng ni, đã cử nhiều vị cao tăng làm Quốc sư, Thái sư. Chùa chiền, tháp Phật mọc lên khắp nơi.

Từ đó, trong chùa, tu viện và giới nghiên cứu Phật học đều đọc kinh sách của Tàu và đã mời nhiều vị cao tăng Trung Quốc qua thuyết pháp Phật. Năm 1069, dưới thời vua Lý Nhân Tôn, Thiền sư Trung quốc Thảo Đường sang lập chùa Khai Quốc (Thăng Long) một trường phái của Thiền Tông. Thảo Đường đã đứng đầu trong tư tưởng Phật học đời Trần.

Đến đầu đời Trần, Thiền sư Trung Quốc Tiêu Dao sang truyền tâm ấn cho Tuệ Trung Thượng Sĩ Trần Quốc Tảng (1252-1313), Ngài là sư tổ của Thiền phái Trúc Lâm ở Việt Nam. Ngài đã truyền tâm ấn cho vua Trần Nhân Tông. Trần Nhân Tông truyền tâm ấn cho Pháp Loa thiền sư, Pháp Loa thiền sư truyền tâm ấn cho Huyền Quang thiền sư. Ba vị nầy được coi là *Trúc Lâm tam tổ.*

Các chùa chiền, Phật học viện, các nhà nghiên cứu Phật học đã dùng kinh sách chữ Hán từ bên Tàu truyền sang. **Mãi tới đầu thế kỷ 20, trong phong trào chấn hưng đạo Phật, mới có nhiều kinh sách được dịch từ chữ Hán sang chữ Quốc ngữ.**

Bên cạnh đạo Phật, đạo Nho và đạo Lão cũng được truyền sang nước ta, cả 3 đạo cùng nhau phát triển và kết hợp lại một tinh thần tổng hợp, tam giáo hoà đồng trong suốt giai đoạn cuối đời Lý sang đời Trần, sau đó tuy đạo Nho lần lần được phát triển, nhưng đạo Phật vẫn được sùng bái. Các vị Sư ngoài việc tinh thông Phật pháp họ còn rất tinh thông Nho giáo và Lão giáo. Họ rất am tường và cũng thực hành đạo lý của Nho giáo: Nhân, Nghĩa, Lễ, Trí, Tín; và cũng có một đời sống tiêu dao thoát tục của Lão giáo. Các Sư cụ ở chùa là bậc đáng kính.

Năm 970, thời nhà Đinh (968 - 980), triều đình phong thiền sư Ngô Chân Lưu làm Tăng Thống. Qua năm sau Vua thăng chức Thiền sư lên làm Quốc sư, và ban cho hiệu là Khuông Việt.

Trong thời Tiền Lê (980 - 1009), triều đình cử Sứ sang Trung quốc thỉnh bộ Đại Tạng Kinh bằng chữ Hán.

Thời Lý (1010 - 1225) là thời hưng thịnh của đạo Phật. Thiền sư Vạn Hạnh, đang làm Tăng Thống cho vua Lê, đã đưa Lý Công Uẩn lên ngôi vua lấy hiệu là Lý Thái Tổ năm 1010. Đạo Phật đã là Quốc giáo dưới thời Lý.

Lý Thái Tổ (1010 - 1028) đã cử Nguyễn Đạo Thành sang Tống thỉnh Đại Tạng Kinh.

Năm 1049, vua Lý Thái Tông cho xây chùa Diên Hựu, tiếng Hán Việt là Diên Hựu tự (延祐寺), thường gọi là **Chùa Một Cột**, tiếng Hán Việt là Nhất Trụ tháp (一柱塔).

Năm 1070, Lý Thánh Tông cho xây *Văn Miếu* (**文廟**) để thờ Chu Công, Khổng Tử, và thất thập nhị hiền. Năm 1075, vua Lý Nhân Tông cho lập *Quốc Tử Giám* **(國子監)** để đào tạo Nho sĩ. Cũng năm 1075, vua Lý Nhân Tông cho mở khoa thi tam trường (thi Hương, thi Hội và thi Đình) để tuyển chọn người bác học ra làm quan. Vua Nhân Tông đã khai sáng ra thể lệ thi cử ở Việt Nam. Năm 1086, triều đình nhà Lý cho mở khoa thi để tuyển chọn bậc thâm cứu Nho học để làm việc tại Viện Hàn Lâm mới lập.

Vào đời Trần (1225 - 1400), vua Trần Nhân Tông (1279 - 1293) đã sáng tác hai áng văn tuyệt tác là *Khoá hư lục* và *Thiền tôn chỉ nam*. Sau khi trị vì được 15 năm, Trần Nhân Tông đã nhường ngôi, và lên chùa Vân Yên ở núi Yên Tử để tu thiền, thâu nhận nhiều đệ tử. Ngài là sư tổ của phái thiền Trúc Lâm.

Năm 1253, triều đình nhà Trần cho mở Viện Quốc Học ở Kinh đô, đề cử các danh Nho về Kinh đô giảng Nho học: Tứ thư, Ngũ kinh.

Từ cuối đời Trần, Phật giáo bắt đầu suy giảm, Nho giáo bắt đầu hưng thịnh. Nước ta lúc bấy giờ đã có một đội ngũ đông đảo Nho sĩ tinh thông Hán học do đó đạo Nho càng ngày càng phát triển. Các nhà Nho bắt đầu bước lên võ đài chính trị để trổ tài kinh bang tế thế.

* * *

[Ở đây, tôi xin được mở ngoặc để nói đến một *quan điểm mới về thời điểm* xây dựng Văn Miếu và thành lập Quốc tử Giám:

Trong cuộc "*Hội thảo 1000 năm vương triều Lý và Kinh đô Thăng Long*" vào ngày 21 tháng 01 năm 2009 tại Việt Nam, Tiến sĩ người Nga Alexey Polyakov; thuộc Trung tâm Việt Nam học, Viện Á Phi, Đại học Moskva ở Liên bang Nga; đã đưa ra một quan điểm mới (trước đây TS Alexey Polyakov đã có bài viết: " *Sur la date de construction du Van Mieu*" đăng trong Etudes Vietnamiennes, No. 3, Septembre 1991) : *ngày xây cất Văn Miếu và thành lập Quốc Tử Giám không thể xảy ra vào triều đại nhà Lý, tức là vào thế kỷ thứ XI.* Theo Polyakov thì chỉ có quyển "***Đại Việt Sử Ký Toàn Thư***" (ĐVSKTT) của Ngô Sĩ Liên, được bắt đầu soạn vào năm 1247 theo lệnh của vua Lê Thánh Tông, *đời hậu Lê*, mới ghi Văn Miếu và Quốc Tử Giám được xây cất và được thành lập dưới triều Lý. Việc này không thấy ghi ở cuốn "***Việt Sử Lược***", còn có tên là *Đại Việt Sử Lược*, tác giả: khuyết danh, viết bằng chữ Hán vào *thời nhà Trần*. Đây là một cuốn lịch sử biên niên của Việt Nam còn lưu truyền đến ngày nay. Việt Sử Lược có bản dịch ra chữ Quốc ngữ với các lời chú thích của GS Trần Quốc Vượng, do nhà xuất bản Văn Sử Địa xuất bản ở Hà Nội năm 1960. Vào đời Trần, còn có bộ "*Đại Việt Sử Ký*" (ĐVSK) do nhà sử học Lê Văn Hưu (1230 -1322) biên soạn. Đây là bộ quốc sử đầu tiên của Việt Nam. Rất tiếc bộ sử này *không còn* nhưng sử gia Ngô Sĩ Liên đã dựa vào đó để soạn bộ Đại Việt Sử Ký Toàn Thư .

TS Polyakov còn nhận định rằng: thế kỷ XI là thời cực thịnh của triều Lý tức là thời cực thịnh của Phật giáo. Phật giáo là Quốc giáo. Các nhà trí thức và quan lại trong triều đình nhà Lý rất ít người xuất thân từ Nho giáo, nên việc thành lập Văn Miếu và Quốc Tử Giám ở giai đoạn này thì không hợp lý. Ông còn lý luận rằng Ngô Sĩ Liên trong ĐVSKTT đã viết rằng thái tử Lý đến học ở Văn Miếu sau khi Văn Miếu được xây dựng, nhưng lúc bấy giờ thái tử Lý mới có 4 tuổi. Theo ĐVSKTT của Ngô sĩ Liên: "*Vào mùa Thu tháng 8 năm Canh Tuất, tức năm Thuần Vũ thứ 2 đời Lý Thánh Tông, Văn Miếu được xây, đắp tượng Khổng Tử, Chu Công và Tứ Phối, vẽ tượng Thất Thập Nhị Hiền, bốn mùa cúng tế, Hoàng Thái Tử đến đấy học*".

Có hai quyển sử sau này là "*Việt Sử Thông Giám Cương Mục Khảo Lược*" của Ký Xuyên hiệu là Nguyễn Thông (1827 - ?), bản chữ Hán chép tay, viết xong vào năm 1877 vào thời Nguyễn, được dịch ra chữ Quốc ngữ bởi Đỗ Mộng Khương, và được Lê Duy Chưởng hiệu đính, do NXB Văn Hoá Thông Tin xuất bản năm 2009 tại Hà Nội, và quyển "*Việt Nam Sử Lược*" của Trần Trọng Kim viết bằng chữ Quốc ngữ, xuất bản năm 1919 tại Hanoi cũng viết rằng: "Đời vua Lý Nhân Tông, niên hiệu Thái Ninh thứ 4 (1075), mở khoa thi tam trường để lấy người văn học vào làm quan. Kỳ thi ấy là kỳ thi đầu tiên ở nước ta, chọn được hơn 10 người, Thủ Khoa là Lê Văn Thịnh…"

Tóm lại TS Alexey Polyakov đã có một lý luận rất mới mẻ để nói lên quan điểm của mình. Để đánh giá quan điểm này một cách chính xác, chúng ta cần có sự nghiên cứu sâu sắc thêm các sử liệu và các di chỉ khảo cổ.

Trong bài viết này tôi đã căn cứ vào *Việt Sử Lược* của Trần Trọng Kim, nên đã cho rằng Văn Miếu và Quốc Tử Giám được thành lập vào đời Lý. Tôi đồng ý rằng thời Lý có rất ít nhà Nho làm quan, các vị cao tăng là thành phần tinh hoa của triều đình nhà Lý, họ được cử nhiều chức vụ cao cấp trong triều đình, họ là những vị rất tinh thông Hán học. Nhưng với tinh thần phóng khoáng và rộng mở, các Sư cũng đã tiếp đón đạo Nho, đạo Lão để hoà hợp thành tam giáo đồng nguyên, thành thử việc thành lập Văn Miếu và Quốc Tử Giám cũng có thể xảy ra dưới thời Lý. Tuy nhiên quan điểm của chúng tôi cũng có thể duyệt lại nếu có nhiều lý luận thuyết phục hơn.

Tôi cũng xin ghi thêm vài sử liệu và bài viết có thể giúp thêm việc thảo luận về việc xác định ngày thành lập Văn Miếu, Quốc Tử Giám:

***An Nam Chí Lược 安南志略** (Sơ lược về An Nam / Việt Nam) của **Lê Tắc** (? - ?), đây là một *tư sử* tức là quyển sử do tự Lê Tắc viết mà không phải do lệnh của triều đình, sách sử do các sử quan viết theo lệnh của triều đình gọi là *chính sử*, bộ sách sử này được viết bằng văn xuôi chữ Hán vào năm 1335 tại Trung quốc (vào đời Trần ở Việt Nam, vào đời Nguyên ở bên Tàu), nội dung sách ghi chép hỗn hợp về địa lý, lịch sử, văn hóa v...v...của An Nam viết từ thời bắt đầu đến cuối đời Trần, bộ sử này gồm có 20 quyển, nhưng quyển thứ 20 bị thất lạc, nay chỉ còn 19 quyển

- Bản dịch tiếng Quốc ngữ do Ủy ban Phiên dịch Sử liệu Việt Nam, 1960
- Lời giới thiệu của L.M Cao Văn Luận, Viện Trưởng Viện Đại Học Huế, 22 tháng 4 năm 1960.
- Nhà xuất bản: Viện Đại Học Huế,1961
- Chuyển sang ấn bản điện tử bởi: Công Đệ, Doãn Vượng, Lê Bắc, 2001
- Nguồn: Viện Việt Học website, Trang Nhà Quảng Đức website đăng lại.
- Hiện nay ở Việt Nam đã có bản dịch mới, được hiệu đính và chú thích, được xuất bản gồm cả phần chữ Hán và chữ Quốc ngữ.

Trong *quyển đệ thập nhị* viết về gia thế **họ Lý** bắt đầu từ Lý Công Uẩn(Lý Thái Tổ) đến Hạo Sám (Lý Huệ Tông) không thấy đề cập tới *Văn Miếu* và *Quốc Tử Giám.*

Trong *quyển đệ thập tam* viết về gia thế **họ Trần** bắt đầu từ Trần Thừa... Trần Ích Tắc...đến Trần Kiện cũng không thấy đề cập tới *Văn Miếu* và *Quốc Tử Giám.*

Khi viết bộ sử này, Lê Tắc đã đứng trên lập trường của người Tàu mà nhìn lịch sử của An Nam. Bởi thế nên có nhiều học giả và nhiều nhà nghiên cứu lịch sử người Việt lên án ông Lê Tắc, có vị đã có nhiều lời phê bình rất gắt gao. Nhưng cũng có nhiều ý kiến ôn hoà, phóng khoáng và rộng mở hơn thì cho rằng mặc dầu Lê Tắc làm quan cho triều đình nhà Nguyên, sống đời sống lưu vong ở bên Tàu mà còn nghĩ đến cố hương thì đó là một điều đáng quý; và rằng Lê Tắc làm quan cho nhà Nguyên nên ông phải viết sử An Nam theo lập trường, theo quan điểm của người Tàu nhất là quyển sử được viết trên đất Trung Quốc. Vượt qua các lời lên án cực đoan, *chúng ta phải công nhận rằng đây là một bộ sử được biên soạn rất công phu và khoa học bởi một vị quan có học vấn uyên bác ,sách có rất nhiều giá trị, đó là một tài liệu lịch sử đáng quý*. Bộ sử cho biết lịch sử Việt Nam từ lúc khởi nguyên đến đời cuối Trần, và mối bang giao giữa Việt Nam và Trung quốc vào giai đoạn ấy. Có một điều nhỏ cần ghi lại là cứ mỗi lần sứ thần Việt Nam đi triều cống triều đình Tàu thì họ cũng "*lại quả*" như là một phần thưởng đối với chư hầu trung thành, nhiều khi của lợi quả gồm có đồ vật và tiền bạc nhiều hơn đồ triều cống. Nhiều sách Tàu cũng có nói đến việc lại quả đối với các chư hầu khác vào thời xưa.

Bộ sử **An Nam Chí Lược** đã được sưu tập trong cả ba bộ sách lớn được coi như là *"Bách Khoa toàn thư Trung Quốc"*, và đã được nhiều danh sĩ khen ngợi trong các Lời Tựa, đã được Tứ Khố Toàn Thư giới thiệu và xuất bản nhiều lần ở Trung Quốc. Bộ sử này với ấn bản Văn Lang đã được lưu trữ ở Thư viện Tokyo, Nhật Bản; một bản sao ở Bristish Museum, ở London, nước Anh; thư viện ở Pháp; và nhiều thư viện lớn ở Việt Nam

****Đại Việt lịch triều đăng khoa lục*** *của Nguyễn Hoàn,* danh sĩ đứng đầu Quốc Sử Viện cuối đời Lê, chép danh sách và tiểu sử của những người đậu đại khoa (Trạng nguyên/Tiến sĩ, Bảng nhản, Thám hoa) theo thứ tự các khoá thi từ **1075 đời Lý Nhân Tông** đến **1787 đời Lê mạt.**

Đại Việt lịch triều đăng khoa lục, do Tạ Thúc Khải dịch ra chữ Quốc ngữ, được xuất bản bởi Bộ Quốc gia Giáo dục, Saigon, 1962.

*Trong bài **"Những người có công kiến tạo Văn Miếu-Quốc Tử Giám"** đã viết:

"Song song với Phật giáo, nền Nho giáo chủ yếu phục vụ cho việc đào tạo nhân tài đã được các vị vua nhà Lý chú trọng. Người có công đầu tiên khi đưa Nho giáo vào đời sống của người dân Việt chính là vị vua Lý Thánh Tông với công xây dựng Văn Miếu là nơi thờ Khổng Tử - người thầy sáng lập ra nền Nho học. Ngoài Văn Miếu ở kinh thành Thăng Long, ở các địa phương cũng có nhiều nơi lập ra để thờ Khổng Tử được gọi là Văn chỉ.

Nhận thấy sự cần thiết có một đội ngũ tri thức giúp sức cho công cuộc xây dựng và bảo vệ đất nước, vua Lý Thánh Tông (1023 - 1072) sau khi lên ngôi lúc 31 tuổi đã cho xây dựng Văn Miếu vào năm 1070, làm nơi thờ các thánh hiền đạo Nho. Ông cũng là người mở khoa thi "Minh kinh bác học" đầu tiên để tuyển chọn nhân tài.

Vua Lý Nhân Tông (1066 - 1128) tức Lý Càn Đức, con trưởng của Vua Lý Thánh Tông và Nguyên phi Ỷ Lan, lên ngôi lúc mới 6 tuổi đã kế nghiệp sự nghiệp đào tạo nhân tài

quốc gia của vua cha. Ngay từ nhỏ ông đã được chú trọng dạy dỗ về cả tri thức văn chương lẫn đạo làm vua. Ông là vị vua chú trọng về văn hóa, giáo dục, mở các cuộc thi kén chọn nhân tài, và đặc biệt ưu đãi, trọng vọng các bậc thiền sư. Năm Ất Mão (1075) vua cho tổ chức một khoa thi Tam trường, là khoa thi chọn người giỏi đầu tiên ở nước ta và tiến sĩ Nguyễn Văn Thịnh đỗ đầu nhưng không được gọi là Trạng Nguyên vì phải đến năm 1247 vua Trần Thái Tông mới đặt ra học vị Tam khôi: Trạng nguyên, Bảng nhãn, Thám hoa). Tiếp liền năm sau (1076), vua cho lập Quốc Tử Giám và bổ nhiệm những người khoa bảng văn học vào dạy. Ban đầu nơi đây là nơi dạy học cho các hoàng tử, công chúa, con quan lại và sau đó mở rộng thu nhận cả những học trò giỏi trong thiên hạ.

(Nguồn: *Thăng Long-Hà Nội website* đăng ngày 23 tháng 5 năm 2012, ký tên Người Hà Nội)]

* * *

Trong thời Trịnh Nguyễn phân tranh (1528 - 1802) lấy sông Gianh, nằm trên địa phận tỉnh Quảng Bình bây giờ, làm biên giới:

-Chúa Trịnh ở đàng ngoài/ miền Bắc đã hỗ trợ Phật giáo để lấy lòng dân Bắc hà, nhiều ngôi chùa được trùng tu.

-Chúa Nguyễn ở đàng trong/ miền Nam cũng hỗ trợ Phật giáo để lấy lòng dân. Chúa Nguyễn Hoàng đã cho xây dựng Chùa Thiên Mụ/ Thiên Mụ Tự **(天姥寺)** ở Huế vào năm 1601.

Khi Gia Long thống nhất đất nước, mở đầu cho triều Nguyễn (1802 - 1945), thì các tăng sĩ chỉ được triều Nguyễn cho chức *Trụ trì*, giữ chùa và lo việc cúng tế. Nhà Nguyễn đã phong chức "*Hoà Thượng*" cho các vị tăng có đức độ. Tuy nhiên dưới thời Nguyễn, giới luật ở chùa không còn được giữ nghiêm minh như trước. Nhiều vị Sư đã trở thành thầy cúng, còn nhiều tín đồ Phật giáo thì xem Đức Phật Thích-Ca Mâu-Ni như là một vị thần linh để phù hộ họ, họ có thể mua lòng Phật bằng các lễ vật đem đến chùa để cúng dường và mua lòng các tăng sĩ bằng cách cúng tiền bạc hay lễ vật quý giá cho họ để được phước.

"Đến cuối thế kỷ 19, với sự đô hộ của Pháp, tình thế lại càng lụn bại. Trong gần tám chục năm trời, Phật giáo vừa bị Thiên Chúa giáo cạnh tranh ráo riết, vừa bị nhà cầm quyền nghiêm khắc hạn chế: nào lập Tăng tịch để kiểm tra, nào bắt buộc cất chùa phải xin phép trước, nào hạn chế việc nhà chùa mua sắm đất đai hay thu nhận tài sản của thập phương hỷ cúng, v.v.. Nản chí, các nhà tu hành chân chính tìm chốn ẩn tu, để mặc cho bọn "thầy đám" múa gậy vườn hoang. Vì tham lợi, bọn này làm cho tình thế hỗn tạp, như đã nói ở phía trước, càng ngày càng trầm trọng, khiến cho khách bàng quan phải đau lòng trước cảnh tượng một đạo kỳ kỳ quái, trong đó thần bí, phù chú, tà tín, đa thần xáo trộn như một cuộn chỉ rối, không phương gỡ ra."

(Mai Thọ Truyền, *Phật giáo Việt Nam*, Saigon: 1965, *Thư viện Hoa Sen* Website ở Hoa Kỳ đăng lại)

II. Tiến trình việc phiên dịch kinh điển Phật giáo ra chữ Quốc ngữ:

Đến năm 1920, do ảnh hưởng của phong trào chấn hưng Phật giáo ở Trung quốc được phát động bởi Đại sư Thái Hư, Phật giáo Việt Nam đã phát động phong trào chấn hưng Phật giáo trên toàn quốc, cùng khắp ba miền của đất nước: Bắc, Trung và Nam. Năm 1931, *Nam Kỳ Nghiên Cứu Phật học* được thành lập ở Saigon, sau đó *Hội Lưỡng Xuyên Phật học* cũng được thành lập ở miền Tây Nam phần. Năm 1932, *Hội Phật học Trung Việt* được thành lập tại Huế. Năm 1934, *Hội Phật giáo Bắc Việt* được thành lập tại Hanoi. Các Hội Phật học này do sự đóng góp công sức của Tăng Ni, Cư sĩ với mục đích vãn hồi giới luật, chỉnh đốn cửa thiền, đào tạo tăng ni. Các Hội này đã xuất bản nhiều tạp chí để truyền bá tư tưởng triết học Phật giáo và vận động các bậc túc nho, tăng sĩ, cư sĩ phiên dịch các kinh văn chữ Hán ra chữ Quốc ngữ để mọi người dễ đọc, dễ hiểu và dễ học hỏi Phật pháp. Lúc ấy *Tịnh độ tông* vẫn tiếp tục thịnh hành trong đại chúng nhờ phép tu tịnh độ dễ thực hành còn *Thiền tông* thì ẩn tích, nhưng vào hậu bán thế kỷ 20 và sang đầu thế kỷ 21 thì *Thiền tông* được phục hồi và phát triển vượt bực chẳng những ở Việt Nam mà còn ở các nước Tây phương nữa: Anh, Pháp, Hoa Kỳ, Canada…

Khi nói đến các kinh điển Phật giáo được dịch ra tiếng Việt thì chúng ta đều nghĩ rằng các bản dịch của kinh điển được dịch ra chữ **Quốc ngữ**, một loại chữ ghi âm tiếng Việt bằng mẫu tự tiếng La-tin (Latin alphabet).

Như đã nói trên, hưởng ứng lời kêu gọi chấn hưng Phật giáo vào năm 1920, có rất nhiều tạp chí Phật giáo bằng chữ Quốc ngữ đã được xuất bản vào tiền bán thế kỷ 20, vào hậu bán thế kỷ 20 cho đến nay thì số tạp chí Phật giáo được xuất bản vô số kể ở Việt Nam cũng như ở hải ngoại.

Các tạp chí Phật giáo đã xuất bản vào tiền bán thế kỷ 20 thường có nội dung như sau:

- dịch một kinh Phật,-dịch các bài thuyết pháp của Đại sư Trung quốc như Thái Hư v...v..,
- truyện cổ tích Phật giáo,
- các câu chuyện về tiền thân Đức phật v...v…thí dụ về các tạp chí từ Nam ra Bắc:

1. *Từ Bi Âm* (1932 - 1943): xuất bản sớm nhất ở Saigon, *Kinh Kim-Cang Bát-Nhã* do Trí Độ dịch từ chữ Hán ra chữ Quốc ngữ.

2. *Viên Âm* (1934 - 1944): xuất bản ở Huế, *Kinh Lăng nghiêm* và *Kinh Ưu Bà Tắc Giới* do Tâm Minh dịch. *Luận Đại Thừa Khởi Tín* do Trí Quang dịch

3. *Đuốc Tuệ* (1935 - 1941) của Chùa Quán Sứ ở Hanoi: *Diệu Pháp Liên Hoa Kinh* và *Quan Thế Âm Bồ-tát Phổ môn* do Viên Quang dịch. *Kinh Hối Quá*, *Phương pháp tại gia học Phật*, *Tội nghiệp báo ứng giáo hoá địa ngục kinh* do Nguyễn Thượng Cần dịch. *Kinh Trường*

A-hàm, quyển 7, do Trí Hải dịch. *Giảng giải kinh Bát Đại nhân giác* (bài thuyết pháp của Đại sư Trung quốc Thái Hư) do Thiều Chửu dịch.

* * *

Trong hiện tại, **Tam tạng Kinh tiếng Pali** đã được dịch ra tiếng Quốc ngữ gần hết, gồm có 5 bộ kinh Nikaya, đã được ấn loát.. Có nhiều trang web đã đăng lên internet. Độc giả có thể đọc các bản kinh Việt dịch này trên các trang web như: Thư Viện Hoa Sen ở Hoa Kỳ, Trang Nhà Quảng Đức và Chùa A-di-đà ở Úc Châu, Tam Tạng Pali Việt v.v…

***Kinh Tạng Pali,** các bản dịch *(trích dẫn từ trang web Tam Tạng Pali Việt)* **:**

* Kinh Trường Bộ - *Hòa thượng Thích Minh Châu dịch.*

* Kinh Trung Bộ - *Hòa thượng Thích Minh Châu dịch.*

* Kinh Tương Ưng Bộ - *Hòa thượng Thích Minh Châu dịch.*

* Kinh Tăng Chi Bộ - *Hòa thượng Thích Minh Châu dịch.*

* Kinh Tiểu Bộ I (Tiểu tụng, Pháp cú, Phật tự thuyết, Phật thuyết như vậy, Kinh tập) - *Hòa thượng Thích Minh Châu dịch.*

Các bản dịch Kinh Tiểu Bộ II đến Kinh Tiểu Bộ X dưới đây không nên được xếp vào **KINH TIỂU BỘ** của **TAM TẠNG PALI** vì không phải là bản dịch trực tiếp từ **CHÁNH TẠNG PALI** thuộc truyền thông Phật Giáo Theravada ở các quốc gia Tích Lan, Thái Lan, Miến Điện, Campuchia v...v...Xin so sánh với bản song ngữ ở trang Trang Ôn Cố Tri Tân

* Kinh Tiểu Bộ II (Thiên cung sự, Ngạ quỷ sự) - *Gs Trần Phương Lan dịch.*

* Kinh Tiểu Bộ III (Trưởng lão tăng kệ, Trưởng lão ni kệ) - *Hòa thượng Thích Minh Châu dịch.*

* Kinh Tiểu Bộ IV (Chuyện Tiền thân, 1-120) - *Hòa thượng Thích Minh Châu dịch.*

* Kinh Tiểu Bộ V (Chuyện Tiền thân, 121-263) - *Hòa thượng Thích Minh Châu và Giáo sư Trần Phương Lan dịch.*

* Kinh Tiểu Bộ VI (Chuyện Tiền thân, 264-395) - *Hòa thượng Thích Minh Châu và Giáo sư Trần Phương Lan dịch.*

* Kinh Tiểu Bộ VII (Chuyện Tiền thân, 396-473) - *Giáo sư Trần Phương Lan dịch.*

* Kinh Tiểu Bộ VIII (Chuyện Tiền thân, 474-520) - *Giáo sư Trần Phương Lan dịch.*

* Kinh Tiểu Bộ IX (Chuyện Tiền thân, 521-539) - *Giáo sư Trần Phương Lan dịch.*

* Kinh Tiểu Bộ X (Chuyện Tiền thân, 540-547) - *Giáo sư Trần Phương Lan dịch.*

* Hạnh Tạng (Kinh Tiểu Bộ) - *Tỳ khưu Thiện Minh dịch.*

* Hạnh Tạng (Kinh Tiểu Bộ) - *Tỳ khưu Indacanda* (Trương Đình Dũng) *dịch.*

(**Nguồn**: *Tam Tạng Pali & Chú Giải, Hệ Phái Theravada- Nguyên Thuỷ* website: http://www.tamtangpaliviet.net/VHoc/VHoc_Web.htm)

Những kinh điển chữ Hán căn bản như A-di-đà, Phổ môn, Kim cang, Pháp Hoa, hoa nghiêm, Bát-nhã tâm kinh, Niết bàn v.v.. đều đã được dịch và lưu hành rộng rải. Từ cuối thế kỷ thứ 20, dưới làn sóng tị nạn của người Việt ở các nước Tây phương như Hoa kỳ, Canada, Pháp, Úc, Đức…nên ở hải ngoại có rất nhiều Tăng Ni, Cư sĩ và Phật tử đã nổ lực dịch thêm nhiều quyển kinh. Nhờ sự tiến bộ về phương tiện thông tin trong thời đại Internet càng giúp cho việc phổ biến các bản dịch càng rộng rải hơn. Tuy nhiên tính đến nay, chúng ta chưa có một bản dịch Đại Tạng Kinh chữ Hán ra chữ Quốc ngữ đầy đủ và hoàn hảo.

Lịch sử Phật giáo Trung quốc cho thấy rằng nhờ có được Đại Tạng Kinh bằng chữ Hán nên người Tàu đã học Phật pháp mà không cần phải học tiếng Sanskrit. Có nhiều đại sư, cao tăng Trung quốc không hề biết tiếng Phạn mà vẫn thâm cứu Phật pháp và còn trước tác về Phật học nữa. Ví dụ như trường hợp Lục Tổ Huệ Năng đã trước tác *"Pháp Bảo Đàn Kinh"* trong khi sức học của Ngài rất khiêm tốn. Bởi thế nên việc phiên dịch Đại Tạng Kinh từ chữ Hán sang chữ Quốc ngữ thật là cấp thiết, bởi vì các bậc trưởng lão, các cư sĩ, các Phật tử tinh thông chữ Hán dần dần qua đời như: Thích Khánh Anh, Thích Thiện Hoa, Thích Trí Tịnh, Thích Đồng Minh, Thích Trí Nghiêm, Thích Đức Niệm, Thích Mãn Giác, Đoàn Trung Còn, Mai Thọ Truyền v...v… Số người vừa tinh thông chữ Hán vừa thâm cứu Phật học dần dần bớt đi.

Duyệt qua các bản dịch, chúng ta thấy có nhiều bộ kinh được nhiều người cùng dịch như Kinh Kim cang, Bát-nhã tâm kinh, Kinh Lăng nghiêm, Kinh Pháp cú v...v… trong khi có nhiều cuốn kinh khác chưa được dịch ra (Nguồn: *Mục Lục Đại Tạng Kinh Tiếng Việt* của Nguyễn Minh Tiến). Có nhiều vị vừa dịch ra, vừa tự in và ấn tống các cuốn kinh này, lòng nhiệt tình thực đáng tán thán. Các vị dịch giả độc lập, làm việc với tư cách cá nhân thì có rất nhiều, tôi xin trích ra một số vị như sau:

-*Quý Tăng Ni* : Khánh Anh, Trí Tịnh, Trí Thủ, Tâm Châu, Đức Niệm, Chánh Lạc, Hành Trụ, Minh Lễ, Nhất Hạnh, Như Điển, Quảng Độ, Thanh Từ, Trí Nghiêm, Tuệ Sĩ, Trí Hải, Linh Quang, Viên Đức, Thiền Tâm v.v..

-*Quý Cư sĩ, Giáo sư và Học giả*: Đoàn Trung Còn, Mai Thọ Truyền, Hạnh Cơ/Nguyễn Hữu Lợi, Lê Đình Thám, Cao Hữu Đính, Phạm Kim Khánh, Nguyên Hồng, Nguyễn Minh Tiến, Trúc Thiên, Tuệ Nhuận, Trần Phương Lan, Hoàng Phong, Bình AnSon, Ngô Tằng Giao v.v…

Bên cạnh các dịch giả độc lập với nỗ lực làm việc có tính cách cá nhân còn có nhiều tổ chức, đoàn thể đã kết hợp lại nhiều người để dịch Đại Tạng Kinh chữ Hán ra chữ Quốc ngữ như sau:

1. *Hội đồng phiên dịch Kinh điển* được thành lập vào năm 1973 ở miền Nam do Hoà Thượng Thích Trí Tịnh làm Chủ tịch. Hội đồng này làm việc trong khoảng thời gian từ 1973 đến 1975, đã dịch được các kinh điển như sau:

-*Trường A-hàm* và *Tạp A-hàm* do Thích Thiện Siêu, Thích Trí Thành và Thích Tuệ Sĩ dịch.

-*Trung A-hàm* và *Tăng Nhất A-hàm* do Thích Thanh Từ, Thích Bửu Huệ, Thích Thiền Tâm dịch.

-*Đại Bát-nhã* do Thích Trí Nghiêm dịch.

-*Kinh Ma-ha Bát-nhã Ba-la-mật, Kinh Diệu Pháp Liên Hoa, Kinh Đại Phương quảng Phật, Hoa Nghiêm*, bộ *Đại Bảo Tích* do Thích Trí Tịnh dịch.

2. *Hội đồng chỉ đạo phiên dịch và ấn hành Đại Tạng Kinh Việt Nam* được thành lập ngày 30 tháng 11 năm 2003 do Hoà Thượng Thích Minh Châu làm chủ tịch. Chúng ta chưa thấy thành quả của Hội đồng này, phần lớn các vị tăng trong Hội đồng này đã viên tịch như Thích Minh Châu, Thích Trí Tịnh v.v…, và nhiều vị khác thì tuổi đã quá cao.

3. *Ban phiên dịch Pháp Tạng Phật giáo Việt Nam* do Thích Đồng Minh thành lập vào năm 2002 với sự cộng tác của nhiều Tăng Ni và Phật tử ở Nha Trang và ở Hoa kỳ, Canada, Pháp, Úc… Ban phiên dịch này đã dịch được nhiều sách Phật học nhiều hơn là các kinh điển trong Đại Tạng Kinh. Ngài Thích Đồng Minh đã viên tịch.

4. *Linh Sơn Pháp Bảo Đại tạng kinh* do Thích Tịnh Hạnh sáng lập vào năm 1994, gồm có 150 cao tăng, học giả, cư sĩ. Theo công bố thì năm 2004, Ban dịch thuật đã hoàn tất *Đại Tạng Kinh tiếng Việt*. Nhưng không thấy đăng trên trang web của *Giáo hội Phật giáo Linh Sơn Thế Giới* một bản kinh nào cả.

5. *Tuệ Quang Foundation* website do BS Trần Tiển Huyến sáng lập, ông có sáng kiến dùng software dịch Đại Tạng Kinh từ chữ Hán ra chữ Quốc ngữ. Nhưng tới nay các bản dịch chưa hoàn toàn được hiệu đính, sửa chửa và nhuận sắc.

6. Ban phiên dịch Việt ngữ của Vạn Phật Thánh Thành do cố Đại sư Trung quốc Tuyên Hoá thành lập tại Hoa Kỳ, đã dịch một số kinh điển từ tiếng Tàu ra tiếng Việt.

* * *

Ngày nay, các kinh điển Phật giáo bằng chữ Quốc ngữ đã được đăng trên các trang web Phật học, và các sách giấy được phát hành khắp nơi ở Việt Nam và ở các cộng đồng Phật giáo hải ngoại như:

- *Phật học viện Quốc tế* : địa chỉ 9250 Columbus Ave., North Hills, CA 91343, USA do cố Hoà Thượng Thích Đức Niệm làm Viện Trưởng.

- *Thư viện Hoa Sen* website www.thuvienhoasen.org do Cư sĩ Tâm Diệu làm Trưởng ban biên tập, ở USA. Đây là một thư viện Phật học rất phong phú.

- *Trang nhà Quảng Đức* website do Hoà Thượng Thích Nguyên Tạng làm Trưởng ban biên tập, ở Australia/Úc Châu. Trang web này có mục Đại Tạng Kinh.

- *Chùa A-di-đà* website, www.chuaadida.com do Thượng Toạ Thích Nguyên Trực làm Trưởng ban biên tập ở Australia/Úc Châu. Trang web này có chuyên mục Tam Tạng Kinh Điển và Thư Viện Sách.

- *Buddha Sasana* Website http://budsas.net/ của Bình Anson, Ph.D. làm chủ biên. Đây là một Thư viện Phật học rất phong phú gồm chuyển ngữ là tiếng Việt và tiếng Anh.

- *Rộng mở tâm hồn* website www.rongmotamhon.net do cư sĩ Nguyễn Minh Tiến làm chủ biên, ở tỉnh Bà-Rịa, Vũng Tàu, Việt Nam. Vị Cư sĩ này muốn theo gót Đại sư Trung quốc Đạo An (314 – 385) nên đã và đang tiến hành soạn *Mục Lục Đại Tạng Kinh Tiếng Việt*. Tính đến ngày 12 tháng 9 năm 2014, ông đã thu thập được 676 tên kinh đã dịch, gồm có 2603 quyển đã dịch trong số đó có nhiều bản dịch trùng lập do nhiều dịch giả khác nhau, ví dụ như Kinh Kim Cang, Bát-nhả tâm kinh, Kinh Pháp Cú, Kinh Lăng Nghiêm v. v.. Ông Tiến còn lập danh sách các kinh chữ Hán chưa được dịch ra chữ Quốc ngữ.

- Một kho tàng Kinh sách điện tử được chứa đựng trên trang web: Thư viện điện tử Phật giáo tiếng Việt [Vietnamese Buddhist Electronic Text (VNBET)] http://Vnbet.com

- *Kinh Phật tiếng Việt* website do Cư sĩ Nguyên Thuận làm chủ biên.

- *Đại Tạng Kinh Việt Nam* website, chủ biên ẩn danh.

- *Tạng thư Phật học* website, chủ biên ẩn danh.

Còn rất nhiều trang Web Phật giáo khác ở Việt Nam và hải ngoại đã đăng các Kinh Phật Việt dịch. Chúng ta đang sống trong thời đại Internet nên độc giả có thể vào Internet để kiếm các Kinh Phật cần tìm hiểu.

III.-Kết luận:

Tam tạng Kinh Pali của Phật giáo Nam truyền đã được dịch ra chữ Quốc ngữ gần hết, và các kinh đã dịch xong đều được ấn loát.

Đại tạng Kinh chữ Hán của Phật giáo Bắc truyền từ Trung quốc đã được dịch và hiệu đính gần hết. Một thời gian nữa thì có thể ấn hành nếu có đủ phương tiện tài chánh.

Hy vọng trong tương lai, các Tăng Ni, Cư sĩ Phật tử tinh thông Hán văn và Phật học có thể tiếp tục dịch ra chữ Quốc ngữ bộ ***Đại Chánh Tân Tu Đại Tạng Kinh*** của Nhật Bản thì kho tàng kinh điển Phật giáo Việt Nam sẽ rất là phong phú.

Năm 1924, dưới triều đại *Đại Chánh* (1912 - 1926), hai vị Bác sĩ người Nhật là Cao Nam Thuận và Độ Biên Hải Húc đã cùng với nhiều học giả khác bắt đầu biên soạn bộ ***Đại Chánh Tân Tu Đại Tạng Kinh***" (**大正新修大藏經**), còn gọi là ***Đại Chánh Tạng*** hay ***Đại Chánh Bản***. Đây là một Đại Tạng Kinh viết bằng chữ Hán đã thu thập nhiều tác phẩm, kinh điển Phật giáo nhất từ xưa đến nay. Đại Tạng Kinh này được đánh giá là hoàn hảo nhất, và được truyền bá rộng rãi trên thế giới. Đến năm 1934 thì bộ Đại tạng kinh này được hoàn thành, và được chính *Hội Đông-Kinh Đại Chánh Nhất Thiết Kinh* của các học giả này ấn hành.

Đại Chánh Tạng có nội dung gồm 4 phần:

1. **Chánh Biên:** gồm các thu thập tất cả các dịch phẩm Kinh, Luật, Luận và các bài viết về Phật học ở Trung quốc, Đại Hàn và Nhật Bản.

2. **Tục Biên**: gồm các thu thập những tác phẩm Phật giáo của Nhật Bản, các tư liệu khảo cổ ở Đôn Hoàng tại Trung quốc, và cả các tác phẩm, kinh điển bị nghi ngờ là ngụy tạo.

3. **Đồ Tượng**: gồm các thu thập về Mật giáo do các Pháp sư Nhật Bản học hỏi từ các Pháp sư Tàu, và sau đó họ tự phát triển thêm.

4. **Chiêu Hòa Pháp Bảo Tổng Mục Lục**.

Hai vị Bác sĩ Nhật Bản nói trên còn soạn một quyển sách: **Mục Lục Đại Chánh Tân Tu Đại Tạng Kinh.** Mục lục này giúp cho các nhà nghiên cứu Phật học dễ dàng tra cứu nội dung của Đại Chánh Tân Tu Đại Tạng Kinh.

Hiện nay Phật giáo Đài Loan đang sử dụng bộ Đại Tạng Kinh này, và còn đăng lên Internet toàn bộ Đại Tạng Kinh này.

Bản viết lần thứ nhất, Toronto, ngày 07 tháng 12 năm 2015

Bài viết có sửa chữa và bổ túc, Toronto, ngày 07 tháng 02 năm 2016

Nguyễn Vĩnh Thượng

Tài liệu tham khảo chính yếu:

-Dương Quảng Hàm, *Việt Nam Văn Học Sử Yếu*, Hanoi, 1941.
tái bản lần thứ 10 bởi TT Học Liệu trực thuộc Bộ Giáo Dục VNCH, Saigon, 1968.

-Mai Thọ Truyền, *Phật Giáo Việt Nam*, Saigon: Hội Phật Học Nam Việt, Chùa Xá Lợi, 1965.
đăng lại trên Thư Viện Hoa Sen Website, Hoa Kỳ.

-Nguyễn Minh Tiến, *Góp sức Xây dựng Đại Tạng Kinh tiếng Việt*, Hoa Kỳ: Thư Viện Hoa Sen Website, 2014.

- Nguyễn Minh Tiến, *Mục Lục Đại Tạng Kinh Tiếng Việt*, cung cấp thông tin về hơn 1.300 bản kinh Việt dịch gồm hơn 4.000 quyển của gần 200 dịch giả đóng góp trong hơn 50 năm qua; 2016

-Thích Mật Thể, *Việt Nam Phật Giáo Sử Lược*, Hanoi, 1943.
tái bản bởi NXB Minh Đức ở Đà-Nẵng và Saigon, 1960.

-Thích Thiện Hoa, *Triết lý Đạo Phật* hay *Đại Khái Kinh Lăng Nghiêm*, Cholon: Hội Phật Học Phổ Thông - Ban Hoằng Pháp, 1955.

-Thích Thiện Hoa, *Năm mươi năm Chấn hưng Phật giáo Việt Nam*, Saigon: 1971.
tái bản bởi Phật Học Viện Quốc tế ở California, Hoa Kỳ, 1990.

-Trần Trọng Kim, *Việt Nam Sử Lược*, Hanoi, 1928.
tái bản bởi Trung Tâm Học Liệu trực thuộc Bộ Giáo Dục VNCH, Saigon,1971.

Chương 28

Việc phiên dịch Kinh điển Phật giáo ra chữ Hán

Vào đầu thế kỷ 12, quân Hồi giáo đã xâm chiếm Ấn-độ, với bản chất tàn bạo họ đã tàn sát các Tăng Ni, Phật tử, đốt sạch các Kinh điển Phật giáo, phá hoại các đền chùa Phật, họ cũng cướp bóc tài sản và tàn phá những gì không thuộc Hồi giáo. Phật giáo đã bị tiêu diệt nơi xứ Phật. Nhưng may mắn thay cho đạo Phật, dưới triều đại vua Asoka vào thế kỷ thứ 3 trước CN, Phật giáo đã được truyền qua xứ Sri Lanka/Tích Lan, Miến điện...Rồi đến khoảng thế kỷ 1 CN, Phật giáo được truyền đến Giao Châu/Việt Nam, Trung quốc, Phù Nam, Cao Ly, Nhật bản…Tam Tạng Kinh của Thượng Toạ Bộ/ Phật giáo Nguyên Thuỷ được truyền qua Sri Lanka, các kinh điển Mật giáo được truyền sang Tây tạng; Tam Tạng Kinh của Phật giáo Nguyên thuỷ, Phật giáo Phát triển/Phật giáo Đại thừa đã được truyền sang Trung quốc. Kho tàng Phật điển ở Trung quốc vô cùng đồ sộ. Mãi đến thế kỷ thứ 18, quân Hồi dần dần suy yếu. Sau đó Ấn độ trở thành thuộc địa của Anh quốc, Phật giáo mới bắt đầu phục hồi trở lại. Vào thế kỷ 19, các vị trong phong trào phục hồi đạo Phật ở Ấn độ đã mượn Đại Tạng Kinh Phật giáo chữ Hán để dịch ngược lại chữ Sanskrit, và quý vị này cũng thỉnh Tam Tạng Kinh Pali từ Sri Lanka. Như vậy việc phiên dịch kinh điển Phật giáo ra chữ Hán đã giúp ích cho việc phục hồi Phật giáo ở Ấn độ.

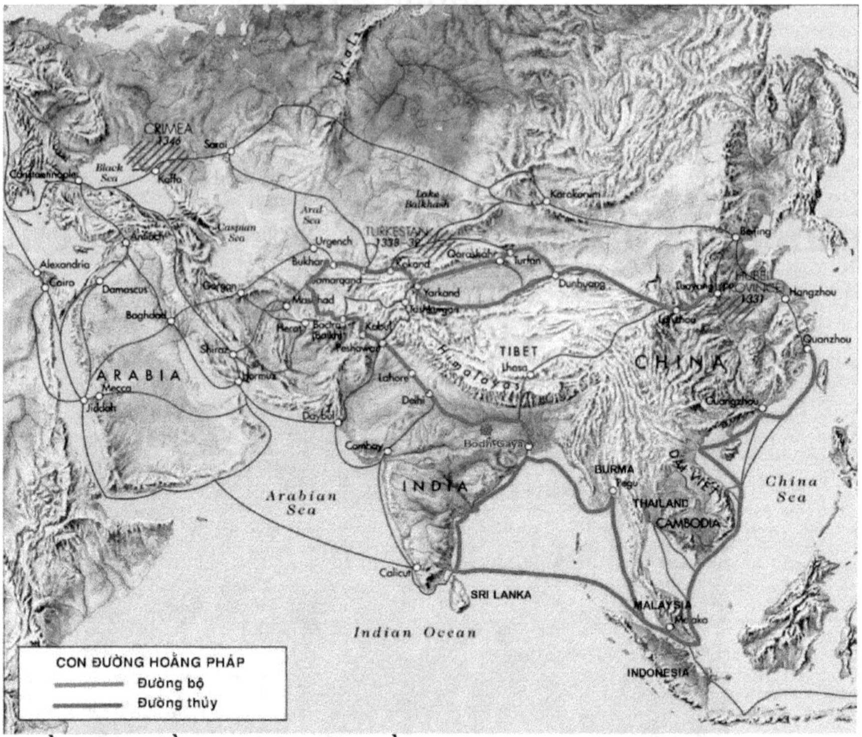

(Nguồn: bản đồ Con Đường Hoằng Pháp của Thư viện Hoa Sen website)

Bài viết này sẽ được trình bày như sau:

I. ***Phật giáo truyền đến Trung Hoa từ Ấn độ*** qua *con đường tơ lụa và con đường hồ tiêu.*

II. ***Những khó khăn bước đầu trong việc dịch thuật Kinh điển Phật giáo ra chữ Hán:***

- Ngôn ngữ Trung Hoa và Ấn độ hoàn toàn khác nhau. Quan niệm triết học cũng khác xa.
- Chữ *cách nghĩa* của "Phật giáo Ko-I" (Ko-I Buddhism/ Taoist-influenced Buddhism).
- Những lý thuyết dịch thuật của các đại sư: Đạo An (312 – 385) [xem thêm chi tiết ở III.-3: Thời đại nhà Tấn], Cưu-ma-la-thập (Kumarajiva, 344 – 413) và Huyền Trang/ Tam Tạng Pháp Sư (600 – 664)[xem thêm chi tiết ở III.-6: Thời đại nhà Đường].

III. ***Quá Trình việc phiên dịch kinh điển Phật giáo ra chữ Hán và sự phát triển của Phật giáo ở Trung Hoa: 10 tông phái được thành lập.***

Các sự kiện lớn đáng chú ý:

-**Kinh Tứ Thập Nhị Chương** được dịch ra tiếng Hán đầu tiên vào thế kỷ I.

-**Chùa Bạch Mã**: ngôi chùa Phật giáo đầu tiên ở Trung Hoa được vua Minh Đế (58 – 75), thời Hậu Hán, xây cất vào năm 68 CN ở phía Đông thành Lạc Dương (tỉnh Hà Nam ngày nay).

- **Đạo An** đại sư đã cải họ **Thích** (**釋 ,Shih)** làm họ mới cho mình, và đã làm tiền lệ cho các Tăng Ni Bắc Truyền/ Đại Thừa.

-Phật giáo Trung Hoa đã trải qua **5 lần Pháp nạn** tính đến cuối đời Mãn Thanh (1911).

-**Tư Tưởng Mạt Pháp.**

-**Vào đời Đường** (618 – 907) :

-**Đại Tạng Kinh** (**大 藏 經**, Av. Great Storehouse Scripture) được hoàn thành ở Trung Hoa.

-**Thiền học Trung Hoa** đã phát triển với **Pháp Bảo Đàn Kinh** của chính Đại sư Trung Hoa là Ngài Lục Tổ **Huệ Năng**.

-**Lời Khai Kinh Kệ** cho Bộ Kinh Hoa Nghiêm chữ Hán do **Võ Tắc Thiên** sáng tác.

-**Vào đời Minh** (1368 – 1661), kỹ thuật ấn loát phát triển, Đại Tạng Kinh được in 4 lần với 4 ấn bản khác nhau: Nam Tạng Bản, Bắc Tạng Bản, Võ Lâm Bản, Vạn Lịch Bản.

-**Vào đời Thanh** (1662 – 1911): **Tục Tạng Kinh** (**續 藏 經** , Supplement to Tripitaka) được khắc in.

IV.- Kết Luận:

Công việc dịch thuật Tam Tạng giáo điển ra chữ Hán ở Trung Hoa:

-đã kéo dài khoảng 1.900 năm, và đã được hầu hết các triều đại bảo trợ. Tam Tạng Kinh đã được dịch ra chữ Hán một cách hoàn chỉnh.

-đã làm giàu thêm khoảng 35.000 từ (words) cho tiếng Hán cổ.

-đã giúp tư tưởng Phật giáo được truyền bá dễ dàng và rộng rãi trong giới trí thức và trong đại chúng.

-đã giúp Phật giáo giải phóng địa vị xã hội của người phụ nữ Trung Hoa ra khỏi quan niệm "*phân biệt Nam Nữ*" của Nho giáo.

Phụ lục: ***Các Đại Tạng Kinh chữ Hán ở Đại Hàn/Cao Ly và Nhật Bản***.

* * *

I.- Phật giáo truyền đến Trung Hoa từ Ấn độ

Phật giáo được truyền đến Trung Hoa vào khoảng thế kỷ 1 trước Công Nguyên do hai con đường: đường bộ và đường biển.

A. **Đường bộ** còn gọi là **con đường tơ lụa** (ti trù chi lộ 丝绸之路, silk routes): đây là con đường giao thông buôn bán giữa Trung Hoa và các nước ở phía Tây Trung Hoa được vua Võ Đế đời Tiền Hán cữ Trương Phiên khai phá vào khoảng thế kỷ thứ 2 trước CN. Con đường này có hai trục lộ: một trục lộ ở phía Bắc và một trục lộ ở phía Nam.

1. **Con đường phía Bắc**: Trục lộ phía Bắc phát khởi từ Đôn Hoàng, Ngọc Môn rồi nương theo chân núi Thiên Sơn, qua các nước Hami (Y Ngô), Turfan (Cao Xương), Karashar (Yên Kỳ), Kucha (Khâu Tư), Turfan (Cô Mặc), Ush (Ôn Túc) đến Kashgar (Sở Lạc) nối liền trục lộ phía Nam để đi tới Ấn độ.

2. **Con đường phía Nam**: Trục lộ phía Nam bắt đầu từ Đôn Hoàng và Ngọc Môn thuộc địa phận Trung Hoa, rồi nương theo chân núi Côn Lôn qua các nước Lop Nor, Khotan (Vu Điền), Yarland (Xa Sa) đến Kashgar (Sở Lạc). Từ Kashgar vượt qua núi Thông Lĩnh để đi tới phía Bắc Ấn độ.

Giữa hai con đường bộ nói trên , còn có con đường **Nhập Trúc Cầu Pháp (**nghĩa là đi qua Ấn độ để học trực tiếp về Phật Pháp và thỉnh các Kinh Phật bằng chữ Phạn) do các Đại sư Trung Quốc mở đường. Con đường này bắt đầu từ Đôn Hoàng, qua Lop Nor, tới Karashar, xuyên qua bãi sa mạc Taklamakan rồi tới Khotan để hợp với con đường phía Nam. Ngài Chu Sĩ Hành (203-282, người nước Ngụy thời Tam Quốc) sau khi xuất gia đã quyết chí đi Ấn độ để tìm nguyên bản tiếng Phạn của kinh Phật. Chu Sĩ Hành là vị sư đầu tiên đã mở con đường "***Nhập Trúc Cầu Pháp***"; sau đó có Ngài Pháp Hiển (khoảng 340 (?- ?)…đã đi theo con đường này để đi thỉnh Kinh Phật ở Ấn độ.

Cả 3 con đường đều qua các vùng núi non hiểm trở và sa mạc khô cằn.

B. Đường biển (hải lộ 海路, sea routes)còn gọi là **con đường hồ tiêu** (hương liệu chi lộ 香料之路, spice routes; hồ tiêu chi lộ 胡椒之路): đây là con đường giao thông bắt đầu từ hải cảng thuộc tỉnh Quảng Đông, qua Giao Châu/Bắc Việt Nam bây giờ và các đảo ở phía Đông Nam rồi tới Ấn độ, Sri Lanka…Châu Âu. Đường thuỷ vừa nhanh chóng vừa bớt gian nan, nên các vị sư Ấn độ thường dùng để đi truyền bá Phật giáo đến Trung Hoa.

Thường thường thì mỗi chuyến di chuyển hàng hoá, đi buôn bán, các thương gia hay thỉnh mời các vị sư đi theo để cầu an trên đường đi, do đó các Ngài có cơ hội truyền bá Phật Pháp.

* * *

[Tôi xin mở ngoặc ở đây để tìm hiểu thêm về *con đường tơ lụa* và *con đường hồ tiêu*:
*(**Nguồn**: internet, http://en.unesco.org/silkroad)*

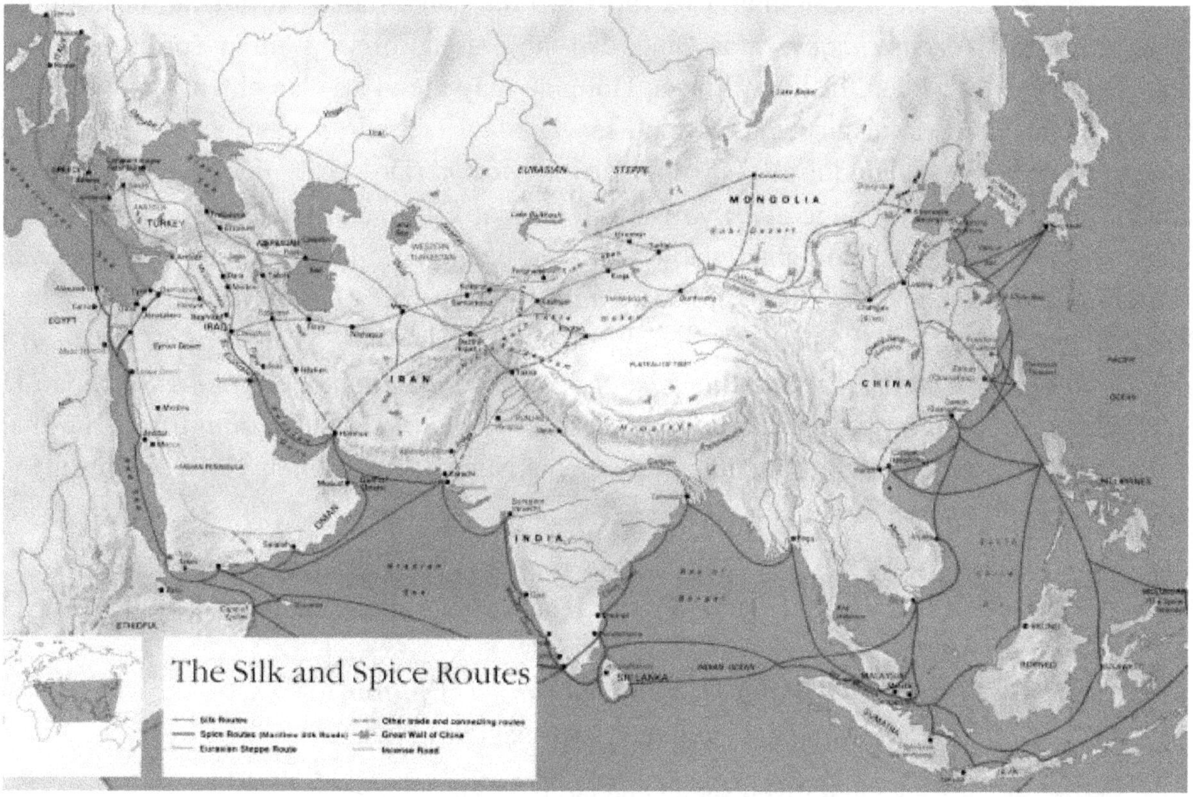

*** Con đường tơ lụa (Silk Routes):**

Trung Hoa là nước đầu tiên biết cách trồng dâu nuôi tằm, lấy kén ươm tơ, dệt lụa vào khoảng thế kỷ thứ ba. Nơi sản xuất tơ lụa nhiều nhất là Phúc Châu, Hàng Châu, Tô Châu.

Vào thế kỷ 2 trước Công Nguyên, vua Hán Vũ Đế đã sai Trương Khiên khai mở con đường đi về phía Tây đến miền Bắc Ấn độ. Lúc ấy con đường này chưa có tên là con đường tơ lụa, mãi về sau này con đường này mới được đặt tên là con đường tơ lụa, phát xuất từ việc Trung Hoa di chuyển tơ lụa đi bán cho các nước ở phía Tây Trung Hoa. Mặc dầu tơ lụa là hàng hoá chính, nhưng cũng có nhiều hàng hoá khác, nhiều sản vật khác được trao đổi giữa các nơi trên trục lộ này, giữa hai miền Đông và Tây của Châu Á.

Con đường tơ lụa có chiều dài khoảng 6.467 km bắt đầu từ Trung hoa: Phúc Châu, Hàng Châu, Bắc Kinh qua Mông Cổ, Ấn độ, Afghanistan, Kazakhstan, Persian (nay là Iran/ Ba Tư), Iraq, Thổ Nhĩ Kỳ, Hy Lạp, vùng Địa Trung Hải (Mediterranean Sea) và đến tận Âu Châu. Đây là trục lộ nối liền Đông và Tây của lục địa Châu Á với Âu Châu. Rất nhiều hạng người sử dụng con đường này, nhiều nhất là các thương gia rồi đến các tu sĩ, tăng sĩ, các khách đi hành hương, các kiếm khách giang hồ rày đây mai đó, các cư dân ở các đô thị dọc theo con đường này.

Ngoài việc thương mại, *Con đường tơ lụa* còn là nơi giao lưu văn hoá, tôn giáo như các tôn giáo: *Zoroastrianism* (Hoả Giáo, đạo thờ lửa, người sáng lập là Zoroastre, ở miền Đông Iran từ thế kỷ III đến thế kỷ VII thì bị Hồi giáo thay thế vì Ai Cập chiếm Iran vào thế kỷ VII); *Manichaeism* (Ma-ni giáo, người sáng lập là Mani ở xứ Iran vào thế kỷ III sau CN); *Buddhism* (Phật giáo); Hinduism (Ấn độ giáo); *Judaism* (Do Thái giáo, tiếng Hebrew là Yehudah); *Christianity* (Cơ đốc giáo) và *Islam* (Hồi giáo) [Các đạo thờ Chúa gồm có đạo Do Thái, đạo Kitô/Kitô giáo/Thiên chúa giáo ("*Kitô*" là tiếng Hán việt phiên âm từ chữ *Khristos* trong tiếng Hi Lạp, nghĩa là "*Đấng được xức dầu*", dịch từ chữ *Messiah* trong tiếng *Hebrew*. *"Kitô" để chỉ Giêsu*, người Tin Lành thường dùng chữ *"Christ*". "*Kitô hữu*" (*Christian*) có nghĩa là "*người có Chúa Kitô hiện hữu (ở trong)*", hay "*người thuộc về Chúa Kitô*"), đạo Hồi đều có chung một ông tổ là Abraham. Ông Abraham là người Do Thái, sinh trưởng tại thành phố UR thuộc đế quốc Babylon (hiện nay thuộc phía Nam Iraq, gần biên giới với Kuwait) vào khoảng năm 2000 trước. CN.

*** Giao lưu văn hoá giữa Trung Hoa với các nước phương Tây** (Hy Lạp, La Mã, Ai Cập, Iran, Ấn độ):

1.- ***Văn hoá Trung Hoa chuyển sang Tây phương***:

-Cách trồng dâu nuôi tằm, kỹ thuật dệt tơ lụa.

-Kỹ thuật luyện sắt để chế tạo binh khí và nông cụ.

-Các cây đào, cây sơn và kỹ thuật làm đồ sơn.

-Về y học: dược tính của các cây cỏ, kỹ thuật luyện thuốc.

-Bốn phát minh lớn từ thời cổ xưa ở Trung Hoa cũng được truyền sang các nước ở phương Tây và các nước láng giềng như Nhật Bản, Triều Tiên, Việt Nam như:

a.- *Kỹ thuật làm giấy* đã ra đời vào khoảng thế kỷ thứ 2 trước CN.

b.-*Kỹ thuật in ấn*: mực được phát minh từ đời Hán, kỹ thuật khắc chữ trên tấm ván /khắc ván và nguyên lý in trái.

c.-*Kim chỉ Nam*: vào thời chiến quốc người Tàu đã sáng chế ra miếng sắt có từ trường thiên nhiên dùng để chỉ hướng, gọi là *từ Nam*. Vào cuối đời Đường, người Tàu đã phát minh ra Kim chỉ Nam. Vào đời Tống, kim chỉ Nam đã trở thành nghi khí định phương hướng cho các thầy phong thuỷ sử dụng.

d.-*Thuốc nổ*: vào khoảng đầu đời Đường, một loại thuốc gồm hợp chất : lưu huỳnh + diêm tiêu + than được dùng làm thuốc trị ghẻ lở và khử trùng, chống ôn dịch. Do rủi ro trong lúc pha chế hoặc do tích trữ không thích nghi đã gây nhiều hỏa hoạn, các nhà bào chế thuốc đã ghi lại nguyên nhân các vụ hoả hoạn để phòng ngừa sau này. Thuốc này được đặt tên là *hỏa dược* (thuốc lửa). Vào cuối đời Đường, hỏa dược được chế biến thành *hỏa khí*, hỏa khí được dùng làm vũ khí trong chiến tranh. Đến đời Tống, hỏa khí được phát triển mạnh trong các trận chiến.

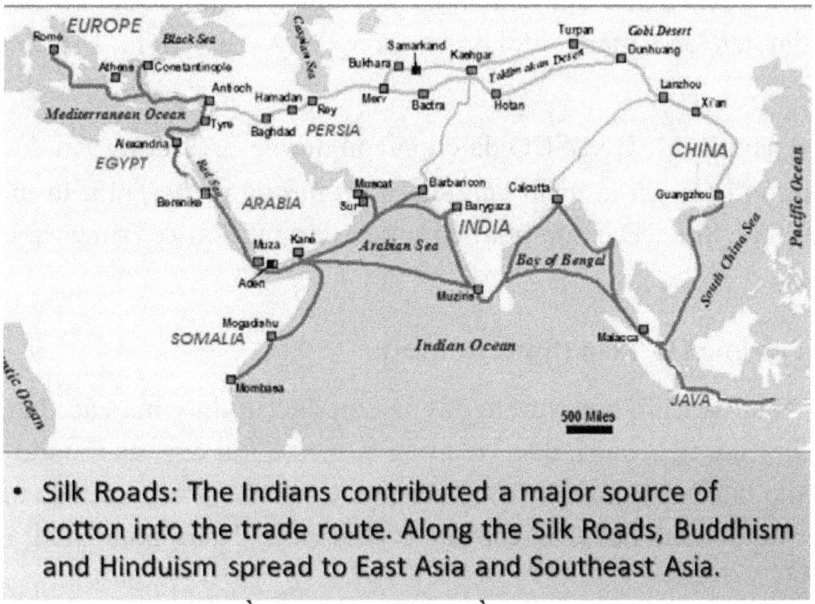

(nguồn: internet, bản đồ Silk Roads)

2.-*Văn hóa Tây phương chuyển sang Trung Hoa:*

-Cách nuôi ngựa và kỹ thuật tác chiến trên lưng ngựa. Trung Hoa đã mua hàng đàn ngựa từ phương Tây. Lạc đà cũng được sử dụng để di chuyển hàng hóa qua sa mạc.

-Cây nho, hành tây …

-Ngọc thạch, kỹ thuật pha chế pha lê tối tân hơn ở Trung Hoa, cũng đã đến từ Ấn độ, Ai Cập.

-Âm nhạc: nhạc, điệu múa, kịch cũng đã từ Tây vực truyền vào Trung Hoa. Vào thời Đường, nhạc khúc phương Tây đã ảnh hưởng đến việc sáng tác ra "*Khúc Nghê Thường Vũ Y*" nổi tiếng.

-Hát xiệc ở Tây vực cũng đã truyền vào Trung Hoa.

-Nghệ thuật điêu khắc, đắp tượng, kiến trúc các hang động đã từ Ấn độ, Hy Lạp, Trung Á, Iran truyền vào Trung Hoa.

Trường An (長安, Chang'an) là kinh đô của nhà Hán (206 tr. CN – 220 CN), đã là nơi mà các thương gia Trung Hoa tập trung tơ lụa và các hàng hoá khác để di chuyển về miền Tây qua *Con đường tơ lụa* ; đây cũng là nơi tập trung các hàng hoá từ miền Tây (Ấn độ, các nước Trung Á ở dọc theo con đường này) về Trung Hoa. Lạc đà đã là một phương tiện vận chuyển chính yếu.

Như đã nói, vào thời xa xưa, *Con đường Tơ Lụa (Silk Routes/Roads*) chưa có tên này. Mãi đến giữa thế kỷ XIX, nhà địa chất học (geologist) người Đức *Baron Ferdinand Von Richthofen* mới đặt tên cho mạng lưới giao thông này cái tên là *Die Seidenstrasse* (*Silk Roads/routes*).

Vào tháng 6 năm 2014, UNESCO đã chọn con đường từ Trường An đến Đại Sơn (大山, Tian Shan), con đường này đã là hành lang của *Con đường tơ lụa*, như là một di sản của thế giới (a World Heritage Site). Đại sơn gồm có nhiều dãy núi lớn ở Trung Á, có ngọn cao nhất được7.439 mét.

*** Con đường Hồ Tiêu (Spice routes):**

Như đã trình bày ở trên, đây là con đường thuỷ mà các thương gia Ấn độ di chuyển các đồ gia vị như tiêu, cà-ri, quế, ớt, gừng v. v…và trái cây, da thú, đồ vật làm bằng gỗ, các loại đá quý (cẩm thạch, hột xoàn) v...v… để bán. Con đường này bắt đầu từ hải cảng Quảng Đông bên Trung Hoa đi qua Giao Chỉ, các đảo ở phía Đông Nam, phía Đông Ấn độ, Sri Lanka … đến Âu Châu.]

II.-Những khó khăn bước đầu trong việc phiên dịch Kinh điển Phật giáo ra chữ Hán.

Việc phiên dịch kinh điển Phật giáo lúc đầu đã gặp nhiều khó khăn do những lý do chính sau đây:

A.- Trước nhất là **ngôn ngữ Trung Hoa và Ấn độ hoàn toàn khác nhau**, trong khi các ngôn ngữ ở vùng Trung Á thì có nhiều điểm tương tợ với Ấn độ. Ngôn ngữ Trung Hoa thì giản dị, ngắn gọn, thực tiễn, còn ngôn ngữ Ấn độ thì có tính bóng bẩy, trừu tượng. Từ ngữ Trung Hoa không có một hệ thống văn phạm cứng nhắc, còn từ ngữ Ấn độ có những qui tắc văn phạm được qui định rõ ràng.

B.- Quan niệm triết học thì cũng khác xa. Trung Hoa chú trọng vào gia đình, giá trị đạo đức của con người thì lấy gia đình làm căn bản, còn Phật giáo thì chủ trương mở rộng ra khỏi ranh giới của gia đình, của quốc gia, của chủng tộc. Đạo phật chủ trương luân lý từ bi cho tất cả mọi người. Trung Hoa thì chú trọng vào đời sống thực tiễn (hành động) đi tìm một giải pháp cho một xã hội tốt đẹp hơn, còn Phật giáo thì không những chỉ chú trọng đến cuộc đời ta đang sống mà còn lo nghĩ đến một thế giới mai sau một khi con người qua đời.

Do chỗ khác biệt về văn hoá và triết học giữa Trung Hoa và Ấn độ nên vào buổi sơ khai của việc dịch thuật kinh điển Phật giáo từ tiếng Ấn độ sang tiếng Trung Hoa, các dịch giả tiên phong đã gặp khó khăn, và nhiều khi không thể tìm ra được những chữ, những ý niệm tương đương cho từ ngữ Trung Hoa. Thêm vào đó, như đã trình bày ở trên, cách diễn tả những suy nghĩ, cách diễn tả những tư tưởng cũng khác nhau giữa hai ngôn ngữ.

Có những chữ không tìm được chữ tương đương trong tiếng Trung Hoa, các dịch giả đã phiên âm từ tiếng Sanskrit như: -*đà-la-ni* phiên âm dharani, nghĩa là thần chú, chân ngôn;-*sát-na* phiên âm ksana, nghĩa là đơn vị thời gian ngắn nhất;- *niết-bàn*, đầy đủ chữ là *niết-bàn-na* phiên âm nirvana (tiếng Sanskrit, Pali: nibbana);- *thuần-nhã-đa* phiên âm sunyata, sau này dịch là hư không, chơn không, tánh không;- *Phật* đầy đủ chữ là *Phật-đà* phiên âm Buddha (tiếng Sanskrit, tiếng Pali: Buddha, nghĩa là bậc đã giác ngộ và giải thoát hoàn toàn); -*La-hán* đủ chữ là *A-la-hán* phiên âm Arahat (tiếng Sanskrit, Pali: Arahant); - *Bồ-tát*,đầy đủ chữ là *Bồ-đề-tát-đỏa* phiên âm Bodhisattva;-*Đạt-ma* phiên âm Dharma nghĩa là giáo pháp của Đức Phật, Chánh pháp; - *Tăng*, đầy đủ chữ là *tăng-già* phiên âm Samgha (tiếng Sanskrit, tiếng Pali: Sangha) nghĩa là nam giáo sĩ Phật giáo, còn có nghĩa là Giáo hội/giáo đoàn Phật giáo; -*ni* hay *ni cô* đủ chữ là *Tì-kheo-ni* phiên âm Bhikkhuni (tiếng Pali), nữ giáo sĩ Phật giáo.

Có nhiều địa danh, tên cây cối, thú vật không được biết ở Trung Hoa cũng được phiên âm từ tiếng Sanskrit như: -núi *Lăng-già* phiên âm núi Lanka (ở nước Tích Lan/Sri Lanka), *Kinh Lăng-già* dịch Lankavatara;- *Ba-la-nại* phiên âm chữ Varanasi (tiếng Sanskrit) là thành phố lớn ở Ấn độ, xưa là Benares nay là Vanarasi, ở gần thành phố này có vườn Lộc Uyển (Deer park, vườn Nai) đã là nơi Đức Phật Thích-ca giảng bài thuyết pháp đầu tiên (là Kinh Chuyển Pháp Luân/ Dhammacakkappavattana Sutra) cho năm anh em ông Kiều-trần-như (Srt. Kaudinya, Pa. Kondanna) nghe; -*Ca-tỳ-la-vệ* phiên âm Kapilavastou (tiếng Sanskrit, Pali: Kapilavatthu) là thủ đô, nơi vua Tịnh-Phạn (Pali: Suddhodana) đóng đô, nơi sinh trưởng của Thái tử Tất-đạt đa (Srt. Siddhartha, Pali. Siddhatta) trước khi thành Phật, nay thuộc phần đất của nước Népal;-cây *đa-la* phiên âm cây tala/ tara (cây có cùng họ với cây cọ, không có cành, chỉ có lá ở ngọn như cây dừa, cây cao);-lá *bối-đa-la* dịch pattra, lá cây tala dùng để chép kinh điển Phật giáo ngày xưa; người Tàu gọi ngắn là *bối diệp* (lá bối);- cây *ba-ba-la* phiên âm cây pippala là nơi Đức Phật Thích-ca ngồi thiền và đắc quả vị Phật, sau này còn gọi là *Bồ-đề thọ (*cây Bồ-đề);-chim *ca-lăng-tần-già* phiên âm karavinka (tiếng Sanskrit), đây là một loài chim ở Ấn độ có tiếng hót ví von, tạo nên âm thanh vi diệu, thường được ví với lời giảng Pháp của chư Phật, trong kinh A-di-đà có tả cảnh nước Cực-lạc, và có nói đến chim ca-lăng-tần-già ca ngâm các bài Pháp, khiến cho chúng sanh ở cõi trần khi nghe đến đều niệm Phật, niệm Pháp và niệm Tăng. Thêm vào đó, từ thời xa xưa, các dịch giả Trung Hoa, ngay cả Đại sư Huyền Trang (玄奘 ,khoảng 602–664), đã quan niệm rằng *thần chú / chân ngôn* (mantra, dharani) là ngôn ngữ bí mật của chư Phật, chứa đựng mật nghĩa bí ảo vi diệu nên không thể dùng văn tự để giảng nghĩa và dịch ra được. Hành giả chỉ cần tụng hay niệm với lòng thành, câu thần chú sẽ giúp loại trừ những chướng ngại, gia tăng những ân huệ và che chở cho người tụng niệm. Nên các dịch giả chỉ phiên âm từ tiếng Sanskrit, rồi các dịch giả Việt Nam cũng đã phiên âm lại từ tiếng Hán Việt ra chữ Quốc ngữ. Nhưng vào khoảng cuối thế kỷ XX, các dịch giả đã có khuynh hướng tìm ý nghĩa ẩn tàng, sâu xa của thần chú để chú giải và dịch ra nhằm mục đích giúp Phật tử hiểu được phần nào ý nghĩa của câu thần chú trong khi tụng niệm như vậy tốt hơn là chỉ tụng niệm thuộc lòng mà không hiểu gì hết. Thí dụ như:

Cố Hoà Thượng Thích Đức Niệm, Cựu Viện Trưởng Phật Học Viện Quốc Tế ở California, Hoa Kỳ, đã giải nghĩa câu thần chú duy nhất trong *Bát-Nhã Ba-La-Mật-Đa Tâm Kinh (Prajna paramita hridaya Sutra),* viết ngắn lại "*Tâm Kinh*", rồi Ngài dịch ra Chữ Quốc ngữ :

Yết Đế Yết Đế
Ba La Yết Đế
Ba La Tăng Yết Đế
Bồ Đề Tát Bà Ha

"Đi! Đi!
Đến bờ bên kia!
Đại chúng đều đi!
Nguyện mau chóng thành tựu đạo quả Chánh giác!"

(Thích Đức Niệm, *Tâm Kinh Yếu Giải*, North Hill: Phật Học Viện Quốc Tế, CA, USA, 1998, tr. 193)

a- *Nguyên văn* tiếng Sanskrit của câu thần chú trên là :
Gate Gate Pāragate Pārasaṃgate Bodhi Svāhā

b- *Phiên âm* câu thần chú nầy ra *chữ Hán bởi các dịch giả Tàu*:

揭帝 揭帝 般羅揭帝 般羅僧揭帝 菩提 僧莎訶

c-*Phiên âm* câu thần chú ra *chữ Quốc ngữ* theo âm Hán Việt:

Yết Đế Yết Đế Ba La Yết Đế Ba La Tăng Yết Đế Bồ Đề Tát Bà Ha

d- *dịch* ra chữ Quốc ngữ:
"*Đi qua, đi qua, đi qua bờ bên kia , đã đi đến bờ giác ngộ! thật lành thay!*

e-*Giải thích* theo ngôn từ của câu thần chú:

-*gate*: yết-đế= đi qua.

-*paragate*: ba-la-yết-đế= đi đến bờ bên kia.

-*parasamgate*: ba-la-tăng-yết-đế= đã đi qua tới bờ bên kia hoàn toàn, *hoặc* đại chúng cùng nhau đi qua bờ bên kia.

-*bodhi*:sự giác ngộ.

-*svaha*: tán thán từ có nghĩa là ngợi khen, tiếng reo lên vì vui mừng hoặc vì đã đạt được ước nguyện.

-*bodhi svaha*: đến bờ giác ngộ! thật lành thay!

Đức Dalai Lama thứ 14, Tenzin Gyatso, đã chú giải và dịch câu thần chú trên như sau:

"In Sanskrit,..., *gate gate* means "*go, go*", *paragate* means "*go beyond*", *parasamgate* means "*go totally beyond*", and *bodhi svaha* can be read as "*be rooted in the ground of enlightenment*". Thus, the entire mantra it self can be translated as "*Go, go, go beyond, go totally beyond, be rooted in the ground of enlightenment".* We can interpret this mantra metaphorically to read "*Go to the other shore*", which is to say, abandon this shore of samsara, unenlightened existence, which has been our home since beginningless time, and cross to the other shore of final nirvana and complete liberation".
(The Dalai Lama, *Essence of the Heart Sutra*, translated and edited by Geshe Thupten Jinpa, Boston: Wisdom Publications, 2002, p. 130-131)

Dịch:
" Trong tiếng Sanskrit,..., *gate gate* nghĩa là "*hãy đi, hãy đi*", *paragate* nghĩa là "*hãy đi qua bên kia*", *parasamgate* nghĩa là "*hãy đi hoàn toàn qua bên kia*", và *bodhi svaha* có thể đọc như là "*hãy được cắm rễ/an trụ vào trong lòng đất giác ngộ*". Chúng ta có thể giải thích câu thần chú này một cách ẩn dụ bằng cách đọc ngắn lại: "*Hãy đi qua bờ bên kia*", có nghĩa là hãy rời bỏ bờ bên này của vòng sinh tử luân hồi, của một hiện hữu chưa được giác ngộ mà nó đã là ngôi nhà của chúng ta từ vô thuỷ đến nay, và hãy đi qua bờ bên kia của cứu cánh Niết bàn và của sự giải thoát hoàn toàn".

Mặc dầu gặp các khó khăn nhưng các dịch giả tiền phong đã cố gắng vượt bực. Trong khi nghiên cứu triết lý Phật giáo thì họ cũng đi tìm những thuật ngữ của *Lão Tử* (老子)trong *Đạo Đức Kinh* (道德經) như: chữ *đạo* (道) để dịch chữ dharma (lời dạy của Đức Phật, sau này dịch là Pháp). Đôi khi dùng chữ của Nho gia như: *giới luật* (界 律) để dịch chữ sila.

C.- Chữ cách nghĩa của Phật giáo Ko-i:

Phần lớn các kinh điển Phật giáo dịch ra tiếng Hán vào thời ban đầu đều dùng từ ngữ của Lão giáo nên được gọi là "***Phật giáo Ko-i***" (Ko-i Buddhism/ Taoist-influenced Buddhism). Ko-i có chữ Hán là 格 義 (Hán Việt: *cách nghĩa*). ***Chữ cách nghĩa*** là chữ phiên dịch Phật điển mượn từ thuật ngữ của Lão giáo để thuyết minh và lý giải Phật giáo. Nói khác nhiều thuật ngữ Lão giáo đã được Phật giáo Trung Hoa sử dụng. Thí dụ như thuật ngữ ***vô vi*** (**無為**) của Lão tử trong Đạo Đức Kinh được sử dụng để dịch chữ *asaṃskṛta (tiếng Sanskrit*, Pali *asaṅkhata*). Tuy nhiên chữ vô vi trong tư tưởng triết học của Lão tử có ý nghĩa khác hơn chữ vô vi trong tư tưởng triết học Phật giáo:

-*Vô vi* dịch theo nghĩa đen là "*không làm gì*". Nhưng theo *thuyết vô vi của Lão tử* thì:

道常無為而無不為

Đạo thường vô vi nhi vô bất vi

dịch: "*Đạo vĩnh cửu không làm gì mà không có gì là không làm được*".

Như vậy, *vô vi* không có nghĩa là không làm gì nhưng có nghĩa là không làm gì trái với tự nhiên, phải làm những gì hợp với tự nhiên, tức là phải sống theo tự nhiên; ví như sự vận hành của mặt trời mặt trăng và các hành tinh khác, hay sự sống chết, sinh lão của động vật, thực vật đều do phép tự nhiên chi phối một cách thích hợp. Nói cách khác, chúng chẳng bị điều kiện hoá (unconditioned) tức là chúng chẳng bị các điều kiện khác như thời gian, không gian cùng với các hiện tượng của vũ trụ làm thay đổi.

Về phép xử thế, theo Lão tử, *vô vi* là không cạnh tranh, không ganh đua mà phải khiêm tốn, bỏ thân mình ở sau mà thành ra thân mình ở trước, bỏ thân mình ra ngoài mà thành ra thân mình còn mãi. Khi mình không tranh giành với ai thì không ai tranh giành được với mình. *Vô vi* còn có nghĩa là tiết chế lòng dục, không ham muốn, không chuộng những vật hiếm có, phải biết đủ là đủ:

見素抱朴，少私寡欲，絕學無憂。

Kiến tố bão phác, thiểu tư quả dục, tuyệt học vô ưu.

dịch: "*Hãy thể hiện sự trinh nguyên và ôm giữ sự chất phác; hãy bớt tư lợi và giảm ham muốn; hãy dứt tuyệt học vấn* (cái biết) *ắt không còn lo âu*".

-Theo *tư tưởng triết học Phật giáo* thì *vô vi* là không có ý niệm, không có nhân duyên tạo tác, không sinh không diệt, không biến đổi, không tạo ra bốn tướng: sanh, trụ, hoại, diệt. Vô vi chỉ thể tánh Niết bàn, thật tướng. Trái lại là *hữu vi* tức là cái có sắc tướng. Theo Phật giáo tất cả các sự vật trong vũ trụ đều chia ra làm 2 loại: a.- *Các pháp hữu vi* (conditioned things):là tất cả sự vật biến đổi theo điều kiện. b.- *Các pháp vô vi* (unconditioned things): là tất cả mọi sự vật bất biến, thường hằng, chẳng sanh chẳng diệt.

Khi người Trung Hoa đã thấu hiểu triết lý Phật giáo một cách sâu xa hơn thì các dịch giả đã loại bỏ dần các "*chữ cách nghĩa*" mà dùng thẳng các thuật ngữ Phật giáo để dịch Phật điển. Đại sư Đạo An (314 – 385 tr. CN) đã học hỏi triết lý Phật giáo từ các vị sư đến từ Ấn độ nên Ngài đã có khả năng dịch thẳng các kinh Phật mà không dùng chữ "*Phật giáo Cách nghĩa*". Bởi vậy nên Ngài đã cực lực phản đối việc dùng chữ "*Phật giáo cách nghĩa*".

Công việc phiên dịch kinh điển Phật giáo ở Trung Hoa bắt đầu khoảng thế kỷ thứ I sau Công Nguyên và tiếp tục xuyên suốt gần hai ngàn năm lịch sử nên có rất nhiều thuật ngữ Phật giáo Trung Hoa đã được chuyển hoá từ các bản dịch khác nhau của cùng một cuốn kinh Phật, sự thay đổi này tuỳ thuộc vào thời gian, tuỳ thuộc vào trình độ Phật học của dịch giả. Bởi vậy nên các nhà nghiên cứu Phật học Trung Hoa đã chia lịch sử phiên dịch của Tàu ra làm 3 giai đoạn để qui định bản dịch kinh đó thuộc vào giai đoạn nào:

a.- ***Các bản dịch cổ đại/rất xưa*** (ancient translations) là các bản kinh được dịch trước Ngài Kumarajiva (Cưu-ma-la-thập, 344 – 413): dùng *chữ cách nghĩa*, phiên âm thẳng nhiều tiếng Sanskrit, do đó kinh văn dịch khó hiểu.

b.-***Các bản dịch xưa/cựu*** (old translations) là các bản kinh được dịch ở trong khoảng thời gian kể từ Ngài Kumarajiva bắt đầu dịch [năm 401 vua Hậu Tần là Diên Hưng (394 – 416) rước Ngài về Trường An để dịch Phật điển] đến năm 645 là năm Ngài Huyền Trang (玄奘 , 600 – 664) bắt đầu dịch. Theo Ngài Kumarajiva thì các bản dịch cần chú trọng việc chuyển đạt ý kinh, lược bỏ các chỗ lập đi lập lại. Trong kinh điển Phật giáo được truyền lại từ thời Đức Phật (khoảng năm 500 trước CN) thì *các bài pháp thoại thường có nhiều câu hỏi hỏi đi hỏi lại*, và *giải đáp chỉ có một vấn đề trong kinh.*

c.-***Các bản dịch mới/tân*** (new translations) bao gồm các bản dịch của Ngài Huyền Trang , và tất cả các bản dịch sau này. Ngài Huyền Trang chủ trương không lược bỏ chỗ nào, dịch sát bản gốc của kinh mặc dầu bản kinh gốc có rườm rà, có chỗ lặp đi lặp lại.

Sự phân chia các giai đoạn trên chỉ có tính cách tương đối vì các bản dịch mới vẫn dùng những thuật ngữ xưa của Ngài Cưu-ma-la-thập. Ngày nay, các dịch giả dịch kinh Phật nhiều khi dùng những chữ dịch khác nhau cho cùng một thuật ngữ Phật giáo trong kinh Phật. Với khuynh hướng mới, và với tầm hiểu biết sâu rộng hơn, các dịch giả đã dùng nhiều *từ ngữ hằng ngày* để giúp đại chúng dễ hiểu hơn không như những bản dịch thời ban đầu đọc rất khó hiểu đối với ngay cả người trung bình.

III.-Quá trình việc phiên dịch kinh điển Phật giáo ra chữ Hán và sự phát triển của Phật giáo ở Trung Hoa:10 tông phái được thành lập.

Công việc phiên dịch kinh điển Phật giáo ở Trung Hoa đã trải qua gần 2000 năm. Các bản kinh dịch ra chữ Hán đã được truyền bá qua Cao Ly/Triều Tiên dưới thời đại Tam Quốc (372 – 668), và sau đó được truyền bá qua Nhật Bản dưới thời vua Nhật Bản Asuka khoảng năm 552 sau CN. Sau này khi Phật giáo Trung Hoa trải qua các kỳ Pháp nạn, kinh điển bị thất lạc hoặc bị thiêu đốt, chùa chiền bị phá huỷ, cho đến lúc có phong trào phục hưng Phật giáo dưới triều đại nhà Tống (960 – 1126) người Tàu phải thỉnh lại các Kinh tạng, Luật tạng và Luận tạng từ Triều Tiên và Nhật Bản.

Những người di dân đến Trung Hoa từ Trung Á (Central Asian Immigrants), sau khoảng vài thế hệ thì họ không còn hiểu ngôn ngữ mẹ đẻ như tiền nhân của họ, nên nhu cầu dịch các kinh Phật ra tiếng Trung Hoa dần dần xuất hiện.

***1.-Thời đại nhà Hậu Hán (25 -219):**

Lưu Tú quyết tâm phục hồi chế độ nhà Hán, ông được các tướng lãnh tôn lên ngôi Hoàng đế tức là vua Quang Võ nhà Hậu Hán, đóng đô ở Lạc Dương (tỉnh Hà Nam ngày nay). Vua Minh Đế là vị vua thứ nhì của vương triều này.

1.a.-Phật giáo thời vua Minh Đế (58 – 75) nhà Hậu Hán, khoảng thế kỷ thứ I sau CN, lần đầu tiên hai Ngài Ca-diếp-ma-đằng (Kasyapamatanga, ? - 73 CN) và Trúc- Pháp- Lan (Dharmaraksa , ? - ?) đã dịch "***Kinh Tứ Thập Nhị Chương***" (The Sutra in forty two sections): nội dung kinh này gồm các lời dạy luân lý, không có nhiều thuật ngữ Phật giáo chuyên môn, bản dịch dùng những từ ngữ thông thường nên người bình thường có thể đọc dễ dàng. Vua Minh Đế rất tôn kính và hậu đãi hai ngài, vua cho xây **chùa Bạch Mã** vào năm 68 CN ở phía Đông thành Lạc Dương (tỉnh Hà Nam ngày nay), đây là ngôi chùa Phật đầu tiên ở Trung Hoa, là nơi để hai ngài làm cơ sở phiên dịch Phật điển.

Khoảng năm 147 CN, vào đời vua Hoàn Đế, cuối đời Hậu Hán, Ngài An-Thế-Cao (Arsakes, ? - ?) đến từ nước Parthia, tức Iran ngày nay, đã dịch các bộ kinh như *"Tứ Đế Kinh", "Chuyển Pháp Luân Kinh", "Bát Chánh Đạo Kinh"...*, ngài Chi-Lâu-ca-sấm (Lokaraksa, 147 - ?) từ nước Đại Nhục Chi đến Trung Hoa khoảng năm 178 đã dịch các kinh điển của Phật giáo Đại thừa /Phật giáo Phát triển : *"Kinh Thủ Lăng Nghiêm", "Kinh Bát-chu Tam-muội" , "Kinh Vô Lượng Thanh Tịnh Bình-Đẳng Giác"* ...

1.b.-Phật giáo thời vua Hán Linh Đế, cuối đời Hậu Hán, **vị sư người Hán đầu tiên** phiên dịch kinh điển Phật giáo là **Nghiêm Phật Điều (嚴佛條)**, có nam cư sĩ An Huyền, người nước An Tức đến du lịch ở Lạc Dương, đã cộng tác với sư Nghiêm Phật Điều cùng dịch "*Kinh Pháp Cảnh*", "*Kinh A hàm*".

***2.-Thời đại Tam Quốc (220 – 265):**

Nhà Hậu Hán mất ngôi, nước Trung Hoa chia thành 3 nước nhỏ: **Nguy** (220 – 265), **Thục** (221 – 263) và **Ngô** (222 – 280).

-Năm 220, Tào Tháo (155 – 220), một Đại tướng quân của vua Hiến Đế mất; con là Tào Phi (187 – 226) ép vua Hán Hiến Đế nhường ngôi, và lập nên nước Nguy, vẫn đóng đô ở Lạc Dương. Nhà Nguy có 5 đời vua, trị vì được 46 năm.

-Năm 221, Lưu Bị (162 – 223), thuộc dòng dõi nhà Hán, quyết tâm khôi phục nhà Hán, khi hay tin Tào Phi tiếm ngôi nhà Hán, bèn xưng đế, đóng đô ở Thành Đô (tỉnh Tứ Xuyên ngày nay), lập nên nước Thục, đó là Chiêu-liệt-đế. Nhà Thục có 2 đời vua, tổng cộng được 43 năm.

-Năm 222, Tôn Quyền (182 -252) chống lại nước Nguy và cũng không phục tùng nước Thục, bèn chiếm vùng Giang Nam (phía Nam sông Dương Tử) lập nên nước Ngô, đóng đô ở

Kiến Nghiệp (Nam Kinh ngày nay), đó là Ngô-đại-đế. Nhà Ngô có 4 đời vua, trị vì được 51 năm.

-Năm 263, nước Nguỵ tiêu diệt nước Thục, **chấm dứt thời Tam Quốc**, bây giờ chỉ còn nước Nguỵ và nước Ngô.

-Năm 265, Tướng của nhà Nguỵ là Tư Mã Viêm (236 – 290) giết vua cuối cùng của nhà Nguỵ, lên ngôi vua tức Tấn Võ Đế, lập nên nhà Tấn, vẫn đóng đô ở Lạc Dương.

Trong thời Tam Quốc chỉ có 2 nước Nguỵ và Ngô hỗ trợ Phật giáo:

2.a.-Phật giáo thời nhà Nguỵ (220-265)

Có Ngài Đàm-ma-ca-la (Dharmakala) đếntừ Ấn độ dịch bộ kinh: *Tăng kỳ giới bản* (giới luật), *Cao Tăng truyện*. Rồi đến Ngài Đàm-đế (Dharmatrata) cũng từ Ấn độ phiên dịch "*Đàm Vô Đức Yết Ma*"(ghi cách tác pháp cụ giới). Hai ngài đã truyền giới luật Phật giáo lần đầu tiên ở Trung Hoa.

Chu Sĩ Hành (周 士 行 ,203-282), người ở tỉnh Hà Nam, là **người Trung Hoa đầu tiên thọ giới luật**. Ngài là người Tàu đầu tiên mở đường "*Nhập Trúc Cầu Pháp*" để thỉnh kinh Phật chính gốc chữ Phạn, Ngài cho rằng các bản dịch kinh Phật hiện có có nhiều nghĩa lý khó hiểu.

2.b.-Phật giáo thời nhà Ngô (222 – 280): **Ngô Tôn Quyền** rất trọng dụng các tăng sĩ có tài:

Khương Tăng Hội (?– 280): cha Ngài sống ở Ấn độ, rồi đi tới Giao Chỉ (Bắc phần bây giờ) buôn bán. Khi Ngài lên được 10 tuổi thì cha mẹ mất, Ngài đã xuất gia cầu đạo, chuyên nghiên cứu kinh Phật. Năm 247, Ngài đến thành Kiến Nghiệp thuộc vùng thống trị của Ngô Tôn Quyền. Vua Tôn quyền cho xây chùa để làm nơi phiên dịch kinh điển cho Ngài. Khương Tăng Hội dã là vị truyền bá Phật giáo vào thưở ban đầu ở đất Giao Chỉ. Ngài đã dịch các bộ kinh như: *"Lục độ tập kinh"*, *"Tạp thí dụ kinh"*, chú thích bộ *"Pháp Kính kinh"*, *"Đạo Thụ Vương kinh"*. Rất nhiều người theo Ngài để cầu học Phật Pháp.

***3.- Thời đại nhà Tấn (265 – 420):**

3.a.- Phật giáo thời đại Tây Tấn (265 – 316): sau khi diệt nước Nguỵ vào năm 265, lập nên nhà Tấn; năm 280 Tấn Vũ Đế diệt nhà Ngô, thống nhất đất nước, sử Tàu gọi đây là thời đại Tây Tấn. Trong thời đại này, các Đại sư vẫn tiếp tục dịch kinh điển Phật giáo.

3.b.-Phật giáo thời đại Đông Tấn (317-420): Tây Tấn suy yếu, nên năm 316, bộ tộc Hung Nô từ phương Bắc tràn xuống đánh phá và tiêu diệt nhà Tây Tấn. Hung Nô chiếm vùng **Giang Bắc** (tức phía Bắc sông Trường Giang), thành lập nước Triệu, sử Tàu gọi là Tiền Triệu.

Lúc ấy, Tư Mã Duệ, thuộc hoàng tộc Tây Tấn, đem quân lui về **Giang Nam** (tức phía Nam sông Trường Giang), tự xưng vua, lập nên vương triều Đông Tấn, đóng đô ở thành

Kiến Khang (Nam Kinh ngày nay). Sử Tàu coi Vương triều Đông Tấn là chính thống, còn phía Bắc thì các dân tộc Ngũ Hồ tranh giành chia nhau tới 16 tiểu quốc, sử Tàu gọi là *"Ngũ Hồ Thập Lục Quốc"*. Sử Trung Hoa gọi chung thời này là Đông Tấn Liệt Quốc.

Phật giáo phát triển mạnh ở 2 vùng Giang Bắc và Giang Nam:

- Các Đại sư đã dịch hầu hết các Kinh, Luật, Luận của Phật giáo Nguyên thuỷ/Theravada.

- Bốn bộ kinh trọng yếu của Phật giáo Đại thừa/Phật giáo phát triển cũng được dịch ra chữ Hán, tuy chưa dịch được trọn vẹn các quyển kinh, sau này các Đại sư khác đã tiếp tục hoàn tất: *Bát-Nhã, Pháp Hoa, Niết-Bàn, Hoa Nghiêm.*

Ngài **Phật-đồ-Trừng** (Buddhasimha, 232 – 348) cũng đến từ Ấn độ, là một vĩ nhân của Phật giáo đương thời. Ngài chuyên việc giảng giáo lý của Đức Phật, và đức độ để thu phục mọi người, Ngài không có phiên dịch một bộ kinh điển nào cả. Ngài thâu nhận rất nhiều đệ tử, một trong các đệ tử xuất sắc nhất là Đạo An.

*** Đạo An** (道 安, 312 – 385) **cải đổi họ là Thích:** Ngài là người tỉnh Hà Bắc, xuất gia lúc 12 tuổi, rất thông minh. Ngài đã hiểu thấu đáo các lời giảng của thầy mình là Ngài Phật-đồ-Trừng. Ngài đem những điều mình đã học để giảng lại đại chúng.

Trong lúc loạn lạc vào thời Hậu Triệu, Ngài cùng đệ tử là Tuệ Viễn cùng với 500 người đi về phương Nam, tới Tương Dương (tỉnh Hồ Bắc), Ngài trụ trì tại chùa Đàn Khê. Rất nhiều người kéo đến để học tập Phật Pháp, tiếng tâm của Ngài đã lừng lẫy khắp nơi.
Vua Phù Kiên nghe biết tiếng Đạo An, muốn mời Ngài về phụ chính nên đem 10 vạn quân tiến đánh Tương Dương để đón Ngài về Tràng An. Ngài là một nhân vật rất quan trọng vào thời ấy. Ngài ở Tràng An được 15 năm, ngoài việc chuyên tâm hoằng dương Phật giáo, Ngài còn làm phụ chính cho vua Phù Kiên. Hàng ngàn người theo học với Ngài. Ngài viên tịch vào năm 385, thọ được 72 tuổi.

Như đã nói trên, Đạo An là vị tăng Trung Hoa đã phản đối lối dịch *cách nghĩa (ko-i)*, Ngài chủ trương phải dùng thuật ngữ Phật giáo để dịch kinh Phật, không dùng từ ngữ của Lão giáo để tránh sự lẫn lộn giữa hai tôn giáo. Ngài Đạo An đã đưa ra lý thuyết về dịch thuật (theory of translation) kinh điển Phật giáo ra chữ Hán:

1.- Ngài **Đạo An** nhấn mạnh đến sự kiện dễ làm mất nguyên nghĩa khi phiên dịch, đó là thuyết *Ngũ thất bản* (五失本,the Five Forms of Loss):

a.- Do văn pháp khác nhau nên văn từ giữa nguyên ngữ (Sanskrit word) và Hán ngữ bị đảo ngược (thay đổi thứ tự của chữ, changing the word order).

b.- Văn thể của nguyên điển thì chất phác (plain style) trong khi Hán ngữ thì súc tích.

c.- Nguyên điển thường có nhiều câu lập đi lập lại, khi dịch ra chữ Hán thì phải cắt bỏ những câu trùng lập.

d.- Trong nguyên điển thường xen lẫn lời chú giải, trong bản dịch chữ Hán thì phải cắt bỏ những lời chú giải, và tóm tắt lại.

e.- Trong nguyên bản kinh điển, khi đã nói xong một sự việc nào rồi, và khi bước sang sự việc kế tiếp lại thường hay lặp lại những điều đã nói ở phía trước, nên bản dịch Hán văn phải cắt bỏ chỗ nhắc lại.

2.- Ngài **Đạo An** còn mở rộng ra thêm lý thuyết về dịch thuật để đề cập đến sự khó khăn của việc phiên dịch qua thuyết ba sự kiện khó khăn: *Tam bất dị* (三不易, the theory of Three Difficulties):

a.-Đức Phật đã thuyết pháp cho những người nghe bằng ngôn ngữ và phong cách của người đương thời, nhưng với thời gian và không gian thay đổi thì quả thật rất khó để dịch cho độc giả hoặc thính giả đương thời.

b.-Sự phiên dịch quả rất khó đối với các pháp âm vi diệu (the words of a saint) ra những từ ngữ phàm phu và để cho thích hợp với phong tục của kẻ hậu thế.

c.-Các kinh văn được truyền tụng từ kỳ kết tập kinh điển lần thứ nhất rồi kinh văn này đã trải qua các lần ghi chép, hiệu đính lại bởi các bậc cao tăng và của môn sinh của họ trải qua nhiều thế hệ thì việc phiên dịch cho đúng ý nghĩa thật là khó để không tránh khỏi sai lầm.

Ngài là vị tăng Trung Hoa đầu tiên đã viết những bản "*sớ giải*" để giải thích ý nghĩa của kinh điển Phật giáo, và viết các luận văn để làm rõ nghĩa giáo lý của tông phái mình.

Ngài Đạo An là vị tăng sĩ Trung Hoa đầu tiên đã phát minh ra phương pháp mới để giúp cho người đọc có một cái nhìn bao quát đối với số lượng văn điển khổng lồ bằng việc biên soạn tên tuổi của dịch giả và đề mục kinh sách mà họ đã dịch ra chữ Hán từ bản dịch đầu tiên cho đến lúc Ngài soạn mục lục này. Ngài và các đệ tử của Ngài đã sưu tập trong toàn nước Tàu được khoảng 500 đến 600 bản kinh đã dịch để biên soạn "*Mục lục kinh điển*" (a catalogue of all sutras). Ngài duyệt và sắp xếp các bản dịch ấy thành quyển ***"Tổng Lý Chúng Kinh Mục lục"*** (綜理眾經目錄), biên soạn vào năm 374, gọi tắt là *"Đạo An Lục"*. Bộ mục lục kinh điển của Đạo An này rất có giá trị. Rất tiếc bộ mục lục này không còn, nhưng Ngài Lương Hựu, đời Lương Võ Đế (464 – 549) đã căn cứ vào "*Đạo An lục*" mà soạn ra bộ "*Xuất Tam Tạng Ký Tập*" nên đã giúp chúng ta biết về bộ "M*ục lục kinh điển*" của Đạo An. Đây là một công trình vĩ đại của Đạo An: có rất nhiều bản kinh dịch mà Đạo An đã sưu tầm được đã không có tựa kinh. Thường thì kinh gốc ở Ấn độ không có đề tựa ở đầu kinh sách mà chỉ viết tựa của quyển kinh ở trang sách cuối cùng; trong trường hợp trang cuối cùng bị thất lạc thì cái tựa kinh cũng bị thất lạc luôn. Đối với những quyển kinh không có tựa, Đạo An đã đặt một tựa mới căn cứ vào nội dung của cuốn kinh này. Thêm vào đó, có nhiều bản kinh gốc từ Ấn độ không có phân chia từng chương, từng mục mà các bản dịch trước đã giữ nguyên như vậy thì Đạo An phân chia thành từng chương, từng mục; ví dụ như kinh Pháp Hoa (Lotus Sutra) đã được chia làm 28 chương trong 8 quyển sách nhỏ, trong khi bản chính ở Ấn độ chỉ được chia thành từng chương.

Vào thời Đạo An, có rất nhiều kinh điển Phật giáo Đại thừa/Phật giáo Phát Triển đã được dịch ra. Do uy tín và kiến thức uyên bác về Phật học, nhiều dịch giả đã nhờ Đạo An viết lời tựa cho bản dịch, Ngài đã rất vui lòng để dành thời giờ để viết các lời tựa cho các bản dịch cần sự giới thiệu của Ngài.

*** Đạo An đổi họ Thích, và đã làm tiền lệ cho các Tăng Ni Bắc truyền/Đại thừa:**

Đạo An đã quy định nhiều quy tắc có ảnh hưởng đến nếp sống của Tăng Ni trong giáo đoàn Phật giáo Trung Hoa.

Từ trước cho đến thời Đạo An, khi các sư vừa xuất gia thì họ thưởng đổi họ thành họ của vị bổn sư của mình, hoặc lấy tên nơi sinh của mình làm họ mới. Ví dụ: họ "*An*" là sư gốc nước An-tức (Parthia), họ Khang của sư gốc Khang-cư (Soghdiana), họ Trúc của sư gốc Ấn Độ v.v...Thầy của Đạo An là *Trúc-Phật-đồ-Trừng*, nên Ngài cũng lấy họ Trúc, nên có tên là "*Trúc Đạo An*". Nhưng Ngài đã có một sáng kiến mới về việc đổi họ cho chính mình.

Nguyên Thái tử Siddhartha, họ là Gautama, thuộc đẳng cấp thứ hai / đẳng cấp chiến sỉ và hoàng tộc trong xã hội Ấn độ lúc bấy giờ. Cha là Suddhodana, vua của thị tộc Shakya (âm VH, Thích-ca) ở trong nước Kosala, thủ đô là Kapilavastu, có nơi nói Suddhodana là tộc trưởng dân cử của thị tộc Shakya (an elected chief of the Shakya clan), Kapilavastu là một phần đất của xứ Népal ngày nay, ở dưới chân núi Hymalaya (âm VH, Hy-mã-lạp-sơn).

Thái tử Siddharta đã xuất gia và cuối cùng vào ngày mồng 8 tháng 12 âm lịch, lúc ấy Ngài được 35 tuổi, Siddhartha bỗng nhiên tỉnh ngộ (attained- enlightenment) sạch hết phiền não. Kể từ đó, Siddhartha Gautama được các đệ tử dùng danh hiệu tôn xưng về đạo đức của Ngài là Buddh (phiên âm thẳng bằng tiếng Việt: **Bụt**, âm VH:**Phật,** đầy đủ chữ là **Phật-đà**) tức là *bậc giác ngộ* (Awankened one, Enligthtened one) thường được gọi một cách tôn kính là Đức Phật, một danh hiệu tôn xưng đầy kính trọng (reverend title, very respectful title). Ngoài danh xưng Buddha (âm VH: **Phật**, phiên âm tiếng Việt**: Bụt**) Ngài còn có một danh hiệu tôn xưng khác nữa là Shakya Muni (Thích-ca Mâu-ni) (Shakya: bộ tộc Shakya, Muni: bậc trí tuệ, người sống ẩn dật; Shakya Muni là bậc trí tuệ của thị tộc Shakya (the sage of the Shakya, his tribe or clan). Chúng ta thường kính trọng gọi là "*Đức Phật Thích-ca Mâu-ni*". Ngài còn có một danh hiệu tôn xưng khác là *Đấng Thế Tôn* (Srt. Tathagata).

Bộ tộc của Đức Phật (Buddha's clan) là Shakya, người Trung Hoa phiên âm là Shih-ca (釋迦)âm Việt Hán là Thích-ca. Đạo An rất tôn kính Đức Phật nên muốn lấy bộ tộc của Đức Phật làm họ cho mình. **Đạo An quyết định lấy vần đầu tiên của bộ tộc Shakya là Sha** (Trung Hoa đọc là **Shih,** chữ Hán viết là 釋 ,phiên âm Việt Hán là **Thích) làm họ mới cho mình**. Tên mới đầy đủ của Ngài là **Thích Đạo An** (Shih Tao An, 釋 道 安). Từ đó trở thành tiền lệ, các Tăng Ni thuộc hệ phái Bắc truyền/Đại thừa thường cải họ là Thích khi họ đi xuất gia. Tuy nhiên cũng có nhiều vị Tăng Ni cũng không muốn lấy họ Thích làm họ mới cho mình. Ví dụ như (Trần) Huyền Trang (Tam Tạng Pháp sư), Thái Hư đại sư…Ở Việt Nam cũng có nhiều vị Tăng Ni cũng không cải đổi ra họ Thích: Vạn Hạnh, Khuông Việt, Không Lộ, Viên Chiếu...trong thế kỷ thứ 20 Hòa Thượng Hành Trụ thường để tên là Sa môn Lê Phước Bình... Như vậy ***việc lấy họ Thích không phải là một quy luật bắt buộc áp dụng chung cho tất cả các Tăng Ni***. Ở Việt Nam, vào năm 1943, lần đầu tiên chúng ta thấy một vị Sư đã lấy bút danh trên quyển sách *"Việt Nam Phật Giáo Sử Lược"* với Phật danh là *Thích Mật Thể*. Chính Ngài Thích Mật Thể đã phát động phong trào lấy họ Thích trong tăng chúng Việt Nam. Từ giữa thế kỷ thứ 20 đến nay, các Tăng Ni đều thích lấy họ Thích để chứng tỏ sự tôn kính Đức Phật, để được mọi người tôn kính mình, và để được phân biệt với hàng cư sĩ và hàng Phật tử. Tuy nhiên vẫn còn nhiều vị Tăng Ni vẫn dùng Pháp danh, Phật hiệu do vị bổn sư của mình đặt ra khi quy y Tam Bảo, hoặc lấy một bút danh khi viết sách chớ các vị không xưng mình là họ Thích.

Đối với hệ phái Theravada/ Phật giáo Nguyên Thuỷ thì các vị tu sĩ thường để trước Pháp danh là *Tỳ-kheo* (Pali: bhikkhu, Sanskrit: bhikṣu) cho nam tu sĩ, *Tỳ-kheo Ni* (Pali: bhikkhunī, Sanskrit: bhikṣuṇī) cho nữ tu sĩ.

Từ trước cho tới thời Đạo An, nếp sống và cách ăn mặc của các Tăng Ni không có gì khác với người thường. Đạo An lại đặt ra Tăng chế để làm quy luật cho giáo đoàn: khi đã xuất gia thì phải theo Tăng chế này. Ngài còn quy định tăng phục cho Tăng Ni Trung Hoa dựa theo tăng phục của các vị tăng sĩ Ấn độ, qua thời gian và không gian, tăng phục này cũng có thay đổi.

* **Cưu-ma-la-thập** (Kumarajiva, 344-413), gọi ngắn là **La-Thập**: Ngài là người nước Kucha (Khâu–Tư), ở Ấn độ, lên 7 tuổi đã đi xuất gia. Lúc đầu theo học Trường A-hàm, Trung A-hàm; sau học thêm Tăng Nhất A-hàm, Luận A-tỳ-đàm, Thập Tụng Luật (Sarvastidin Vinaya), Trung đạo Luận (Madhyamaka Sastra), Bách Luận (Shatika Sastra) và Thập nhị môn Luận (Dvadashamukha Sastra). Như vậy lúc đầu Ngài học giáo lý Phật giáo Nguyên thuỷ rồi sang thâm cứu giáo lý của Phật giáo Đại thừa/ Phật giáo Phát triển. Năm 20 tuổi , Ngài thụ đại giới. Thanh danh của Ngài truyền khắp vùng Trung Á và tới tận Trung Hoa. Vua Phù Kiên (trị vì : 357-385) dưới thời Tiền Tần nghe tiếng và mến mộ đức hạnh của Ngài, nên liền sai tướng Lữ Quang đem quân đánh chiếm Kucha để bắt Ngài đem về nước vào năm 383. Lữ Quang đánh chiếm được Kuchan, đón được Ngài Cưu-ma-la-thập, nhưng đi về được nửa đường thì nhà Tiền Tần bị Diêu Trành cướp ngôi vào năm 384, lập nên nhà Hậu Tấn. Lữ Quang bèn chiếm Lương Châu, tự xưng Vương , đóng đô ở Cô-Tàng năm 386, lập một nước riêng là Hậu Lương, và đem Ngài về Cô-Tàng. Diêu Trành mất, con trai là Diêu Hưng lên nối ngôi (trị vì: 393-415) sai quân đi đánh Hậu Lương, hạ được Lữ quang, rồi rước Ngài La-Thập về Trường An năm 401 dưới đời Hậu Tấn. Vua Diêu Hưng trọng dụng Ngài, tôn vinh Ngài làm *"Quốc sư"*, và lập một đạo tràng để Ngài điều khiển ban dịch thuật kinh điển Phật giáo: mỗi bản dịch sơ thảo đều được các cao tăng trong tăng đoàn duyệt qua, hiệu đính, nhuận sắc sao cho bản dịch được lưu loát, loại bỏ các chỗ trùng hợp, lập đi lập lại. Do đó các bản dịch của Ngài La Thập và

các tăng sĩ của Ngài rất có giá trị. Ngài đã chủ biên và các cộng sự viên đã phiên dịch hầu hết các kinh điển của Phật giáo Đại thừa/Phật giáo Phát triển, các bộ chính như sau:

-Ma-ha bát-nhã ba-la-mật kinh; - Tiểu phẩm bát-nhã ba-la-mật kinh; - Kim cương bát-nhã ba-la-mật kinh; - Diệu Pháp Liên hoa kinh; - Duy-ma-cật sở thuyết kinh; - A-di-đà kinh; - Đại trí độ luận; - Trung luận; -Thành thực luận v. v...

Những kinh điển do Ngài La Thập dịch thuật đã đóng góp một tầm quan trọng cho Phật giáo Trung Hoa.

Như đã trình bày ở trên, phong trào "*Nhập Trúc Cầu Pháp*" – đi đến Ấn độ để học hỏi Phật Pháp một cách trực tiếp và để thỉnh nguyên bản tiếng Phạn của kinh Phật bắt đầu từ Ngài Chu Sĩ Hành đời Tam Quốc. Có nhiều vị Tăng đã tiếp tục phong trào này, nổi tiếng nhất là Ngài Pháp Hiển, Trí Nghiêm (602 – 668), Bảo Vân. Các Ngài đã vượt qua sa mạc mênh mông, nắng cháy,phải trèo đèo vượt suối đầy gian khổ. Có nhiều bạn đồng hành đã bệnh chết giữa đường, có người chịu khổ cực không nỗi nên đã trở về Trung Hoa. Duy ba Ngài vừa kể đã đến được nước Thiên Trúc/Ấn độ và đem được nhiều nguyên bản tiếng Phạn về.

* **Pháp Hiển** cùng với Giác Hiền dịch "*Đại Bát Nê Hoàn Kinh" và "Ma-ha Tăng Kỳ Luật"*.

Đặc biệt Ngài Pháp Hiển đã ghi lại du ký trên đường "*Nhập Trúc Cầu Pháp*" trong cuốn "*Phật Quốc Ký*", còn gọi là "*Pháp Hiển Truyện*" có một giá trị ngang hàng với bộ "*Tây Vực Ký"* của Ngài Huyền Trang vào đời Đường. Đây là hai bộ du ký giúp chúng ta nghiên cứu về tình trạng Phật giáo Ấn độ và địa lý Ấn độ,đời sống ở phía Tây Trung Hoa. Ngài Trí Nghiêm và Ngài Bảo Vân đã thỉnh và dịch *Kinh Phổ Diệu, Tứ Thiên Vương.*

* **Srimitra** (HV phiên âm. Thi-lê-mật-đa-la) đến Trung Hoa khoảng 307 – 312, đời Tấn đã phiên dịch các kinh điển như "*Khổng Tước Vương kinh*", "*Quán Đỉnh kinh*" v.v...

Về mặt tín ngưỡng, vào thời này Phật giáo Trung Hoa đã phát triển và thành lập nhiều tông phái đặc biệt là Tịnh Độ tông:

* **Tịnh Độ Tông (淨土 宗** *) hay* ***Tịnh thổ tông*** *(***淨土宗** *, Pure Land Buddhism), có khi được gọi là* ***Liên tông*** *(* **蓮宗** *)* [tông phái thứ 1].

Ngài **Tuệ Viễn** *(***慧遠***)* hay Huệ Viễn (**慧遠 ,** 334 – 416) đã khai sáng Tịnh Độ Tông với **tín ngưỡng Phật A-di-đà.** Năm 402, Ngài Tuệ Viễn lập ra "*Bạch Liên Xã*" ở Lư Sơn. Nơi đây thực hiện phép tu Tịnh Độ: Tăng Ni, Cư sĩ, Phật tử tập trung trước tượng Phật A-di-đà, và nguyện cầu được vãng sanh về miền Tịnh Độ.

Tông phái này có mục đích hoằng truyền pháp môn vãng sanh nơi cõi tịnh độ (pure land) của Đức Phật A-di-đà. *Vãng sanh* (**往生**): vãng nghĩa là đi qua, vãng sanh là đi qua khỏi sự sống tức là chết. *Tịnh độ = tịnh thổ* (**淨土,** pure land): tịnh là trong sạch, thanh tịnh (pure); độ = thổ (土, land) là cõi, nước, nơi; tịnh độ là một cõi thanh tịnh, cõi trong sạch. Vãng sanh nơi cõi tịnh độ nghĩa là sau khi chết/sau khi kết thúc cuộc sống hiện tại thì đi đến một cõi thanh tịnh, an vui hơn ở cõi ta-bà này. Nhiều luận sư đã thuyết minh rằng thật ra không phải chỉ cầu cho sau khi chết / vãng sanh để được đến cõi tịnh độ mà hành giả phải niệm Phật, giữ tâm thanh tịnh, không bị vọng động, vượt qua các phiền não, thực hiện đầy đủ phước đức thì hành giả sẽ đạt được cõi tịnh độ, cõi cực lạc ngay nơi cuộc đời hiện tại này. Khi đó hành giả có nguyện cầu về đời sống tương lai: sau khi vãng sanh thì đến cõi cực lạc, cõi thanh tịnh thì chắc chắn sẽ không có gì trở ngại.

Tịnh Độ Tông (Pure Land Buddhism) được phổ biến và có nhiều đệ tử ở Trung Hoa, Nhật Bản và Việt Nam. Người tín đồ cần phải có lòng thành và tin tưởng nơi sức mạnh cứu độ của Đức Phật A-di-đà, tức là người tín đồ chỉ cần trông cậy một tha lực từ Phật A-di-đà. Các Phật tử tu hành theo phái này chỉ cần chú tâm niệm: "*Nam-mô A-di-đà Phật" (Namo Amitabha)* nhằm mục đích chế ngự tâm ý cho tâm ý không bị vọng động, có câu: "*tâm vượn, ý mã*" là ý chỉ tâm và ý luôn luôn bị lay động không ngừng như khỉ luôn chuyền từ nhánh cây này qua nhánh cây khác, và ngựa thì chạy không ngừng nghỉ. Nhờ tin vào tha lực, vào sự hỗ trợ của Phật A-di-đà, hành giả rất dễ dàng thực hiện được phép tu này.

Tịnh Độ Tông căn cứ vào 3 bộ kinh và một bộ luận:

1.-Kinh Vô Lượng Thọ (Srt. Sukhavati-Vyuha Sutra, Av. Infinite Life Sutra): nói về tiền thân của Đức Phật A-di-đà.

2.- Kinh A-di-đà (Srt. Amitabha Sutra, Av. Amitabha Sutra): diễn tả thế giới cực lạc đầy trang nghiêm, nơi đó Đức Phật A-di-đà thuyết pháp..

3.-Kinh Quán Vô Lượng Thọ (Srt. Amitayurdhyana Sutra, Av. Amitayur Meditation Sutra) trình bày các nét đặc trưng của Tịnh Độ Tông, phép quán tưởng niệm Phật, phẩm hạnh của Phật A-di-đà, Bồ tát Quan Âm, Bồ tát Thế chí.

Bộ luận: *Vãng Sanh Tịnh Độ Luận* là bộ luận thâu tóm về ý nghĩa của ba bộ kinh trên, do Ngài Thế Thân (Vasubandhu) viết.

Trong thời đại Đông Tấn này, có những bộ kinh, luận quan trọng của Phật giáo được phiên dịch:

-Ngài Cưu-ma-la-thập dịch *Kinh Bát-nhã, Đại Trí Độ Luận, Trung luận.*

- Ngài Đàm-vô-sấm (Dharmarakasa) dịch *Kinh Đại Bát Niết Bàn.*

-Ngài Giác Hiền dịch *Kinh Hoa Nghiêm.*

*** 4.-Thời đại Nam - Bắc triều (420 – 589):**

Năm 420, **Lưu Dụ**, một tướng lãnh của Vương triều Đông Tấn ở Giang Nam, nổi lên cướp ngôi, lập nên nhà Tống ở Giang Nam, sử Tàu gọi là **Lưu Tống**.

Trong khi đó, chính quyền Ngũ Hồ ở Giang Bắc thì suy yếu; lúc bấy giờ có Thát-bạt-Khuê thuộc giống rợ Tiên Ti (ở miền Bắc tỉnh Sơn Tây) quật khởi, thành lập **nước Nguỵ** năm 386, sử Tàu gọi là **Hậu Nguỵ,** đó là vua **Đạo-Võ-Đế**. Vua kế vị là Minh-Nguyên-Đế. Hai vị vua này hết lòng bảo hộ Phật giáo, nên Phật giáo rất thịnh đạt. Qua tới đời vua thứ ba là **Thái-Võ-Đế,** vua này đã diệt các nước nhỏ khác, thống nhất miền Giang Bắc năm 439. Lúc đầu Thái-Võ-Đế cũng tiếp tục bảo hộ Phật giáo. Nhưng về sau nghe lời dèm pha của hai Đại thần là Nhà nho Thôi Hạo và Đạo sĩ Khâu Khiêm Chi với ý muốn tiêu diệt Phật giáo, nên vua lần lần cũng lơ là với Phật giáo.

Vào năm 445, Cái-Ngô nổi loạn ở tỉnh Thiểm Tây, vua Thái-Võ-Đế thân chinh đi dẹp loạn. Khi tới Trường An, quân lính khám phá vũ khí cất dấu trong một cái chùa ở Tràng An, vua nghi ngờ các tăng sĩ ở chùa này thông đồng với Cái-Ngộ để làm loạn. Vua ra lệnh giết sạch các tăng sĩ này. Lại thêm quân lính còn khám phá ra nhiều chùa có chứa rượu, có chùa lại có các phòng ốc bí mật ở dưới địa đạo của chùa, các đại thần tâu vua rằng đây là nơi ăn chơi, truỵ lạc của Tăng sĩ với phụ nữ thượng lưu. Do đó các Đại thần tâu với vua Thái-Võ-Đế rằng không những phải trừng phạt các Tăng sĩ ở Trường An mà còn phải trừng trị toàn thể các Tăng sĩ ở toàn lãnh thổ. Nên năm 446, Vua hạ chiếu chỉ phá bỏ Phật giáo: chùa chiền bị tịch thâu, Tăng Ni phải hoàn tục. Nhiều Tăng Ni đã lên tận núi rừng để ẩn lánh.

Đây là **Pháp Nạn lần thứ nhất vào đời vua Thái Võ Đế của nhà Hậu Nguỵ**.
Cũng may, sau khi vua Thái Võ Đế băng hà, con là Văn-Thánh-Đế nối ngôi đã ra chiếu chỉ phục hưng Phật giáo.

Vu-Văn-Giác khởi quân diệt vua Đế-Vĩ của nhà Bắc Tề vào năm 577, tự lên ngôi vua, đó là **Chu-Hiếu-Mân-Đế**. Vua kế vị là Minh-Đế. Vu-Văn-Hộ là em của Vu-Văn-Giác giết vua Minh -Đế rồi cũng tự lên ngôi. Sau đó **Chu-Võ-Đế** giết Hộ, cũng tự xưng Vua. Dưới thời vua Chu-Võ-Đế thế nước được chấn hưng nên trở nên hùng cường. Vua Chu-Võ-Đế bèn diệt nhà Bắc Tề để thống nhất phương Bắc vào năm 576, sử Tàu gọi là **thời Bắc Chu**.
Sử Tàu coi hai vương triều trên đều thuộc chính thống, và gọi giai đoạn lịch sử này là thời đại Nam-Bắc triều.

Pháp nạn lần thứ hai: Phật giáo và Đạo giáo đều bị phế bỏ do hai Đại thần là Vệ-Nguyên-Tung và Đạo sĩ Trương-Tân chủ trương, **dưới đời vua Chu-Võ-Đế**:

Năm 567, Vệ-Nguyên-Trung dâng lên vua Chu-Võ-Đế một dự án: phá huỷ tất cả chùa chiền, rồi chỉ lập nên một ngôi chùa lớn với tên là *"Bình Đẳng Viên Tự"*. Chùa này sẽ là nơi quy tụ hàng vạn dân, *Vua/Hoàng đế là Như Lai.* Vua chưa thể quyết định ngay vì còn phải họp với các Đại thần, Cao tăng, Danh Nho, Đạo sĩ, Đại nhân; nhưng cũng chưa có quyết định dứt khoát.

Năm 570, Vua lại tiếp tục triệu tập một hội nghị nữa. Hội nghị đã xếp thứ bậc của 3 tôn giáo như sau : *Nho giáo* đứng ở bậc nhất, *Đạo giáo* ở bậc nhì và *Phật giáo* đứng ở bậc ba.

Năm 574, lại có kỳ họp giữa các Cao Tăng và Đạo sĩ. Sau kỳ họp này vua Chu-Võ-Đế quyết định hạ chiếu chỉ phế bỏ cả hai đạo Phật giáo và Đạo giáo: chùa chiền bị phá huỷ, tượng Phật bị đập phá, tài sản của chùa bị tịch thu. Đã có 3.000.000 Tăng Ni phải hoàn tục, rất nhiều vị phải ẩn trốn nơi rừng sâu.

Sau khi diệt xong nhà Bắc Tề, năm 577, vua Chu-Võ-Đế đã hạ lệnh phế bỏ Phật giáo ở Bắc Tề.

Năm 578, Vua Chu-Võ-Đế băng hà, con là Tuyên Đế lên ngôi. Năm 579, Vua Võ-Tuyên-Đế ra chiếu chỉ hạ lệnh phục hưng Phật giáo và Đạo giáo.

Trong thời đại Nam-Bắc triều này, công việc phiên dịch và trước tác kinh sách Phật giáo đã rất thịnh đạt, mặc dầu Phật giáo đã trải qua **hai lần Pháp nạn**.

Ngài **Bodhiruci** (Bồ-đề-lưu-chi, 562 – 727) đến Trung Hoa từ Ấn độ. Ngài đã dịch nhiều kinh điển, chủ yếu là các bộ: *Thập địa kinh luận, Phật danh kinh, Nhập Lăng-già kinh, Vô lượng thọ kinh luận*, v. v… bộ luận: *Vãng sanh tịnh độ luận*. Tịnh độ tông Nhật Bản tôn Ngài làm Sư tổ.

Ngài **Bodhidharma** (Bồ-đề-đạt-ma, ? – 535) đến Trung Hoa vào năm 520. Ngài là khai tổ của phái Thiền Tông ở Trung Hoa. Ngài đã đem phép bí truyền "tâm ấn" cho đệ tử là Tuệ Khả làm tổ thứ hai của Thiền tông.

*** Tư Tưởng Mạt Pháp**:

Phật giáo đã được sự hỗ trợ của triều đình Trung Hoa, nhiều tăng sĩ đã được các vua trọng dụng, họ đã được cử các chức vụ cao cấp ở trong triều đình, được hưởng bổng lộc. Giới tăng lữ được đại chúng kính trọng và cúng dường nhiều phẩm vật: đất đai, tiền bạc, v.v…Quyền lực và danh lợi đã làm giao động đời sống đạo đức của số đông tu sĩ Phật giáo thời bấy giờ. Khi tự viện trở nên giàu có thì đa số tăng lữ bị biến chất, càng ngày họ càng bị tha hoá, trở nên xa hoa, rơi vào con đường truy lạc mà điều thường mắc phải là nữ sắc. Tăng sĩ đã quay lưng lại với lý tưởng và con đường giải thoát mà Đức Phật Thích-ca Mâu-ni đã dạy.

Trước tệ nạn trong cửa thiền nói trên, phong trào ***"Tư tưởng mạt pháp"*** nổi lên và được nhiều người hưởng ứng. Họ lên án gay gắt sự sa đoạ, truy lạc của tu sĩ Phật giáo và tổ chức giáo đoàn. Họ lên án các Tăng sĩ tạo ra các điều dị đoan, tà đạo để kiếm lợi lạc từ người mê tín. Họ còn tiến xa hơn và cho rằng phần lớn hàng xuất gia vào thời họ đều là tội nhân trong cửa Phật, nên cần phải loại trừ những bọn tội nhân đó ra khỏi Phật Pháp, ra khỏi cửa thiền là hợp với ý muốn nguyên thuỷ của Đức Phật. Nói khác, họ chán ghét cảnh chùa chiền bị thế tục hoá. Nhằm để cảnh tỉnh các tín đồ Phật giáo, phong trào "*Tư tưởng mạt pháp*" nhấn mạnh là đại chúng Phật giáo đang sống trong thời mạt pháp, họ chia lịch sử Phật giáo ra làm 3 giai đoạn:

1.Thời **Chánh Pháp** (正 法) là thời đại sau khi Đức Phật nhập Niết-bàn kéo dài tới 500 năm, giáo Pháp của Ngài vẫn còn tồn tại.

2.Thời **Tượng Pháp** (象 法) hay **Tượng giáo (象教)** là thời kỳ bắt đầu sau khi thời Chánh Pháp chấm dứt, kéo dài khoảng 1000 năm, giáo Pháp của Đức Phật vẫn còn tương tự với thời *Chánh Pháp*.

3.Thời **Mạt Pháp** (末 法) là thời kỳ giáo Pháp của Đức Phật đi đến chỗ suy vi, kéo dài khoảng 10.000 năm. Chúng ta đang sống vào thời *Mạt Pháp*.

Phong trào "*Tư tưởng Mạt Pháp*" đề nghị cần có những vị cao tăng thạc đức, các cư sĩ , các tín đồ tu hành chân chính, đầy đủ đức độ cùng nhau chỉnh đốn những tệ nạn làm bại hoại Phật Pháp, làm bại hoại cửa thiền; nên nghiêm khắc trong vấn đề thọ giới: cần phẩm chất đạo đức hơn là số lượng. Thêm vào đó, để việc bảo vệ Phật Pháp được hiệu quả, cần đòi hỏi một **sự phản tỉnh** của Tăng sĩ, cư sĩ, Phật tử và đại chúng để cùng nhau tự chỉnh đốn giáo đoàn.

Có 4 tông phái đã hưởng ứng phong trào "*Tư Tưởng Mạt Pháp*" đã ra đời để chấn hưng Phật giáo:

1. *Tam giai giáo* của Ngài Tín Hành.
2. *Tân tam luận tông* của Ngài Cát Tạng xuất hiện vào đời Tuỳ.
3. *Tịnh độ giáo* (phát triển) của Ngài Đạo Xước và Thiện Đạo
4. *Hoa Nghiêm tông* của Ngài Tôn Mật xuất hiện ở đời Đường.

Từ đó Phật giáo được hưng thịnh trở lại. Cố Hoà Thượng Thích Thanh Kiểm đã nhận định:

"*Phật Pháp thịnh hay suy là do nơi người hoằng đạo, chứ đâu phải cục hạn ở thời kỳ Chánh Pháp hay Mạt Pháp.*"

(H.T Thích Thanh Kiểm, *Lịch sử Phật giáo Trung Quốc*, Saigon: Vạn Hạnh, 1965, tr. 97)

Tình trạng giáo đoàn Phật giáo ở thời đại Nam-Bắc Triều (420 – 589) đã được Cố Hoà Thượng Thích Thanh Kiểm ghi chép như sau:

"Giáo Đoàn Truy Lạc.- *Giáo đoàn của Phật giáo tuy tới chỗ cực thịnh như trên đã kể, nhưng đó cũng là nguyên nhân cho trụy lạc. Giáo đoàn ở Bắc Triều, số Tăng Ni lên tới*

2.000.000, những người thành tâm vì Phật Pháp đi xuất gia thì ít, mà những người vì lợi dụng hoàn cảnh được miễn phu phen, tạp dịch, thuế khoá, rồi đi xuất gia lại nhiều. Chân tà trở thành hỗn độn, phần nhiều chỉ tham danh cầu lợi, không có ý chí cao thượng của người xuất gia, nên giáo đoàn dần dần bước vào giai đoạn truỵ lạc. Về việc xây cất chùa viện thì quá ư nguy nga lộng lẫy, làm sút kém cả nền tài chánh của quốc gia, vì thế nên đã có lệnh hạn chế việc xây cất chùa tháp. Hai thời kỳ phá Phật ở thời đại Bắc Triều cũng là do nguyên nhân truỵ lạc của giáo đoàn đã gây ra một phần nào."

(Thích Thanh Kiểm, *Lịch sử Phật giáo Trung Quốc*, Saigon: Vạn Hạnh, 1965, tr. 105)

*** 5.- Thời đại nhà Tuỳ (589 – 618):**

-Năm 581, Dương Kiên, tể tướng nhà Bắc Chu, cướp ngôi vua Bắc Chu, tự lên ngôi Hoàng Đế, lập nên nhà Tuỳ.

-Năm 589, nhà Tuỳ đem binh tiêu diệt nước Trần ở phía Nam, thống nhất toàn bộ Trung Hoa, chấm đứt thời đại Nam - Bắc Triều. Nhà Tuỳ trị vì được 38 năm thì bị nhà Đường tiêu diệt.
Nhà Tuỳ đã hỗ trợ Phật giáo, nên đạo Phật đã được phục hưng sau 2 lần Pháp nạn.

Công việc phiên dịch và trước tác đã được nhiều Đại sư Ấn độ và Tàu thực hiện rất tốt. Đặc biệt có Đại sư Ấn độ Ti-ni-đa-lưu-chi, đã dịch một quyển kinh ở Trung Hoa, rồi Ngài đi qua Việt Nam dịch thêm một quyển kinh nữa.

***6.-Thời đại nhà Đường (618 – 907):**

Vào đầu thế kỷ thứ 7, nhà Tuỳ suy nhược, nhiều cuộc nổi loạn chống lại triều đình ở khắp nơi. Năm 618 Đường quốc công Lý Quyên dẹp được các nhóm nổi loạn, chấm dứt nội chiến rồi đem quân tiến đánh Trường An, tiêu diệt nhà Tuỳ, tái thống nhất Trung Hoa, lên ngôi hoàng đế, được tôn xưng là Đường Cao Tổ, lập nên nhà Đường, vẫn đóng đô ở Trường An.

Sau một thời hưng thịnh thì nhà Đường đi vào mạt vận (823 – 907): nội loạn nổi lên. Các vua Võ Tôn/g, Hy Tôn/g, Chiêu Tôn/g đều do hoạn quan lập nên. Bọn hoạn quan coi vua như môn đệ, chúng giết hại kẻ hiền tài, buôn quan bán ngục, đục khoét công quỹ, bạo tàn vô số kể; các đại thần, công khanh, tướng quốc đành cúi đầu vâng lệnh hoạn quan.

Lần Pháp nạn thứ ba này là do sự xung đột giữa Đạo giáo và Phật giáo:

Kể từ giữa đời Đường trở về sau, nhiều đại thần muốn duy trì Đạo giáo và phế bỏ Phật giáo. Lại thêm giáo đoàn Phật giáo bị suy thoái, nhiều tệ đoan xảy ra, một số Tăng Ni thì

trục lợi, tham lam, chứa chấp tài sản, truỵ lạc. Năm 842, vua Đường-Võ-Tôn/g (841 – 847) nghe lời Đạo sĩ Triệu Quang Chân nên ra lệnh thanh lọc giáo đoàn Phật giáo. Vua ra lệnh các Tăng Ni nào không giữ giới luật của Phật thì bắt buộc phải hoàn tục, tài sản bị tịch thu.
Năm 844, Vua Đường-Võ-Tôn/g tiến tới biện pháp mạnh hơn: bắt phá huỷ các chùa nhỏ và Tăng Ni ở chùa này phải hoàn tục.

Năm 845, vua hạ lệnh ở trong hai kinh thành Tràng An và Lạc Dương, mỗi nơi chỉ để lại 4 ngôi chùa và 30 vị Tăng Ni. Còn ở các Châu, các Quận thì mỗi nơi để lại một ngôi chùa và 20 Tăng Ni ở Châu lớn, 10 Tăng Ni ở Châu trung bình, 6 Tăng Ni ở Châu nhỏ. Những chùa khác đều bị tiêu huỷ hoặc bị sung công làm nơi hội họp cho công chúng, các Tăng Ni còn lại phải hoàn tục. Theo lịch sử Phật giáo Trung Hoa thì có 446.000 ngôi chùa lớn nhỏ bị phá huỷ, 260.000 Tăng Ni bị buộc phải hoàn tục.

Năm 846, Đường-Võ-Tôn/g băng hà. Vua Đường-Tuyên Tôn/g lên nối ngôi, vua liền ra chiếu chỉ phục hưng Phật giáo.

Trong kỳ Pháp nạn này, rất nhiều kinh điển Phật giáo vừa bị thất lạc vừa bị thiêu đốt. Sau kỳ Pháp nạn này, Phật giáo bị suy vi, vận mệnh của nhà Đường cũng đi xuống rồi bị diệt vong. Vào thời vua Đường-Võ-Tôn/g, bọn hoạn quan chuyên quyền và tàn ác, ngay cả vua Võ-tôn/g cũng do bọn hoạn quan đưa lên, nên chúng ta có thể suy đoán rằng chắc bọn hoạn quan đã chủ mưu phá Phật.

Nhà Đường trị vì được 290 năm, trải qua 20 đời vua. Đời vua cuối cùng là vua Ai Đế, Tướng quốc Toàn Trung đã ép vua Ai Đế nhường ngôi cho ông, ông lên ngôi là vua Thái Tổ nhà Hậu Lương năm 907.

Nhận định về kỳ Pháp nạn này, cố Hòa Thượng Thích Thanh Kiểm đã dạy:

"Đó cũng là một thức tỉnh cho những Phật tử chân chính biết nhận rõ sứ mạng cao cả Hoằng phápcủa mình, để đưa Phật giáo vào địa vị sẵn có của nó".

(Thích Thanh Kiểm, *Lịch sử Phật giáo Trung Quốc*, Saigon: Vạn Hạnh, 1965, tr. 184)

Thời Đường Phật giáo rất hưng thịnh, tương tợ như thời Lý ở Việt Nam, chỉ trừ một lần Pháp nạn dưới thời Đường-Võ-Tôn/g (trị vì: 841 – 846). Các vị vua khác kể cả nữ hoàng Võ Tắc Thiên (trị vì: 684 – 705) đều hết lòng tôn sùng và bảo hộ Phật giáo.

Vào thời Đường, *việc phiên dịch và trước tác các kinh sách Phật giáo rất khởi sắc*. Đại sư Trung Hoa Huyền Trang là nhà đại phiên dịch, Ngài có nhiều tư tưởng mới mẻ, và đã đưa ra một lý thuyết về phiên dịch kinh điển đáng ghi nhớ. Thêm vào đó còn có 2 đại dịch giả như Ngài Nghĩa Tịnh và Bất Không.

*** Ngài Huyền Trang (玄奘,600 – 664)**: người Lạc Dương (tỉnh Hà Nam), họ Trần. Cha là quan đầu tỉnh đời Tuỳ Dạng Đế (trị vì 604 – 618). Ngài xuất gia lúc 13 tuổi, ở chùa Tịnh Độ. Ngài đi chu du nhiều nơi ở Trung Hoa để tìm thầy học đạo. Nhưng Ngài muốn nghiên cứu sâu rộng về giáo nghĩa của đạo Phật nên Ngài quyết chí "*Nhập Trúc Cầu Pháp*". Năm 629, Ngài lên đường đi tới Ấn độ, trải qua rất nhiều gian nan và nguy hiểm. Ngài đã tới được chùa Nalanda (Na-lan-đà), đây là tu viện chính của **Phật giáo Đại thừa/ Phật giáo Phát triển**, nơi quy tụ nhiều cao tăng có kiến thức uyên bác về đạo Phật, do Ngài Silabhadra (Giới Hiền) chỉ đạo. Huyền Trang đã xin làm đệ tử Ngài Giới Hiền để học hỏi về Duy thức học (Yogacara). Sau đó Ngài tiếp tục chu du nhiều nơi ở Ấn độ, Ngài sưu tầm được nhiều kinh văn bằng tiếng Phạn, trong đó có nhiều kinh luận của **Thượng Toạ Bộ/ Phật giáo nguyên thuỷ**, của **Phật giáo Đại thừa/ Phật giáo Phát triển** và các **sách triết học của các triết gia, các kinh sách của các tôn giáo khác**. Thêm vào đó, Ngài còn thỉnh nhiều tượng Phật và xá lợi Phật. Năm 645, Ngài trở về Tràng An. Thời gian "*Nhập Trúc Cầu Pháp*" của Ngài ở Ấn độ kéo dài tới 17 năm trời.

Vua Đường Thái Tôn/g đón Ngài về, và thiết lập *Viện Phiên Dịch*, có tầm vóc quốc gia, ở chùa Từ Ân để Ngài phiên dịch các Kinh, Luật, Luận. Ngài trông nom một **Ban phiên dịch** được tổ chức quy mô trong trật tự gồm có rất đông các bậc danh tăng phụ giúp cùng với những quan văn cao cấp tham gia.

Ngài Huyền Trang đã đưa ra ***lý thuyết về dịch thuật*** (theory of translation): theo Ngài có 5 trường hợp phải giữ nguyên âm thanh tiếng Phạn mà không dịch ra chữ Hán, đó là lý thuyết "***ngũ chủng bất phiên***" (五種不翻 **,** theory of five kinds of untranslatable words):

1.-Những chữ có ý nghĩa sâu xa, mầu nhiệm,bí mật thì không dịch. Ví dụ *đà-la-ni (dharani)*, hay như các câu thần chú/chân ngôn (mantra, dharani) là ngôn ngữ bí mật, là chân ngôn của chư Phật, của chư Bồ tát thì không dịch, mà chỉ phiên âm :Yết Đế Yết Đế Ba La Yết Đế Ba La Tăng Yết Đế Bồ Đề Tát-Bà-Ha (Gate Gate Pāragate Pārasaṃgate Bodhi Svāhā).

2.-Những chữ có nhiều nghĩa thì không thể dịch, bởi vì nếu dịch ra chữ Hán thì chỉ có một nghĩa còn các nghĩa khác thì bị mất nghĩa. Huyền Trang đã đưa ra ví dụ như chữ *Bhagavat* có nhiều nghĩa, nên chỉ phiên âm là *Bạc-già-phạm*. Bhagavat có những nghĩa sau đây: **a**.- bậc đã có nhiều dấu hiệu tốt lành, *Thế Tôn*; **b**.-bậc hàng phục được chúng ma; **c**.-bậc đã giải thoát khỏi mọi ràng buộc; **d**.-bậc đã thấu hiểu hoàn toàn "*Tứ Diệu Đế*" (Four Noble Truths); **e**.-bậc đã trải nghiệm nhiều thành tựu siêu việt; **f**.-bậc đã xuất hữu hoại (one who has abandoned the wandering of transmigration). Chữ *Bhaga* (ở trong kinh Bhagavad Gita) chỉ phiên âm là *Bạc-già* vì có nhiều nghĩa như: dễ chịu, tên (name), may mắn, kính trọng.

3.-Không dịch những chữ mà Trung Hoa không có những vật tương đương, như địa danh, tên cây cối, thú vật không được biết ở Trung Hoa : -núi *Lăng-già* (núi *Lanka*, ở nước Tích Lan/Sri Lanka), -chùa *Na-lan-đà (Nalanda)*,-cây *đa-la* (cây *tala/ tara*, có lá dùng để chép kinh điển Phật giáo ngày xưa, người Tàu gọi ngắn là *bối diệp* (lá bối), -cây *diêm-phù* (cây *Jambu*, chỉ trồng ở Ấn độ, không có trồng ở Tàu), -chim *ca-lăng-tần-già* (chim *karavinka*).

4.- Không dịch các chữ mà các bản dịch cổ xưa đã phiên âm (untranslatable words had traditionally been transliterated, that is, transcribed phonetically). Ví dụ: *A-nậu-đa-la tam-miệu tam-bồ-đề* (*Anuttara Samyak Sambodhi*), chữ này có nghĩa là giác ngộ tột đỉnh (Supreme enlightenment), quả vị của Đức Phật; sau này dịch là *Vô thượng chánh đẳng chánh giác*. [*Vô thượng* (anuttara, a-nậu-đa -la) nghĩa là tột đỉnh, không có gì cao hơn; *chánh đẳng* (samyak, tam- miệu) nghĩa là nơi chân chánh, thật bình đẳng*; chánh giác* (sambodhi, tam-bồ-đề) nghĩa là giác ngộ chân chánh, tuyệt đỉnh, không có điều giác ngộ nào hơn].- *Phật* đầy đủ là *Phật-đà* (*Buddha*).

5.-Không dịch các chữ mà nó sẽ mất ý nghĩa đặc thù của nó nếu dịch ra chữ Tàu mà chỉ cần phiên âm. Ví dụ:- *bát-nhã* (prajna) thay vì dịch "trí tuệ", - *Niết-bàn* (Nirvana).

Ngài Huyền Trang viên tịch vào năm 664, thọ 65 tuổi. Vua Đường Cao Tôn (trị vì từ 649 dến 683) đã bải triều 3 ngày để làm lễ quốc táng. Ngài *Huyền Trang* rất tinh thông *Tam Tạng kinh điển (Luật tạng, Kinh tạng và Luận tạng*) nên được tôn vinh là **Tam Tạng Pháp Sư**.

Ngài Huyền Trang đã để lại một sự nghiệp phiên dịch kinh điển Phật giáo thật là đồ sộ cho Phật giáo Trung Hoa. Trong số đó có những bộ kinh chủ yếu như sau:
-Đại bát-nhã ba-la-mật-đa kinh, -Bát-nhã ba-la mật-đa tâm kinh,-Bồ tát giới bản Du già sư địa luận của Ngài Di-lặc (Maitreya), -Đại thừa A-tỳ-đạt-ma tập luận và Nhiếp đại thừa luận của Ngài Vô Trước (Asanga), -Duy thức nhị thập tụng, -Đại thừa bách pháp minh môn luận, -Đại thừa ngũ uẩn luận, -Câu xá luận của Ngài Thế Thân (Vasubandhu), -Nhân minh chính lý môn luận bản của Ngài Trần na (Dignaga), v...v…

Thêm vào đó, Ngài Huyền Trang còn soạn bộ "***Đại Đường Tây Vực Ký***" ghi lại du ký về phía Tây nước Trung Hoa trong những ngày Huyền Trang "*Nhập Trúc Cầu Pháp*", sách này ghi chép lại hành trình đi học đạo Phật, tình trạng tôn giáo, địa lý, lịch sử và phong tục của Ấn độ lúc đương thời. *Đây là một sử liệu rất có giá trị cho đến ngày nay.*

* **Pháp Tướng Tông** [tông phái thứ 2]:

Tại Tràng An, Ngài Huyền Trang đã sáng lập **Pháp Tướng Tông (法相宗),** một biến dạng kiểu Trung Hoa của **Duy Thức Tông (唯識宗)** hay **Du-già-hành tông** (Srt. Yogacarin) của Ấn độ. Tông phái này chú trọng việc hành trì Du-già (Srt. Yoga), quán tưởng thiền định các pháp đều do tâm thức mà biến hiện, không có một pháp nào ngoài tâm thức mà có, nếu ngộ được pháp quán này thì chứng ngộ được chân lý của Duy thức. Tương truyền rằng, ở Ấn độ, Du-già-hành tông là do Bồ-tát Di-lặc (Maitreya) khởi xướng, rồi hai anh em Đại sư Vô Trước (Asanga) và Thế Thân (Vasabandhu) phát triển.

Duy thức học phân chia các hiện tượng ra làm 100 pháp/ một trăm loại (Srt. Dharma). Tất cả mọi hiện tượng mà con người cảm nhận được chỉ là do thức/ duy thức (only mind).

Tông phái này căn cứ vào các bộ kinh luận như sau: - Giải thâm mật kinh (Srt. Zsandhinirmocana Sutra), - Du-già sư địa luận (Yogacarabhumi Sastra), - Câu-xá luận (Abhidharma kosa bhasya), - Duy thức tam thập tụng (Srt. Trimsatika vijnaptimatrata karika), - Thành duy thức luận v.v…

*__Ngài Nghĩa Tịnh__ (635 – 713): Ngài sinh năm 635, người Tế Châu (tỉnh Sơn Đông, bây giờ là tỉnh Hà Bắc), họ Trương. Ngài xuất gia hồi còn niên thiếu. Ngài cũng có chí nguyện "*Nhập Trúc Cầu Pháp*".

Ngài đã đi theo con đường biển: ra khơi ở hải cảng thuộc tỉnh Quảng Châu, đi qua Nam Dương rồi tới Ấn độ. Ngài chu du khắp nước Ấn độ để tầm sư học đạo trong 20 năm mới trở lại Ấn độ. Ngài thỉnh rất nhiều kinh điển nguyên bản tiếng Phạn. Ngài dịch rất nhiều kinh điển của tông phái Hữu Bộ như: - *Căn bản thuyết Nhất Thiết Hữu Bộ Tỳ-nại-da*, - *Di Lặc hạ sinh thành Phật*, - Đại *Khổng Tước Vương Chú Kinh* v. v…

Ngoài việc phiên dịch kinh điển, Ngài đã biên soạn hai bộ du ký: - *Đại Đường Cầu Pháp Cao Tăng Truyện*, - *Nam Hải Ký Quy Truyện*. Hai quyển sách này *chứa đựng tài liệu lịch sử* rất có giá trị, đã ghi lại tình hình Phật giáo và tình hình các tiểu quốc ở Ấn độ vào thời đó.

Ngài Nghĩa Tịnh viên tịch vào năm 713.

Điểm đáng ghi nhận có 3 bộ du ký của ba Đại sư Trung Hoa sau đây đã chứa đựng nhiều sử liệu rất quan trọng: 1.- *Phật Quốc ký* của Ngài Pháp Hiển, 2. *Đại Đường Tây Vực Ký* của Ngài Huyền Trang/ Tam Tạng Pháp Sư, 3. *Nam Hải Ký Quy Truyện* của Ngài Nghĩa Tịnh.

Bắt đầu từ triều đại nhà Đường (618 – 907), các Đại sư Ấn độ và Trung Hoa đã dịch hết **Tam Tạng** (**三藏**, Srt. Tripitaka, Pa. Tipitaka) là ba phần cốt tuỷ của kinh sách Phật giáo, gồm có: **Kinh tạng** (**經藏**, Srt. Sutra Pitaka, Pa.Sutta Pitaka), **Luật tạng** (**律藏**, Srt. & Pa. Viyana Pitaka), **Luận tạng** (**論藏**, Srt. Abhidharma Pitaka, Pa.Abhidhamma Pitaka). Sau đó các Đại sư còn hoàn thành "**Đại Tạng Kinh**" (**大藏經**, Ta-tsang-ching, Av. Great Storehouse Scripture) . *"Đại Tạng Kinh" tiếng Hán* là tổng hợp tất cả Tam Tạng kinh điển Phật giáo gồm: Kinh, Luật, Luận đã được dịch ra chữ Hán, là phần chính văn và là trọng tâm của bộ Đại Tạng Kinh; lại còn có các sách chú sớ, các luận, các giải thích, các du ký, ký sự v.v…Cụm từ *"Đại Tạng Kinh"* vốn không thấy xuất hiện trong các kinh sách Phật giáo ở Ấn độ, chỉ thấy xuất hiện ở Trung Hoa kể từ đời Đường trở về sau.

*** Thiền tông (禪宗)** [tông phái thứ 3] **với "Pháp Bảo Đàn Kinh" [法寶壇經**, Platform Sutra of the Sixth Patriarch**] của Lục tổ Huệ Năng:**

Pháp Bảo Đàn Kinh là cuốn kinh do Đại sư Trung hoa Huệ Năng giảng, không phải cuốn kinh đem đến từ Ấn độ.

Thiền tông là một đặc trưng của sự phát triển Phật giáo ở Trung Hoa. Vị sơ tổ của thiền tông Trung Hoa là Ngài Bồ-đề-đạt-ma (Bodhidharma, ? – 535) đến Trung hoa từ năm 520 vào đời vua Lương Võ Đế (502 – 549), tổ thứ hai là Tuệ Khả, tổ thứ ba là Tăng Xán, tổ thứ tư là Đạo Tín. Thiền vừa áp dụng phương pháp tọa định, vừa dùng trí tuệ tập trung tư tưởng vào một đối tượng để quan sát, tư duy để thể nhập vào tâm thanh tịnh, ngộ nhập Phật tánh. Đến đời Đường (618 – 907) thì Thiền tông truyền đến vị tổ thứ năm là Hoằng Nhẫn (弘忍, 602 – 675). Ngũ tổ Hoằng Nhẫn có rất nhiều đệ tử mà trong đó có hai Ngài Thần Tú và Huệ Năng là được xếp vào bậc tuấn kiệt. Hai vị này là đại biểu của Thiền tông đời Đường với hai khuynh hướng tu hành khác nhau:

1.- **Thần Tú** (神秀 , 606 – 706): Trước khi ngũ tổ Hoằng Nhẫn quyết định trao truyền tâm ấn, Thần Tú đã trình bài kệ:

身是菩提樹

心如明鏡臺

時時勤拂拭

勿使惹塵埃

Thân thị bồ-đề thụ,
Tâm như minh kính đài,
Thời thời cần phất thức,
Vật xử nhạ trần ai.

dịch:
Thân là cây bồ đề,
Tâm như đài gương sáng.
Luôn luôn siêng lau chùi,
Chớ để nhuốm bụi trần.

Ngài Thần Tú đã chủ trương phương pháp "*Thật tu tiệm ngộ*": ngài chấp nhận có tâm sinh diệt nên hành giả phải cố gắng lau chùi cái tâm sinh diệt này để tâm được sáng tỏ mà giác ngộ.Thần Tú đi về phương Bắc, gọi là Bắc Thiền, lấy hai kinh thành Tràng An và Lạc Dương làm trung tâm để truyền bá thiền tiệm tu.

2. **Huệ Năng** (慧能 ,638 – 713): mồ côi cha mẹ từ thưở nhỏ, không có cơ hội đi học nên không biết chữ, sống bằng nghề bán củi trong chợ. Nhân một hôm đi ngang qua chùa, lắng nghe tiếng tụng *kinh Kim Cang/Cương* [đầy đủ là *Kim cang (cương) bát-nhã-ba-la-mật-đa kinh* (金剛般若波羅密多經, Srt.V*ajracchedikā-prajñāpāramitā-sūtra*)] đến câu :"*Ưng vô sở trụ nhi sanh kỳ tâm*" (應無所住而生其心 , *Không trụ vào đâu cả thì cái tâm (*giác

ngộ) *mới xuất hiện,* Av.*Give rise to a mind that is not based on anything*) thì được giác ngộ. nên Ngài liền xin Ngũ tổ Hoằng Nhẫn nhập môn tu thiền.

Sau khi nghe bài kệ của Thần Tú, Huệ Năng liền nhờ người viết lên vách bài kệ của mình vì Ngài không biết chữ:

菩提本無樹

明鏡亦非臺

本來無一物

何處惹塵埃

Bồ đề bản vô thụ
Minh kính diệc phi đài
Bản lai vô nhất vật
Hà xứ nhạ trần ai?

Dịch:
Vốn không cây bồ-đề,
Cũng không đài sương sáng,
Xưa nay không một vật,
Lấy đâu nhuốm bụi hồng?

Sau khi đọc xong bài kệ này, Ngài Ngũ tổ Hoằng Nhẫn thấy rõ căn tánh siêu việt của Huệ Năng nên đã trao truyền tâm ấn, trao y bát cho Huệ Năng để kế thừa làm Tổ thứ 6. Huệ Năng liền đi ngay về phương Nam, tỉnh Quảng Đông, để truyền thừa phương thức "*Đốn ngộ diệu tu*", tức là có thể giác ngộ Phật tính ngay trong chốc lát, ngay ở cõi đời này. Sau này phái Nam Thiền lại chia thành 5 tông phái mới là Lâm Tế, Quy Ngưỡng, Tào Động, Vân Môn và Pháp Nhãn.

Lục tổ Huệ Năng đi thuyết pháp luôn luôn có một người đệ tử là sư Pháp Hải đi theo để ghi chép các lời giảng của mình, vì Lục tổ không biết chữ. Sư Pháp Hải đã đúc kết các lời giảng của Huệ Năng thành bộ sách "*Tôn Bảo*", sau này được sửa tựa lại là "*Pháp Bảo Đàn Kinh*". Kinh Pháp Bảo Đàn là một kinh văn thiền đã được sáng tác ở Trung Hoa vào khoảng giữa thế kỷ thứ 8 và thế kỷ thứ 13.

Tư tưởng Thiền học của Huệ Năng được Ngài giảng dạy trong "**Pháp Bảo Đàn Kinh**": Theo Ngài thì hành giả phải bỏ hết ngôn ngữ văn tự, xa lìa những lý giải, hành giả cần phải thấu triệt tâm nguyên, an trí vào trí tuệ Bát-nhã; bởi vì vi diệu lý của Phật Pháp chẳng dính dáng gì với ngôn ngữ văn tự, chữ nghĩa, nên **hành giả *cần đạt được ý mà quên lời* chớ nên chấp vào ngôn ngữ văn tự**. Ngài Huệ Năng cho rằng **định** và **huệ** là một:

"Định và Huệ là nhất thể , không có gì khác nhau. Định là thể của Huệ. Huệ là dụng của Định. Tức là trong khi Huệ phát chiếu thì đã có Định tương ứng, và trong khi Định tâm tư thì đã có Huệ tồn tại...

[. . .] *Ngoài thì xa lìa các tướng trạng gọi là Thiền, trong thì đoạn trừ các vọng tưởng gọi là Định".*

(Lục Tổ Huệ Năng, *Pháp Bảo Đàn Kinh*)

3.-**"Thiền ở Trung Hoa** là *sự kết hợp giữa tư tưởng Phật giáo với tư tưởng Lão, Trang và tư tưởng Nho gia*:
"Bồ-đề-đạt-ma đã đặt *nền tảng triết lý cho Thiền tông*:

教外別傳

不立文字

直指人心

見性成佛

"Giáo ngoại biệt truyền,
Bất lập văn tự,
Trực chỉ nhân tâm,
Kiến tánh thành Phật".

dịch:
Việc truyền bá (đạo lý) không lệ thuộc vào kinh điển,
Không dựa vào văn tự (kinh sách),
Đi thẳng vào lòng người,
Thấy được bản tánh mà thành Phật."

"*Quan niệm "*giáo ngoại biệt truyền, bất lập văn tự*" là một bước tiến xa hơn của quan niệm "*bất ngôn chi giáo*" (* **不言之教** *) của Lão tử; tức là dạy bảo mà không cần đến lời nói có nghĩa là lời nói chỉ là phương tiện để khêu gợi, để giúp cho người khác suy nghĩ mà tìm hiểu chân lý. Bởi vậy trong quyển Đạo Đức Kinh* (道 德 經), Lão tử đã viết:

知 者 不 言

言 者 不 知

"Tri giả bất ngôn,
Ngôn giả bất tri."

dịch:

"Biết thì không nói,
Nói thì không biết"

Từ đó, Lão học đưa ra khái niệm về ***Đạo****, một nguyên lý tuyệt đối bất khả tư nghị. Bất khả tư nghị có nghĩa là không thể nào dùng lý trí mà suy xét, và không thể nào dùng lời nói mà luận bàn được:*

道可道,非常道;名可名,非常名.

"Đạo khả đạo, phi thường đạo; Danh khả danh phi thường danh".

có nghĩa là: "*Đạo mà có thể diễn tả bằng lời nói, bằng ngôn ngữ được thì không phải là cái đạo thường hằng, vĩnh cửu và bất biến. Tên mà có thể đặt ra được thì không phải là cái tên thường hằng, vĩnh cửu và bất biến*".

Nguyễn Vĩnh Thượng, *Tư tưởng Phật giáo trong Văn học thời Lý*, Toronto: Hiện Đại, 1996, tr. 28)

Quan niệm đốn ngộ, là quan niệm cho rằng hành giả có thể đạt được Phật tính trong chốc lát, và ở ngay trong cõi đời hiện tại này, có thể là phản ánh của tư tưởng Nho gia khi cho rằng ai ai cũng có thể trở thành vua Nghiêu, vua Thuấn miễn là đạt được những đức độ đáng tôn kính.

***Thiền* chủ trương "*bất lập văn tự*",** nói như thế nhưng mà không phải như thế đâu. Ngày nay các sách vở viết về *Thiền* thật là vô số kể với nhiều ngôn ngữ khác nhau ở trên thế giới. Thiền tông được truyền qua các nước Nhật Bản, Đại Hàn, Việt Nam v. v…Kể từ giữa thế kỷ thứ 20, Thiền tông được hoằng truyền sang Tây phương: Âu Châu, Úc Châu, Bắc Mỹ v.v… Ngày nay văn hoá Thiền đã ảnh hưởng đến nhiều nền văn hoá trên thế giới:

"***Văn hoá Thiền*** *là văn hoá phong phú bên trong, là văn hoá tạo sức mạnh trong các cõi tế vi của tâm hồn, không như những nền văn hoá khác của cõi trời Âu Mỹ có được bao nhiêu màu sắc thì đã trải ra bên ngoài của cõi nhân sinh bấy nhiêu. Thiền là sống, là linh động. Thiền là luồng như luồng gió, luồng sóng. Thiền gây một sức mạnh, khi lên thì lên vun vút, khi xuống thì xuống tận vực sâu thăm thẳm, nhưng khi phát hiện ra thì thiền lại lặng lẽ: đó là một chiếc lá, trời về chiều, nhẹ rơi trên mặt hồ thu, rồi yên lặng dừng lại; đó là một hơi gió đang thổi bỗng ngưng lại rồi phản vọng trên mặt nước làm làn nước lăn tăn, chỉ có thị giác của thi nhân mới đón nhận được".*

(H.T Thích Minh Châu, *Lời giới thiệu trong quyển Lịch Sử Triết học Ấn độ* của H.T Thích Mãn Giác, Saigon: Đại Học Vạn Hạnh, 1968)

***Mật giáo** [tông phái thứ 4] truyền đến Trung Hoa:

Vào thời Đường, 3 vị Đại sư Ấn độ đã đem Mật giáo truyền đến Trung Hoa là:

1.- Thiện Vô Uý (Srt. Subhakarasimha, 637 – 735)

2.- Kim Cương Trí (Vajrabodhi, 663 – 723)

3.- Bất Không Kim Cương (Amoghavajra, 705 – 774).

Ba vị Đại sư này thành lập một tông phái riêng gọi là *Mật tông*. Các Ngài cho rằng giáo lý của tông phái này thì bí mật được căn cứ vào *Kinh Đại Nhật* và *Kinh Kim Cương Đính*. Mật tông/ Mật giáo còn gọi là Chân Ngôn tông. Mật giáo là giai đoạn cuối cùng trong lịch sử phát triển Phật giáo ở Ấn độ.

Ngài **Thiện Vô Uý** cùng hợp tác với Đại sư Trung Hoa ***Nhất Hạnh*** (638 – 727) dịch bộ *Đại Nhật Kinh*, sau đó Ngài Nhất Hạnh còn soạn luận sớ chú thích bộ Đại Nhật Kinh và dịch nhiều kinh điển của Mật giáo.

Ngài **Bất Không Kim Cương** đã phiên dịch nhiều kinh điển của Mật giáo, trong đó có 2 bộ thánh điển căn bản của Mật giáo là *Kim Cương Đính Kinh* và *Phát Bồ Đề tâm luận.*

Vua **Tắc Thiên Võ Hậu** rất tôn sùng Mật giáo. Năm 690,Vua ra lệnh xây cất chùa ở mỗi Châu trong nước, lấy tên là *Trung Hưng Tự*; còn ở hai Kinh thành Lạc Dương và Tràng An thì lấy tên là Đại Vân Kinh Tự. Nữ hoàng Võ Tắc Thiên còn đặt một đạo tràng ở trong cung đình và thỉnh Ngài Bất Không Kim Cương tới tu phép Mật giáo, hằng ngày cầu cho quốc thái dân an.

*** Võ Tắc Thiên**: tác giả lời **"Khai Kinh Kệ"**

Võ Tắc Thiên (武則天) [tháng 2 năm 624 – tháng 2 năm 705], thường gọi là *Võ hậu* (武后).

Năm 637, bà là phi tần Võ Mỵ nương của Vua Đường Thái Tông Lý Thế Dân. Năm 643, Đường Thái Tông qua đời, Thái tử Lý Trị lên ngôi vua là Đường Cao Tông. Võ Mỵ nương vì không có con nên bị buộc phải xuống tóc xuất gia làm ni cô ở chùa *Cảm Nghiệp Tự* (感業寺).

Tháng 5 năm 650, Đường Cao Tông đến chùa Cảm Nghiệp Tự nhân ngày giỗ của vua cha là Đường Thái Tông. Do có tình ý trước với Võ Mỵ Nương, và với nhan sắc tuyệt trần của ni cô này, nên Vua Đường Cao Tông có ý rước bà về cung. Tháng 5 năm 651, Đường Cao Tông mãn tang, Vua ra lệnh bà Võ thị hoàn tục, và chính thức đưa bà trở lại cung. Võ thị được Cao Tông sủng ái. Tháng 11 năm 655, Đường Cao Tông truất phế Hoàng Hậu Vương thị để lập Võ Chiêu Nghi làm chính cung Hoàng Hậu.

Kể từ năm 660, sức khỏe của Đường Cao Tông suy yếu nhiều nên giao việc triều chính cho Võ Hậu. Tháng 9 năm 674, Đường Cao Tông tự xưng là *Thiên Hoàng* (天皇), lập Võ hoàng hậu làm *Thiên Hậu* (天后).

Tháng 12 năm 683, Thiên Hoàng lâm bệnh nặng, bèn lập Hoàng Thái tử Lý Hiển lên nối ngôi, tức là *Đường Trung Tông* lên ngôi *lần thứ nhất*. Thiên Hậu trở thành *Hoàng Thái Hậu Nhiếp Chính*, bà quyết định mọi việc trong triều đình.

Tháng 2 năm 684, Thái Hậu truất phế Đường Trung Tông, và lập Dự Vương Đán lên ngôi, tức là Đường Duệ Tông. Kể từ đây, quyền bính lọt vào tay Võ Thái Hậu.

Đầu năm 690, Sư Pháp Minh dâng bốn quyển *Đại Vân Kinh* ca ngợi Thái Hậu là *Phật Di Lặc* xuống trần, bà là chủ của thiên hạ. Thái hậu sai in quyển sách này để truyền bá cho dân chúng ở khắp nơi. Từ đây bà đề cao Phật giáo.

Tháng 9 năm 690, Võ Thái hậu xưng đế, bà đổi nhà Đường thành nhà Chu, đổi niên hiệu, xưng tôn hiệu là *Thánh Thần Hoàng đế* (聖 神 皇 帝).

Trong xã hội Nho giáo ở Trung Hoa, trọng Nam khinh nữ, không chấp nhận một phụ nữ lên ngôi vua. Nên nhiều đại thần nổi lên chống đối, Võ Tắc Thiên quyết định dẹp yên bọn chống đối, và đem các quan lại trung thành với bà vào triều đình.

Thời cai trị của Võ Tắc Thiên đã để dấu lại một thủ thuật chính trị tài tình và hung bạo: để bảo vệ và duy trì quyền lực, bà sẵn sàng hạ thủ kẻ chống đối, ngay cả việc giết con của mình nữa. Bà lập đội "*Tuần tra mật*" với các hung thần phục vụ cho bà như Lai Tuấn Thần, Chu Hưng để đối phó với bất kỳ kẻ nào chống đối. Tuy nhiên, bà cũng trọng vọng, tin tưởng và dùng nhiều bậc hiền tài như **Địch Nhân Kiệt,** một tướng lãnh tài ba của nhà Đường, Lâu sử Đức. Bà thường lắng nghe và thực hành lời cố vấn của vị đại thần Địch Nhân Kiệt.

Tháng 10 năm 695, bà đổi tôn hiệu là *Thiên Sách Kim Luân Thánh Thần Hoàng đế* (天册金輪聖神皇帝).

Mùa Đông năm 704, Võ Tắc Thiên lâm bịnh. Sang đầu xuân năm 705 bịnh tình thêm nặng, nên việc triều chính đều do các đại thần thân cận trông nom.

Ngày 20 tháng 2 năm 705, các đại thần Trương Giản Chi, Hoàng Ngạn Phạm, Tiết Tư Hành làm binh biến, họ dẫn quân tiến vào cung Thượng Dương, nơi ở của Võ Hoàng, họ ép Võ hoàng thoái vị để nhường ngôi cho Đường Trung Tông, còn bà làm Thái Thượng Hoàng. Hoàng Thái hậu bị giam lỏng ở Thượng Dương Cung cho đến khi chết vào cuối năm 705 này.

Ngày 23 tháng 2 năm 705, Đường Trung Tông chính thức *lên ngôi lần thứ hai.* Nhà Đường chính thức được khôi phục, nhà Võ Chu chấm dứt. Võ Tắc Thiên làm vua được 15 năm (690 – 705). Nếu tính từ lúc bà nắm việc triều chính khi sức khỏe của Đường Cao Tông bị suy yếu vào năm 660 thì bà đã điều hành triều chính được 45 năm. Triều đại nhà Chu đã hoàn thành việc chiếm cứ Triều Tiên, đã chủ trương phát triển kinh tế và xã hội, đã duy trì sự ổn định của đất nước, đặc biệt đã phát triển Phật giáo nhất là Mật tông.

* * *

* Võ Tắc Thiên là tác giả lời **Khai Kinh Kệ** cho Bộ Kinh Hoa Nghiêm chữ Hán:

Bộ **Kinh Hoa Nghiêm** [Srt. Avatamsaka Sutra, Tàu dịch là *Đại Phương Quảng Phật Hoa Nghiêm Kinh* (**大方廣佛華嚴經**), Av.Flower Garland Sutra/ Flower Adornament Sutra]. *Avatamsaka*, chữ Sanskrit, có nghĩa là một tràng hoa. *Hoa Nghiêm*, chữ Hán, có nghĩa

là trang hoàng bằng hoa. Đây là bộ kinh dài nhất và rất cao siêu trong Đại Tạng Kinh của Phật giáo Phát triển/ Đại thừa.
Kinh Hoa Nghiêm do Bồ-tát Long Thọ (Nagarjuna) soạn ra vào thế kỷ thứ 2 CN.

Có 3 bản dịch Kinh Hoa Nghiêm ra chữ Hán như sau:

Kinh Hoa Nghiêm chữ Sanskrit được đem về Trường An, đến đời Đông Tấn (317 – 419 CN) được Ngài Buddhabhadra (Tàu phiên âm: Phật-đà--bạt-đà-la, Trung Hoa còn gọi là Giác Hiền, 359 – 429), người miền Bắc Ấn độ, đến Trung Hoa trụ trì ở chùa Hưng Nghiêm, lần đầu tiên dịch ra tiếng Hán, gồm có 60 quyển, 34 phẩm, 36.000 bài tụng. Trung Hoa gọi là *Lục Thập Hoa Nghiêm.*

Sau đó khoảng 200 năm, đến đời Đường Võ Chu (618 – 907), Đại sư Sikasananda (Tàu phiên âm: Thực-Xoa-nan-đà, dịch là Hỷ Học, 652 – 710), người nước Vu Điền (Kotan) tới Đông Đô trụ trì chùa Phật Thụ Ký, dịch một bản kinh Hoa Nghiêm chữ Sanskrit đầy đủ hơn mới đem tới từ Ấn độ ra tiếng Hán. Khởi công dịch vào tháng 3 năm 695 đến tháng 10 năm 699 thì dịch xong. Bộ này gồm có 80 quyển, 39 phẩm, 45.000 bài tụng, thường gọi là *Bát thập Hoa Nghiêm.*

Cũng vào đời Đường, Ngài Prajna (HV. phiên âm: Bát-nhã), người nước Kế-Tân (Kaboul) tới Trường An, trụ trì chùa Sùng Phúc, dịch tóm lược Kinh Hoa Nghiêm, gồm 40 quyển và dịch thêm phẩm *Nhập Pháp Giới.* Thường gọi là *Tứ Thập Hoa Nghiêm.*

Bộ *Bát Thập Hoa Nghiêm* là hoàn bị hơn cả, đã được dịch ra chữ Quốc ngữ.

Cả 3 bản dịch đều lấy tên là *Đại Phương Quảng Phật Hoa Nghiêm Kinh* (大方廣佛華嚴經),[**Đại** = lớn, ý chỉ thể tánh vô cùng tận của pháp giới; **phương**= phép tắc, ý chỉ nguyên lý bất biến của pháp giới; **quảng** : ý chỉ sự ứng dụng của pháp giới thì rộng lớn, bao trùm khắp vũ trụ vạn hữu, không gặp trở ngại (vô ngại) nào cả; **Phật**: bậc giác ngộ; **hoa nghiêm**: tràng hoa, dùng hoa để trang hoàng thành tràng một cách trang nghiêm, ý chỉ dùng vạn hạnh để kết nối trang nghiêm bản thể thanh tịnh, để trang nghiêm pháp giới.]

Tương truyền, Hoàng đế Võ Tắc Thiên đã cử đặc sứ sang Ấn độ thỉnh Kinh Hoa Nghiêm chữ Sanskrit đầy đủ hơn, và thỉnh cầu Đại sư Siksananda sang Trung Hoa làm chủ trì việc dịch thuật. Sau khi Bộ Kinh Hoa Nghiêm này được dịch xong, Đại sư Siksananda liền dâng lên Vua Võ Tắc Thiên. Bà đọc suốt toàn bộ kinh, Vua đã hiểu ý nghĩa thâm sâu và vi diệu của Phật Pháp chứa đựng trong Kinh, nên Hoàng đế Võ Tắc Thiên đã viết lời **Khai Kinh Kệ** cho bộ kinh Hoa Nghiêm chữ Hán này

Từ đó các Đại sư đã dùng lời Khai Kinh Kệ này cho tất cả các kinh điển Phật giáo ở Trung Hoa, sau này ở Việt Nam, trước khi bắt đầu đọc tụng bài kinh:

Nguyên tác chữ Hán:

开经偈
无上甚深微妙法,
百千万劫难遭遇;
我今见闻得受持,
愿解如来真实义
[武则天 (唐)]

Phiên Âm Hán Việt:

Khai Kinh kệ

Vô thượng thậm thâm(1) vi diệu(2) pháp,(3)
Bá thiên(4) vạn kiếp(5) nan tao ngộ(6);
Ngã kim kiến văn(7) đắc thọ trì(8),
Nguyện giải Như Lai(9) chân thực nghĩa(10).
[**Võ Tắc Thiên** (Đường)]

Chú thích:

1. *Vô thượng thậm thâm*:
   -*Vô thượng:* không có (một loại kiến thức nào) cao siêu hơn (lời Phật dạy trong kinh).
   -*thậm thâm*: rất sâu đậm. -*thậm*: rất, nhiều lắm; -*thâm*: bề sâu, sâu đậm.
2. *Vi diệu:* mầu nhiệm, tinh xảo; ý chỉ tính cao siêu (của Phật Pháp), không dễ dàng hiểu (Phật Pháp).
   -*Vi:* nhỏ bé, tinh xảo.
   -*Diệu*: thần kỳ, tuyệt vời, tuyệt diệu.
3. *Pháp:* lời dạy của Đức Phật Thích-ca.
4. *Bá thiên*: *bá*: trăm; *thiên*: ngàn.
5. *Vạn kiếp*: *vạn*: 10 ngàn;*kiếp* : số kiếp, đời kiếp, gọi đầy đủ là "*kiếp-ba*" (Srt. Kalpa) gồm có tiểu kiếp, trung kiếp và đại kiếp. Như vậy, kiếp có nghĩa là một khoảng thời gian rất dài.
   Bá thiên vạn kiếp: trăm nghìn vạn kiếp, ý chỉ một khoảng thời gian dài đăng đẳng.
6. *Nan tao ngộ*: *nan*: khó khăn; *tao ngộ*: gặp lại; *nan tao ngộ*: khó khăn để gặp lại. Ý chỉ cơ hội để nghe lại Phật Pháp thì khó khăn, không dễ gì có dịp được nghe thấy lại.
7. *Kiến văn*: *kiến*: thấy; *văn*: nghe.
8. *Đắc thọ trì:* *đắc*: được, phàm việc gì cầu mà được gọi là đắc; *thọ*: thu nhận, vâng theo; *trì*: gìn giữ (giáo lý của Đức Phật). Có nghĩa là nhận lãnh và gìn giữ (những lời dạy của Đức Phật).
9. *Như Lai*: Đức Phật Thích-ca, Đức Thế Tôn.
10. *Chân thực nghĩa*: ý nghĩa chân thực, ý nghĩa thâm sâu và vi diệu (lời dạy của Đức Phật).

Dịch nghĩa:

Lời Khai Kinh Kệ

Phật Pháp thì thâm sâu, mầu nhiệm chẳng có điều gì hơn được.
Trăm nghìn muôn kiếp khó có dịp gặp lại (Phật Pháp).
Con nay nghe, thấy (Phật Pháp) nên nắm chắc giữ gìn.
Nguyện hiểu ý nghĩa chân thực (lời dạy) của Đức Phật Thích-ca.
(**Võ Tắc Thiên**, đời Đường)

Dịch thơ 1:

Lời **Khai Kinh Kệ**

Phật Pháp rộng sâu rất nhiệm mầu,
Trăm nghìn muôn kiếp khó tìm cầu.
Nay con nghe thấy chuyên trì tụng,
Nguyện tỏ Như Lai nghĩa nhiệm mầu.
(*Hòa Thượng* **Thích Trí Tịnh** *dịch*)

Dịch thơ 2:

Lời **Khai Kinh kệ**

Pháp Phật sâu mầu chẳng gì hơn,
Trăm ngàn muôn kiếp khó được gặp.
Nay con nghe, thấy, vâng gìn giữ,
Nguyện hiểu nghĩa chơn Đức Thế Tôn.
(*Hòa Thượng* **Thích Thanh Từ** *dịch*)

* * *

* **Hoa Nghiêm tông** [tông phái thứ 5]:

Kinh Hoa nghiêm được phát triển và phổ biến rất mạnh ở Trung Hoa. Sự kiện này đưa đến việc thành lập *Hoa Nghiêm Tông*.

Sơ tổ là Ngài Đỗ Thuận (557 – 640), đến nhị tổ là Ngài Trí Nghiêm (602 – 668) thì Hoa Nghiêm tông được thành lập, tông này căn cứ vào Kinh Hoa Nghiêm.

Triết lý của Kinh HoaNghiêm:

Hoa Nghiêm Kinh chủ trương:

1.***Nhất tâm chân như***: do tâm mới có vũ trụ vạn hữu, nói khác, từ bản thể nhất tâm chân như của vũ trụ vạn hữu mà phát sanh ra các hình tướng sai biệt của hiện tượng giới.

2. ***Pháp giới duyên khởi*** (Conditioned arising from the realm of the dharma): nhân quả, duyên sinh, lý và sự, lý-sự vô ngại, sự-sự vô ngại là trọng tâm của thuyết pháp giới duyên khởi để giảng dạy sự sinh thành của vũ trụ vạn hữu. Để hiểu rõ thuyết pháp giới duyên khởi, chúng ta sẽ tìm hiểu thuyết *tứ pháp giới*, các bài luận về *lục tướng* và *thập huyền duyên khởi:*

2.-A.- **Lý thuyết về tứ pháp giới** *(*Av. The Theory of the Fourfold Dharmadhatu):

Pháp giới (Srt. Dharmadhatu) là một thuật ngữ Phật giáo, có nghĩa là *cõi giới của các pháp* (sphere of the dharma/ absolute reality). Khi *Phật tính* (Buddha nature) được nhận thức thì pháp giới (dharmadhatu) được gọi là *Pháp thân* (Dharmakaya, Av. the body of Dharma truth).

Pháp (Srt. Dharma) là một thuật ngữ Phật giáo có nghĩa rất rộng; ý chỉ tất cả các sự vật, vật chất hay tinh thần, hiện hữu hay không hiện hữu, thế giới, vũ trụ, con người, con vật, nguyên tử, điện tử, ngay cả những ý niệm không có thực như lông rùa, sừng thỏ nữa.

Giới (Srt. Dhatu, HV. 界 , Av. sphere, world): cảnh giới, lãnh vực, thế giới.

Trong Phật học có một thuật ngữ *Giới* đồng âm nhưng dị nghĩa: *Giới* (H. 戒, srt. *śīla*) là **giới luật** (precepts) nghĩa là điều phải làm theo mà tăng, ni cũng như người tu tại gia phải tuân thủ.

Tứ pháp giới là 4 phương cách để nhận thức "*thực tại*" (reality). Nói cách khác, đây là bốn cách để nhận thức vũ trụ vạn hữu:

1. *Sự pháp giới* (事法界): là cách nhìn trong thế giới bình thường, tất cả các pháp thì có hình tướng sai biệt (separate events or phenomena). Sự (Av. *phenomenon)* là hiện tượng, là sự vật.

2. *Lý pháp giới* (理法界): là bản thể, là tâm, là tất cả các pháp trong thế giới tuyệt đối (absolute, noumenon) . Lý (Av. *noumenon)* có liên hệ với khái niệm về *Tánh Không* (Srt. Shunyata), *Nhất tâm* (Av. one mind), và *Phật tánh* (Buddha nature).

3. *Lý và Sự vô ngại pháp giới* (理事無礙法界, Av. Noumenon and Phenomenon interpenetrate): Lý và Sự dung thông với nhau, không ngăn ngại (vô ngại) nhau.

4. *Sự - Sự vô ngại pháp giới* (事事無礙法界 , Av. all distinct phenomenal dharmas interfuse and penetrate in all ways): tất cả các sự vật trong hiện tượng giới đều dung thông với nhau mà không có chướng ngại (vô ngại) nào với nhau.

Chúng ta có thể quảng diễn thêm **thuyết tứ pháp giới** như sau:

1.bis. *Sự (phenomenon) pháp giới*: mọi hiện tượng, mọi sự vật trong vũ trụ là những hình sắc, những vật chất có vô số hình tướng khác nhau.

2.bis.*Lý* (*noumenon) pháp giới*: là tâm, là bản thể bao trùm khắp vũ trụ vạn hữu. Lý pháp giới là chân như tuyệt đối, vô phân biệt. Thường gọi là Pháp thân, Bản thể, Bản lai diện mục, Thực tướng, Thể tánh của chúng sanh.

3.bis. *Lý và Sự vô ngại pháp giới*: có nghĩa là Lý và Sự hoàn toàn không có sự mâu thuẫn, không có trở ngại với nhau. *Thí dụ*: Lý là bản thể, là nước còn Sự là hiện tượng, là sóng. Nước nổi thành sóng rồi sóng tan thành nước. Tướng là hiện tượng của Bản thể, nương vào Bản thể mà phát sanh. Mỗi pháp đều có Sự (hiện tượng) và Lý (bản thể) hòa hợp với nhau. Như vậy trong thuyết bất nhị: Sắc tức thị Không, Không tức thị Sắc; Sắc bất dị Không, Không bất dị Sắc. Sự chính là Lý. Lý chính là Sự; Bản thể (Thể) chính là Hiện tượng (Tướng), Hiện tượng chính là Bản Thể; Tâm tức Vật, Vật tức Tâm. *Vô ngại* tức là không trở ngại, không mâu thuẫn, không chướng ngại cho nhau. Lý và Sự luôn luôn tương tùng, tương sinh, tương tức, tương nhập.

Đây là đỉnh cao của tư tưởng triết học của Kinh Hoa Nghiêm.

4.bis. *Sự-Sự vô ngại pháp giới: Sự* là chỉ hiện tượng, cá thể của mọi pháp. Tất cả các *Sự* đều dung thông với nhau: thời gian dung thông với thời gian, không gian dung thông với không gian; thời gian dung thông với không gian mà không có một chướng ngại, một trở ngại nào cả.

Để thuyết minh cái tướng của "*Sự-Sự vô ngại*" nên nói lên cái lý của "*Lục tướng viên dung*" (6 tướng viên dung), và "*Thập huyền duyên khởi*":

[Chú thích: *Viên dung* có nghĩa là đầy đủ, trọn vẹn, thông suốt, không phân biệt, không chướng ngại, biết dung hoà, không phân rẽ. Thí dụ: thấy nước (bản thể, lý) và sóng (hiện tượng, sự) thì coi như có cùng một thể chất; sanh tử tức là Niết-bàn, chúng sanh tức là Như-lai, cõi ta-bà tức là cõi tịnh độ. Khi đạt được tâm viên dung thì nhìn thấy bản tánh của **sự** và **lý** là một]

2.- **B.-Lục tướng viên dung:**

Trong pháp giới, mỗi "*pháp*" đều có đủ 6 tướng, 3 cặp tướng thì đối ngược với nhau: *Tổng tướng - Biệt tướng; Đồng tướng - Dị tướng; Thành tướng - Hoại tướng.*

1. *Tổng tướng* (總 相): là tướng bao hàm toàn thể các bộ phận của một vật hay một sự việc gì.

2. *Biệt tướng* (別 相)*:* là tướng đặc biệt của mỗi bộ phận để cấu thành toàn thể của các bộ phận ấy. Nhiều biệt tướng kết hợp lại thành tổng tướng. Một sự vật đã có"*tổng*" thì có "*biệt*", nếu không có "*biệt*" thì cũng không có "*tổng*".

3. *Đồng tướng* (同 相): là tướng giống nhau của một số sự vật, sự kiện. Các tướng giống nhau cùng điều hoà/ dung hoà/ viên dung với nhau mà thành lập, không tương phản hay làm ngăn ngại lẫn nhau.

4. *Dị tướng* (異 相): là tướng riêng biệt của mỗi vật, mỗi sự kiện khác nhau. Hình tướng mọi vật tuy có khác nhau, nhưng về bản thể/ lý tánh thì không có gì sai khác cả.

   Kinh Hoa Nghiêm giảng rằng không có một ngăn ngại, mâu thuẫn nào giữa Đồng và Dị, và giữa Dị với Dị.

5. *Thành tướng* (成 相): là tướng thành tựu, là toàn thể của mỗi tướng khác/ mỗi bộ phận khác hợp lại thành một sự vật, một tổng thể.

6. *Hoại tướng* (壞 相)*:* là biệt tướng tan rã của một sự vật lớn thành nhiều biệt tướng/ phần tử nhỏ.

Theo Kinh Hoa Nghiêm:

- Tổng, Đồng và Thành tướng là phương diện "*viên dung*" (*bình đẳng*) của Bản thể.
- Biệt, Dị và Hoại là phương diện "*sai biệt*" của hiện tượng.

  Vạn vật trong vũ trụ vạn hữu có thiên hình vạn trạng khác nhau nhưng không ra ngoài hai cửa ngõ "*bình đẳng*" và "*sai biệt*". Vạn vật thì *sai biệt* trên bình diện hiện tượng, và *bình đẳng* trên bình diện bản thể.

2.-C.-Thập huyền duyên khởi:

Ngoài 6 tướng trên, các pháp còn có 10 đặc tính huyền diệu, gọi là *Thập huyền duyên khởi* (10 cửa huyền diệu của duyên khởi), hay còn gọi là *Thập huyền môn* được Đại sư Pháp Tạng (643 – 712) trình bày trong tập luận nhan đề : "*Chú Kim Sư Tử Chương*".

Tương truyền Hoàng đế Võ Tắc Thiên muốn nghe giảng kinh Hoa Nghiêm, nên bà thỉnh cầu Đại sư Pháp Tạng thuyết giảng. Đại sư đã mượn pho tượng con Sư Tử Vàng trưng bày trong nội điện để làm đề tài soạn một tập tiểu luận để đệ trình lên Nữ Hoàng. Võ Tắc Thiên đọc xong liền tỏ lời khen ngợi, và ban tặng Ngài Pháp Tạng danh hiệu: "*Hiền Thủ Đại Sư*".

Đại sư Đỗ Thuận đã giảng "*Hoa Nghiêm Nhất Thừa Thập Huyền Môn*", đại lược của 10 cửa ấy như sau:

1. ***Đồng thời cụ túc tương ứng môn***: có nghĩa là các pháp trong vũ trụ thì viên thông/ dung thông vô ngăn ngại. Thời gian, không gian, v...v...cùng một lúc tồn tại, tương tức, tương nhập, tương sinh, tương diệt, không có pháp nào tự độc lập cả. Muôn phápđều ảnh hưởng lẫn nhau. *Thí dụ*: trong thời gian đồng thời có không gian. Nếu trái đất ngừng quay thì không còn thời gian, kéo theo là không còn không gian. Nếu không có ngày đêm thì không có sự sống và không gian sẽ thành một bãi hoang vắng.

2. Nhất đa tương dung bất đồng môn: "*số một*" bao gồm cả "*số nhiều*", "*số nhiều*" lại bao gồm "*số một*"; nhưng "số một" vẫn là "*số một*", "số nhiều vẫn là "*số nhiều*" không cùng nhau. *Thí dụ*: mỗi động tác từng cá nhân thì gây ảnh hưởng đến cá nhân khác trong cộng đồng xã hội. Không một lời nói nào, một việc làm nào lại chẳng gây ảnh hưởng dây chuyền, ít nhiều ảnh hưởng đến phần tử khác. Nhưng cá nhân vẫn là một cá nhân, cộng đồng xã hội gồm nhiều cá nhân khác nhau, không cùng nhau.

3. Chư pháp tương tức tự tại môn: **"**Bản thể*" (lý= noumenon)* của các pháp thì tự do hoà hợp lẫn nhau. Các pháp thì tương tức, tương nhập lẫn nhau. "*Một*" là "*tất cả*", "*tất cả*" là "*một*".

4. Nhân-đà-la vi tế cảnh giới môn: Nhân-đà-la, Tàu phiên chữ Sanskrit: Indra, có nghĩa là Cung Trời Đế Thích/ Đế Thích Thiên. Tương truyền trong cung điện của Vua Đế Thích có một tấm lưới rộng lớn, mỗi mắc lưới được gắng một hạt bảo châu. Ánh sáng của mỗi hạt bảo châu soi rọi các hột bảo châu khác; ánh sáng các hột bảo châu dung hợp với nhau mà không có sự ngăn ngại nào cả. Các ánh sáng của các hột bảo châu phản chiếu với nhau tạo thành một cảnh sắc huy hoàng tráng lệ. Hình ảnh này nói lên mọi vật trong vũ trụ đều tương thông mật thiết với nhau.

5. Vi tế tương dung an-lập môn:

Vi tế: cực nhỏ. Thí dụ như nguyên tử, điện tử. Vũ trụ cực đại thì được cấu tạo bởi vô số nguyên tử cực tiểu. Như vậy, cực tiểu và cực đại thì dung thông với nhau, không gặp một chướng ngại nào cả.

Tương dung an lập: "*một pháp*" có thể bao gồm "*nhiều pháp*" khác nhau. "*Số một pháp*" bao hàm "*số nhiều pháp*" mà không phá hoại nhau, gọi là an lập.

6.Bí mật ẩn-hiển câu thành môn:

Ẩn có nghĩa là bề trong, là bí ẩn; *hiển* có nghĩa là bề ngoài, là hiển hiện. Theo ý nghĩa lý tương tức, tương nhập của các pháp thì có pháp ở bề trong, có pháp ở bề ngoài. Nhưng trong và ngoài đều là *một thể tính.*

7.Chư tàng thuần tạp cụ túc môn:

Chư tàng có nghĩa là chư hành, *thuần* có nghĩa là một, *tạp* có nghĩa là nhiều. Câu này có nghĩa là "*một*" tức là "*tất cả*", "*tất cả*" tức là "*một*".

Nói một cách tổng quát, thuần và tạp, tâm và vật, chủ thể và đối tượng (khách thể), vật chất và tinh thần, Lý (Bản thể) và Sự (Hiện tượng) … đều dung thông không có trở ngại, không có mâu thuẩn. Đứng về phương diện cộng đồng xã hội,, thì mọi bất đồng đều có thể được giai toả, đều có thể tiêu tan: cá nhân và xã hội đều có liên quan mật thiết với nhau, cả hai có thể dung thông để sanh tồn, để chuyển biến. . .

8.Thập thế pháp dị thành môn:

Theo Đại sư Đỗ Thuận thì thế = đời gồm có : quá khứ, hiện tại, vị lai. 3 đời nhân thêm 3 đời nữa (3 x 3 =9) thành 9 đời, rồi 9 đời này lại dung thông nhau, tương tức, tương nhập nhau thành *một đời*. Tổng cộng có 10 đời (thập thế). Đây có nghĩa là thập thế (10 đời) tự tại dung thông lẫn nhau.

9.Duy tâm hồi chuyển thiện thành môn:

Mọi sự vật hiện hữu đều do tâm, đều do "*Như-lai tạng tự tính thanh tịnh Chân tâm*". **Tâm** làm chủ tất cả, **Tâm** là chủ động tất cả. **Chân Tâm** là **Phật tính**: không sinh, không diệt, không tăng, không giảm, không nhơ, không sạch. Bản thể của Chân Tâm là trong sáng tròn đầy, bao trùm khắp mọi hiện tượng.

Do **Tâm** mới có **Lý** và **Sự**. Do **Tâm** thì vũ trụ vạn hữu mới sanh thành, mới biến dịch: "**Nhất tâm chân như**" hay " **Nhất thiết duy tâm tạo**".

10.Thác sự hiển pháp sinh giải môn:

Câu này có nghĩa là cái "**lý**": **Một** và N**hiều** thì hiển hiện ra một cách rõ ràng, không cần phải giải thích cũng hiểu được: "Sự-Sự".

Về phương diện hiện tượng thì **Sự - Sự, Vật - Vật** đều có những bộ phận sai khác, phân biệt nhau; nhưng **các Sự, các Vật** thì viên dung/ dung thông lẫn nhau, đều làm nhân, làm duyên lẫn nhau, trùng trùng duyên khởi để cùng tồn tại hay cùng hủy diệt.

Nhưng *về phương diện bản thể* thì **vũ trụ vạn hữu** là **một khối duy nhất**, bất khả phân, bất biến.

Bản thể và **hiện tượng** chỉ là hai mặt của một thực tại tuyệt đối gọi là **Tâm** hay **Chân Như**.

Kết luận về Kinh Hoa Nghiêm:

Nhất tâm Chân như, Pháp giới duyên khởi, Lục tướng viên dung và Thập huyền duyên khởi là triết lý của Kinh Hoa Nghiêm; và cũng là Giáo nghĩa của Hoa Nghiêm tông.

Phật giáo Trung Hoa đến cuối đời Đường đã có 14 tông phái được thành lập: Luật tông, Tịnh độ tông, Thiền tông, Pháp tướng tông, Mật tông, Thiên Thai tông, Hoa Nghiêm tông, Tam Luận tông, Câu Xá Tông, Thành Thật tông, Niết Bàn tông, Địa Tạng tông, Nhiếp Luận tông, Tỳ Đàm tông.

Sau này, Niết Bàn tông nhập với Thiên Thai Tông, Địa Luận tông nhập với Hoa Nghiêm Tông, Nhiếp Luận tông nhập với Pháp Tướng tông, Tỳ Đàm tông nhập với Câu Xá tông. Nên chỉ còn có **10 tông phái Phật giáo ở Trung Hoa**: 1. Luật tông, 2. Tịnh Độ tông, 3.Thiền tông, 4. Pháp Tướng tông, 5. Mật tông, 6. Thiên Thai tông, 7. Hoa Nghiêm tông, 8. Tam Luận tông, 9. Câu Xá tông, 10. Thành Thật tông.

* **Luật tông** [tông phái thứ 6] chủ trương hành trì giới luật, nhưng mà tông phái nào cũng đều hành trì giới luật chứ không phải chỉ có Luật tông, nên dần dần Luật tông đã hòa nhập vào các tông phái khác nên tông này không còn tồn tại.

Mỗi tông phái đều có những đặc điểm riêng, nhưng luôn luôn nương tựa vào giáo pháp của Đức Phật Thích-ca. Mỗi tông phái đều có tôn chỉ riêng, và cách thực hành, tu tập riêng, nhưng đều hướng đến một mục đích chung là đi tới chỗ giác ngộ, là thể nhập vào chân như. Tuỳ theo trình độ trí thức, khả năng và sở thích của mình, hành giả sẽ chọn lựa tông phái nào thích hợp với mình để tu tập, hành trì.

Tông phái nào, con đường nào rồi cuối cùng cũng đi tới giải thoát cả.Giải thoát là muốn thoát khỏi cái kiếp người đầy lo âu để đi đến một cảnh giới lý tưởng yên vui và thường hằng.

* **Thiên Thai Tông** [tông phái thứ 7]:

Sơ tổ là ngài Tuệ Văn, nhưng đến thời Đại sư Trí Giả, tên là Trí Khải, thì tông này mới được thành lập. Vào đời Tuỳ (589 – 618), Đại sư Trí Giả (khoảng 538 – 597) ở núi Thiên Thai, nên Ngài đặt tên tông phái này là **Thiên Thai Tông** (天台宗). Tông này căn cứ vào *Kinh Diệu Pháp Liên Hoa*, nên cũng có tên là Pháp Hoa Tông.

Diệu Pháp Liên Hoa Kinh (妙法蓮華經, Sa. Saddharma-pundarika *Sūtra, Anh.*literally: *Sutra on the White Lotus of the True Dharma/The Sutra of the Lotus flower of the wonderful law,* the shortened form: *Lotus Sūtra*), gọi ngắn là **Kinh Pháp Hoa** hay **Liên Hoa Kinh,** kinh này giảng rõ 3 yếu tố cấu tạo nên sự vật là *thể, tướng, dụng* để người trì tụng kinh có thể quan sát chân tướng của sự vật trong vũ trụ, để thấu đạt tới chân lý cuối cùng.

Triết lý của Kinh Pháp Hoa:

Kinh Pháp Hoa chỉ đề cao có một bông hoa là *hoa Sen,* trong khi **Kinh Hoa Nghiêm** thì đề cao *một tràng hoa tức là có nhiều loại bông hoa khác nhau kết lại* thành tràng.

Triết lý của Kinh Pháp Hoa hay lời dạy của Kinh Pháp Hoa: Kinh Pháp Hoa giảng giải những khái niệm, hình ảnh, dẫn nhiều thí dụ sống động nhắm đến trạng thái giác ngộ của Đức Phật, đây là trạng thái gọi là Diệu Pháp. Đây là lời dạy tối thượng của Đức Phật (the Buddha ultimate teaching):

1.-**Nhất thừa** (Srt. Ekayana, Av. One Vehicle) tức là để đạt Phật thừa, là mục đích tối thượng viên mãn.

Mục đích của Kinh Pháp Hoa là Khai thị Phật tri kiến (Buddhajanana) tức là Nhất thừa, chỉ có một chiếc xe (one vehicle) để đi đến Phật thừa, và chấm dứt sự phân biệt tất cả các pháp (hiện tượng, sự vật, dharma,d viết chữ thường) vì tất cả các pháp đều vô ngã (nairatmya), vô tự tánh (nih-svabhavata), là tánh không (sunyata).

2.-**Tất cả chúng sanh đều có tiềm năng trở thành Phật** (All beings have the potential to be Buddhas).

Thuyết Nhất thừa (the one vehicle doctrine) xác định đạt sự giác ngộ của một vị Phật là mục đích tối thượng, và Kinh điển dự đoán rằng tất cả chúng sanh nghe Pháp (Dharma, D viết chữ hoa, lời dạy của Phật) cuối cùng sẽ đạt được mục đích này. Nhiều đệ tử của Dức Phật đã nhận được lời tiên tri rằng họ sẽ trở thành những vị Phật tương lai.

3.-**Bản tánh của Chư Phật** (The nature of the Buddhas).

Kinh Pháp Hoa (Lotus Sutra) đã giới thiệu ý tưởng về Đức Phật vĩnh cữu; Ngài đã đạt được vô số giác ngộ trong nhiều kiếp trước đây, nhưng Ngài vẫn ở trong thế giới này để giảng Pháp (Dharma, D viết chữ hoa) cho chúng sanh từ lần này đến lần khác.

*-**Giáo nghĩa** của Thiên Thai Tông là "**Nhất Tâm Tam Quán**", có nghĩa là "trong một tâm của con người có đầy đủ cả: "*Không", "Giả" và "Trung" quán:*

1. Không quán: tất cả các pháp đền không có thực thể.

2.Giả quán: tuy các pháp không có thật thể nhưng tất cả các pháp đều có một hình dáng tồn tại tạm thời với thời gian và không gian; giác quan con người có thể nắm bắt được.

3. Trung quán là tổng hợp hai chân lý trên: bản thể của sự vật không nằm ngoài hình tướng/ hiện tượng: bản thể và hiện tượng là một.

*-**Giáo phán** của Thiên Thai Tông:

Thiên Thai Tông đem giáo lý kinh điển trong một đời thuyết pháp của Đức Phật mà chia ra làm : 5 giai đoạn và 8 giáo nghĩa, nên còn gọi là "*Ngũ thời, Bát giáo*":

A.- *Năm thời*: căn cứ theo trình tự thời gian như sau:

1.- Thời Kinh Hoa Nghiêm : Phật thuyết giảng vũ trụ vạn hữu là biểu hiệu của cái Chân như/ Tuyệt đối, kéo dài 3 tuần lễ.

*2.-Thời Kinh A-hàm*Phật thuyết Tứ Diệu Đế, Bát Chánh Đạo, Duyên Khởi, kéo dài 12 năm.

3.-Thời Phương đẳng:

Phật thuyết giảng kinh Duy-Ma-cật, Kinh Lăng-già v...v: nói về sự đồng nhất giữa Phật và chúng sanh; kéo dài 8 năm.

4.- Thời Bát-nhã:

Phật thuyết giảng các bộ Kinh Bát-nhã ba-la-mật-đa: Các pháp đều *Không*; kéo dài 22 năm.

5.- Thời Pháp Hoa và Niết-bàn:

Phật thuyết giảng Kinh Pháp Hoa và Kinh Đại Niết-bàn: thể tính duy nhất của tất cả các hiện tượng, tuy chúng ta thấy các hiện tượng có khác biệt; kéo dài 8 năm, vào cuối đời của Phật.

B.- Tám giáo:

Có 4 hệ thống căn cứ trên *hóa nghi* tức là phương pháp hóa đạo; và có 4 hệ thống dựa trên *hóa pháp* tức là áp dụng 4 phương pháp hóa nghi để giáo hóa một cách có ích lợi cho chúng sanh:

B-1.- *Hóa nghi*: nghi thức hóa đạo, gồm có 4 phương pháp:

1.- *Phương pháp đốn ngộ*: đây là dành cho người có khả năng tiếp cận cứu cánh thành Phật nhanh chóng: phương pháp của Kinh Hoa Nghiêm.

2.-*Phương pháp tiệm ngộ*: đây là phương pháp giáo hóa đi từ từ: từ đơn giản đến phức tạp, từ Tiểu thừa đến Đại thừa. Phương pháp của Kinh A-hàm, Phương đẳng, Bát-nhã ba-la -mật -đa.

3.*Phương pháp bất định:* đây là phương pháp không nhất định là Tiểu thừa hay Đại thừa, được áp dụng để dạy cho nhiều người, trong số đó mỗi người có thể có nhiều trình độ khác nhau.

4.- *Phương pháp mật giáo*: đây là phương pháp dạy cho một người đặc biệt, chỉ có người đó mới lãnh hội được, và chỉ tự người đó biết. Nói khác, người cùng trong pháp hội giác ngộ được Tiểu thừa hay Đại thừa chỉ tự mình mình biết mà thôi.

B.2.- *Hóa pháp*: đây là phương pháp dành cho từng hoàn cảnh, từng căn cơ của mỗi người, gồm có 4 phương pháp:

1.-*Tạng giáo*: giáo pháp Tiểu thừa, dành cho hàng Thanh Văn và Độc Giác Phật.

2.-*Thông giáo*: giáo pháp tổng quát bao gồm Tiểu thừa và Đại thừa, dành cho hàng Thanh Văn, Độc Giác Phật và Bồ-tát.

3.- *Biệt giáo*: đây là giáo pháp dành cho Đại thừa, dành cho Bồ-tát.

4.- Viên giáo: đây là giáo pháp viên mãn, chỉ dành cho Đại thừa, tức là giáo pháp trung quán phá bỏ mọi chấp trước.

Kết luận về Thiên Thai Tông:

Thiên Thai Tông phát khởi mạnh vào đời Tùy, nhưng tới đời Đường vì không có nhân tài để phát triển tông này, nên Thiên Thai Tông kém phát triển. Mãi tới khi Đại sư Diệu Lạc, tức là Kinh-khê Trạm-nhiên (khoảng 711 - 782) đã phát phát huy được nhiều áo nghĩa của Thiên Thai Tông nên ánh sáng huy hoàng của tông này được tái hiện.

* **Tam Luận Tông** [tông phái thứ 8]:

Tam luận Tông (三論宗) là tông phái Đại thừa của Phật giáo Trung Hoa, tông này căn cứ vào 3 bộ luận của Phật giáo Đại thừa/ Phật giáo Phát triển ở Ấn:

1.-*Trung quán luận* (Hán. 中觀論, Srt. *madhyamaka-kārikā*) của ngài Nāgārjuna (Tàu dịch : Long Thọ).

2.-*Thập nhị môn luận* (Hán. 十二門論, Srt. *dvādaṣadvāra-śāstra / dvādaśanikāya-śāstra*) của ngài Nāgārjuna(Long Thọ).

3.-*Bách luận* (Hán. 百論, Srt. *śata-śāstra*) của Āryadeva (Tàu dịch: 聖天, Thánh Thiên).

Sau khi Phật nhập đại niết-bàn khoảng 700 năm, ngài Nagarjuna viết 2 bộ luận trên để thuyết minh thuyết "*trung đạo*". Đệ tử của ngài là ngài Aryadeva viết tiếp bộ Bách Luận để phá chấp về thế gian pháp cũng như xuất thế gian pháp. Triết học "*Tánh Không*" của Kinh Bát nhã Bala-mật-đa được phát triển vượt bậc.

Đến khoảng thế kỷ thứ 5, ngài Kumarajiva (Tàu phiên âm : Cưu-ma-la-thập, thường gọi ngắn là La-Thập) đã dịch và chú giảng cả 3 bộ luận trên; các đệ tử của ngài là Đạo Sinh, Tăng Triệu, Tăng Duệ và Đạo Duy đã phát huy áo nghĩa của 3 bộ luận trên, và truyền bá sâu rộng trong đại chúng. Từ đó giáo phái Tam Luận Tông phát khởi, thịnh hành một thời gian. Đến đời Tống và về sau thì có rất ít học giả thông hiểu bộ Tam Luận, nên Tam Luận Tông dần dần sát nhập vào Thiên Thai Tông.

Giáo nghĩa Tam Luận Tông:

Tam Luận Tông chủ trương "*phá tà, hiển chính*":

-*Phá tà*: là phá 8 cái mê vọng: sanh, diệt, khứ, lai, nhất, dị, đoạn, thường.

-*Hiển chính*: là giải rõ 8 cái lý chân chính, đó là "*bát bất trung đạo*": bất sanh, bất diệt, bất lai, bất khứ, bất nhất, bất dị, bất đoạn, và bất thường; tức là không có những tướng trạng đối đãi của sanh, diệt, qua, lại, một, khác, mất hẳn, còn mãi.

***Câu-xá tông [**tông phái thứ 9**]:**

Câu-xá tông **(**Câu-xá là tiếng phiên âm của chữ Sanskrit: Kosa, có nghĩa là kho báu) được Đại sư *Vasubandhu* (Tàu dịch là Thế Thân, khoảng 316 – 396) sáng lập ở Ấn độ. Tông phái này căn cứ vào bộ luận *Abhidharmakosa- Bhasya* (Tàu phiên âm: A-tỳ-đạt-ma Câu-xá Luận), gọi ngắn gọn là Câu-xá, do ngài Vasubandhu viết ra:

-*Abhi* : đối, có 2 nghĩa: -một là đối hướng niết-bàn, -hai là đối quan tứ đế (khổ, tập, diệt, đạo)

-*dharma*: pháp, có 2 nghĩa: - một là thắng nghĩa pháp tức là niết-bàn, -hai là pháp tướng pháp tức tứ đế.

Đối pháp là dùng lý trí vi diệu để quan sát chân lý tứ đế mà đạt được cứu cánh niết-bàn.

-*kosa*: tạng, chứa đựng, kho tàng (treasury).

-bhasya: luận, bình luận (commentary).

Tàu dịch là "*Đối pháp tạng luận*", gọi ngắn là *Câu-xá luận.*

Ngài Trần Châu Đế sau khi dịch ra chữ Hán xong 3 bộ luận thì sang lập ra *Câu-Xá Tông*. Đến đời Đường, ngài Huyền Trang cũng dịch lại 3 bộ luận này. Giáo phái này được thịnh hành một thời, nhưng hiện nay thì suy tàn.

Triết lý của Abhidharmakosa – Bhasya:

Bộ luận này phân tích các biểu hiện của vũ trụ vạn hữu ra làm **75 pháp**: - có **72** pháp thuộc *pháp hữu vi*, - có **3** pháp thuộc *pháp vô vi.*

1.- *72 pháp hữu vi chia làm 4 nhóm*:

1.1- *Sắc pháp*: (có 11) gồm có:

-*ngũ căn*: nhãn, nhĩ, tỉ, thiệt, thân.

-*ngũ cảnh/trần*: sắc, thanh, hương, vị, xúc.

-*Vô biểu sắc*: là nguyên động lực ở trong thân chúng ta, nó giúp chúng ta làm lành, lánh dữ. Tuy không có hình dáng, nhưng chúng ta có thể cảm nghiệm được nên nó cũng thuộc về sắc pháp.

1.2- *Tâm pháp* (chỉ có 1): chỉ có một nhưng có thể thống trị tất cả, nên còn gọi là tâm vương, bao gồm: nhãn thức, nhĩ thức, thiệt thức, thân thức và ý thức.

1.3- *Tâm sở pháp(*gồm có 46 pháp)

1.4- *Bất tương ưng hành pháp* (gồm có 14 pháp)

2.- *Ba pháp vô vi* : - Trạch diệt, - Phi trạch diệt, - Hư không.

*__Thành Thật Tông__ [tông phái thứ 10]:

Thành Thật Tông (**成實宗)** là một tông phái căn cứ vào bộ "*Thành Thật Luận*" (Srt. Satyasiddhi sastra) do ngài Harivarman (HV. phiên âm: Ha-lê-bạt-ma) viết bằng tiếng Sanskrit vào thế kỷ thứ 4.

Vào thế kỷ thứ 5, ngài *Kumarajiva* (HV. phiên âm: *Cưu-ma-la-thập*, gọi ngắn là *La-Thập*) dịch ra tiếng Hán rồi truyền sang Trung Hoa. Các đệ tử của Ngài truyền bá "*Thành Thật Tông*" khắp Trung Hoa, nên tông phái này phát triển mạnh vào thế kỷ thứ 6.

-**Giáo nghĩa** của Thành Thật Tông]:

Thành Thật Tông thuyết minh tư tưởng: "*nhân pháp giai không*" (人法皆空) nghĩa là "*ngã*" lẫn "*pháp*" đều không. Mục đích của bộ luận này là đả phá mối chấp: "*chấp nhân*" và "*chấp pháp*".

-*Nhân không* có nghĩa là không có bản ngã của con người. Trong thân thể, năm uẩn (sắc, thọ, tưởng, hành, thức) hòa hợp giả tạm mà thành.

-*Pháp không* có nghĩa là không có các sự vật hiện hữu một cách chân thật; chư pháp do nhân duyên hòa hợp mà thành chứ không có tự tánh.

Tông phái nào, con đường nào rồi cuối cùng cũng đi tới giải thoát cả.Giải thoát là muốn thoát khỏi cái kiếp người đầy lo âu để đi đến một cảnh giới lý tưởng yên vui và thường hằng.

***7.- Thời Ngũ Đại & Thập Quốc** (Five Dynasties & Ten Kingdoms, 907 – 960)

7.-a-Ngũ Đại: Năm 907, Chu Ôn, một lãnh chúa, tiếm ngôi nhà Đường, lập nên nhà Hậu Lương (907 – 923), một trong 5 triều đại ngắn ngủi kế tiếp nhau thống trị phía Bắc Trung Hoa. Bốn triều đại kế tiếp là: Hậu Đường (923 – 936), Hậu Tấn (936 – 946), Hậu Hán (947 – 950), Hậu Chu (951 – 960). Sử Tàu gọi là đời Ngũ Đại.

Pháp nạn lần thứ tư dưới thời vua Chu-Thế-Tôn/g:

Nhà Hậu Hán truyền ngôi được hai đời thì quan Khu mật sứ là Quách Uy tiếm ngôi, đó là vua Thái Tổ nhà Hậu Chu. Con nuôi của Thái Tổ là vua Chu Thế Tôn/g nối ngôi. Vua Thế Tông băng hà, con là Cung Đế nối ngôi mới có 7 tuổi. Túc vệ tướng Triệu Khuông Dẫn được các tướng sĩ tôn lên làm vua, đó là vua Thái Tổ nhà Tống. Nhà Chu trị vì được 10 năm, trải qua 3 đời vua.

Vua Chu Thái Tổ rất tôn kính đạo Phật. Nhưng vua Chu Thế Tôn/g thì không thích đạo Phật. Năm 955, vua Chu Thế Tôn/g ra lệnh phá bỏ các chùa chiền khắp nơi, tông cộng có 3356 ngôi chùa, tịch thâu tượng Phật bằng đồng và các chuông đồng và các đồ thờ cúng bằng đồng ở trong các chùa bị thiêu huỷ để *đem đúc thành tiền*. Các Tăng Ni ở các chùa này thì hoàn tục.

Kỳ phá Phật này không có liên quan gì đến sự xung đột giữa Đạo giáo và Phật giáo, nguyên nhân chính là triều vua Chu-Thế-Tôn/g của nhà Hậu Chu bị kiệt quệ về tài chánh. Sau khi phá Phật thì nhà Hậu Chu cũng đi vào chỗ diệt vong.

Tính tới đây, Phật giáo Trung Hoa đã trải qua 4 lần Pháp nạn. Lịch sử Phật giáo Trung Hoa có câu: "*Tam Võ, nhất Tôn (Chu) Pháp nạn*" ; tam Võ gồm có Võ Đế thời Bắc Nguy, Võ Đế thời Bắc Chu, Võ Tôn/g thời Đường; nhất Tôn (hay Chu) là Chu-Thế-Tôn/g nhà Hậu Chu. Tính tới cuối thời Mãn Thanh thì Phật giáo Trung Hoa còn trải qua **một lần pháp nạn nữa** vào năm 1850, dưới thời loạn tướng Hồng Tú Toàn (1812 - 1864).

Gần đây, khi Đại chiến thế giới lần thứ 2 bùng nổ thì Phật giáo Nhật Bản đã ủng hộ Chủ Nghĩa Quân Phiệt với chiêu bài Đại Đông Á của Nhật Bản, nên các chùa chiền đã tích cực gom góp các chuông đồng, các Phật cụ bằng đồng để đúc súng đạn.

7.-b -Thập Quốc: Trong khi đó thì ở phía Nam, các lãnh chúa tự hùng cứ vùng đất của mình, họ độc lập với nhau mà dựng thành 10 nước nhỏ, sử Tàu gọi là đời Thập Quốc: 1.Ngô, 2.Tiền Thục, 3. Hậu Thục, 4.Ngô Việt, 5. Nam Đường, 6. Mân, 7.Sở, 8. Nam Hán, 9. Nam Bình, 10. Bắc Hàn.

Việc phiên dịch kinh điển không có gì đặc sắc trong thời đại này. Chỉ có lần Pháp Nạn vào thời nhà Hậu Chu như đã trình bày ở trên.

***8.-Thời đại nhà Tống** (960 – 1280):

-Năm 960, Triệu Khuông Dẫn, vị tướng phụ trách an ninh nơi cung cấm ở Thủ Đô, phế bỏ vua Cung Đế của nhà Hậu Chu ở phương Bắc, tự lên ngôi hoàng đế, đóng đô ở Khai Phong (tỉnh Hà Nam ngày nay), chấm dứt thời Ngũ Đại. Sử Tàu gọi là nhà Bắc Tống.

-Năm 1127, quân Kim đánh chiếm thủ đô Khai Phong bắt vua Bắc Tống là Khâm Tông đem về giam ở nước Kim, thống trị toàn vùng Hoa Bắc, chấm dứt vương triều Bắc Tống.

-Triệu Cấu, một hoàng tộc của nhà Tống, bèn đem quân xuống vùng Hoa Nam, tự xưng đế, đóng đô ở Lâm An (Hàng Châu ngày nay). Sử Tàu gọi là nhà Nam Tống. Triều đình Nam Tống kéo dài tới năm 1280.

Vào đời Tống, Phật giáo được phục hưng và phát triển rực rỡ. Rất nhiều đại sư Ấn độ và Trung Hoa đã tiếp tục phiên dịch các bộ kinh điển phụ thuộc, bởi vì các bộ kinh điển trọng yếu đã được dịch từ đời Đường trở về trước. Năm 980, vua Tống Thái Tông cho xây "*Dịch Kinh Viện*" ở trong khuôn viên chùa "*Thái Bình Hưng Quốc*" ở tại kinh đô Khai Phong (tỉnh Hà Nam ngày nay).

Vua Thái tổ nhà Tống hết lòng bảo trợ Phật giáo trong việc khắc ván in bộ *Đại Tạng Kinh* được 1.000 quyển; một bộ *Mục Lục Kinh Điển* cũng được khắc ván ấn hành lần đầu tiên. Việc khắc ván (khắc chữ ngược trên bản gỗ) để in kinh sách Phật giáo là một bước tiến trong kỹ thuật ấn loát rất to lớn trong lịch sử ấn loát của nhân loại.

***9.-Phật giáo ở nước Liêu và nước Kim:**

9.a.- Phật giáo đời nhà Liêu (907 – 1124) : Da-luật-bảo-cơ, người thuộc dân tộc Khế -Đan, đã liên kết được các bộ tộc Khế Đan, rồi tự xưng Hoàng đế năm 907, đóng đô ở Lâm Hoàng (thuộc Mãn Châu). Vị vua kế nghiệp ông là Thái Tôn đã đem quân tràn xuống phương Nam, diệt nhà Hậu Tấn, thành lập nhà Liêu, giáp ranh phía Bắc của nhà Tống. Lãnh thổ của nước Liêu là vùng Mãn Châu ngày nay. Về sau, nhà Kim của dân tộc du mục Nữ Chân đã liên minh với nhà Tống tiêu diệt được nước Liêu năm 1124. Nhà Liêu trị vì được 219 năm với 9 đời vua.

Nhà Liêu tôn sùng Phật giáo, nên Phật giáo được thịnh đạt. Triều đình nhà Liêu đã hỗ trợ Phật giáo, cho tiếp tục khắc kinh, đặc biệt là **việc khắc 4 bộ kinh lớn vào vách đá**: *Hoa Nghiêm, Bát Nhã, Bảo Tích và Niết Bàn.*

9.b.-Phật giáo đời nhà Kim (1115 – 1234): dân tộc du mục Nữ Chân phụ thuộc vào nhà Liêu, cũng ở vùng Mãn Châu. Về sau, thừa cơ hội nhà Liêu suy vi, A-cốt-Đã ,một người thuộc dân tộc Nữ Chân, đứng lên tự xưng Hoàng đế, thành lập nhà Kim, đóng đô ở Hội Ninh (thuộc tỉnh Cát Lâm). Năm 1125, nhà Kim liên minh với nhà Tống tiến đánh và tiêu diệt nhà Liêu, lãnh thổ của nhà Kim ở phía Bắc nước Tống. Về sau, thấy nhà Tống suy vi, nhà Kim tiến đánh về phía Nam và chiếm được Kinh đô Biện Kinh của nhà Tống, nhà Kim dời Kinh đô về Yến Kinh (Bắc Kinh ngày nay). Nhà Tống buộc phải lui về phía Nam, sử Tàu gọi là Nam Tống. Sau cùng, Mông-cổ liên minh với Nam Tống tiến đánh và tiêu diệt nhà Kim vào năm 1234. Nhà Kim trị vì được 120 năm, cả thảy có 10 đời vua.

Triều đình nhà Kim cũng tôn sùng và bảo hộ Phật giáo. Tỳ-kheo Ni **Thối-Pháp-Chân** ở tỉnh Sơn Tây đã phát nguyện *việc khắc ván Đại Tạng Kinh* với sự cúng dường tiền phí tổn của dân chúng địa phương, bộ này đã căn cứ vào Đại Tạng Kinh của nhà Tống. Việc khắc ván Đại Tạng Kinh này là một việc làm vĩ đại: không có sự bảo trợ của triều đình, Ni và phật tử đã tự túc mọi chi phí, công việc khắc ván kéo dài tới 30 năm.

***10.-Thời đại nhà Nguyên** (1279 – 1367):

1.- **Mông cổ:** nguyên là *một trong 20 bộ lạc* ***Thất vi*** *vào đời Đường*, ở về phía Tây Bắc Trung Hoa, tự xưng là giống Đạt-đát. Người Mông cổ cỡi ngựa và bắn tên rất tài, chuyên nghề săn bắn, sống đời sống du mục.

Trước năm 1200, người Mông cổ chia ra thành nhiều nhóm nhỏ, mỗi nhóm do một thủ lãnh dẫn đầu gọi là **hãn** (*khan*), và sống trong những cái lều làm bằng da có thể di chuyển được.

Hãn (汗) là tiếng Hán Việt phiên âm từ chữ *Khan* của người Mông cổ (Mongol). Hãn (khan) là danh vị của thủ lãnh người Mông cổ, có nghĩa là người đứng đầu, là thủ lãnh. *Đại Hãn* (**大汗** , Great Khan) để chỉ thủ lãnh tối cao tức là *Hoàng đế*, là nhà V*ua*. Người Tàu còn phiên âm tiếng *Khagan* là *Khả Hãn* (**可**汗) có cùng nghĩa với Đại Hãn, tức là "*Hãn của các Hãn*", hay là lãnh tụ tối cao: là Hoàng đế, là Vua. Trong sách Tàu, có khi họ dùng từ kép *Hãn Vương* (**汗王**) hay *Vương Hãn* (**王** 汗) ; *Vương* nghĩa là vua, *Hãn* tiếng phiên âm cũng nghĩa là vua, từ kép Vương Hãn có ý nhấn mạnh và chỉ rõ là V*ua Mông cổ*.

2.-**Thành-Cát-Tư-Hãn** (**成吉思**汗, tiếng Mông cổ là Chinghis /**Gengis Khan** , 1162 - 1227): ông có tên là *Thiết Mộc Chân* (Temujin) sinh năm 1162, người của gia tộc Bột-nhi-chỉ-cân (Borjigin). Cha là Dã-tốc-cai (Yesukhei), một thủ lãnh của bộ tộc Khất Nham (Kiyad). Mẹ là Ha-ngạch-hôn (Hoelum) thuộc bộ lạc Oát-lặc-hốt-nột (Olkhunut). Năm 1200, ở tuổi 38, ông làm Hãn đối với nhiều gia đình trong bộ lạc. Ông có tài, nhiều mưu lược chính trị, binh pháp giỏi, nên được nhiều bộ tộc kính trọng. Năm 1206, ở tuổi 44, ông đã liên kết các bộ lạc Mông cổ đang sống riêng rẽ hợp lại, và mỡ hội nghị Kurultai (Hội đồng các thũ lãnh của các bộ lạc Mông cổ), Hội nghị tấn phong ông là *Thành-Cát-Tư- Hãn (Gengis Khan)*, tiếng Mông cổ có nghĩa là vua của cả thế giới. Ông lên ngôi Đại Hãn, đặt tên nước là Đại Mông Cổ Quốc (Ikl Mongol Uls), đóng đô ở Hoà Lâm (Karakorum).

3.a.-**Mông cổ liên minh quân sự với Tống** để tiêu diệt nước Kim của dân tộc du mục Nữ Chân: Năm 1211, Mông cổ sai sứ đến xin nhà Tống liên minh quân sự để đánh nhà Kim. Triều thần nhà Tống muốn thừa dịp này để diệt nhà Kim, vừa để rửa nhục vừa để lấy lại phần đất ở miền Bắc. Trong triều đình duy chỉ có vị Tướng lãnh là Triệu Phạm nhắc lại việc trước đây nhà Tống đã liên minh quân sự với nhà Kim để diệt nhà Liêu, sau khi diệt Liêu, nhà Tống bị nhà Kim hãm hại và đánh chiếm cả miền Bắc nước Tống; vị Tướng quân này lo ngại Mông cổ sẽ lập lại việc này đối với Tống sau khi thắng Kim. Nhưng vua Tống là Lý Tông không nghe, nên đã liên hiệp quân sự với Mông cổ đi đánh nhà Kim. Sau khi chiến thắng nhà Kim, Thành-Cát-Tư –Hãn đã để lại các tướng giỏi để trấn giữ nước Kim mà không giao lại cho nhà Tống. Đại Hãn rút về Mông cổ, và đem theo rất nhiều chiến lợi phẩm.

Năm 1219, Mông cổ tiến đánh và tiêu diệt Đế quốc Hồi giáo Khwarezm.

Năm 1220, Mông cổ tiến đánh Âu châu, tiến tới được Biển Đen (Black Sea).

Năm 1223, Mông cổ tiến đánh Nga, cho đến năm 1240, mới chinh phục hoàn toàn lãnh thổ Nga Kiev và Volga Bulgar.

Năm 1226, Thành-Cát-Tư-Hãn tấn công nhà Tây Hạ. Tây Hạ (西夏 , trị vì: 1038 – 1227) là một triều đại do dân tộc người Đảng Hạng thành lập, nằm ở phía Tây Bắc nước Trung Hoa thời bấy giờ. Năm 1227, quân Tây Hạ đại bại, và đã chính thức đầu hàng sau 190 năm tồn tại.

Năm 1227, Thành Cát Tư Hãn băng hà, thọ được 66 tuổi, trước khi chết ông đã căn dặn không được phát tang để giữ bí mật.

Năm 1229, theo kết quả của hội nghị Kurultai, diễn ra sau khi Thành Cát Tư Hãn chết, con trai là Oa-Khoát-Đài (窝阔台, Ogodei, khoảng 1186 - 1241) được bầu làm Đại Hãn lên kế vị, ông là Đại Hãn thứ hai của Đế Quốc Mông cổ.

Năm 1237, Mông cổ sang đánh Âu châu.

Năm 1241, Mông cổ tấn công Poland(Ba-lan), đụng độ mãnh liệt với liên quân Âu châu, tiếp tục tiến đánh xâm lăng được các nước Đông Âu : Poland và Hungary.

Năm 1241, Oa Khoát Đại chết. Triều đình đã xảy ra nhiều tranh chấp về quyền bính.

Đến năm 1246, Quý Do (**貴由**,*Güyük*, 1206 – 1248) lên làm Đại Hãn thứ ba của Đế quốc Mông cổ, trị vì từ 1246 - 2148. Sau cái chết của Quý Do, triều đình lại tranh chấp quyền bính nữa

Năm 1251, Mộng Kha (Mongke) được bầu làm Đại Hãn thứ tư của Đế quốc Mông cổ. Ông sai em là Hốt-tất -liệt đem quân sang đánh nước Đại Việt (Việt Nam) nhưng thảm bại.

Năm 1258, Mông cổ chiếm Baghad, trung tâm quyền lực của Hồi giáo. Cùng năm này, Đại Hãn Mộng Kha thân chinh đi đánh các thành của tỉnh Tứ Xuyên, nhưng chưa lấy được hết thì ông qua đời vào năm 1259.

Năm 1260, **Hốt-Tất-Liệt** (忽 必 烈 , **Khubilai/ Kublai**, 1215 sanh ở Mông cổ - 1294 chết ở Ấn độ) tự lên làm Đại Hãn thứ năm của Đế quốc Mông Cổ sau khi anh trai Mộng Kha chết. Ông trị vì từ năm 1260 đến 1294. Năm 1264, Vua Hốt -Tất-Liệt dời đô về Yên Kinh (Bắc Kinh ngày nay). Năm 1271, ông đổi quốc hiệu là **Nguyên (元**), thành lập triều đại Nguyên/Nguyên triều (元 朝). Ông là Đại Đế đầu tiên của triều nguyên.

3.b.**--Mông cổ đánh Nam Tống, và tiêu diệt nhà Tống**: Không nghe lời can gián của vị Tướng quân ở trong triều là Triệu Phạm, Vua Tống là Lý Tông đã tính sai nước cờ khi bằng lòng liên minh quân sự với Mông cổ để đánh Kim trước đây. Mông cổ không những đã thôn tính nhà Kim mà còn muốn thôn tính luôn nhà Nam Tống.

Vua Hốt-Tất-Liệt quyết định đánh lấy Nam Tống để mở mang bờ cõi cho Đế Quốc Mông cổ. Ông liên tục tấn công nhà Nam Tống. *Nhà Tống hết sức chống cự lại cho đến năm **1279** thì bị tiêu diệt.* Các sử gia đều lấy năm 1279 là năm triều Nguyên thôn tính toàn cõi nước Trung Hoa làm năm khởi đầu cho triều Nguyên (1279 – 1367). Nhà Tống bị tiêu diệt hoàn toàn: lịch sử đã lập lại, và còn sẽ lập lại nữa.

Năm 1274 và 1281, hai lần Đại Hãn Hốt-Tất-Liệt đem quân vượt biển với trên 600 chiến thuyền để tấn công Nhật Bản, nhưng không thắng nổi Nhật.

Năm 1294, Vua Hốt-Tất-Liệt chết tại Ấn độ, ở tuổi 79.

Sau khi Vua Hốt-Tất-Liệt qua đời, đã có 10 vị vua kế tiếp kế vị. Triều chính nhà Nguyên rối loạn, nhiều nhóm tranh giành quyền bính làm nhà Nguyên suy yếu dần dần. Đến đời vua Thuận Đế thì nhà Nguyên đi tới chỗ diệt vong: Vua thì hoang dâm vô độ, tài chánh công bị khủng hoảng, triều đình in thêm tiền giấy quá nhiều, dân chúng không còn tín nhiệm vào đồng bạc, vật giá leo thang quá độ. Trong khi người Hán thì nghèo khổ, trộm cướp nổi lên khắp nơi, thì trong triều đình người Mông cổ sống xa hoa. Nhiều cuộc khởi nghĩa nổi lên với chánh nghĩa "*Phản Mông Hưng Hán*".

Năm 1368, Triều đình nhà Nguyên phải di tản về quê hương Mông cổ của mình, sử Tàu gọi là Bắc Nguyên, trước sức chiến đấu dũng mạnh của lực lượng khởi nghĩa người Hán do Chu Nguyên Chương lãnh đạo, Đế Quốc Mông Cổ bị tan rã. Vào năm 1635, dân tộc du mục Nữ Chân ở Mãn Châu đã tiêu diệt tàn dư của triều Bắc Nguyên.

*** Vài nhận xét về triều Nguyên**:

- Từ Đại Hãn Thành-Cát-Tư-Hãn đến Đại Hãn Hốt-Tất-Liệt và các hậu duệ, Đế Quốc Mông Cổ (Mongol Empire) đã có một lãnh thổ rộng lớn với diện tích rộng gấp đôi Đế Quốc La Mã và Đế Quốc Khalip Hồi giáo bao gồm: nước Mông cổ, nước Trung Hoa, một phần đất của Nga, một phần đất của Triều Tiên, Tây Tạng, các quốc gia Hồi giáo như Iraq, Iran, Tiểu Á; Mông cổ tuy chiếm các nước Đông Âu chỉ có một thời gian ngắn như Poland, Hungary nhưng đã làm chấn động Âu châu.

-Trước vó ngựa ngợp trời của đoàn quân viễn chinh Mông Cổ đang tiến đánh các nước Đông Âu, Giáo Hoàng Innocent IV đã gởi bức thư *Cum non solum* đề ngày 13 tháng 3 năm 1245 đến Đại đế Ogedei /Đại hãn Oa-Khoát-Đài để yêu cầu người Mông Cổ hãy ngưng cuộc tấn công vào lãnh thổ của các nước theo đạo Cơ đốc giáo và những quốc gia khác ở Âu Châu, Giáo Hoàng Innocent IV cũng nhấn mạnh rằng người Mông Cổ phải lưu ý đến điều này khi họ có những ý định tấn công Âu Châu trong tương lai. Thật ra Đức Giáo Hoàng đã gởi một cảnh báo về một vùng đất mà người Mông Cổ chưa chiếm đóng, người Mông Cổ chỉ mới chiếm Đông Âu. Giáo Hoàng đã cử một Đại thần (Papal legate) của mình đem bức thư này giao tới tay Ogedei Khan/ Đại Hãn Oa-Khoát Đài: thầy tu dòng Phanxicô (Franciscan friar) người Ý 65 tuổi là Giovanni da Pian del Carpine (1180 – 1252) tên tiếng Anh là John of Plano Carpini đã cùng với vài tu sĩ tháp tùng, trong đó có cả thông dịch viên. Đây là một phái đoàn chính thức của Giáo Hội, có sứ mạng để phản kháng việc xâm lăng các vùng đất Cơ đốc giáo của người Mông cổ, phái đoàn còn có sứ mạng thu thập tin tức về quân đội Mông Cổ và những dự định của họ trong tương lai.

Phái đoàn này rời khỏi Lyon vào ngày 16 tháng 4 năm 1245, sau 106 ngày , họ vượt được khoảng đường 5.000 km, và đã tới được Thủ đô Karakorum của Đế Quốc Mông Cổ. Tới đây họ mới biết tin Ogedei Khan/ Đại Hãn Oa-Khoát-Đài đã qua đời gần 4 năm. Ngày 24 tháng 8 năm 1246, phái đoàn này đã tham dự Hội đồng của Đế Quốc Mông Cổ bầu người kế vị là Guyuk Khan/ Đại Hãn Quý Do (1206 – 1248). Thầy dòng Giovanni trình bức thư của Giáo Hoàng Innocent IV đến Guyuk Khan/ Đại Hãn Quý Do, và thuyết phục Đại Hãn cải đạo Cơ đốc giáo.

Vào tháng 11 năm 1246, Đại Hãn Guyuk/ Quý Do quyết định đình chỉ cuộc viễn chinh tấn công Âu Châu, sau đó Đại Hãn đã trả lời thư của Giáo Hoàng. Bức thư của Đại Hãn được viết bằng 3 thứ tiếng: Mongol, Arabic và Latin với con dấu của Đế Quốc Mông Cổ. Đại Hãn Guyuk đã từ chối chuyện cải đạo sang Cơ đốc giáo, và nghĩ rằng tốt hơn hết là Giáo Hoàng và các nhà thống trị các nước ở Âu Châu phải đến gặp Đại Hãn, và phải tuyên thệ thần phục Đế Quốc Mông Cổ. *Đó là một tuyên bố ngắn gọn nhưng đầy uy quyền của triều đình Hoàng đế Mông Cổ như là một tai họa của Thượng đế/Chúa trời. (It was a brief imperious assertion of the Mongol Emperor's office as the scourge of God. - Nguồn: internet)*

Kể từ thập niên 1250, đã có rất nhiều phái đoàn truyền giáo của Thiên Chúa giáo, Cơ đốc giáo đến Mông Cổ để giảng đạo Chúa, và với sứ mạng cải đạo người Mông cổ qua Cơ đốc giáo.

- Mông cổ đã thất bại trong cuộc xâm lăng Nhật Bản, Syria và Đại Việt (Việt Nam ngày nay), có lẽ vì lý do:- thời tiết biến động trong vùng biển khi tấn công Nhật Bản, khí hậu nóng bức ở Trung Đông như Ả Rập Saudi, mạng lưới sông ngòi chằng chịt, binh pháp cao cường cùng lòng dũng cảm và tinh thần yêu nước vô bờ bến của dân Đại Việt.

- Triều Nguyên rất hiếu khách, tiếp đãi người Âu châu rất nồng hậu, chẳng hạn như **Marco Polo** (1254 – 1324). Marco Polo là một du lịch thương gia người Ý (Italian merchant traveller) / lái buôn đã đi qua nước Tàu theo con đường tơ lụa. Ông không phải là người Âu châu đầu tiên đến Trung Hoa. Ông đã đi cùng khắp nước Tàu, nước Mông cổ. Năm 1266, ông được Đại Hãn Hốt-Tất-Liệt (Kubilai Khan) tiếp đãi nồng hậu tại triều đình nhà Nguyên ở Yên Kinh (Bắc Kinh ngày nay). Ông đã viết quyển du ký: "*Livres des merveilles du monde*" *(Book of the Marvels of the world* also known as *The Travels of Marco Polo*). Trong quyển du ký này, ông đã giới thiệu với người Âu châu về các nơi ông đã đi qua: từ Trung Á (Centre Asia) đến nước Tàu (China). Marco Polo đã trở nên rất giàu có về sau này.

-Thành Cát Tư Hãn đã đặt ra các bộ luật viết bằng tiếng Mông cổ, gọi là *Yassa* (có nghĩa là *điều lệnh* hay *chiếu chỉ*), áp dụng một kỹ luật rất nghiêm ngặt cho tất cả những người dân sống trong Đế Quốc Mông Cổ.

-Về tôn giáo: Đại Hãn Thành Cát Tư Hãn đã thực hiện chánh sách tự do tín ngưỡng: Hồi giáo, Cơ đốc giáo, Thiên chúa giáo, Phật giáo...đều được hoạt động tự do. Duy chỉ có Lạt-ma giáo thì triều Nguyên hết sức ưu đãi, tận tình bảo hộ, và đã nâng lên hàng Quốc giáo.

*** Lạt-Ma (Bla Ma) giáo**: được truyền vào Trung Hoa từ thời vua Thái Tổ nhà Nguyên (1279 – 1368), rất được triều đình trọng vọng, và được coi là Quốc giáo. Đó là một tôn giáo ở cung đình nhà Nguyên. Nhà Nguyên không còn quan tâm đến các tông phái Phật giáo cổ truyền như Thiền tông, Tịnh độ tông, Pháp Tướng tông v.v...Tuy nhiên trong dân gian các tín ngưỡng về tu thiền, tu tịnh độ, niệm Phật…vẫn còn được duy trì mạnh mẽ.

Mật giáo truyền đến Tây Tạng từ Ấn độ vào khoảng năm 749 do Đại sư Ấn độ là Padmasambhava (Liên Hoa Sinh). Mật giáo dung hợp với tôn giáo cổ truyền của Tây Tạng là tôn giáo *"Bon"* thành một tông phái Mật giáo riêng biệt cho người Tây Tạng, tức là *Lạt-Ma giáo*. Đây là một tôn giáo chuyên cầu đảo, sùng bái thần linh, quỷ thần và bói toán.

Triều đình nhà Nguyên rất tôn kính các tăng sĩ Tây Tạng của Mật giáo, nên ra lệnh sẽ trừng phạt nặng nề đối với ai xúc phạm đến tăng lữ Tây Tạng của Lạt-Ma giáo.Bởi thế nên các tăng sĩ Lạt-Ma giáo luôn tổ chức lễ bái cầu đảo, phí phạm công quỹ nhà nước. Nhiều tăng sĩ Tây Tạng cưới vợ và sống xa hoa, trong khi đó dân người Hán thì nghèo đói và bị đàn áp, bị cướp bóc tài sản. Do đó, người Hán rất oán hận triều đình nhà Nguyên, nhiều nhóm kháng chiến nổi lên với khẩu hiệu *Phản Mông Hưng Hán*. Cuối cùng Chu Nguyên Chương, một người Hán, đã cùng với dân tộc Hán nổi lên diệt được nhà Nguyên, thành lập nhà Minh: Chu Nguyên Chương làm vua Thái Tổ nhà Minh.

Đại Tạng Kinh Của Tây Tạng đã được phiên dịch ra chữ Hán dưới thời nhà Nguyên.

***11.-Thời đại nhà Minh** (1368 – 1661):

Chu Nguyên Chương (1328 – 1398) khởi nghĩa diệt được nhà Nguyên năm 1368, rồi tự lên ngôi Hoàng Đế, lấy Quốc hiệu là Minh, đóng đô ở Kim Lăng. Đến đời vua thứ 3 thì dời đô về Bắc Kinh, đổi tên từ Yên Kinh, rồi đổi tên Kim Lăng thành Nam Kinh.
Chu Nguyên Chương nguyên là một tăng sĩ, xuất thân từ cửa chùa, đã bỏ áo cà sa để khoác áo chiến bào đánh đuổi quân Nguyên, nên hết lòng bảo hộ Phật giáo. Phật giáo phát triển rất mạnh vào thời Minh. Lạt-ma giáo thì suy vi từ khi nhà Nguyên bị tiêu diệt, chỉ còn tồn tại ở Mông cổ.

Vua cuối cùng của nhà Minh là vua Vĩnh Lịch đã bị Ngô Tam Quế, một Tướng lãnh của nhà Minh đã theo hàng nhà Thanh, bắt vua đang trốn ở Miến điện đưa về Vân Nam rồi giết chết vua vào năm 1662 và tiếp tục diệt hoàng thất nhà Minh còn chống cự ở vùng Giang Nam.

Nhà Minh trị vì được 293 năm, trải qua 21 đời vua.

Đến đời Minh thì kỹ thuật ấn loát phát triển mạnh. Đã có **4 lần in *Đại Tạng Kinh*** gồm có :- *Nam Tạng Bản, -Bắc Tạng Bản, - Võ Lâm Bản, -Vạn Lịch Bản.*

Có nhiều cuốn sách ghi chép các tình trạng của Phật giáo ra đời, đây là các sử liệu rất có giá trị như:

-"*Đại Minh Cao Tăng Truyện*" do Ngài Như Tỉnh soạn vào năm 1617.

-"*Thích Giám Kê Cổ Lược Tục Lập*" do Ngài Huyền Luận soạn: ghi tình trạng Phật giáo từ thời vua Thế Tổ nhà Nguyên đến năm Thiên Khải thứ 7 đời nhà Minh, đây là một giai đoạn dài 360 năm.

***12.-Thời đại nhà Thanh** (1662 – 1911):

Sau khi nhà Kim của dân tộc du mục Nữ Chân bị liên quân Mông cổ và Nam Tống tiêu diệt thì dân tộc Mãn Châu sống lệ thuộc vào nhà Nguyên rồi tới nhà Minh. Đến đời vua Thần Tôn của nhà Minh thì trong dân tộc Nữ Chân có Nỗ-nhĩ-cáp-Xích liên kết và thống nhất được các bộ lạc Mãn Châu, rồi tự xưng vua, lấy Quốc hiệu là **Hậu Kim**, đó là vua Thái Tổ nhà Thanh. Đến đời vua thứ hai là Thái Tôn, vua đổi Quốc hiệu là **Đại Thanh**. Vào năm 1636, Đại Thanh bắt đầu đem quân tiến đánh nhà Minh.

Năm 1662, với sự giúp đỡ của những người phản loạn nhà Minh như tướng Ngô Tam Quế, người Mãn diệt được nhà Minh và lập nên nhà Thanh, trị vì được khoảng 300 năm, nhà Thanh còn thống trị cả Đài Loan, Mông Cổ, Tây Tạng và Tân Cương cho tới cuộc Cách mạng Tân Hợi năm 1911.

Nhà Thanh hết lòng bảo hộ **Lạt-Ma giáo** với mục đích là để dễ thực hiện chính sách cai trị ở Mông cổ và Tây Tạng, bởi vì Mông cổ và Tây Tạng đều theo tín ngưỡng này.

Thanh triều cũng muốn lấy lòng người Hán nên cũng bảo hộ **Phật giáo** và **tư tưởng văn hoá cổ truyền của người Hán**. Họ rất tôn sùng đạo Phật, Từ Hi Thái Hậu được kính cẩn gọi là *"Lão Phật gia"*.

Đã có nhiều biến cố xảy ra rất bất lợi cho các vua cuối đời Thanh:

-Chiến tranh Nha phiến hay cuộc chiến giữa Anh quốc và Trung Hoa: chính phủ Anh đòi quyền tự do buôn bán nha phiến đem từ Ấn độ, thuộc địa của Anh, đến Trung Hoa. Nhưng triều Mãn Thanh đã có lệnh cấm nha phiến. Do đó chiến tranh bùng nổ 2 lần:- lần thứ nhất (1840 – 1842):giữa đế quốc Anh và triều Thanh; - lần thứ hai (1856 – 1860):lần này Anh được sự giúp sức của Pháp, Nga và Hoa Kỳ.

- Triều Thanh nhân nhượng người Tây phương qua hai **Hoà ước Thiên Tân** (1858), và **Bắc Kinh** (1860). Từ đó nhiều tổ chức, nhiều cuộc khởi nghĩa, nhiều nhóm cách mạng nổi lên chống nhà Thanh ở khắp nơi với chánh nghĩa "*Phản Thanh Phục Minh*": Thái Bình Thiên Quốc (1850 – 1864), rồi Nghĩa Hoà Đoàn (1899 – 1901) và cuối cùng Cách Mạng Tân Hợi đã tiêu diệt nhà Mãn Thanh.

-Hồng Tú Toàn (洪秀全 , 1812 - 1864) sáng lập ra đạo "*Bái Thượng đế*", và làm *Giáo chủ của Thượng đế giáo,* để tập hợp người dân chống lại chính quyền nhà Thanh. Năm

1844, Hồng Tú Toàn đi truyền đạo. Đến năm 1850, ông phát động cuộc khởi nghĩa vùng núi tỉnh Quảng Tây. Sau khi giành được một số thắng lợi, thành lập *Thái Bình Thiên Quốc*, tự xưng là *Thiên Vương*. Thế lực của quân Hồng Tú Toàn rất mạnh, chỉ trong vòng chưa đầy nửa năm họ đã chiếm được hết hơn 16 tỉnh ở miền Nam Trung Hoa, đóng đô ở Nam Kinh, đổi tên lại là Yên Kinh. Hồng Tú Toàn được sự yểm trợ của các nước Tây phương. Ông chủ trương thần, Phật là yêu quỉ, đập phá các tượng Phật, chùa miếu, đốt sạch kinh sách Phật giáo, và chủ trương Tứ Thư, Ngũ Kinh là yêu thư, ai đọc thì bị chém đầu. Phật giáo Trung Hoa gặp thêm một lần **Pháp nạn** nữa. Sau khi các nước Tây phương ký Hoà ước Thiên Tân năm 1858, và Hoà ước Bắc Kinh năm 1860 với nhà Thanh thì họ thấy không có lợi cho họ nếu còn tiếp tục yểm trợ Hồng Tú Toàn, họ chuyển trục, họ quay lại yểm trợ nhà Thanh để dẹp tan loạn *Thái Bình Thiên Quốc (*1850 – 1864, trị vì được 15 năm) vào năm 1864.

Sau khi quân Hồng Tú Toàn tan rã, cư sĩ **Dương Nhân Sơn** đã hết lòng vận động phục hồi và chấn hưng Phật giáo. Ngài Dương Nhân Sơn lập ra "*Kim Lăng Khắc Kinh Xứ*" làm nơi ấn loát, phát hành kinh điển Phật giáo. Rất nhiều kinh điển Phật giáo bị thất lạc, bị đốt nên Ngài Dương Nhân Sơn phải thỉnh các kinh điển Phật giáo ở Nhật Bản và Đại Hàn. Các kinh điển này cũng được in lại và phổ biến khắp nơi, nên Phật giáo lần lần được phục hồi, và có cơ hội phục hưng. Cư sĩ Dương Nhân Sơn đã tận tuy suốt đời trong công việc ấn hành kinh sách Phật giáo để truyền bá khắp nước Trung Hoa: công đức thật vô lượng.

-Tôn Văn (孫文,1866 - 1925**)** đã đứng lên lãnh đạo cuộc cách mạng lật đổ nhà Thanh. Cuộc cách mạng thành công, *Cộng Hòa Dân Quốc* được thành lập vào ngày 10 tháng 10 năm 1911. *Tôn Văn* nhậm chức Đại Tổng Thống lâm thời. Năm 1870, Tôn Mỹ, anh của Tôn Văn, đã theo nhóm người Quảng Đông di cư sang Hawaii để vào làm đồn điền mía. Chỉ vài năm sau, Tôn Mỹ dành dụm tiền đủ để mở tiệm tạp hoá Tàu nhỏ. Năm 1878, Tôn Mỹ về Trung Hoa cưới vợ Tàu, rồi khi trở về Mỹ ông dẫn theo em mình là Tôn Văn để nuôi ăn học ở Mỹ. Tôn Văn theo học Y Khoa ở Mỹ, nhưng vì lo tham gia hoạt động chính trị, ông không có nhiều thời giờ để học. Tôn Mỹ liền gởi em về tiếp tục học Y Khoa ở Hong Kong rồi ở Quảng Châu, Tôn Văn tốt nghiệp Y khoa tại Quảng Châu năm 1892. B.S Tôn Văn lấy tên mới là **Tôn Dật Tiên (**孫逸仙**),** theo đạo Tin Lành**,** ông vừa hành nghề Y sĩ tại Quảng Châu,vừa hoạt động cách mạng chống lại nhà Mãn Thanh. Nhà Mãn Thanh kết thúc, vua cuối cùng là Phổ Nghi đã thoái vị vào đầu năm 1912. Nhà Thanh trị vì được gần 300 năm, gồm có 12 đời vua.

***Việc xuất bản Đại Tạng Kinh dưới đời nhà Thanh:**

1**.-Tục Tạng Kinh** (續藏經 , Supplement to Tripitaka) là phần bổ sung được tiếp tục khắc thêm vào bộ Vạn Lịch Bản/ Đại Tạng Kinh ở đời nhà Minh.

Rồi sau đó lại tiếp tục khắc thêm một *"Tục Tạng Kinh"* để bổ túc thêm vào Tục Tạng Kinh vừa khắc; bản kinh này được gọi là *"Tục Minh Tục Tạng"*.

2**.-Long Tạng Bản:** là bản khắc được lấy từ bộ "*Bắc Tạng Bản*" dưới đời Minh.

3.-**Mãn Châu Văn Đại Tạng Kinh:** là Đại Tạng Kinh được dịch ra tiếng Mãn Châu (满 州, Manzu, tiếng Mãn: *Manju*). Năm 1773, vua Càn Long ban sắc lệnh dịch Đại Tạng Kinh sang chữ Mãn Châu là chữ gốc của sắc tộc mình, tới năm 1790 thì Đại Tạng Kinh tiếng Mãn Châu được hoàn thành sau 18 năm dịch thuật.

4.- **Tần Già Bản** là bản khắc lại bộ *Súc loát Tục Tạng của Nhật bản*, khởi công khắc vào năm 1911.

***13.-Thời đại Trung Hoa Dân Quốc (1911 – 1949):**

Như đã trình bày, sau khi Cách Mạng Tân Hợi thành công ngày 10 tháng 10 năm 1911. **BS Tôn Dật Tiên** làm *Đại Tổng Thống lâm thời*. Rồi ông nhường chức Tổng Thống cho Tể Tướng Viên Thế Khải.

Tôn Dật Tiên qua đời ngày 12 tháng 3 năm 1925, người kế vị lãnh đạo Quốc Dân Đảng với nhiều quyền lực là Tưởng Giới Thạch [Tưởng Trung Chính 蔣中正, tự là Giới Thạch 介石], cũng là một tín đồ Cơ đốc giáo. Sau này Tưởng Giới Thạch tự phong là Thống chế, rồi làm Tổng Thống Trung Hoa. Cục diện nước Trung Hoa đã biến chuyển theo sự chuyển biến của Đại chiến thế giới lần thứ hai. Tháng 01 năm 1949, Tưởng Giới Thạch bị buộc từ chức Tổng Thống, và giao quyền lại cho Lý Nhân Tông. Sau đó Tưởng Giới Thạch và binh lính của ông đã chạy sang *Đài Loan*. Trung Hoa lục địa rơi vào tay Cộng Sản dưới sự lãnh đạo của Mao Trạch Đông (毛澤東), ngày 01 tháng 10 năm 1949 "*Cộng Hòa Nhân Dân Trung Hoa*" được thành lập.

Dưới thời Trung Hoa Dân Quốc, Phật giáo không còn được chính quyền bảo hộ như trước. Nhà cầm quyền còn xung công nhiều chùa chiền để biến thành trường học hoặc làm nơi đồn trú cho binh lính. Tuy nhiên, vào năm 1924, đã có nhiều Đại sư như Thái Hư…, nhiều cư sĩ nổi tiếng như Vương Nhất Đỉnh, Tưởng Duy Kiều, Lương Khải Siêu…và Phật tử đã tự nguyện phát động phong trào phục hưng Phật giáo.

Sự nghiệp **xuất bản và phát hành Đại Tạng Kinh** rất đáng lưu ý:

A.-Ở Trung Hoa lục địa:

-Năm 1920, Phật giáo đã hoàn thành việc in bộ *Tần Già Tạng*, đã được biên soạn vào đời Thanh. Thương vụ ấn thư quán đã in lại bộ *Tục Tạng Kinh* của Nhật Bản.

-Năm 1934, Đại sư Phạm Thành đã sưu tập các kinh sách, sớ… đã bị thất lạc vào đời Tống để in thành bộ *Tống Tạng Di Trân*.

-Năm 1944, với sự chủ trì của cư sĩ Tưởng Duy Kiều ở chùa Pháp Tạng tại Thượng Hải đã in bộ *Dân Quốc Tăng Tu Đại Tạng Kinh*.

B.-Ở Đài Loan:

-Năm 1956, Hội Tu-đính Trung Hoa Đại Tạng Kinh ở Đài Loan đã khởi sự biên tập bộ *Trung Hoa Đại Tạng Kinh*, gồm có 4 phần: Tuyển Tạng, Tục Tạng, Dịch Tạng và Tổng Mục Lục:

- *Tuyển Tạng* (phần chính) : gồm nội dung của tất cả các bộ Đại Tạng đã có.

-*Tục Tạng*: phần bổ sung, gom góp tất cả các kinh sách chưa được đem vào các Đại Tạng trước.

-*Dịch Tạng*: sưu tập, gom góp tất cả các kinh sách Phật giáo đã được dịch ra các ngôn ngữ Tây phương ở trong nước hoặc ở ngoại quốc.

-*Tổng Mục Lục*

-Năm 1977, Sư Quảng Định đã bắt đầu phát tâm biên soạn, sưu tập và in bộ *Phật Giáo Đại Tạng Kinh* ở Đài Bắc, đến năm 1983 thì hoàn thành. Bộ này gồm có 2 phần: *Chánh Tạng* và *Tục Tạng.*

- Cùng năm 1977, Sư Tinh Vân, thuộc Hội Phật Giáo Phật Quang Sơn ở Đài Loan, đã khởi công sưu tập và ấn hành bộ "*Phật Quang đại Tạng Kinh*", đến năm 1987 thì hoàn thành.

IV.- Kết Luận về việc phiên dịch Kinh điển Phật giáo ra chữ Hán ở Trung Hoa:

Để kết luận chúng tôi xin nêu ra một số nhận định sau đây:

1.-Công việc phiên dịch Tam Tạng giáo điển từ tiếng Phạn (*vào đời Nguyên, có Đại Tạng Kinh Tây Tạng*) ra chữ Hán ở Trung Hoa đã được hầu hết các triều đình bảo trợ. Từ thời Ngô Tôn Quyền thuộc đời Tam Quốc cho tới cuối đời Thanh, triều đình thường cho xây dựng một cơ sở rộng lớn dùng để làm nơi phiên dịch. Các triều đình đều cử vị cao tăng ưu tú thông thạo Tam Tạng giáo điển, thông thạo tiếng Phạn lẫn tiếng Hán làm chủ tịch Hội đồng phiên dịch. Hội đồng này gồm nhiều vị cao tăng đã đạt *tăng vị* cao trong hàng *tăng quan* cùng với nhiều vị quan văn ưu tú ở trong triều đình. Bởi thế nên, Đại Tạng Kinh đã được dịch ra chữ Hán một cách hoàn chỉnh trong một hoàn cảnh hết sức thuận lợi. Trong khi đó, ở Việt Nam, việc phiên dịch Tam Tạng giáo điển từ tiếng Hán ra chữ Quốc ngữ không được triều đình hay chính quyền hỗ trợ; các vị cao tăng, cư sĩ và Phật tử phải tự nguyện làm việc phiên dịch rồi khi đã hoàn thành một bộ kinh thì nhờ sự cúng dường tài lực của tín đồ để in và phát hành; do đó, công việc phiên dịch này vẫn còn tiếp tục cho tới bây giờ, đầu thế kỷ 21.

2.-Việc phiên dịch kinh điển Phật giáo ra chữ Hán đã làm giàu thêm rất nhiều thành ngữ và từ ngữ mới cho tiếng Hán cổ, theo ước tính của một nhà ngôn ngữ Tàu thì Phật giáo đã đem đến 35.000 tiếng mới cho tiếng Hán cổ. *Peter Hu*, Associate Professor of English at the University of Jiangsu, China, đã viết:

"It is this openness that continually enriches the language. Chinese also likes to borrow from other languages. Old Chinese borrowed 35,000 words from Buddhism, and Modern Chinese has absorbed countless words from Western civilizations."

(Nguồn internet: Peter Hu, *Adapting English into Chinese.* http://journals.cambridge.org/action/displayAbstract?fromPage=online&aid=212409

(Đó là sự cởi mở mà nó liên tục làm phong phú thêm cho các ngôn ngữ. Tiếng Tàu cũng muốn mượn từ những ngoại ngữ khác. Tiếng Tàu cổ đã mượn 35.000 tiếng từ (thuật ngữ) Phật giáo, và Hoa ngữ hiện đại đã hấp thụ vô số kể các tiếng từ các nền văn minh Tây phương.)

3.-Trong lịch sử Trung Hoa, có rất nhiều vị vua rất mộ đạo Phật, ngay cả Vua Tắc Thiên Võ Hậu cũng rất sùng kính và hết lòng hỗ trợ Mật giáo. Nhờ vậy Phật giáo đã được truyền bá rộng rãi ở Trung Hoa.

3.a.-Phật giáo đã chinh phục được giới trí thức Trung Hoa trên bình diện tư tưởng, và chinh phục được đại chúng trên bình diện tín ngưỡng:

Các nhà Nho, các Đạo gia đã trở thành các nhà nghiên cứu Phật học, họ đã đem những kiến giải của đạo Phật vào các luận giải trong phái *Tân Nho giáo* [新 儒 教 (Neo-Confucianism)].

Trong văn học thì có nhiều bài thơ chứa đựng nhiều thiền vị như thơ thiền đời Đường, thơ thiền đời Tống chứa đựng những triết lý về cuộc đời và người đời, về thân phận của kiếp người trong tư tưởng của Phật giáo. Ngay cả các tiểu thuyết kiếm hiệp hiện đại của Kim Dung cũng chứa đựng những triết lý cao siêu của Phật giáo.

Trong đại chúng, những quan niệm về *nhân quả báo ứng, sinh tử luân hồi, hình ảnh đại từ đại bi của Đức Quán Thế Âm, của Phật A-di-đà, những khi thất bại hay gặp trở ngại trong cuộc đời họ đều nương tựa vào triết lý của đạo Phật.*

Trong quan hệ Nam Nữ, Phật giáo đã ảnh hưởng rất sâu đậm trong xã hội Trung Hoa ngày xưa với quan niệm Nam Nữ bình đẳng. Khổng giáo phân biệt Nam Nữ: "*Nam Nữ hữu biệt*" (**男 女 有 别** , Nam Nữ phải có sự phân biệt), thậm chí thư phòng của nhà Nho thì phụ nữ cũng không được bước vào. Khổng giáo quan niệm "*Nam Nữ thọ thọ bất thân*" (**男女受受不亲 ,** Trai gái tránh đụng chạm (da thịt) vì dể sanh hoạ) nên buộc người phụ nữ phải cấm cung không được tiếp xúc với phái Nam, không được xuất hiện trước công chúng. *Phật giáo đã giải phóng địa vị xã hội của người phụ nữ với quan niệm Nam Nữ bình đẳng* . Phật giáo đã phá vỡ bức màn ngăn cách việc phụ nữ tiếp xúc với Nam giới. Nói khác đi, Phật giáo đã thay đổi trật tự xã hội của Nho giáo: đã thay đổi quan niệm về giới tính của Nho giáo. Lâm Ngữ Đường, nhà đại văn hào Trung Hoa cận đại, vào khoảng 1934 đã viết :

"*Giới hoà thượng Trung Hoa có nhiều cơ hội hơn các giới khác được thấy các bà, các cô sang trọng, diễm lệ. Trong khi tụng kinh, làm lễ, hoặc ở tư gia, hoặc ở chùa, ngày nào họ cũng tiếp xúc với phụ nữ, mà phụ nữ bình thời phải sống gần như cách biệt với xã hội. Khổng giáo chủ trương* "nam nữ hữu biệt", "nam nữ thụ thụ bất thân", *buộc phụ nữ phải cấm cung, và họ chỉ có mỗi một lí do chính đáng để xuất hiện giữa công chúng là lại chùa lễ Phật. Ngày sóc và ngày vọng mỗi tháng, chùa là nơi hội họp của tất cả các "người đẹp" trong miền, có chồng hoặc chưa chồng, bà nào cô nào cũng trang điểm lộng lẫy. Nếu có một vị hoà thượng ăn lén thịt heo thì ta cũng có thể nghi ông ta làm lén những trò khác nữa."*

[Lâm Ngữ Đường(Lin Yutang, 1895 – 1976), *Nhân sinh quan và Thơ văn Trung Hoa*, New York, 1934. Bản lược dịch của Nguyễn Hiến Lê, Saigon: Ca dao, 1970, tr.72 – 73]

3.b.-Kiến trúc chùa chiền và tháp Phật đã giúp cho kiến trúc Trung Hoa trở nên phong phú thêm: nhiều nghệ nhân ở Tây vực đã đến Trung Hoa để tạc tượng Phật, để khắc các bức tranh trong hang động. Cách kiến trúc này ít tốn kém nhân lực, vật lực và tài lực. Những bức tượng, bức ảnh điêu khắc trên vách đá có một nghệ thuật cao, nó đã giúp cho sự phát triển nghệ thuật điêu khắc ở Trung Hoa. Kiến trúc chùa chiền và tháp Phật là loại kiến trúc quan trọng ở Trung Hoa, chỉ đứng sau kiến trúc của các cung điện.

3.c.-*Khổng miếu* là nơi thờ Đức Khổng Tử (孔子 , 551 tr. C - 479 tr CN, Ngài là một nhà tư tưởng, nhà triết học, nhà giáo dục), được vua nước Lỗ cho xây lần đầu tiên ở Trung Hoa tại thành phố Khúc Phụ (quê quán của Khổng tử), tỉnh Sơn Đông, Trung Hoa vào năm 479 trước CN để mỗi năm tới ngày giỗ của Ngài thì các nhà Nho đến thờ cúng. Khoảng 500 năm sau thì Hán Minh Đế cho xây ngôi chùa đầu tiên ở Trung Hoa là *chùa Bạch Mã*, ở thành phố Lạc Dương, tỉnh Hà Nam, Trung Hoa. Ngày nay số lượng chùa chiền Phật giáo ở Trung Hoa thì nhiều hơn Khổng miếu vô số kể. Như vậy, đạo Phật đã phát triển rất nhanh chóng ở Trung Hoa.

3.d.-Bắt đầu năm 1978, Trung Hoa bước vào cuộc cải cách kinh tế và mở cửa thì Phật giáo Trung Hoa cũng đã bị tác động của nền kinh tế thị trường. Nhiều chùa chiền đã trở thành cơ sở kinh doanh: các chùa chiền cổ xưa hầu hết được xây trên các núi đồi hùng vĩ, có phong cảnh tĩnh lặng, đẹp đẽ, thoát tục, có kiến trúc đồ sộ độc đáo nên đã thu hút nhiều khách du lịch. Nhiều chùa đã bán vé vô cửa, và cũng cung cấp nhiều dịch vụ như phòng trà (tea room), nhà hàng…cho khách du lịch, và đã thu vào một nguồn tiền bạc dồi dào. Do đó nên chùa chiền không còn là nơi yên tĩnh, trang nghiêm nữa mà chùa chiền đã trở nên náo nhiệt với sự lai vãng đông đảo của khách du lịch. Các Tăng Ni ngày xưa có nếp sống thanh bần, đạm bạc, có tâm hồn cao cả vô vụ lợi thì ngày nay các Tăng Ni chạy theo đồng tiền, phải lo kiếm lợi trong việc kinh doanh. Nhiều nhà sư đã có đời sống thế tục: họ cũng tạo xe hơi đắt tiền, điện thoại di động…Nhiều tín đồ làm việc ở chùa cũng lãnh lương bổng nhờ sự kinh doanh của chùa.

Phật giáo Trung Hoa đang bị thế tục hoá, Tăng Ni Trung Hoa đang bị tha hoá. Nhiều Tăng Ni đã dành rất nhiều thì giờ vào việc khai thác kinh doanh để kiếm tiền, và dành rất ít thì giờ để tu học.

Trước tình trạng suy thoái của Phật giáo Trung Hoa, các bậc cao tăng, các cư sĩ và Phật tử Trung Hoa tu hành chân chính cần phải chấn hưng đạo Phật một lần nữa.

Một thí dụ về việc kinh doanh rất thành công của Thiếu Lâm Tự (*theo nguồn: internet , đăng vào ngày 16 tháng 11, 2014*): *Thiếu Lâm Tự* là một ngôi chùa đã được xây dựng khoảng thế kỷ thứ 5 sau CN tại núi Tung Sơn ở thành phố Trinh Châu, tỉnh Hà Nam, Trung Hoa. Đây là một ngôi chùa có tiếng từ thời xa xưa. Trong vòng 10 năm (2004 - 2014), Thiếu Lâm Tự đã đi vào con đường kinh doanh rất phát đạt: vé vào cửa mỗi năm lên tới 20 triệu US dollars. Ngoài ra còn có các khoản thu nhập khác: kinh doanh dược phẩm, lập công ty điện ảnh, biểu diễn võ Thiếu Lâm, lập trung tâm võ Thiếu Lâm ở ngoại quốc...Thẳng thắn mà nói vị sư trụ trì của Thiếu Lâm Tự ngoài việc thâm hậu về võ nghệ, sư còn rất giỏi về điều hành kinh doanh theo nền kinh tế thị trường. Nhưng có nhiều nhà phê bình cho rằng chùa chiền là nơi tu hành, nơi tĩnh tọa của chư Tăng, nhưng nay sư trụ trì Thích V. T. lại biến Thiếu Lâm Tự thành một cơ sở kinh doanh. Do đó, các bình giả không khỏi không hoài nghi về "*tính tu hành chân chánh*" của các sư trong Thiếu Lâm Tự và các người "*ăn theo*" cơ sở kinh doanh này.

Tuy nhiên, như đã trình bày ở trên, sự nghiệp phiên dịch kinh điển Phật giáo ra chữ Hán đã giúp cho việc du nhập tư tưởng triết học Phật giáo được dễ dàng, được phổ cập trong hàng trí thức Nho giáo, Đạo giáo, tư tưởng Phật giáo đã ảnh hưởng đến các trường phái triết học Trung Hoa, các môn phái tôn giáo khác; và tín ngưỡng Phật giáo đã ảnh hưởng sâu đậm vào đời sống của đại chúng. Công sức này là do sự làm việc vô cùng tận tuỵ và hy sinh cả đời người của các Đại sư Trung Hoa trải qua khoảng 1900 năm, chúng tôi tin tưởng rằng rồi đây Phật giáo Trung Hoa sẽ được chấn hưng tốt đẹp trên bình diện tôn giáo.

Toronto, ngày 16 tháng 3 năm 2016
Sửa chữa và bổ sung ngày 15 tháng 5 năm 2017

Nguyễn Vĩnh Thượng

Tài liệu tham khảo chính yếu:

Fung Yu-Lan (馮友蘭), *A History of Chinese Philosophy*, Volume I & II; translated by Derk Bodde with introduction, notes, bibliography & index. First Princeton Paperback printing,1983, published by Princeton University Press, USA.[The first Volume (Vol. I) of Fung Yu-Lan's history was published in Chinese in 1931 by the Shen Chou Publishing Co., Shanghai.The Chinese edition of Vol. II was published by the Commercial Press, Shanghai. Second Edition in English, 1952... Seventh Printing, 1973]

-Hạnh Cơ, *Sơ lược quá trình phiên dịch, soạn thuật và hình thành Đại Tạng Kinh Hán văn* trong quyển *Tuyển Tập II*, Calgary: Hoàng Hậu Thái Châu, 2014, từ tr. 819 đến tr.930

-Herrlee G. Creel, *Chinese thought: from Confucius to Mao Tse Tung*, Chicago: University of Chicago Press, 1953.

-Kogen Mizuno, *Buddhist Sutras: Origin, Development, Transmission.* Translated by Morio Takanashi & others, adapted by Rebecca M. Davis. Tokyo: Kosei Publishing Co. First English edition, 1982. Sixth printing, 1995.

--Phan Khoang, *Trung Quốc Sử Cương*, Cholon: nhà in Hồng Phát, 1958. in lại: NXB Đại Nam, Glendale, CA, USA, 1984.

-Nguyễn Đăng Thục, *Triết học Trung Hoa, tập I & II* trong bộ *Lịch sử triết học Đông phương*, Saigon: nhà in Trường Sơn, 1963. in lại : NXB Xuân Thu, Los Alamitos, CA, USA, 1990.

-Thích Thanh Kiểm, *Lịch sử Phật giáo Trung quốc*, Saigon: Vạn Hạnh, 1965.

-Thích Thiên Ân, *Zen Philosophy, Zen Practice*, Berkeley, CA, USA: Dharma Publishing & College of Oriental Studies, 1975

-Thích Thiên Ân, *Triết học Zen, tập I & II*, Saigon: Đông Phương, 1963.

-Thích Thiện Hoa, *Mười tôn phái Phật giáo ở Trung Hoa*, từ tr. 85 đến tr.252, trong *Phật Học Phổ Thông khoá thứ năm*, Cholon: Ban Hoằng Pháp, 1964. in lại: Phật học Viện Quốc Tế, Sepulveda, CA,USA, 1987.

-Weihe Zhong, *An Overview of Translation in China:Practice and Theory,* Guangdong: Translation Journal, 2014.
Nguồn: *http://translationjournal.net/journal/24china.htm*

-Wikipedia, *Chinese translation theory*.
Nguồn: https://en.wikipedia.org/wiki/Chinese_translation_theory

-Wikipedia, *Silk road*. Nguồn:
https://en.wikipedia.org/wiki/Silk_Road

-Wikipedia, *History of China*.
Nguồn: https://en.wikipedia.org/wiki/History_of_China

Phụ Lục

Đại Tạng Kinh ở Triều Tiên & ở Nhật Bản

I.- Phụ lục 1 : Đại Tạng Kinh ở Triều Tiên/Cao Ly.

Triều Tiên (朝鮮)là một bán đảo nằm nhô ra biển ở Đông Á, có đường biên giới nằm trong đất liền ở phía Tây giáp với Trung Hoa; phía Đông, Nam và Tây bao bọc bởi biển : -Đông là biển Nhật Bản, -Nam là biển Nam Hải, - Tây là biển Hoàng Hải.

Triều Tiên gồm 3 nước cổ xưa là Cao Cú Lệ (高句麗 , Kokuri), Bách Tế (百濟,Kudara) và Tân La (新羅,Shiragi)

Lịch sử nước Triều Tiên đã trải qua các thời kỳ như sau:

-Triều đại Cao Ly (918 – 1392)

-Triều đại Triều Tiên (1392 – 1897)

-Đế quốc Đại Hàn (1897 – 1910)

-Nhật Bản thôn tính Đại Hàn từ 1910 đến sau Đệ nhị thế chiến 1945, Nhật đã đầu hàng Đồng Minh, nên Triều Tiên thuộc về phe chiến thắng trong kỳ Đệ nhị thế chiến: Triều Tiên bị chia đôi với ranh giới là vĩ tuyến 38. Liên Hiệp Quốc giao Hoa Kỳ miền Nam Đại Hàn, giao Liên Xô miền Bắc Đại Hàn. Miền Bắc là CHDCND Triều Tiên theo chế độ Cộng sản, miền Nam là Đại Hàn Dân Quốc/ Korea (gốc từ chữ Cao Ly) theo chủ nghĩa tư bản. Sau khi Hoa Kỳ rút quân khỏi Nam Hàn thì Bắc Hàn tấn công Nam Hàn vào tháng 6 năm 1950. Trung cộng yểm trợ Bắc Hàn, Hoa Kỳ yểm trợ Nam Hàn. Chiến tranh Nam - Bắc kéo dài được 3 năm, đến năm 1953 thì Hiệp định đình chiến ra đời, biên giới Nam -Bắc ngăn cách bởi vĩ tuyến 38.

1.-Phật giáo ở Cao Cú Lệ:

Cao Cú Lệ nằm ở phía Bắc của bán đảo Triều Tiên, được lập quốc vào thế kỷ thứ 1. Năm 668, nước Tân La xâm chiếm nước này. Bây giờ là phần đất của Bắc Hàn

Năm 372, vua Phù Kiên, đời Đông Tấn (Tsin) sai Ngài Thuận Đạo đem kinh và tượng Phật sang cho vua tiểu quốc Cao Cú Lệ là Tiểu Thú Lâm. Trong đó có tượng Bồ tát Di

Lặc. Từ đó Phật giáo được phát triển, nhiều chùa chiền được xây dựng. Triều đình thì hỗ trợ Phật giáo, dân chúng thì rất nhiều người tin Phật.

2.-Phật giáo ở Bách Tế:

Nước Bách Tế nằm ở phía Tây-Nam của bán đảo Triều Tiên, được thành lập vào khoảng giữa thế kỷ thứ 4 sau CN. Năm 660, Bách Tế bị liên quân nhà Đường của Trung quốc và Cao Cú Lệ tiêu diệt. Nay là phần đất của Nam Hàn.

Năm 384, vị sư Ma-La-Nan-Đà từ Đông Tấn đem đạo Phật truyền bá sang Bách Tế. Vua Bách Tế là Á Tân Vương dạy dân hãy tin Phật. Nho giáo và Lão giáo cũng được truyền vào Bách Tế.

Năm 541, vua Thánh Vương sai sứ sang nhà Lương của Trung Hoa thỉnh kinh thi của Nho giáo, nhiều kinh Phật như kinh Niết Bàn và các nghệ nhân giỏi v…v...

Nước Bách Tế theo tín ngưỡng Đức Phật Di Lặc. Vua ban hành sắc lệnh cấm sát sanh, thả tất cả gà vịt nuôi trong nhà, huỷ bỏ tất cả các dụng cụ săn thú và bắt cá; điều này chứng tỏ Phật giáo Bách Tế đã theo con đường tôn trọng giới luật của đạo Phật một cách triệt để.

Năm 552, triều đình nước Bách Tế tặng cho Thiên Hoàng Khâm Minh (Kinmei) một tượng Phật Thích-ca bằng đồng, Phật giáo đã chính thức truyền vào Nhật Bản. Trong thật tế Phật giáo đã truyền vào dân chúng Nhật Bản từ Triều Tiên trước đó nhiều năm.

3.-Phật giáo ở Tân La:

Nước Tân La nằm ở phía Đông-Nam của bán đảo Triều Tiên, thuộc phần đất Nam Hàn ngày nay. Nước này được thành lập vào năm 356.

Năm 668, Tân La thống nhất toàn vẹn lãnh thổ nước Triều Tiên, tiếp theo đó là đánh đuổi được quân xâm lăng nhà Đường của Trung Hoa, thâu hồi độc lập.

Năm 935, Vương Triều Cao Lệ chiến thắng và tiêu diệt nước Tân La, lập nên nước Cao Ly.

Nước Cao Ly/Triều Tiên được hoà bình, nhân dân sống sung túc, văn hoá phát triển, các tôn giáo Nho, Lão và Phật cùng nhau phát triển. Vào lúc đó trong giới Phật giáo có phong trào "*Nhập Đường Cầu Pháp*" của các tăng sĩ, tức là tăng sĩ muốn đi qua triều đại nhà Đường ở bên Tàu để cầu học Phật Pháp, nhờ vậy mà Phật giáo Triều Tiên trở nên hưng thịnh.

Vua Thái Tổ Cao Ly hết lòng bảo hộ Phật giáo, vua quy y Tam Bảo, vua ban chức "*Vương sư*" hoặc "*Quốc sư*" cho cao tăng. Theo lịch sử Phật giáo Cao Ly thì chức Vương sư hoặc Quốc sư có địa vị trong chế độ tăng quan còn cao hơn cả chức "*Đại Thiền Sư*" và chức "*Tăng Thống*".

Năm 1011, vua Hiển Tông nước Cao Ly cho khởi công khắc ván bộ "*Sơ Điêu Bản*" căn cứ vào bộ "*Thục Bản*" của nhà Tống: đó là "*Sơ Điêu Bản Cao Ly Tạng Bản*".

Năm 1085, dưới đời vua Tuyên Tông, có Ngài Tăng Thống Nghĩa Thiên đi qua nhà Tống cầu Pháp. Năm 1090, Nghĩa Thiên về nước, đã đem theo rất nhiều chương sớ, kinh điển của các tông phái Phật giáo. Ngài biên soạn thành bộ "*Tân Biên Chư Tôn Giáo Tạng Tổng Mục*" rồi đem khắc bản in, tiếp tục thêm vô bộ Sơ Điêu Bản, gọi là "*Cao Ly Tục Tạng Bản*".

Năm 1232, nước Cao Ly bị quân Mông Cổ xâm lăng. Họ thiêu đốt cả hai bộ "Đại Tạng Kinh" là "*Cao Ly Tạng Bản*" và "*Cao Ly Tục Tạng Bản*".

Năm 1236, vua Cao Tông ban sắc lệnh khắc và in lại một bộ Đại Tạng Kinh mới gọi là "*Tái Điêu Bản*".Bộ kinh Tái Điêu Bản đã được soạn lại và đã căn cứ, tổng hợp lại các bộ Thục Bản, Khế Đan Đại Tạng Kinh và các phần còn lại của Sơ Điêu Bản. *Tái Điêu Bản* được ghi chú kỹ lưỡng, nên rất có giá trị cho việc nghiên cứu Phật học. Bộ này còn được gọi là "**Cao Ly Đại Tạng Kinh**" được lưu trữ ở chùa Hải Ấn tại Nam Triều Tiên cho đến ngày nay.

Hai bộ "*Súc Loát Đại Tạng Kinh*" và "*Đại Chính Tân Tu Đại Tạng Kinh*" của Nhật Bản đã lấy bộ "*Cao Ly Đại Tạng Kinh*" làm căn cứ để tham khảo.

II.-Phụ lục 2: Đại Tạng Kinh ở Nhật Bản.

Nhật Bản (日本 Nihon / Nippon) là một đảo nằm ở phía Đông Bắc Châu Á, gồm có 4 quần đảo: quần đảo Chishima, quần đảo Nhật Bản, quần đảo Ryukya và quần đảo Izu-Ogasawara. Những quốc gia và lãnh thổ ở vùng biển lân cận với vùng biển Nhật Bản là Nga, Bắc Hàn, Nam Hàn.

Theo sách Trung Hoa Hậu Hán Thư, mục Ông Di truyện thì vào thế kỷ thứ 1 sau CN, nước Nhật Bản có tên là Yamato (倭 ,Oa quốc) có hàng trăm nước nhỏ. Từ thế kỷ thứ 3 đến thế kỷ thứ 6 thì quốc gia Nhật Bản được thống nhất, văn hoá bắt đầu phát triển.

Dưới thời Thiên Hoàng Nguyên Minh (Genmei tenno, 661 – 721) tên nước được đổi thành Đại Hoà, người Nhật vẫn đọc là Yamato.

Phật giáo được truyền vào Nhật Bản từ Triều Tiên. Năm 552, triều đình nước Bách Tế tặng cho Thiên Hoàng Khâm Minh (Kinmei) một tượng Phật Thích-ca bằng đồng, Phật giáo đã chính thức truyền vào Nhật Bản. Trong thật tế Phật giáo đã truyền vào dân chúng

Nhật Bản từ Triều Tiên trước đó nhiều năm. Từ đó, Phật giáo được phát triển, có lúc thịnh, có lúc suy, có lúc được sự hỗ trợ tích cực của triều đình và đã trở thành quốc giáo một thời gian.

Thái tử Thánh Đức (Shotoku Tai Shi, 574 – 622) là vị hộ pháp đầu tiên, Ngài rất tích cực bảo trợ Phật giáo trong lịch sử Phật giáo Nhật Bản.

Vào thế kỷ thứ 8, dưới triều vua Nara (奈良 , Nại Lương, 710 – 794), nước Nhật và nước Tàu có mối giao hảo rất mật thiết, văn hoá giao lưu giúp Nhật Bản lãnh hội được văn hoá Trung Hoa, và đến cả việc dùng chữ Hán để sử dụng việc ký tự cho văn tự Nhật Bản. Do đó Phật giáo cũng được du nhập vào Nhật Bản một cách nhanh chóng. Đến thế kỷ thứ 13, những tông phái Phật giáo nào của Tàu cũng được du nhập vào Nhật Bản. Hơn thế nữa, Phật giáo Nhật còn thành lập một số tông phái riêng như **Nhật Liên Tông**.

Gần đây, khi Đại chiến thế giới lần thứ 2 bùng nổ thì Phật giáo Nhật Bản đã ủng hộ *Chủ Nghĩa Quân Phiệt* với chiêu bài Đại Đông Á của Nhật Bản, nên các chùa chiền đã tích cực gom góp các chuông đồng, các Phật cụ bằng đồng để đúc súng đạn.

Các thời điểm Phật giáo Nhật Bản đã soạn các kinh sách Phật giáo:

1. Năm 1637, Phật giáo Nhật đã soạn bộ "*Thiên Hải Tạng"* căn cứ vào bộ "*Đại Tạng Tư Khê Bản*" của nhà Tống ở Tàu, và bộ "*Phổ Ninh Tự Bản*" của nhà Nguyên cũng ở bên Tàu; người Nhật cũng đã cho khắc chữ rời bằng gỗ để in.

2. Trong khoảng năm 1630 – 1682, Ngài Thiết Nhãn đã soạn và khắc bản in bộ "Hoàng *Bá Bản Tạng Kinh*", bộ này căn cứ vào bộ "Minh Bản", tức Lăng Nghiêm Tự Bản hay Minh Tạng.

3. Vào năm 1880, dưới thời Minh Trị Thiên Hoàng (triều đại kéo dài: 1868 – 1912), các cư sĩ Đảo Điền Phiên Căn, Phúc Điền Hành Giới v. v… biên soạn bộ "*Súc Loát Tạng Kinh"*, gọi đủ tên là "*Đại Nhật Bản Hiệu Đính Khắc Đại Tạng Kinh*", đã căn cứ vào bộ Đại Tạng Kinh của Triều Tiên và Đại Tạng Kinh của đời Tống, đời Nguyên, đời Minh. Bộ này còn bổ sung vô các kinh điển Mật giáo đã ấn hành ở Nhật.

4. Năm 1902, Ngài Nhẫn Trừng khởi công biên tập bộ "**Vạn Tự Đại Tạng Kinh**", gọi đầy đủ tên là *Đại Nhật Bản Hiệu Đính Huấn Điểm Đại Tạng Kinh.* Đến năm 1905, bộ kinh này được soạn xong, nhà xuất bản "*Kinh Đô Tàng Kinh Thư Viện*" *ấn hành.*

5. Cũng vào năm 1905, NXB "*Kinh Đô Tàng Kinh Thư Viện*" cho in tiếp bộ "**Vạn Tự Tục Tạng Kinh**" do Ngài Trung Dã Đạt Tuệ biên tập. Bộ kinh này tiếp nối bộ Vạn Tự Đại Tạng Kinh, đây là bộ sách thu thập tất cả những bài viết về Phật học mà bộ Vạn Tự Đại

Tạng Kinh không có, lại còn bao gồm cả các dịch phẩm và các trước tác của các vị cao tăng Trung Hoa và Đại Hàn.

Để phân biệt, Phật giáo Nhật Bản gọi *Vạn Tự Đại Tạng Kinh* là "**Chánh Tạng**", còn *Vạn Tự Tục Tạng Kinh* là "**Tục Tạng Kinh**".

6. Năm 1919, Ngài Trung Dã Đạt Tuệ bắt đầu biên tập bộ "*Nhật Bản Đại Tạng Kinh*", đến năm 1922 thì hoàn tất; Hội Nhật Bản Đại Tạng Kinh Biên Toàn đã xuất bản. Bộ kinh này thu góp các sách, các bài chú giảng về Kinh, Luật, Luận cùng những điển tích của Phật giáo do các tác giả Trung Hoa và Nhật Bản biên soạn.

7. Năm 1924, dưới triều đại *Đại Chánh* (1912 - 1926), hai vị Bác sĩ người Nhật là Cao Nam Thuận Thứ Lang (Takakusu Junjiro) và Độ Biên Hải Húc đã cùng với nhiều học giả khác bắt đầu biên soạn bộ **Đại Chánh Tân Tu Đại Tạng Kinh**" (**大正新修大藏經**), còn gọi là **Đại Chánh Tạng** hay ***Đại Chánh Bản***. Đây là một Đại Tạng Kinh viết bằng chữ Hán đã thu thập nhiều tác phẩm, kinh điển Phật giáo nhất từ xưa đến nay. Đại Tạng Kinh này được đánh giá là hoàn hảo nhất, và được truyền bá rộng rãi trên thế giới. Đến năm 1934 thì bộ Đại tạng kinh này được hoàn thành, và được chính *Hội Đông-Kinh Đại Chánh Nhất Thiết Kinh* của các học giả này ấn hành.

Đại Chánh Tạng có nội dung gồm 4 phần:

1. **Chánh Biên:** gồm các thu thập tất cả các dịch phẩm Kinh, Luật, Luận và các bài viết về Phật học ở Trung quốc, Đại Hàn và Nhật Bản.

2.**Tục Biên**: gồm các thu thập những tác phẩm Phật giáo của Nhật Bản, các tư liệu khảo cổ ở Đôn Hoàng tại Trung quốc, và cả các tác phẩm, kinh điển bị nghi ngờ là ngụy tạo.

3.**Đồ Tượng**: gồm các thu thập về Mật giáo do các Pháp sư Nhật Bản học hỏi từ các Pháp sư Tàu, và sau đó họ tự phát triển thêm

4.**Chiêu Hòa Pháp Bảo Tổng Mục Lục**.

Hai vị Bác sĩ Nhật Bản nói trên còn soạn một quyển sách: **Mục Lục Đại Chánh Tân Tu Đại Tạng Kinh.** Mục lục này giúp cho các nhà nghiên cứu Phật học dễ dàng tra cứu nội dung của *Đại Chánh Tân Tu Đại Tạng Kinh.*

Hiện nay *Phật giáo Đài Loan* đang sử dụng bộ *Đại Tạng Kinh* này, và còn đăng lên internet toàn bộ Đại Tạng Kinh này nữa.

Tài liệu tham khảo chính yếu:

Nguồn: internet về *Lịch sử Triều Tiên, Phật giáo Triều Tiên; Lịch sử Nhật Bản và Phật giáo Nhật Bản.*

Chương 29

Hành trình Tâm linh để sống một cuộc sống tốt đẹp hơn.

"*Hành trình Tâm linh để sống một Cuộc sống tốt đẹp hơn*" (Spiritual Journey to living a better life): Sống một cuộc sống an bình là chìa khóa để có một cái chết bình yên.

Cuộc đời vốn vô thường. Vô thường trong từng giây, từng phút, từng sát-na (Srt. ksana, đơn vị thời gian ngắn nhất), mọi vật đều biến đổi không ngừng. Theo Phật giáo, đời người trải qua sanh, lão, bịnh, tử. Hễ có sanh thì có sự kết thúc bằng cái tử.

Như vậy, ai rồi cũng chết, nói chung tất cả chúng sanh đều chết, chúng ta đều đi đến cái chết. Mỗi giây phút là chúng ta đi gần tới cái chết. Khi chết, người ta bỏ lại tất cả: bỏ lại thân xác mình, bỏ lại của cải của mình, bỏ lại gia đình, bỏ lại bạn bè thân thuộc, bỏ lại quyền lực...

Con người, nói chung, tin rằng mình phát xuất từ Đáng Tối Cao và cảm nhận chết không phải là hết mà chỉ là "*qua đời*" này để bước vào "*đời sau.*"

Tín hữu Ki-tô-giáo thì tin rằng sau khi tổ phụ loài người là A-đam và Ê-va nghe theo lời cám dỗ của Ma-quỷ, phạm tội, thì sự chết là cái giá phải trả của tội lỗi, không ai có thể tự cứu mình bằng công đức của mình bởi vì công đức của loài người tựa như "*áo nhớp*" dưới mắt Đức Chúa Trời. Nhưng Ngài đầy lòng thương xót: Đấng Cứu Thế (còn gọi là Ki-tô hay Cơ-đốc) giáng sanh làm người vô tội chịu chết thế tội cho bất cứ ai nhận ơn cứu chuộc đó. Ấy là bởi đức tin, không phải bởi công đức, mà được trở về một cách an bình với Thiên Chúa, về nhà Cha sống vĩnh viễn phước hạnh. Tuy nhiên, các tín hữu Ki-tô hay Cơ-đốc-nhân làm việc lành suốt cuộc đời mình, không phải là làm "*từ thiện*" mà là làm việc theo "*ý muốn tốt lành*" của Đức Chúa Trời. Ngài ban sự sống miễn phí cho mọi người thì Ngài cũng ban sự sống phước hạnh miễn phí cho bất cứ ai chịu nhận.

Chúng ta là những Phật tử bình thường, chúng ta tin rằng "*nghiệp lực*" sẽ ảnh hưởng đến đời sống của kiếp sau khi tái sanh. Bởi thế nên chúng ta luôn cố gắng tạo nên các nghiệp tốt. Chúng ta thể hiện lòng từ bi đối với mọi người, mở lòng bố thí người nghèo khó, đối xử tốt với mọi người, chia sẻ những hiểu biết, tiền bạc theo khả năng; bởi vì tài sản, của cải thì phù du; không đấu đá tranh giành quyền lực hảm hại lẫn nhau...Như vậy, chúng ta thực hành được một cuộc sống tốt đẹp, sống một đời sống tử tế.

Khi tạo được các nghiệp tốt trong cuộc đời này tức là chúng ta đã chuẩn bị cho một cuộc tái sanh ở đời sau được tốt đẹp. Nói khác chúng ta đã chuẩn bị cho một cái chết tốt đẹp bằng cách thực hành một cuộc sống tốt đẹp trong cõi đời này để kiếp sau sẽ tái sanh trong một hoàn cảnh tốt đẹp.

Thi sĩ nổi tiếng Văn Thiên Trường (Trung Hoa, 1236 – 1283) đã viết trong bài thơ Quá Linh Đinh dương (過零丁洋 , Việt. Đi qua biển Linh Đinh):

人生自古誰無死
留取丹心照汗青

Nhân sinh tự cổ thùy vô tử,
Lưu thủ đan tâm chiếu hãn thanh.

(Xưa nay hỏi có ai không chết,
Lưu lại lòng son sáng sử xanh.)

Đức Dalai Lama XIV, trong lời tựa của cuốn sách: "*Advice on Dying and Living a Better Life*" đã viết:

"*Là một Phật tử, tôi coi cái chết như là một tiến trình bình thường, một thực tế mà tôi chấp nhận sẽ xảy ra cho đến khi nào tôi còn tồn tại trên trái đất này. Biết rằng tôi không thể thoát khỏi nó, tôi thấy không có gì phải lo lắng về nó. Tôi có khuynh hướng nghĩ về cái chết chẳng khác nào như các việc thay đổi quần áo khi chúng đã cũ và rách hơn là một sự chấm dứt sau cùng. Tuy nhiên cái chết không thể đoán trước được: chúng ta không biết khi nào nó đến hoặc nó sẽ diễn ra như thế nào. Vì vậy chỉ có thể thực hiện các biện pháp phòng ngừa nhất định trước khi nó thực sự xảy ra. Một cách tự nhiên, hầu hết chúng ta đều muốn có cái chết an bình, nhưng điều rõ ràng rằng chúng ta không thể hy vọng chết một cách an bình nếu cuộc sống của chúng ta đầy bạo lực, hay nếu tâm thức chúng ta bị kích động bởi các cảm xúc như giận dữ, quyến luyến hay sợ hãi. Vì vậy nếu chúng ta muốn chết một cách an bình thì chúng ta phải học cách sống thế nào cho tốt: hy vọng một cái chết an bình thì chúng ta phải tích dưỡng an bình trong tâm trí và trong cách sống của chúng ta."*

(As a Buddhist, I view death as a normal process, a reality that I accept will occur as long as I remain in this earthly existence. Knowing that I cannot escape it, I see no point in worrying about it. I tend to think of death as being like changing your clothes when they are old and worn out, rather than as some final end. Yet death is unpredictable: We do not know when or how it will take place. So it is only sensible to take certain precautions before it actually happens. Naturally, most of us would like to die a peaceful death, but it is also clear that we cannot hope to die peacefully if our lives have been full of violence, or if our minds have mostly been agitated by emotions like anger, attachment, or fear. So if we wish to die well, we must learn how to live well: Hoping for a peaceful death, we must cultivate peace in our mind, and in our way of life.) **(Dalai Lama XIV)**

Toronto, 25 April 2020.

Nguyễn Vĩnh Thượng

Tài liệu tham khảo chính yếu:

-Dalai Lama XIV, Tenzin Gyatso, (Jeffrey Hopkins, Ph. D. translated & Edited), *Advice on Dying and Living a Better Life*, Ebury Publishing, 2004.

-Nguyễn Vĩnh Thượng, bài viết: *Đạo đức Phật giáo*, Toronro: Website An Phong An Bình, 2019.

-Tulku Thondup (Harold Talbott, Edited), *Enlightened Journey: Buddhist Practice as Daily Life*, Boston & London: Shambhala, 1995.

Chương 30

Vấn đề Sanh và Tử trong đời người

Thời gian luôn di chuyển về phía trước. Kể từ khi chúng ta được sanh ra đời cho tới bây giờ, mỗi một giây phút trôi qua là chúng ta đến gần hơn chỗ cuối cùng của cuộc đời, đến gần cái chết hơn. Đây là điều bình thường ở trong vũ trụ. Kể từ lúc tôi bước vào tuổi 70 đến nay, sức khỏe tôi bị giảm dần, và tôi thường xuyên nhận được tin tức từ bạn bè: có người bị bịnh này, người bị bịnh kia, có nhiều bạn vô nhà dưỡng lão, và nhận được những tin buồn: bạn bè, người thân lần lượt "*ra đi*" không như thời còn trẻ tôi thường nhận được những thiệp cưới thường xuyên từ bạn bè. Một phần rất lớn của cuộc đời tôi đã đi qua, phần còn lại thì không còn bao nhiêu so sánh với quãng đời đã đi qua. Do đó, "*sanh* và *tử"* là một vấn đề rất quan trọng trong một đời người. Các tư tưởng triết học, đạo học, các tôn giáo: Ấn độ giáo, Phật giáo, Hồi giáo, Cơ đốc giáo, Do thái giáo, và ngay cả người vô thần (atheist) cũng đều đã chia sẽ quan niệm của mình về vấn đề sống và chết trong cuộc đời của con người. Trong phạm vi của bài viết này, tôi cố gắng tìm hiểu vấn đề sanh và tử theo quan niệm của Phật giáo (A matter of life and death in accordance with the point of view of Buddhism).

Sự sanh (birth) phải hội đủ các điều kiện:

1. Giao hợp Nam Nữ.
2. Người phụ nữ có thể thụ thai.
3. Phải có nghiệp thức (karmic consciousness). Nghiệp thức là dòng vận hành để kết hợp 2 yếu tố trên mà tạo nên sanh và tái sanh (rebirth).

Nói khác, sự sanh là kết quả của cuộc giao hợp tính dục qua tử cung (wombs) và trứng của người phụ nữ, thêm vào đó là nghiệp thức của chúng sanh. Tôi đang hiện hữu ở đây là do cha mẹ tôi đã giao hợp, và chính tôi đã có một nghiệp thức hay linh hồn để tạo nên phần tinh thần của tôi. Nếu hai điều kiện này đã không kết hợp với nhau trong một hoàn cảnh đặc biệt ở nhiều năm trước đây thì chắc chắn tôi không thể hiện hữu ở đây trong giây phút này.

Sự sống (life): để có sự sống trong thế giới này, chúng ta cần đến nhiều vật, nhiều điều để giúp chúng ta sống sót: thực phẩm, nước, quần áo, nơi ẩn náo, khi bịnh hoạn thì cần thuốc men v…v…

Sự chết (death) sẽ đến với chúng sanh khi các điều kiện cần thiết đã nêu trên đi đến chỗ chấm dứt. Như đã biết có nhiều điều kiện giúp chúng ta hiện hữu tức sanh; và nhiều điều kiện khác giúp ta tiếp tục hiện hữu ở đây tức là sống.

Sự chết là điều được khẳng định rằng nó sẽ xảy đến cho tất cả mọi người. Ai cũng đi đến cái chết. Tuy nhiên, người ta thường nghĩ đến hoặc chứng kiến cái chết xảy ra với những người khác mà hay nghĩ rằng cái chết chưa đến với họ.

Đức Phật lịch sử Thích-ca Mâu-ni đã nhận thức rằng "*cái chết thì không thể tránh được*" (death is inevitable). Chính "*cái chết*" đã là trợ lực cho Thái tử Siddhartha Gautama thực hiện một hành trình tôn giáo hướng tới sự giải thoát tâm linh và sự an bình trong tâm hồn (religious journey to spiritual freedom and inner peace). Đó là hành trình tư duy đi tìm sự chấm dứt khổ đau/ chấm dứt những điều không bằng lòng.

Trong lần thứ ba khi đi ra cửa phía Tây của hoàng thành, Thái tử Siddhartha đã gặp một đám tang đang đưa người chết đi chôn, thân nhân khóc lóc thê thảm. Anh nài ngựa giải thích rằng mọi người đều có thể chết. Thái tử đang đối diện với định mệnh tối hậu của con người, con người không có cách nào để thoát khỏi cảnh tử vong. Tinh thần Thái tử bị căng thẳng trước những suy tư về thân phận của con người.

I.-Cuộc đời chúng ta là một cơ hội quý giá để tạo nên nghiệp tốt:

Như vừa nói trên, "cái chết" là một điều chắc chắn xảy ra, và xảy đến cho từng cá nhân; nhưng hình như có vị nghĩ rằng cái chết chỉ xảy đến cho người khác trong khi chính họ thì sống mãi, trường sanh bất tử. Họ chỉ đối diện với cái chết khi họ đối diện với cái chết của người thân hoặc khi họ đang bị một cơn bịnh hiểm nghèo có thể đưa đến cái chết. Nhiều khi sau một thời gian, người thân của họ đã chết thì họ cũng quên đi "cái chết" ấy.

Trên thế giới, nơi chúng ta đang sống, có khoảng 6 tỷ người, mỗi giây phút đều có rất nhiều người được sinh ra và được tái sanh vào cõi người. Đây là điều rất tốt. Trong khi đó, cũng trong thế giới này, có hàng tỷ sinh vật được sanh sống với con người. Chúng tôi muốn nói rằng con người đã có cơ hội quý giá là được tái sanh vào cõi người, như vậy chúng ta cần phải nhận thức được "sự sống" là một cơ hội đáng giá ngàn vàng để giúp chúng ta tạo nên những điều tốt trong thời gian chúng ta còn sinh sống trên cõi đời này.

Điều khẩn thiết là chúng ta phải nhận thức rằng từng giây, từng phút, từng sát-na (Srt. Ksana, là đơn vị thời gian rất ngắn) chúng ta đến gần "cái chết" hơn, nên chúng ta phải khẩn thiết thực hiện những nghiệp tốt, đó là những gì Phật giáo khuyến khích chúng ta phải làm. Từ quan điểm của Phật giáo, chúng ta phải thực nghiệm tâm linh để giải thoát những khổ đau và những sự bất hài lòng trong cõi đời này, và đem lại hạnh phúc cho chúng ta và người khác.

Những suy niệm về "cái chết" có thể giúp chúng ta tìm những giải pháp tốt đẹp trong cuộc sống hằng ngày:

1.- Nếu một người đang bị bịnh hiểm nghèo, Bác sĩ cho biết có thể còn sống được khoảng 2 năm nữa, có lẽ nỗi lo âu, buồn rầu, sợ hãi, ăn năn, hối tiếc sẽ hiện lên trong tâm trí người ấy. Người này cần nghĩ rằng linh hồn/ thần thức/ nghiệp thức của họ sẽ rời khỏi thân xác họ, những lỗi lầm mà họ đã làm, nghĩ đến những người mình cần gặp gỡ…trước khi chết; rồi người ấy phải suy nghĩ những gì thật cần thiết mà người ấy phải hoàn thành trước khi chết, những gì không thể hoàn thành trước khi chết, những gì phải buông bỏ, **buông bỏ** không có nghĩa là buông trôi để mặc tình cho dòng đời lôi cuốn trôi dạt long bông như thuyền không lái, không có một chủ đích; và dọn đường cho "*một cái chết thanh thản*".

2.- Hiểu được "*cái chết*" là điều xác thực và không thể nào ngăn cản được, bởi vì "*cái chết*" là một điều chắc chắn xảy ra, và nhất là phải hiểu rằng thời gian còn lại để sống thì ngắn lại từng giây, từng phút, từng sát-na. Mọi vật biến chuyển vô thường, không có gì tồn tại mãi mãi. Rồi đây thân xác này cũng trở thành "*cát bụi*" vào một ngày nào đó cho nên chúng ta phải tạo nên một tương lai tốt đẹp bằng cách tạo nên những nghiệp nhân tốt để ngăn chận khổ đau trong hiện tại và trong tương lai.

Trong Kinh Pháp Cú đã nói:

諸惡莫作

眾善奉行

自淨其意

是諸佛教

[Kinh Pháp Cú 183]

Phiên âm:

Chư ác mạc tác
Chúng thiện phụng hành
Tự tịnh kỳ ý
Thị chư Phật giáo.

dịch:

Chớ làm các điều ác,
Nguyện làm các việc lành,
Giữ tâm ý trong sạch,
Đó là lời chư Phật dạy.

Anh văn:

Not to do any evil,
to cultivate good,
to purify one's mind,
this is the Teaching of the Buddhas.

Người Phật tử bình thường có 5 giới hay 5 điều cấm, chỉ cần giữ năm giới thật cẩn trọng, tránh làm điều ác, nguyện làm điều thiện trong cuộc sống hằng ngày thì thân tâm sẽ được thanh tịnh.

5 giới hay 5 điều cấm (Srt. Pancasilani, Av. the five precepts) là: 1.-Không sát sanh (no killing), 2.-Không trộm cắp (no stealing), 3.- Không tà dâm (non sexual misconduct), 4.-Không được nói dối, nói xấu, chửi rủa, dùng lời hoa mỹ để mê hoặc người khác (non incorrect speech), 5.-Không được uống rượu say sưa (refraining from intoxicants).

3.-Chúng ta phải nhận thức rằng "cái chết" xảy ra trong đời người thì không thể xác định thời điểm một cách chắc chắn. Mặc dầu có những khoa học huyền bí như "Khoa tử vi", "Khoa coi chỉ tay", "Khoa coi tướng" có thể dự đoán được phần nào về thời điểm của cái chết của một con người.

Theo thống kê thì tuổi thọ trung bình của con người hiện nay là khoảng 85 tuổi, và tuổi thọ này có thể hơn nữa theo đà tiến triển của y học. Nhưng không có gì bảo đảm một người sẽ sống tới tuổi đó. Người trẻ có thể chết trước người già, người đang khỏe mạnh có thể chết trước người đang bệnh hoạn.

Nhiều yếu tố khách quan có thể làm cho con người đi đến cái chết: thực phẩm có thể gây bệnh; hoặc trong khi đi nghỉ mát để tìm thư giản, một người có thể chết vì một tai nạn. Cơ thể có thể bị nhiễm trùng, hoặc bị một dịch cúm cũng có thể gây "sự chết"v...v. "Cái chết" đến lúc nào nhiều khi chúng ta không biết, dù là kẻ giàu hay người nghèo, người có đầy quyền thế cũng đều đi đến chỗ chết. Ngay cả Bác sĩ y khoa cũng không giúp chúng ta trường sanh bất tử. Khi chết, con người không thể đem bất cứ vật gì, dù nhỏ hay lớn theo người ấy. Càng bám chặt vào vật sở hữu nào, hoặc vào người thân yêu nào, hoặc bạn bè thân nào thì lúc chết sẽ thấy khó khăn, thật là khó khăn để tìm một sự thanh thản trước khi chết.

II.- Cái chết theo quan niệm của Phật giáo:

Sự chết là sự kiện cuối cùng của đời người. Khi chết phần tinh thần hay linh hồn/ thần thức/ nghiệp thức rời khỏi thân xác. Các triết gia Hy-Lạp thường suy niệm về "cái chết" , họ tập chết, và do đó các Ngài là những người ít sợ chết nhất, thí dụ trường hợp của triết gia Hy-Lạp Socrate (khoảng 470 – 399 trước CN).

Mặc dầu các truyền thống Phật giáo đều chia sẻ những quan điểm, những thái độ về cái chết có nhiều điểm tương đồng. Trong Kinh Nikaya ghi rõ con người chết là do sắc thân đoạn diệt, do thọ mạng hết, hoặc do nghiệp ở đời hết, nhưng cũng có trường hợp chết ở ngoài ba trường hợp nói trên đó là "cái chết bất đắc kỳ tử", bất thần xảy ra tai nạn rồi chết. Nhưng trong chi tiết, mỗi truyền thống Phật giáo có một quan niệm về sự chết hơi khác nhau.

- Trong truyền thống Phật giáo nguyên thủy (Original Buddhism/ Early Buddhism), Đức Phật lịch sử Thích-ca Mâu-ni đã giải thích về sự hiện hữu của vòng lẩn quẩn gồm có sanh, tử, tái sanh, đó là vòng luân hồi. Trong quỹ đạo của vòng luân hồi thì chúng sanh luôn luôn thấy những điều bất như ý. Ngài đã dạy rằng mục đích tối hậu của cuộc đời là tìm cách thoát khỏi vòng lẩn quẩn này (vicious circle) bằng cách diệt trừ tham sân si để giải thoát khỏi những khổ đau, và những điều không hài lòng để đạt được tâm trạng an bình, an nhiên tự tại, đó là Niết-bàn.

"Sự chết" là ranh giới giữa sự chấm dứt đời sống này để bắt đầu một đời sống mới tiếp theo. Khi "tái sanh", những khổ đau và những điều bất hài lòng thì không thể đoạn diệt, chúng sanh chỉ có thể đoạn diệt khổ đau/ những điều bất hài lòng bằng cách đoạn diệt vòng lẩn quẩn luân hồi tức là phải đoạn diệt tái sanh như vừa nói trên.

- Theo truyền thống Phật giáo Tây Tạng thì các Đại Sư đều thực hành "việc chết" nhiều lần trước khi đi đến chỗ cuối cùng của cuộc đời. Các Ngài thực hành thiền định, suy niệm và thực hành kinh nghiệm về cái chết. Các Ngài dùng suy niệm và thực tập về cái chết như là một con đường tâm linh để hướng dẫn đến "giác ngộ". Các Sư Thầy Tây Tạng đích thực luôn luôn tập chết, và do đó các Ngài ít sợ chết nhất. Phật giáo Tây Tạng khuyến khích các Phật tử Tây Tạng trực diện với cái chết, coi đó như là một phần của đời sống. Phật giáo Tây Tạng có quyển Tử Thư của Tây Tạng (Tibetan Book of the Dead) đã nghiên cứu về cái chết, và những bước tiếp theo sau cái chết. Sách Tử Thư giúp mọi người hiểu sâu sắc về cái chết, và buông xả những lưu luyến đến tinh thần và thân xác. Người Ai Cập thì có quyển Tử thư của Ai cập (Egyptian Book of Dead).

Đối với chúng ta, ai cũng hiểu rằng chúng ta là chúng sanh đang đi dần tới "cái chết". Nhưng có điều về "tái sanh" thì tùy theo mỗi người: - có vị thì cho rằng "tái sanh" là điều có thật-, nhưng có nhiều vị thì không tin chắc rằng "tái sanh" có thật hay không?. Theo Phật giáo, "tái sanh" là do nghiệp lực chuyển từ kiếp sống này sang kiếp sống khác. Hiểu như thế thì những bí ẩn (riddle) của sanh, tử và tái sanh có thể được giải đáp phần nào.

- Theo truyền thống Phật giáo Tịnh độ (Pure Land Buddhism) thì các Phật tử hãy tin vào Đức Phật A-di-đà và nên nguyện cầu vãng sanh về cõi Phật A-di-đà tức là cõi tịnh độ sau khi chết. Những suy niệm thực hành về "kinh nghiệm chết" khi còn sống là con đường tâm linh dẫn đến sự giác ngộ. Những suy niệm/ thiền định này đã dựa vào lòng mộ đạo, vào niềm tin Đức Phật A-di-đà, sẽ làm phát triển tâm linh để vượt qua những trở ngại do sự lo sợ về "cái chết".

- Theo truyền thống Phật giáo Thiền tông, các thiền sư thực tập thiền định để không sợ hãi "cái chết". Các Ngài tin rằng thân xác có thể chết, thân xác này đi đến chỗ chấm dứt, nhưng có những hiện hữu không sanh, không chết, đó là linh hồn (soul)/ thần thức/ nghiệp thức hay tinh thần vĩ đại (big mind) nằm sâu thẳm đằng sau của "sự sống" và "sự chết". Do đó, các thiền sư thường khuyến khích đệ tử thực hiện, chiêm nghiệm về cái chết từng giây, từng phút, từng sát-na trong đời sống hằng ngày trước khi chết thực sự; tức là đừng bám víu, đừng quyến luyến mọi sự, mọi vật, hãy buông xả tất cả những gì không cần thiết để được ra đi thanh thản trong giờ phút chết.

***Vấn đề sanh và tử trong văn học:**

Như đã biết, sinh và tử là mối ưu tư của con người, sự lo âu về cái chết trong kiếp người là một đề tài lớn trong tư tưởng triết học, tôn giáo và đạo học.

Chúng tôi sẽ trích dẫn hai bài thơ của hai vị thiền sư thời Lý quan niệm về "*Sanh và Tử*":

1.-Diệu Nhân ni sư (1042 – 1114) đã cho biết những biến đổi vô thường : "*sanh, lão, bệnh, tử*" là cái gì thường nhiên của vũ trụ vạn hữu. Ni sư đã phá tan mối âu lo về sự sống và sự chết để đem lại sự bình thản nơi tâm hồn cho mọi người trong bài thơ sau đây:

示寂偈

生老病死，

自古常然。

欲求出離，

解縛添纏。

迷之求佛，

惑之求禪。

禪佛不求，

杜口無言。

Phiên âm Hán Việt:

Thị tịch kệ

Sinh lão bệnh tử,

Tự cổ thường nhiên.

Dục cầu xuất ly,

Giải phược(1) thiêm(2) triền(3).

Mê chi cầu Phật,

Hoặc chi cầu Thiền.

Thiền Phật bất cầu,

Đỗ(4) khẩu vô ngôn.

Cước chú:

(1) *phược*: lấy dây mà buộc thành cái gút.
giải phược: gỡ bỏ cái gút buộc của sợi dây.
(2) *thiêm*: thêm lên.
(3) *triền*: ràng rịt, quấn quanh, vây bọc.
(4) *đỗ*: lấp, bịt lại.

dịch thơ:

Bài kệ dặn trước khi mất

"Sống, già, bệnh, chết,
Từ xưa thường nhiên,
Muốn tìm giải thoát,
Gỡ mãi thêm phiền,
Ngu mê tìm Phật,
Ngờ vực tìm Thiền,
Thiền Phật chẳng tìm,
Ngậm miệng không nói."

(Nguyễn Đăng Thục dịch)

dịch nghĩa:

Bài kệ dặn đệ tử trước khi chết

Lúc mới sanh, lúc già, lúc bệnh, lúc chết,
Xưa nay là lẽ thường tình.
Muốn cầu sự thoát tục,
Như muốn cởi gút của sợi dây, mà lại mắc phải ràng buộc thêm.
Vì "mê" nên cầu Phật,
Vì "nghi ngờ" nên cầu Thiền,
Thiền Phật chẳng cầu,
Ngậm miệng, đừng nói gì nữa."

Bài kệ trên có ý nói rằng:

Theo Phật giáo, đời người trải qua "*sanh, lão, bệnh, tử*", "*có sanh thì có tử*", "*cuộc đời vốn dĩ vô thường, vốn dĩ phù du*". Tục ngữ Việt Nam có câu: "*sinh ký, tử quy*" (sống gởi, thác về).

Con người âu lo trước "*sanh, lão, bệnh, tử*" làm cho thân tâm vọng động, tâm trí rối bời. Nên cần phải "*giải phược*", cần phải gở bỏ cái gút của sợi dây để thân tâm được yên tĩnh. Nếu thân tâm giao động thì không thể điều khiển "*bàn tay*" để cởi bỏ cái gút được.

Khi "*mê*", khi "*hoặc*" thì cầu Phật, cầu Thiền có ích lợi gì? Vì khi đó, kẻ cầu Phật, cầu Thiền chỉ muốn Phật, chỉ muốn Thiền làm theo điều họ đang ước muốn chứ đâu có coi Phật, coi Thiền như là ngọn đuốc sáng để họ noi theo. Ni sư Diệu Nhân muốn cảnh tỉnh rằng: "*Phật không có phép lạ", "Thiền cũng không có phép lạ"*. Đây là lời dạy của bậc thiền sư đã đạt đạo, đã giác ngộ. Tuy nhiên đối với đại đa số người bình thường thì họ cần phải dựa vào tha lực, dựa vào phép mầu của Đức Phật, của Đức Mẹ Quan thế Âm, của Thiền định.

Từ khoảng cuối thế kỷ 20 đến nay, ở hải ngoại , chùa chiền, Niệm Phật đường mọc lên như nấm, ai muốn lập cũng được, chẳng cần phép tắc nào trong các tổ chức Phật giáo ở đây. Việc xây dựng các chùa chiền, các Niệm Phật đường không bị một ràng buộc nào cả, đây cũng là điều tốt trong việc phát triển đạo Phật ở các xứ Tây phương, và ở trong các cộng đồng Phật giáo nơi xứ người. Tuy nhiên, có một số người dùng chùa chiền, dùng Niệm Phật đường như là một cơ sở thương mãi, họ gây ra nhiều điều mê tín chỉ để gây lợi nhuận hoặc với mục đích gì khác nữa. Có nhiều nhà văn, nhà thơ đả phá thói hư tật xấu ở cửa thiền. Nhiều Phật tử lớn tuổi, coi "*sự cúng dường*" như là hình thức hối lộ các vị *"sư"* để mong cầu vãng sanh vào cõi "Niết-bàn", vào cõi cực lạc khi qua đời. Một nhà thơ trào phúng gần đây đã sáng tác một bài thơ mà nội dung không khỏi đụng chạm đến các vị Phật tử rất lớn tuổi này:

[…]

"Tôi đã thấy những cụ già tóc trắng
Cúi mọp mình, quỳ lạy miệng xưng con
Tay lần moi chiếc ruột tượng héo hon
Kẻ khoác tăng bào mỉm cười đẹp dạ.

[…]

Dốc lòng cúng dường được nhiều phúc báu
Cứu khổ, tu thân khất lại về sau
Nhắm hướng tương lai, chốn đầy châu báu
Lời hứa vãng sanh quyến rũ làm sao!

[…]

(*XT Nguyen*, Miền đất hứa)

2.- Đạo Hạnh thiền sư (1072 – 1127) đã kết hợp Thiền giáo với sự thần bí của Mật giáo để biết trước được nhiều chuyện tương lai. Lúc sắp lâm chung, Sư tắm sạch sẽ, thay đổi y phục, và gọi các môn đồ đến bảo rằng: " *Thầy sắp tạm biệt khỏi kiếp này để hoá thân vào kiếp khác cũng ở thế gian này"*. Tất cả các môn đồ đều sầu thảm và rưng rưng lệ thương tiếc. Thấy vậy, Sư mới đọc bài kệ như sau:

偈示寂

秋來不報雁來歸,

冷笑人間暫發悲。

為報門人休戀著,

古師幾度作今師。

Phiên âm Hán Việt:

Kệ thị tịch

Thu lai bất báo nhạn lai quy,
Lãnh tiếu nhân gian tạm phát bi.
Vị báo môn nhân lưu luyến trước,
Cổ sư kỉ độ tác kim sư.

dịch thơ:

Bài kệ dặn trước khi mất

"*Thu về chẳng hẹn nhạn cùng bay,*
Cười lạt người đời luống xót vay,
Thôi! hỡi môn đồ đừng lưu luyến,
Thầy xưa mấy lượt hóa thầy nay."
(Thích Thanh Từ dịch)

dịch nghĩa:

Bài kệ dặn đệ tử trước khi chết

Mùa Thu đến, không báo tin chim nhạn bay về.
Nực cười cho người đời cứ xót xa trước cái chết.
Khuyên các đồ đệ đừng lưu luyến ta nữa.
Thầy xưa đã mấy lần hoá kiếp thành thầy nay".

Bài kệ trên có ý nói rằng:

"Người đời sống thác cũng như thời tiết thay đổi, mùa hè hết thì mùa thu về, cái lúc mùa thu sắp tới, không bao giờ báo tin cho những con nhạn cùng theo. Ta nay cũng vậy, không thể đem được các người cùng đi. Nhưng ta qua đời chỉ là chuyển đổi khiếp này sang kiếp khác, không có gì đáng thương xót. Ai thương xót ta người ấy thật không hiểu lẽ đạo khiến ta không khỏi cười thầm. Vậy ta khuyên các môn đồ, không nên quyến luyến làm chi. Từ xưa đến nay, ta đã hoá kiếp nhiều lần rồi. Sự đổi kiếp của ta, chỉ là một sự rất bình thường."

(Ngô Tất Tố, *Văn học đời Lý*, Hà Nội: Mai Lĩnh, 1942, tr. 71- 72)

Tóm lại, đối với các thiền sư đời Lý, "*sống* và *chết*" chỉ là những hình thức biến hóa rất bình thường, như sự vận chuyển của bốn mùa: Xuân, Hạ, Thu, Đông. Chết chẳng qua chỉ là chuyển đổi từ trạng thái này sang trạng thái khác, tức là sự biến chuyển từ giòng sinh mệnh này sang giòng sinh mệnh khác như diễn biến của sự "*thành, trụ, hoại, diệt*" trong vòng sinh hoá của trời đất. Chết không phải là hết, chết là một sự bắt đầu một cuộc sống mới. Cuộc sống mới có tốt đẹp hay không là do nghiệp mình tạo ra ở đời này. Vậy con người phải tạo một nghiệp nhân thiện để bình tĩnh đón nhận một cuộc sống mới tốt đẹp khi tái sanh. Hiểu được như vậy thì thân tâm mới an nhiên tự tại, không ham sống, không sợ chết, luôn luôn vui vẻ trong từng giây, từng phút, từng sát-na của cuộc đời, đó là trạng thái an lạc. Đây là cái triết lý nhiệm mầu của đạo Phật để giúp ta giữ cái chân tâm được an lạc trước sự sinh hoá của vũ trụ vạn hữu.

3.-Sư Lama Yeshe thuộc *Phật giáo Tây Tạng* cũng đã luận bàn về cõi chết và sự hoá kiếp:

"Với mục đích làm êm dịu cái ấn tượng đau thương trong giây phút cuối cùng của đời người, chữ "chết" *thường được thay thế bằng những uyển từ như* "qua đời", "ra đi", "từ trần", "viên tịch". *Nhưng theo những lời dạy về sự suy niệm siêu hình thì* "chết" *không có nghĩa là một sự huỷ diệt hoàn toàn mà nhiều người thường hay lo sợ. Nhưng* "chết" *chỉ là một giai đoạn của một quá trình được tinh luyện dần dần của tâm thức con người. Ngay sau khi linh hồn rời khỏi thân xác thì sự tinh luyện này vẫn còn tiếp nối. Trong khi thân xác bắt đầu tan rã thì linh hồn vẫn tồn tại và sẽ hoá kiếp khi gặp* "căn duyên" *thích hợp.*

[...] Như đã giảng, nếu một người đã không chuẩn bị các túc duyên như tu nhân tích đức để tạo nghiệp tốt từ trước thì người ấy sẽ không có sự chủ động trong việc chọn lựa một hoá thân tốt đẹp hơn. Linh hồn của người ấy sẽ chuyển từ dòng sinh mệnh này để đầu thai vào dòng sinh mệnh khác một cách vô thức, có nghĩa là ở kiếp sau có thể cũng gặp những hoàn cảnh bất như ý như kiếp trước, hoặc có khi còn tệ hơn. Nhưng đối với các vị Bồ-tát hay Đại sĩ thì tình trạng có khác xa, Bồ-tát có tâm rất thanh tịnh, có một sự chủ động trong tâm thức và với lòng thương người sẵn có, nên sẽ hưởng được quả phước vô vàn một khi "qua đời". *Với hạnh nguyện từ bi luôn luôn muốn cứu vớt chúng sanh ra khỏi cảnh khổ đau, khi* "viên tịch" *vị Bồ-tát này sẽ chủ động trong sự chọn lựa để đi đầu thai vào một hoá thân mà hiện thân của kiếp sau sẽ làm trợ duyên cho Ngài tiếp tục phụng sự chúng sanh."*

*["Expressions such as "*passed away*" and "*departed*" are usually little more than euphemisms employed to soften the grim finality of death. But here they have a special significance, for according to the tantric teachings just presented, death is not the total annihilation that some people fear it is. Rather, it is a stage in the progressive refinement of consciousness that continues until the mind achieves its greatest possible subtlety, after which it departs, leaving the body behind. While the body then begins to disintegrate, the mind continues on, eventually meeting the appropriate conditions for the next embodiment, or incarnation".*

[...] *As explained, if a person has not prepared sufficiently, this movement from one life to the next takes place without control or choice and one dies and is reborn in the same state of ignorantly conditioned grasping and aversion in which he or she had previously lived. But for the well-trained bodhisattva the situation is very different. With clear-minded, conscious control, such an altruistically motivated person takes full advantage of death's blissfully subtle clear light consciousness and - always guided by the compassionate intention to be of greatest benefit – choose a rebirth that will allow him or her to continue serving others."*

(Lama Yeshe, *Introduction to Tantra*, Boston: Wisdom Publications, 1987, p.p. 155-156)

Theo Lama Yeshe thì "*chết*" không có nghĩa là một sự hủy diệt hoàn toàn mà nhiều người hay lo sợ [. . .]. Trong khi thân xác bắt đầu tan rã thì linh hồn vẫn tồn tại và sẽ hoá kiếp khi gặp căn duyên thích hợp".

Cái làm cho con người tin vào "*sự sống ở kiếp sau*" không phải là do lý luận mà là do các *cảm xúc*. Trong tất cả các cảm xúc thì cảm xúc quan trọng nhất là *sự sợ hãi về cái chết*, đây là một bản năng rất tự nhiên về sinh học. Nếu con người tin vào đời sống ở kiếp sau như Lama Teshe thì con người ta sẽ hoàn toàn hết sợ chết, con người sẽ khắc phục được sự sợ hãi trước cái chết.

Các đại sư Phật giáo và các triết gia Tây phương đích thực luôn luôn "*tập chết*", và do đó họ là những người ít *sợ hãi cái chết*.

III.- Cách hành xử trước cái chết của người thân yêu (Dealing with the death of a loved one)

Trong cuộc đời, con người ai ai cũng trải nghiệm sự mất mát người thân yêu: mất ông bà, cha mẹ, vợ chồng, con cái, bạn bè. Có lẽ không có nỗi buồn nào xâm chiếm tâm hồn cho bằng nỗi buồn mất mát người thân yêu. Chính bản thân tôi, khi nghe tin má tôi qua đời, tôi đã bàng hoàng và bấn loạn tâm thần. Hồi giữa tháng Giêng năm 2010, tôi qua Paris thăm má tôi. Sức khỏe của bà đã yếu nhưng tinh thần vẫn còn minh mẫn, trí nhớ hãy còn tốt. Một người bạn học hồi nhỏ ở Saigon, nay sống ở Paris, đã đến thăm má tôi, ngay khi gặp bạn này, má tôi hỏi ngay: "*cậu Mùi lúc này khỏe không*?". Má tôi còn kể nhiều chuyện rất xa xưa, tôi chỉ ngồi và lắng nghe mà thôi: - Má kể lại ngày đầu tiên bà dẫn tôi đến học lớp Năm (lớp 1 bây giờ) ở trường Tiểu học tư thục Chợ Đũi; trường này ở trên đường Phan Đình Phùng cũ, trong vùng Chợ Đũi, gần chợ Vườn Chuối và cổng xe lửa ở Saigon. Sau này khi trường Tiểu học Chợ Đũi đóng cửa thì có nhiều tiệm buôn được mở, trong đó có tiệm chụp hình chân dung rất nổi tiếng là "*Viễn Kính*". – Má kể có lần nấu bữa cơm rất thanh đạm để đãi bạn tôi. -Má kể trước 1975, khi má tiếp bà Dì tôi để trông coi tiệm bán tạp hoá trên đường Đinh Tiên Hoàng cũ, ở Đa-Kao, thì có bạn tôi đến thăm bà, má kể lại cuộc đối thoại đầy tình cảm. –Má còn kể nhiều chuyện xưa khác nữa. Khi chia tay với Má để trở về Toronto, tôi có hứa rằng năm sau sẽ qua thăm bà. Về tới Toronto được một tuần lễ, vào buổi sáng sớm, tôi nhận được cú điện thoại của em tôi cho hay Má tôi vừa qua đời đêm hôm qua. Đầu óc quay cuồng, tôi cố gắng định thần để lái xe vào sở xin phép nghỉ để đi Paris dự đám tang của Má. Má tôi lúc ấy thọ được 95 tuổi. Tôi có người bạn kể lại rằng hồi bạn mới có 5 tuổi thì Má bạn qua đời, tôi thật xúc động và cảm thương cho bạn mình. Trong thời chiến tranh, tôi đã đến dự tang lễ của mấy người bạn đã tử trận, thấy cảnh vợ của bạn đang ẵm đứa con với vành khăn tang, lòng tôi buồn vô hạn. Tôi chợt nhớ lại một bài thơ mà cô giáo tôi đã bắt chép và học thuộc lòng khi tôi còn nhỏ, đó là bài "*Mất Mẹ*" của thi sĩ Xuân Tâm:

"Năm xưa tôi còn bé
Mẹ tôi đã qua đời
Lần đầu tiên tôi hiểu
Thân phận trẻ mồ côi
Quanh tôi ai cũng khóc
Yên lặng tôi sầu thôi
Mặc dòng nước mắt chảy
Là bớt khổ đi rồi
[…]
Tìm Mẹ tôi không thấy
Lúc buồn biết trốn đâu
Hoàng hôn phủ trên mộ
Chuông Chùa nhẹ rơi rơi
Tôi biết tôi mất Mẹ
Là mất cả bầu trời."

(Xuân Tâm, *Mất Mẹ*)[1]

Ghi chú:

(1) Bài thơ Mất Mẹ được trích từ tập thơ *Lời Tim Non* của *Xuân Tâm*, xuất bản vào năm 1941 tại Hà Nội, gồm các bài thơ được sáng tác từ năm 1935 (lúc ấy Xuân Tâm được 19 tuổi) đến năm 1941.

Bài thơ này được chọn làm bài ám đọc trong giờ học môn Quốc văn ở lớp tiểu học của thế hệ thập niên 1940, 1950. Tương tự đoạn văn ngắn *Tôi đi học* được trích từ tập truyện ngắn *Quê Mẹ* của *Thanh Tịnh* (1911 – 1988) do nxb Đời Nay xuất bản ở Hà Nội vào năm 1941, được chọn làm bài giảng văn cho học sinh trung học thế hệ 1950, 60, đầu 1970 ở miền Nam Việt Nam, rất nhiều học sinh trung học đã thuộc lòng đoạn văn này. Cũng tương tự đoạn văn ngắn *La rentreé des classes* (Ngày tựu trường) được trích từ quyển tự truyện *Le Livre de mon ami* (Cuốn sách của bạn tôi) của nhà văn Pháp *Anatole France* (1844 – 1924), được xuất bản vào năm 1885 ở Pháp, đã được đưa vào môn Pháp văn cho học sinh trung tiểu học thế hệ 1940, 50, 60 và đầu 1970 ở miền Nam Việt Nam.

Xuân Tâm là bút hiệu của Phan Hạp. Ông sanh năm 1916 tại tỉnh Quảng Nam. Ông là một trong các thi sĩ của phong trào thơ mới vào thời tiền chiến. Trong quyển **Thi Nhân Việt Nam (1932 – 1941)** của **Hoài Thanh** và **Hoài Chân**, xuất bản tại Hà Nội vào tháng 10 năm 1941, đã giới thiệu Xuân Tâm trong phong trào thơ mới. Ông đã qua đời vào ngày 4 tháng 2 năm 2012 tại Hà Nội, hưởng thọ được 97 tuổi.

Tin người thân qua đời là một sự mất mát to lớn, tinh thần bấn loạn, không muốn làm việc gì, không muốn ăn, không muốn ngủ, nước mắt rơi dầm dề. Những xúc động tâm lý và và sinh lý có thể gây bệnh hoạn cho người ở lại.

Tư tưởng Phật giáo với triết lý vô thường, vô ngã có thể giúp cho người ở lại bớt lưu luyến người thân mới qua đời. Thân xác thì vô thường, đời người thường trải qua các giai đoạn: sanh, lão, bệnh, tử. Ai cũng chết, có sanh, có tử, có đến, có đi. Đối diện với cái chết của người thân, người ở lại nên nguyện cầu và ước ao người thân của mình sẽ có một cuộc đời mới tốt đẹp hơn. Người ở lại cần phải nghĩ đến bản thân mình, và phải có lòng thương chính bản thân mình, lo giữ gìn sức khỏe, bớt lần lần nỗi sầu khổ. Nhờ đó, sức khoẻ người ở lại sẽ bình phục và tinh thần sẽ minh mẫn trở lại để hướng về tương lai.

Toronto, 01 July 2018.

Nguyễn Vĩnh Thượng

Tài liệu tham khảo chính yếu:

Như đã liệt kê trong các bài trước

Chương 31

Quan niệm về Bardo
của Phật giáo Tây Tạng

Trong bài "*Quan niệm về Bardo của Phật giáo Tây Tạng*" (Bardo concepts of Tibetan Buddhism), chúng tôi sẽ trình bày:

I.- Dẫn nhập và định nghĩa chữ Bardo.

II.- Sáu giai đoạn của Bardo:

1.-"Bardo" của đời sống.

2.-"Bardo" của giấc mộng.

3.-"Bardo" của thiền định.

4.-"Bardo" của cận tử.

5.-"Bardo" của cõi sáng/ "Bardo của bản tánh tối thượng.

6.-"Bardo" của sự tái sanh.

III.- Kết luận về Bardo.

* * *

I.-Dẫn nhập và định nghĩa chữ Bardo:

Mật Tông (Hán. 密宗, Srt. Tantra) được thành lập vào thế kỷ thứ VII ở vùng Nam Ấn độ, được phát triển nhất vào thời Vương triều Pala (750 – 1150) ở Bengale; Mật tông có bộ kinh căn bản là *Đại Nhật Kinh* (Mahavairocana Sutra). Vua Dharmapala (thế kỷ VII) đã xây tu viện Vikramasila để làm trung tâm truyền bá Mật tông/ Mật giáo. Mật tông chia làm hai phái: *Chân Ngôn Thừa* (Mantrayana) và *Kim Cương Thừa* (Vajrayana). Mật tông được truyền qua Trung Hoa, Nhật Bản, Tây Tạng, Việt Nam...Mật tông phát triển mạnh nhất ở Tây Tạng. Mật tông được truyền vào Tây Tạng vào cuối thế kỷ thứ VIII dưới thời vua Tisongdetsen (740 – 786). Trước đó Tây Tạng có đạo *Bon* là tôn giáo truyền thống của dân Tây Tạng (Tibetan Bon tradition). Mật tông hòa hợp với Phật giáo Phát triển/Đại thừa và đạo Bon sẵn có ở Tây Tạng để thành lập "*Lạt-ma giáo*". Mật tông sử dụng thần chú/ chân ngôn (Srt. mantra) có ảnh hưởng mạnh nhất trong Phật giáo Tây Tạng.

Chúng ta sẽ tìm hiểu ý nghĩa của chữ **Bardo** căn cứ vào các kinh văn bí truyền của Phật giáo Tây Tạng [the meaning of Bardo based on esoteric scriptures (tantra) of Tibetan Buddhism].

Phật giáo Tây Tạng có nhiều loại kinh điển, đặc biệt *tàng lục* là những kinh văn được trước tác, và được chôn giấu để người đời sau tìm ra theo thông báo vào một thời điểm nhất định. Bộ tàng lục nổi tiếng nhất là bộ "*Bardo Thodol*" (Tử Thư).

"*Bardo*" là tiếng Tây Tạng đồng nghĩa với tiếng Sanskrit là antarabhava; Tàu dịch là *trung hữu* (Hán 中有 , Av.intermediate existence/ transitional state/ in-between state) hoặc *trung ấm* chữ này thường dùng trong Phật giáo Việt Nam và Nhật Bản. "*Bardo*" là một thuật ngữ của Phật giáo Tây Tạng để chỉ trạng thái trung gian, một tình trạng chuyển tiếp, giữa sự chết và lần tái sanh tiếp theo. Nói khác, chúng sanh trong giai đoạn chuyển tiếp di chuyển từ thân xác đang hiện hữu này để đến thân xác của cuộc đời sau. Có nhiều nhóm Phật tử thuộc trường phái Phật giáo Nguyên thủy không chấp nhận sự hiện hữu của *tình trạng trung hữu/ trung ấm* tức là họ không chấp nhận quan niệm về *Bardo*, điểm đáng lưu ý là tiếng Bardo chỉ xuất hiện sau khi Đức Phật lịch sử nhập Đại Niết-bàn. Nhưng cũng có nhiều trường phái Phật giáo khác chấp nhận quan niệm này. Đặc biệt, Kim Cương Thừa hay Mật giáo chấp nhận quan niệm về "*Bardo*", đã viết nhiều kinh sách bí truyền về Bardo. Trong Phật giáo Tây Tạng, "*Bardo*" là luận đề chính yếu của quyển "*Bardo Thodol*", một kinh văn quan trọng của Kim Cương Thừa.

Bardo Thodol có nghĩa là "*Giải thoát qua việc nghe trong tình trạng trung ấm/trung hữu*" (Av. Liberation through hearing during the Intermediate State).

Thodol tiếng Tây Tạng đồng nghĩa với tiếng Sanskrit là *bodhi,* có nghĩa là giải thoát (Av. liberation/ awakening/ enlightenment) cũng đồng nghĩa với tiếng Sanskrit là nirvana (Hv phiên âm niết-bàn, Av. blowing out/ the extinction of illusion).

Bardo Thodol là bộ tàng lục được Đại sư Tây Tạng Padmasambhaya sáng tác vào thế kỷ thứ 8, được chép lại bởi một đệ tử thân cận với Ngài là Yeshe Tsogyal. Quyển sách này được chôn ở ngọn đồi Gampo tọa lạc ở miền trung nước Tây Tạng. Quyển sách này được khám phá bởi Sư Tây tạng Karma Lingpa vào thế kỷ thứ 14.

Ở Tây phương, Dr. Walter Y. Evans-Wentz đã dịch quyển "*Bardo Thodol*" từ tiếng Tây Tạng với tựa là "*The Tibetan Book of Dead*" (Tử Thư Tây Tạng). Tiến sĩ Evans-Wentz đã chọn tựa này vì quyển sách này có sự song hành với quyển "*The Egyption Book of the Dead*" (Tử Thư Ai Cập). Quyển "*The Tibetan Book of Dead*" được xuất bản lần đầu tiên vào năm 1927 do Oxford University Press phát hành. "*Bardo Thodol*" có nghĩa là "*Giải thoát thông qua sự Nghe trong Tình trạng Trung Ấm (Bardo)*" [Liberation through Hearing in the Intermediate State (Bardo)].

Theo vài học giả như *John Myrdhin Reynolds* (sanh 1942 -) thì Dr. Evans-Wentz vì không quen với các thuật ngữ Phật giáo Tây Tạng nên có nhiều chỗ sai lầm. Cái nhìn của ông về Phật giáo Tây Tạng (Tibetan Buddhism) thì cơ bản không là của người Tây Tạng mà cũng không là của Phật tử. Phần lớn các thuật ngữ để dịch, Tiến sĩ Evans-Wentz lấy từ Ấn độ giáo

(Hinduism) cũng như từ các niềm tin thần học (theosophical beliefs) của ông. Do đó, đối ngược với những niềm tin phổ quát được chuyển tải ở Tây phương bởi Tiến sĩ Evans-Wentz, trong giới Phật tử Tây tạng thì việc thực hành quyển Tử Thư (The Tibetan Book of Dead) không phải để đọc cho người quá vảng, nhưng còn cho các người còn sống học hỏi để hình dung những cái gì sẽ đến sau khi chết.[nguồn: Internet]

Sau này, có nhiều học giả dịch lại bằng tiếng Anh quyển "*Bardo Thodol*" với những hiểu biết thâm sâu về "*Phật giáo Tây Tạng*", họ dùng các *thuật ngữ Phật giáo* với lối văn rõ ràng, ngắn gọn và dễ hiểu:

Thí dụ 1: Francesca Fremantle và Chogyam Trungpa với bản dịch cũng có tựa là "*The Tibetan Book of Dead*", do NXB Shambhala, năm 1975. Bản dịch này nhấn mạnh đến những lời khuyên thiết thực mà quyển sách cung cấp cho cuộc sống. Lời phê bình sâu sắc của Chogyam Trungpa được viết với lối văn sáng sủa và gọn nhẹ nhằm giảng giải những gì mà quyển sách dạy chúng ta về "*tâm lý con người*". Cuốn sách này sẽ hấp dẫn các độc giả muốn biết về cái chết, cũng như các độc giả muốn tìm kiếm sự thấu hiểu tâm linh trong đời sống hằng ngày.

"Trong phần phê bình quyển "*Bardo Thodol*", Cố học giả Chogyam Trungpa đã giảng rằng: "*Bardo*" có nghĩa là "*khoảng cách*" hay là "*khoảng ngưng đọng*", và *Bardo* là một phần do "*tâm của chúng ta tạo*" . Những trải nghiệm của Bardo xảy đến trong suốt cuộc đời của chúng ta chứ không phải chỉ có lúc sau cái chết. Quyển "*Bardo Thodol*" có thể đọc như một hướng dẫn về kinh nghiệm của sự sống cũng như một hướng dẫn về "*khoảng giữa'* của cái chết và sự tái sanh."

(Nguồn: Internet, viết bởi Mustapha Itani))

["In his commentary on the *Bardo Thodol*, late Chogyam Trungpa explained that Bardo means "gap," or interval of suspension, and that *Bardo* is part of our psychological make-up. Bardo experiences happen to us all the time in life, not just after death. The "*Bardo Thodol*" can be read as a guide to life experiences as well as a guide to the time between death and rebirth."]

(Source: Internet, written by Mustapha Itani)

Thí dụ 2: Gs Ts. Robert Thurman với bản dịch cũng có tựa là "*The Tibetan Book of Dead"*, với lời giới thiệu của Đức Dalai Lama thứ 14, do NXB Harpercollins ấn hành ở London. Bản dịch này có nhiều giá trị. Gs Ts Robert Thurman là GS Phật học chuyên về Phật giáo Tây Tạng và Đông Dương ở Columbia University. Ông là tác giả của nhiều quyển sách viết về Tây Tạng, về Phật giáo . . .

Thí dụ 3: Sogyal Rinpoche với quyển "*The Tibetan Book of Living and Dying"* (Tạng Thư Tây Tạng về sự sống và cái chết), do NXB Harpercollins, năm 1992. Cuốn sách này trình bày giáo lý của Phật giáo Tây Tạng căn cứ trên quyển "*Bardo Thodol*" hay "*Tibetan Book of the Dead'*. Tác giả đã viết: "Tôi viết quyển "*The Tibetan Book of Living and Dying*" như là tinh hoa của những lời khuyên dạy cốt lõi của tất cả các vị Sư Thầy của tôi, đây là cuốn sách "***mới*** *về Tử Thư Tây Tạng và cuốn sách Tây Tạng về đời sống"*.

("I have written *The Tibetan Book of Living and Dying* as the quintessence of the heart-advice of all my masters, to be a new *Tibetan Book of the Dead* and a *Tibetan Book of Life*.")

(Rinpoche, Sogyal *(2002).The Tibetan Book of Living and Dying. New York: HarperCollins. p.13*)

Cuốn sách này khám phá thông điệp về triết lý vô thường của Đức Phật; sự tiến hoá, nghiệp và tái sanh; bản tánh của tâm thức và cách rèn luyện tâm thức thông qua thiền định; cách để đi theo con đường của tâm linh ở trong thời đại ngày nay; cách thực hành lòng từ bi; làm cách nào để chăm sóc và thể hiện lòng yêu thương đối với người sắp chết, và những nghi thức tâm linh dành cho người hấp hối cho đến khi chết.

Theo Phật giáo Tây Tạng, "*Bardo*" là "*giai đoạn chuyển tiếp*" (intermediate state or transitional period) giữa đời sống này đến đời sống kế tiếp. Sau khi con người chết thì có *giai đoạn chuyển tiếp* [*Bardo* / *Thân Trung Ấm* hay *Thân Trung Hữu*], và rồi người này sẽ đi tái sanh vào một đời sống khác. Trong đời sống hiện tại, con người có những ý tưởng và những thông tin có thể đúng hoặc có thể sai về cách làm thế nào để người ấy sống, và những gì người ấy đang trải nghiệm. Người ấy không có hiểu biết hoặc rất ít lưu tâm đến cái chết của người ấy cũng như đời sống tương lai của người ấy. Phật giáo Tây Tạng sẽ giúp người ấy học hỏi làm cách nào để đi qua "*Bardo*" đối với đời sống tương lai của người đó; và nhất là làm cách nào để người đó có thể chuyển đổi các đời sống tiếp theo được hạnh phúc, được ở trong tình trạng vui sướng và tuệ giác lâu dài.

Nhiều kinh văn Phật giáo Tây Tạng đã trình bày chi tiết và phân loại về "*Bardo*", nhưng điều đáng lưu ý là đây không phải là một trường hợp chung mà mỗi chúng sanh sẽ trải nghiệm cùng một tiến trình của "*Bardo*". Nói khác không phải bất cứ chúng sanh nào cũng đều phải đi qua cùng một tiến trình trong cuộc đời của họ. Căn cứ vào các kinh điển bí truyền của Phật giáo Tây Tạng, chúng tôi sẽ tóm tắt lại: những điều sẽ được trình bày sau đây chỉ là đại diện cho những trải nghiệm của nhiều người trung bình và bình thường mà hầu hết họ đang đi đến cái chết tự nhiên. Có nhiều kinh sách Phật giáo Tây Tạng phân chia "*Bardo*" ra làm **6 giai đoạn** hay **6 trạng thái** tức là có "**6 Bardos**" phân biệt với nhau; nhưng cũng có nhiều kinh sách khác cho rằng có "**4 Bardos**", các sách này phối hợp "*Bardo" của giấc mộng*" và "*Bardo của thiền định*" vào giai đoạn "*Bardo của đời sống*". Trong bài này, chúng tôi sẽ trình bày **6 Bardos** ở trong một hệ thống này.

II.- Sáu giai đoạn của Bardo:

1.-Thứ nhất: Bardo của đời sống (Tibetan. Kyenay Bardo, Av. The Bardo of Life):

"*Bardo của đời sống*" hiện tại bắt đầu từ lúc chúng ta được thụ thai ở trong bụng mẹ, lúc ấy tâm thức đi vào tử cung của người mẹ và chúng ta được sanh ra trong thế giới loài người; đây là giây phút đầu tiên nối kết giữa thân vật chất và tâm thức của chúng sanh; và kết thúc vào lúc khởi đầu của tiến trình chết. Như vậy, toàn bộ đời sống của chúng ta là "*Bardo của đời sống*". Nói chung, nếu chúng ta thực hành Giáo pháp thiền định (Dharma meditations), và nhất là thực hành những tu tập bí truyền trong giai đoạn "Bardo" này thì chúng ta sẽ có thể đạt được giác ngộ, đạt được Phật tánh (Buddha hood) ngay trong cuộc đời này.

Trong giai đoạn "*Bardo của đời sống*" của những chúng sanh bình thường, chúng ta có thể đạt được trí tuệ và khả năng mang đến vui sướng và an bình trong tương lai. Vì vậy, để không phí phạm thời giờ, chúng ta phải cố gắng thực hành những hiểu biết, những trải nghiệm tâm linh, và sự rộng mở tâm hồn, sự an bình, sự hoan hỷ, lòng từ bi, lòng tinh tấn và trí tuệ.

Theo Phật giáo Đại thừa/Phật giáo Phát triển, sau khi đã ổn định trong cõi người đáng quý này thì trước tiên là chúng ta nên tìm kiếm một vị Sư thầy đầy đức hạnh, đáng kính, và đáng tin cậy, rồi bạn học từ lời thuyết pháp của Ngài, suy niệm về các lời dạy này để đạt được những kinh nghiệm thông qua thiền định.. Như vậy, trong cuộc sống hằng ngày chúng ta hãy tạo "*thiện nghiệp*" để chuẩn bị cho giây phút chết và tái sanh sau đó.

Điều quan trọng về mặt vật chất, chúng ta phải từ bỏ cuộc sống trần tục, và mở rộng tâm hồn chúng ta bằng thái độ rộng mở đến tất cả chúng sanh với tình thương, lòng từ bi, hoan hỷ và sự bình đẳng, và phải tu tập *6 phép ba-la-mật-đa* (six perfections): bố thí, trì giới, tinh tấn, nhẫn nhục, thiền định và trí tuệ. (generosity, discipline, diligence, patience, contemplation and wisdom).

2.-Thứ hai: **"Bardo của giấc mộng"** (Tibetan. Milan Bardo, Av. the Bardo of Dream):

"*Bardo của giấc mộng*" bắt đầu từ lúc nhận thức lắng xuống, chúng ta đi vào giấc ngủ, và chấm dứt khi chúng ta tỉnh giấc thức dậy. Như đã nói trên, có nhiều sách ghép giai đoạn này vào trong giai đoạn "*Bardo của đời sống*".

Có người tin rằng giấc mộng thì không có thật, họ nghĩ rằng có sự khác nhau giữa mộng và thực. Nhưng cũng có người tin vào giấc mộng, họ cho rằng giấc mộng có những dấu hiệu tốt hoặc xấu, hoặc có điềm báo trước. Thực ra những gì thấy trong mộng đều do "*tâm tạo*" ra. Câu chuyện "*Trang Chu mộng hồ điệp*": Trang Chu (khoảng 369 tr.CN - khoảng 286 tr. CN) nằm mộng thấy mình hoá bướm vui vẻ bay lượn mà không biết mình là Chu rồi khi tỉnh dậy ngạc nhiên thấy mình là Chu. Ông không biết có phải mình là Chu nằm mộng thấy hoá bướm hay là bướm mộng thấy hoá Chu. Dĩ nhiên Trang Chu với bướm có chỗ khác. Nói khác, chúng ta thường nghĩ rằng chúng ta đang thực sự sống trên cõi đời này cho đến khi chết thì mới rời khỏi cõi đời này. Trong thực tế thì mỗi khi chúng ta rơi vào giấc ngủ thì chúng ta có kinh nghiệm như lúc chết. Ngủ và chết là hai trạng thái có chỗ giống nhau. Khi chúng ta tỉnh dậy sau giấc ngủ là do chúng ta còn sức sống chứ nếu không còn sinh lực sống thì chúng ta đã chết rồi.

Phật giáo Tây Tạng đã dạy nhiều cách để luyện tập "*một giấc mộng trong sáng*" hay "*tỉnh táo*" (Av. a lucid dream). Trong giấc mộng này, người ta biết rõ mình đang nằm mộng. Sáu cảm giác (six senses): thị giác, thính giác, khứu giác, vị giác, xúc giác và giác quan thứ sáu đều rất rõ ràng. "*Giấc mộng trong sáng*" giúp ta biết được "*giấc mộng là giấc mộng*" chứ không phải đời thực, thành thử tác động tiêu cực của "*ác mộng*" (night mare) sẽ bị vô hiệu hoá.

Sự tu tập thiền định về "*Bardo của giấc mộng*" rất quan trọng, bởi vì nó giúp chúng ta trải nghiệm giấc mộng như là một tiến trình của cái chết mà sau này chúng ta phải trải qua. Khi chết thì tất cả những gì của cuộc đời này của chúng ta sẽ không còn nữa. Vì vậy khi sống trong giai đoạn "*Bardo của đời sống*" thì chúng ta quán niệm được rằng tất cả chỉ như là một giấc mộng.

- * -

Sau đây là vài quan niệm về giấc mộng:

-Sigmund Freud (Đức, 1856-1939), vị khai sáng môn Phân tâm học (Psycho-analysis) cho rằng giấc mộng là biểu hiện của "libido" bị ức chế lúc thức tỉnh. "Libido" là sự đòi hỏi về tình dục (sexual desire).

-Carl Jung (Đức, 1875 – 1961), nhà Phân tâm học (Psycho-analyst) thì cho rằng giấc mộng là sự biểu hiện của các "cổ ấn tượng" (archetypal phenomena) trong "vô thức tập hợp" (collective unconscious). Trong Duy thức học, các "cổ ấn tượng" là các "chủng tử", "vô thức tập hợp" là "alaya thức" (tàng thức).

-Chuyện đời chẳng khác nào giấc mộng: "Thế sự nhược đại mộng". Mộng và thực như nhau: giấc mộng trong lúc ngủ là giấc mộng nhỏ, còn chuyện đời như giấc mộng lớn.

-Các nhà huyền học có thể đoán những gì sẽ xảy ra từ giấc mộng, ngay cả người bình thường đã có kinh nghiệm cũng có thể đoán mộng, giải mộng.

-Bài kệ trong **Kinh Kim Cang**:

Nhất thiết hữu vi pháp,
Như mộng, huyễn, bào, ảnh.
Như lộ diệc như điện,
Ưng tác như thị quán.

Việt dịch:
Tất cả các pháp hữu vi,
Như mộng, trống không, bọt nước, hình trong gương.
Như sương, như chớp,
Hãy quán chiếu như thế.

Tất cả các pháp hữu vi đều do nhân duyên hoà hợp mà thành. Khi nhân duyên hoà hợp thì pháp hữu vi được sinh ra, khi nhân duyên ly tán thì pháp hữu vi tận diệt. Các pháp hữu vi thì sinh diệt, vô thường, phù du như sương buổi sáng, như sấm chớp, như bọt biển, như ảnh trong gương, không có thực, chuyện đời giống như giấc mộng.

Khi quán tưởng cuộc đời này như giấc mộng thì con người nên thực hành tu tập để tạo "*nghiệp tốt lành*" để sau khi chết linh hồn có thể về cõi tịnh độ, hoặc tái sanh vào một kiếp sau tốt hơn.

3.-Thứ ba**: "Bardo của Thiền định"** (Tibetan. Samten Bardo, Av. Bardo of Meditation):

Như đã nói trên, nhiều sách đã ghép giai đoạn "Bardo của Thiền định" vào giai đoạn "Bardo của đời sống".

"Bardo của thiền định" có thể chia làm 3 loại:

1.-Thiền định thân:

Sự ổn định của thân xác sẽ phát triển thiền định: cách ngồi cho đúng, cách đi đứng cho đúng, cách nằm khi ngủ cũng phải cho đúng.

2.-Thiền định khẩu:

Lời nói phải cho đúng. Những lời cầu nguyện, đọc tụng và niệm chú đều có ý nghĩa. Nói những lời tốt đẹp, đúng đắn là thiền định khẩu.

3.-Thiền định tâm hay ý:

Là những suy nghĩ đứng đắn, luôn luôn nghĩ tới lòng từ bi, bác ái, tình yêu thương đến các chúng sanh khác. Chúng ta cần thực hiện thiền định về thân, khẩu, ý không phải chỉ lúc ngồi thiền mà cả khi đi đứng, khi ăn uống . . .trong một trạng thái chánh niệm. Các thiền định này sẽ giúp chúng ta trong giai đoạn chuyển tiếp từ đời sống này qua giai đoạn chết.

Chúng ta quán chiếu cuộc đời này vô thường, mọi vật đều phù du, và rồi nhận chân được "vạn pháp duy tâm", mọi vật đều do tâm tạo ra. Từ đó chúng ta nhận thức được rằng những gì chúng ta nhận thức ở ban ngày cũng giống như nhận tức ban đêm ở trong giấc mộng. Tất cả chỉ là hư huyễn.

4.-Thứ tư**: "Bardo của Cận tử"** (Tibetan. Chikhai Bardo, Av. Bardo of Dying/ the moment of Death):

Bardo của Cận tử phát khởi từ lúc bắt đầu của tiến trình chết (the process of death) và chấm dứt ngay lúc xuất hiện "Bardo của cõi sáng" (Bardo của Bản tánh tối thượng). Đây là giai đoạn gần với cái chết, đang chết hay hấp hối.

Qua thần lực của thiền định, người này có thể không phải trải nghiệm giai đoạn Bardo của Cận tử và có thể thông qua thiền định để chuyển đổi tâm thức (through the meditation of the transference of consciousness): người này có thể chuyển đổi tâm thức mình vào một cõi tịnh độ thiên đường (celestial pure land) của chư Phật, và tái sanh ở cõi tịnh độ này; còn nếu không thì người này phải trải nghiệm qua giai đoạn "Bardo của Cận tử" theo một tiến trình chết. Tiến trình chết là một diễn biến phổ quát mà tất cả chúng sanh đều phải trải qua như nhau. Tuy nhiên, tiến trình này có thể thay đổi tuỳ theo từng cá nhân của chúng sanh và những thay đổi này có thể tuỳ thuộc vào hậu quả của những chứng bệnh đặc biệt, tuỳ thuộc vào tinh thần của người sắp chết hay hấp hối. Trong trường hợp chết bất ngờ, tiến trình này sẽ xảy ra một cách nhanh chóng.

Tiến trình chết trải qua hai giai đoạn:

1.-Giai đoạn 1: Sự tan rã bên ngoài:

Đó là sự tan rã các yếu tố vật lý (tứ đại) và sự ngưng hoạt động của 6 căn: nhãn căn, nhĩ căn, tỉ căn, thiệt căn, thân căn và thức thứ sáu căn (the dissolution of the energies of the physical elements and the impair of the functions of the sense faculties).

Theo Phật giáo, con người được cấu tạo bởi 4 yếu tố vật lý: đất (earth), nước (water), lửa (fire), gió (air). Giờ đây, các yếu tố vật lý lần lần tan rã, cuối cùng là "gió", không khí chuyền qua hơi thở yếu dần và chấm dứt. Đây là dấu hiệu của sự chết hay dấu hiệu của sự không còn sống.

2.-Giai đoạn 2: Sự tan rã bên trong:

Đó là sự tan rã những ý niệm tinh thần và cảm xúc (the dissolution of mental concepts and emotions). Sự tan rã này đưa đến tình trạng không còn nhận thức được gì cả (a state of unconsciousness).

Làm cách nào để một người bình thường có thể đối đầu với hai giai đoạn tan rã nêu trên? –Theo các kinh điển Phật giáo Tây tạng thì trước hết người ấy phải nhận thức rằng mình đang đi vào tiến trình của sự chết. Người ấy phải chấp nhận sự tan rã này càng an bình càng tốt. Người ấy phải cố nhớ và trải nghiệm rằng tất cả sự biểu lộ của Bardo (Thân trung ấm/ Thân trung hữu) chỉ là ảo ảnh trong tâm thức như là các giấc mộng. Người ấy không nên bám víu vào các Bardo, không nên để bị các Bardo này kích động, và sợ hãi chúng.

Linh hồn của người ấy phải cố gắng nhớ lại những cội nguồn tâm linh như chư Phật, chư Tăng, chư Pháp; và sử dụng những ký ức này như sự hổ trợ tâm linh. Linh hồn của người ấy phải cảm nhận rằng chư Phật, chư Tăng, chư Thần thì đang ở bên cạnh người đó, và rằng các Ngài đang bảo vệ và hướng dẫn người ấy qua cõi bên kia. Nhờ những ánh sáng này mà thân tâm người ấy sẽ được di chuyển vào một tình trạng an bình, thanh thản và hoan hỷ. Rồi người này sẽ an nghỉ, nương tựa vào thân xác tâm linh thông qua tiến trình của Bardo cận tử.

Một trong những điều quan trọng nhất mà người này phải nhớ là đừng để bị bám víu, bị kích động và bị hoảng sợ bởi những gì xảy ra trong tiến trình của Bardo này. Người này phải hiểu rằng mọi điều, mọi vật như là hình ảnh của cái thấy tâm linh và là nguồn của những trải nghiệm tâm linh.

Theo Phật giáo Tây tạng, con người phải thực hành và nguyện cầu cho mình đừng bám víu vào bất cứ cái gì, điều gì ở giờ phút lâm chung, người này phải suy niệm để hợp nhất bản tánh tối thượng của tâm thức mình với bản tánh cao thượng của vũ trụ.

"Bardo của Cận tử" cũng là một trong những gây phút quan trọng cho việc thực hành di chuyển tâm thức vào cõi tịnh độ (the transference of consciousness to pure lands).

Theo Phật giáo, những cử động của cơ thể và tư tưởng của người sắp lâm chung, ngay trước khi chết, thì rất quan trọng. Đây là "nghiệp lúc gần chết" còn gọi là cận tử nghiệp. Cận tử nghiêp là yếu tố chính quyết định sự tái sanh, quyết định điều kiện và nơi đến sanh sống trong cuộc đời tiếp theo của người chết.

Theo Phật giáo Tây tạng, người sắp chết hoặc thân nhân với nỗ lực thành tâm, nên niệm nhiều danh hiệu "Phật A-di-đà" (Amitabha Buddha), các chư Phật khác, các vị Bồ-tát, các Sư Thầy đã đắc đạo. Đây là phương cách để di chuyển tâm thức của người chết đi vào nước Phật, đi vào cõi Tịnh độ.

Thời điểm lâm chung rất quan trọng, bởi vì đó là thời điểm chuyển tiếp từ cõi đời này sang một cõi đời tiếp theo. Theo Phật giáo, tùy theo "nghiệp" tức là những điều chúng ta đã tạo ra trong quá khứ. Nếu chúng ta tin tưởng vào điều này thì ngay bây giờ chúng ta đang ở giai đoạn "Bardo của đời sống", chúng ta đang sống trên cõi đời này, thì hãy thực hành các "nghiệp tốt" trong suốt cuộc đời này để chúng ta "di chuyển tâm thức" đi vào cõi tịnh độ, linh hồn được tái sanh trong cõi cực lạc ở vào thời điểm của cái chết.

5.-Thứ năm: **"Bardo của cõi sáng"** (Tibetan. Chonyi Bardo, Av. The Bardo of Luminosity of the true nature):

Có thể dịch là Bardo của Bản tánh Tối thượng (Bardo of Ultimate Nature).

Giai đoạn Bardo của cõi sáng bắt đầu sau khi có sự chấm dứt hơi thở bên ngoài, nhưng trong khi đó hơi thở bên trong vẫn còn chưa ngưng, một chút hơi nóng vẫn còn hiện diện ở trái tim. Trong giai đoạn này, thần thức được khai mở để thấy được chân tâm tức là bản tánh của tâm hay Phật tánh (Buddha naturc).

Nếu linh hồn của người này nhận ra trí tuệ cơ bản và duy trì được nó thì linh hồn này sẽ thoát khỏi ba trói buộc của luân hồi: đó là sự trói buộc mình trong thân vật lý (the bond of physical body), sự trói buộc mình trong hiện tượng hình tướng (the bond of phenomenal appearances), sự trói buộc mình trong tâm khái niệm (the bond of conceptual mind). Nhưng nếu trong khoảnh khắc đó, người này không nhận ra được chân tâm của mình thì không thoát khỏi ba trói buộc của luân hồi.

"Bardo của cõi sáng" là bản tánh chân như (Buddha nature); đây là "bản tánh tối thượng", một trạng thái ban đầu được hòa tan vào ánh sáng cực sáng (quang minh), đó là một thứ ánh sáng mở rộng và sáng chói như bầu trời không có mây của một buổi sáng sớm vào mùa đông. "Sáng chói" (quang minh) ở đây phải được hiểu với ý nghĩa là đối lập với vô minh chứ không phải là thấy một thứ ánh sáng chói lòa. Đối với người có kinh nghiệm và nhận thức được bản tánh của quang minh (ánh sáng chói loà) này thì tức thời đạt được tỉnh thức hay giác ngộ (becoming enlightened); còn đối với những người không nhận thức được nó tuy rằng sẽ trải nghiệm nó (ánh sáng chói loà) nhưng không thể nhận ra nó và sẽ không làm được cái gì khác hơn. Ở trong "bản tánh tối thượng", mọi sự vật đều vô thường, đều phù du; có sinh thì phải có tử. Nhưng trên nền tảng tuyệt đối, đó là Phật tánh.

Ngay cả một người không nhận ra được bản tánh chân thật của các kinh nghiệm về "Bardo", nhưng nếu người này có thành tâm nghĩ đến những hiện tượng tích cực, những điều lành thì các điều này sẽ tạo nên an bình, vui sướng và bình thản nơi người đó. Kết quả là người này sẽ đạt được sức mạnh và trí tuệ tâm linh. Những điều này sẽ có thể điều khiển tiến trình của "Bardo" và sẽ đưa linh hồn của người đó đến sự tái sanh tốt. Điều cần nhất là người này tránh sự sợ hải, rối loạn, hay bám víu vào bất cứ trải nghiệm hay hình tướng trong tư tưởng. Chỉ nên nhớ rằng: "tất cả đều không có thật, tất cả chỉ là ảo giác trong tâm thức". Rồi hãy nhớ lại những hỗ trợ tâm linh như vị Sư Thầy có đức hạnh, các lời dạy của Đức Phật, những kinh nghiệm thiền định với một niềm tin vững mạnh, lòng thành kính và sự hoan hỷ. Nhắc lại một lần nữa, những điều này sẽ khiến người đó xử lý tiến trình của Bardo, và sẽ đưa linh hồn của người đó đến sự tái sanh tốt hơn.

6.-Thứ sáu: **"Bardo của sự tái sanh"** (Tibetan. Sida Bardo, Av. Bardo of Transmigration):

Còn được dịch là "Bardo của sự trở thành" (Bardo of Becoming)

"Bardo của sự tái sanh" bắt đầu từ khi thân xác cũ đã chết cho đến lúc linh hồn tìm được một thân xác mới. Theo Phật giáo Tây tạng, linh hồn gắn liền với thể xác lúc sống, khi chết thì Bardo (Thân Trung ấm/ Thân trung hữu) đi tìm kiếp tái sanh tiếp theo. Thời gian linh hồn ở trong giai đoạn "Bardo của sự tái sanh" thường thì khoảng 1 tuần đến 7 tuần (49 ngày), nhưng cũng có thể ngắn hơn hoặc có trường hợp lại lâu hơn. Trong Phật giáo có nhiều nghi lễ do vị Sư Thầy, trong Phật giáo Tây tạng là vị Lama, thực hiện để hỗ trợ linh hồn của người chết.

Giai đoạn "Bardo" này được gọi là "Bardo của sự tái sanh" bởi vì trong giai đoạn này thần thức trải nghiệm một sự mong muốn vô cùng mạnh mẻ để có được một thân xác mới. Những ai đạt được giác ngộ trong giai đoạn "Bardo của đời sống" thì linh hồn sẽ không đi qua giai đoạn "Bardo của tái sanh".

III.-Kết luận về Bardo:

Chúng ta đang sống trong giai đoạn "*Bardo của đời sống*" tức là chúng ta đang hiện hữu ở cõi đời này. Chúng ta có cơ hội để chuẩn bị cho các giai đoạn Bardo, và chuẩn bị cho các kiếp sau bằng cách sống một đời sống tốt đẹp hơn: tạo các nghiệp thiện, diệt bỏ các nghiệp ác. Nếu chúng ta thực nghiệm một tâm thức trong sáng hơn và mạnh mẽ hơn, thâu thập được những kinh nghiệm và lời dạy của giáo pháp trong cuộc đời hiện tại thì chúng ta sẽ đạt được kết quả là sự an bình và nhẹ nhàng, sự vui sướng và được khen ngợi về những gì chúng ta đạt được trong cuộc sống này.

Toronto, 02 December 2019
Nguyễn Vĩnh Thượng

Tài liệu tham khảo chính yếu:

-Dalai Lama XIV, Tenzin Gyatso, (Jeffrey Hopkins, Ph.D., translated & Edited), *Advice on Dying and Living a Better life,* Publisher: Rider & Co (2017), Published on Amazon.com

-Dalai Lama XIV, Tenzin Gyatso, (Jeffrey Hopkins, Ph.D., translated & Edited), *Death, Intermediate State and Rebirth in Tibetan Buddhism,* Published on Amazon.com

-Evans-Wentz, Walter Y. (translated), *The Tibetan Book of Dead* (Bardo Thodol), London: Oxford University Press, 1927.

-Lamotte, E., *History of Indian Buddhism*, Publisher: Peters Publishers, 1988, Published on Amazon.com

-Thích Thanh Kiểm, *Lịch sử Phật giáo Ấn độ*, Saigon: Lê Thanh Thư Xả, 1963.

-Tibetpidia (Website), *History and Sects of Tibetan Buddhism*, Source: Internet, 2016.

-Tibetan Buddhist Wall Paintings (Website), *Brief Introduction to Basic Concepts of Tibetan Buddhism*, Source: Internet, 2019.

-Tulku Thondup (Harold Talbott, Edited), *Enlightened Journey: Buddhist Practice as Daily Life*, Boston & London: Shambhala, 1995.

-Wikipedia, *History of Tibetan Buddhism*, Source: Internet, 1979.

Các bản dịch tiếng Anh khác:

-Fremantle, Francesca & Chogyam Trungpa (1975), The Tibetan Book of Dead: The Great Liberation through Hearing in the Bardo by Guru Rinpoche according to Karma Lingpa, Boulder: Shambhala (re-issued 2003).

-Thurman, Robert (translated) (1994), The Tibetan Book of the Dead, as popularly known in the West, known in Tibet as "The Great Book Of Natural Liberation Through

Understanding in the Between"; composed by Padma Sambhava; discovered by Karma Lingpa; foreword by Dalai Lama; London: Harpercollins.

-Coleman, Graham, with Thupten Jinpa (Edited) (2005), The Tibetan Book of the Dead (English tittle); The Great Liberation by Hearing in the Intermediate States (Tibetan title); composed by Padma Sambhava, revealed by Karma Lingpa, translated by Gyurme Dorje, London: Penguin Books.

Chương 32

Phụ nữ trong Phật giáo

Tăng đoàn (Shanga) Phật giáo gồm có Tu sĩ và Cư sĩ. Tu sĩ gồm có Nam tu sĩ/ Tăng/Tì-kheo và Nữ tu sĩ/Sư Cô/Tì-kheo ni là hai chúng xuất gia, có nhiệm vụ truyền giáo, hoằng dương chánh pháp. Cư sĩ gồm có Nam cư sĩ và Nữ cư sĩ là những vị chấp nhận và thực hành giáo lý của Đức Phật nhưng họ vẫn giữ đời sống thế tục, là hai chúng tu tại gia có nhiệm vụ hộ trì chánh pháp.

Thuật ngữ Phật giáo gọi 4 nhóm trên là tứ chúng.

Trong bài viết "Phụ nữ trong Phật giáo" (Women in Buddhism), chúng tôi sẽ trình bày:

I.- Phụ nữ trong cộng đồng các tu sĩ Phật giáo.

II.- Phụ nữ trong cộng đồng các cư sĩ Phật giáo.

*

*   *

I.-Phụ nữ trong cộng đồng các tu sĩ Phật giáo:

Theo truyền thuyết, Thái tử Siddhartha được sanh ra từ bên hông phải của Hoàng hậu Maya để tránh khỏi sự dơ bẩn (pollution) của con đường sanh sản thông thường (birth canal). Hoàng hậu Maya từ trần sau khi sanh Thái tử Siddhartha có 7 ngày. Thái tử được bà Prajapati, em gái của Hoàng hậu Maya, trông nôm nuôi nấng.

Sau khi Đức Phật lịch sử đắc đạo khoảng 5 năm, bà Prajapati (có tên đầy đủ là Maha-Prajapati Gotami) cùng với một nhóm phụ nữ tháp tùng theo bà đã đến gặp Đức Phật Thích-ca Mâu-ni (Shakya Muni Buddha) và thỉnh cầu cho họ được xuất gia để làm nữ tu sĩ/Sư cô (Srt. Bhiksuni, Pali Bhikkhuni, Av. Ordained nun). Thoạt tiên Đức Phật đã từ chối lời thỉnh cầu này. Bà Prajapati vẫn kiên nhẫn tiếp tục thỉnh cầu lần thứ hai rồi đến lần thứ ba.... Đức Phật vẫn từ chối lời thỉnh cầu của bà Dì, chính là mẹ nuôi của mình. Nhưng sau đó, Ngài Ananda, một đệ tử thân cận Đức Phật, nhân danh bà Prajapati đã nhiều lần trình và thỉnh cầu sự chấp thuận của Đức Phật để nữ giới được xuất gia. Rồi cuối cùng, Đức Phật đã chấp thuận thỉnh cầu này. Bà Prajapati là phụ nữ đầu tiên được chấp nhận vào Tăng đoàn Phật giáo. Sự do dự của Đức Phật có lẽ vì phong tục xã hội Ấn độ lúc bấy giờ không chấp nhận người thanh niên sống đời sống độc thân, nhất là người phụ nữ độc thân.

Đức Phật dạy rằng: "Phụ nữ thì bình đẳng với đàn ông trong khả năng giác ngộ" (Women were equal to Men as regards the ability to attain enlightenment). Như vậy "sự giác ngộ" không liên hệ gì đến giới tính của người tu tập. Từ đây người phụ nữ Ấn độ được phép rời bỏ cuộc sống bình thường để xuất gia và trở thành thành viên của cộng đồng tu sĩ Phật giáo. Đã có 500 phụ nữ xuất gia theo bà Prajapati, trong số đó có bà Yasodhara là người vợ của Thái tử Siddhartha trước khi Ngài xuất gia.

Về phương diện giới luật của Phật giáo thì Sa-di và Sa-di-ni (người Nam và Nữ dưới 20 tuổi xuất gia) có 10 giới. Còn trên 20 tuổi xuất gia thì Tì-kheo Nam có 250 giới, Tì-kheo Nữ có 348 giới. Tuy nhiên, Tì-kheo Ni còn phải tuân thủ thêm 8 giới để được chấp nhận vào cộng đồng tu sĩ Phật giáo. Đó là "Bát Kỉnh Giới" (Eight Rules of Respect) hay "Bát Trọng giới" (Eight Heavy Rules). "Tám Trọng Giới" này bắt buộc Nữ tu sĩ / Tì-kheo Ni phải cung kính tôn trọng Nam tu sĩ/ Tì-kheo Nam suốt đời. "Tám Giới Cung Kính" rõ ràng cho biết địa vị thấp hơn của Nữ tu sĩ đối với Nam tu sĩ trong cộng đồng tu sĩ Phật giáo và sự lệ thuộc của Nữ tu sĩ đối với Nam cư sĩ , bởi thế cho nên đã có nhiều cuộc tranh luận về sự không bình đẳng của 8 điều giới luật này. Thí dụ: giới thứ nhất: "Vị tì-kheo Ni dù tu được một trăm năm vẫn phải cung kính vái chào vị Tì-kheo Nam mới tu dù chỉ có một ngày." (A Nun who has been ordained for a century must bow to a Monk who has been ordained for a day).

Nhiều học giả Phật học đã luận bàn về "Bát Kỉnh Giới" (Eight Rules of Respect/ Eight Garudhammas) như sau:

1.-Tám giới này không phải là lời dạy của Đức Phật lịch sử, tức là Đức Phật không bao giờ nói ra.

2.-Còn nếu Đức Phật có nói ra thì mục đích là để xoa dịu những qui tắc xã hội quá cứng rắn về sự bất bình đẳng giữa Nam giới và Nữ giới. (Eight Heavy Rules were spoken by the Buddha to appease the societal norms of the times).

3.Có học giả đưa ra giả thuyết rằng có thể các Nam đại sư sau này đã đặt thêm "Tám Trọng Giới" này để bắt các Tì-kheo ni phải cung kính Tì-kheo nam, tức là phải cung kính chính mình.

4.-Có học giả cho rằng trong thời đại ngày nay, Nam - Nữ bình quyền, giới Nữ tu sĩ không cần phải chấp hành "8 Trọng Giới" này và các giới luật bất bình đẳng này cần được thảo luận nhiều hơn nữa để thay đổi.

Trong nhiều sách có ghi xã hội Ấn độ cổ xưa quan niệm rằng: "Thật là có những khó khăn để Nam tu sĩ chấp nhận phụ nữ như là một thành viên của đời sống trong tu viện. Vì "họ diễn tả rằng phụ nữ là người quyến rũ, hấp dẫn và là sinh vật không được sạch sẽ .(Women were portrayed as seductresses and unclean creatures). Sự kinh thường thân xác đàn bà là một điều chúng ta không thể chấp nhận được trong xã hội ngày nay.

Qua lịch sử, chúng ta chứng kiến "phụ nữ" vẫn tiếp tục tranh đấu cho vai trò và địa vị của mình trong Phật giáo cũng như trong các tôn giáo khác. Việc vận động sự bình đẳng về giới tính và địa vị phụ nữ trong Phật giáo không những còn tiếp diễn ở Á Châu mà còn ở các xứ Âu Mỹ nữa. Nhiều tham luận đã duyệt xét lại địa vị của phụ nữ với những khuyến khích phụ nữ cần phải chia sẻ đầy đủ các kinh nghiệm trong Phật giáo, họ đưa ra nhiều cơ hội để phụ nữ có thể cống hiến cuộc đời mình vào đời sống của Tăng đoàn. Thí dụ: Fo Guang Shan, một tu viện Phật giáo lớn nhất ở Đài Loan, đã cung cấp nhiều cơ hội bình đẳng cho Nam tu sĩ và Nữ tu sĩ về giáo dục và thực hành giáo quyền trong việc lãnh đạo, điều hành tu viện. Hòa Thượng T.S Yifa đã nhận xét:

"Tại Đài Loan, các Sư Cô Đại thừa Phật giáo đã tiếp thu sự giáo dục cao hơn (bậc Đại học), lập chùa, thuyết Pháp, tiến hành nghiên cứu, truyền giới luật Phật giáo, quản trị kinh tế của chùa cũng như điều hành và tham gia các chương trình từ thiện khác như chăm sóc y tế miễn phí, chăm sóc trẻ em và cung cấp các dịch vụ giúp người cao tuổi. Các Sư Cô này không những cải cách hệ thống điều hành tu viện Phật giáo theo truyền thống cũ, mà còn chứng tỏ họ ngang hàng với các Nam tu sĩ Phật giáo. Do đó, ngoài việc tiến lên nhận lãnh trọng trách trong hàng giáo phẩm, các Sư Cô này đã có nhiều đóng góp về tôn giáo, giáo dục và công tác xã hội cho đời sống xã hội bình thường. Vì vậy, họ đã thúc đẩy Phật giáo đi vào cuộc sống hằng ngày của mọi người, và từ đó làm trong sạch xã hội Đài Loan".

(In Taiwan, Mahayana Buddhist nuns receive higher education, establish temples, give Buddhist lectures, conduct research, transmit Buddhist disciplinary precepts, manage temple economics, as well as manage and participate in various charitable programs such as free medical care, child care and services for senior citizens. These nuns have not only reformed the old traditional Buddhist monastic system, but have also proved to be equal with the male Buddhist practitioners. Consequently, in addition to advancing within the monastic hierarchy,

the nuns have many religious, educational and social contributions to society. Thus, they have helped to propel Buddhism into people's daily lives and thereby to purify Taiwan society.)

(Venerable Dr. Yifa, The Woman's Sangha in Taiwan in Mitchell and Wiseman, Edis., Gethsemani Encounter, p. 108)

Một trong nhiều vấn nạn chính ở các Tăng đoàn Phật giáo Á Châu là khi nào mới có thể thiết lập "sự thụ giới hoàn toàn cho Ni chúng" (fully ordained nuns)? - Tất cả các xứ Phật giáo đều chấp nhận "người Nam" được thụ giới hoàn toàn để trở thành Tì-kheo (Bhiksu) nhưng chỉ có một ít tông phái Phật giáo chấp nhận cho "người Nữ" cơ hội "thụ giới hoàn toàn" để trở thành Tì-kheo-ni (Bhiksuni) như trong truyền thống Đại thừa Phật giáo ở Trung Hoa, Đại Hàn, Đài Loan, Hồng Kông và Việt Nam. Ở Nhật Bản, đàn ông và phụ nữ đều được thụ giới tu sĩ hoàn toàn (full ordination for monks and nuns); theo truyền thống tân Tăng thì hầu hết Nam tu sĩ đều cưới vợ, nhưng hầu hết Nữ tu sĩ thì sống đời sống độc thân. Còn ở các xứ khác như Tây Tạng, Mông cổ, Bhutan, Nepal, Indian Himalaya thì phụ nữ chỉ được "thụ giới bán phần hay thụ giới tập sự" (novice ordination). Phụ nữ ở Laos, Myanmar và Thailand thì không thể trở thành Sư Cô Phật giáo (Buddhist nuns) bởi vì các nước này không những không chấp nhận sự "thụ giới bán phần" cũng như "sự thụ giới hoàn toàn" (neither novice nor full ordination) cho phụ nữ. Ở Sri Lanka thì phụ nữ không được chấp nhận là thành viên của Tăng đoàn Phật giáo nhưng các nữ tu sĩ cũng tự sống đời sống độc thân, xuống tóc, mặc áo tu sĩ, tự thành lập và điều hành những tu viện riêng cho họ.

Vào cuối thập niên 1975, song song với cuộc tị nạn của người dân Việt Nam, Miên, Lào, Phật giáo đã du nhập một số lượng rất lớn các Phật tử vào Hoa Kỳ, Canada, Úc, Pháp, Đức...Nhiều Niệm Phật Đường, Thiền Viện, Chùa chiền được thành lập. Có nhiều Sư Cô đã vận động quyên góp tiền cúng dường để xây dựng nhiều chùa chiền hoành tráng từ hai bàn tay trắng. Các Sư Cô đã thành công về việc quản trị kinh tế tài chánh, thuyết pháp...mỹ mãn.

Ngày nay, ở Tây phương, có một số tỷ lệ rất cao các phụ nữ đã thọ giới hòan toàn để làm Sư Cô Phật giáo (the teachers of Buddhism). Nhiều nữ tu sĩ trong số này đã giảng Phật Pháp (Dharma) một cách sâu sắc. Thí dụ: Jetsunna Tenzin Palmo (born 1943 -) là một trong các phụ nữ Tây phương được "truyền giới hoàn toàn" để trở thành Sư Cô Phật giáo (Buddhist nuns). Bà là tác giả của những bài khảo luận Phật học sâu sắc, là giảng sư Phật học. Bà là Hội trưởng của "The Sakyadhika International Association of Buddhist Women", sáng lập viên của "The Dongyu Gatsal Ling Nunnery" ở Ấn độ.

Vào thập niên 1960, 1970, nhiều người Tây phương đã cải sang đạo Phật, số Phật tử gia tăng. Việc này đưa đến một sự khủng hoảng về lãnh đạo ở các Thiền Viện mà trong hệ thống giáo phẩm được ngự trị bởi giới Nam tu sĩ Á Châu tại một xã hội không phải là Á Châu. Thí dụ: để phản ứng lại cuộc khủng hoảng về lãnh đạo này, "San Francisco Zen Center" đã thiết lập một cấu trúc hành chánh dân chủ để điều hành Thiền Viện này, và lập ra các cẩm nang về sự liên hệ giữa Thiền Sư (Zen Master) và Thiền sinh. Tại "San Francisco Zen Center", các thành viên bầu Ban Quản Trị và vị Trụ Trì (Abbot) trong một nhiệm kỳ là 4 năm. Tiếp theo đó nhiều Hội Đoàn Phật giáo khác đã phỏng theo tổ chức này. Ngày nay ở Tây phương, trong nhiều cộng đồng Phật giáo, các Sư Thầy, Sư Cô chia sẻ với các Cư sĩ quyền quản trị Ban Điều Hành. Các học giả Phật học coi việc thay đổi tận gốc rễ này như là một sự bình đẳng trong cấu trúc hành chánh để điều hành Thiền Viện của cộng đồng Phật giáo như là " một sự dân chủ hoá Phật giáo" (the democratization of Buddhism). Trong việc dân chủ hoá này, còn có cố gắng để tiến tới Nam tu sĩ và Nữ tu sĩ có giáo quyền như nhau trong Tăng-đoàn Phật giáo. Như trường hợp Zoketsu Norman Fisher và Zenkai Blanche Hartman đã chia sẻ quyền lãnh đạo "San Francisco Zen Center".

Trong khi đó, các tu viện Phật giáo ở Á Châu vẫn tiếp tục theo truyền thống cũ có nghĩa là vẫn kính trọng thâm niên tu học của các vị Sư Thầy trong việc giảng dạy Phật Pháp, giữ vai trò cố vấn và dạy dỗ cộng đồng Phật tử. Như vậy, không có một đòi hỏi nào về thẩm quyền trong hàng giáo phẩm của các tu viện Phật giáo ở Á Châu.

Bà Grace Schireson là một Giảng sư Phật học trong dòng thiền "Suzuki Roshi" đã nói lên những câu chuyện chưa bao giờ được nói ra trong Thiền tông ở trong quyển sách do bà viết: "Zen Women: Beyond Tea Ladies, Iron Maidens and Macho Masters". Theo bà, một sự thật không may mắn trong lịch sử Phật giáo là Nam tu sĩ và Nữ tu sĩ không ngang hàng với nhau.

Thật ra thì ở trong các tôn giáo khác, Nam giới và Nữ giới cũng chưa được bình đẳng. Ngay cả ở ngoài đời thường cũng vậy. Mãi đến đầu thế kỷ 20, xã hội mới chấp nhận phụ nữ làm Bác sĩ Y Khoa, thí dụ:

1.-Nữ Bác sĩ Y Khoa đầu tiên ở Pháp là Madeleine Brès (Nov. 1842 – Nov. 1921).

2.- Nữ Bác sĩ Y Khoa đầu tiên ở Mỹ là Elizabeth Blackwell (Feb. 1921 – May 1910).

3.-Nữ Bác sĩ Y Khoa đầu tiên ở Việt Nam là Henriette Bùi Quang Chiêu (1906 – 2012) …

Trong một "Hội nghị của phái Thiền Bắc Mỹ" (A North American Zen Conference), bà Grace Schireson đã đặt một câu hỏi cho một vị Nam Thiền Sư (a Male Zen Master) rằng có bao nhiêu Thiền sư Nữ ở trong Hội nghị này? - Vị Nam Thiền Sư này trả lời: "Tất cả đều là phụ nữ, tất cả đều là đàn ông" (We are all Women, We are all Men). Ý nghĩa của câu trả lời này là muốn nói tới sự bình đẳng hay đồng nhất giữa Nam giới và Nữ giới.

Ngày nay, Phật giáo đã được toàn cầu hoá, nhưng việc tranh đấu cho sự bình đẳng giữa Nữ giới và Nam giới trong Tăng đoàn Phật giáo (Buddhist Sangha) vẫn còn nhiều thử thách. Tuy rằng có nhiều nhà lãnh đạo các tu viện Phật giáo đã chấp nhận "Sư Cô Phật giáo được thụ giới hoàn toàn (a fully ordained Buddhist nun).

Năm 2007, tại Hamburg, German, Đức Dalai Lama thứ 14 đã tổ chức một Hội nghị thảo luận về "sự thọ giới hoàn toàn cho các Sư Cô" (a full ordination for nun). Đã có rất nhiều Nam tu sĩ (monks), Nữ tu sĩ (nuns) đến từ các nước Á Châu, họ đã có nhiều bài tham luận vững chắc về vấn đề này; cũng có nhiều Nữ tu sĩ, Nam tu sĩ và các học giả, giáo sư từ Âu Châu, Mỹ Châu cũng đã đóng góp nhiều ý kiến quý báu về vấn đề này. Trong ngày cuối cùng của Hội nghị,

Đức Dalai Lama đã xác nhận rằng Ngài ủng hộ việc thọ giới Ni-cô (Bhiksuni ordination), đồng thời Ngài cũng khuyến nghị rằng cần phải có nhiều cuộc thảo luận vững chắc và nghiên cứu sâu sắc hơn nữa về việc thọ giới hoàn toàn cho Ni chúng Tây Tạng (a fully ordained Tibetan nuns).

Tóm lại, cộng đồng các Sư Cô trong Tăng đoàn Phật giáo đã trải qua nhiều thử thách lớn kể từ khi Mẹ nuôi của Đức Phật Thích-ca Mâu-ni là bà Prajapati được thâu nhận vào Tăng đoàn. Ngày nay, các Sư Cô đã có nhiều đóng góp lớn về mọi mặt cho Tăng đoàn, rồi đây họ sẽ đạt được sự bình đẳng với Nam tu sĩ, tuy rằng ngày tốt đẹp ấy chưa đến ngay bây giờ mà phải còn đòi hỏi một thời gian nữa.

II.-Phụ nữ trong cộng đồng các cư sĩ Phật giáo:

Vào buổi ban đầu, Đức Phật lịch sử đã chấp nhận phụ nữ được quy y Tam Bảo để gia nhập Tăng đoàn như là một nữ cư sĩ tại gia (Srt. upasika, H.V. phiên âm. ưu-bà-di, Av. female lay follower). Theo lời dạy của Đức Phật, Nam cư sĩ và Nữ cư sĩ có một sự bình đẳng:

-Về các giới luật: Nam và Nữ cư sĩ đều có giới luật như nhau: Ngũ giới, Bát Quan Trai giới, Thập giới.

-Về việc nghe Phật Pháp: Nam và Nữ cư sĩ đều cùng nhau nghe các buổi thuyết Pháp của Đức Phật hay của các giảng sư sau này của Phật giáo. Phụ nữ và đàn ông đều có khả năng hiểu biết, học hỏi giáo lý như nhau.

-Về sự giác ngộ: Nam cư sĩ và Nữ cư sĩ đều bình đẳng trong việc tu tập và đều có thể giác ngộ.

Quan niệm bình đẳng giữa phụ nữ và đàn ông là một quan niệm cách mạng xã hội vĩ đại dưới thời Đức Phật lịch sử còn tại thế.

Nước Trung Hoa, trước khi Phật giáo được truyền vào, hầu hết dân chúng đều theo Khổng giáo. Khổng giáo quan niệm "Nam Nữ hữu biệt" (Nam Nữ phải có sự phân biệt). Thậm chí thư phòng của nhà Nho phụ nữ cũng không được bước vào. Khổng giáo quan niệm "Nam Nữ thọ thọ bất thân" (Trai Gái tránh đụng chạm (da thịt) vì dễ sanh họa) nên buộc người phụ nữ phải cấm cung không được tiếp xúc với phái Nam, và không được xuất hiện trước công chúng.

Phật giáo du nhập vào nước Trung Hoa vào thế kỷ thứ 2 sau Tây lịch. Phật giáo đã chuyển tải quan niệm bình đẳng giữa Nam giới và Nữ giới. Phật giáo đã phá vỡ bức màn ngăn cách việc phụ nữ tiếp xúc với Nam giới. Phật giáo đã thay đổi trật tự xã hội của Nho giáo: Phật giáo đã thay đổi quan niệm về giới tính của Nho giáo trong quan niệm "trọng Nam khinh Nữ".

Chùa Bạch Mã, một ngôi chùa Phật giáo đầu tiên ở Trung Hoa, được xây cất vào năm 68 sau Công nguyên dưới thời Hán Minh Đế. Tiếp theo đó có nhiều ngôi chùa khác được thành lập. Giờ đây, phụ nữ có lý do chính đáng để xuất hiện trước công chúng vào những lúc đi chùa, lễ Phật; mà trước đây phụ nữ phải sống cách biệt với xã hội theo quan niệm của Khổng giáo. Trong ngày sóc và ngày vọng mỗi tháng, các bà, các cô sang trọng, diễm lệ đến chùa; chùa là nơi hội họp của tất cả "người đẹp" trong vùng, bà nào, cô nào cũng trang điểm lộng lẫy. Các bà các cô đã vận động quyên góp tiền để xây thêm chùa. Có khi các bà Hoàng Thái Hậu vô chùa tu để tịnh dưỡng tuổi già. Các bà, các cô đã hộ trì Phật Pháp.

Ngày nay, số lượng chùa chiền Phật giáo ở Trung Hoa còn nhiều hơn các Khổng miếu vô số kể. Ở Việt Nam, chùa chiền cũng đã được thành lập rất nhiều.

Văn Thành Công Chúa (623 – 680) là một Công Chúa dưới thời Đường Thái Tông được Vua Đường gả cho vua Tây Tạng là Tuy Tán Cán Bố. Khi qua Tây Tạng, bà được Vua Đường cho đem theo bức tượng Phật Thích-ca Mâu-ni bằng vàng, 360 quyển Kinh điển Phật giáo và nhiều của cải quý giá, đây là của hồi môn của công chúa. Vua Tây Tạng đã cho xây ngôi chùa đầu tiên ở Tây Tạng là chùa Đại Chiêu để thờ tượng Phật bằng vàng này. Như vậy Công Chúa Văn Thành là một Nữ cư sĩ đã đem đạo Phật vào xứ Tây Tạng.

Nữ Hoàng Đế Võ Tắc Thiên (624 – 705), bà lên ngôi lập nên nhà Chu, trị vì từ năm 690 đến năm 705, truyền thống Khổng giáo không cho phép một phụ nữ được lên ngôi Hoàng Đế nên bà bị nhiều chống đối. Ngoài việc ổn định đất nước, phát triển kinh tế, xã hội; đặc biệt bà còn phát triển Phật giáo nhất là Mật tông. Hoàng Đế Võ Tắc Thiên đã cử đặc sứ sang Ấn độ thỉnh Kinh Hoa Nghiêm (Srt. Avatamsaka) bằng tiếng Sanskrit, rồi thỉnh cầu Đại sư Siksananda sang Trung Hoa làm chủ trì việc dịch thuật.

Bộ Kinh Hoa Nghiêm [Srt. Avatamsaka Sutra, Tàu dịch là Đại Phương Quảng Phật Hoa Nghiêm Kinh (大方廣佛華嚴經), Av.Flower Garland Sutra/ Flower Adornament Sutra]. Avatamsaka, chữ Sanskrit, có nghĩa là một tràng hoa. Hoa Nghiêm, chữ Hán, có nghĩa là trang hoàng bằng hoa. Đây là bộ kinh dài nhất và rất cao siêu trong Đại Tạng Kinh của Phật giáo Phát triển/ Đại thừa.

Sau khi Kinh Hoa Nghiêm được dịch xong, Hoàng đế Võ Tắc Thiên đã đọc suốt toàn bộ Kinh, Vua đã hiểu ý nghĩa thâm sâu và vi diệu của Phật Pháp chứa đựng trong Kinh, nên Vua đã viết lời Khai Kinh Kệ cho Kinh Hoa Nghiêm này. Từ đó các Đại sư đã dùng lời Khai Kinh Kệ này cho tất cả các Kinh điển Phật giáo ở Trung Hoa, sau này ở Việt Nam, trước khi bắt đầu đọc tụng bài Kinh.

Nguyên tác chữ Hán:

开经偈

无上甚深微妙法,
百千万劫难遭遇;
我今见闻得受持,
愿解如来真实义
[武则天 (唐)]

Phiên Âm Hán Việt:

Khai Kinh kệ

Vô thượng thậm thâm(1) vi diệu(2) pháp,(3)

Bá thiên(4) vạn kiếp(5) nan tao ngộ(6);

Ngã kim kiến văn(7) đắc thọ trì(8),

Nguyện giải Như Lai(9) chân thực nghĩa(10).

[Võ Tắc Thiên(đời Đường)]

Chú thích:

1.Vô thượng thậm thâm:

-Vô thượng: không có (một loại kiến thức nào) cao siêu hơn (lời Phật dạy trong kinh).
-thậm thâm: rất sâu đậm. -thậm: rất, nhiều lắm; -thâm: bề sâu, sâu đậm.

2.Vi diệu: mầu nhiệm, tinh xảo; ý chỉ tính cao siêu (của Phật Pháp), không dễ dàng hiểu (Phật Pháp).

-Vi: nhỏ bé, tinh xảo.
-Diệu: thần kỳ, tuyệt vời, tuyệt diệu.

3.Pháp: lời dạy của Đức Phật Thích-ca.

4.Bá thiên: bá: trăm; thiên: ngàn.

5.Vạn kiếp: vạn: 10 ngàn; kiếp : số kiếp, đời kiếp, gọi đầy đủ là "kiếp-ba" (Srt. Kalpa) gồm có tiểu kiếp, trung kiếp và đại kiếp. Như vậy, kiếp có nghĩa là một khoảng thời gian rất dài.
Bá thiên vạn kiếp: trăm nghìn vạn kiếp, ý chỉ một khoảng thời gian dài đăng đẳng.

6. Nan tao ngộ: nan: khó khăn; tao ngộ: gặp lại; nan tao ngộ: khó khăn để gặp lại.
Ý chỉ cơ hội để nghe lại Phật Pháp thì khó khăn, không dễ gì có dịp được nghe thấy lại.

7. Kiến văn: kiến: thấy; văn: nghe.

8. Đắc thọ trì: đắc: được, phàm việc gì cầu mà được gọi là đắc; thọ: thu nhận, vâng theo; trì: gìn giữ (giáo lý của Đức Phật);
Có nghĩa là nhận lãnh và gìn giữ (những lời dạy của Đức Phật).

9.Như Lai: Đức Phật Thích-ca, Đức Thế Tôn.

10.Chân thực nghĩa: ý nghĩa chân thực, ý nghĩa thâm sâu và vi diệu (lời dạy của Đức Phật).

Dịch nghĩa:

Lời Khai Kinh Kệ

Phật Pháp thì thâm sâu, mầu nhiệm chẳng có điều gì hơn được.
Trăm nghìn muôn kiếp khó có dịp gặp lại (Phật Pháp).
Con nay nghe, thấy (Phật Pháp) nên nắm chắc giữ gìn.
Nguyện hiểu ý nghĩa chân thực (lời dạy) của Đức Phật Thích-ca.
(Võ Tắc Thiên, đời Đường)

Dịch thơ 1:

Lời Khai Kinh Kệ

Phật Pháp rộng sâu rất nhiệm mầu,
Trăm nghìn muôn kiếp khó tìm cầu.
Nay con nghe thấy chuyên trì tụng,
Nguyện tỏ Như Lai nghĩa nhiệm mầu.
(Hòa Thượng Thích Trí Tịnh dịch)

Dịch thơ 2:

Lời Khai Kinh kệ

Pháp Phật sâu mầu chẳng gì hơn,
Trăm ngàn muôn kiếp khó được gặp.
Nay con nghe, thấy, vâng gìn giữ,
Nguyện hiểu nghĩa chơn Đức Thế Tôn.
(Hòa Thượng Thích Thanh Từ dịch)

Hoàng đế Võ Tắc Thiên là một Nữ cư sĩ đã đóng góp tích cực cho việc hoằng dương Phật Pháp.

Ngày nay có rất nhiều Nữ cư sĩ đã dấn thân đóng góp xây dựng nên nhiều ngôi chùa. Từ việc công quả như chăm lo nấu nướng, quét dọn, săn sóc Tăng Ni chúng đến quản trị kinh tế tài chánh cho chùa. Các người Nữ cư sĩ còn ra ngoài xã hội làm các công tác từ thiện và thuyết giảng Phật Pháp...

Tóm lại, Phụ nữ trong cộng đồng cư sĩ Phật giáo là những vị hộ pháp. Họ đã có nhiều đóng góp tích cực và hộ trì Tam Bảo.

Toronto, 17 December 2019.

Nguyễn Vĩnh Thượng

Tài liệu tham khảo chính yếu:

- Nancy J. Barnes, Women in Buddhism in Today's Women in World Religions, edited by Arvind Sharma, USA: State University of New York Press, 1994.

- Nguyễn Vĩnh Thượng, Bài viết: Cuộc đời của Đức Phật Thích-ca Mâu-ni, 2015.

- Nguyễn Vĩnh Thượng, Đạo đức Phật giáo, 2019.

- Thích Thanh Kiểm, Lịch sử Phật giáo Trung Hoa, Saigon: Vạn Hạnh, 1965.

Chương 33

Phật giáo trong thời đại Internet và Công nghệ mới

Trong bài viết "Phật giáo trong thời đại Internet và Công nghệ mới" (Buddhism in the Internet Age and the New Technology Age" chúng tôi sẽ trình bày:

A.-Phật giáo trong thời đại Internet:

1.-Các trang mạng Phật giáo, các thư viện điện tử Phật giáo, các Tăng đoàn ảo, các Chùa chiền ảo, việc quảng bá công tác xã hội ở nhà chùa.

2.-Giáo dục Phật pháp điện tử.

B.-Phật giáo trong thời đại Công nghệ mới.

1.-Các công nghệ thiền định (Contemplative technologies).

2.-Robot nhà sư.

C.-Kết luận về Phật giáo trong thời đại Internet và Công nghệ mới.

*

* *

A.-Phật giáo trong thời đại Internet:

1.-Các trang mạng Phật giáo, các thư viện Phật giáo, các tăng đoàn mạng và việc quảng bá "Ban từ thiện xã hội" của nhà chùa:

Trong lịch sử nhân loại kể từ hậu bán thế kỷ 20 đến đầu thế kỷ 21, sự phát triển như vũ bão của Internet đã ảnh hưởng trong mọi lĩnh vực: nghiên cứu, giáo dục, chính trị, quân sự, văn hoá, xã hội. Tiềm năng của Internet (Internet's potential) sẽ khai thác thêm nhiều ứng dụng cho các lãnh vực này. Một cách tổng quát Internet đang ảnh hưởng đến các tôn giáo, Phật giáo không phải là điều ngoại lệ. Vậy chúng ta sẽ tìm hiểu Internet đang ảnh hưởng Phật giáo như thế nào?

-Với những khả năng của "World Wide Web", nhiều Website Phật học được thành lập. Các Website này giúp ích người đọc có thể tiếp cận với Phật giáo và Phật học một cách dễ dàng, cho phép các buổi Pháp thoại, và nhiều đề tài đặc biệt được khám phá ra. Hầu hết các chùa chiền đều có các trang Web riêng, các Hội đoàn Phật giáo cũng đều có những trang Web riêng, các nhà nghiên cứu Phật học đều có trang Web riêng, thậm chí người bình thường cũng có thể có lời nhận xét của mình sau các bài giảng và các bài viết để trao đổi quan điểm nhiều chiều.

-Ngày nay, Google Search (Google tìm kiếm) đang giúp cho các nhà nghiên cứu Phật học và các Phật tử rất nhiều. Một trữ lượng đồ sộ về Tam Tạng Kinh điển Phật giáo và các luận văn về Phật học đã chứa đựng trong kho tài liệu của Internet. Khi cần tìm hiểu một vấn đề gì hoặc về kinh điển nào của Phật giáo, chúng ta chỉ cần vài cái nhắp "con chuột" và đánh máy một số chữ trên bàn phím thì sẽ tìm được lời giải thích ngay, có thể tìm hiểu bằng nhiều ngôn ngữ khác nhau như Việt Nam, Anh, Pháp, Đức, Trung Hoa...

Những công nghệ thông tin đã tạo nên "tăng đoàn toàn cầu" (Worldwide Sangha) và càng ngày "tăng đoàn mạng" hay "tăng đoàn ảo" (Cyber Sangha) càng lớn mạnh. Người Phật tử không còn phải chờ đợi bên ngoài Thiền Viện (Zen Temple) trong nhiều ngày dưới cảnh nắng mưa để tìm gặp một thiền sư để vấn hỏi về đạo Pháp; người Phật tử có thể vô Internet ngay tức thì và tìm hiểu Phật Pháp (Dharma) với nhiều bài thuyết giảng đa diện, đa chiều.

Nhờ Internet, Phật tử có thể tìm kiếm những vị thầy Phật giáo, chùa chiền, văn hoá Phật giáo và những người nghiên cứu Phật học hay các người tu tập (practitioners) khác. Chúng ta có thể nghe cách giảng giải khác nhau của các Giảng sư khác nhau với quan điểm khác nhau qua các nhận thức khác nhau. Nhiều vị học giả có những kiến thức Phật học uyên bác, tuyệt vời và các kinh nghiệm quý báu.

Chúng ta còn có những ngôi chùa ảo hay ngôi chùa mạng (Cyber Pagoda/Temple or Virtual Pagoda) ở trên Internet. Điều này giúp các Phật tử ở những vùng không có chùa chiền, hoặc sau giờ làm việc mệt mõi Phật tử không thể đến chùa được. Lại có những Tăng đoàn ảo hay Tăng đoàn mạng (Cyber Sanghas) giúp hành giả tiếp xúc với các vị Sư trên Internet mà trong thực tế không dễ gì tiếp cận được quý vị Thầy tu này ngay tức thì. Như vậy, không gian ảo (Cyber Space) đã thu ngắn được khoảng không gian vật lý rất nhiều. "Ngôi chùa ảo"cũng không đòi hỏi một khoảng không gian vật lý rộng lớn, và chi phí xây dựng rất tốn kém. Như một món quà bổ sung có giá trị, Tăng đoàn ảo là một cộng đồng giúp con người một con đường đi đến giải thoát tâm linh. Tăng đoàn mạng có khả năng giao tiếp ngay lập tức mà không cần quan tâm đến sự gần gủi địa lý với hành giả.

Như đã biết, từ cuối năm 2019 sang năm 2020, dịch bệnh Corona virus chủng mới đã và đang phát tán, lây lan trên thế giới khiến rất nhiều người bị lây bệnh, nhiều người đã chết vì dịch bệnh này. Do đó, các cơ quan y tế và chính quyền của các nước trên thế giới đều khuyến cáo hay ra lệnh cho mọi người dân tránh tụ tập đông người và nên ở nhà, mọi người phải xa cách xã hội (social distancing); hay xa cách vật lý (physical distancing) giữa 2 người phải xa cách một khoảng không gian khoảng 2 mét. Chùa ảo rất thích hợp trong giai đoạn này, vì chùa ảo giúp tránh tụ tập đông đảo như chùa thật. Phật tử ở nhà, viếng chùa ảo, lễ Phật trên Internet để thực hiện xa cách xã hội. Xa cách xã hội được chứng minh là một trong những cách hiệu quả nhất để giảm sự lây lan của bệnh tật trong khi dịch bệnh Corona virus đang bùng phát.

Nhiều thư viện Phật học điện tử được thành lập với số lượng tài liệu đồ sộ gồm Tam Tạng Kinh điển Phật giáo, các bài khảo cứu và luận văn Phật học có giá trị. Rất nhiều thư viện Phật học điện tử được dùng bằng nhiều ngôn ngữ khác nhau như Anh, Pháp, Trung Hoa,Việt Nam ...Thí dụ: các thư viện Phật giáo tiếng Việt nổi tiếng như Tuệ Quang Wisdom Light Foundation, Thư Viện Hoa Sen, Trang Nhà Quảng Đức, BuddhaSasana...Nhiều vị tu sĩ Phật giáo còn thực hiện các Video Clip trên Youtube để thuyết Pháp.

Internet đã giúp nhiều cơ quan, hội đoàn quảng bá dịch vụ và sản phẩm của họ. Nhà chùa cũng không ngoài ngoại lệ. Nhờ sự quảng bá này mà "Ban Từ Thiện Xã Hội" của nhà chùa được các nhà hảo tâm biết đến rất nhiều, các nhà hảo tâm đã cúng dường nhiều tài vật để duy trì và phát triển công việc từ thiện này. Tuy nhiên, chúng ta thấy có nhiều hạn chế chưa khắc phục được là có những kẻ, những Sư giả đã lợi dụng lòng tốt của nhiều người để quyên tiền cúng dường và chi tiêu tiền này không đúng mục tiêu từ thiện.

Việc phổ biến giáo lý của Đức Phật đã truyền bá khắp năm Châu một cách nhanh chóng qua Internet. Ngày xưa, giáo lý của Đức Phật lịch sử đã truyền bá một cách chậm chạp, Phật giáo đã mất 500 năm để truyền bá từ Ấn độ sang Trung Hoa. Thật vậy, các công nghệ thông tin hiện đại đã và đang tạo nên rất nhiều cơ hội để truyền bá Phật Pháp một cách dễ dàng.

2.- Giáo dục Phật giáo điện tử:

Việc giáo dục triết lý Phật giáo cũng như việc giáo dục các lãnh vực khác đều có thể sử dụng việc học điện tử (E-learning/ Electronic learning), đây là một hình thức học tập mới rất ích lợi cho mọi người. Nhiều thắc mắc, nhu cầu hiểu biết về một điều gì, chúng ta còn có thể "tra Google", cũng như vậy, Phật giáo không là ngoại lệ.

Như đã biết có nhiều vị Sư, chùa chiền lập nên các website cho chính mình để phổ biến Phật học và Phật giáo. Thí dụ như Thượng Toạ Pannyavaro là một tu sĩ Phật giáo Tây phương đã từ Thiền Viện ở Miến điện đi về Sydney, Úc-đại-lợi, thành lập "Buddha Dharma Education Association" vào năm 1992. Ngài đã thành lập tại Úc-đại-lợi một Website Phật giáo đầu tiên là www.buddhanet.net mỗi ngày Website này có khoảng 50,000 lượt vào xem, có rất nhiều độc giả sử dụng Website này không phải là Phật tử.

Buddhanet chỉ là một trong hàng ngàn Website Phật giáo. Ngày nay, các Website Phật học có số lượng vô số kể ở Mỹ, Úc, Đức, Canada, Pháp, Trung Hoa, Nhật, Đại Hàn, Đài Loan, Việt Nam...với nhiều ngôn ngữ khác nhau như Anh, Pháp, Đức, Trung Hoa, Việt Nam...

B.-Phật giáo trong thời đại Công nghệ mới:

1.-Công nghệ thiền định:

Năm 2006, Vince Horn(1) và Ryan Oelke(2) đồng sáng lập Hội Buddhist Geeks. Năm 2007, họ đưa Website Buddhist Geeks (Những tìm hiểu Phật giáo) lên Internet. Website này là một tạp chí trực tuyến (online magazine). Họ nhận thấy rằng có rất ít phương tiện truyền thông đem đến một lợi ích cụ thể cho người Tây phương nên họ quyết định tạo một "podcast"(3) để giáo dục và phổ biến Phật học một cách cụ thể. Họ đã khám phá ra nhiều chủ đề phổ biến trong việc thực hành Phật giáo (Buddhist practices) với việc thực hành ảo giác (Psychedelic practices).

[Chú thích:

(1)-Vincent Horn là một giáo sư Phật học và là một podcaster, đã khám phá ra nhiều chủ đề phổ biến trong việc thực hành Phật giáo và việc thực hành ảo giác.

(2)-Ryan Oelke là một nhà tư vấn về tâm lý (counselling psychology) và giảng sư Thiền, ông giúp hành giả tỉnh thức và chữa bệnh tâm lý.]

(3)-Podcast là một hồ sơ âm thanh kỹ thuật số (a digital audio file) có sẵn trên Internet để tải xuống máy tính hoặc thiết bị di động, thường thì ở dạng một loạt bài.]

Vào năm 2010, podcast về Phật học của Vince Horn và Ryan Oelke được tải xuống các máy tính cá nhân trên một triệu lần. Có trên 300 tập hồ sơ đã được đăng lên gồm các cuộc phỏng vấn, các bài Pháp thoại, các luận đề Phật học dành cho các người tham gia vào việc giảng dạy và thực hành Phật giáo hiện đại. Các đề tài này thường bao gồm những khám phá về những tương quan bề mặt (interface) giữa Phật giáo và các ngành của khoa học hiện đại chẳng hạn như thần kinh học (neurology) hoặc lý thuyết về trò chơi trên Video (Video game theory). Thêm vào đó, Website này còn đăng nhiều phản ánh về các đề tài như Phật tử dùng các phương tiện truyền thông như Facebook và Twitter, sự lớn mạnh của văn hoá Phật giáo toàn cầu, phát triển tâm thần và các trò chơi Video điện tử (Video game) như là một trải nghiệm thiền định (contemplative experience).

Vincent Horn đã nhận xét rằng với đà phát triển của khoa học thiền định (contemplative science), các công nghệ thiền định (contemplative technologies) hiện đại đang làm khuôn mẫu định hướng tương lai cho Phật giáo trong thời đại Internet và thời đại công nghệ mới.

Khoa học thiền định (contemplative Science) đã kết hợp sự nghiên cứu về chánh niệm (mindfulness) và lòng từ bi (compassionate) với sự nghiên cứu mới nhất trong lãnh vực tâm lý trị liệu (psychotherapy) và thần kinh học (neuroscience). Những phát triển sáng tạo trong lãnh vực này đang vượt ra ngoài những cố gắng ban đầu trong việc kiểm tra một cách khoa học những hiệu quả của thiền định (the effects of meditation) thông qua một phương pháp phân tích khoa học của Tây phương. Gần đây, các nhà nghiên cứu Tây phương đang xem xét với một quan điểm rộng lớn hơn về thiền định, bao gồm cả nền tảng triết học và khoa học của "thiền định" bắt nguồn từ một thế giới quan Phật giáo (Buddhist Worldview).

Trạng thái thiền định (contemplative state) có thể được trau dồi và tiếp cận thông qua nhiều việc thực hành bắt nguồn từ những thế giới quan của các tôn giáo khác nhau. Vì vậy, sự phát triển trong lãnh vực "khoa học thiền định" cũng sẽ được phong phú hơn nhờ sự nghiên cứu về những trạng thái thiền định (contemplative states) thông qua sự nghiên cứu có tính cách lịch sử và liên tôn giáo (an inter-religious and historical study).

Vincent Horn đã viết:

"Khi lãnh vực của khoa học thiền định (contemplative Science) tiếp tục phát triển và khi sự hiểu biết của chúng ta càng ngày càng gia tăng về lãnh vực sinh học của thiền định hội tụ với ``phần cứng`` của thế hệ tiếp theo –các dụng cụ như các tai nghe thực tế-ảo, các máy tính mang được, các tai nghe EEG[1] có lực mạnh mẽ và các thiết bị có dòng điện trực tiếp kích thích não bộ được chuẩn bị để thấy sự xuất hiện của các công nghệ có thể thực sự tăng cường khả năng thiền định của chúng ta. Một số nguyên mẫu ban đầu và các thành phẩm trong lãnh vực này chỉ ra các khả năng to lớn, gồm có một ứng dụng gọi là Calm[2] sử dụng phản hồi thần kinh dưới dạng của các điểm nhìn thấy đặc biệt và các âm thanh để giúp bạn tiến về trạng thái được lập trình vào ứng dụng tương ứng với trải nghiệm bình yên".

(" As the field of contemplative science continues to develop and as our increasing understanding of the biology of contemplation converges with next-generation hardware - tools such as virtual-reality headsets, wearable computers, increasing powerful EEG(1) headsets and direct-current brain stimulation devices- be prepared to see the emergence of technologies that can actually enhance our ability to meditate. Several early prototypes and finished products in this field point to enormous possibilities, including an app called "Calm"(2) that use neurofeedback in the form of particular sights and sounds to help move you toward the state programmed into app that corresponds with a calm experience.")

(Vincent Horn, Buddhism in the Internet Age, from Inquiring Mind, Vol. 31, #2 (Spring 2015). Source: Internet)

[Chú thích:

(1) EEG (Electro-Encephalo –Gram) là máy đo của các làn sóng não bộ. Đây là một bài kiểm tra (test) đã có sẵn, nó có thể cung cấp bằng chứng về việc hoạt động của não bộ theo thời gian. Các máy EEG được sử dụng để đánh giá sự rối loạn của não bộ (the evaluation of brain disorders). Máy EEG thường dùng nhất để hiển thị các loại và vị trí của các hoạt động của não bộ trong lúc có cơn động kinh.

(2) Calm là một ứng dụng dựa trên Web (Web-based) và điện thoại thông minh dành cho Apple iOS (9.0 +) như là một dụng cụ hỗ trợ cho khoa tâm lý trị liệu (psychotherapy).

Calm là một ứng dụng hàng đầu dành cho thiền định và giấc ngủ đã giúp hàng triệu người đạt được trải nghiệm bớt căng thẳng hơn và ít lo lắng hơn. Calm được thiết kế như là một ứng dụng thiền định (meditation App) để giúp cho bạn kết hợp thiền định với cuộc sống hằng ngày.]

Nhà triết học Phật giáo nổi tiếng B. Allan Wallace, đã thọ giới Tỳ Kheo cách đây 14 năm dưới sự chứng giám của H. H. the Dalai Lama, trong quyển sách `Contemplative Science: Where Buddhism and Neuroscience Converge`` đã tái khẳng định sức mạnh của thiền Samatha[(1)] và thiền Vipassana[(2)], đây là hai thiền định truyền thống của Phật giáo, để làm rõ tâm trí trong thế giới. Ông đã đưa ra những câu hỏi sâu sắc về bản chất của con người, ý chí tự do, và kinh nghiệm đối với giáo điều, Wallace đã thách thức tuyên bố rằng ý thức không có gì khác hơn là một tài sản mới nổi của bộ não với có ít liên quan đến những sự kiện phổ quát. Hơn thế nữa, ông còn khẳng định rằng người quan sát là cần thiết để đo lường các hệ thống lượng tử và rằng các hiện tượng tinh thần (tuy đã được hình thành) ảnh hưởng đến chức năng và hành vi của bộ não.``

(Alan Wallace reasserts the power of Shamatha and Vipassana, traditional Buddhist meditations, to clarify the mind's role in the natural world. Raising profound questions about human nature, free will, and experience versus dogma, Wallace challenges the claim that consciousness is nothing more than an emergent property of the brain with little relation to universal events. Rather, he maintains that the observer is essential to measuring quantum systems and that mental phenomena (however conceived) influence brain function and behavior.)

(Source: Internet)

[Chú thích:

(1) Thiền Samatha (Srt=Pali, HV. Thiền An chỉ) là sự tập trung tư tưởng (=định, Srt. Samadhi,Av. Concentration) vào một đối tượng nào đó như cầu nguyện, tụng kinh...hay hơi thở để từ tình trạng tập trung này những chướng ngại tinh thần như đam mê, hoang mang, bất ổn được lắng dịu hoặc biến mất để giúp cho tâm thần trở nên an tĩnh (calming the mind,

mind calmness). Thiền Samatha sử dụng một kỹ thuật phổ biến nhất để làm dịu tâm trí là đếm hơi thở (counting breaths). Hành giả tập trung vào, hoặc theo dõi, hơi thở của họ rồi đếm từ một đến năm hoặc từ một đến mười; rồi bắt đầu lại từ một đến năm hoặc từ một đến mười. Không nên đếm quá số mười. Cứ làm như vậy nhiều lần, hành giả sẽ làm lắng dịu tâm trí và cũng cải thiện sự tập trung tư tưởng nữa. Tình trạng lắng dịu có thể tạm thời xử lý được sự căng thẳng hay cho một mục đích khác. Có thể dùng cách đếm hơi thở để đưa vào giấc ngủ nếu ngủ không được. Có một sự liên hệ trái chiều giữa hơi thở và tâm trí: khi tập trung vào hay theo dõi hơi thở, hơi thở điều hoà thì tâm trí thanh thản; khi tâm trí bận bịu suy nghĩ, lo âu thì hơi thở giảm tốc độ.

(2) Thiền Vipassana (Pa.) (Srt. Vipasyna, VH. Thiền minh sát, Av. Insight, clear seeing) là nhìn thấy một cách sâu sắc sự việc đúng như là bản chất của nó (insight into the true nature of reality).]

Theo truyền thống Theravada/ Thượng Tọa Bộ, thiền Vipassana giúp hành giả nhìn thấy một cách sâu sắc sự thật hiện hữu của mọi hiện tượng vật chất và tinh thần, tức là 3 dấu hiệu của hiện hữu (three marks of existence) hay Tam Pháp Ấn: Vô thường (Pa. Anicca, Av. Impernance), Khổ hay các điều không được hài lòng (Pa. Dukkha, Av. Suffering or Unsatisfactoriness), Vô ngã (Pa. Anatta, Av. Non-self).

Theo truyền thống Phật giáo Phát triển/ Phật giáo Đại thừa, thiền Vipassana giúp hành giả nhìn thấy tánh không (Sunyata, Av. Emptiness) và Phật tánh (Buddha nature) của sự vật.

Thiền định càng ngày càng trở nên chủ đạo và được chấp nhận tại các nơi làm việc, và trong trường học, thiền định giúp cả nhà giáo dục và sinh viên. (Meditation is becoming more mainstream and acceptable in the worforce and in schools, helping both educators and students.- Source: Internet, Feb 2019).

Nói tóm, với sự phát triển của các công nghệ thiền định, thiền học tu tập sẽ có nhiều biến đổi trong thời đại Internet và thời đại công nghệ mới.

2.-Robot nhà sư:

Vào tháng 2 năm 2019, vị Sư trụ trì Tensho Goto và các vị sư khác ở ngôi chùa cổ Kodaiji, có 400 năm tuổi, ở cố đô Kyoto, đã hoan hỉ tiếp nhận "Robot nhà sư" đặt tên là Mindar, Robot này được thiết kế và tạo thành bởi một đội ngũ dưới sự lãnh đạo của Hiroshi Ishiguro; ông là một khoa học gia nổi tiếng về Robot và là Giáo sư môn Robot thông minh (intelligent robotics) tại Đại học Osaka.

Robot nhà sư cao 1m 95, nặng gần 60 kg, làm bằng thép không rỉ sét, được thiết kế theo hình mẫu của "Quán Thế Âm Bồ-tát" (Phật giáo Nhật bản gọi là Kannon Bodhisattva). Robot nhà sư được lập trình để tụng đọc các kinh điển Phật giáo từ đoạn này đến đoạn khác với một giọng nói bình thường mà không biết mệt mõi; Robot nhà sư còn thuyết giảng đạo đức Phật giáo: phê phán tánh tham, sân và si của chúng sanh. Thực ra chính Robot nhà sư cũng không có tham, sân si, chắc chắn cũng không có libido (đòi hỏi dục tính) vì Robot nhà sư không có giới tính.

Tháng 8 năm 2019, hãng thông tấn Pháp AFP có đến viếng ngôi chùa Kodaiji, và phỏng vấn vị Sư trụ trì Tensho Goto. Ngài đã giải thích nhiều điều như sau:

-Việc chế tạo Robot nhà sư để đọc kinh, để giảng Phật Pháp là điều phù hợp với triết lý Phật giáo để làm giảm bớt nỗi khổ đau của cuộc đời. Những kiến thức được lưu trữ trong Robot nhà sư – Mindar sẽ giải đáp những thắc mắc cho mọi người để vượt qua những đau khổ và những bấn loạn tinh thần. Với sự phát triển công nghệ thông tin nhân tạo, Robot nhà sư đang và sẽ được lập trình thêm nhiều kinh điển Phật giáo và những kiến thức Phật học rất nhanh chóng, thu thập vô số thông tin nữa và có một trí nhớ bền vững. Robot này có thể tiếp xúc được nhiều người hơn vị Sư người thường mà không biết mệt mỏi.

-Đối với giới trẻ, Robot-Mindar đã cố gắng đem lại niềm tin tôn giáo ở Nhật Bản. Nhật bản hiện là một quốc gia mà sự liên kết tôn giáo (religious affiliatiom) đang suy giảm.

-Robot Mindar sẽ không chết như một nhà sư người thường, sẽ được tiếp tục cập nhật hoá và biến đổi trong tương lai. Hoà Thượng còn nói thêm rằng trong tương lai với sự sử dụng "trí thông minh nhân tạo" (AI = Artificial Intelligence) chúng tôi hy vọng Robot sẽ phát triển trí tuệ để giúp mọi người vượt qua những rắc rối khó khăn của cuộc đời.

-Đạo Phật quan niệm chúng sanh nào cũng có Phật tính, chúng sanh nào cũng có khả năng giác ngộ. Cho nên Phật tử có thể chấp nhận sự hướng dẫn tâm linh đến từ công nghệ.

-Robot nhà sư – Mindar đã được lập trình để thuyết giảng Bát-nhã Tâm Kinh trong vòng 25 phút. Robot có cử động mặt, tay chân để mô tả bằng "ngôn ngữ của thân xác" trong lúc thuyết giảng chẳng khác nào một Giảng sư người thật.

Tuy nhiên cũng có những phản hồi tiêu cực như sau

-Người Tây phương thì không thích Robot Mindar, nhưng người Nhật thì thích; có lẽ vì người Nhật quen dùng Robot trong các lãnh vực khác.

-Robot-Mindar quá tốn kém: chi phí lên tới một triệu US dollars vào năm 2019.

-Nghe Robot nhà sư giảng bài Kinh không được thoải mái vì cảm thấy có vẻ máy móc.

Trong tương lai, chắc chắn Phật giáo sẽ có nhiều biến đổi trước sự sản xuất hàng loạt Robot-Quán Thế Âm Bồ-tát-Mindar.

***

Robot nhà sư – Mindar không chỉ là một Robot phổ biến ở Nhật mà người Nhật còn tạo ra Robot nhà sư – Pepper nữa. Tháng 8 năm 2017, Robot nhà sư Pepper được lập trình để tụng các kinh điển Phật giáo và gõ chuông mõ tại các đám tang theo truyền thống Phật giáo Nhật Bản như là một nhà Sư người thật.

Robot Pepper được sản xuất rất nhiều bởi hãng Nissei Eco để cho mướn và được sử dụng như là một nhà Sư người thật tại tang lễ Phật giáo. Công ty Nissei Eco đã viết trình lập cho Robot Pepper, Robot này được công ty "Softbank Group Corp." giới thiệu vào năm 2014. Công ty Nissei Eco đã bán trên 10 ngàn Robot Pepper.

Việc mướn Robot nhà sư Pepper đã cắt giảm tổn phí cho tang lễ rất nhiều. Giá mướn Robot Pepper thì giảm đáng kể so với việc cúng dường cho một nhà Sư người thật trong buổi tang lễ. Sự chết, tiếp theo là tang lễ là một ý nghĩa tôn giáo, và các nhà sư Phật giáo chiếm một vai trò quan trọng trong buổi tang lể, nên Robot nhà Sư Pepper được mướn để hành lễ.

Công nghệ mới (new technologies) và sự ra đời của trí thông minh nhân tạo (AI = Artificial Intelligence) đã cải thiện năng suất và chất lượng của sản phẩm, đồng thời tạo ra nhiều sản phẩm mới và dịch vụ mới. Do đó, công nghệ mới và trí thông minh nhân tạo đã thay đổi thị trường nhân công ở nhiều ngành nghề, bây giờ lại đến công việc của các nhà Sư người thật nữa.

***

Chúng ta còn thấy có nhiều Robot tôn giáo khác nữa như:

-Năm 2015, Tu viện Long Quan (Long Quan Monastery) ở Bắc Kinh do Sư Học Thành làm trụ trì, đã lắp ráp một "Robot nhà sư Hiền Thị (Xian'er). Robot này có thể đọc tụng các câu thần chú Phật giáo (Buddhist mantras) và hướng dẫn mọi người về những vấn đề đức tin Phật giáo.

-Các "Robot tu sĩ" cũng đã được tạo thành ở các tôn giáo khác như:

-Năm 2017, người Ấn độ đã đưa ra một "Robot tu sĩ" để thực hiện nghi lễ AARTI của Ấn độ giáo (Hindu AARTI Ritual), Robot này di chuyển vòng vòng một cách nhẹ nhàng trước một vị thần linh.

- Cùng năm này (2017), Nhà Thờ Tin lành (Protestant Church) ở Hesse và Nassau tại Đức đã tạo ra một Robot tu sĩ (Robot Priest) đặt tên là Bless U2 để kỷ niệm 500 năm cải cách của đạo Tin Lành (Protestant Reformation). Robot này cao 1.8 mét có màn hình cảm ứng ở ngực, hai cánh tay, con ngươi, lông mày đều có thể di chuyển được. Robot nói được 5 ngôn ngữ khác nhau bằng giọng nói của người đàn ông hay phụ nữ. Robot được lập trình để ban phước lành cho trên 10 ngàn người khách đến viếng cuộc triển lảm.

Robot Bless U-2 được coi như là một cuộc thử nghiệm để truyền cảm hứng cho cuộc thảo luận về tương lai của Giáo Hội (The Church) trong thế giới được số hoá (digitalized world). Vấn đề được đặt ra là ý nghĩa của sự ban phước lành là gì ? và ai có thể ban phước lành cho tín hữu? Thiên Chuá (God) có thể ban phước lành thông qua công nghệ hay không?

-Tháng 9 năm 2017, Anthony Levandowski, một kỹ sư ở thung lũng Silicon (Silicon Valley) ở California, USA, đã thành lập một nhà thờ đầu tiên về trí tuệ nhân tạo (the first Church of Artificial Intelligence) được gọi là "Way of the Future" (Đạo của Tương lai). Tôn giáo mới của A. Levandowski được dành riêng cho "nhận thức, chấp nhận và tôn thờ một vị thần dựa trên AI (Artificial Intelligence) được phát triển thông qua phần cứng và phần mền của máy tính" ("the realization, acceptance, and worship of a Godhead based on Artificial Intelligence (AI) developed through computer hardware and software).

-Tháng 6 năm 2018, Gabriel Travato, kỹ sư chuyên về Robot, đã tạo ra Robot SanTO (chữ tắt của Sanctified Theomorphic Operator = máy điều hành có hình dáng thần thánh). Robot này cao 17 inches (= 43.18 centimeters) có hình dáng gợi nhớ tới các bức tượng của các vị Thánh Thiên Chúa Giáo (Catholic Saints). Robot SanTo có thể đối đáp để giảng Thánh Kinh. Theo Gabriel Travato thì Robot SanTO được thiết kế để cung cấp dịch vụ tâm linh cho các vị cao niên mà khả năng di chuyển và tiếp xúc với xã hội có thể bị hạn chế.

Kết luận về Robot tôn giáo (religious Robot):

Robot, nói chung, là một sự sáng tạo cho con người, Robot đã cung cấp nhiều sự hỗ trợ vô giá, giúp làm việc nơi nguy hiểm thay thế con người, làm nhanh chóng và hoàn thiện các sản phẩm. Robot cũng hỗ trợ những khả năng mới giúp cho một nhóm người, thí dụ như những người có cơ thể bị hạn chế bởi tuổi tác, bị khuyết tật hay bịnh hoạn.

Theo Gabriel Trovato thì "Tôn giáo đã diễn biến qua dòng lịch sử từ truyền thống truyền khẩu đến truyền thống viết ra văn bản đến báo chí và các phương tiện truyền thông đại chúng. Vì vậy, thật là điều hợp lý khi nghĩ rằng AI (Trí thông minh nhân tạo) và Robot sẽ giúp tôn giáo truyền bá lan rộng hơn."

["Religion has evolved through history, from oral tradition to written tradition to press and mass media. So, it's reasonable to think that AI and Robotics will help religion to spread out more."]

AI sẽ tạo ra một sự thay đổi thực sự trong thần học (theology) và trong đời sống đạo đức (ethics) của chúng ta.

Trong bài "Cánh Diều", NKP đã viết: "Văn minh con người tranh quyền với tạo hóa".

Robot tôn giáo có thể được lập trình để thực hiện các nghi lễ có tính cách thế tục. Tuy nhiên, có nhiều sanh hoạt tôn giáo có ý nghĩa tâm linh mà Robot tôn giáo không thể nào đem đến được từ những lời giảng đơn giản và máy móc của công nghệ được. Hơn nữa, Robot tôn giáo không thể nào thay thế được cuộc diện kiến mặt-đối- mặt giữa tín đồ và vị thầy tu người thật. Tôn giáo và tâm linh luôn luôn được truyền đạt bằng những giao cảm tinh thần. Robot tôn giáo chỉ là một phương tiện khác được thúc đẩy bởi công nghệ mới và trí thông minh nhân tạo, những gì Robot học hỏi được thì có tính cách máy móc và tự động vô cảm.

Với sự dè dặt, chúng ta có thể nói rằng thật là quá sớm để có thể có một kết luận chính xác về vai trò của Robot tôn giáo. Có lẽ còn đòi hỏi nhiều thời gian nữa để xem con người chế tạo Robot tôn giáo như thế nào? Robot tu sĩ hỗ trợ tôn giáo truyền thống có ý nghĩa như thế nào? Và Robot tu sĩ sẽ đưa con người đến những trải nghiệm tôn giáo mới như thế nào?

C.- Kết luận về Phật giáo trong thời đại Internet và thời đại Công nghệ mới:

Internet đã và đang làm đổi mới Phật giáo toàn cầu bằng nhiều cách, đó là những điều lưu tâm đặc biệt của giới trẻ. Như đã nói, các tổ chức Phật giáo, các Hội đoàn Phật giáo, chùa chiền, Tăng Ni, giảng sư ở năm Châu đều thiết lập các Websites, nhờ đó các Phật tử và các nhà nghiên cứu Phật học có thể trau dồi kinh nghiệm, trau dồi kiến thức, trau dồi đạo đức trong cuộc sống hằng ngày.

Trong thời đại Internet và Công nghệ mới, các công nghệ thông tin phát triển quá nhanh chóng và đã ảnh hưởng trên nhiều lãnh vực, Phật giáo thì không phải là ngoại lệ. Như vậy, Phật giáo phải thay đổi để thích ứng với những đổi thay đó.

Toronto, 07 tháng 01 năm 2020.

Sửa chữa và bổ sung, 21 tháng 03 năm 2020

Nguyễn Vĩnh Thượng

Tài liệu tham khảo chính yếu:

- B. Alan Wallace (Author), Brian Hodel (Contributor), Contemplative Science: Where Buddhism and Neuroscience Converge, USA: Columbia University Press, 2011.

-Brendan Ozawa-de Silva, Contemplative Science and Secular Ethics, USA: Academics Editors: Glen A. Hayes and Sthaneshwar Timalsima, 2016. Source: Internet.

-Michael Moyer, What is the Future of Knowledge in the Internet age, Nov. 2011. Source: Internet.

-Sam Gustin, "The Internet doesn't hurt people – People do: the new Digital Age", Time, April 2013. Source: Internet.

-Sean Healey, Buddhism on the Internet, in Conscious Living Magazine, issue # 38, April 1997. Source: Internet.

-Sigal Samuel, Article: Robot priests can bless you, advise you,and even perform your funeral, Washington, D.C & New York City: Vox Media, Sept. 2019. Source: Internet.

-Ven. Pannyavaro, E-learning Buddhism on the Internet, Colombo (Sri Lanka) July 2002, Australia: Buddha.net.

-Vincent Horn, Buddhism in the Internet Age, in Inquiring Mind, Vol. 31, #2 (Spring 2015). Source: Internet.

Chương 34

Tư Tưởng Phật Giáo trong "Văn Tế Thập Loại Chúng Sanh" của Nguyễn Du

Bài viết "Tư Tưởng Phật Giáo trong "Văn Tế Thập Loại Chúng Sanh" của Nguyễn Du sẽ được trình bày như sau:

I.- Lễ Vu Lan và nguồn gốc áng thơ "Văn Tế Thập Loại Chúng Sanh".

II.- Tiểu sử và sự nghiệp của Nguyễn Du.

III.- Nguyên văn bài "Văn Tế Thập Loại Chúng Sanh."

IV.- Giảng luận bài "Văn Tế Thập Loại Chúng Sanh."

* * *

Nhắc đến **Nguyễn Du** (1765-1820) chúng ta thường liên tưởng đến áng văn bất hủ của Đại Thi hào *là "Đoạn Trường Tân Thanh"* hay *"Truyện Kiều"*. Hồi năm 1947, **Giáo sư Trần Cửu Chấn (1906-1980)**[*1] đang lúc làm Bộ Trưởng Bộ Quốc Gia Giáo Dục trong Nội Các của Thủ Tướng Chánh Phủ Thiếu Tướng Nguyễn Văn Xuân, đã trình Luận án Tiến Sĩ Văn Chương tại Đại Học La Sorbonne ở Paris, Pháp quốc với đề tài: "Étude critique de Poème Kim Vân Kiều". Nguyễn Du và Truyện Kiều đã được một cái danh dự vô song khi GS Trần Cửu Chấn đệ trình Luận án Tiến sĩ này trước Hội đồng Giám khảo của Viện Đại Học La Sorbonne. Các học giả, các Giáo Sư Đại Học Pháp quốc và Việt Nam đã viết nhiều bài ca tụng Truyện Kiều và Nguyễn Du cùng tán thán Luận án Tiến sĩ của GS TS Trần Cửu Chấn. Nhà phê bình văn học Cung Giũ Nguyên trong bài *" La conscience matheureuse chez Nguyễn Du" đã gọi GS TS Trần Cửu Chấn là Bộ-Trưởng-kiêm Sinh-Viên (Ministre-Étudiant).* GS TS Trần Cửu Chấn cũng đã dịch Truyện Kiều ra tiếng Pháp với tựa là *"Nouvelle Traduction Français du Kim Vân Kiều"* do Imprimierie de l' Union xuất bản ở Saigon vào năm 1950. Cách đây trên 20 năm tôi có đọc một bài hồi ức của một Giáo sư Trung học ở Mỹ Tho đã nói rằng ông còn giữ quyển sách này.

Trước GS TS Trần Cửu Chấn và sau ông đã có nhiều bản dịch Truyện Kiều ra tiếng Pháp, nhưng vào lúc bấy giờ các nhà phê bình văn học đã đánh giá cao bản dịch này. Vào thập niên 1970, **GS Huỳnh Sanh Thông (1926-2008)**[*2] đã dịch Truyện Kiều ra tiếng Anh với tựa là: *"The Tale of Kiều"*, do Đại Học Yale xuất bản tại Hoa Kỳ vào năm 1972. Trước GS Huỳnh Sanh Thông và sau ông đã có nhiều bản dịch Truyện Kiều ra tiếng Anh, nhưng bản dịch này đã và đang được nhiều Sinh viên, Giáo sư và Học giả dùng để nghiên cứu. *"The Tale of Kiều"* không những được các nhà văn hoá Mỹ nghiền ngẫm để tìm hiểu văn hoá Việt Nam mà các nhà chánh trị Mỹ cũng nghiền ngẫm quyển này nữa.

Bên cạnh "Truyện Kiều", Nguyễn Du đã sáng tác một tác phẩm có giá trị cao về nội dung và nghệ thuật nữa. Đó là bài **"Văn Tế Thập Loại Chúng Sanh"** (VTTLCS). GS Vũ Thế Ngọc đã dịch bài này ra tiếng Anh với tựa là : *"A Requiem for All Ten Classes of Sentient Beings"* (nguồn: internet). Nhà văn/GS Hữu Ngọc trong bài *"Nguyễn Du và Cô hồn Mỹ trên đất Việt"* nhân ngày lễ Chiêu hồn tháng Bảy (nguồn Internet) có đoạn viết như sau:

"Cứ cách vài năm, bác sĩ tâm thần Mỹ Edward Tick lại dẫn một đoàn hơn chục cựu binh sĩ Mỹ đã chiến đấu ở Việt Nam sang nước ta vài tháng để chữa bệnh tâm thần. Họ mất thăng bằng tâm lý, bị day dứt bởi đã tham gia gây tội ác với dân thường. Cách chữa bệnh là để họ tham gia sinh hoạt với nhân dân ta, để họ thấy đất nước này đã hồi sinh, nhân dân ta tha thứ cho họ vì họ cũng là nạn nhân của cuộc chiến. Bác sĩ Tick thường mời tôi thuyết trình cho họ về văn hóa Việt Nam. Tôi nghĩ đến một vấn đề khiến người Mỹ băn khoăn day dứt là binh sĩ Mỹ mất tích ở Việt Nam. Bà bạn Mỹ Christine White, giáo sư Đại học Hawaii, rất xúc động khi được đọc bài Văn chiêu hồn của Nguyễn Du (dịch sang tiếng Anh). Bà bảo: "Tôi mong là thi phẩm viết cách đây 200 năm ấy có thể giúp người Mỹ hiểu chủ nghĩa nhân văn Việt Nam và vấn đề người Mỹ mất tích trong chiến tranh".

I.-Nguồn gốc áng văn:

"Văn Tế Thập Loại Chúng Sanh" có thể được sáng tác sau một trận dịch khủng khiếp (có thể là dịch tả, đậu mùa) đã giết hại hàng ngàn người, cả nước Việt vào lúc ấy nặng nề âm khí; các vị Tăng Ni và Pháp sư ở khắp các chùa đều lập đàn cúng tế, nguyện cầu cho các vong hồn được siêu thăng giải thoát. Theo G.S Hoàng Xuân Hãn, có lẽ Nguyễn Du sáng tác bài VTTLCS trước cả Truyện Kiều, vào lúc ông làm Cai bạ ở Quảng Bình; VTTLCS được sáng tác vào khoảng (1802-1812).

Bài *Văn tế thập loại chúng sanh* còn được nhiều nhà nghiên cứu Văn học Việt Nam đặt cho nhiều tựa khác nhau như *"Chiêu hồn thập loại chúng sanh"*, *"Văn tế chiêu hồn"*, *"Văn chiêu hồn"*, *"Thơ chiêu hồn"*, *"Chiêu hồn ca"*, *"Kinh chiêu hồn"* vì bài nầy được nhiều vị Tăng Ni và Pháp sư đọc như một bài kinh để gọi cô hồn.

Bài văn nầy gồm có 184 câu thơ, viết bằng chữ Nôm, theo thể thơ song thất lục bát (hai câu bảy chữ, một câu sáu chữ và một câu tám chữ)

Văn Tế theo tiếng Hán Việt là tế văn (祭文), một bài văn dùng để đọc tụng khi cúng tế người đã chết, để tỏ lòng kính trọng, thương tiếc. Trong một số trường hợp đặc biệt văn tế cũng được viết có tính chất khôi hài dùng để cúng tế người sống. Bài văn tế có thể là một bài văn vần, một bài văn xuôi hay một bài văn biền ngẫu (đây là loại văn có nhiều câu đối nhau thành từng cặp). Có sự phân biệt tế nhị giữa văn tế và điếu văn. *Điếu văn :* Điếu là đến thăm, điếu văn là bài văn đọc khi đến viếng người vừa chết, chưa mai táng, để an ủi người thân của người vừa chết, gởi lời thương xót cùng kỷ niệm với người chết.

Vài tựa bài văn tế tiêu biểu:

-Văn tế cá sấu của Hàn Thuyên.

-Văn tế thập loại chúng sinh của N.D.

-Văn tế sống hai cô gái ở Trường lưu của N.D.

-Văn tế trận vong tướng sĩ của Nguyễn văn Thành

-Văn tế nghĩa sĩ Cần Giuộc của Nguyễn đình Chiểu.

-Văn tế sống vợ của Trần tế Xương.

Thập loại 十類 : nghĩa đen là 10 loại, ở đây có nghĩa là rất nhiều, đủ hết. Trong bài VTTLCS có khoảng trên 14 loại cô hồn khác nhau chứ không phải chỉ có 10 loại mà thôi. Tiếng thập/ mười có cùng nghĩa là rất nhiều, đủ hết, hoàn toàn trong các câu: "nhân vô thập toàn", "mười phân vẹn mười".

Chúng sanh 眾生 (tiếng Hán) dịch từ tiếng Phạn: Srt. Sattva, Pa. Satta (Av. beings, Pv. êtres, creatures); ý chỉ tất cả sanh vật có mạng sống, còn chưa được giác ngộ và giải thoát, còn sống trong nẻo sanh tử luân hồi. Trong bài VTTLCS, Nguyễn Du dùng chữ chúng sanh chỉ để nói đến con người mà thôi.

VTTLCS là bài thơ nhằm mời gọi các cô hồn được dẫn xuất từ nghi thức cúng thí thực các cô hồn, và cầu nguyện cho các cô hồn này được giải thoát trong **dịp lễ Vu Lan**. *Lễ Vu Lan được cử hành vào* ***ngày Rằm*** *(ngày 15)* ***tháng 7 Âm lịch***. Đây là một trong các ngày lễ trọng thể của Phật giáo trong phong tục Trung Hoa và Việt Nam. Lễ Vu Lan trùng ngày với Tết Trung Nguyên của Hán.

Chiêu hồn 招魂 : mời gọi các cô hồn. Theo quan niệm truyền thống của văn hóa Việt Nam thì "chết" có hai hình thức: Chết bình thường và chết không bình thường. Chết bình thường là chết vì tuổi già, vì bệnh tật. Chết không bình thường là chết do tai nạn, gươm đao, tên đạn, hình thức nầy là chết bất đắc kỳ tử. Những người chết bất đắc kỳ tử thì linh hồn bị trở thành cô hồn, khi chết không được chôn cất hoặc được chôn cất nhưng không có thân nhân biết, không có ai bảo quản mộ phần, không người thờ cúng. Cũng có những linh hồn khi xuống âm phủ thì bị giữ lại ở chốn địa ngục, không được đi đầu thai vì tội lỗi, nhưng vào ngày rằm tháng bảy âm lịch thì các cô hồn được thả khỏi địa ngục để hưởng tự do trong một ngày, một đêm.

Ngày nầy gọi là ngày *xá tội vong nhân* . Theo tập tục truyền thống thì người còn sống với lòng từ bi, nhân ngày nầy mà mua sắm lễ vật để cúng tế các linh hồn không người thờ phượng. Chiêu hồn là thỉnh mời, kêu gọi các cô hồn đến hưởng lễ vật cúng tế, và thỉnh mời các cô hồn nầy hãy đến các chùa để nghe các vị Tăng Ni và Phật tử tụng đọc kinh Phật, nhờ đó các linh hồn có thể giải thoát để đi đầu thai hay thoát khỏi kiếp luân hồi.

Lễ hội Vu Lan là lễ nghi của Phật giáo Trung Hoa đã có từ thời Đông Tấn (317-420 Tây lịch) nhưng đến thời Nam-Bắc Triều (420-589 Tây lịch) thì rất thịnh hành:

"Lễ nghi của Phật giáo thường gọi là Pháp Hội. Pháp Hội đã có từ đời Đông Tấn , nhưng tới đời Nam-Bắc Triều thì rất được thịnh hành. Trước hết có Pháp Hội về "Đản sinh của Đức Phật"vào ngày 8 tháng 4 Âm lịch, gọi là "Quán Phật Hội" hay lễ tắm Phật rất phổ cập khắp các chùa, và hội rước Phật để mọi người được dâng hương tán hoa; rồi đến hội ***Vu-Lan-Bồn/ Vu- Lan hội*** *vào ngày Rằm/15 tháng 7 Âm lịch; "Hội Phật Thành Đạo"/Thành Đạo Hội vào ngày 8 tháng 12 Âm lịch; "Hội Nhập Niết-Bàn/ Niết –Bàn Hội vào ngày 15 tháng 12 Âm lịch. Ngoài ra còn có các Hội như "Bát Quan Trai", "An cư Kiết Hạ", "Diên Thọ" v..v.."*
(Thích Thanh Kiểm [1921-2000], Lịch sử Phật Giáo Trung Hoa, Saigon: nxb Vạn Hạnh, 1965, tr. 106)

Trong **lễ Vu Lan**, ngày Rằm tháng 7 âm lịch, được thực hiện làm hai phương thức hành lễ khác nhau nhưng cùng chung một ngày: lễ thí thực và lễ báo hiếu.

Lễ thí thực cho các cô hồn, các vong hồn được mời đến hưởng các lễ vật cúng tế, và các vị Tăng Ni, Phật tử tụng đọc kinh Phật cầu nguyện cho các vong hồn của người chết chưa siêu thoát hay chưa đi đầu thai để họ được siêu thoát. Theo tục lệ trong dân gian thì lễ Vu Lan là ngày giỗ chung cho tất cả các vong linh không ai thờ phượng. Còn ngày giỗ cho một người thì được tổ chức vào ngày người ấy qua đời. Nội dung của VTTLCS là mời gọi các cô hồn đến hưởng các lễ vật cúng tế, và nghe kinh Phật do các vị Tăng Ni và Phật tử tụng đọc để các cô hồn được siêu thoát như phần nghi thức nầy của lễ Vu Lan .

Lễ Vu Lan còn được gọi là **"lễ Báo hiếu"** căn cứ theo lời Đức Phật Thích-Ca giảng dạy trong **"Kinh Vu-Lan-Bồn".**

Vu Lan (盂蘭) là tiếng Việt Hán, gọi đầy đủ là **Vu-Lan-Bồn (盂蘭盆)** dịch từ chữ Sanskrit : **Ullambana**, có nơi người Trung Hoa phiên âm chữ nầy đọc theo âm Việt Hán là Ô-lam-bà-noa (烏藍婆拏), có nghĩa đen là cái chậu cứu nạn treo ngược, có nghĩa bóng là hồn kẻ chết bị treo ngược ở cõi âm được cứu để giải thoát khỏi cảnh địa ngục, ngạ quỷ (= quỷ đói).

Kinh Vu-Lan-Bồn (Srt. **Ullambana sutra**) do Đức Phật thuyết để khuyên mọi người cầu siêu cho ông bà cha mẹ quá vãng và cầu phước cho cha mẹ còn sống. Vào **ngày Rằm tháng 7 âm lịch**, các Phật tử ở chùa làm bữa tiệc cúng Đức Phật và chư Tăng Ni để cầu phước cho cha mẹ, đồng thời đọc tụng bài kinh nầy.

Kinh Vu-Lan-Bồn được dịch ra tiếng Hán từ tiếng Phạn vào thế kỷ III Tây lịch do vị sư tên là *Dharmavaksa* (tiếng Trung Hoa dịch là *Pháp Hộ*) gốc người Ấn Độ. Theo kinh Vu-Lan-Bồn thì ngài *Mục-Kiền-Liên* (Srt. Maudgalyayana) một đệ tử của Đức Phật vừa đắc đạo có phép thần thông, ngài nhớ đến mẹ, ngài bèn ngó xuống cõi âm, thấy mẹ mình là bà Lương Thanh Đề đang bị hành hạ khổ sở, thân thể gầy ốm, đói khát, vì không được cho ăn uống. Mục Kiền Liên đem cơm xuống cõi âm cho mẹ, khi mẹ của ngài vừa mới đưa cơm vào miệng thì cơm hoá thành lửa, nên bà không thể ăn được. Ngài Mục Kiền Liên đến gặp Đức Phật để xin chỉ dạy cách cứu độ mẹ mình. Đức Phật dạy rằng muốn cứu vớt mẹ thì Mục Kiền Liên phải chờ đến ngày rằm tháng 7 âm lịch, lúc ấy, sau mùa kiết hạ, các chư tăng hội đủ trở về thì làm tiệc cúng Phật và đãi các chư tăng, rồi thỉnh cầu các chư tăng hợp lực cầu nguyện cho mẹ của Mục Kiền Liên được giải oan các hành động tham ác của bà trong kiếp trước. Nhờ vậy mà mẹ của ngài Mục Kiền Liên được giải thoát khỏi kiếp ngạ quỷ (= quỷ đói) và được tái sanh về cảnh giới tốt lành. Đức Phật khuyên các đệ tử về sau nên giữ lệ cúng Phật, cúng chư tăng trong ngày Rằm tháng 7 âm lịch để cầu phước cho ông bà quá vãng và hiện tiền. *Kể từ đó, lễ Vu Lan được coi như là ngày "lễ Báo hiếu"*. Theo truyền thống đạo lý người Việt Nam bao giờ cũng nhớ đến công ơn sanh thành và dưỡng dục lớn lao của mẹ và cha .

Nghi thức "lễ Báo hiếu" trong ngày lễ Vu Lan đã chuyển biến dần dần thành nghi thức ***"lễ Bông hồng cài áo"*** kể từ năm 1962:

*"Nói đến tình mẹ trong thi văn của Nhất Hạnh chúng ta không thể không nói đến một đoản văn bất hủ của thầy là quyển **"Bông Hồng Cài Áo"**. Đoản văn này đã làm cảm động nhiều người trẻ tuổi, đã làm biết bao độc giả rưng rưng lệ. Thật vậy, ai lại không nghẹn ngào khi nghĩ đến mẹ của mình, đến sự hy sinh của mẹ, đến tình thương của mẹ. Đoản văn này còn gây cho người trẻ tuổi sự ý thức được sự quý giá của bà mẹ bên cạnh mình, và tưởng nhớ đến người mẹ đã khuất bóng. Thiền sư Nhất Hạnh đã viết đoản văn này vào năm 1962 tại hải ngoại dưới hình thức một lá thư rồi gửi về cho các sinh viên, học sinh Phật tử ở quê nhà. Lúc ấy, đoàn sinh viên học sinh Phật tử tại Sài Gòn đã phổ biến đoản văn Bông Hồng Cài Áo bằng cách chép tay. Mỗi sinh viên, mỗi học sinh trong đoàn đã tình nguyện chép tay một số bản, tổng số lượng những bản chép tay này lên đến hàng trăm bản, rồi họ phân phát cho các bạn bè, thân hữu. Kẻ viết bài này cũng đã chép được vài bản. Mãi đến năm 1964, đoản văn Bông Hồng Cài Áo mới được nhà xuất bản Lá Bối ấn hành lần đầu tiên tại Sài Gòn. Tính đến nay*

(1985),đoản văn Bông Hồng Cài Áo đã được sáng tác trên hai mươi năm, con số ấn bản lên đến hàng triệu cuốn. Nguyên nhân là bởi đoản văn này được rất nhiều người ưa thích và nhất là tác giả không giữ bản quyền nên ai cũng có thể in lại. Cùng một ý tưởng diễn tả tình mẹ, và được lấy cảm hứng từ đoản văn này , một tuồng cải lương và một bản tân nhạc có cùng tựa đề Bông Hồng Cài Áo đã được sáng tác vào các năm 1966, 1967 tại Sài Gòn. Năm 1983 tại Hoa Kỳ, các nhà văn Thạch Mai và Helen Coutant đã dịch đoản văn này ra tiếng Anh dưới tựa đề A Flower For You được xuất bản bằng song ngữ Việt–Anh, hình bìa do họa sĩ Võ Đình trình bày có một cánh hoa hồng tuyệt đẹp.

*Cũng cùng năm 1962, tại **chùa Xá Lợi**, ở Sài Gòn, trụ sở của **Hội Phật Học Nam Việt**, vào ngày **lễ Vu Lan (rằm tháng bảy âm lịch**). Đoàn sinh viên học sinh Phật tử đã tổ chức lần đầu tiên lễ Bông Hồng Cài Áo Tất cả những người tham dự buổi lễ đều được gắn hoa hồng trên áo. Người nào còn mẹ thì được cài hoa màu hồng, kẻ nào mất mẹ thì được cài hoa màu trắng. Nghi thức tổ chức buổi lễ rất đơn giản nhưng thật trang nghiêm, nên đã tạo được một ý thức rất mạnh về tình mẹ con. Bởi vậy buổi lễ này đã làm rung động tận đáy lòng người tham dự, khiến không ai cầm nổi nước mắt. Kể từ năm 1962 trở đi, hàng năm cứ đến ngày Vu Lan là mọi Phật tử đều tổ chức lễ Bông Hồng Cài Áo. Lễ này được quan niệm như là một "Lễ Báo Hiếu" trong các cộng đồng Phật giáo khắp nơi trên đất Việt. Ngày nay, các cộng đồng Phật giáo Việt Nam tại các nước tự do trên khắp thế giới đều lấy ngày **lễ Vu Lan làm ngày tổ chức lễ Bông Hồng Cài Áo.** Tất cả mọi Phật tử đều coi đó như là một ngày lễ truyền thống đáng quý của dân tộc ta để tưởng nhớ đến công ơn sinh thành của cha mẹ:*

Công cha như núi Thái Sơn,
Nghĩa mẹ như nước trong nguồn chảy ra.
Một lòng thờ mẹ kính cha,
Cho tròn chữ hiếu mới là đạo con.
(Ca dao)

Sau này, trong lễ Bông Hồng Cài Áo được tổ chức tại nhiều ngôi Chùa hay tại các Niệm Phật Đường, mỗi người tham dự buổi lễ này đều được cài lên áo hai đoá hoa hồng. Hai bông hồng được kết lại thành một bó: đoá hoa tượng trưng cho cha hơi cao hơn một chút để dễ phân biệt với đoá hoa kia tượng trưng cho mẹ. Cành hoa màu hồng tượng trưng cho cha hoặc mẹ vẫn còn, cành hoa màu trắng trượng trưng cho cha hoặc mẹ đã khuất bóng.Buổi lễ này nói lên tình cha – mẹ - con.

*(**Nguyễn Vĩnh Thượng**, Tình Mẹ trong Thi ca Nhất Hạnh, Toronto: Nguyệt san Làng Văn, số đặc biệt kỷ niệm ngày lễ Vu Lan 1985, tr. 12-13).*

Ở phương Tây, có **"Ngày của Mẹ"(Mother's day)** và **"Ngày của Cha"(Father's day):**

-Ngày của Mẹ:

Ở Mỹ và Canada nhiều người làm lễ chúc mừng **"Ngày của Mẹ" vào ngày Chúa nhật thứ hai của tháng 5** (The Mother's day date in United States and Canada is on the **second Sunday of May** each year). "Ngày của Mẹ" tạo cơ hội để con cái cám ơn công ơn dưỡng dục của Mẹ.

Thiệp chúc mừng, bông hoa, quà cáp hoặc tặng vật do chính tay con làm cho Mẹ để kỷ niệm, thí dụ như bức tranh chính tay người con vẽ, đặc biệt các con sẽ mời cha mẹ đi ăn nên các nhà hàng đông nghẹt trong "Ngày của Mẹ". Các con cái cũng cám ơn ông bà nội ngoại, kế mẫu, mẹ nuôi. Nếu mẹ qua đời con cái sẽ đến thăm mộ với bông hoa.

Lịch sử "Ngày của Mẹ" ở Mỹ:

Vào khoảng thập niên 1870, Julia Ward Howe (bà sinh tại New York city, ngày 27 tháng 5 1819, mất ngày 17 tháng 10 1910) đã viết "Mother's day Proclamation", bà dịch ra nhiều ngôn ngữ khác nhau, để vận động cho "Ngày của Mẹ"(Mother's day) phải được chấp nhận. Bà là người phụ nữ đầu tiên đã cử hành lễ chúc mừng " Ngày của Mẹ" một cách chính thức ở Mỹ.

Sau ngày mẹ của bà Anna Marie Jarvis qua đời vào năm 1905, bà Anna Jarvis (sinh tại Webster, west Virginia vào ngày 01 tháng 5,1864 mất ngày 24 tháng 11,1948) đã vận động mạnh mẽ để thành lập "Ngày của Mẹ" trong toàn nước Mỹ (National mother's day in U.S) vào năm 1907. Năm sau 1908 "Ngày của Mẹ" (Mother's day) được tổ chức ở thành phố Philadelphia tại "Andrew's Methodist Episcopal church"(Grafton, West Virginia) với sự tham dự của 407 trẻ em và các bà mẹ của các em nầy.

Vào năm 1916, Tổng Thống Mỹ Woodrow Wilson (28 Dec.1856 – 3 Feb.1924)đã ký tuyên bố thành lập **"Ngày của Mẹ"** (Mother's day) vào *ngày Chúa nhật thứ 2 trong tháng 5 như là một ngày lễ quốc gia để vinh danh các bà mẹ* (Second Sunday in May was a national holiday to honor mothers).

-Ngày của cha:

Ở Mỹ và Canada, nhiều người làm lễ chúc mừng "Ngày của cha"(Father's day) vào **ngày Chúa nhật thứ 3 trong tháng 6 mỗi năm** (The Father's day date in United states and Canada is on the third Sunday of June each year). Như ngày của Mẹ, ngày của Cha cũng tạo cơ hội để con cái cám ơn công ơn dưỡng dục của cha. Cũng chúc tụng, bông hoa, quà cáp, tổ chức ăn uống như "Ngày của Mẹ". Các con cái cũng cám ơn ông bà nội ngoại, cha kế, cha nuôi. Nếu cha qua đời con cái sẽ đến thăm mộ với bông hoa.

Lịch sử "Ngày của Cha" ở Mỹ:

Vào năm 1910, Sonora Smart Dodd (sinh tại Arkansas vào ngày 18 tháng 2 năm 1882, mất ngày 22 tháng 3,1978) đã sáng lập **"Ngày của Cha"** ở Spokane, Washington, và cử hành tại YMCA.

Năm 1916, Tổng Thống Mỹ Thomas Woodrow Wilson muốn lễ chúc mừng "Ngày của Cha" trở thành ngày lễ chính thức của quốc gia, nhưng Quốc hội Mỹ không chấp nhận vì e sợ các cơ sở thương mại lợi dụng ngày nầy để buôn bán.

Năm 1924, Tổng Thống Mỹ John Calvin Coolidge (04 July 1872 - 05Jan 1933) lại muốn "Ngày của Cha" được công nhận trên toàn xứ Mỹ, nhưng Quốc Hội cũng không chấp nhận.

Năm 1966, Tổng Thống Lyndon Baines Johnson (27Aug.1908 -22 Jan. 1973) lần đầu tiên, với tư cách Tổng Thống **tuyên bố vinh danh các bậc Cha, và chọn ngày Chúa nhật thứ 3 của tháng 6 làm "Ngày của Cha"** *(President Lyndon B. Johnson issued the first presidential proclamation honoring fathers, designating the third Sunday in June as Father's day).*

Năm 1972, Tổng Thống Mỹ Richard M. Nixon (09 Jan 1913 - 22 Apr.1994) chính thức ký luật công nhận "Ngày của Cha" là ngày lễ quốc gia vĩnh viễn (permanent national holiday).

Hiện nay, rất nhiều nước trên thế giới cử hành *"Ngày của Mẹ" và "Ngày của Cha",* tuy nhiên việc ấn định ngày giờ thì có thay đổi tùy theo mỗi nước.

Tôi ước mong *"Ngày của Mẹ" , "Ngày của Cha" và "Ngày Bông hồng cài áo"* sẽ trở thành ngày lễ quốc gia (national holiday) ở Việt Nam. Muốn được vậy, chúng ta cần sự vận động tích cực của quý vị Tăng Ni và Phật tử ở trong và ngoài nước.

II.- Tiểu sử và sự nghiệp văn chương của Nguyễn Du :

II.A-Tiểu sử Nguyễn Du:

Nguyễn Du sống vào thời Lê mạt, Nguyễn sơ ở Việt Nam.

Trong thời Lê mạt, hiện tình xã hội thật là đen tối. Ngoài Bắc, Trịnh Sâm lên nắm quyền, say mê Đặng thị Huệ, lập con thứ Trịnh Cán lên làm thế tử, phế bỏ con trưởng là Trịnh Khải, việc nầy khiến kiêu binh nổi loạn, cướp bóc lung tung, dân tình oán than khiến cho Lê triều đi đến chỗ sụp đổ.

Trong Nam, anh em Tây sơn nổi lên khởi nghĩa. Nguyễn Nhạc xưng vua năm 1778. Nhiều trận đánh ác liệt giữa anh em Tây Sơn và Nguyễn Ánh. Vua Quang Trung Nguyễn Huệ (1753-1792) đã chiến thắng quân Thanh xâm lược một cách oanh liệt vào cuối năm Kỷ Dậu 1789, nhưng vua Quang Trung mất sớm vào năm 1792, nên triều đại Tây Sơn suy tàn.

Năm 1802, cuối cùng Nguyễn Ánh đã chiến thắng, thu giang sơn về một mối, ông lên ngôi, lấy niên hiệu là Gia Long. Lúc ấy, Nguyễn Du đã được gần 40 tuổi (1765-1802), ông đã chứng kiến nhiều biến cố xảy ra trong thời Lê mạt, những cuộc tranh giành quyền bính, giết chóc, chiến tranh, khói lửa ngập trời:

"Trải qua một cuộc bể dâu,
Những điều trông thấy mà đau đớn lòng. "
*(**Nguyễn Du**- Truyện Kiều)*

Nay đất nước đã thay chủ đổi ngôi, bánh xe lịch sử đã đi qua một giai đoạn mới: sứ mạng lịch sử của nhà Lê đã cáo chung, Nguyễn Ánh- Gia Long bắt đầu viết trang sử mới.

Nguyễn Du (阮 攸) (1765-1820) tên chữ là Tố Như **(素 如)** hiệu là Thanh Hiên **(清 軒),** biệt hiệu là Hồng Sơn Lạp Hộ **(鴻 山 獵 戶)** sinh năm Ất dậu 1765, tại làng Tiên Điền, huyện Nghi xuân, tỉnh Hà Tĩnh.

Cha là Nguyễn Nghiễm (1708-1775) đậu Hoàng giáp (nhị giáp tiến sĩ) làm quan dưới triều Lê, được thăng chức cao nhất là Xuân Quận Công. Mẹ là Trần thị Tần (1740-1778) người thuộc tỉnh Bắc ninh.

Năm 1776, cha ông qua đời, khi đó ông được 11 tuổi. Năm 1778, mẹ ông qua đời. Nguyễn Du mồ côi cha lẫn mẹ nên được người anh cùng cha khác mẹ là Nguyễn Khải đem về nuôi, lớn hơn ông 31 tuổi.

Nguyễn Du tư chất thông minh. Năm 1783, được 19 tuổi, ông thi Hương ở trường Sơn nam, đậu Tú Tài. Ông không ra làm quan dưới thời Tây sơn, mà chỉ ngao du để tiêu khiển. Năm 1802 Gia Long thống nhất sơn hà, và muốn chiêu dụng nhân tài ra giúp chế độ mới. Nguyễn Du được mời ra làm quan. Đường hoạn lộ của ông đã trải qua những chức vụ sau đây:

-1802: Gia long mời Nguyễn Du ra làm quan triều Nguyễn. Nguyễn Du làm tri huyện Phù Dung(thuộc tỉnh Hưng Yên) rồi được thăng Tri Phủ Thường tín, thuộc trấn Sơn Nam Thượng (nay thuộc Hà nội).

-1805-1809: ông được thăng Đông Các Đại Học Sĩ, vào nhậm chức ở Kinh đô Phú Xuân.

1809-1813: ông được bổ chức Cai Bạ (tức là Bố chính) ở Quảng Bình.

-1813: ông được thăng Cần Chánh Điện Đại Học Sĩ, và được cử làm Chánh Sứ sang triều cống nhà Thanh.

-1814: đi sứ về, ông được thăng Hữu Tham Chi Bộ Lễ.

-1820: Gia Long qua đời, Minh Mạng lên ngôi. Nguyễn Du được cử đi làm Chánh Sứ sang nhà Thanh để báo tang và cầu phong, nhưng chưa kịp đi thì ông bị bệnh, mất ngày 16 tháng 9 năm 1820, năm Canh thìn. Hưởng thọ được 55 tuổi.

Nguyễn Du là vị quan rất thanh liêm, ông sống rất thanh đạm, thậm chí có lúc đau ốm ông không có đủ tiền chạy thuốc men:

"Từ ngày khởi nghĩa Cần Vương thất bại, tiên sinh trốn vào Gia Định không xong, bị giam lỏng ở quê nhà, đã trải qua bao nhiêu khổ cực: Mới ba mươi tuổi, đầu đã bạc, bệnh tật không có thuốc uống, thân thể đau ốm gầy gò, khi nằm phải lấy bó sách mà kê cho khỏi đau xương, mặt mày xanh xao phải nhờ chén rượu mới có nhan sắc, bế nước thì cả ngày không nấu nướng. Nhưng chính trong những năm về ở ẩn quê nhà đó, tiên sinh đã chu du trên 99 ngọn Hồng Lĩnh, ngắm dòng sông Lam, ngó vào mình, rồi nghiền ngẫm về cuộc đời đã trải qua, thương mình, thương người. Đứng trên đỉnh Hồng Lĩnh thương xót lũ chúng sinh vô tội, người nhìn dòng sông Lam thấy:

Bờ hư lữ ầm ầm như sấm dữ, sóng lớn trông như có ma quỷ...
Rồi nghĩ rằng:
Ta trông thấy dòng sông Lam, tấc lòng thương áy náy, nên sợ lỡ "sẩy chân thời chìm xuống chốn không đáy..."
Và ngạc nhiên hỏi:
Sao mà người thế gian nguy hiểm không biết sợ, kẻ đi sao "cuồn cuộn, kẻ lại còn không ngớt".
Và lo hộ mọi người:
Lòng trời vốn hiếu sinh nhưng không được thế mãi.
Và ước vọng:
Muốn xô núi Thiện Nhẫn, lấp bằng 500 dặm" .
*(**Doãn Quốc Sỹ và Việt Tử**, "Khảo luận về Đoạn trường tân thanh", Saigon: Nam Sơn, 1959, tr. 57-58).*

II.B- Sự nghiệp văn chương:

Sự nghiệp trước tác và sáng tác của Nguyễn Du gồm có các tác phẩm viết bằng chữ Hán và các tác phẩm viết bằng chữ Nôm:

II.B.1: Các tác phẩm viết bằng chữ Hán:

-*Thanh Hiên thi tập* (Tập thơ của Thanh Hiên) gồm 78 bài, viết trước khi ra làm quan triều Nguyễn.

-*Nam Trung tạp ngâm* (ngâm ca lặt vặt lúc ở miền Nam) gồm 40 bài, viết khi ra làm quan ở Huế, Quảng Bình và những địa phương ở phía Nam Hà Tỉnh.

-*Bắc Hành tạp lục* (Ghi chép các chuyện lặt vặt trong chuyến đi sang phương Bắc/Trung Hoa.) gồm 131 bài thơ, viết trong chuyến đi sứ sang Trung Hoa.

II.B.2:Các tác phẩm viết bằng chữ Nôm:

-*Đoạn Trường Tân Thanh* hay *Truyện Kiều*, gồm có 3.254 câu thơ theo thể lục bát. Nội dung của Truyện Kiều dựa theo tác phẩm "Kim Vân Kiều truyện" của Thanh Tâm Tài Nhân, Trung Hoa. Truyện Kiều viết lại quãng đời lưu lạc của Thuý Kiều, một thiếu nữ có tài sắc vẹn toàn, sau khi bán mình chuộc cha.

-*Văn Tế Thập Loại Chúng Sanh.*

-*Thác Lời Trai Phường Nón* được viết theo thể lục bát, gồm có 48 câu. Nội dung là thay lời một chàng trai phường nón làm thơ tỏ tình với cô gái phường vải.

-*Văn Tế Sống Trường Lưu Nhị Nữ*: gồm 98 câu, để bày tỏ nỗi uất hận về mối tình với hai cô gái phường vải khác.

III.-Nguyên văn bài "Văn Tế Thập Loại Chúng Sanh":

Bài VTTLCH hay Chiêu Hồn Ca là một bài thơ gồm có 184 câu, được viết theo thể song thất lục bát. Chúng tôi sẽ ghi chép lại toàn bộ bài thơ này, tuy nhiên để giúp độc giả dễ nhận được văn mạch của bài thơ, tôi xin phân tích áng văn này làm nhiều đoạn nhỏ dựa vào bố cục của bài thơ với những tiểu tựa và ghi đại ý ngắn gọn:

III.A-Nhập đề của bài VTTLCS/ Chiêu Hồn Ca: (câu 1-20)

Ở nước ta, vào dịp tiết Trung Nguyên (ngày rằm tháng bảy) quang cảnh buổi chiều Thu thật là buồn bã đã gây nên lòng thương xót chúng sanh ở cõi dương và các chúng sinh bơ vơ ở cõi âm nơi tâm tư của Nguyễn Du:

Tiết tháng bảy mưa dầm sùi sụt,
Toát hơi may lạnh buốt xương khô,
Não người thay, buổi chiều Thu,

***4**.Ngàn lau nhuốm bạc, lá ngô[a] rụng vàng.*
Đường bạch dương[b] bóng chiều man mác,
Dịp đường lê[c] lác đác sương sa,
Lòng nào lòng chẳng thiết tha,

***8**.Cõi dương còn thế nữa là cõi âm.*
Trong trường dạ[1] tối tăm trời đất,
Có khôn thiêng phảng phất u minh,[2]
Thương thay thập loại chúng sinh,

***12**.Hồn đơn phách[3] chiếc lênh đênh quê người.*
Hương khói đã không nơi nương tựa,

Hồn mồ côi lần lữa[4] đêm đen,
Còn chi ai quý, ai hèn.

***16.**Còn chi mà nói ai hiền ai ngu?*
Tiết đầu Thu lập đàn[5] giải thoát,
Nước tịnh bình rưới hạt dương chi[6],
Muốn nhờ Đức Phật từ bi,

***20.**Giải oan, cứu khổ, hồn về Tây Phương[7].*

IIIB- Thân bài của bài VTTLCS/Chiêu Hồn Ca: (Câu 21 - 140):

Nguyễn Du kêu gọi tất cả các vong hồn hãy đến dự lễ cúng thí thực vào ngày rằm tháng bảy.

1. Tráng sĩ giang hồ đã từng vẫy vùng ngang dọc ở cõi đời: (Câu. 21 - 32)

Cũng có kẻ tính đường kiêu hãnh,
Chí những lăm cướp gánh non sông,
Nói chi những buổi tranh hùng,

***24.**Tưởng khi thế khuất[8] vận cùng mà đau.*
Bỗng phút đâu mưa sa ngói lở,[9]
Khôn đem mình làm đứa thất phu[10],
Giàu sang càng nặng oán thù,

***28.**Máu tươi lai láng, xương khô rã rời.*
Đoản vô tự[11] lạc loài nheo nhóc,
Quỉ không đầu van khóc đêm mưa,
Cho hay thành bại là cơ[12],

***32.**Mà cô hồn biết bao giờ cho tan!*

2. Giai nhân tài hoa và bạc mệnh: (Câu 33 - 44)

Cũng có kẻ màn lan trướng huệ[13],
Những cậy mình cung quế Hằng Nga,
Một phen thay đổi sơn hà,

***36.**Mảnh thân chiếc lá biết là về đâu?*
Trên lầu cao dưới cầu nước chảy,
Phận đã đành trâm gãy bình rơi[14],
Khi sao đông đúc vui cười,

***40.**Mà khi nhắm mắt không người nhặt xương.*
Đau đớn nhẽ không hương không khói,

Luống ngẩn ngơ giòng suối rừng sim,
Thương thay chân yếu tay mềm,

***44.**Càng nằm càng héo, một đêm một rầu.*

3. Các vị quan văn: (Câu 45 - 56)

Kìa những kẻ mũ cao áo rộng,
Ngọn bút son[15] thác sống ở tay,
Kinh luân[16] gồm một túi đầy,

***48.**Đã đêm Quản Cát, lại ngày Y, Chu[17].*
Thịnh mãn lắm, oán thù càng lắm,
Trăm loài ma mồ nấm chung quanh,
Nghìn vàng khôn đổi được mình,

***52.**Lầu ca, viện hát tan tành còn đâu?*
Kẻ thân thích vắng sau vắng trước,
Biết lấy ai bát nước nén nhang?
Cô hồn thất thểu dọc ngang,

***56.**Nặng oan khôn nhẽ tìm đường hóa sinh.*

4. Các Tướng lãnh đã từng là bậc chỉ huy cao cấp trong các cuộc chiến tranh đầy gay go và ác liệt: (Câu 57 - 68)

Kìa những kẻ bày binh bố trận,
Đem mình vào cướp ấn nguyên nhung[18],
Gió mưa sấm sét đùng đùng,

***60.**Dãi thây trăm họ làm công một người.[19]*
Khi thất thế, tên rơi đạn lạc,
Bãi sa trường thịt nát máu rơi,
Bơ vơ góc bể bên trời,

***64.**Nắm xương vô chủ biết vùi nơi nao?*
Trời thăm thẳm mưa gào gió thét,
Khí âm huyền mờ mịt trước sau,
Ngàn cây nội cỏ rầu rầu,

***68.**Nào đâu điếu tế, nào đâu chưng thường?[20]*

5. Kẻ giàu có đầy tiền bạc lúc còn sống, khi chết không đem được đồng xu: (Câu 69 - 80)

Cũng có kẻ tính đường trí phú[21],

Mình làm mình nhịn ngủ kém ăn,
Ruột rà không kể chí thân,[22]

72.*Dẫu làm nên, để dành phần cho ai?*
Khi nằm xuống không người nhắn nhủ,
Của phù vân[23] *dẫu có như không,*
Sống thời tiền chảy bạc ròng,

76.*Thác không đem được một đồng nào đi.*
Khóc ma mướn, thương gì hàng xóm,
Hòm gỗ đa bó đóm đưa đêm,
Ngẩn ngơ trong quảng đồng chiêm,

80.*Nén hương, giọt nước, biết tìm vào đâu?*

6. Các học trò nghèo đã từng chạy theo cử nghiệp: (Câu 81 -92)

Cũng có kẻ ráp cầu chữ quý,
Dấn mình vào thành thị lân la,
Mấy Thu lìa cửa lìa nhà,

84.*Văn chương đã chắc đâu mà trí thân?*
Dọc hàng quán phải tuần mưa nắng,
Vợ con nào nuôi nấng khem kiêng,
Vội vàng liệm sắp chôn nghiêng,

88.*Anh em thiên hạ, láng giềng, người dưng.*
Bóng phần tứ xa chừng[24] *hương khúc*[25]*,*
Bãi tha ma kẻ dọc người ngang,
Cô hồn nhờ gửi tha phương,

92.*Gió trăng hiu hắt, lửa hương lạnh lùng.*

7. Những người đi trên biển cả gặp cuồng phong bão táp: (Câu 93 - 96)

Cũng có kẻ vào sông ra bể,
Cánh buồm mây chạy xế[26] *gió Đông,*
Gặp cơn giông tố giữa đồng,

96.*Đem thân vùi dập vào lòng kình, nghê*[27]*.*

8. Những người buôn gánh bán bưng (Câu 97 - 100)

Cũng có kẻ đi về buôn bán,
Đòn gánh tre chín dạn hai vai,

Gặp cơn mưa nắng giữa trời,

***100.**Hồn đường phách sá lạc loài nơi nao?*

9. Các chiến sĩ đã bị động viên phải xông pha dưới lằn tên mũi đạn ngoài chiến trường: (Câu 101 - 108)

Cũng có kẻ mắc vào khoá lính,
Bỏ cửa nhà đi gánh việc quan,
Nước khe cơm ống gian nan,

***104.**Dãi dầu nghìn dặm, lầm than một đời.*
Buổi chiến trận mạng người như rác,
Phận đã đành đạn lạc tên rơi,
Lập lòe ngọn lửa ma trơi,

***108.**Tiếng oan văng vẳng tối trời càng thương.*

10. Các cô gái giang hồ, buôn phấn bán hương đã từng được nhiều kẻ đón đưa: (Câu 109 - 116)

Cũng có kẻ nhỡ nhàng một kiếp,
Liều tuổi xanh buôn nguyệt bán hoa,
Ngẩn ngơ khi trở về già,

***112.**Ai chồng con tá biết là cậy ai?*
Sống đã chịu một đời phiền não,
Thác lại nhờ hớp cháo lá đa[28]*,*
Đau đớn thay phận đàn bà,

***116.**Kiếp sinh ra thế, biết là tại đâu?*

11. Kẻ ăn xin: (Câu 117 - 120)

Cũng có kẻ nằm cầu gối đất,
Dõi tháng ngày hành khất ngược xuôi,
Thương thay cũng một kiếp người

***120.**Sống nhờ hàng xứ, chết vùi đường quan!*

12. Những tù nhân đã chịu nhiều cực hình và bỏ thây nơi chốn lao tù: (Câu 121 - 124)

Cũng có ké mắc oan tù rạc,
Gửi mình vào chiếu rách một manh,

Nắm xương chôn rấp góc thành,

124.*Kiếp nào cởi được oan tình ấy đi?*

13. Các trẻ thơ vừa sinh ra lại qua đời: (Câu 125 - 128)

Kìa những đứa tiểu nhi tấm bé,
Lỗi giờ sinh[29] *lìa mẹ lìa cha,*
Lấy ai bồng bế vào ra,

128.*U ơ tiếng khóc thiết tha nỗi lòng.*

14. Những người chết oan vì các tai nạn khác nhau như : chìm sông, lạc suối, ngã cây, lọt giếng, nước lụt, bão tố, lửa cháy, thuỷ quái, cọp beo, hữu sanh vô dưỡng, tai nạn dọc đường: (Câu 129 - 140)

Kìa những kẻ chìm sông lạc suối,
Cũng có người sẩy cối sa cây,
Có người leo giếng đứt dây,

132.*Người trôi nước lũ, kẻ lây lửa thành.*
Người thì mắc sơn tinh thủy quái,
Người thì sa nanh sói ngà voi,
Có người có đẻ không nuôi,

136.*Có người sa sẩy, có người khốn thương.*
Gặp phải lúc đi đường lỡ bước,
Cầu Nại Hà[30] *kẻ trước người sau,*
Mỗi người một nghiệp khác nhau,

140.*Hồn xiêu phách lạc biết đâu bây giờ?*

III.C- Kết luận của bài VTTLCS hay Chiêu Hồn Ca:

1. **Nguyễn Du thỉnh mời gọi tất cả các cô hồn** dù đang ở bất cứ nơi nào thì hãy đến dự buổi lễ cúng rằm tháng bảy để **nghe Kinh Phật**: (Câu 141 - 156)

Hoặc là ẩn ngang bờ dọc bụi,
Hoặc là nương ngọn suối chân mây,
Hoặc là bụi cỏ bóng cây,

144.*Hoặc là quán nọ cầu này bơ vơ.*
Hoặc là nương thần từ, Phật tự,
Hoặc là nhờ đầu chợ cuối sông,

Hoặc là trong quãng đồng không,

***148.**Hoặc nơi gò đống, hoặc vùng lau tre,*
Sống đã chịu nhiều bề thảm thiết,
Ruột héo khô da rét căm căm,
Dãi dầu trong mấy mươi năm,

***152.**Thở than dưới đất, ăn nằm trên sương.*
Nghe gà gáy tìm đường lánh ẩn,
Lặn mặt trời lẩn thẩn tìm ra,
Lôi thôi bồng trẻ dắt già,

***156.**Có khôn thiêng nhớ lại mà nghe Kinh.*

2. Nguyễn Du nói với các cô hồn rằng phép Phật thật là nhiệm mầu, triết thuyết từ bi của nhà Phật thật là thâm thuý sẽ giúp các oan hồn rửa thù trút oán để tỉnh giấc mê mà vượt khỏi cảnh luân hồi: (Câu 157 - 172)

Nhờ phép Phật siêu sinh tịnh độ[31]*,*
Bóng hào quang cứu khổ độ u[32]*,*
Rắp hòa tứ hải quần chu[33]*,*

***160.**Não phiền rũ sạch, oán thù rửa không.*
Nhờ đức Phật thần thông quãng đại,
Chuyển pháp luân[34] *tam giới*[35] *thập phương*[36]*,*
Nhơn nhơn Tiêu Diện Đại Vương[37]*,*

***164.**Linh kỳ*[38] *một lá dẫn đường chúng sinh,*
Nhờ phép Phật uy linh dũng mãnh,
Trong giấc mê khua tĩnh chiêm bao,
Mười loài là những loài nào?

***168.**Gái trai già trẻ đều vào nghe Kinh.*
Kiếp phù sinh như hình bào ảnh[39]*,*
Có chữ rằng: "Vạn cảnh giai không."[40]*.*
Ai ơi lấy Phật làm lòng,

***172.**Tự nhiên siêu thoát khỏi trong luân hồi.*

3. Cuối cùng, Nguyễn Du mời các cô hồn vào chùa để hưởng lễ vật cúng theo tục lệ Phật giáo ngày xưa, và **các cô hồn cần nương tựa vào Tam Bảo: Phật, Pháp, Tăng** để được cứu độ mà **siêu thăng nơi cõi Tịnh Độ:** (Câu 173 - 184)

Đàn chẩn tế vâng lời Phật giáo,
Của có chỉ bát cháo nén nhang,

Gọi là manh áo thoi vàng,

176.*Giúp cho làm của ăn đường thăng thiên.*
Ai đến đây dưới trên ngồi lại,
Của làm duyên chớ ngại bao nhiêu.
Phép thiêng biến ít thành nhiều,

180.*Trên nhờ Tôn giả*[41] *chia đều chúng sanh.*
Phật hữu tình từ bi phổ độ,
Chớ ngại rằng có có không không[42]*,*
Nam mô Phật, nam mô Pháp, nam mô Tăng[43]*,*

184.*Độ cho nhất thiết*[44] *siêu thăng*[45] *thượng đài*[46]*.*

***

Chú thích: (bài VTTLCS)

(a) *lá ngô*: lá cây ngô đồng.
(b) *bạch dương:* một thứ cây mà ngày xưa người ta thường trồng ở bãi tha ma/nghĩa địa.
(c) *lê:* một thứ cây lê cũng thường trồng ở bãi tha ma.
(1) trường dạ: đêm dài.
(2) u minh: chỗ đen tối, ý chỉ địa ngục.
(3) hồn và phách: hồn và vía.
(4) lần lửa: lang thang.
(5) đàn: bàn thờ, điện thờ.
(6) tịnh bình và dương chi: bình nước Cam lộ và cành dương liễu, Đức Phật Quan Âm thường cầm tịnh bình và cành dương liễu để rải nước Cam lồ.
(7) Tây phương: viết tắt "Tây phương cực lạc".
(8) thế khuất / khuất thế: thất thế.
(9) ngói lở / ngói vở: nhà tan cửa nát.
(10) thất phu: kẻ hèn mọn.
(11) vô tự: không con.
(12) cơ: thiên cơ, vận mạng, số mạng ,thiên mệnh.
(13) màn lan, trướng huệ: màn thêu hoa lan, trướng thêu hoa huệ.
(14) trâm gãy bình rơi: người đẹp chết bất ngờ.
(15) bút son: bút màu đỏ mà các quan ngày xưa dùng để phê chuẩn.
(16) kinh luân: tài trị dân, trị nước.
(17) **Quản, Cát**: là hai vị tướng nổi danh của Trung Hoa là Quản Trọng (725 TCN-645 TCN) thời Xuân Thu đời Tấn; và Gia Cát Lượng tức Khổng Minh (181-234) đời Tam Quốc. **Y, Chu**: là hai tướng nổi danh khác, đó là Y Doãn (khoảng 1750 TCN) vào đời Thương; và Chu Công (khoảng 1100 TCN) công thần khai quốc cho nhà Chu (1122 TCN-256 TCN).
(18) *ấn nguyên nhung:* cái phù hiệu mà vị tướng lãnh nhận từ vua phong để làm nguyên soái của đoàn quân.

(19) *Dãi thây trăm họ làm công một người:* lấy từ ý tưởng của một câu thơ nổi danh của Tào Tùng (thuộc đời Đường, khoảng năm 897) là *"Nhất tướng công thành vạn cốt khô"* trong bài thơ: Kỷ Hợi tuế, **nguyên văn chữ Hán** như sau:

己亥歲（僖宗廣明元年）其一

澤國江山入戰圖，

生民何計樂樵蘇。

憑君莫話封侯事，

一將功成萬骨枯。

-Phiên âm Việt Hán:

Kỷ Hợi tuế[1] (Hy Tông Quảng Minh nguyên niên) kỳ I

Trạch quốc[2] giang sơn nhập chiến đồ,
Sinh nhân hà kế lạc tiều tô[3]
Bằng quân mạc thoại phong hầu sự [4]
Nhất tướng công thành vạn cốt khô.[5]

(Tào Tùng)-

-Chú thích và dịch nghĩa:

[1] Kỷ Hợi tuế: năm Kỷ Hợi 879, đời vua Đường Hy Tông.
[2] Trạch quốc: tên vùng đất Triết Giang/ Giang Nam ở bên Tàu vào thời Cao Biền dẹp Hoàng Sào. Câu này có nghĩa là chiến tranh đã bùng nổ khắp đất Giang Nam.
[3] tiều : là người đốn củi, tô: là người cắt cỏ. Câu này có nghĩa là dân nghèo (làm lụng vất vả) kiếm củi và cắt cỏ để mưu sanh.
[4] Câu này có nghĩa là: bạn ơi! chớ nói đến chuyện phong hầu (phong khanh, phong tướng) mà làm chi.
[5] **Nhất tướng công thành vạn cốt khô** : một vị sĩ quan thành công và được vinh thăng làm tướng lãnh thì đã có biết bao nhiêu người lính đã bỏ thây nơi chiến trường.

(20) chưng thường: cúng tế mùa Đông và mùa Thu.
(21) trí phú: làm giàu.
(22) chí thân: rất thân.
(23) phù vân: đám mây nổi rồi tan biến đi. Của phù vân: tiền của như mây nổi, tức là của cải không bền lâu, có đó rồi mất đó.
(24) xa chừng: lạc lỏng xa xôi.
(25) hương khúc: thôn xóm hẻo lánh.
(26) chạy xế: chạy xiên chiều gió.
(27) kình nghê: loài cá kình và loài cá voi.
(28) cháo lá đa: ngày xưa, mỗi khi làm lễ thí thực, để tượng trưng cho việc bố thí được ban bố ra khắp nơi thì chùa chiền dùng lá đa khoanh lại làm cái chén, kẹp đầu các cây nhỏ để cắm hai bên đường đi. Các vị ở trong chùa đổ cháo vào các chén lá đa này, và mời các cô hồn đến hưởng hương vị của cháo.

(29) lỗi giờ sinh: sinh ra đời nhằm vào giờ xấu.

(30) cầu Nại Hà có tiếng Việt Hán là Nại Hà kiều **(奈何橋)**; tương truyền theo sách Phật, đây là cây cầu bắt ngang sông Nại, nối liền giữa địa ngục và trần gian. Các vong hồn phải đi qua được cây cầu này để đi đầu thai. Linh hồn nào còn nhiều tội lỗi thì không đi qua được cây cầu này.

(31) Siêu sinh tịnh độ: thoát qua cõi trần để sanh vào đất trong sạch, đó là nơi Phật và Bồ tát ở.

(32) độ u: dẫn qua khỏi chỗ u tối.

(33) tứ hải: bốn biển; quần chu: các châu.

(34) *Pháp luân*: bánh xe Phật pháp; chuyển Pháp luân: truyền bá Phật pháp giống như quay bánh xe pháp.

(35) *Tam giới* 三界 (Srt. *triloka, traidhātuka,* Pi. *tisso dhātuyo)*: ba cõi là: 1. Cõi dục/ dục giới: nơi các thiên và nhân đều có tình dục; 2. Cõi sắc/ sắc giới: nơi các thiên và nhân đều có hình sắc nhưng không có tình dục; 3. Cõi vô sắc/ vô sắc giới : nơi các thiên và nhân không còn tình dục, không còn sắc, nơi đây là cõi vui vô cùng.

(36) *thập phương*: mười hướng. Theo sách Phật thì có 4 phương hướng chánh (Đông, Tây, Nam, Bắc), 4 phương hướng giáp (Đông-Tây, Tây-Nam, Nam-Bắc, Đông Bắc) và trên trời, dưới đất = tổng cộng là 10 phương.

(37) *Tiêu Diện Đại Vương*: là vị thần có mặt cháy đen, vị thần này lo giúp đỡ các vong hồn ở địa ngục.

(38) *linh kỳ*: lá cờ linh thiêng.

(39) *phù sinh*: sống tạm; bào ảnh: bọt và bóng.

(40) *vạn cảnh giai không*: có nghĩa là muôn ngàn cảnh vật, thiên hình vạn trạng ở trong cuộc đời này đều không có thật, tất cả đều do nhân duyên hoà hợp.

(41) *tôn giả*: ý chỉ bậc tu hành đạo cao đức rộng có lòng từ bi, cứu độ, bố thí chúng sanh.

(42) *có có, không không*: hay "*sắc sắc không không*" là triết lý rất thâm thuý của Phật giáo để diễn tả quan niệm về "*không" và "có", "có mà không, không mà có"*. Đó là nền tảng nhận thức của triết học "*Tánh Không*" (Sunyata) của Phật giáo Phát triển (Đại thừa). Trọng tâm tư duy của "triết học Tánh Không" được giảng dạy trong **Kinh Kim Cương Bát-nhã Ba-la-mật-đa** (Vajracchedika Prajna Paramita, Av. Diamond Sutra) đọc tắt là **Kinh Kim Cương/ Kim Cang**; và **Bát-nhã Ba-la-mật-đa tâm kinh** (Prajna Paramita Hridya Sutra, Av. Heart of Perfect Wisdom Sutra) đọc tắt là **Bát-nhã Tâm Kinh**. *Kinh Kim Cương* được Đức Phật giảng dạy rằng không nên trụ chấp vào các tướng, cũng không nên trụ chấp vào các Pháp mà cũng *không "chấp không*". *Bát-nhã Tâm kinh* là kinh nhật tụng ở chùa, gồm có 260 chữ, kinh này cô đọng các phần tinh tuý của bộ Kinh Đại Bát-nhả Ba-la-mật-đa gồm có 600 quyển; *Bát-nhã Tâm kinh* cũng dạy về "triết lý Tánh Không", "Tánh Không" ý chỉ tất cả các pháp thế gian đều do nhân duyên mà hợp lại nên không có gì cố định, luôn luôn chuyển biến thay đổi không ngừng, không có tự tánh. Bát-nhã Tâm kinh giúp chúng ta phá chấp, không cố chấp, và còn tiến xa hơn nữa là phá "*cái phá chấp*": sắc (có) chẳng khác không, không chẳng khác sắc (có). Sắc tức là không, không tức là sắc; trong kinh còn trình bày quá trình biện chứng "bát bất" (tám cái không, tám cái phủ định). Hai quyển kinh này không dễ dàng hiểu thấu đáo trong một thời gian ngắn, chúng ta cần phải có nhiều thời gian để nghiên cứu sâu xa hơn nữa. Thật vậy, chính Nguyễn Du đã đọc Kinh Kim Cương cả ngàn lần mà còn có nhiều chỗ ông không hiểu nổi. Kẻ viết

bài này cũng không thể hiểu biết hết được nhiều chỗ trong tư tưởng Phật giáo, mặc dầu tôi đã bắt đầu nghiên cứu Phật học từ năm 1964, đã trên 50 mươi năm rồi.

Tiêu Thống (501-531) tức *Lương Chiêu Minh thái tử* là con của vua Lương Võ Đế (502-549), thời Nam Bắc triều ở Trung Hoa, hai cha con đều sùng bái Phật giáo, và nghiên cứu Phật học rất thâm sâu. Lương Chiêu Minh thái tử là vị đã phân đoạn Kinh Kim Cương ra làm 32 phận tức là 32 đoạn, bộ kinh này trước kia không có ai phân chia ra làm chương mục. Vào đầu thế kỷ thứ 6 Dương lịch, Lương Chiêu Minh thái tử đã cho xây *Phân Kinh thạch đài* để làm thư viện quốc gia về Phật học, thư viện này chứa đựng tất cả Kinh, Luật, Luận Phật giáo đương thời, thư viện cũng là trung tâm nghiên cứu Phật học đứng hàng đầu ở Trung Hoa thời bấy giờ. Do đó Phân Kinh thạch đài là một cơ sở rất nổi tiếng.

Trong thời gian làm Chánh Sứ ở Trung Hoa (1813-1814), Nguyễn Du đã đến viếng thăm Phân Kinh thạch đài. Tại nơi đây, ông đã sáng tác bài thơ "*Lương Chiêu Minh thái tử Phân Kinh thạch đài*" (Đài đá Phân Kinh của thái tử Lương Chiêu Minh), bài thơ này đã được ghi lại trong tập thơ chữ Hán "Bắc Hành tạp lục" của Nguyễn Du. Trong bài thơ này có hai câu **nguyên văn chữ Hán** như sau:

我讀金剛千遍零

其中奧旨多不明

-Phiên âm Việt Hán:

Ngã độc
Ngã Kim Cương thiên biến linh,
Kỳ trung áo chỉ đa bất minh.

-Dịch nghĩa:

Tôi đọc
Tôi đọc Kinh Kim Cương có hơn một ngàn lần
Ý nghĩa uyên thâm trong Kinh này phần nhiều (tôi) không hiểu nổi.

Thi sĩ thiên tài Nguyễn Du, bẩm thụ rất thông minh, đã đọc Kinh Kim Cương trên một ngàn lần mà còn chưa hiểu hết cái triết lý uyên thâm của cuốn kinh này, nên ông biết rằng trong các cô hồn có nhiều loại chúng sanh với nhiều căn cơ khác nhau, có nhiều chúng sanh có căn cơ không tới được trung bình thành thử khi nghe đến triết lý ``có có không không`` (triết lý hữu-vô) thì họ không hiểu nổi nên ngại không dám đi vào chùa để nghe Kinh Phật. Nguyễn Du kêu gọi các cô hồn đừng e ngại gì cả, hãy vào chùa nghe Kinh Phật và nương tựa vào Tam Bảo: Phật, Pháp, Tăng thì sẽ được siêu thăng về cõi thanh tịnh : `Chớ ngại rằng có có không không`.

(43) *Nam-mô*: là tiếng phiên âm từ tiếng Pali là Namo (Srt. Namah; Av. Adoration, Blessing; Pv. Vénération à…) có nghĩa là cúi đầu một cách thành kính để chào hỏi, tiếng Việt Hán là chí tâm đảnh lễ; còn có nghĩa là quy y, là nương tựa. "*Nam-mô Phật, Nam-mô Pháp, Nam-mô Tăng*" : có thể là "*chí tâm đảnh lễ chư Phật, các lời dạy của Đức Phật, chư Tăng* (chư Ni và Phật tử ở trong chùa); cũng có thể là "*hãy nương tựa vào chư Phật, hãy nghe kinh Phật/ lời dạy của Đức Phật, hãy nương tựa vào đức độ của chư Tăng* (chư Ni và Phật tử ở trong chùa). Trong lễ **Quy y Tam Bảo** ở trong chùa, người Phật tử quyết tâm quay về và nương tựa theo Phật, Pháp, Tăng:

-Quy y Phật: quay về và nương tựa nơi Đúc Phật, Đức Phật là bậc giác ngộ, có đức độ và trí tuệ siêu việt, ánh hào quang của Đức Phật sẽ là ngọn đuốc soi sáng đường tu học cho người Phật tử.

-Quy y Pháp: quay về và nương tựa nơi lời dạy của Đức Phật để noi theo đó mà tu tập. Pháp bao gồm ba tạng kinh điển là Kinh, Luật và Luận.

-Quy y Tăng: quay về và nương tựa nơi chư Tăng, nơi đoàn thể xuất gia. Chư Tăng, đoàn thể xuất gia sẽ thay thế Đức Phật để hướng dẫn người Phật tử hiểu rỏ giáo pháp của Đức Phật để tu tập, và truyền bá giáo pháp của Phật.

(44) *nhất thiết*: tất cả.

(45) *siêu thăng:* theo nhà Phật, ý chỉ linh hồn người chết được giải thoát, được siêu thoát.

(46) *thượng đài:* lên đài, lên chỗ thờ, lên bàn thờ.

***

IV.-Giảng luận áng thơ VTTLCS:

VTTLCS hay Chiêu Hồn Ca của Nguyễn Du là một tác phẩm trình bày trực tiếp tư tưởng Phật giáo và tín ngưỡng Phật giáo trong Đại lễ Vu Lan, ngày Rằm tháng 7 Âm lịch:

* *Lòng đại từ, đại bi* của Đức Phật Thích-ca được Nguyễn Du trình bày rất rõ ràng trong Chiêu Hồn Ca. Đây là tình thương bao la đem đến không phải chỉ ở người sống mà còn ở người chết ở cõi âm nữa. Những cô hồn vất vưởng không có ai thờ phượng, được nhà chùa làm lễ thí thực cho họ.

* *Triết lý Vô thường* của triết lý nhà Phật về cuộc đời và người đời được Nguyễn Du trình bày một cách dễ hiểu qua mỗi cảnh ngộ của mỗi loại chúng sanh ở trong xã hội của con người: của cải như mây nổi, sắc đẹp thì tàn phai một cách nhanh chóng, công danh địa vị, tranh giành , đấu đá nhau … rồi cũng không đem theo được cái gì cả một khi đi qua bên kia thế giới. Tất cả chỉ là ảo ảnh. Trước Nguyễn Du, thi sĩ thiên tài Nguyễn Gia Thiều (1741-1798) đã nhận thấy triết lý vô thường của nhà Phật:

"Tuồng ảo hoá đã bày ra đấy,
Kiếp phù sinh trông thấy mà đau.

Trăm năm nào có gì đâu,
Chẳng qua một năm cỏ khâu xanh rì."
(**Nguyễn Gia Thiều**, Cung Oán Ngâm Khúc)

* Tin tưởng phép Phật nhiệm mầu: Nguyễn Du mời gọi các cô hồn vào chùa đảnh lễ Tam Bảo: Phật, Pháp, Tăng. Ông kêu gọi các cô hồn hãy lắng nghe kinh Phật và nương tựa vào Tam Bảo để được cứu độ và được siêu thoát về cõi Tịnh Độ.

Mở đầu Chiêu Hồn Ca Nguyễn Du đã tả cảnh chiều Thu thật là ảm đạm trong tiết Trung Nguyên, để từ đó lấy làm một nhịp cầu thông cảm giữa người trong cõi dương với các linh hồn ở trong cõi âm:

"Tiết tháng bảy mưa dầm sùi sụt,
Toát hơi mây lạnh buốt xương khô,
Não người thay buổi chiều Thu,
Ngàn lau nhuốm bạc, lá ngô rụng vàng.
Đường bạch dương bóng chiều man mác,
Dịp dường lê lác đác sương sa,
Lòng nào lòng chẳng thiết tha,
Cõi dương còn thế nữa là cõi âm."

Lòng đại từ đại bi của Nguyễn Du thật là bao la, ông cảm thông đến nhiều cảnh ngộ chết chóc và chính ông cũng đã phác họa ra với những tình cảnh thật là lâm ly và thảm thiết. VTTLCS / Chiêu hồn ca đã trình bày từng hoàn cảnh của mỗi loại chúng sanh như tráng sĩ, quan văn, võ tướng, giai nhân, kẻ giàu, người nghèo, chiến sĩ, kẻ buôn gánh bán bưng, kẻ sang, người hèn và thậm chí đến trẻ mới sơ sinh. Sự cảm thông của Nguyễn Du đối với mọi hạng người vừa kể thật là mãnh liệt. Mỗi cô hồn đều có một hoàn cảnh khác nhau, nhưng họ đều là kẻ bất hạnh ở trong cuộc đời, mặc dầu họ đang ở cõi âm, nhưng Nguyễn Du đã coi họ như còn sống thật trước mắt ông, bởi thế nên Nguyễn Du đã cảm thông một cách sâu sắc đến mọi hoàn cảnh, mọi cảnh ngộ đó và ông đã thể hiện lòng thương của mình đến mọi loại cô hồn ấy.

Trong tất cả các cảnh ngộ ấy có lẽ hình ảnh đã gây cho Nguyễn Du nhiều xúc động mãnh liệt hơn hết chính là hình ảnh của võ tướng sa cơ và hình ảnh của người hồng nhan bạc mệnh. Hai hình ảnh này đã là một chất liệu tư tưởng để ông thai nghén và xây dựng nên *Truyện Kiều*. Thật vậy, có cảnh nào bẽ bàng và nhục nhã cho bằng cảnh võ tướng sa cơ mà chúng ta đã biết qua trong cảnh Từ Hải ra hàng triều đình ở trong *Truyện Kiều*, còn trong *Chiêu Hồn Ca* ta cũng thấy được nỗi nhục nhã của võ tướng sa cơ:

"Kìa những kẻ bài binh bố trận,
Đem mình vào cướp ấn nguyên nhung,
Gió mưa sấm sét đùng đùng,
Dãi thây trăm họ làm công một người.
Khi thất thế tên rơi đạn lạc,

Bãi sa trường thịt nát máu rơi,
Bơ vơ góc bể bên trời,
Nắm xương vô chủ biết vùi nơi nao"?

Cảnh các chiến sĩ vô danh tử trận ở sa trường cũng không kém phần thương tâm:

"Buổi chiến trận mạng người như rác,
Phận đã đành đạn lạc tên rơi,
Lập loè ngọn lửa ma trơi,
Tiếng oan văng vẳng tối trời càng thương."

Cảnh giai nhân mệnh bạc cũng là cảnh đã gây nhiều cảm thương và xúc động nơi tâm hồn của nhà thơ lớn Nguyễn Du. Mỹ nhân khi còn sống đã được biết bao kẻ đón người đưa, nhưng khi nhắm mắt rồi thì không có ai hương khói:

"Trên lầu cao dưới cầu nước chảy,
Phận đã đành trâm gảy bình rơi,
Khi sao đông đúc vui cười,
Mà khi nhắm mắt không người nhặt xương."

Càng đáng thương hơn nữa là cảnh ngộ của các cô gái giang hồ, *"sống làm vợ khắp người ta,/ Hại thay! chết xuống làm ma không chồng."* Tình cảnh bi đát nầy cũng đã được Nguyễn Du viết trong quãng đời *"15 năm đoạn trường của Thúy kiều"* ở trong *Truyện Kiều*. Trong *Chiêu Hồn Ca*, Nguyễn Du đã tỏ bày nổi cảm thông và tình thương của mình đối với nỗi cô đơn của các linh hồn của các nàng Kiều:

"Cũng có kẻ lỡ làng một kiếp,
Liều tuổi xanh buôn nguyệt bán hoa,
Ngẩn ngơ khi trở về già,
Ai chồng con tá biết là cậy ai?
Sống đã chịu một đời phiền não,
Thác lại nhờ hớp cháo lá đa
Đau đớn thay phận đàn bà,
Kiếp sinh ra thế biết là tại đâu?"

Nguyễn Du cũng không quên nghĩ đến những người cự phú, và thông cảm cho hoàn cảnh của họ: khi còn sống bạc tiền vung vít nên có nhiều kẻ tới lui thăm hỏi, đến khi chết rồi chẳng những không đem theo được đồng nào mà lại còn chẳng được ai đoái hoài tới:

"Khi nằm xuống không người nhắn nhủ,
Của phù vân dẫu có như không,
Sống thời tiền chảy bạc ròng,
Thác không đem được một đồng nào đi."

Tình đồng cảm của Nguyễn Du đã đạt tới mọi hạng người ở trong xã hội cõi dương và giờ đây là những linh hồn đang cô đơn không có nơi thờ phượng. Tác giả còn dồi dào tưởng tượng đến những hình ảnh của các cô hồn ấy đang chập chờn ở trong thế giới bên kia, thế giới của cõi âm, các cô hồn ấy hoặc là đang ở *"bụi cỏ bóng cây"* hoặc *"ẩn ngang bờ dọc bụi"* … Lũ cô hồn ấy chỉ sống và hoạt động về đêm, vào lúc mà âm thịnh dương suy. Nguyễn Du đã diễn tả sinh hoạt của các chúng sinh bơ vơ nơi cõi âm ấy làm cho chúng ta không khỏi có cảm giác thấy rùng rợn khủng khiếp và ớn lạnh nơi xương sống, hoặc nổi da gà vì sợ sệt:

"Nghe gà gáy tìm đường lánh ẩn,
Lặn mặt trời lẩn thẩn tìm ra,
Lôi thôi bồng trẻ dắt già,"

Với lòng từ bi mà Đức Phật đã dạy, Nguyễn Du đã không khinh miệt, đã không sợ hãi hoặc hắt hủi những cô hồn bơ vơ, vất vưởng nơi cõi âm ấy mà ông muốn mời *thỉnh họ hãy về nghe Kinh Phật* nhân ngày Rằm tháng bảy:

"Có khôn thiêng nhớ lại mà nghe Kinh."

Toàn bài thơ cúng tế Chiêu Hồn Ca tác giả đã trình bày về các chúng sinh, cô hồn, ở cõi âm, tuy nhiên tác giả cũng gián tiếp nói về thân phận của các hạng người ở cõi dương, tức là trong cái xã hội đương thời đang diễn ra trước mắt ông. Nguyễn Du sống vào thời Lê mạt, thời Tây Sơn, thời Nguyễn Ánh, đó là thời chiến tranh loạn lạc, tên đạn tơi bời đã gây ra biết bao nhiêu cảnh chết chóc đau thương và gây bao cảnh khổ đau cho con người ở trong thời loạn ấy. Đó chính là đề tài để ông viết lên áng thơ Chiêu Hồn Ca. Thật vậy:

"Trong một thời dài non sông gió lốc, binh loạn liên miên, quan quân chiến trận nhọc nhằn, mạng người cỏ rác, máu chảy thành sông, xương phơi đầy đồng, mùa màng dở dang, nghề nghiệp phế bỏ, dân gian phải ra phu ra lính, rồi thiên tai hạn hán mất mùa đói kém, triều đại liên tiếp đổi thay. Các họ hàng quyền quý đắp đổi nhau trút đổ tàn tạ lớp lớp tang thương. Nhất là cảnh bệnh dịch, phu phen, mất mùa, đói khổ, người chết như rụ một ám ảnh tai ách thường xuyên ở đời Lê mạt... Chính những thảm cảnh ấy đã là nguồn văn, nguồn ý nung nấu thành Chiêu Hồn Ca".

(**Phạm Văn Diêu**, Việt Nam Văn Học Giảng Bình, Sài Gòn: Tân Việt, 1960, tr. 50).

Thi sĩ thiên tài Nguyễn Du đã ý thức về thực tại khổ đau của kiếp người, của chúng sinh không những ở cõi sống mà còn ở cõi chết nữa. Ý niệm về thực tại khổ đau của người đời và đời người là một nền tảng triết lý căn bản của Đạo Phật, ý niệm khổ đau đã được Đức Thích Ca giảng dạy trong bài thuyết pháp đầu tiên của Ngài cho năm anh em Kiều Trần Như tại vườn Lộc Uyển (Deer Park)). Do chỗ ý thức về sự hiện hữu của khổ đau trong cuộc đời, hay đúng ra là trước sự khổ đau của kiếp người đang diễn ra trước mắt ông, nên Nguyễn Du đã cảm thông được mọi nỗi khổ đau của các chúng sinh ở cõi chết và gián tiếp ở cõi sống. Ông đã đem tình thương của mình để thỉnh mời, dẫn dụ, vỗ về các linh hồn cô đơn nơi cõi âm lại nghe Kinh

Phật. Tác giả đã thể hiện lòng từ bi trong triết lý đạo đức của Đạo Phật. **Từ** là lòng thương yêu rộng lớn, không phân biệt kẻ thù và không phân biệt người thân kẻ sơ để đem lại niềm vui cho tất cả mọi người và mọi vật. Ở đây, Chúng ta thấy Nguyễn Du đã tiến tới chỗ không phân biệt chúng sinh ở cõi sống và chúng sinh ở cõi chết. Ông đều đem đến tình thương cho tất cả chúng sanh như trong *bài Chiêu Hồn Ca.* Chúng ta đã thấy rõ tác giả đã không hất hủi và cũng không sợ hãi lánh xa các cô hồn đang bơ vơ ở cõi chết, ông mời gọi linh hồn nầy sau khi nghe Kinh Phật thì có thể tỉnh mê để siêu thăng vào cõi Tịnh độ, thoát khỏi vòng luân hồi. Còn **Bi** là sự tôn trọng sự sống và quyền sống của mọi người và mọi vật, còn gọi là đức hiếu sinh. Nguyễn Du viết:

"Nhờ phép Phật uy linh dũng mãnh,
Trong giấc mê khua tĩnh chiêm bao.
Mười loài là những loài nào?
Gái trai già trẻ đều vào nghe Kinh.
Kiếp phù sinh như hình bào ảnh,
Có chữ rằng "Vạn cảnh giai không"
Ai ơi lấy Phật làm lòng,
Tự nhiên siêu thoát khỏi trong luân hồi."

Nguyễn Du thỉnh mời các cô hồn hãy vào chùa đảnh lễ Tam Bảo: Phật, Pháp, Tăng, nương tựa vào hồng ân của Đức Phật, vào lòng đại từ, đại bi của quý Tăng Ni, quý Phật tử ; và lắng nghe chư Tăng, chư Ni và chư Phật tử niệm kinh Phật. Lời dạy của Đức Phật trong kinh sẽ giúp các cô hồn tỉnh thức để ăn năn, sám hối mà được siêu thoát, được giải thoát khỏi cảnh ngạ quỷ (quỷ đói) và được đi đầu thai:

"Phật hữu tình từ bi phổ độ,
Chớ ngại rằng có có không khôn,
Nam-mô Phật, nam-mô Pháp, nam-mô Tăng,
Độ cho nhất thiết siêu thăng thượng đài".

Nguyễn Du muốn đem cái giáo lý "sắc sắc, không không " của nhà Phật mà gây sự tỉnh thức cho các cô hồn ở cõi âm và gián tiếp gây sự tỉnh thức cho con người ở cõi dương.

Kết Luận:

VTTLCS / Chiêu Hồn Ca đã chuyên chở tư tưởng Phật giáo nhất là tín ngưỡng của đạo Phật trong ngày đại lễ Vu Lan, một trong các ngày lễ lớn nhất của Phật giáo. Nguyễn Du quả thật là con người của tư tưởng Phật giáo, và của tín ngưỡng đạo Phật.

Nếu xét cuộc đời trong sáng như pha lê, và cuộc đời đạo đức đáng kính của ông, chúng ta có thể ca tụng Nguyễn Du chính là một Đại Thiền Sư bên cạnh Đại Thi Hào. Đại Thiền Sư với nghĩa là chưa có Thiền Sư nào vượt qua được một người có tâm đạo và đời sống đạo đức đáng kính như Nguyễn Du.

Thật vậy, Nguyễn Du đã *"ngộ"* được Tánh Không (Sunyata) của Phật giáo Phát Triển/ Đại thừa. Trong thời gian làm Chánh Sứ ở Trung Hoa (1813-1814), Nguyễn Du đã đến viếng thăm Phân Kinh thạch đài (đài đá Phân Kinh). Khi tới đài đá Phân Kinh, ông chỉ thấy còn lại di tích hoang tàn đổ nát, thư viện Phật giáo nổi tiếng vào thế kỷ thứ VI không còn một cuốn kinh sách nào cả. Nguyễn Du chợt **"ngộ"** được triết lý Tánh Không của kinh Kim Cương và Bát-nhã Tâm Kinh: "Kinh mà **"không có chữ"** (**vô tự**) mới thật là chân Kinh." Nguyễn Du đã chứng được *"thân Không", "tâm Không", "tánh Không", tất cả các pháp đều không, kể cả Phật Pháp cũng Không:*

Nguyên văn chữ Hán:

及到分經石臺下

終知無字是眞經.

Phiên âm Việt Hán:

Cập đáo Phân Kinh thạch đài hạ,
Chung tri vô tự thị chân kinh ."

Dịch nghĩa:

Hôm nay đến dưới chân đài đá Phân Kinh,
*Tôi mới hiểu rằng Kinh mà **"không có chữ"** mới là **chân Kinh.***
(**Nguyễn Du,** Phân Kinh thạch đài của Lương Chiêu Minh thái tử)

Con người Nguyễn Du và sự nghiệp văn chương của ông quả thật đã, đang và sẽ mãi mãi là niềm tự hào của dân tộc Việt Nam nói chung, và của Phật giáo đồ Việt Nam nói riêng vậy.

- Bài viết lần đầu tại Toronto, kỷ niệm lễ Vu Lan 1989, Kỷ Tỵ, ngày 01 tháng 08 năm 1989.

- Bài viết đã sửa chữa và bổ sung tại Toronto, kỷ niệm lễ Vu Lan 2010, Ất Mùi, ngày 01 tháng 08, năm 2015

Nguyễn Vĩnh Thượng

Cước chú:

***(1) GS TS Nicola Trần Cửu Chấn** (1906-1980) sanh ngày 20 tháng 10 năm 1906 tại Sóc Trăng:

-Tiến sĩ Văn chương (Docteur ès lettres) tại Đại học La Sorbornne, Paris, Pháp , vào năm 1948.

-Năm 1947: Bộ Trưởng Bộ Quốc Gia Giáo Dục trong Nội các của Chính Phủ Thiếu Tướng Nguyễn Văn Xuân. Vào ngày 8 tháng 10 năm 1947, Hội nghị Nam Kỳ đồng thanh cử Thiếu Tướng Nguyễn Văn Xuân đứng ra thành lập một "Chánh Phủ Lâm Thời Nam Phần Việt Nam":

Thủ Tướng: Nguyễn Văn Xuân
Phó Thủ Tướng: Trần Văn Hữu
Các Bộ Trưởng: Bộ Giáo Dục: Trần Cửu Chấn, v...v.

Sau đó, từ ngày 27 tháng 5 năm 1948 đến ngày 14 tháng 7 năm 1949, Thiếu Tướng Nguyễn Văn Xuân giữ chức Thủ Tướng Lâm Thời của Quốc Gia Việt Nam.

-Huân chương về Văn hoá của Viện Hàn Lâm Pháp quốc: "Médaille de la langue Française de l'Académie Français.

-Từ năm 1952 đến 1980 (năm qua đời): thành viên của Hàn Lâm Viện Pháp, Paris.

-1954-1955: Giám Đốc Trường Quốc Gia Hành Chánh , Saigon.
[Trường Quốc Gia Hành Chánh được thành lập vào ngày 7 tháng 4 năm 1952 tại Đà Lạt, trực thuộc Bộ Quốc Gia Giáo Dục Saigon. Ông Nguyễn Văn Quí làm Giám Đốc từ 1952-1954. Ngày 22 tháng 8 năm 1954, trường này được cải tổ: trực thuộc Phủ Thủ Tướng. Ngày 9 tháng 8 năm 1955, trường này được dời về Saigon, và được đổi danh hiệu là Học Viện Quốc Gia Hành Chánh trực thuộc Phủ Thủ Tướng. GS TS Vũ Quốc Thông làm Viện trưởng từ 1955 -1963, v...v

- Khoảng các năm cuối thập niên 1950 đến các năm đầu thập niên 1960: Thầy Trần Cửu Chấn mở các lớp dạy Pháp Văn từng nhóm ở nhà riêng của Thầy ở đường Nguyễn Cư Trinh, Saigon. Thầy đã có quan niệm nhân sinh giống người xưa là: "Tiến vi quan, thoái vi Sư".

-1964-1975: -Giáo sư Văn chương, Pháp văn và Việt văn, tại Phân khoa Văn học và khoa học nhân văn, viện Đại Học Vạn Hạnh, Saigon.

-1973-1975: -Khoa trưởng Phân khoa Văn học và Sư phạm thuộc Viện Đại Học Cao Đài Tây Ninh.

GS TS Trần Cửu Chấn đã qua đời ngày 12 tháng 12 năm 1980, hưởng thọ được 74 tuổi.

- Các tác phẩm đã xuất bản:

-Luận án Tiến sĩ Văn chương trình tại Đại Học La Sorbonne, Paris, Pháp: "Étude critique de Poème Kim Vân Kiều", Saigon: Imprimerie de l'Union,1948.

-Nouvelle Traduction Française du Kim Vân Kiều, Saigon: Imprimerie de l'Union,1950.

-Essais sur la Littérature Vietnamienne, tome I, Saigon: Imprimerie de l'Union, 1950.

-Les Grandes Poétesses du Viet Nam, Imprimerie de l'Union, 1950.

-Étude critique et littéraire du Poème Lục Vân Tiên, Saigon, 1953.

-Le Future Bachelier, Saigon, 1953.

-Cung Oán Ngâm Khúc, Bình chú, loạt bài viết trong Văn Hoá tập san.

-Les Message d'Extrême Orient, Bruxelles, Belgique, 1971.

-Đoạn Trường Tân Thanh tân khảo, trọn bộ 5 quyển, Saigon: Trung Tâm Học Liệu.

-Le "Truyện" dans la Littérature Vietnamienne, Saigon: Nha Văn Hoá.

- Các tác phẩm chưa xuất bản:

-Nouvelle Traduction Française du Lục Vân Tiên.

-Nouvelle Traduction Française du Cung Oán Ngâm Khúc.

-Nouvelle Traduction Française du Chinh Phụ Ngâm Khúc.

-Essais sur la Littérature Vietnamienne, tome II.

-Cung Oán Ngâm Khúc bình chú.

-Chinh Phụ Ngâm bình chú.

-Lịch sử Văn học Việt Nam.

-Anthologie de la Poésie Vietnamienne.

***(2) GS Huỳnh Sanh Thông** (1926-2008) sanh ngày 15 tháng 7 năm 1926 tại Saigon. -- Ông là cựu học sinh Lycée Petrus Trương Vĩnh Ký.

-Năm 1945, ông tham gia phong trào tranh đấu giành độc lập cho Việt Nam. Sau đó ông bị chế độ Pháp bắt. Ông đã tìm cách trốn qua Hoa Kỳ và xin tị nạn chánh trị vào năm 1948 tại Ohio.

-Năm 1951, ông tốt nghiệp ngành Kinh tế tại Đại học Ohio, Hoa Kỳ. Ông là học giả chuyên nghiên cứu về văn học Việt Nam. Ông đã làm Giảng viên Việt ngữ ở Foreign Service Institute thuộc Bộ Ngoại Giao Hoa Kỳ ở Washington, DC.

-Năm 1957-1972: ông giảng dạy môn Văn chương Việt ở Đại học Yale.

-Vào thập niên 1960 ông về Việt Nam, làm việc cho Việt Tấn Xã VNCH trong một thời gian ngắn rồi trở lại Hoa Kỳ tiếp tục dạy ở Đại học Yale.

-Từ năm 1981 đến 1990: ông làm Giám đốc Yale South East Asian Refugee Project.

-GS Huỳnh Sanh Thông qua đời vào ngày 17 tháng 11 năm 2008 tại New Haven, Connecticut, Hoa Kỳ, hưởng thọ được 82 tuổi.

Các tác phẩm đã xuất bản:

-Tự điển Việt Anh, do Center for Applied Linguistics xuất bản năm 1968.

-Introduction to Spoken Vietnamese, viết chung với Robert B. Jones, do American Learned Societies xuất bản năm 1957.

-Bản dịch tiếng Anh của Truyện Kiều của Nguyễn Du: "The tale of Kieu" do Đại học Yale xuất bản năm 1972, bản dịch này rất nổi tiếng, được tái bản nhiều lần.

-Spoken Vietnamese, viết chung với Robert B. Jones, do Spoken Languages Services xuất bản năm 1979.

-Bản dịch tập thơ "Hoa Địa Ngục" của Nguyễn Chí Thiện: "Flowers from Hell", do Đại học Yale xuất bản năm 1984.

-An Anthology of Vietnamese Poems: from the Eleventh through the Twentieth Centuries (Tuyển tập Thi văn Việt Nam từ thế kỷ 11 đến thế kỷ 20) do Đại học Yale xuất bản năm 1996.

Chương 35

ẢNH HƯỞNG PHẬT GIÁO TRONG PHÁP LUẬT TRIỀU LÝ

Lời tác giả: Bài tiểu luận "Ảnh hưởng Phật giáo trong pháp luật triều Lý" *đã được viết vào tháng giêng năm 1971 tại Saigon. Tạp chí Từ Quang đã đăng từ số 225 đến 258 (từ tháng 6 đến 9 năm 1974). Tạp chí Từ Quang là Cơ quan truyền bá đạo Phật của Hội Phật Học Nam Việt, trụ sở ở chùa Xá Lợi tại Saigon (bên hông trường Gia Long cũ), do cụ Chánh Trí Mai Thọ Truyền, cố Quốc Vụ Khanh đặc trách Văn Hoá thời Đệ Nhị Cộng Hoà miền Nam, làm chủ nhiệm kiêm chủ bút. Sau khi cụ Mai Thọ Truyền qua đời thì cụ Minh Lạc Vũ Văn Phường làm chủ nhiệm kiêm chủ bút.*

Toronto, ngày 01 tháng 04 năm 1991
NVT

I.-Dẫn nhập

Con người sống qui tụ lại thành một xã hội, và phát triển tập thể này rộng lớn dần dần thành một quốc gia. Mỗi cá nhân trong tập thể đó không thể tự sống riêng mà cũng không thể có tự do hoàn toàn để muốn làm gì thì làm. Cá nhân trong tập thể phải tuân theo một số qui luật mà tập thể đưa ra để lấy nó làm tiêu chuẩn hướng dẫn đời sống của mình, và chính những tiêu chuẩn sống này sẽ giúp cá nhân hòa hợp được giữa cá nhân mình với người khác sống trong cùng một xã hội. Do đó, trong một xã hội nào cũng phải đưa ra một số qui luật để mỗi cá thể sống trong đó tuân theo, và có như vậy thì xã hội mới có một trật tự, mới có một nếp sống tương hợp với tất cả mọi người. Những qui luật của xã hội có thể do một số người có đời sống đạo đức khả kính đưa ra để mọi người lấy đó làm ánh sáng soi tỏ các hành động của mình; nhưng thông thường những qui luật này được thể hiện dưới hình thức những luật lệ xã hội, các luật lệ xã hội này do những người đang nắm vận mệnh của quốc gia đặt ra. Người đang nắm quyền chủ tể của quốc gia bao giờ cũng muốn điều khiển quốc gia theo những định hướng của mình; nhất là bình định những rối loạn trong xã hội, và sau đó có thể củng cố địa vị, ngai vàng của mình cho được lâu bền.

Khi ban hành một bộ luật, vị chủ tể quốc gia đưa vào đó một quan niệm, một thái độ sống của mình trước cuộc đời, và nói đúng hơn là họ sẽ lấy một căn bản triết lý để làm nền tảng cho bộ luật của mình trước khi ban hành nó. Trong phạm vi bài này, chúng tôi sẽ tìm hiểu và xác định một căn bản triết lý của pháp luật triều Lý. Chúng ta đều biết rằng bất cứ một hệ thống tư tưởng nào, bất cứ một triết lý nào, hay nói hạn hẹp trong phạm vi ta đang nghiên cứu là một bộ luật nào ra đời cũng đều chịu ảnh hưởng của hoàn cảnh lịch sử, của xã hội lúc đó. Thật vậy, chính hoàn cảnh lịch sử sẽ tạo nên một quan niệm cai trị của vị chủ tể để thích ứng và đương đầu với thời cuộc.

Một bộ luật ra đời là do hậu quả của một hoàn cảnh lịch sử, lấy nền tảng qua một căn bản triết lý. Do vậy, chúng ta sẽ lần lượt tìm hiểu hoàn cảnh lịch sử của triều đại nhà Lý, và nguyên nhân ban hành bộ luật nhà Lý; rồi sau đó chúng ta sẽ xác định một căn bản triết lý cho bộ luật của triều đại nhà Lý.

Triều đại nhà Lý kéo dài từ năm 1010 đến năm 1225 trải qua chín vị vua là:

1* Lý Thái Tổ (1010 - 1028)
2* Lý Thái Tông (1028 - 1054)
3* Lý Thánh Tông (1054 - 1072)
4* Lý Nhân Tông (1072 - 1127)
5*Lý Thần Tông (1128 - 1138)
6* Lý Anh Tông (1138 - 1175)
7* Lý Cao Tông (1176 - 1210)
8* Lý Huệ Tông (1211 - 1224)
9* Lý Chiêu Hoàng (1224 - 1225)

Đây là một triều đại đáng lưu ý về mọi phương diện vì nó kéo dài hai trăm mười sáu năm (216 năm), với hai thế kỷ này, nhà Lý đã đặt một nền tảng vững chắc cho chính thể quân chủ và nền độc lập cho nước ta. Có thể nói nhà Lý đã đảm nhiệm một sứ mệnh lịch sử quan trọng trong quá trình tiến hoá của dân tộc Việt-Nam.

Vua Lý Thái Tổ đã sáng lập ra nhà Lý, nguyên là Lý Công Uẩn, thuở nhỏ đã vào sống ở chùa từ năm lên ba, được nhà sư Lý Khánh Vân trú trì chùa Cổ Pháp nuôi nấng. Khi đến tuổi trưởng thành, ông vào phụng sự nhà Tiền Lê ở Hoa-Lư, trong suốt thời gian này ông đem tất cả mọi khả năng để chu toàn các nhiệm vụ, ông có nhiều đức độ đáng kính để đối xử với mọi người nên đã được nhiều người quý mến.

Nguyên Lê Long Đĩnh, vị vua cuối cùng của đời Tiền Lê, tính tình bạo ngược và ác độc. Lòng dân đã oán giận Long Đĩnh và chán ngán nhà Tiền Lê. Năm 1009, Lê Long Đĩnh bị bệnh mất giữa lúc nước nhà đang nguy ngập: nước Tàu lăm le xâm lăng, các phe phái tranh chấp ngôi vị, nhân dân mất niềm tin nơi nhà Tiền Lê. Bởi vậy nên thiền sư Vạn Hạnh và đại quan Đào Cam Mộc đã vận động các triều thần, tôn Lý Công Uẩn lên ngôi vua. Lên ngôi xong, ngài dời kinh đô từ Hoa-lư là nơi hiểm trở về đất Đại-La mà sau này đổi ra Thăng Long thành, là nơi trù phú rộng rãi và bao quát cả thiên hạ. Do chỗ xuất thân từ cửa chùa, nên Lý Công Uẩn rất hậu đãi và khuyến khích việc khuếch trương đạo Phật; và các vị vua sau cứ tiếp tục truyền nối công việc ấy cho đến năm 1224 khi công Chúa Chiêu Thánh lên ngôi tức là Lý Chiêu Hoàng thì quyền hành đã nằm trong tay của Trần Thủ Độ, để rồi trước thế lực quá mạnh của họ Trần, nhà Lý phải cáo chung từ năm đó.

Với cái nhìn tổng quát trên hai thế kỷ của triều đại nhà Lý, chúng ta nhận thấy nhà Lý đã lãnh hội và rút tỉa nhiều kinh nghiệm của các triều đại trước, nên các vua nhà Lý đã hết sức củng cố chính quyền trung ương để tạo một nền quân chủ vững chắc, và lập một nền độc lập hoàn toàn đối với Trung-Hoa sau hơn một ngàn năm lệ thuộc dưới ách của người Tàu. Sau khi uy quyền đã vững mạnh, nhà Lý bắt đầu mở mang và kiến thiết quê hương xứ sở trong các lãnh vực văn học, tôn giáo, chính trị, kinh tế... Nhà Lý đã kiến tạo một công trình văn hoá vĩ đại và dồi dào cho dân tộc Việt Nam và tạo một niềm tin vào tinh thần tự lập của một dân tộc đang vươn mình lên khỏi sự lệ thuộc của nền văn hóa Trung-Hoa. Đồng thời cho thấy một cá tính độc lập của văn hoá Việt-Nam đối với các nền văn hoá Á Châu đương thời. Do những đặc điểm này, chúng ta sẽ thấy rõ vì sao mà nhà Lý đã vượt qua được mọi trở ngại và kiến tạo một sự phồn thịnh cho triều dại mình.

Về nội bộ, nhà Lý vẫn phải đối phó với nhiều cuộc nổi loạn, nhất là các cuộc âm mưu tiến chiếm vương quyền. Bất cứ triều đại nào cũng vậy, mối ưu tư của nhà cầm quyền là phải đề phòng mọi âm mưu đảo chính, mọi mưu toan lật đổ ngai vàng. Trong suốt triều đại nhà Lý đã xảy ra nhiều cuộc nổi loạn tại vương cung nhằm lật đổ nhà Lý; những cuộc nổi loạn thường xảy ra vào lúc có một vị vua vừa băng hà. Có thể kể cuộc nổi loạn trong Vương triều tiêu biểu nhất là sau khi Lý Thái Tổ vừa băng hà (năm 1028), anh em Vũ Đức Vương, Dực Thánh Vương, Đông Chính Vương đem quân đại náo Kinh thành. Nhưng nhờ có Võ Vệ tướng quân là Lê Phụng Hiểu dẹp tan được loạn này và Thái tử Phật Mã mới lên ngôi tức vua Lý Thái Tông. Còn trong dân gian thì cũng có một vài cuộc nổi loạn của các người Thổ ở vùng thượng du Cao-bằng, Lạng-sơn do giòng họ Nùng cầm đầu.

Về đối ngoại, nhà Lý phải đương đầu với nhiều mối lo âu lớn lao là nhà Tống lăm le thôn tính Việt-Nam. Nhờ binh chế Việt-Nam lúc bấy giờ đã tổ chức hoàn bị, và còn có các vị tướng lãnh tài ba là Lý Thường Kiệt đã áp dụng các phép dụng binh đặc sắc để chiến thắng quân Tống trong các trận đánh vào cuối năm 1075 tại Quảng-đông, tại Quảng-tây vào năm 1076; và nhất là trận đại thắng quân Tống vào cuối năm 1076 khi nhà Tống cử binh sang báo thù, Lý Thường Kiệt đã làm tiêu hao binh lực của Tống, tạo ra một ưu thế cho Đại Việt để nghị hòa với quân Tống. Chúng ta còn thấy mộng mở mang bờ cõi của nhà Lý trong việc chinh phạt Chiêm-thành để mở rộng biên cương về phương Nam, điển hình là các cuộc chinh phạt Chiêm-thành vào các năm 1044, năm 1069, năm 1079 và năm 1082.

Nói tóm lại, chúng ta thấy các vua thuộc triều đại nhà Lý đã phải đối phó với những kẻ nội phản ở vương triều và vài cuộc nổi loạn của bọn người Thổ trong dân chúng, còn bên ngoài thì phải đối phó với nạn ngoại xâm của đế quốc Trung-hoa. Nhưng đồng thời nhà Lý cũng không quên việc mở mang bờ cõi về phía Nam bằng các cuộc chinh phạt Chiêm-thành. Ngoài việc củng cố uy quyền Lý triều nói riêng và của nước Đại Việt nói chung, nhà Lý còn lo kiến thiết xứ sở trong mọi lãnh vực, đặc biệt đáng lưu ý nhất là dưới các triều Vua Thái Tổ (1010 - 1028), Thái Tông (1028 - 1054), Nhân Tông (1072 - 1127), Anh Tông (]138 - 1175).

Trên kia chúng ta đã điểm qua những biến cố quan trọng của triều đại nhà Lý về quân sự và chính trị. Như đã biết, vua Lý Thái Tổ xuất thân từ chốn thiền môn nên hết lòng sùng mộ đạo Phật, và với sự hỗ trợ của nhà Sư Vạn Hạnh nên Lý Thái Tổ đã từ chốn Phật đài mà bước vào chính trị để cuối cùng thu giang sơn về tay mình. Do lẽ đó, nên ngài đã đặc biệt ưu đãi và hết lòng phù trợ cho Phật giáo đạt đến chỗ phát triển cao nhất và các vua kế nghiệp vẫn tiếp tục việc tôn sùng Phật giáo. Vua Lý Thái Tổ đã xây gần hai mươi cảnh chùa. và sai Nguyễn Đạo Thành sang Tống thỉnh Tam Tạng Kinh điển vào năm 10l8. Vua Lý Thái Tông đã cho lập chùa Diên Hựu (tức chùa Một Cột) với lối kiến trúc đặc biệt mà hiện nay vẫn còn di tích ở tại Hà-nội. Lý Thánh Tông xây tháp Bảo-Thiên cao 12 tầng. Lý Nhân Tông đã cho xây trên một trăm cảnh chùa tại các nơi danh lam thắng cảnh khắp nước.

"Nếu ở Trung-hoa, đời Đường là đời Phật giáo được thịnh hành nhất, thì ở Việt-nam, đời Lý là đời Phật giáo được thạnh hành nhất."

(Thích Thiện Hoa, *Phật học phổ thông, khoá V*, trang 51).

Thêm vào đó, triều đình cũng đã thành lập một hệ thống tăng già rộng lớn từ triều đình trung ương ở thành Thăng-Long đến các thôn xóm nhằm mục đích hướng dẫn mọi tầng lớp quần chúng trong nhân dân, và nắm vững nhân tâm. Song song với mặt này, triều đình cần phải sử dụng một lớp người trí thức để giữ việc cai trị và phổ biến những văn thư và các hịch do triều đình trung ương ban hành. Nhưng số trí thức lúc bấy giờ hiếm hoi, mà các nhà sư phần lớn đều là những người thông thái và hiểu biết hơn cả, nên triều đình còn trưng dụng các nhà sư vào các dịch vụ hành chánh và làm việc như các quan lại. Ngoài công việc này, các nhà sư còn giữ một vai trò quan trọng trong việc giáo dục quần chúng ở khắp mọi nơi trong nước. Do đó, *"mỗi ngôi chùa vào thời ấy là một nơi diễn dàn, một chốn học đường mà số người theo học không những là thường dân mà là cả những công hầu khanh tướng. Mỗi chùa có thể gọi là một trường đại học về tâm học. Ở đó có sự học hỏi nhất luật bình đẳng, không phân biệt sang hèn, già trẻ. Học trò không quản công lao gian khổ, các bực danh thần như Thái-uý Tô Hiến Thành và Thái-bảo Ngô Hoà Nghĩa cũng phải xin thụ giáo theo lễ, học với thiền sư núi Cao-dã, trải qua mười năm học mới được gặp mặt thầy. Người nào được thầy truyền cho tâm ấn mới là mãn nguyện".*

(Trần Thạc Đức, *Phật giáo Việt-nam và hướng đi nhân bản đích thực*, Sài-gòn 1967, trang 22-23).

Nói tóm lại, các vị cao tăng là tầng lớp trí thức quan trọng trong buổi đầu của thời kỳ độc lập, và tầng lớp này đã gây nhiều uy thế ảnh hưởng đến quần chúng trong xã hội Việt-Nam lúc bấy giờ về mọi phương diện chính trị, kinh tế, văn hoá và trong phạm vi riêng biệt, chúng ta có thể nói là Phật giáo đã ảnh hưởng đến pháp luật của nhà Lý rất nhiều. Nói cách khác, luật pháp nhà Lý đã lấy đạo Phật làm nền tảng căn bản cho triết lý của bộ luật đương thời. Ai cũng biết rằng sự ra đời của một bộ luật của một nước về nội dung cũng như hình thức đều tuỳ thuộc vào chế độ chính trị đương thời của nước ấy. Sự tìm hiểu pháp luật đời Lý sẽ giúp ta thấu triệt được lịch sử của thời đại ấy cũng như mọi khía cạnh khác, là vì luật pháp là sản phẩm riêng của một thời đại và do sự kết thành của những sự kiện lịch sử của dân tộc ta trong giai đoạn đó.

Sau đây chúng ta sẽ xét về nguồn gốc phát sinh luật triều Lý, ảnh hưởng của triết lý Phật giáo đối với luật triều Lý và cuối cùng xét hiệu quả của pháp luật triều Lý sau khi được đem ra áp dụng.

II.- Nguồn gốc phát sinh bộ luật triều Lý

Duyệt qua các sử liệu còn lưu lại, chúng ta thấy những sử liệu về luật pháp triều Lý rất thiếu thốn. Bộ luật triều Lý không còn lưu lại, do đó chúng ta không thể tìm hiểu nội dung cũng như hình thức của bộ luật triều Lý một cách trực tiếp được. Chúng ta chỉ có thể tìm hiểu nội dung cũng như hình thức của bộ luật triều Lý một cách gián tiếp qua các quyển sách còn lưu lại sau đây:

-.*Lịch triều Hiến chương loại chí* của Phan Huy Chú, có lẽ được soạn vào khoảng năm 1821. Tác phẩm này cung cấp một nguồn tài liệu rất dồi dào về vấn đề luật pháp của các triều đại.

- *Việt sử lược* của một tác giả khuyết danh dưới đời Trần vào khoảng năm 1377. Đây là một tài liệu xưa nhất do người Việt-Nam biên soạn, và cung cấp rất nhiều tài liệu về luật pháp nhà Lý.

- *An-nam chí lược* của Lê Tắc được soạn ra dưới đời Trần vào khoảng năm 1333. Tác phẩm này cũng đã cung cấp nhiều tài liệu về luật pháp đời Lý.

- *Đại Việt Sử ký toàn thư* của Ngô Sĩ Liên dựa vào Đại Việt Sử Ký của Lê Văn Hưu. Bộ sách này được viết vào cuối thế kỷ thứ 15, có lẽ soạn ra vào năm 1474. Tác phẩm này cũng giúp cho ta nhiều tài liệu đáng lưu ý về pháp luật đời Lý.

- *Khâm-định Việt Sử Thông giám cương mục* do cụ Phan Thanh Giản làm chủ biên, soạn xong vào năm 1859. Đây là tác phẩm sử học do các quan triều Nguyễn hợp soạn, cũng cung cấp cho chúng ta nhiều tài liệu để biết về tinh thần pháp luật triều Lý.

Và trong một số tác phẩm mới viết về triều Lý, đặc biệt đáng lưu ý là quyển Lý Thường Kiệt của Hoàng Xuân Hãn. Tác phẩm này đã được xuất bản lần đầu tiên vào năm 1950 tại Hà-Nội và được tái bản lần thứ nhứt vào năm 1967 do Đại học Vạn Hạnh ở Sài-gòn ấn hành với nhiều điểm bổ sung mới mẻ của tác giả. Đây là một tác phẩm trình bày rất rõ ràng và đầy đủ về quá trình lịch sử ngoại giao và tôn giáo của triều đại nhà Lý; đồng thời tác phẩm này cũng cung cấp cho chúng ta nhiều tài liệu liên quan tới luật pháp triều Lý.

Ngoài ra, các quyển *Dân luật khái luận và Cổ luật Việt-Nam* của giáo Sư Vũ Văn Mẫu hiện đang dùng làm tài liệu giáo khoa cho sinh viên Đại học Luật khoa Sài-gòn (năm 1971) cũng đã ghi lại nhiều khảo cứu có giá trị về luật pháp đời Lý.

Theo *Lịch triều Hiến chương loại chí* của Phan Huy Chú đã chép lại tại quyển số 33, thì nguyên nhân đã khiến cho vua Lý Thái Tông ban hành quyển Hình thư vào năm 1042 như sau:

"Trước các cuộc cải cách quan trọng ở trong nước, các vụ án gia tăng gấp bội, vì vậy các quan giữ việc xử kiện, đã áp dụng luật một cách quá nghiêm khắc, nhiều khi đã trở nên bất công. Tình trạng ấy đã khiến vua Lý Thái Tông phải động lòng trắc ẩn và ra lệnh cho viên quan Trung-thư san định lại luật hình."

Như vậy, vua Lý Thái Tông (1028 - 1054) đã ra lệnh cho viên quan Trung-thư san định bản Hình-thư bằng cách lấy những luật lệ cũ, châm chước với những phong tục tập quán đương thời để qui định lại các hình phạt và các cách điều tra phạm nhân. Ngoài ra, pháp luật bấy giờ còn định rõ những cấm lệ về việc mua bán nô lệ, sự trừng phạt các tội ăn trộm, tội thông gian với vợ của người khác, tội ăn trộm trâu bò, tội trộm của công. Cho đến đời Lý Thần Tông (1128-1138), triều đình lại hai ba lần hạ những dụ qui định việc mua bán và việc tranh tụng về điền thổ, những dụ này có thể nói là đã mở đầu cho nền luật hộ của Việt-Nam về sau này.

Thêm vào đó, sử liệu cũng đã có ghi chép rằng: "*Vua Lý Thái Tông đã ban hành quyển Hình-thư vào năm 1042*" (Phan Huy Chú, *Lịch triều Hiến chương loại Chí*, 1821, quyển 33).

Qua những sử liệu trên, chúng ta nhận thấy rằng mặc dầu quyển Hình-thư không còn lưu lại nữa, nhưng có thể quyết đoán rằng quyển Hình-thư đã được vua Lý Thái Tông ban hành vào năm 1042, và có thể lấy đó làm bộ luật căn bản cho luật pháp triều Lý.

Triều đại nhà Lý đã trị vì trên hai thế kỷ (1010 - 1225), với thời gian cai trị lâu dài như vậy thì tất nhiên phải có một bộ luật để áp dụng. Hơn nữa. lúc ấy văn hoá nước ta đã mở mang và hiện còn lưu lại nhiều bài kệ và bài thơ của các vị thiền sư đời Lý, điều này chứng tỏ là lúc bấy giờ chúng ta đã sử dụng Hán tự để ghi chép. Nói tóm lại, dưới triều đại nhà Lý, dân tộc ta đã có một bộ luật thành văn và pháp luật triều Lý là pháp luật thành văn đầu tiên của dân tộc ta vậy. Đó là một nền pháp luật đã được đem thi hành trên khắp lãnh thổ nước Đại Việt lúc bấy giờ, có thể nói rằng bộ Hình-thư của vua Lý Thái Tông là một điểm son quan trọng trong lịch sử pháp quyền tại nước Việt Nam ta và bộ luật này chứng tỏ rằng bộ máy cai trị của triều đại nhà Lý đã có một cơ cấu khá hoàn bị.

III.- Ảnh hưởng triết lý Phật giáo trong pháp luật triều Lý

Pháp luật thường lấy căn bản triết lý hoặc là pháp trị hoặc là nhân trị.

Đối với *quan niệm pháp trị* thì các nhà làm luật nghĩ rằng con người không có bản tính thiện và con người thường có lòng vị kỷ và vị lợi nên thường gây ra những xáo trộn trong xã hội. Do đó, để giữ trật tự trong xã hội, cần phải áp dụng luật pháp một cách nghiêm minh tức là phải đưa ra những hình phạt cứng rắn để sửa sai các việc vi phạm. Quan niệm pháp trị cho rằng càng nghiêm khắc và công minh thì những kẻ mưu toan phạm pháp sẽ sợ hãi và không dám vi phạm. Do đó trật tự xã hội được ổn định và con người sẽ được hạnh phúc.

Còn đối với *quan niệm nhân trị*, các nhà làm luật tin tưởng rằng con người có một bản tính thiện vốn sẵn có. Do đó chỉ cần tu dưỡng nhân cách và phát triển bản tính thiện ấy thì trật tự xã hội sẽ ổn định. Phái này cho rằng luật pháp chỉ cần lấy lễ, lấy đạo đức, lấy tình thương để cảm hoá con người là đủ.

Tuy nhiên, chúng ta nhận thấy cả hai quan niệm pháp trị và nhân trị đều có nhiều khuyết điểm khi áp dụng vào trong thực tế của xã hội con người. Chúng ta biết rằng pháp trị là một biện pháp rất cần thiết để tạo lập một trật tự, nhưng nếu áp dụng quá nhiều biện pháp khắt khe và sử dụng nhiều hình phạt cứng rắn thì nhiều khi con người không thể chịu đựng nổi mà đâm ra trở thành những kẻ hung dữ, đó là những mầm mống đi đến chỗ sa đọa và gây ra sự rối loạn trong xã hội. Phái nhân trị thì quá lý tưởng khi chú trọng vào lễ, nhạc để cảm hoá và hướng dẫn con người, nhưng trong thực tế khi áp dụng chính sách nhân trị cũng khó mà đưa đến kết quả tốt.

Có lẽ vì những khuyết điểm của quan niệm nhân trị và quan niệm pháp trị đã nêu trên mà nhà cầm quyền triều Lý đã áp dụng một luật pháp theo con đường chiết trung. Tức là khi thì nhân trị, khi thì pháp trị, tuỳ theo trường hợp mà áp dụng. Khi áp dụng con đường chiết trung, *luật pháp nhà Lý đã chịu ảnh hưởng sâu xa của triết lý Bát-nhã của Phật giáo*. Triết lý Bát nhã đưa ra quan niệm về trung đạo với quá trình biện chứng *bát bất* để phủ nhận tất cả mọi cực đoan và không chấp nhất vào một quan điểm nào cả. Do đó, triết lý Bát-nhã đã đưa ra quan niệm "*Ưng vô sở trụ nhi sanh kỳ tâm*" (Đừng khởi vọng tâm trụ chấp một nơi nào - Kinh Kim Cang). Hơn nữa, việc áp dụng khi thì nhân trị, khi thì pháp trị tuỳ theo trường hợp của luật pháp nhà Lý, đã cho chúng ta thấy rằng đó là đường lối của Phật giáo trong quan niệm "*Khế lý và Khế cơ*" tức là phải tùy duyên mà áp dụng, tuỳ theo mỗi hoàn cảnh mà áp dụng những giáo lý cho thích ứng. Việc "*thích ứng với hoàn cảnh*" là một đặc điểm của pháp luật nhà Lý, vì nó không chấp vào tội mà chỉ xét xử tội ấy trong một hoàn cảnh riêng biệt.

Tinh thần chiết trung của luật pháp nhà Lý có thể được soi sáng qua hai vụ xử án như sau:

-Theo *Khâm-định Việt sử Thông giám Cương mục* (được soạn dưới triều Nguyễn), chính biên. quyển ba, tờ II chép về luật lệ thời Lý: "*Theo luật lệ định trước: phàm các quan chức, hễ ai bỏ trốn, phạt 100 trượng, thích 50 chữ vào mặt và phải tội đồ. Quân lính đào ngũ mà cướp của cải, đồ vật của người khác, phạt 100 trượng, thích 30 chữ vào mặt. Người giữ trấn hay trại mà bỏ trốn cũng bắt tội như vậy. Quân lính bỏ trốn hơn một năm, phạt 100 trượng, thích 50 chữ vào mặt. Người nào bỏ trốn không theo xa giá khi vua đi chơi, phạt 100 trượng, thích 10 chữ vào mặt.*

Nay định rõ lại điều lệ cấm: quân lính nào bỏ trốn thì khép vào một tội trong ba hạng tội lưu. Kẻ coi ngựa không được sai khiến làm việc cho mình, nếu kẻ nào vi phạm, phạt 80 trượng và bắt đi phối dịch."

Đoạn văn trên cho thấy rõ tinh thần pháp trị trong pháp luật triều Lý.

-Theo *Đại Việt sử ký toàn thư* của Ngô Sĩ Liên, quyển 2 chép: "*Năm 1038. Lý Thái Tông thân chinh đi đánh giặc và bắt được Tồn Phúc cùng con trưởng là Trí Thông, một đứa con thứ là Trí Cao trốn thoát. Sau khi đem bọn Tồn Phúc về Thăng Long, có xuống chiếu cho rằng họ Nùng phản quốc nên ra lệnh xử tử.*

Đến năm 1041, Nùng Trí Cao trở về chiếm lại đất cũ, đổi tên nước là Đại Lịch, Lý Thái Tông lại thân chinh đi đánh giặc một lần nữa và bắt được Nùng Trí Cao. Nhưng lần này nhà vua lại khoan hồng cho tên phản nghịch, và nói rằng thương tình vì cha là Tôn Phúc và anh là Trí Thông đều bị giết mà tha tội, cho giữ Châu Nguyên như cũ, lại phụ thêm cho 4 động Lôi-hoả, Bình-an, Bà châu và Tư-lang nữa."

Đoạn Văn trên cho thấy rõ tinh thần nhân trị trong luật pháp triều Lý.

Đó cũng là đặc điểm của dân tộc ta là "*bên ngoài là lý, bên trong là tình*", *lý và tình phải đi đôi với nhau thì việc áp dụng luật pháp mới không gây ra sự bất công quá đáng.*

Thật vậy, theo kinh nghiệm thì có nhiều vụ án thật là tế nhị, nếu chỉ căn cứ hoàn toàn vào các bộ luật hiện hành để áp dụng và tuyên án thì thấy tội nhân sẽ gánh chịu những hình phạt e răng quá nghiêm khắc. Do đó cần phải chọn con đường chiết trung của đạo Phật, tức là ngoài việc căn cứ vào pháp luật hiện hành, còn nên lấy tình thương để quyết định việc tuyên án tội nhân.

Ngoài việc chịu ảnh hưởng tinh thần trung đạo của Phật giáo, luật pháp nhà Lý còn chịu ảnh hưởng sâu đậm của đạo Phật ở các khía cạnh khác như sau:

Đạo Phật quan niệm phải lấy đức **từ bi** *làm triết lý hành động trong đời sống đạo đức*. Từ bi là một tình thương bao la không phân biệt giai cấp trong xã hội, người theo đạo Phật cần phải thương xót tất cả mọi người khi họ gặp cơn hoạn nạn. Chính lòng từ bi đã giúp cho ta cảm thương được những người đang gặp khốn khổ, và do đó, ta sẽ tìm cách giúp đỡ họ. Các vị Bồ-tát trong Phật giáo cũng đều vì lòng từ bi mà chấp nhận một hạnh nguyện là *đi vào cuộc đời lầm than để cứu độ chúng sinh*. Do chỗ thấm nhuần tinh thần của đạo Phật về đức hạnh từ bi, nên ta thấy ngay trong việc ban hành bộ Hình-thư, vua Lý Thái Tông đã biểu lộ rõ rệt lòng từ bi của mình đối với phạm nhân, khi thấy nhiều người có thể bị tội oan và phải nhận lãnh những hình phạt nặng nề nên Ngài mới sai viên Trung-thư (quan Trung-thư, theo chế độ nhà Tống, là người chuyên dự thảo những kế hoạch để tâu lên vua về mọi việc cải cách, mọi việc tuyển bổ quan lại, và vận truyền các mệnh lệnh) biên soạn quyển Hình-thư. Cũng theo Đại Việt sử ký toàn thư thì: "*Trước kia, trong việc kiện tụng phiền nhiễu, quan giữ hình câu nệ luật văn, cốt làm khắc nghiệt, thậm chí oan uổng. Vua lấy làm thương xót, sai viên Trung-Thư san định luật lệ châm chước cho thích dụng với thời bấy giờ, chia ra môn loại, biên ra điều khoản, làm sách hình luật của một triều đại, để cho người xem dễ hiểu.*"

Đại Việt sử ký toàn thư đã cho chúng ta biết rõ rằng sở dĩ Hình thư được ban ra chỉ vì hình luật lúc bấy giờ không được thống nhất; do đó đã đưa đến nhiều hình phạt khắc nghiệt mà hậu quả là các tội nhân phải gánh chịu. Nhà vua cũng rất thương tội nhân, vì họ chỉ là những người lầm lỡ mà phạm tội, chớ đâu có phải hầu hết tội nhân đều muốn gây ra tội ác để gánh chịu hình phạt và ngục tù đâu. Do đó việc ban hành Hình thư là một biện pháp thích nghi để chỉnh đốn lại những hình phạt xử bất công mà nhân dân nước ta lúc bấy giờ phải gánh chịu và hành động này có thể quả quyết là xuất phát từ lòng từ bi mà Đức Phật đã dạy bảo cho hàng Phật tử chúng ta tuân theo vậy.

Lòng từ bi còn được thấy rõ khi vua Lý Thánh Tông cảm thương cho các tội nhân phải chịu cảnh lạnh lẽo và đói khát nơi nhà giam, nên ngài đã truyền lệnh cung cấp đầy đủ thực phẩm và chiếu mền cho họ. Tình thương này quả rất rộng lớn không còn bị ngăn cách bởi một biên giới nào nữa cả. Cũng theo *Đại Việt sử ký toàn thư*: "*Mùa đông năm Ất Mùi (1055), trời giá lạnh khủng khiếp, Lý Thánh Tông phán với các vị quan lại rằng: Ta ở trong cung kín, sưởi lò than, khoác áo lông mà còn rét run như thế này, ta nghĩ đến tù nhân bị nhốt trong lao chịu đói lạnh khổ sở, chưa biết phải trái ra làm sao. Ăn không đầy bụng, mặc không đủ che thân, vì gió rét nên có kẻ chết không nơi nương tựa. Ta thật lấy làm thương. Rồi vua truyền lấy chiếu cho tù nhân và cho mỗi ngày hai bữa ăn.*"

Thật là một hành động hiếm có đối với các bậc vua chúa dưới thời đại quân chủ chuyên chế. Chúng ta thấy sống trong cung kín, nhà vua được hưởng biết bao nhiêu là tiện nghi dồi dào, nào là ăn những món cao lương mỹ vị, nào là có cung phi mỹ nữ, nào là có kẻ hầu người hạ. Nhưng nhà vua vẫn luôn luôn nghĩ đến hàng thứ dân, nghĩ đến đời sống của người dân coi có được sung túc không? Và ngay cả những tội nhân là kẻ đã gây ra xáo trộn trong xã hội mà vẫn được nhà vua thương xót và lo lắng cả đến việc ăn mặc nữa. Như vậy, vua nhà Lý đã đi sát với đời sống của nhân dân để tìm hiểu đời sống của họ và lo lắng cho họ.

Do chỗ thương xót các tội nhân, nên vua Lý Thánh Tông đã áp dụng nhiều biện pháp khoan hồng, vì Ngài nghĩ rằng những kẻ phạm tội phần lớn là vì không hiểu rõ luật lệ nên họ mới phạm pháp. "*Năm 1064, vua Lý Thánh Tông ra ngự ở điện Thiên Khánh xét án, có Đông Thiên Công chúa đứng hầu bên cạnh; Thánh Tông chỉ vào con gái yêu mà nói với các quan rằng: Ta yêu con ta, như là cha mẹ dân yêu dân; vì dân không hiểu luật lệ nên mới bắt tội, ta lấy làm thương. Vậy từ rày về sau không kể tội nặng hay nhẹ, các người phải xử một cách khoan hồng cả." (Đại Việt sử ký toàn thư)*. Nhận xét của vua Lý quả thật là xác đáng. Trong thực tế, có nhiều vụ án mà phần lớn tội nhân khi ra trước vành móng ngựa đã hối tiếc vì mình không hiểu biết luật lệ nên mới phạm pháp.

Ngoài việc khoan hồng trong lúc xử án, nhà vua còn áp dụng các biện pháp đại xá và ân xá tội nhân trong các dịp khánh thành một ngôi chùa, một đền đài. Như năm 1010, cung Thúy Hoa làm lễ xong, xá thuế ba năm cho cả nước, những loại thuế thiếu năm trước đều được xoá bỏ, những tù binh người Mán bắt từ năm Cảnh Thuỵ (1008 - 1009) đều được phát quần áo và tha cho về quê quán. Trong nhiều trường hợp gặp thiên tai, nhà vua cũng ra lệnh cho ân xá tội nhân. Có năm, xảy ra những hiện tượng thiên nhiên lạ lùng như có sự xuất hiện của những vì sao lạ, nhà vua cũng coi đó là một duyên cớ để ân xá tội nhân. Thậm chí, nhiều khi nhà vua hạ lệnh xá tội một cách rộng rãi, ví dụ như trường hợp năm 1128, những tội nhân ở Đô Hộ phủ đều được tha, lại xá tội cho cả 130 người bị biếm truất.

Sự khoan hồng còn được áp dụng đến mức triệt để khi nhà vua tha tội cho những kẻ nổi loạn để lật đổ vương triều nhà Lý. Đó là hành động xoá bỏ hận thù để thực thi chính sách "*hoà giải*" ngõ hầu cảm hoá được kẻ thù. Đây là một thái độ chính trị rất thích hợp trong hoàn cảnh lịch sử thời bấy giờ, vua Thái Tông đã tha tội chết cho Nùng Trí Cao là tên giặc đã âm mưu lật đổ vương triều nhà Lý (đã dẫn ở trên): "*Đến năm 1041, Nùng Trí Cao ... và Tư Lang nữa*".

Đối với tên tội phạm là Nùng Trí Cao đáng lẽ ra phải chịu hình phạt tử hình mà nhà vua lại tha tội chết, lại còn phong tước, ban ấn tín và cho thêm vài châu quận nữa, quả là một hành động "hoà giải" tuyệt mức vậy.

Ngoài ra, chúng ta nhận thấy nhà Lý còn tiết giảm các hình phạt xử tử có lẽ để thực thi giới cấm sát sanh trong ngũ giới cấm. Sát sanh là một trong điều mà đạo Phật ngăn cấm. Do ảnh hưởng này mà chúng ta thấy có nhiều vụ án đáng xử tử như vụ án vừa dẫn trên, hoặc những tội sát nhân lại được giảm xuống còn phạt trăm trượng, thích 50 chữ và phải tội.

Nhà Vua còn ấn định việc cho chuộc tội bằng tiền, chỉ trừ tội thập ác thì không được chuộc. Tội thập ác được qui định trong luật của đời Đường bên Tàu mà triều Lý đã dựa theo đó, gồm có mười tội ác như sau:

1. *Mưu phản*: Lật đổ nền cai trị của vua đương thời.
2. *Mưu đại nghịch*: Phá đền đài, lăng tẩm, cung điện của nhà vua.
3. *Mưu bạn*: Phục vụ cho nước địch, làm gián điệp (trong tiếng Hán Việt, bạn có nghĩa là phản quốc đi phục vụ cho nước địch).
4. *Ác nghịch*: Đánh hay giết Ông, Bà, Cha, Mẹ, Tôn thuộc.
5. *Bất đạo*: Vô cớ giết ba người cùng nhà.
6. *Đại bất kính*: Lấy trộm đồ tế lễ trong lăng tẩm, làm giả ấn vua.
7. *Bất hiếu*: Tố cáo hay chửi rủa Ông, Bà, Cha, Mẹ hoặc Ông, Bà, Cha, Mẹ chồng, không phụng dưỡng cha mẹ, tự ý bỏ nhà phân chia tài sản, cưới xin khi có tang Cha Mẹ, vui chơi trang sức trong khi tang chế, được tin Ông Bà và Cha Mẹ chết không chịu tang hoặc Ông, Bà, Cha, Mẹ còn sống mà nói dối là chết.
8. *Bất mục*: Mưu giết hay bán các thân thuộc, đánh hoặc cáo giác chồng, hay các tôn thuộc.
9. *Bất nghĩa*: Giết trưởng cơ quan của mình, giết quan lại tại chức, hoặc thầy dạy học, không để tang chồng, vui chơi bỏ tang phục để lấy chồng khác.
10. *Nội loạn*: Thông dâm với người trong họ phải để tang từ bực thứ tư trở lên, thông dâm với các vợ bé của Cha hay của Ông, và cả người đàn bà bằng lòng tư thông cũng bị tội.

Trong *Khâm định Việt sử Thông giám Cương mục*, chính biên, quyển 3 tờ b, đã ghi lại việc khoan hồng đã kể trên như sau: "*Phàm nhân đản, người từ 70 tuổi trở lên, người có nhược tật (bệnh hoạn) và người có họ thân với nhà vua phải để tang nhau từ chín tháng trở lên, nếu phạm tội đều được cho chuộc tội, chỉ trừ người nào phạm vào tội thập ác thì không tha."*

Đạo Phật đã ảnh hưởng trong pháp luật không những về lòng từ bi, lòng khoan dung mà còn ảnh hưởng về cách đối xử với phạm nhân nữa. Đạo Phật rất tôn trọng giá trị của con người và vì giới cấm nói dối cũng được giữ gìn, nên không bao giờ dám kết tội ai một điều gì khi chưa nắm đủ yếu tố buộc tội; và do chỗ đó nên phải đối xử tử tế với người không có tội. Bởi vậy nên vua Lý Thánh Tông mới xét thấy cảnh khổ của các tù nhân đang bị giam cầm khổ cực trong khi tội vạ chưa xét rõ, và truyền đối đãi với họ rất tử tế: "*Mùa Đông năm Ất Mùi (1055), ... mỗi ngày hai bữa ăn." (đã dẫn ở trên).*

Quan niệm về cách đối xử tử tế với người đang bị giam cầm mà chưa định tội lỗi bằng một phiên xử công khai đã cho ta thấy pháp luật triều Lý *tôn trọng nhân quyền*, đây có thể nói là bước đầu tiên công nhận nhân quyền trong lịch sử nước ta vậy. Quan niệm tôn trọng nhân quyền đã được Bản Tuyên ngôn Quốc tế Nhân quyền công nhận và đã ghi: "*Phàm ai bị cáo về một tội phạm gì đều được đoán coi như là vô tội, cho đến khi tội trạng ấy được chứng minh rõ rệt trong một vụ xử công khai có đủ hết đảm bảo cho bị cáo về quyền bào chữa.*"Quan niệm tôn trọng nhân quyền là một đặc điểm mới mẻ trong pháp luật hiện đại, như vậy chúng ta nhận thấy pháp luật triều Lý đã vượt qua thời đại, đó quả là một đặc điểm đáng lưu ý trong pháp luật nhà Lý. Có thể nói rằng do ảnh hưởng của triết lý Phật giáo về việc tôn trọng nhân phẩm của con người vậy.

Ảnh hưởng Phật giáo còn thấy rõ trong việc áp dụng quan niệm *"Sám hối"* vào chính sách hình sự để xử tội phạm nhân. Sám hối là quan niệm cho rằng một người khi đã phạm phải một lỗi lầm thì có thể ăn năn và cố gắng tìm cách chuộc tội với ước nguyện sẽ không tái phạm nữa. Chính sự hối cải sẽ giúp họ trở về đường ngay nẻo chánh và khiến họ có thể giúp được xã hội gây lại một trật tự ổn cố hơn. Do quan niệm về sám hối, chính sách hình sự của pháp luật triều Lý đã áp dụng chính sách cải hoá tội nhân, chính sách này được thể hiện một cách rõ ràng nhất qua chỉ thị của vua Lý Thánh Tông về việc xử các tội nhân một cách khoan hồng không kể nặng hay nhẹ: "*Năm 1064, ... một cách khoan hồng cả.*" (đã dẫn ở trên)

Chính sách cải hoá tội nhân là một chính sách mới phát triển ở Âu Mỹ vào thời cận kim. Theo quan niệm của chính sách này thì các phạm nhân được coi như là một nạn nhân của xã hội. Do đó, đối với các phạm nhân, nhà cầm quyền không nên dùng những hình phạt quá nghiêm khắc như thể loại họ ra khỏi xã hội, nhà cầm quyền cần phải xét xử các phạm nhân như là một bệnh nhân cần phải được chữa trị, vì vậy, các sự trừng phạt phải được cân nhắc và ấn định một cách hợp lý và nhân đạo để giúp họ sám hối và hối cải tội lỗi.

IV.- Hiệu quả của pháp luật triều Lý

Nói tóm lại, pháp luật triều Lý đã chịu ảnh hưởng của Phật giáo rất nhiều, nhất là ở các điểm khoan hồng và nhân đạo đối với phạm nhân. So sánh với các nền pháp luật trong thời đại đó, chúng ta thấy các nước phong kiến khác đều áp dụng những hình phạt rất nặng nề và ác nghiệt, nhất là đối với tội phản nghịch chống chế độ của vương quyền đương thời. Trong khi nền pháp luật triều Lý đã áp dụng một nền pháp luật nhuốm đượm một tinh thần rộng rãi và khoan dung. Đó là do sự ảnh hưởng lòng từ bi của đạo Phật, vì như chúng ta đã biết dưới thời Lý, Phật giáo được tôn sùng và ảnh hưởng sâu đậm vào các tầng lớp vua chúa, quí tộc cũng như trong dân chúng. Nhất là trong dân gian, *Phật giáo có ảnh hưởng rất tốt, các hành động phi pháp được giảm bớt, hành vi tàn bạo ít dần, là do những quan niệm từ bi hỉ xả, và những hành động ăn năn, sám hối tội lỗi vẫn được thực hành luôn luôn trong đời sống hàng ngày.* Do vậy, nên qua các triều đại Lý Thái Tông, Lý Thánh Tông là những triều đại thịnh trị nhất, mà bằng chứng cụ thể là năm 1054, Lý Thánh Tông đã xuống chiếu đốt bỏ các hình cụ trừng phạt nhân dân, đó là biểu trưng cho một sự ổn định quốc gia mà luật pháp đã giữ một vai trò quan trọng vậy.

Nhờ áp dụng chính sách khoan dung trong pháp luật, nên triều đại nhà Lý đã thu phục được nhân tâm. Thật vậy, trong nhân dân ai ai cũng hướng về Lý triều với lòng khâm phục về chính sách cai trị dân, nên triều Lý đã kéo dài trên hai thế kỷ (1010 - 1225) và trong suốt hai thế kỷ đó đế nghiệp nhà Lý rất vững vàng, nhân dân sống trong cảnh ấm no và an lạc. Do đó, nên khi thời cuộc đổi thay, nhà Trần chiếm ngôi vua của họ Lý vào năm 1225 dưới thời Lý Chiêu Hoàng, triều Lý đã đi vào lịch sử, mà trong quần chúng nhân dân vẫn còn lưu luyến tiền triều; trong dân gian, người dân đã diễn tả tâm trạng lưu luyến ấy qua hai câu ca dao sau đây:

"Trống chùa ai đánh thùng thùng,
Của chung ai khéo vẫy vùng nên riêng."
(Ca dao)

V.-Kết Luận

Qua việc tìm hiểu pháp luật triều Lý, chúng ta đã thấy được một quá khứ vinh quang của dân tộc trong suốt thời đại nhà Lý. Triều đại nhà Lý đã cho chúng ta thấy rõ một sinh lực dồi dào của truyền thống dân tộc là sẵn sàng hy sinh để chống lại sự xâm lăng và âm mưu thôn tính đất nước Việt Nam của ngoại bang.

Tinh thần chống ngoại xâm được biểu lộ rõ rệt trong việc Lý Thường Kiệt đem quân đánh ba châu Khâm, Liêm, Ung của Trung hoa mà dân chúng Việt Nam đã khen tặng qua hai câu ca dao sau đây:

"Đem chuông đi đánh xứ người,
Chẳng kêu cũng đánh vài hồi lấy danh."
(Ca dao)

Saigon, tháng Giêng năm 1971.
Sửa chữa và bổ sung, Toronto, 01 tháng 04 năm 1991

Nguyễn Vĩnh Thượng

TIỂU SỬ TÁC GIẢ

GS Nguyễn Vĩnh Thượng, nhà giáo, nhà biên khảo

Nguyễn Vĩnh Thượng là một Giáo sư trung học đã làm việc trong nhiều lãnh vực: giáo dục, biên khảo và công chức ngành xã hội. Ông còn có bút hiệu là Nguyên Thương dành cho các bài văn thơ diễn tả tình cảm nhẹ nhàng. Ông sanh năm 1944 tại quận Cao Lãnh, tỉnh Sa Đéc, Việt Nam.

*** Giai đoạn ở Việt Nam

Học vấn:

-1956 - 1963: Học sinh trường Trung học *Petrus Trương Vĩnh Ký*, Sài Gòn.

-1967: -*Cử nhân Phật học*, Phân khoa Phật học và Triết học Đông phương, Viện Đại học Vạn Hạnh, Sài Gòn.

-*Cử nhân Văn Khoa*, Phân khoa Văn học và Khoa học nhân văn, Viện Đại học Vạn Hạnh, Sài Gòn.

-1969: *Cử nhân giáo khoa Triết học Đông phương*, Trường Đại học Văn khoa, Viện Đại học Sài Gòn.

-1970: *Cử nhân giáo khoa Triết học Tây phương*, Trường Đại học Văn khoa, Viện Đại học Sài Gòn.

-1974: *Chứng chỉ năm thứ ba Cử Nhân Luật Khoa-Ban Tư Pháp*, Luật Khoa Đại Học Đường, Viện Đại Học Sài Gòn.

Việc làm:

-1969 - 30 tháng 4 năm 1975: Giáo sư *triết học* tại các trường Trung học Cần Đước, Petrus Ký, Hồ Ngọc Cẩn, Nguyễn An Ninh và trường Sư phạm Sài Gòn.

-1971- 1972: *Chuyên viên giáo dục* tại Nha Kế hoạch và Pháp chế học vụ, Bộ Văn hoá Giáo dục và Thanh niên VNCH, Sài Gòn.

- 1972 - 30 tháng 4 năm 1975: *Thanh Tra* tại Sở Tiểu học Sài-gòn phụ trách học vụ của 20 trường Trung Tiểu học ở Đô thành Saigon; và tại Văn Phòng Phụ tá Đặc biệt Tổng Trưởng đặc trách ngành Trung Tiểu học, Bộ Văn hoá giáo dục và Thanh niên VNCH, Sài Gòn.

-Sau 30 tháng 4, 1975 - đến tháng 6, 1979: dạy toán học tại các trường Trung học Phổ thông cấp 3 Tây Sơn và Marie Curie.

*** Giai đoạn ở Canada

Học vấn:

- 1987 - 1992: Diplomas in:

-*Community work* tại George Brown-The City College, Toronto, Ontario, Canada;

- *Accounting and Canadian Personal & Corporate Taxation* tại Seneca college of Applied Arts and Technology, Toronto, Canada;

- *Social work* tại Humber College – Institute of Technology and Advanced Learning, Toronto, Ontario, Canada.

Việc làm:

- 1990 - 1992: Office manager/ Quản lý văn phòng tại Vita Income Tax Accounting and Paralegal Services, Toronto, Ontario, Canada.

- 1992 đến cuối năm 2014: *Social Services Worker*/ Social Assistance Caseworker (Công chức phụ trách trợ cấp phúc lợi xã hội) tại Social Services Department, Mississauga office, trực thuộc Regional Municipality of Peel, vùng Greater Toronto Area (GTA), tỉnh Ontario, Canada.

- Từ cuối năm 2014 đến nay: về hưu, đọc sách, viết lách và hưởng nhàn*; cộng tác với các Website Thư Viện Hoa Sen, Trang Nhà Quảng Đức, Chùa A-di-đà Australia, An Phong - An Bình*

- GS Nguyễn Vĩnh Thượng được vinh danh là nhà giáo dục đã có công với nền Giáo dục Quốc gia Việt Nam trước 1975, trong *Ngày Tôn Sư Trọng Đạo năm 2016* do Hội Lê Văn Duyệt Foundation tổ chức long trọng vào trưa Chúa Nhật ngày 05 tháng 6 năm 2016 tại Nam California – USA.

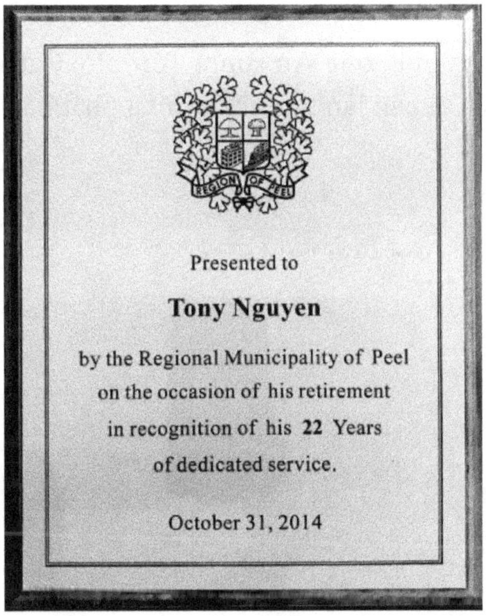

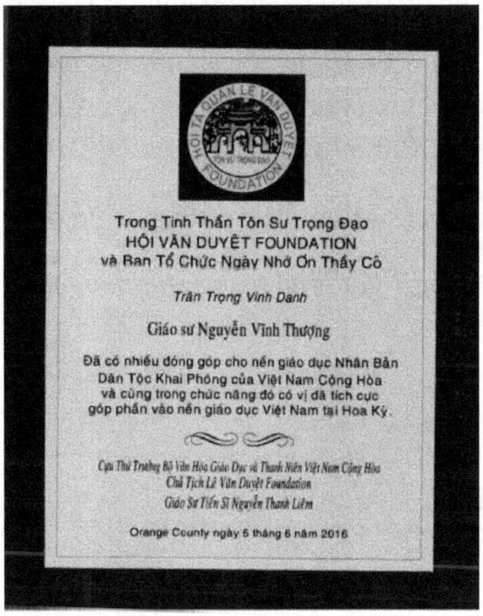

***Tác phẩm:

Sách:

- *Bộ sách giáo khoa triết học lớp 12*, do Hiện Đại phát hành tại Sài-Gòn, năm 1972:

  -Đạo Đức học 12ABCD

  - Luận lý học 12ABCD

  - Tâm Lý học 12 AC

  - Siêu hình học 12C.

- *Bộ sách câu hỏi giáo khoa triết lớp 12*, do Hiện Đại phát hành tại Sài Gòn, năm 1973:

- *Câu hỏi giáo khoa Đạo đức học và Luận lý học 12 ABCD*

- *Câu hỏi giáo khoa Tâm lý học và Siêu hình học 12AC.*

- *Bộ sách trắc nghiệm triết học lớp 12*, viết chung với Bùi Văn Bình, Nguyễn Hữu Hiệp, Lê Trường Xuân, Phan Quang An , do Yiễm Yiễm xuất bản tại Sài Gòn:

*Trắc nghiệm Đạo Đức học và Luận Lý học 12B, tháng 2 năm 1975

*Trắc nghiệm Đạo Đức học, Luận lý học và Tâm lý học 12A , tháng 3 năm 1975.

- *Tư Tưởng Phật giáo trong văn học thời Lý*, Hiện Đại xuất bản tại Toronto, Ontario, Canada,1996. Phật Học Viện Quốc tế và NXB Văn Nghệ phát hành ở California, Hoa Kỳ. Tái bản lần thứ nhất có sửa chữa và bổ túc: in và phát hành tại USA bởi LuLu Press, 2020

- *Tuyển Tập Biên Khảo Nguyễn Vĩnh Thượng – ebook*, Website An Phong An Bình, Toronto, Canada, 2016. In và phát hành tại USA bởi Amazon, 2018.

- *Bát-nhã Tâm Kinh – Chú Giảng - ebook*, Website An Phong An Bình, Toronto, Canada, 2018.In và phát hành tại USA bởi Amazon, 2018. Tái bản lần thứ nhất: in và phát hành tại USA bởi Barnes & Noble Press, 2019

-*Triết học Phật giáo và những Luận đề*.

-*Tư tưởng Phật giáo trong văn học thời Trần*.